உலக வரலாற்றில் பெண்கள்

ரோஸாலிண்ட் மைல்ஸ்

தமிழாக்கம்:
வி.ராதாகிருஷ்ணன்

நியூ செஞ்சுரி புக் ஹவுஸ் (பி) லிட்.,
41- பி, சிட்கோ இண்டஸ்டிரியல் எஸ்டேட்,
அம்பத்தூர், சென்னை- 600 050.
☎: 044 - 26251968, 26258410, 48601884

Language: Tamil
Ulaga Varalaatril Pengal
Author: **Rosalind miles**
Tamil Translator by: **V. Radhakrishnan**
First Edition: June, 2001
Third Edition: November, 2021
Fourth Edition: September, 2023
No. of pages: 484
Copyright: Publisher
Publisher:
New Century Book House Pvt. Ltd.,
41-B, SIDCO Industrial Estate,
Ambattur, Chennai - 600 050.
Tamilnadu State, India.
email: info@ncbh.in
Online: www.ncbhpublisher.in

ISBN: 978 -81-2340-721-0
Code No. A 1131

₹ 460/-

Branches

Ambattur (H.O.) 044 - 26359906 **Spenzer Plaza (Chennai)** 044-28490027
Trichy 0431-2700885 **Pudukkottai** 04322- 227773 **Thanjavur** 04362-231371
Tirunelveli 0462-4210990, 2323990 **Madurai** 0452 2344106, 4374106
Dindigul 0451-2432172 **Coimbatore** 0422-2380554 **Erode** 0424-2256667
Salem 0427-2450817 **Hosur** 04344-245726 **Krishnagiri** 04343-234387
Ooty 0423 2441743 **Vellore** 0416-2234495 **Villupuram** 04146-227800
Pondicherry 0413-2280101 **Nagercoil** 04652-234990

உலக வரலாற்றில் பெண்கள்
ஆசிரியர்: **ரோஸாலிண்ட் மைல்ஸ்**
தமிழாக்கம் : **வி.ராதாகிருஷ்ணன்**
முதல் பதிப்பு: ஜூன், 2001
மூன்றாம் பதிப்பு: நவம்பர், 2021
நான்காம் பதிப்பு: செப்டம்பர், 2023

அச்சிட்டோர்: **பாவை பிரிண்டர்ஸ் (பி) லிட்.,**
16 (142), ஜானி ஜான் கான் சாலை, இராயப்பேட்டை, சென்னை - 14
☎: 044-28482441

All rights reserved. No part of this book may be reprinted or reproduced or utilised in any form or by any electronic, mechanical, or other means, now known or hereafter invented, including photocopying and recording, or in any information storage or retrieval system, without permission in writing from the publishers.

வரலாறே இல்லாத உலகின்
அனைத்து மாதர்களுக்கும் சமர்ப்பணம்

பெண்களே வரலாறு, பெண்களே
வரலாற்றைப் படைக்கின்றனர்
- மேரி ரிட்டர்பியேர்ட்

ரோஸாலிண்ட் மைல்ஸ்

"பெண்களும் அதிகாரமும்" "அபாயம்! ஆண்கள் பணியாற்று கிறார்கள்" ஆகிய நூல்களின் படைப்பாசிரியையான ரோஸலிண்ட் மைல்ஸ், கவெண்ட்ரி நகரிலுள்ள பாலிடெக்னிக் கழகத்தில் பெண்களைப் பற்றிய ஆய்வு மையத்தின் தலைவராவார். உலகம் முழுவதிலும் அவர் சொற்பொழிவுகள் ஆற்றியுள்ளார். வானொலியில் உரையாற்றியுள்ளார். அவருடைய பிற நூல்களில் மிகவும் பாராட்டப் பெற்ற பென் ஜான்சனின் வாழ்க்கை வரலாறு. மற்றும் புகழ்பெற்ற புதினங்களான "ஈடனுக்குத் திரும்புதல்", "கசப்பான பாரம்பரியம்" ஆகியவையும் அடங்கும். "காஸ்மோபாலிடன்" என்ற சஞ்சிகையின் ஆசிரியராக இருக்கும் அவர், பெண்களின் வாழ்க்கைப் பணி முன்னேற்றம் மற்றும் சம வாய்ப்புகள் வேலைத் திட்டங்கள் ஆகியவற்றின் ஆலோசகராகவும் இருக்கிறார். திருமணமாகி, இரு குழந்தைகளின் தாயான ரோஸாலிண்ட் மைல்ஸ் இங்கிலாந்தில் வார்விக்ஷையர் என்ற நகரில் வசிக்கிறார்.

பதிப்புரை

காலகாலமாக நமது மரபான வரலாறுகள் ஆண்களை மையப் படுத்தியே எழுதப்பட்டு வந்திருக்கின்றன. இதுவரை வரலாற்றி லிருந்து பெண்கள் ஒதுக்கப்பட்டிருந்த நிலையில் கோடானுகோடி அடக்கிவைக்கப்பட்ட பெண்குரல்களைப் பிரதிநிதித்துவப்படுத்தும் பெருமுயற்சியே இந்நூல். வரலாற்றில் பெண்கள் தொடர்பான பகுதியை மீட்டெடுக்கும் சாதனையை இந்நூல் நிகழ்த்தியுள்ளது.

மனிதகுலத் தொடக்கத்திலிருந்தே வரலாற்றைப் படைக்கிறவர் களாகவும் வரலாறாகவும் விளங்கிய பெண்ணினத்தின் பரிணாம வளர்ச்சியையும், தொடர் நிகழ்வுகளையும் விரிவாக ஆய்வு செய்யும் இந்நூல், ஆங்கிலத்தில் வெளிவந்த காலகட்டத்தில் பெரும் வரவேற்பையும் முக்கியத்துவத்தையும் பெற்றது.

தாய்வழிச்சமூகமாக இருந்த ஆதிகாலத்தில் பெண்கள் அறிவாற்ற லோடும் போர்க்கலை புரியும் நிபுணத்துவத்தோடும் விளங்கி வந்தநிலையில், பிறகு படிப்படியாக பல்வேறு விதமான அச்சுறுத்தல்களுக்கு ஆளாகி ஆணாதிக்கச் சமூகத்திடம் அடிமைப் பட்டனர். அதைத் தொடர்ந்து பெண்ணடிமைத்தனத்தை எதிர்த்துப் போராடி வெற்றிகளைப் பெற்றதோடு தொடர்ந்து போராடிக் கொண்டிருக்கும், இன்றைய காலம் வரையிலான வரலாற்றை ஆதாரங்களுடன் விவரிக்கிறது இந்நூல்.

இங்கிலாந்தில் பெண்களைப் பற்றிய ஆய்வு மையமொன்றில் தலைவராகப் பணியாற்றி வரும் ரோஸா லிண்ட் மைல்ஸ் என்பவர் The Women's History of the world என்ற தலைப்பில் ஆங்கிலத்தில் எழுதிய நூலின் தமிழ் மொழியாக்கமே இந்நூல். வி.ராதாகிருஷ்ணன் தமிழில் சிறப்புற மொழிபெயர்த்த இந்நூல் 2001ம் ஆண்டு என்.சி.பி.எச். வெளியீடாக வெளி வந்து பெரும்பான்மை வாசகர் களின் கவனத்தைப் பெற்றது.

ஆண்களும் பெண்களும் அனைத்து உரிமைகளிலும் செயல்பாடு களிலும் சரிசமமானவர்கள் என்ற தளத்தை நோக்கி மெல்ல நகர்ந்துகொண்டிருக்கும் இன்றைய சூழலில் உலகளாவிய அளவில் பெண்கள் வரலாற்றை ஆழஅகலமாக ஆராய்ந்து விவரிக்கும் இந்நூலின் முக்கியத்துவம் கருதி தற்போது மறுபதிப்பு செய்யப்படு கிறது.

பதிப்பகத்தார்

முகவுரை

ரோம சாம்ராஜ்யத்தின் மகத்தான வரலாற்றாசிரியரான கிப்பன் வரலாறு என்றால் என்ன? என்பதற்குச் சரியான பொருள் கூற முடியாமல் திண்டாடினார். இறுதியாக 'மனிதர்களின் குற்றங்கள், மடமைச் செயல்கள் மற்றும் இன்னல்களின் ஒரு பதிவேடேயாகும்' என்ற முடிவுக்கு வந்தார். கடைசியாக, தொட்டிலாட்டும் கை இது குறித்து சரியான பொருள் கூறுவதற்கு எழுதுகோலைக் கையிலேந்திக் கொண்டது. வரலாற்றில் பெண்களும் உள்ளனர்.

இந்த நிலைபாட்டுக்கு வரலாற்று ஆவணத்திலிருந்து அதிக ஆதரவு பெறுவது கடினம். 1620ல் வரலாற்றுப் புகழ் பெற்ற மேஃபிளவர் கப்பலில் பயணத்தை மேற்கொண்ட ஆரம்ப கர்த்தாக்களின் நினைவைப் போற்றுவதற்காகப் ப்ளைமவுத் கப்பல் துறையில் ஒரு நினைவுக்கல் செதுக்கப்பட்டபோது, புது உலகை நிர்மாணிப்பதற்காக அவர்களுடன் அக்கப்பலில் பிரயாணம் செய்த பதினேழு பெண்களைப் பற்றிக் குறிப்பிட வில்லை. பொதுவாக, ஒவ்வொரு சகாப்தத்தின் வரலாற்றாசிரியர்களும் பெண் இனத்தைப் பற்றி சிறிதும் அக்கறை காட்டவில்லை. 1238-ல் வேலைக்காரிதான் ஒரு இரவில் விழித்திருந்து தோத்திரப் பாடல்கள் பாடுபவர். இங்கிலாந்து மன்னரின் படுக்கை அறையினுள் கையில் கத்தியுடன் நுழைந்த கொலைகாரனைக் கண்களால் கண்டாள். அவள் வரலாற்றின் போக்கையே மாற்றினாள். ஆனால் வரலாற்றாசிரியர். பாரீஸைச் சேர்ந்த மாத்யூ, அவளுடைய பெயரைக் கூட விசாரித்துத் தெரிந்து கொள்ளவில்லை.

இருந்த போதிலும் உலகின் மாதர்களுக்கு ஒரு வரலாறு இருந்து வந்துள்ளது. அதன் முழு நிகழ்ச்சி விவரம் நாம் எப்போதும் நினைக்கத் தூண்டியிராத அளவுக்கு மிகவும் வளமானதாகவும் புத்தியல்பு வாய்ந்ததாகவும் இருந்து வருகிறது. மானிட இனத்தின் பரிணாம வளர்ச்சிக்குப் பெண்களின் பங்குப் பணியின் வீச்சையும், சக்தியையும், முக்கியத்துவத்தையும் பொது வாழ்விலும் தனிப்பட்ட வாழ்க்கை யிலும் அதனுடைய மிகப் பெரும் அளவிலான நானாவிதத் தன்மை யையும் ஒவ்வொரு மட்டத்திலும்- கலாசார, வாணிப, இல்வாழ்க்கை, உணர்ச்சிவயப்படுதல், சமூக மற்றும் பாலியல் மட்டத்திலும் பெண் இனத்தின் பிரமாண்டமான சாதனையை அறுதியிட்டுக் கூறுவதே இந்த நூலின் முக்கிய நோக்கமாகும். நமது கடந்த கால உலகில் வீராங்கனைகள், அஸ்ஸிரியப் போர் அரசிகள், தாயெனக் கருதி வணங்கும் பெண்தெய்வங்கள், மாபெரும் பெண்யானையை

நிகர்த்தவர்கள், உலகை ஆள்பவர்களாக உயர்ந்த நிலைக்கு வந்த பேரரசர் களின் காமக்கிழத்திகள். விஞ்ஞானிகள், மனநிலை திரிந்தவர்கள், தூயதிருத் தொண்டர்கள், பாவிகள், புருன்ஹைல்ட், பிரின்வில்லியரின் மேரி, அன்னை தெரஸா, சியாங் சிங் ஆகியோரின் எண்ணிலடங்கா வரலாற்று நிகழ்ச்சிகள் நிறையக் காணப்படுகின்றன.

பாராட்டப் பெறாத வீராங்கனைகளின் வாழ்க்கைகளும் என்றுமே கூறப்படாத மாபெரும் புனைகதையின் கவர்ச்சியைப் பெற்றுள்ளன. ஒவ்வொரு வரலாற்றுக் காலகட்டமும் இடமும் மானிட இனத்தின் மறுபிறப்பு பற்றிய புராணக் கதை பற்றிய ஒரு புதிய நோக்கைக் கொணர்ந்துள்ளன.

மருத்துவர்கள், பேறுகாலப் பணிமகளிர்கள், உடனிருந்து உபசரிக்கும் பாங்கிமார்கள், ஜோதிடர்கள் மற்றும் ஆஸ்தான கவிஞர்கள் உடனிருந்து கவனித்துக் கொள்ள ஒரு மாத காலம் பேறுகாலத்தை அனுபவிக்கும் பேரரசியிலிருந்து, பிரசவிப்பதற்காக வேலையிலிருந்து சற்றே ஓய்வு எடுத்துக் கொண்டு ஒரு தடைவேலி அருகில் குனிந்து கொண்டு பிள்ளையைப் பெற்றெடுத்துவிட்டு பிறகு புதிதாகப் பிறந்த பச்சிளம் சிசுவைத் தன் முதுகில் வரிந்து சுற்றிப் பொதிந்து கொண்டு வேலைக்குத் திரும்பும் விவசாயத் தொழிலாளிப் பெண் வரை புதிய உயிரைத் தோற்றுவிப்பதானது வருங்காலத்திற்கு உலகெங்கும் பெண் பாலினுடைய முழுமையான, தவிர்க்கமுடியாத பெரும்பாலும் ஒப்புக்கொள்ளப்படாத கொடையாகவே எப்போதும் இருந்து வந்துள்ளது.

வரலாறு பற்றிய நமது பார்வை மானிட இனத்தில் பாதிக்கும் குறைவாகவுள்ளவர்களின் செயல்களுக்கு உலகளாவிய செல்லுபடி யாகும் தகுதியை உரிமை கொண்டாடும் ஆண்களை மட்டுமே மையப்படுத்தியிருக்கும்போது இவையெல்லாம் இழக்கப்பட்டு விடுகின்றன. அந்தப் பார்வை போலியான முறிந்து போயுள்ள, ஒரு தலைப்பட்சமான, மற்றும் தணிக்கை செய்யப்பட்ட ஒற்றைக் கண்பார்வையாகும். வரலாற்றாசிரியர்கள் புகழ்பெறாத மாதர்களின் மகத்தான செயல்களுக்குப் பதிலாக மாபெரும் மனிதர்களின் (ஆண்களின்) இழி செயல்களை அம்பலப்படுத்துவதற்காகப் பழைய நாட்டுமன்றப் பதிவேட்டுச் சுருள்களுடனும் சலவைப் பட்டியல் களுடனும் தேடித் திரிந்து வருவதாகப் போலி வழிபாடு செய்து வந்துள்ளனர். தங்க உருண்டைகள், சிலுவை பொறித்த வட்டத் தகடுகள், உடைவாள்கள், பணித்துறை முத்திரைக் கோல்கள் ஆகியவற்றைப் போற்றுதற்குரிய ஆண் தன்மையின் சின்னங்கள் என்று புகழ்பாடிப் போற்றி வந்துள்ளது. இவை ஆண்கள் தங்களைத்

தாங்களே மிகவும் மதிப்பதை உயர்த்திக் காட்டுவதற்கான போலிப் பகட்டுக் காட்சிகளேயாகும். ஒவ்வொரு தலைமுறையும் ஓர் ஆயிரம் ஆண்டுகளுக்குப் பின் வரும் சந்ததிகளை வரலாறு சம்பந்தமான பொய் மூட்டைகளிடையில் விருப்பார்வ வேடந்தாங்கிய கற்பனையுடனும் போலியான பகட்டு ஆரவாரத்துடனும் ஏமாற்றி வந்துள்ளது. உதாரணமாக 'ஜெர்மன் மக்களின் புனிதமான ரோம சாம்ராஜ்யம்' என்பது இவற்றில் எதன்பாற்பட்டதுமல்ல. ஜேன் ஆஸ்டென், 'வரலாறு இவ்வளவு மந்தமாக இருப்பது விநோதமாக இருக்கிறது. அதனுடைய பெரும்பகுதி கட்டுக் கதையாக இருக்க வேண்டும் என்று நான் அடிக்கடி நினைப்பதுண்டு' என்று அடக்கமாகக் குறிப்பிட்டார்.

இதற்கு மாறாகப் பெண்களின் வரலாறு இப்பொழுதுதான் தன்னையே புதிதாகக் கண்டுபிடித்துக் கொள்ளத் தொடங்கியுள்ளது. பதிவு செய்வது, விளக்கமளிப்பது, நிகழ்ச்சிகளைப் பற்றி வியாக்கியானம் செய்வது ஆகிய தொழிலில் ஆண்கள் கிறிஸ்து பிறப்பதற்கு 3000 ஆண்டுகள் முந்திய காலகட்டத்திலேயே பிரவேசித்து விட்டார்கள். பெண்களுக்கு இந்த நிகழ்வுப் போக்கு 19ஆம் நூற்றாண்டு வரையில் தொடங்கக்கூட இல்லை. பெண்களின் ஆரம்பவரலாறு அதிகார பலமும் திறமையும் கொண்ட ஆண்களுக்கு சமதையாக நிறுத்துவதற்கு அரசிகள், குருமட முதல்விகள், கல்வியில் தேர்ந்த பெண்கள் ஆகியவர் களைக் கதைகளில் தேடிக் கண்டறிவதற்கு ஈடுபடுத்தப்பட்டது. வீரர்களின் உருப் படிவத்தில் வீராங்கனைகள் உருவாக்கப்பட்டனர். ஜோன் ஆஃப் ஆர்க், ஃபிளாரென்ஸ் நைட்டிங்கேல், காத்தரைன் பேரரசி போன்ற பெண்களின் வரலாற்றை இவ்வாறு தூக்கி நிறுத்துவது, சிறுபட அட்டை மூலம் பிரபலப்படுத்துவது போன்றது- பெண்களும் திறமையானவர்களாகவும் சக்தி வாய்ந்தவர்களாகவும் இருக்க முடியும் என்று அறுதியிட்டுக் கூறுவதற்கு ஓரளவு மதிப்பு டையதாயினும் இரு பலவீனங்களைக் கொண்டிருந்தது- வரலாற்றி லான ஆண் ஆதிக்கத்தின் போலியான விளைவை அது வலுப்படுத்தியது. ஏனெனில் எப்போதும் பெண்களைக் காட்டிலும் ஆண் அரசர்களும், மேதைகளுமே மிக அதிகமாக இருந்தனர். இரண்டாவதாக அத்தகைய நடவடிக்கைகளுக்காக வாய்ப்போ. அல்லது ஆர்வமோ இல்லாத பெரும்பான்மையான பெண்களின் வாழ்க்கைகளின் யதார்த்த நிலைமையைக் கணக்கில் எடுத்துக் கொள்ளத் தவறியது.

அவ்வாறெனில், பெண்களின் உலக வரலாறு என்ன செய்ய வேண்டும்? மரபான வரலாறு ஆண்களின் செயல்களைப் பற்றியே எழுதும் ஈடுபாடு கொண்டு இருந்து வந்துள்ளதால் ஏற்பட்டுள்ள இடைவெளிகளை இட்டு நிரப்ப வேண்டும். நியாயமாகவே உரிமை

பெற்றுள்ள பெண்களின் வாழ்க்கை பற்றி கவனம் செலுத்த வேண்டும். அதற்கு மரியாதை தர வேண்டும். வரலாற்றிலிருந்து பெண்கள் ஒதுக்கப்பட்டிருப்பதானது கோடானுகோடி அடக்கி வைக்கப்பட்ட குரல்களை பிரதிநிதித்துவப்படுத்துகிறது. வரலாறு என்று நாம் அழைத்து வந்துள்ளதில் பெண்கள் சம்பந்தமான பகுதியை மீட்டெடுப்பது பெரும் சாதனையாகும். எனவே பெண்களின் எந்த வரலாறும் வெற்றிடங்கள், விட்டுப் போனவை, அரைகுறை உண்மைகள் பற்றி உஷாராக இருக்க வேண்டும். அதன் மௌனங்களைக் காது கொடுத்துக் கேட்டு அவை வாய்திறந்து உரக்கக் குரல் எழுப்பச் செய்ய வேண்டும்.

பெண்களின் வரலாற்றை உலகம் முன்பு என்றுமே அறிந்திராத கீழ்ப்படுத்தப்பட்ட மிகப் பெரிய இனத்தின் வரலாறாக முன் வைக்க வேண்டியது இரண்டாவது கடமையாகும். பெண்கள் வௌவால்கள் அல்லது ஆந்தைகளைப் போல் வாழ்கின்றனர். விலங்குகளைப் போல் உழைக்கின்றனர். புழுக்களைப் போல் இறக்கின்றனர் என்று பதினேழாம் நூற்றாண்டில் நியூகேஸிலைச் சேர்ந்த மார்க்கரெட் என்ற ஆங்கிலேய சீமாட்டி ஒருவர் எழுதினார். மனைவிமார்களை அடிப்பதிலிருந்து சூனிய வேட்டை வரையிலும், பிறப்புறுப்புக்களை சிதைப்பதிலிருந்து கொலை செய்வது வரையிலும் பெண் இனத்தின் மீது திட்டமிட்ட முறையிலும் இடைவிடாமலும் தாக்கு தல்கள் நடத்தும் ஆண்களின் வன்முறையையும் மிருகத்தனத்தையும் பெண்களும் ஆண்களும் உணர்வது வரலாற்றின் பண்டைய மற்றும் பயங்கரமான கொடுமைகளைச் சரி செய்வதை நோக்கிய முதற்படி யாகும்.

பெண்களின் நலன்கள் அடிக்கடி ஆண்களின் நலன்களுக்கு எதிரானவையாக இருந்து வந்துள்ளன. ஆண்களின் நலன்களால் எதிர்க்கப்பட்டு வந்துள்ளன. ஆண்களுக்கு மிகப் பெரும் முன்னேற்றம் ஏற்பட்ட வரலாற்றுக் காலகட்டங்கள் பல சந்தர்ப்பங்களில் பெண்களுக்கு இழப்புகளையும் பின்னடைவுகளையும் கொண்டு வந்தவைகளாக இருந்துள்ளது முரண்புதிரானதல்ல. பெண்களின் விடுதலையானது எந்த ஒரு சமுதாயத்தினுடையவும் நாகரிகத்தின் பொதுவான வளர்ச்சி மட்டத்தின் ஒரு நியாயமான அளவைக் காட்டு கிறது என்ற லெனினுடைய கூற்றில் ஏதாவது உண்மை இருக்கு மானால் பண்டைய அதீனியக் கலாசாரம், மறுமலர்ச்சி, பிரெஞ்சுப் புரட்சி போன்றவற்றை முற்போக்கான (இவை அனைத்திலும் பெண்கள் கடும் பின்னடைவுக்குள்ளானார்கள்) நிகழ்ச்சிகள் என்ற அப்போதையக் கண்ணோட்டங்கள் ஒரு தீவிர மறு மதிப்பீட்டுக்கு உள்ளாக்கப்பட வேண்டும். ஏனெனில் அமெரிக்க வரலாற்றாசிரியர்

ஜோன்கெல்லி, கடுகடுப்புடன் கூறுவது போன்று, பெண்களுக்கு மறுமலர்ச்சி ஏற்படவில்லை - குறைந்தபட்சம் இந்த மறுமலர்ச்சிக் காலகட்டத்தில் கூட மறுமலர்ச்சி ஏற்படவில்லை.

எனில், பெண்களின் வரலாறானது கீழ்வரும் இரண்டு கேந்திர மான பிரச்சினைகளுக்குப் பதிலைத் தேடும் வகையில் விளக்க வேண்டும். விவரிக்க வேண்டும். பெண்களைத் தங்களுக்குக் கீழ்ப்படிந்து போகும்படியாகச் செய்வதில் ஆண்கள் எவ்வாறு வெற்றியடைந்தார்கள்? ஆண்கள் அவ்வாறு செய்வதற்கு பெண்கள் ஏன், விட்டுக் கொடுத்தார்கள்? உயிரினத் தோற்றத்தின் வரலாற்றில் இனப்பெருக்கம் என்ற அடிப்படைப் பணியில் இயற்கை அன்னை யானவள் பெண்களுக்கு அசமத்துவமான பங்கைச் சுமத்தினாள் என்று கூறப்படுகிறது. எனவே, தங்களுக்கும் தமது குழந்தைகளுக்கும் பாதுகாப்பைப் பெறுவதற்காகத் தங்கள் மீது ஆண்கள் ஆதிக்கம் செலுத்துவதற்கு உடன்பட வேண்டிய தேவை ஏற்பட்டது. ஆயினும், கூடுதல் முன்னேற்றமடைந்த கலாசாரங்களைக் காட்டிலும் புராதன சமுதாயங்களில் பெண்களுக்குச் சமத்துவத்திற்குக் கூடுதல் வாய்ப் பிருந்ததாக வரலாற்று ஆவணம் கூறுகிறது. முன்னேற்றமடைந்த கலாசாரங்களில், ஆண் ஆதிக்கம் வாழ்க்கையின் ஒவ்வொரு அம்சத்தினுள்ளும் விரிவாக வரையறுக்கப்பட்டிருந்தது. உண்மையில், ஒவ்வொரு சகாப்தத்திலும் விடாமுயற்சியுடன் மீண்டும் தோற்று விக்கப்பட்டது. பெண்கள் ஆண்களுக்குக் கீழானவர்கள் என்பதை நியாயப்படுத்துவதற்கு இடைவிடாது முயற்சி செய்ததில், ஒன்றுக்குப் பின் மற்றொன்றாக, மதம் சார்ந்த, உயிரியல் சார்ந்த, 'விஞ்ஞான' ரீதியான உளவியல் மற்றும் பொருளாதாரக் காரணங்கள் அடுக்கடுக் காகக் கூறப்பட்டன. ஆண்களின் மேலாண்மை சம்பந்தமான மரபான வாதங்கள் காலத்திற்கேற்ப மாறுதலடைந்து வந்தன. எல்லா ஜனநாயகப் பரிசோதனைகளும் எல்லாப் புரட்சிகளும், சமத்துவத் திற்கான எல்லாக் கோரிக்கைகளும் இதுவரையிலும் பாலின சமத்துவம் என்பதற்கு முன்னால் நின்றுபோய்விட்டன. பெண்கள் உயிரியல் ரீதியில் நிர்ணயிக்கப்பட்டுவிட்டதாகக் கருதப்பட்டு- முழு சுய நிர்ணய உரிமை என்ற மனித உரிமை தொடர்ந்து மறுக்கப்பட்டு வருகிறது.

ஆண்கள் ஆதிக்கம் பெறுவதற்கு முயன்றனர் என்பதை ஒத்துக் கொள்ளும் அதே சந்தர்ப்பத்தில் அதை அவர்கள் அடைவதற்குப் பெண்கள் ஏன் விட்டுக் கொடுத்தார்கள்? ஆண் ஆதிக்கம் தவிர்க்க முடியாத்தாக இருந்தது என்று கூறுவது போன்றே இதற்கான விளக்கங்கள் ஒன்றுடன் ஒன்று பின்னிப் பிணைந்திருக்கின்றன. குழந்தைகளாக ஒரு மனிதனால் (அவர்களது தந்தை) மற்றொருவருக்கு

(கணவன்) கைமாற்றிக் கொடுக்கப்பட்ட அவர்கள் சட்டரீதியிலும், நிதித் துறையிலும், உடல் ரீதியிலும் ஆண்களின் சக்திக்கு ஒளிவு மறைவற்ற வகையில் ஆயிரக்கணக்கான ஆண்டுகளாகக் கீழ்ப்படுத்தப் பட்டு வந்துள்ளனர்- மிகவும் சமீப காலம் வரையிலும் அனைத்துக் கலாசாரங்களைச் சேர்ந்த ஆண்களும், ஒழுக்கங்கெட்டவள் என்று சந்தேகப்பட்டாலே மனைவியைக் கொல்வதற்கு உரிமை பெற்றிருந்தனர். உடல் ரீதியான வன்முறைக்குப் பக்கபலமாகவும், ஆதிக்கம் செலுத்துவதற்கான ஓர் உத்தி என்ற வகையில் வெற்றிகரமாக அதை ஒதுக்கியும் அதனிடத்தில் உளரீதியான வன்முறை இடம் பெற்றது. மனரீதியாகவும், உடல் ரீதியாகவும் ஆதிக்கத்தின் கீழ்க் கொண்டு வரப்பட்ட பெண்கள், அவர்களது ஆண்களின் கோரிக்கை களுக்கு இணங்கச் செய்வதற்கு எப்போதும் உளரீதியான - பாலியல் நடவடிக்கைகளுக்கு உட்படுத்தப்பட்டிருந்தனர். டோராரஸ்ஸல் கூறியது போன்று ‘மதம்’ தத்துவயியல், அரசியல், சமூக மற்றும் பொரு ளாதாரச் சிந்தனை ஆண்களின் தனி முன் உரிமையாக ஒதுக்கி வைக்கப் பட்டு வந்துள்ளது மானிட வரலாற்றின் வியக்கத்தக்க யதார்த்தமாகும். நமது உலகம் ஆண் உணர்வின் விளைபயனாகும், அப்படியெனில் பெண்கள் எவ்வாறு சிந்திக்க முடியாததை சிந்திக்க முடியும்? வர்ஜீனியா உல்ஃபின் சொற்களில் கூறுவதெனில், ‘தேவதூதரைக் கணப்படுப்பில் கொல்வதா?’ இறுதியாக, பெண்கள் தாங்கள் அடிமையாவதற்கு அவர்களே உடந்தையாக இருந்திருக்கிறார்கள் என்பதைத் தட்டிக் கழிக்க முடியாது. அவர்கள் விட்டுக் கொடுத்து செய்து கொண்ட சமரஸங்களால் மிகவும் சௌகரியம் அடைந்தார்கள். ஆண்களுடனும், தங்களுக்குத் தாங்களும் வாழ்வதற்குக் கண்டுபிடித்துக் கொண்ட வழிகளில் மிகவும் சிக்குண்டு போனார்கள். அடிக்கடி இரக்கங்கொள்ளுகிற வகையில் கூர்மதியுடைய மற்றும் வாய்ப்பு வளமுள்ள தங்களுடைய சொந்தத் தீர்வுகளுடன் மிகவும் பின்னிப் பிணைந்த நிலையில் அவர்கள் ஆண் ஆதிக்க அமைப்புகளை நீடித்தி ருக்கச் செய்வதற்கு அவர்கள் உதவினார்கள் என்பது மட்டுமின்றி அவர்களது ஆண், பெண் குழந்தைகளையும் அந்த அமைப்பு களினுள்ளேயே தள்ளிவிட்டனர்.

இருந்த போதிலும் பெண்களின் வரலாற்றில் இதுவே இறுதி முரண்புதிராகும் - பெண்கள் இறுதியில் ஆண்களுக்கோ அல்லது வரலாற்றுக்கோ இரையாகிவிடவில்லை. மாறாக மிகவும் வலிமை வாய்ந்தவர்களாக வெல்லற்கரியவர்களாக மீண்டெழுந்தார்கள். குழந்தையைப் பெற்றெடுக்கும் கட்டாயமாகிய காலங்காலமாக இருந்து வருகிற கொடுமையினின்றும் கடைசியாகத் தற்பொழுது

விடுதலை பெற்றுள்ள நிலையில் இந்தத் தொல் பழங்காலத்திய அசமத்துவங்களைத் திருத்துவதற்குத் தாக்குதலில் இறங்குவதற்கு அவர்கள் முன்னேறி வருகின்றனர். ஏனெனில், குடிமுதல்வராட்சி முறைமை (தந்தை வழிச் சமுதாய முறை) அதன் முழுக் காலத்தையும் வாழ்ந்து முடிவுக்கு வந்துவிட்டது. அது இப்பொழுது ஆண், பெண்களின் மெய்யான தேவைகளுக்குச் சேவை செய்யத் தவறுகிறது என்பது மட்டுமின்றி அதனுடைய அகற்றப்பட முடியாத இனவெறி, ராணுவ வெறி, படிநிலை மரபான கட்டமைப்புகள் மற்றும் ஆதிக்கம் செலுத்துவதற்கும் அழிப்பதற்கும் உள்ள வெறியார்வம் ஆகியவற்றினால் அது பூவுலகில் உயிர் வாழ்க்கையையே அச்சுறுத்தி வருகிறது. 'பெண்களாகிய நாங்கள் ஒன்றுதிரண்டு வருகிறோம். ஏனெனில் செங்குத்தான பாறை மீது இருப்பது போன்ற வாழ்க்கை சகிக்க முடியாததாகி வருகிறது' என்று 1980ஆம் ஆண்டின் அமெரிக்க மாதர்களின் பெண்டகன் செயல் குழு பிரகடனம் செய்தது. வரலாற்றை உருவாக்குவதற்கு ஆண்களைப் பெண்கள் அனுமதித்து வருகின்ற வரையிலும் நம்முடைய தட்டிக் கழிக்கும் போக்கின் பொருளாயத மற்றும் தார்மீக விளைவுகளுக்கு நாமே பொறுப்பாளிகளாவோம்.

எனவே, பெண்களை, அவர்களின் வரலாற்று ரீதியான தளைகளிலிருந்து இருபதாம் நூற்றாண்டில் பயங்கரமான முறையில் இன்னும் நடைபெற்று வருகிற, மணப்பெண்ணைத் தீ வைத்து எரிப்பது, இக்காலத்தில் புதிதாகத் தோற்றுவிக்கப்பட்ட பிறப்புறுப்புகளை சிதைப்பது போன்ற பண்டைக்கால வழக்கங்களின் கொடுங்கோன்மையிலிருந்து விடுவிப்பதற்கு முயற்சி செய்ய வேண்டும். மேலை நாட்டவர்கள் நினைப்பது போல் பெண்களின் விடுதலைக்கான போராட்டம் இன்னும் முடிவடையவில்லை. இந்த நூற்றாண்டில் புதிய தொழில் நுட்பங்களும் மருத்துவ விஞ்ஞானத்தில் முன்னேற்றங்களும் நகர மயமாதலும் பெண்களுக்கு ஒப்புவமையற்ற சுதந்திரங்களை வழங்கியுள்ளன. ஆனால் அவை ஒவ்வொன்றும் பெண்களுக்கு எதிராக அவற்றைப் பயன்படுத்துவதற்கான வித்துக்களையும் கொண்டுள்ளன. பெண்களை இழிவுபடுத்துவதற்கும் சுரண்டுவதற்கும் புதிய வாய்ப்புகளையும், சலிப்பு ஏற்படுத்தும் புதிய உழைப்பு வடிவங்களையும், வாழ்க்கையின் மீதும் நம்பிக்கையின் மீதும் புதிய தாக்குதல்களையும் தோற்றுவிக்கின்றன. உதாரணமாக, ஆரோக்கியமான குழந்தைகள் பிறப்பதை ஊக்குவிப்பதற்கான ஒரு வழிமுறையென்று வகுக்கப்பட்ட அம்னியோசென்டெஸிஸ் (கருப்பையை ஊடுருவிக் கண்டறியும்) பரிசோதனையானது தற்பொழுது வேண்டாத பெண் சிசுக்களைக் கருவிலேயே அழிப்பதற்குப் பூர்வாங்கமாகக்

குழந்தை ஆணா பெண்ணா என்பதைக் கண்டறிவதற்கு பரவலாகப் பயன்படுத்தப்பட்டு வருகிறது. பம்பாயில் மட்டுமே ஒரு தனியார் மருத்துவமனை 1984-85-ல் 16,000 பெண் கருமுட்டைகளைக் கருப்பையிலேயே கருச்சிதைவு செய்துள்ளது. (“கார்டியன்” 4.11.86)

இவ்வளவு முக்கியத்துவம் வாய்ந்த பொருளைப் பற்றி எவ்வளவு பெண்கள் எழுதுகிறார்களோ, அந்த அளவு அதிக வெவ்வேறான வரலாறுகள் இருந்திருக்க முடியும். இந்தப் புத்தகம் சர்வாம்சங் கொண்டதாக இருக்க முயலவில்லை. அதுபோன்றே பெண்களின் வரலாற்றை எழுதுவது சம்பந்தப்பட்ட அனைத்துப் பிரச்சினை களுக்கும் தீர்வு கண்டுவிட்டதாகவும் கருதவில்லை. பலர் இதைக் காட்டிலும் நன்றாகச் செய்திருக்க முடியும் என்று நினைக்கலாம். தயவு செய்து முயற்சி செய்யுங்கள் - மாதர்களின் வரலாறு பற்றி நம்மால் முடிந்த அளவு அதிகமான செய்திகள் நமக்குத் தேவை. இப்புத்தகம் நடுநிலையானது என்று மரபாகக் கூறப்படும் வரலாற்றுக் கட்டுக்கதையின் பாசாங்கைச் செய்யவில்லை. எனவே, மாதர்களைப் பற்றிய எந்த ஒரு நூலைப் பற்றியும் கூறப்படுவது போன்றே எங்காவது யாராவது ஓர் ஆண்மகன் இது ஆண்களுக்கு எதிராகப் பாரபட்சம் காட்டுகிறது என்று ஆட்சேபனை தெரிவிப்பது நிச்சயம். முன்னோடி மாதர் வரலாற்றாசிரியை மேரிரிட்டர்பியேர்ட்டின் எழுச்சிமிக்கத் தற்காப்புச் சொற்களை மேற்கோள் காட்டுவதைவிட இதற்கு வேறு நல்ல பதில் இருக்க முடியாது. சில இடங்களில் நிச்சயமாகக் கூடுதலான அழுத்தம் கொடுக்கப்பட்டிருக்கும். ஆனால், நீண்ட காலமாக ஒரு தரப்புக்கு ஆதாரமாக மிகுதியாகக் கூறப்பட்டு வந்துள்ள நிலைமையில், மறுபக்கத்திற்கு ஆதரவாக அதிகமாக அழுத்த வேண்டியது அவசியம் என்பதே என்னுடைய சமாதானமாகும்.

இருபாலரும் ஒன்றுபோல் துன்பப்பட்டுள்ளதால், பெண்களுக்கு ஆதரவாக மட்டும் சிறப்பாக எடுத்துச் சொல்வது கூடாது என்றும்கூட ஆட்சேபனை கூறப்படும். நிரந்தரமாக இருந்துவந்த பஞ்சம், திடீர்மரணம், முதுகை முறிக்கும் உழைப்பு ஆகியவற்றின் கீழ் ஆண்கள், பெண்கள் இருபாலரும் உழன்று வந்தபோது பெண்களுக்கு ஏற்பட்ட பாதிப்பு ஆண்களுக்கு ஏற்பட்டதை விடக் கூடுதல் மோச மானதல்ல என்று வாதிக்கப்படுகிறது. இது பரவலாகக் காணப்படும் மற்றொரு கருத்தாகும். ஆனால் பெண்களின் வாழ்க்கைக்கும் ஆண்களின் வாழ்க்கைக்கும் இடையில் உள்ள மெய்யான வேறுபாடுகளை ஆய்வு செய்து பார்த்தால் இந்தக் கருத்து நிலைத்து நிற்க முடியாது. ஓர் ஆண்விவசாயி எவ்வளவு ஏழையாக இருந்தாலும் தாழ்ந்தவனாக இருந்தாலும் தனது மனைவியை அடிப்பதற்கு

எப்போதும் உரிமை பெற்றிருந்தான். கறுப்பர் இன ஆண் அடிமை. பகல் முழுவதும் தனது வெள்ளை எஜமானனுக்குத் தொண்டூழியம் செய்த போதிலும் இரவிலும் அவனுக்கு ஊழியம் செய்ய வேண்டிய தில்லை. அதுபோன்றே மாறிவரும் சமூக நிலைமைகள் ஆண்களின் வாழ்க்கையிலும் பெண்களின் வாழ்க்கையிலும் ஒரே மாதிரியான தாக்கத்தை ஏற்படுத்துவதில்லை. பத்தொன்பதாம் நூற்றாண்டில் ஐரோப்பாவும் அமெரிக்காவும் தொழில்வளர்ச்சி பெற்றதானது ஏராள மான மக்களின் வாழ்வில் பொருளாயதத் தரத்தை மேம்படுத்தியது. அது பெருமளவிலான பயனீட்டுப் போக்கைப் புகுத்துவதைச் சார்ந்திருந்தது. இது வேறு எதைக் காட்டிலும் அதிகமாக இருபதாம் நூற்றாண்டு சமூகத்தில் பெண்களின் மதிப்பைத் தாழ்த்திவிட்டது.

இந்நிலையில் உலகின் வருங்காலம் அதனுடைய கடந்த காலத்தை விட மேம்பட்டதாக இருக்க வேண்டும். வருங்காலத்திற்கான பாதையைத் தேடுவதில் நமது கடந்த காலம் பற்றிய நமது கண்ணோட்டம் ஒரு கேந்திரமாக பங்காற்றவிருக்கிறது. ஆக்டன் பிரபு கூறியதைப் போன்று 'தத்துவவியலைக் காட்டிலும் வரலாறு அதிகமான மக்களுக்கு உண்மையை அறிய வைக்கிறது. வரலாற்றாசிரியர்கள் விளக்கங்கள், அடிப்படைக் கோட்பாடுகள், அடையாளக்குறிகள், மாறாப்பபடி மரபுகள் ஆகியவற்றை உருவாக்குகிறார்கள். அவை ஒரு யுகத்திலிருந்து இன்னொரு யுகத்தைப் புரிந்து கொள்வதற்கு நமக்கு வழிகாட்டு கின்றன. இதன் விளைவாக வரலாறு அது தொடர்ந்து ஒரு பக்கச் சாய்வாகக் காட்சியளிக்குமேயானால் நம் அனைவரையும் தவறான பாதையில் செலுத்திவிடும். மனித வரலாற்றின் எல்லாக் காலங்களிலும் பெண்கள் செயலூக்கத்துடன் திறமையாகப் பணியாற்றி வந்துள்ளனர். முக்கியமானவர்களாக இருந்து வந்துள்ளனர். இதை நாம் புரிந்து கொள்ளாவிட்டால் பேரிழப்புக்கு உள்ளாவோம். ஆனால் பெண்களின் முக்கியத்துவம் (மையத்தன்மை) மறுக்கப்பட்டால் வரலாறு ஆண் களுக்கும் பொருளற்றதாகிவிடும். இனப்பாகுபாடு கட்டுக்கதைகளைப் போன்றே. மனித இனத்தின் கடந்த காலம் பற்றிய ஒரு பக்கச் சாய்வான கணிப்புகளை இனி ஒரு போதும் ஏற்றுக்கொள்ள முடியாது. அறிவு ரீதியில் போலியானதும் விளக்கும் சக்தி அற்றவையுமான அவை மேலும் மேலும் தமது ஞான சூன்யத்தை அம்பலமாக்கிக் கொள்கின்றன.

மனித ஜீவிகள், வரலாறு போதிப்பவற்றிலிருந்து படிப்பினை பெற முடியுமா? எல்லாருக்கும் முழு மனித நேயம் என்ற லட்சியத்தில் முன்னிலும் நீதியான ஒரு சமுதாயத்தை நோக்கி முன்னேறுவதற்கு ஆண்கள் தந்தைவழிச் சமுதாயத்தின் இறுக்கமான வைதீகப்

போக்குகளுக்கும் வாழ்க்கையை மறுக்கும் படிநிலை மரபுரீதியான முறைமைகளுக்கும் முடிவு கட்டுவதற்குத் தயாராயிருக்க வேண்டும். இதற்குக் கைமாறாகப் பெண்கள் தமது சமுதாயங்களை வெளிப்படையாக ஒழுங்கமைப்பதற்கு உள்ள பொறுப்பில் தமது பங்கை ஏற்றுக்கொள்ள வேண்டும். தனிப்பட்ட துறையில் ஆண்களைப் பங்காளிகளாகக் கருதி நேசிக்கக் கற்றுக்கொள்ள வேண்டும். இது ஆதிக்கம் வகிக்கும் தந்தையும் அத்துமீறிய குழந்தையும் இழிவு படுத்தும் வகையில் மரபாக இணைந்து நிற்பதைப் போலல்ல. அனைத்து வருங்கால வளர்ச்சிகளும் இனி மேல் இருபாலரின் பார்வையிலிருந்து மதிப்பீடு செய்யப்பட வேண்டும். ஏனெனில், வரலாற்றை உருவாக்குவதற்கு ஆண்கள், பெண்கள் இரு தரப்பினரும் சம அளவில் முக்கியமானவர்களாவர். வருங்காலம் பற்றிய நம்பிக்கை, கடந்த காலத்தின் வெற்றியைப் போன்றே ஆண்கள்-பெண்கள் ஆகிய இருதரப்பாரின் ஒத்துழைப்பிலும் பரஸ்பரம் இட்டு நிரப்பும் செயல்பாட்டிலும்தான் அடங்கியுள்ளது.

- ரோஸாலிண்ட் மைல்ஸ்

பொருளடக்கம்

I. தொடக்கத்தில்

1. ஆரம்ப காலப் பெண்கள் 21
2. மாபெரும் பெண் கடவுள் 51
3. பால்லஸின் எழுச்சி 87

II. பெண்ணின் வீழ்ச்சி

4. தந்தைக் கடவுள் 125
5. தாய்மார்களின் பாவங்கள் 163
6. ஓரளவு கல்வி கற்றல் 200

III. ஆட்சி மண்டலமும் ஆதிக்கமும்

7. பெண்ணின் பணி 238
8. புரட்சி, மகத்தான இயந்திரம் 277
9. சாம்ராஜ்யத்தின் செங்கோல் 317

IV. நிலைமை மாற்றமடைகிறது

10. பெண்களின் உரிமைகள் 355
11. அரசியல் உட்கரு 392
12. காலத்தின் புதல்விகள் 425

பெயர்க்குறிப்புகள் 465

I
தொடக்கத்தில்

பெண்களின் வரலாற்றைப் புரிந்துகொள்வதற்கான திறவுகோல், அது மானிட இனத்தின் பெரும் பான்மையின் வரலாறாகும் என்று ஏற்றுக் கொள்வதில்தான் - இது வேதனை தரத்தக்கதாக இருந்த போதிலும் - அடங்கியுள்ளது.

— கெர்டா லெர்னர்

1. ஆரம்ப காலப் பெண்கள்

'வேட்டைத் தொழில் புரிந்த மனிதன்' என்பதே மானிடக் கலாசாரப் புரட்சியின் மேலோங்கியிருந்த தத்துவமாக இருந்து வந்துள்ளது. வலியத்தாக்கும் தன்மைவாய்ந்த ஆதிக்க மனப்பான்மையுள்ள குண்டாந்தடியேந்திய மனிதக் குரங்கிலிருந்துதான் மானிட சமுதாயம் தோன்றியது என்ற தத்துவம் விஞ்ஞான உண்மை யாகும் என்று மிகவும் பரவலாக ஏற்றுக்கொள்ளப்பட்டிருப்பதும் வெகுஜனக் கலாசாரத்தில் முனைப்பாக நம்பப்பட்டிருப்பதுமே அதற்கு விளக்கம் தேவையற்றதாகத் தோன்றியது.

— பேராசிரியர் ரூத் பிளியெர்

பெண் இல்லாத வானிலோ அல்லது பூமியிலோ சொர்க்கம் இல்லை. பெண் இல்லாமல் சூரியனில்லை, சந்திரனில்லை, விவசாயமில்லை, நெருப்புமில்லை.

— அராபியப் பழமொழி

மானிட இனத்தின் கதை பெண்ணுடன் தொடங்குகிறது. மூல மனித இனமரபு நுட்ப அணுக்களைக் கொண்ட இனக் கீற்றைப் பெண்தான் தாங்கியிருந்தாள், இன்று வரையிலும் அவள்தான் அதைத் தாங்கியிருக்கிறாள். பரிணாம வளர்ச்சிக்கேற்ப அவள் தன்னை இசை வாக்கிக் கொள்ளும் தன்மை மனித இனம் தொடர்ந்து உயிர் வாழ்வதையும் வெற்றியடைவதையும் உறுதிப்படுத்தியது. அவளுடைய தாய்மைப்

பணி மனிதர்களுக்கிடையில் தகவல் போக்குவரத்துக்கும் சமூக ஒழுங்கமைப்பிற்கும் மூளைக்குரிய தூண்டுவிசையை வழங்கியது. இருந்தபோதிலும் தலைமுறை தலைமுறையாக வரலாற்றாசிரியர்கள் தொல்பொருளியலாளர்கள் மனித இன வரலாற்றாளர்கள் மற்றும் உயிரியலாளர்களுக்கு ஆண் மகனே உதய காலத்தின் ஒரே விடி வெள்ளியாகத் திகழ்ந்தான். வேட்டையாடும் மனிதன், கருவி தயாரிக்கும் மனிதன், உயிர்ப்படைப்பின் தலைவன் என்று ஆண்மகனே மனித இனத்தின் தோற்றம் குறித்து அறிமுகமாகியுள்ள ஒவ்வொரு கூற்றின் வாயிலாகவும் தொல்பழங்காலத்தியப் புல்வெளிகளில் தனித்த பேரொளியுடன் வலம் வருகிறான். ஆயினும் யதார்த்தத்தில் பெண் மனித சமுதாயத்தின் வருங்காலம் பாதுகாப்பாக இருக்கச் செய்யும் பணியை அமைதியாகச் செய்து வந்திருக்கிறாள். ஏனெனில், அவளுடைய உழைப்பும் அவளுடைய திறமைகளும், அவளுடைய உயிரியல் அமைப்பும்தான் மனித இனத்தின் வருங்காலத்திற்கான திறவுகோலைக் கொண்டிருந்தது.

ஏனெனில், பெண்கள்தான் மனித இனமேயாவர். சக்தி வாய்ந்த தொடக்கப் பாலினமாவர். ஆண்மகன் உயிரியல் ரீதியில் பின்னர் ஏற்பட்டவனேயாகும்.[1] மானிட இன உயிரணுக் கட்டமைப்பில் பெண்ணின் உயிரணுதான் அடிப்படையான 'எக்ஸ்' இனக்கீற்று (குரோமோசோம்) ஆகும். ஒரு பெண் சிசு கரு உண்டாகும் தருணத்தில் சிரமமின்றி மற்றொரு 'எக்ஸை'த் தன்னுடன் சேர்த்துக் கொள்கிறது, அதே பொழுதில் ஓர் ஆண் சிசு உருவாவதற்கு வேறு திசையில் செல்லும் 'ஒய்' குரோமோசோமைக் கிளைவிடச் செய்வது தேவைப்படுகிறது. இதை சிலர் உயிரணு தோன்றும் போது ஏற்படும் ஒரு பிழை என்று, ஓர் உருச் சிதைந்த மற்றும் உடைந்த "எக்ஸ்" என்று கருதுகின்றனர். பெண் கரு முட்டை அதை வளர்க்கிற விந்துவைக் காட்டிலும் பல நூறு மடங்கு பெரிதானது, குழந்தை பெறுகின்ற அனைத்து உயிரணு ரீதியான செய்திகளையும் தன்னுள் கொண்டிருக்கிறது. எனவே பெண்கள்தான் மூல, ஆரம்பப் பாலினமாவர், உயிரியல் ரீதியான உரு மாதிரியாவர், ஆண்கள் வழிவிலகித் தோன்றியவர்கள் மட்டுமே யாகும். வரலாற்றாசிரியர் அமௌரிடி ரீயின் கோர்ட் அதை இவ்வாறு தொகுத்துக் கூறுகிறார். 'மனிதனின் தோற்றம் பற்றி விவிலியத்தில் கூறப்பட்டுள்ளதிலிருந்து, அரிஸ்டாட்டில் பின்னர் தாமஸ் அகுவினாஸ் வரையில் நீண்ட நெடிய மரபின்படி ஆண் தன்மையின் ஒரு முழுமை யடையாத வடிவம் என்று கூறப்படுவதற்கு மாறாக, பெண் தன்மை தான் மூலப்படிவமாகும், உயிரின் அடிப்படையான வடிவமாகும்.'[2]

'தந்தையிடம் எவ்வாறு கூறப் போகிறோம்? பிரபஞ்சத்தின் ஆரம்பத் தலைவர்கள் சிறு வண்ணக் களிமண் உருண்டைகளே[3] என்று நிஜெல்கால்டெர் கருதினார். அவை உயிர்ச்சத்துள்ள மூலக்கூறுகளாக அல்லது தொடக்க வடிவ நோய்நுண்மங்களாக மட்டுமே இருந்திருக்க முடியும், ஆனால் அவை ஆண் இனமாக இருந்தன என்பது அவரது கூற்று, ஆயினும், காலங்காலமாக இருந்து வந்திருக்கிற இந்த உயிரியல் பற்றிய ஒரு பக்கச் சாய்வான கூற்றுடன் அண்மைக் காலக் கண்டு பிடிப்பு முரண்படுகிறது. இந்தக் கோளிலுள்ள ஒவ்வொரு தனி மனிதனும் ஒரே தொடக்க கால உயிரின் வழித்தோன்றலேயாகும். இதன் பொதுவான முன்னோடி ஒரு பெண்ணேயாகும் என்பதே அந்தக் கண்டுபிடிப்பாகும். உயிரணு ஆராய்ச்சியில் நவீன உத்திகளைப் பயன்படுத்தி உயிரணுக்களின் மரபுவழியாக உயிர்ச்சத்துக் கட்டமைப்பை (DNA) ஆய்வு செய்ததில் பெர்க்லே, கலிபோர்னியா மற்றும் ஆக்ஸ்ஃபோர்டு பல்கலைக்கழகங்களின் விஞ்ஞானிகள் தனித்தனி ஆராய்ச்சிகளில், மானிட இனம் முழுமைக்கும் பொதுவான ஒரு (DNA) விரல் அடையாளத்தைக் கண்டுபிடிப்பதில் வெற்றி அடைந்துள்ளனர். உலகம் முழுவதிலும் மனித இனங்களிலும் மக்கள் கூட்டங்களிலும் உள்ள வேறுபாட்டைப் பொருட்படுத்தாது இது ஆயிரக்கணக்கான ஆண்டுகளாக ஒரே மாதிரியாக இருந்து வந்துள்ளது. இது மறுக்க வொண்ணாதவாறு பெண் இனமாகவே இருக்கிறது. மானிட இனம் முழுமைக்கும் மூல 'உயிரணுத் தொகுதி' ஒரே பெண்ணேயாகும் என்று இந்த ஆராய்ச்சி நேரடியாகச் சுட்டிக் காட்டுகிறது. அவள் சுமார் மூன்று லட்சம் (3,00,000) ஆண்டுகளுக்கு முன்னால் ஆப்பிரிக்காவில் வசித்திருந்தாள். அவளுடைய பின் சந்ததியினர் பின்னர் ஆப்பிரிக்காவை விட்டு வெளியேறி உலகம் முழுவதும் பரவிச் சென்றனர். இன்று வாழும் எல்லா மக்களையும் தோற்றுவித்தனர்.[4]

நமது பாட்டி ஏவாளாக இருந்திருக்கக்கூடிய பெண்ணைப் பற்றிய நூல் இன்னும் அதனுடைய இளமைப் பிராயத்திலேயே இருக்கிறது. இதனுடைய விளைவுகள் கருத்து வேறுபாட்டுக்குரியவை. ஆதாமின் ஆண்மகன்களுக்கு இது முன் வைக்கின்ற பிரச்சினைகளில், உள்ளார்ந்த முறையில் இது கிறிஸ்துவக் கட்டுக்கதையை நிராகரிப்பது, சிறிய பிரச்சினை அல்ல - ஏனெனில், 'உயிரணுத் தொகுதியைக் கொண்ட தாய்' அவசியமாகவே தனக்கே ஒரு தாயைக் கொண்டிருந்திருப்பாள். அவளுடைய வாழ்க்கைப் பங்காளிகள் யாராக இருந்திருப்பார்கள் என்பதோ அல்லது அவர்களின் எண்ணிக்கையோ முக்கியமல்ல. ஏனெனில், அவளுடைய உயிரணு மட்டுமே முக்கியமானதாக இருந்தது.

ஆயினும், மனித இனத்தின் பரிணாம வளர்ச்சியில் பெண்களின் மையமான பாத்திரம் மறுக்கப்பட முடியாததாகும். ஒரு மனித ஜீவியா வதற்கு ஒரு புதிய சிசுவுக்குத் தேவைப்படும் (DNA) செய்திகளைப் பொறுத்தமட்டிலும், அத்தியாவசியமான இனமரபுச் செய்தி எப்பொழுதும் பெண்ணாலேயே வழங்கப்படுகிறது, செலுத்தப் படுகிறது. அந்த அர்த்தத்தில் நாம் ஒவ்வொருவரும் ஏவாளின் குழந்தையே. நமது உடல்களுக்குள் ஆப்பிரிக்காவின் பரந்தவெளியில் தமது ஆண்களோடு அக்கம்பக்கமாகத் திரிந்த ஆரம்பகாலப் பெண்களின் மரபற்றுப் போன உயிரின் பிரத்தியட்சத் தடயத்தைக் கொண்டுள்ளோம். எனவே, பெண் என்பவள் 'வேட்டைத் தொழில் புரிந்த ஆணின் துணைவி'யாக இருந்த பாத்திரத்தை மட்டுமே வகித்தாள் என்ற, குகையினுள் எரியும் நெருப்புக்கு அருகில் இருந்த மங்கலான, பணிவான நிலையிலிருந்த ஒரு பிறவி மட்டுமேயாகும் என்ற கூற்று, உண்மைக்குப் புறம்பானது என்று இது தெளிவாக்கு கிறது. கிறிஸ்து பிறப்பதற்கு (கி.மு.) 5,00,000 ஆண்டுகளுக்கு முன்பிருந்து, உலகின் தொடக்க காலத்தில் சூரிய வெளிச்சம் பாய்ந்த அருவி அரித்த ஏதோ ஒரு மலைச் சந்தில் ஆணுக்கு அருகில் பெண் முதல் முதலில் சரிசமமாக நின்ற காலத்திலிருந்து இருவரும் அறிவுள்ள மனிதர்களாவதற்கு முன்னால் ஏராளமான மாற்றங்கள் ஏற்பட்டுள்ளன. கடையூழிக் காலம் முழுமையிலும் அந்தப் பழங்குடி மக்கள் தொடர்ந்து உயிர்வாழ்வது மற்றும் ஆண்களுக்கே உரியதா யிருந்தது என்று பொதுவாகக் கருதப்பட்ட வேட்டையாடுதல் போன்ற வற்றின் பரிணாம வளர்ச்சி ஆகியவற்றின் எல்லா அம்சங்களிலும் பெண்கள் முக்கியமாக ஈடுபட்டிருந்தது குறித்து பல வெவ்வேறு தொல்பொருள் ஆராய்ச்சி இடங்களிலிருந்து தொடர்ந்து சான்றுகள் கிடைத்துக் கொண்டிருக்கின்றன.

தொடக்க காலப் பெண் உண்மையில் விடியற் காலையிலிருந்து அந்தி மறையும் வரையிலும் தீவிரமாக வேலையில் ஈடுபட்டிருந்தாள். அவளுடைய வாழ்க்கை - அவர்களின் வாழ்க்கைப் பங்காளிகளுடை யதைப் போன்றே குறுகிய காலம் கொண்டதாகவே இருந்தது. புதை படிவங்களை விஞ்ஞான ரீதியாகப் பகுப்பாய்வு செய்து பார்த்தபோது அவர்கள் இருபது வயது ஆவதற்குள்ளாகவே மாண்டு போனார்கள். விரல்விட்டு எண்ணத்தக்க ஒரு சிலர் மட்டுமே முப்பது வயது வரை உயிருடனிருந்தனர். நாற்பது வயது வரை உயிர்வாழ்ந்தது மிகவும் அசாதாரணமாக இருந்தது.[5] ஆனால் இந்தக் குறுகிய கால வாழ்நாளிலேயே ஆரம்பகாலப் பெண்கள் ஏராளமான வகைப்பட்ட வேலைகளையும் தேர்ச்சித் திறன்களையும் உருவாக்கிக் கொண்டார்கள். தொல்பொருள் ஆய்வுச் சான்றுகளிலிருந்தும் தற்பொழுது இருந்து

வருகிற கற்காலக் கலாசாரங்களிலிருந்தும் பெண்கள் பின்வரும் பணிகளில் தங்களை முழுமையாக ஈடுபடுத்திக் கொண்டிருந்தனர். அவற்றில் கை தேர்ந்தவர்களாக இருந்தனர் என்றும் தெரிகிறது.

- உணவு சேகரித்தல்
- குழந்தைப் பராமரிப்பு
- தோல்களைப் பதப்படுத்தி உபயோகப்படுத்துவது
- பிராணிகளின் தோல்களிலிருந்து ஆடைகள், கவண்கள் மற்றும் கொள்கலன்கள் தயாரிப்பது
- சமையல் வேலை
- மண்பாண்டம் வனைதல்
- புற்கள், கோரைப்புல், நாணல், மரப்பட்டைகள் ஆகியவற்றைக் கொண்டு கூடைகள் வேய்தல்.
- பற்கள் அல்லது எலும்புகளைக் கொண்டு மணிகளையும் அணிவதற்கான மாலைகளையும் ஆபரணங்களையும் செய்தல்.
- தற்காலிகமான அல்லது நிரந்தரமான உறைவிடங்களை நிர்மாணித்தல்.
- விவசாயத்திற்கு மட்டுமின்றி பல்வகைப்பட்ட உபயோகங்களுக்காக கருவிகளைச் செய்தல், தோல்களைக் கீறி பதப்படுத்துவதற்கான கற்கருவிகள், ஆடைகள் தயாரிப்பதற்காகப் பிராணிகளின் தசைநார்களை வெட்டியெடுப்பதற்குக் கற்களாலான கூர்மையான கத்திகளைத் தயாரித்தல்.
- காயத்தை ஆற்றுவதிலிருந்து கருக்கலைப்பது வரையிலான எல்லாவற்றுக்கும் தாவரங்கள் மற்றும் மூலிகைகளை மருத்துவ ரீதியில் பயன்படுத்தல்.

பெண்களின் கடமைகளில் உணவு சேகரிப்பது கேள்விக்கிட மின்றி பட்டியலில் முதன்மையான இடத்தை வகித்தது. இந்தப் பணி அவர்களின் குலத்தை உயிர் வாழச் செய்தது. வரலாற்றுக்கு முந்திய காலத்தில் எந்த சமயத்திலும் பெண்கள் தமது குழந்தைகளுடனோ அல்லது குழந்தைகள் இல்லாமலோ - உணவுக்காகத் தமது வேட்டை யாடும் ஆண்களைச் சார்ந்திருக்கவில்லை. பல புராதனச் சமுதாயங்களில் இன்றும் செய்து வருவது போன்றே, நிச்சயமாக ஆண்கள் வேட்டையாடினர். ஓஷியானியா, ஆசியா, ஆப்பிரிக்கா மற்றும் அமெரிக்காவில் சுமார் 175 வேட்டைத் தொழில் புரியும் உணவு சேகரிக்கும் கலாசாரங்களை மனித இன வரலாற்று ஆராய்ச்சியாளர்கள்

தற்பொழுது ஆய்வு செய்துள்ளனர். இவற்றில் தொண்ணூற்றேழு சதவீதத்தில், குலத்தின் ஆண்களே வேட்டையாடுதலில் முற்றாக ஆதிக்கம் செலுத்தி வந்தனர். எஞ்சியுள்ள மூன்று சதவீதம் முழுமை யாக எப்போதுமே ஆண்களின் தனித்தொழிலாக இருந்து வந்துள்ளது. ஆனால் உணவு அளிப்பதற்கான ஒரு சாதனம் என்ற வகையில் வேட்டையாடுதலானது எவ்வளவு திறமையற்றதாக இருந்தது என்பதையும் இந்த விரிவான மற்றும் ஆதாரபூர்வமான ஆய்வுகள் காட்டுகின்றன. வேட்டையாடிய பிராணிகளிலிருந்து கிடைக்கும் இறைச்சி முறையாகவும் அடிக்கடியும் கிடைப்பதில்லை. உதாரணமாக போட்ஸ் வானாவின் குங் புதர்மனிதர்கள் ஒரு வாரம் இடைவிடாது வேட்டையாடுவார்கள். பின்னர் அந்த மாதத்தின் எஞ்சிய நாட்களில் அவர்கள் எந்த வேலையையும் செய்ய மாட்டார்கள். இறைச்சியைக் குறிப்பாக வெப்பமான சீதோஷ்ண நிலைமைகளில் சேமித்து வைத்துக் கொள்ள முடியாது. இதன் விளைவாக பெண்கள் சேகரிக்கும் உணவுதான் - ஆண்களின் வேட்டையாடுதல் அல்ல - குலத்தை உயிர்வாழ வைத்து வருகிறது. பகல் நேரத்தில் இடைவிடாது வேலை செய்து, பெண்கள் குலத்தின் மொத்த உணவு நுகர்வில் - அன்றாட அடிப்படையில், 80 சதவீதம் வரையிலானதை முறையாக உருவாக்கு கிறார்கள். ஒவ்வொரு வேட்டைக்காரன், உணவு சேகரிப்பவர் சமுதாயத்திலும் அந்தக் குலம் உயிர் வாழ்வதற்குத் தேவையான பணியில் ஐந்தில் ஒரு பாகத்தை மட்டுமே ஆண் உறுப்பினர்கள் செய்கிறார்கள். அதே பொழுதில் ஐந்தில் நான்கு பாகத்தை முற்றிலும் பெண்களே செய்கிறார்கள்.[6]

மிகவும் தொடக்க காலத்தில் பெண்கள் உணவு சேகரித்தது குலம் உயிர் வாழ்ந்திருப்பதற்கு உதவியதோடு மட்டுமல்லாமல் நாகரிகத்தை நோக்கி அது தள்ளாடிச் சென்ற பாதையில் மனித இனத்தை முன்னுக்குச் செலுத்துவதற்கும் உதவியது. வெற்றிகரமாக உணவு சேகரிப்பதற்குப் பாகுபடுத்திப் பார்ப்பதும், மதிப்பீடு செய்வதும், நினைவாற்றலும் தேவைப்பட்டது. இந்தத் திறமைகள் வளர்ச்சியடையவும் செய்தன. ஆப்பிரிக்காவில் தொல் பண்டைக்கால இடங்களில் கண்டுபிடிக்கப் பட்ட பல வகைப்பட்ட விதைகள், கொட்டை ஓடுகள் மற்றும் புற்கள்- அவை கவனமாகவும் அறிவுக்கூர்மையுடனும் தேர்ந்தெடுக்கப்பட்டி ருந்ததையும், ஏனோதானோவென்று சேகரிக்கப்படவில்லை என்பதையும் சுட்டிக் காட்டுகின்றன.[7] தொழில் நுட்பத்தில் மனிதனின் ஆரம்பப் பரிசோதனைகளுக்கும் இந்தப் பணி உந்து விசையை அளித்தது. மனித இன வரலாற்று ஆராய்ச்சியாளர்கள் ஆரம்பகால மனிதன் வேட்டையாடி வாழ்ந்தான் என்று நிர்ணயித்த போது

ஆரம்பகாலக் கருவிகள் வேட்டைக்கான ஆயுதங்களாக இருந்ததையும் நிர்ணயித்தார்கள்.[8] ஆனால் வேட்டையாடுதலானது மிகவும் பிற்பட்ட காலத்தில் ஏற்பட்ட ஒரு வளர்ச்சியாதலால், அதற்கு முன்பாக எலும்புகள், கற்கள் அல்லது மரக்கட்டைகள் உணவு சேகரிப்பதற்கு, வேர்களையும் கிழங்குகளையும் பூமியைக் கீறுவதற்கு, வாயில் மெல்வதற்கு இலகுவாக இருப்பதற்காக மரக்கறிகளைப் பொடியாக்கு வதற்கும் பயன்படுத்தப்பட்டன. இவையெல்லாம் பெண்களின் கருவிகளாக இருந்தன. புராதன இடங்களில் நெருப்பில் சுட்டு உறுதியாக்கப்பட்ட முனைகளைக் கொண்ட தோண்டும் குச்சிகள் கண்டுபிடிக்கப் பட்டதானது இந்த ஆரம்பக் காலத் தீனி தேடும் பெண்களின் பிரச்சினைக்குத் தீர்வு காணும் படைப்பாற்றலைச் சுட்டிக் காட்டுகிறது. குறைவான நெருப்பில் கூர்மையான குச்சிகளைக் காட்டு வதன் மூலம் அவை காய்ந்து உறுதி பெறும் என்பதையும் அவர்களின் பணிக்கு மிகவும் திறமையான கருவிகளாக அவை பயன்படு மென்பதையும் அவர்கள் ஊகித்து அறிந்து கொண்டிருந்தனர்.[9]

ஆயினும் தீயை உண்டாக்கும் சிக்கிமுக்கிக் கற்களை முனையில் கொண்ட கோடரிகள், ஈட்டிகள் மற்றும் அம்புகளைப் போன்று அல்லாது பெண்களின் மதி நுட்பத்தையும் வழிவகை காணும் திறமைகளையும் எடுத்தியம்புவதற்கு ஆரம்ப காலக் கருவிகள் மிகவும் அரிதாகவே கிடைத்துள்ளன. கொல்லும் கருவிகளின் கொடிய பகட்டும் அந்தக் குச்சிகளுக்கு இல்லாமலிருந்ததையும் தொல் பொரு ளாராய்ச்சியாளர்கள் கண்டனர். வேட்டையாடும் மனிதனின் சாகஸங் களில் அவற்றுக்கு எந்தப் பங்கும் இருக்கவில்லை. இதுபோன்றே மற்றொரு பெண் - அதாவது ஆரம்பகாலப் பெண்ணின் உணவு சேகரிக்கும் கைப்பை கண்டுபிடிப்பு பற்றியும் தொல்பொருளாராய்ச்சி மௌனம் சாதிக்கிறது - அவளுடைய ஒரு நாளின் வேட்டையின் போது தேடிக் கண்டுபிடித்த, கைப்பற்றிய அல்லது தோண்டியெடுத்த தீனியைப் போட்டு முகாமுக்குத் திரும்ப எடுத்துச் செல்வதற்கு அவள் உருவாக்கிய கொள்கலனாக அது இருந்திருக்கும்.[10]

ஏனெனில், தேவைப்படும் உணவின் அளவு, மற்றும் கிடைக்கின்ற உணவு ஆதாரங்களின் வகைகளைப் பார்க்கும்போது, பெண் உணவு சேகரிப்பாளர்களால் தீவனம் முழுவதையும் தமது கைகளிலோ அல்லது தமது உடைகளுக்குள்ளோ வைத்து எடுத்துச் செல்வதை அசாத்தியமாக்குகிறது. அவர்கள் சேகரிக்கும் உணவில் புற்கள், இலைகள், உலர்ந்த விதைகள், கொட்டைகள், வேர்கள் மட்டுமன்றி பல்லிகள், எறும்புகள், கூடில்லாத நத்தைகள், நத்தைகள், தவளைகள் மற்றும் புழுக்கள் வடிவத்தில் ஜீவாதாரமான புரதமும் அடங்கும்.

முட்டைகளும் மீன்களும் அரிதான விருந்துகளேயாகும். ஆயினும், அவை அவர்களுக்குத் தெரியாதவையல்ல. கடற்கரையில் வாழ்பவர்களுக்குக் கடல் ஒரு வளமான, எல்லையற்ற உணவுக் கிடங்காகக் காட்சியளித்தது. செத்துப்போன வெட்டுக் கிளியிலிருந்து அழுகிவரும் பாம்பு வரையில் எது கண்ணுக்குத் தென்பட்டாலும் பெண் உணவு சேகரிப்பாளர் அதை விட்டுச் செல்ல முடியாது: மேலும் எல்லோரும் உயிருடன் வாழ்வதற்கான பொறுப்பைத் தன் தோள் மீது சுமந்து கொண்டுள்ள நிலையில் அவள், அந்த நாளின் இறுதிச் சுவாலை எதிரிட்டுள்ளபோது - அதாவது கிடைக்கக்கூடிய இந்தப் பலவகைப் பட்ட அச்சுறுத்தும் பொருள்களை உண்ணத்தக்க ஏதோ ஓர் உணவாக மாற்ற வேண்டியுள்ள நிலையில் - தனது பை நிரம்புகின்ற வரையில் தனது இருப்பிடத்திற்கு அவர் திரும்ப முடியுமா?

தனக்கு மட்டுமின்றி உணவு அளிப்பதற்குக் குழந்தைகளும் அவளுக்கு இருக்குமேயானால் பெண்ணின் உணவு சேகரிக்கும் பணி தவிர்க்க முடியாமல் ஒரு விரிந்த மற்றும் கூடுதல் அவசரத் தன்மையைப் பெறுகிறது. ஒரு தாய் என்ற வகையில் அவளுடைய முதலாவது கடமை, உணவு சேகரிக்கும் தனது பையைத் தனது குழந்தையையும் தாங்கிச் செல்வதற்கான ஒரு தொங்கலாக மாற்ற வேண்டியேற் பட்டிருக்கும். ஏனெனில், அவள் தீனி சேகரிக்கச் செல்லும்போது அக்குழந்தையையும் எடுத்துச் செல்வதற்கு ஏதாவது ஒரு வழி காண வேண்டியிருந்தது. பெரும்பாலான தொடக்க காலப் பெண்கள் தமது இருபதாம் ஆண்டுகளுக்கு அப்பால் உயிர் வாழவில்லையாதலால் தமது சொந்தக் குழந்தைகள் வயதானவர்களாகிவிட்ட பின், அடுத்த தலைமுறை சிசுக்களை கவனித்துக் கொள்வதற்கு முதிய, மாதவிடாய் நின்றுவிட்ட பெண்கள் யாருமே இருந்திருக்க மாட்டார்கள். அந்தக் காலத்துக் குழந்தைகள் கனமாக இருந்தார்கள். மூளையும், அதன் விளைவாக மண்டை ஓடுகளும் பெரிதாகவே, குழந்தைகளின் கனமும் கூடுதலாயிற்று. அதுபோன்றே தாய்மார்களின் உடல்கள் பரிணாம வளர்ச்சி பெற்றபோது உடம்பிலிருந்த உரோமங்கள் மேலும் மேலும் குறைந்து போயின, எனவே சிசுக்கள் தாயின் உடலைப் பிடித்துக் கொள்வதற்கு வகையில்லாது போயிற்று. தனது குழந்தையை மார்பின் குறுக்கே தொட்டில் போலத் தொங்கவிட்டுக் கொண்டாளா அல்லது தனது முதுகில் புதிய உலகின் (வட அமெரிக்காவின்) பழங்குடித் தாய்மார்களின், அவ்வளவு பிரபலமாக இராத பாபூஸ் பாணியில், தொங்க விட்டுக் கொண்டாளா- எப்படியிருந்தபோதிலும் குழந்தையைத் தன் உடலோடு சேர்த்துத் தொங்கவிட்டுக் கொண்டாள். எப்படி? தொல்பொருளாராய்ச்சிதான் இது பற்றி நமக்குத் தெரிவிக்க வேண்டும்.

சிசுக்களைப் பேணி வளர்ப்பது பிற விளைவுகளையும் கொண்டிருந்தன. இது தொடக்க காலப் பெண்கள் சம்பந்தமாகவும், மனித இனத்தின் எதிர்காலத்திற்கும் சம அளவில் மிகவும் முக்கியத்துவம் வாய்ந்தவையாயிருந்தது. இரண்டு அம்சங்கள் இந்தப் பணியைத் தொடக்ககாலப் பாட்டிமார்களுக்கு இருந்ததைக் காட்டிலும் மிகமிகக் கூடுதலாகத் தேவையுடையதாக்கின. முதலாவது, மனிதக் குரங்குக் குட்டிகளைக் காட்டிலும் மனிதக் குழந்தைகள் வளர்ச்சியடைவதற்கும் தம்மைத் தாமே சமாளித்துக் கொள்வதற்கும் மிக அதிகக் காலம் பிடித்தது - எனவே இதன் விளைவாக ஒரு நீடித்த கால கட்டத்திற்கு அவற்றுக்குக் கூடுதல் பராமரிப்புத் தேவைப்பட்டது. அருகில் காணும் வாழைப் பழத்தைக் காட்டி தாயின் முலைப்பால் குடிப்பதனின்றும் குழந்தையை எளிதில் விலக்கி விட முடியாததாக இருந்தது. மேலும் மனிதக் குழந்தைகளைப் பராமரிப்பது குழந்தையின் வெறும் உடல் பாதுகாப்பு மட்டுமல்ல. எந்த விலங்குக்கும் இல்லாதவாறு மிக மிகச் சிக்கலான சமூக மற்றும் அறிவுத்துறை நடவடிக்கை அமைப்பில் குழந்தைகளைப் பழக்கப்படுத்த வேண்டியிருக்கிறது. எல்லா மனித சமுதாயங்களின் மிகப் பெரும்பான்மையானவற்றில் குழந்தைகளின் பாலான இந்தப் பொறுப்பு பெண்களின் தலையாய பணியாக, அவர்களது பணியாக மட்டுமே இருந்து வந்துள்ளது. ஆதிகாலத் தாய்மார்கள் இப்பணியை எவ்வளவு நன்றாக செய்து முடித்தார்கள் என்பதை அவர்களது சந்ததிகளின் வெற்றி பற்றிய உலக வரலாற்றிலிருந்து இதைக் காணலாம்.

பரிணாம வளர்ச்சியின் வரலாற்றில் இந்தத் தாய்மைப் பணியின் தலையாய முக்கியத்துவம் இன்னும் ஒப்புக் கொள்ளப்படவில்லை. மானிட இனத்தின் வரலாற்றில் வேட்டைக்கார ஆணின் முக்கியத்துவம் குறித்த ஒரு முக்கிய கோட்பாடு எப்போதுமே ஆண்கள் கூட்டு முறையில் வேட்டையாடுவதற்கு அவர்களிடையில் தகவல் அறிவித்துக் கொள்வதற்கும் சமூக ஒழுங்கமைப்புக்கும் கூடுதல் மதிநுட்பம் தேவைப்படுகிறது என்ற மறுத்துரைக்க முடியாத உரிமை கொண்டாடலாக இருந்து வந்துள்ளது. எனவே, இது கூடுதல் பன்முக மூளை வளர்ச்சிக்கும் மனித சமுதாயத்தின் தோற்றத்திற்கும் கூட பரிணாம வளர்ச்சி ரீதியான தூண்டுகோலை அளித்துள்ளது. இதற்கு எதிரான வாதத்தை சால்லி ஸ்லோகம் இவ்வாறு முன்வைக்கிறார்.

> தாய்ப்பால் மறந்ததற்குப்பின் குழந்தைகளுக்கு உணவு ஊட்டுவதை ஒழுங்கமைப்பதற்கான அவசியம், வளர்ச்சியடைந்து வந்த கூடுதல் பன்முக சமூக உணர்ச்சிபூர்வமான பாசப் பிணைப்பு களைக் கையாள்வதற்குக் கற்றுக்கொள்வது,

கூடுதலாக உணவு சேகரிப்பதைச் சுற்றியுள்ள புதிய தேர்ச்சித் திறன்கள், கலாசாரப் புனைவுகள் - இவையாவற்றுக்கும் கூடுதல் மூளை தேவைப்படும். வேட்டையாடுவதற்குத் தேவைப்படும் மதி நுட்பங்களுக்கு மிகையான கவனம் கொடுக்கப்பட்டு வந்தது, உணவு சேகரிப்பதற்கும் தம்மைச் சார்ந்துள்ள சிறு குழந்தைகளை வளர்த்து ஆளாக்குவதற்கும் தேவை யான தேர்ச்சிகளுக்கு மிகவும் குறைவான கவனம் செலுத்தப்பட்டது.[11]

இதுபோன்றே, தமது குழந்தைகளின் விரிவுபடுத்தப்பட்ட பராமரிப்பின் பகுதி என்ற வகையில் உணவு சேகரிக்கும் பணியைப் பகிர்ந்து கொள்வதைப் பெண்கள் கண்டுபிடித்ததானது, குறைந்தபட்சம் வேட்டையாடுபவன்/தலைவன் என்ற வகையில் தனது குழுவை நடத்திச் செல்லும் ஆணின் பணியைப் போன்று குழு ஒத்துழைப்பு மற்றும் சமூக ஒழுங்கமைப்பை நோக்கிய அவ்வளவு முக்கியத்துவம் வாய்ந்த ஒரு நடவடிக்கையாக இருந்திருக்க வேண்டும். குழந்தை பிறந்ததற்குப் பின்னால் அதனுடைய வளர்ச்சிக்கு ஒரு நீண்ட அதிகரித்து வரும் இடம் தேவைப்படுகிறது. அத்தகைய சிசுக்களின் தாய்மார்கள் என்ற வகையில் பெண்களின் பணியானது, அவர்களைப் பிற தாய்மார்களுடனும் பிற குழந்தைகளுடனும் விளையாட்டிலும், சமூக நடவடிக்கையிலும் தாய்மைப் பராமரிப்பின் எண்ணற்ற பிற அம்சங்களிலும் (இருப்பிடம் அமைத்தல், மகிழ்ச்சியூட்டுதல், கவனத்தைத் திருப்புதல்) ஈடுபடுத்தப்படுகிறது. இவையெல்லாம் ஐ.கியூ (IQ) என்று நாம் அழைப்பதை உயர்த்துவதற்கான நவீன கால உளவியலினால் தீர்மானமாகக் காட்டப்படுகிறது. இவை, மனரீதியிலும் கருத்தமைப்புத் திறமையிலும் பெரும் வாலில்லாக் குரங்கு இனத்திலிருந்து மனிதர்கள் கிளை பிரிந்து செல்வதற்கு உதவுவதில் மிகவும் முக்கியமான மதிப்பு உடையதாக இருந்திருக்க வேண்டும். மகிழ்ச்சியூட்டுதல், உத்வேகமூட்டுதல் அல்லது விளை யாடுதல் ஆகியவற்றைச் செய்யக்கூடியவர்கள் தாயாக இருக்கும் பெண்கள் மட்டுமல்ல. ஆனால், இந்த நடவடிக்கைகளெல்லாம் வேட்டை யாடுதல், கொல்லுதல் ஆகியவற்றைச் செய்து வந்த ஆதி மனிதனுடைய பாத்திரம் என்று கருதப்பட்டவற்றுக்கு மிகவும் அப்பாற்பட்டவை யாகும்.[12]

தாய்-சேய் பந்தத்தின் முக்கியத்துவம் இத்துடன் முடிந்து விடுவதில்லை. வேட்டையாடும் மனிதன் என்ற கட்டுக்கதையில் அவன் குடும்பத்தை உருவாக்குகிறான். தனது பெண் துணையை கர்ப்பமுறச் செய்து அடுப்பைப் பார்த்துக் கொள்ளும்படி அவளைக் குகையிலேயே அடைத்து வைத்ததன் மூலம், அவன் அடிப்படையான மானிட சமூக மூல அலகை (யூனிட்டை) உருவாக்குகிறான். பின்னர்

அதை அவன் தனது வேட்டையாடுதல்/ கொல்லுதல் தொழிலின் மூலம் பராமரித்து வருகிறான். வேட்டையாடுதல் புனை கொள்கையின் பிரதான ஆதரவாளரான அமெரிக்கப் பத்திரிகையாளர் ராபர்ட் ஆர்ட்ரே, ஆதி மனிதனின் சராசரி வேலை நாளை இவ்வாறு பாலினரீதியாக அப்பாவித்தனமாக சித்திரிக்கிறார். ஆண்கள் வேட்டைக்காகக் காட்டுக்குச் செல்கின்றனர். பெண்கள் தமது குடியிருப்பு இடத்திற்குச் செல்கின்றனர் (இன்று இதை நாம் முறையே அலுவலகம், வீடு என்று கருதுகிறோம்).[13] ஆனால் ஆணைக் குடும்பத்தின் பெரிய தலைவனாகச் சித்திரிக்கும் இந்தக் காட்சிக்கு எதிராக ஆதிகாலக் குடும்பங்கள் பெண்களையும் அவர்களது குழந்தைகளையும் கொண்டதாகவே இருந்துள்ளன என்று ஏராளமான சான்றுகள் காட்டுகின்றன. ஏனெனில் பூர்வகுடி வேட்டையாடும் குடும்பங்கள் அனைத்தும் தாயையே மையமாகக் கொண்டிருந்தன. தாயின் வாயிலாகவே ஒழுங்கமைக்கப் பட்டன. இளம் ஆண்கள் அவற்றிலிருந்து வெளியேறிவிட்டனர் அல்லது வெளியே துரத்தப் பட்டனர். பெண் குழந்தைகள் தமது தாய்மார்களுடன் நெருக்கமாகவும் மூலக் குடியிருப்பு இடத்திலேயும் தங்கியிருந்தனர். ஆண்கள் அவற்றுடன் இணைக்கப்பட்டிருந்தனர். பெண்ணை மையமாகக் கொண்ட குடும்பத்தில் ஆண்கள் எப்போதாவது அங்கு வருபவர்களாக இருந்தனர். முக்கியத்துவமற்றவர்களாக இருந்தனர். அதே பொழுதில் மையமும் அதிலிருந்து வளர்ச்சியுறும் கிளைகளும் பெண்களைக் கொண்டதாகவே இருந்தது. இந்த ஏற்பாடுகள் உலகெங்கும் இன்னும் இருந்து வருகிற 'உயிர் வாழும் மரபற்றுப்போன ஜடங்கள்' எனப்படும் கற்காலப் பழங்குடிகளில் தொடர்ந்து செயல்பட்டு வருகின்றன. எனவே குழந்தைகள் பெண்களுடையவையாக அவளுடைய குழுவின் உறுப்பினர்களாக இருந்து வந்தனர். சமூக ஒழுங்கமைப்பின் கரு எப்போதும் பெண்ணாகவும், அவளுடைய குழந்தைகளாகவும், அவளுடைய குழந்தைகளின் குழந்தைகளாகவும் இருந்தது[14] என்று மானிட வரலாற்றியலாளர் டபிள்யூ.ஐ.தாமஸ் வலியுறுத்துகிறார்.

உண்மையில் உயிரியல் சான்றுகளை நாம் மேலும் மேலும் ஆய்வு செய்து தெளிவுபடுத்த, தெளிவுபடுத்த ஆதிகாலப் பெண்களுக்கு மானுடம் கடன்பட்டிருப்பது மேலும் மேலும் அதிகரிக்கிறது. உதாரணமாக நம்மில் பெரும்பாலோர் வலது கை வாகு உடையவர் களாயிருக்கும் உண்மைக்கு ஆதிகாலப் பெண்ணே காரணமாகும். நவீன கால மானிடப் பிறவிகள் குறிப்பிடத்தக்க வலதுகை வாகு உடையவர்களாக இருப்பது ஒரு பெண்ணின் பாற்பட்ட நூதன உண்மையாகும்.[15] என்று நிகெல் கால்டர் விளக்குகிறார். கணக்கிட்டுச் சொல்ல முடியாத காலந்தொட்டு பெண் தனது குழந்தையை இடதுபுற

இடுப்பின் மீது வைத்து எடுத்துச் செல்வதையே வழக்கமாகக் கொண்டிருக்கிறாள். அவ்வாறு செய்வதன் மூலம் தனது இருதயத் துடிப்பினால் குழந்தையை ஆறுதல் அடையச் செய்ய முடியும். இதனால் அவளுடைய வலது கையை வேறு வேலைக்குப் பயன்படுத்த முடிகிறது. பிந்திய கால மானிடப் பிறவிகள் பெரும் பாலும் வலது கை வாகுடையவராக பரிணாம வளர்ச்சி பெறுவதை நோக்கிய உந்து சக்தியாக இது இருந்திருக்கும். இன்று வரையிலும் சிறு பெண் குழந்தைகள் பேச்சு போன்ற செய்கைகளை ஆண் குழந்தைகளைக் காட்டிலும் மிகவும் விரைவாக வளர்த்துக் கொள்ளும் யதார்த்தம் இதிலிருந்துதான் ஏற்பட்டுள்ளது என்று கால்டர் எடுத்துக் காட்டுகிறார்.

பெண்ணிலிருந்து ஆணுக்கு மரபுரிமையாகக் கிடைத்துள்ள ஒரு கடைசி உயிரியல் ரீதியான பாரம்பரியம் உரிய அளவு நன்றியுடன் நினைவு கூறப்படுவதில்லை என்று தோன்றுகிறது. ஆதிகாலத்தில் ஆண்குறி ஒரு கவர்ச்சியற்ற உறுப்பாக இருந்திருக்கிறது. எனவே, சராசரி மனிதக் குரங்கானது (கிங்காங்) இந்த உறுப்பு சம்பந்தமாக உள்ளக் கிளர்ச்சி ஏற்படுத்தும் தன்மையைப் பெற்றிருக்கவில்லை. ஆயினும் மனிதன் இந்த வகையில் அளவுக்கு மீறிய பெரிய வளர்ச்சி யையே பெற்றிருந்தான். எனவே, குறிப்பாக ஆண்குறி சார்ந்த வகையில் அவன் சிருஷ்டியின் தலைவன் என்று மெய்யாகவே பெருமைப்பட்டுக் கொள்ளும் நிலைமையிருந்தது. இதற்கு அவன் பெண்ணுக்குக் கடமைப்பட்டுள்ளான். பெண் பிறவியானது மிகவும் சாதாரணமாக நிமிர்ந்து நிற்பதற்கு ஆர்வங்கொண்டு, தனது பின்னங்கால்களைக் கொண்டு நிமிர்ந்து நின்று நடைபயின்ற போது யோனிக் குழாயின் (கருப்பைவாய்க் குழாய்) கோணம் முன்பாகவும் கீழாகவும் ஊஞ்சலாடியது. யோனிக்குழாயே உடலினுள் ஆழமாகப் புதைந்தது.

பின்னர் ஆண்உறுப்பு, யோனிக் குழாயின் தொடர்ந்த முன்னேற்றத்திற்கு ஏற்ப எதிரொலித்து, ஒட்டகச் சிவிங்கியின் கழுத்தைப் போன்று, அதே பரிணாம வளர்ச்சிக் கோட்பாட்டை பின்பற்றியது. அவ்வாறில்லாவிட்டால் அது எட்ட முடியாததை எட்டும் வகையில் அது வளர்ச்சியடைந்தது.[16] நேர்முகமாக உடலுறவு கொள்ளும் தனிச் சிறப்பான மானிடப் பரிசோதனையின் காரணமாகவும் இது தேவைப்பட்டது. சந்ததிகளின் வருங்காலம், ஆண் எவ்வாறாவது தனது உறுப்பை செலுத்த வேண்டிய அவசியத்தைக் கோரியது. ஆனால் உடலுறவின் போது பெரும்பாலான தம்பதிகள் முன்னாலிருந்தும் பின்னாலிருந்தும் எளிதாக சம்போகம் செய்ய

முடிவதானது பெண்ணின் உடலியலின் பரிணாம வளர்ச்சியின் தாக்கத்தை இடைவிடாது நினைவுபடுத்தியது.

உண்மையில் பெண்ணின் உடலமைப்புத்தான் மானிட இனத்தின் வரலாற்றின் திறவுகோலாக அமைந்துள்ளது. பரிணாம வளர்ச்சியின் வெற்றி பெண்ணின் உடம்பில் நிகழ்ந்தது. ஒரு முக்கியமான வளர்ச்சி சந்ததிகளின் எதிர்காலத்திற்கு உத்தரவாதம் செய்தது. பெண் உணர்ச்சி வசப்படும்போது மனிதக் குரங்கின் வெறியார்வத்திலிருந்து முழு மானிட மாதவிடாய்க்கு ஏற்பட்ட உயிரியல் ரீதியான மாற்றம் இதுவேயாகும். பொதுவாக இது போற்றப்படாவிடினும் உண்மையில் கூறப்படாமலேயிருந்த போதிலும், பெண்ணின் மாதாந்திர மாதவிலக்குத்தான் மானிடச் சந்ததிகளை அழித்து போகாமல் நிலைநிறுத்தி, அவை உயிர் வாழ்வதற்கும் வெற்றியடைவதற்கும் உத்தரவாதம் செய்த பரிணாம வளர்ச்சிக்குத்தக்க அமைத்துக் கொள்ளப்பட்டதாகும்.

உயர் மனிதக் குரங்குகளில் பெண்ணின் வெறியார்வமானது மிகவும் திறமையற்ற முறையில் ஏற்பட்ட ஒன்றாகும். பெரிய உருவம் கொண்ட பெண் மனிதக் குரங்குகள், வாலில்லா ஆப்பிரிக்கக் குரங்குகள், வாலில்லா கொரில்லாக் குரங்குவகை ஒராங்-உட்டான் என அழைக்கப்படும் மனிதக் குரங்குகள் ஆகியவை அரிதாகவே பக்குவமடைகின்றன. (சிற்றின்ப வேகமடைகின்றன) ஐந்து அல்லது ஆறு ஆண்டுகளுக்கு ஒரு முறைதான் அவை ஒரு குட்டியை (ஒரு சிசுவை) பெற்றெடுக்கின்றன. இதனால் இந்த இனமே அழிந்து விடக்கூடிய பேரபாய நிலையில் இருக்கிறது. பெரிய உருவங்கொண்ட வாலில்லாக் குரங்குகள் சிறிய எண்ணிக்கையில் மட்டுமே, மிகவும் சாதகமான சுற்றுப்புறச் சூழலில் எஞ்சி வாழ்ந்து வருகின்றன. ஐந்தாண்டுகளுக்கு ஒரு முறை என்பதற்கு பதிலாக ஒவ்வோராண்டும் கருத்தரிக்கும் பன்னிரண்டு சந்தர்ப்பங்களில் மானிடப் பெண், தனது ஆதிகால (வாலில்லாக் குரங்கு) சகோதரிகளைக் காட்டிலும் அறுபது மடங்கு உயர்வான இனப்பெருக்கம் செய்யும் ஆற்றலைப் பெற்றிருக்கிறாள். வேட்டையாடுதல் அல்ல, மாதவிடாய்தான் பரிணாம வளர்ச்சியில் மிகப் பெரிய முன்னேற்றப் பாய்ச்சலாகும். பெண்ணிடம் ஏற்பட்ட மாற்றத்தின் வாயிலாகத்தான் - ஆணிடம் ஏற்பட்டதல்ல - ‘மனிதன்’ ஆக்க வளமடைந்து இனப்பெருக்கம் அடைந்து, உலகையே வென்றான்.

பெண்ணின் மாதவிடாயானது சாப்பிடுவது அல்லது கழிவுப் பொருளை அகற்றுவது போன்று உடல் சார்ந்த ஒரு காட்சியுண்மை மட்டுமல்ல. பெண்களின் சாபத்தீட்டு என்று அழைக்கப்படும் இந்த

மாதவிடாயானது மனிதனின் சந்ததிகள் பற்றாக்குறையை நிவர்த்தி செய்யும் ஒரு பரிகாரமாக செயல்பட்டது என்பது மட்டுமின்றி ஆதி காலத்தில் அவனுக்கு இருந்த அறியாமை இருளைப் போக்குவதற்கும் துணை செய்தது என்று அண்மைக்கால விமர்சகர்கள் வாதிட்டுள்ளனர். விவேகமான காயம் என்ற மாதவிடாய் பற்றிய தமது முன்னோடியான நூலில் பெனிலோப்ஷட்குலும், பீட்டர் ரெட்குரோவும் ஆதிகால சமுதாயங்களில் சந்திரனின் பிறைகளுக்கும் மாதவிடாய் சுழற்சி களுக்கும் இடையில் தொடர்புபடுத்தப்பட்டதை வலியுறுத்தியுள்ளனர். பெண்கள்தான் முதலில் மனிதவர்க்கத்தினிடம் அருவமானவற்றை உணர்ந்து கொள்வதற்கும் இணைப்புகளை ஏற்படுத்துவதற்கும் உருவக ரீதியில் சிந்திப்பதற்குமான ஆற்றலைத் தூண்டிவிட்டாள் என்று அவர்கள் கூறுகின்றனர். எலிஸ் பௌஸ்டிங்கின் கருத்துப்படி, இந்த மனச் செயல்பாடுகள் ஒரு முந்திய கட்டத்திலிருந்து எழுகின்றன. அதில் பெண்கள் ஆண்களுக்கு எண், நாட்காட்டியை ஒழுங்கமைப்பது, எண்ணுவது ஆகியவற்றைக் கற்றுக்கொடுத்திருக்கின்றனர். ஒவ்வொரு பெண்ணும் உடல் சம்பந்தமான ஒரு நாள்காட்டியை அதாவது தனது மாதாந்திர மாதவிடாய் சுழற்சியைக் கொண்டிருந்தாள். அவள்தான் முதன்முதலில் தனது சொந்த உடல் சம்பந்தமான சுழற்சிக்கும் சந்திரனின் பிறைகளுக்கும் இடையிலுள்ள உறவைக் கண்டறிந்திருக் கிறாள்.[17] மனிதனின் உயர்வு என்ற தொலைக்காட்சித் தொடரில், வரலாற்றுக்கு முந்திய காலம் பனிப்பிரதேச மானின் எலும்பு ஒன்றில் காணப்பட்ட முப்பத்தியொரு கீறல்களை 'சந்திர மாதத்தின் நாட்களைக் குறிப்பதாகும்' என்று புகழ்வாய்ந்த பேராசிரியர் ஜாக்கப் புரோனோவ்ஸ்கி அப்பாவித்தனமாகக் கூறியதைக் கண்டு பிற பெண் பேராசிரியைகள் வேடிக்கையாகச் சிரித்தனர். 'யாருடைய ஏற்றம் என்பது உங்களுக்குத் தெரியும் என்பது' குறித்துக் கருத்துத் தெரிவிக்கையில் வோண்டா மக்இன்டயர் இவ்வாறு ஆட்சேபம் தெரிவித்தார். 'முப்பத்தியொரு நாள்களைக் கொண்ட சந்திர மாதமா? உறுதியாகச் சொல்லுங்கள். அந்த எலும்பானது ஒரு பெண்ணின் மாதவிடாய் சுழற்சியின் ஒரு பதிவாகும் என்பதுதான் பெருமளவு சாத்தியமாகும்' என்று நான் கருதுகிறேன்.[18]

மீட்கப்பட முடியாதவாறு இழக்கப்பட்டுவிட்ட ஒரு நடை முறையில் இவ்வாறு கவனமாக இலக்கக் குறியிடப்பட்ட மௌன சாட்சி யதார்த்தத்தில் இவற்றில் ஏதாவது ஒன்றாக இருந்திருக்க முடியும். அல்லது இரண்டுமாக இருந்திருக்கும். அல்லது எதுவும் அற்றதாக இருந்திருக்கும். ஆனால் வழக்க முறையில் பெண்களின் செயல்கள், அனுபவங்கள், இலயங்கள், எண்ணுவதற்கான அவர்களது

திறமையையும் கூட தன்னுணர்வற்று மறுப்பதானது, அது ஒரு பெண்ணின் சொந்த அன்னியோன்யமான தனிப்பட்ட வாழ்க்கை குறித்த ஒரு பதிவாக இருந்திருக்க முடியும் என்ற சாத்தியப்பாடு சிந்திக்கப்படக் கூட இல்லை.

உண்மையில், லேசாகவும் எப்போதாவதும் ஏற்படும் உணர்ச்சி வேகத்திற்குப் பதிலாக, முழு மாதவிடாய் ஏற்பட்டு, நான்கு வாரங்களுக்கு ஒரு முறை, ஒரு வார காலத்திற்கு வெவ்வேறான அளவில், ஆனால் கணிசமான அளவில் இரத்தப் போக்கு ஏற்படுவது பெண்களுக்கு என்ன விளைவை ஏற்படுத்தும் என்ற யதார்த்தம் குறித்து எவ்வித கவனமும் செலுத்தப்படவில்லை. ஆதிகாலப் பெண் என்ன செய்தாள்? அவள் சாதாரணமாக ஓர் இலைக்குவியல் மீது உட்கார்ந்து ஒழுக விட்டாளா? கட்டுக்கதை பூர்வமான வேட்டையாடும் மனிதனின் கண்ணோட்டத்தில் எரியும் நெருப்பை செயலற்று கவனித்துக் கொண்டிருக்கும் பெண்ணுக்கு இது சங்கடமான முறையில் நெருக்க மானதாகும். உயிர் வாழ்வதற்கு மிகவும் ஜீவாதாரமான பூர்வகுடியைச் சேர்ந்த உணவு சேகரிப்பாளர்கள், அவர்களது காலத்தின் இருபத்தைந்து சதவீதத்தை செயலற்றுக் கழித்திருப்பார்கள் என்று எண்ணுவதற்கே இடமில்லை. ஆனால் பெண்கள் சுற்றி நடமாடியிருந்தால், கட்டுப் படுத்தப்படாத மாதவிடாய் ரத்தப் போக்கு, குறிப்பாக மிகவும் குளிரான அல்லது காற்று அதிகமாக வீசும் சீதோஷ்ண நிலையில் உள் தொடை களில் வெடிப்பை ஏற்படுத்தி மிகவும் வேதனையை ஏற்படுத்தி யிருக்கும். வெப்பமான சூழ்நிலைகளில் தொற்று நோய் அபாயத்தையும் ஏற்படுத்தியிருக்கும். இதனால் தோலில் ஏற்படும் சொறி, மீண்டும் மாதவிடாய் ரத்தப் போக்கு ஏற்படுவதற்கு முன் ஆறுவது துர்லபம்.

பல குறியீடுகள் இதற்கான பரிகாரத்தை சுட்டிக் காட்டுகின்றன. காட்டில் வாழும் பெண் குரங்குகள் இலைகளின் ஒரு தொகுதியைக் கொண்டு உணர்ச்சிப் பொறியில் ரத்தம் சொட்டுவதைத் துடைத்தெறிவது காணப்பட்டுள்ளது. இன்னும் எஞ்சியிருந்து வரும் கற்காலக் கலாசாரங்களிலிருந்து பெண்கள் துணிகளை நெய்வதும் அல்லது உடைகளை அணிந்து கொள்ளத்தக்கவாறு செய்வதும், தமது குழந்தை களைத் தோளில் தொங்கவிட்டுக் கொள்வதற்கான தொட்டில்களைத் தயாரிப்பதும் அவர்கள் சேகரிக்கும் பொருள்களைப் போட்டு எடுத்துச் செல்வதற்கான முரடான பைகளைத் தயாரிப்பதும் பதியப் பெற்றுள்ளது. ஆதிகாலப் பெண்கள் மாதவிடாய் ரத்தப் போக்கை ஈர்த்துக் கொள்வதற்கு இடுப்பில் கட்டிக் கொள்வதற்கு ஏதோ ஒரு வகைப்பட்ட தண்டுடன் கூடிய தொங்கல் உறிகள் அல்லது பெல்ட்டுகளை உருவாக்கியிருந்திருக்கக்கூடும். இன்றும்கூட மவோரி

மற்றும் எஸ்கிமோ பெண்கள் மெல்லிய பஞ்சு போன்ற தண்டு களையும் இந்தோனேஷிய பெண்கள் மென்மையான தாவர இழையைக் கொண்டு அடைப்பான் வகைப்பட்ட பந்துகளையும் தயாரிக்கிறார்கள். மத்திய ஆப்பிரிக்காவின் அஜிம்பா பெண்கள் அதே தாவர இழையை திண்டுகளாகப் பயன்படுத்துகிறார்கள். முறுக்கப் பட்ட தோல்வாரைக் கொண்ட பெல்ட்டில் மென்மையான வெள்ளாட்டுத் தோலால் செய்யப்பட்ட நீள்வட்ட வடிவமான உறியில் அந்தத் திண்டுகளை உரிய இடத்தில் வைத்துக் கட்டிக் கொள்கிறார்கள்.[19] குழந்தைப் பருவ மனித இனத்தை வளர்த்து வருங்காலத்தினுள் முன்னுக்குக் கொண்டு வரும் வல்லமை பெற்ற பெண்கள் தமது சொந்த உடல் சம்பந்தமாகவும் திறமையாகக் காரியங்களை மேற்கொள்ளு வதற்கு வழிவகை கண்டறிந்திருப்பார்கள் என்ற முடிவுக்கு வராமல் தவிர்ப்பது சிரமம்.

ஆனால் ஒரு விஷயம் நிச்சயமானது. அத்தகைய பொருள் எதுவும், தொடக்க காலப் பெண்ணின் தொழில் நுட்பத்தின் உதாரணங் களோடு கூட, நிலைத்திருக்க முடியாது. அவ்வாறு நிலைத்திருந்தாலும் அவை கவனத்திற்கு உரியவையாகக் கருதப்பட்டிருக்குமா? அறிவார்ந்த பரிசீலனையிலிருந்து வெறும் கற்பனையான ஊகம் வரையிலும் ஒவ்வொரு மட்டத்திலும் ஆதிமனிதனின் (ஆணின்) வாழ்க்கையின் எல்லா அம்சங்களுக்கும் செய்யப்பட்டுள்ளது. ஆனால் அறிவார்ந்த நூலிலோ அல்லது ஜனரஞ்சகமான புத்தகத்திலோ மாதவிடாய்க்கு பெண் உயிரியல் ரீதியில் மாறிச் சென்றதன் முக்கியத்துவத்திற்கு எவ்வித கவனமும் செலுத்தப்படவில்லை. 'லூசி' என்ற ஆதிகாலப் பெண்ணைக் கண்டுபிடித்த டொனால்டு ஜான்சன் எனும் மானிட சரித்திரவியலாளர் இதை 'உணர்ச்சிப் பொறி சம்பந்தப்பட்ட வாதம்' என்று நிராகரித்து ஒதுக்கிவிட்டார். 'என்னால் அளக்க முடியாத எதையும் நான் நம்புவதில்லை. உணர்ச்சிப் பரவசம் பெறும் புதைபடிவத்தை நான் ஒரு போதும் கண்டதில்லை'[20] என்று ஜான்சன் விளம்புகிறார். ஆம், அவர் கண்டிருக்கமாட்டார், கண்டிருப்பாரா என்ன?

ஆதிகாலப் பெண்ணின் பரிணாம வளர்ச்சி சம்பந்தப்பட்ட விவரங்களையும் அதனுடைய முக்கியத்துவம் வாய்ந்த விளைவு களையும், ஜான்சனைப் போன்ற தலைமுறை தலைமுறையான ஆண் விமர்சகர்கள் காணாது கபோதிகளாக இருந்துள்ளனர். அதற்கு மாறாக அவர்கள், 'ஆதிகாலப் பெண்ணை ஆணுக்கு புணர்ச்சிக்குரிய ஒரு சாதனமாக மட்டுமே விடாப்பிடியாக திருத்தி எழுதி வந்துள்ளனர். அவர்கள் இந்தக் கற்கால மனைவிகளை திருமணத்திற்காகக் கொழுக்க

வைத்து வந்தனர்.' என்று எச்.ஜி. வெல்ஸ் எழுதினார். பெண்கள் வயதான ஆணின், எல்லாப் பெண்களின் எஜமானனுடைய பாதுகாக்கப் பட்ட அடிமைகளாக இருந்தனர் - ஆவலாக நாடுவதற்குரிய பெண்களைப் பற்றி வெல்ஸ் இவ்வாறு கற்பனை செய்கிறார்.[21] ராபர்ட் ஆர்ட்ரேயைப் பொறுத்தமட்டிலும் மாதவிடாயானது ஆண்களுக்கு ஒரு வரப்பிரசாதமாக அமைந்தது என்று மட்டும் கருதுகிறார். ஒரு பெண் வாலில்லாக் குரங்கு சிற்றின்ப வேகம் பெற்றால், அது 'பாலினப் பெரும் பரிசை வெல்கிறது...' 'எல்லோருக்கும் வேடிக்கைக் களியாட்டத்தை அளிக்கிறது... அதைப் பொறுத்த மட்டிலும் அதிகபட்சமான ஆண் கவனத்தைத் தன் பக்கம் ஈர்க்கிறது.'[22] என்று ஆர்ட்ரே முனங்கினார். ஆனால் வெறியார்வம் பெறும் சம்பவங்கள் சுருக்கமானதும் அடிக்கடி நிகழாததுமாகும். வேட்டைக்காரனை மலையிலிருந்து வீடு திரும்பச் செய்வதற்கு இதைக் காட்டிலும் அதிக மானது ஏதோ இருக்க வேண்டும். எனவே, முதலாவது (ஆதிகாலப்) பெண் சிற்றின்ப வேட்கையை மாதவிடாயாக மாற்றுவதற்குக் கற்றுக் கொண்டாள். இது அவளை, ஆணுக்கு ஆண்டு முழுவதும் பாலின ரீதியில் நுகரச் செய்வதற்கு அனுகூலமாக்கியது. இது அவனுடைய வேட்டையில் அவளுடைய பங்குக்கான ஒரு வெகுமதியாக அமைந்தது. இது பதிலுக்கு பதில் வழங்குவது என்ற காலங்காலமாக இருந்து வரும் மரபின் வரலாற்றில் முதலாவதாக அறியப்பட்ட உதாரணமாகும்.

பெண்களின் ஆரம்பகாலப் பாலின ரீதியான பரிணாம வளர்ச்சி பற்றிய எல்லோருக்கும் களியாட்டம் என்ற கொள்கையும் நவீனகாலப் பெண்ணின் உடலினது உடற் கூறு ரீதியான அமைப்புக்குக் காரணமாக அமைகிறது. வேட்டையாடும் மனிதன் நேராக நிமிர்ந்து நடக்கத் தொடங்கியபோது இயற்கையாகவே அவனுக்கு நேர்முகமான புணர்ச்சி தேவைப்பட்டது. தெஸ்மாண்ட் மோரிஸ் 'அம்மண மனிதக் குரங்கு' பற்றி கவனத்தை ஈர்க்கத்தக்க வகையில் விளக்குவது போன்று, பெண் மார்பகங்களை வளர்த்துக் கொண்டதன் மூலம் புணர்ச்சியை மேலும் இன்பகரமாக்கும் இந்த விருப்பத்திற்கு விட்டுக் கொடுத்தது. தனது 'சதைப் பற்றுள்ள அரை உருண்டை வடிவமான பிட்டங்கள். தற்பொழுது ஆண்களின் கவனத்தை ஈர்க்கத்தக்க சாதனமாக இளமை கடந்துவிட்ட நிலையில் இருப்பதை உணரும் அவள் 'முன் பகுதி' கூடுதல் உணர்ச்சியைத் தூண்டத்தக்கதாக்குவதற்கு ஏதாவது செய்ய வேண்டியிருந்தது.[23] பெண்ணின் மார்பகத்தின் அளவு அதிகரிப்புக்கும் பிறப்பின் போது மனிதக் குழந்தையின் உருவம் பெரிதாயிருப்பதற்கும் உள்ள எந்தத் தொடர்பும் முற்றிலும் தற்செய லானதாகவே இருந்திருக்க வேண்டும்.

ஏனெனில், பெண்ணின் பரிணாம வளர்ச்சி இந்த உடற்கூறு பற்றிய வர்ணனையில் அவளது உடல்ரீதியான வளர்ச்சியின் ஒவ்வொரு அம்சமும் ஆணின் நன்மைக்காகவே ஏற்பட்டது. அவளுடைய சொந்த நன்மைக்காக அல்ல. அவனுக்காக அவள் புணர்ச்சிப் பரவச நிலையை அடைந்தாள். ஒரு நாளின் முடிவில் வேட்டையாடிக் களைத்து வந்தவனுக்கு தனக்கு இறைச்சியை வழங்குபவனுக்கு நன்கு உரித்தான வெகுமதியாக இது அமைந்தது. 'எனவே பெண்ணின் புதுப்புனைவு தொடர்ந்து நடைபெற்றது' என்று ஆர்ட்ரே களிப்படை கிறார். ஆண் மகன்களைப் படைத்திருக்கக்கூடும், பெண்ணின் அவா அவனை புத்துணர்ச்சி அடையச் செய்யும்[24] தனது பரிணாம வளர்ச்சி அவதாரங்களின் கடைசியில் வேட்டைக்கார ஆண் இப்பொழுது புணர்ச்சி வீரனாகிறான், பருவ எழுச்சிமிக்க மனிதக் குரங்காகத் திகழ்கிறான், அதே பொழுதில் பெண், ஆண்டின் 365 நாட்களும் ஆணுக்கு இணங்குகிற விட்டுக் கொடுக்கிறவளாகத் திகழ்கிறாள், மார்பகங்களுடனும், பெண் குறி உறுப்புடனும் தனது புதிதாகக் கண்டறியப்பட்ட விளையாட்டு களை வெளிக்காட்டுவதற்கு ஆணின் வரவை ஆவலுடன் எதிர்நோக்கு கிறாள்.

பெண்ணின் மையமான பாத்திரம் பற்றிய ஏராளமான விஞ்ஞான ஆதாரங்களிலிருந்தான அனைத்து சான்றுகளின் வெளிச்சத்தில் வேட்டைக்கார மனிதன் என்ற கட்டுக்கதை தொடர்ந்து ஆதிக்கம் செலுத்தி வந்துள்ளதை நாம் எவ்வாறு விளக்குவது?

மனித இனத்தின் தோற்றுவாய்கள் குறித்த சார்லஸ் டார்வினின் கருத்தமைப்பில் இத்தகைய பிறவி எதுவும் இல்லை - அவர் கருத்துப்படியான ஆதிமனிதன் ஒரு சமூகப் பிராணியாக குலத்தின் கூட்டுக் குழுவினுள் செயல்புரிந்து வந்தான், அவ்வாறில்லாமல் அவன் உயிர் வாழ்ந்திருக்க முடியாது. ஆனால் தாமஸ் ஹக்ஸ்லி, ஹெர்பர்ட் ஸ்பென்சர் போன்ற பிற்கால டார்வினியவாதிகள், (கிறிஸ்துவ சமுதாயம் முழுவதும் மிகப் பெரும் முட்டாள் கூட்டம் என்று கார்லைல் கருதுகிறார்) உயிர் மீண்டு வாழ்வதற்கான பரிணாம வளர்ச்சிப் போராட்டத்தை மரபு உறுதிப்படுத்தும் நுட்ப அணுக்களுக்கு இடையிலானதாக அல்ல, மாறாகத் தனி நபர்களுக்கு இடையில் நடைபெற்று வந்த போராட்டமாக மறு வியாக்கியானம் செய்தனர். 1925 வாக்கில், அறிஞர்கள் இந்தக் கருத்தை உண்மையென்று கருதி வந்தனர். லண்டன் பல்கலைக்கழகத்தின் பேராசிரியர் கார்வெத் ரீட். ஆதிமனிதனை அவனுடைய ஓநாய்த்தனமான காட்டுமிராண்டித் தனத்தை முன்னிட்டு, லைகோபிதெகு என்று மறுபெயரிட்டு அழைக்க வேண்டும் என்று உணர்ச்சிவசப்பட்டுக் கூறினார். மற்றொரு உடல்

சிலிர்க்கச் செய்யும் எழுத்தாளரான தென் ஆப்பிரிக்க பேராசிரியர் ரேமண்ட் டார்ட் இந்த யோசனையை உற்சாகத்துடன் வரவேற்றார்.

மனிதனின் முன்னோர்கள் உறுதியான கொலையாளிகளாக இருப்பதில் தற்போது உயிர் வாழும் மனிதக் குரங்குகளிலிருந்து வேறு படுகிறார்கள். உயிர்வாழும் வேட்டைப் பிராணிகளை பலாத்காரமாகப் பற்றிக் கொண்ட மாமிசபட்சணிகள் அவற்றை அடித்து நொறுக்கிக் கொன்றன. அவற்றின் சிதைந்த உடல்களைத் துண்டு துண்டாகக் கிழித்தன. அங்கம் அங்கமாக உருக்குலைத்தன. அவற்றின் பச்சை ரத்தத்தைக் குடித்து தம் பெரும் தாகத்தைத் தணித்துக் கொண்டன. பேராசையுடன் அவற்றின் மாமிசத்தை விழுங்கின.[25]

இது, வேட்டையாடும் ஆண் என்ற கருத்தினை வெட்ட வெளிச்ச மாக்குகிறது. பலாத்காரம், அழிவு என்ற ஆணின் புனைவுகளுக்குத் தீனி போடுகிற ஊக்குவிக்கின்ற பிற பல கூறுகளை வெளிப்படுத்து கிறது. 'நாம் கொலைகாரனின் குழந்தைகள்' என்று ஆர்ட்ரே இரைச்சலிட்டார். மனிதன் ஒரு கொள்ளைக்காரன், ஓர் ஆயுதத்தைக் கொண்டு கொலை செய்வதே அவனுடைய இயல்பான உள்ளுணர் வாகும். கொன்ராட் போரென்ஸிலிருந்து அந்தோணி ஸ்டோர் வரையில் பல ஆண்கள் இந்த ஒன்றை வைத்து தப்பித்துக் கொள்கின்றனர். 'நாம் (நாம் என்றால் யார்?) உலகில் என்றுமே தோன்றியிராத மிகவும் கொடிய மிகவும் ஈவிரக்கமற்ற உயிர் ஜீவிகளாகும்'[26] எச்.ஜி. வெல்ஸ் இவ்வாறு எழுதினார். மனிதனின் இயல்பான வலுத்தாக்குதல் தொடுக்கும் தன்மை, தன்னைச் சுற்றியுள்ளோரைப் பெண்கள், சிறுவர்கள், சிறுமிகள் தனக்குக் கீழ்ப்படியும்படியாக அடக்குவதில் இயல்பான வடிகாலைக் கண்டது, 'எல்லோரும் வயதான ஆணைக் கண்டு பயப்படுகிறார்கள்.' வேட்டைக்காரர்களின் வாழ்க்கையில், ஆதிக்கம் செலுத்துவது கவலையற்ற காட்டு வாழ்க்கையிலும் ஒரு புரட்சிகரமான சமூகத் தேவையாகும். அன்றாடம் உயிர் வாழ்வதற்கான ஏற்பாடாகும்[27] என்று ஆர்ட்ரே கருதினார். இவ்வாறு மனிதனுடைய வேட்டையாடும் மரபு வரிசையானது, ஆணின் வலுத்தாக்குதல் தன்மையின் ஒவ்வொரு செயலையும், தொழிலில் தகிடுதத்தம் செய்வதிலிருந்து மனைவியை அடித்து நொறுக்குதல், கற்பழித்தல் வரையில் நியாயப்படுத்துவதற்குப் பயன்படுத்த முடியும். அதே பொழுதில், ஆரம்பகால எஜமானத்துவம் புரியும் மனிதன் 'ஆதிக்கம் செய்வதற்குரிய உரிமை' அவனுடைய பின் சந்ததிகளுக்கு கைவிடப்பட முடியாத ஒன்றாகியது.

உண்மையில், வேட்டைக்கார மனிதன் தொடங்கப்படாத, விளக்கப்பட முடியாத, ஆதிக்கம் செய்வதற்கும் அழிப்பதற்கும் இயல்பாகவே உள்ளுணர்வு கொண்டிருப்பது பற்றி எத்தகைய தற்புகழ்ச்சி பிரமையும், நவீனகால மனித சமுதாயத்தில் அனேகமாக எந்த அம்சமும் இல்லை. தலைமுறை தலைமுறையான அறிஞர்கள் அவனையும் அவனுடைய நண்பர்களையும் புகழ்ந்து வெற்றிப் பாடல் புனைவதில் தமது மரியாதைக்குரிய குரல்களையும் இணைத்துள்ளனர். ‘நமது நுண்ணறிவு, நலன்கள், உணர்ச்சிகள் மற்றும் அடிப்படையான சமூக வாழ்க்கை - ஆகிய இவை யாவற்றுக்கும் கடந்த காலத்தில் வேட்டைக்காரர்களுக்கு நாம் கடமைப்பட்டுள்ளோம்’ என்று அமெரிக்கப் பேராசிரியர்கள் வாஷ்பர்னும் லங்காஸ்டரும் முணுமுணுத்துள்ளனர். வேட்டைக்கார மனிதன் இவையாவற்றையும் கொண்டிருக்கவில்லை என்பதை எடுத்துக் கூறத் தேவையில்லை. வேட்டையாடுவது பற்றிய ஊகத்தை ஆர்ட்ரேயின் முனைப்பான கற்பனை என்றும் ‘மனித இன வரலாற்றாய்வாளர்களுக்கு மன உளைச்சலை ஏற்படுத்துவதாகும்’ என்றும் டொனால்டு ஜான்சன் வர்ணித்துள்ளார். வாழ்க்கைத் தொழில் வட்டாரங்களில் இப்பொழுது இத்தத்துவம் முழுவதும் திருத்தலுக்கும் ஏளனத்திற்கும் இடைப்பட்ட குப்பைத் தொட்டியில் கொட்டப்பட்டுவிட்டது. ‘ஒரு காலத்தில் அத்தத்துவத்தை நான் நம்பிவிட்டதற்காக இன்னும் வருந்துகிறேன்’[28] என்று ஒத்துக்கொண்ட அறிஞர், டாக்டர் ஜான் நிக்கல்ஸன் உளவியல் நிபுணர் மட்டுமல்ல.

ஆனால் ஒரு காலத்தில் பொது ஜன நம்பிக்கை என்ற மாபெரும் பரந்த வெளிகளில் கொடிகட்டிப் பறந்த வேட்டைக்கார மனிதன் பணிந்து வர முடியாத ஒரு முரடான வேட்டை விலங்காக இருந்திருக்கிறான். ஆயிரமாயிரம் ஆண்டுகளாக தலைமுறை தலைமுறையாக அவன் முற்றிலும் தனியாகவே பயணம் செய்து வந்துள்ளான் என்பதை யாரும் கண்டு கொண்டதாகத் தெரியவில்லை. ஏனெனில் இந்த வரலாற்றில் பெண்ணை எங்கும் காணவில்லை. அவளுடைய பாலின உறுப்பு வளரத் தொடங்கியிருந்தது என்பது ஒரு புறமிருக்க, ஆதிகாலப் பெண், ‘பரிணாம வளர்ச்சி வாய்ப்பு வளம் முற்றாகக் காணத் தவறப்பட்டுள்ளது. பரிணாம வளர்ச்சி அடைந்து வந்த ஆணின் உடலின் அளவு அதிகரித்தது. தசைகளின் வலிமையும், வேகமும் அதிகரித்தன. அவனுடைய கூர்மதியும், கற்பனை சக்தியும், அறிவும்கூட அதிகரித்தன. இவையாவற்றிலும் பெண்ணுக்குப் பங்கே இருக்கவில்லை.’[29] என்று ஒரு பிரபல பிரெஞ்சுப் பேரறிவாளர் விளம்பினார். உலகெங்கும் எண்ணற்ற பிற வரலாற்றாசிரியர்களும்,

மனித இன வரலாற்றாய்வாளர்களும், தொல் பொருளாய்வாளர் களும், உயிரியலாளர்களும் இதே கூற்றை வெவ்வேறு முறைகளில் கூறியுள்ளனர். மனித இனம் முழுமைக்கும் ஆண்மகனே, தனியாக இந்த வளர்ச்சி நடவடிக்கைகள் யாவற்றையும் நடத்தியதாகத் தோன்றுகிறது. அதே பொழுதில் ஆதிகாலத்துப் பெண், செயலற்று, ஆண் மகனைச் சார்ந்திருந்தாள். வீட்டையே சுற்றிச் சுற்றி வந்தாள்.

இருந்தபோதிலும், ஆதிகாலப் பெண்ணின் சாதனையைக் கொண்டாடி வேட்டையாடும் மனிதன் பற்றிய கட்டுக் கதையில் அடங்கியுள்ள புகழ்பாடும் புனைவுகளை நிராகரிக்கும் போது அவளுடைய வரலாற்று ரீதியான சாதனைகள் மறுக்கப்படுவதற்கு மாற்றாக, அவளுடைய மெய்யான நடவடிக்கைகளை மறுக்காதிருப்பது அத்தியாவசியமாகும். சந்ததிகள் உயிர்வாழ்வதில் மனிதனின் பங்கு கூடுதல் மாமூலானதும் கூடுதல் இயல்பானதுமாகும். தொடக்ககால மனித வாழ்வின் சாராம்சத்தில் கூட்டுறவுத் தன்மை மீண்டும் வலியுறுத்தப்படும்போது முரண்புதிரான முறையில் கூடுதல் பாராட்டத்தக்கதாகும்.

வேட்டையாடுதல் ஒரு மொத்தமான குழுவின் நடவடிக்கை தனிப்பட்ட ஒருவரின் வீரசாகஸமல்ல

'வெற்றிகரமான வேட்டைக்கு, குறிப்பாக, மந்தை மந்தையாகப் பிரயாணம் செய்யும் பனிப்பிரதேச கலைமான்கள், குதிரைகள், கம்பளி யானை, பைசன் (காட்டெருமை), உரோமம் நிறைந்த காண்டாமிருகம் போன்றவற்றை வெற்றிகரமாக வேட்டையாடுவதற்குக் குழுவாகச் சென்று ஒத்துழைத்துச் செயல்படுவது அவசியமாக இருந்தது[30] என்று மைரா ஷேக்லி விளக்குகிறார். இன்றுவரையிலும் வேட்டையாடும் சமுதாயங்களின் எல்லா உறுப்பினர்களும் - பெண்களும் குழந்தைகளும் உள்ளிட்டு இயல்பாகவே வேட்டையாடுதல் அடித்து நொறுக்கும் நடவடிக்கைகளில் ஒன்றுபட்டுச் செயல்பட்டனர். பெண்கள் அவர்களின் சொந்த உரிமையாகவே கூட, சிறிய, மெதுவாகச் செல்லும் அல்லது பயத்துக்கு இடமற்ற பிராணிகளை வேட்டையாடி வந்தனர் என்பது நீண்ட காலமாகத் தெரிந்த விஷயமாகும். கனடாவில் ஹட்ஸன் விரிகுடா கம்பெனியைச் சேர்ந்த ஒரு பதினெட்டாம் நூற்றாண்டைய வர்த்தகர் மத்திய குளிர்காலப் பனிமூடிய பகுதியில் ஓர் எஸ்கிமோ பெண், தன் சொந்த வேட்டையின் மூலமும் பொறிவைத்துப் பிராணிகளை சிக்கவைத்துப் பிடிப்பதன் மூலமும் 1000 மைல் சுற்று வட்டத்தில் எங்கும் பாழ்நிலமாக இருந்த நிலையில்[31] ஏழு மாதங்கள் உயிர் வாழ்ந்திருக்கிறாள் என்பதைக் கண்டுபிடித்தார்.

வேட்டையாடுதல் போராடுவதைக் குறிக்கவில்லை

அதற்கு மாறாக குழு ஒழுங்கமைப்பின் முழு நோக்கம் ஆதிகால மனிதன் தனது இரையை நேராக எதிர்ப்படுவதையும் எதிர்த்து சண்டையிடுவதையும் இல்லாமல் செய்வதை உறுதிப்படுத்துவதே யாகும். ஆதிகால மனிதர்கள் இதைத் தவிர்ப்பதற்கு ஒன்றாகச் செயல்பட்டனர். பிராணிகளை செங்குத்தான பாறைகளின் மீது துரத்தி அவை மாண்டு போகச் செய்தனர் (சொல்யூடர் என்ற பழைய கற்காலப் பகுதியில் நிச்சயமாக இவ்வாறு ஏற்பட்டது) அல்லது நெருப்பைப் பயன்படுத்தி அவற்றை சதுப்புநிலத்தில் நெருக்கியடிக்கச் செய்தனர் (டோரல்பாவிலும் அம்ப்ரோனாவிலும் இந்த வழி முறை பயன் படுத்தப்பட்டது)[32] என்று ஷேக்லி எடுத்துக் காட்டினார். பிரான்சின் டோர்டோக்னே பிராந்தியத்தின் குரோ-மக்னான் குகை ஓவியங்கள் ஒரு பெரிய காட்டு யானை ஒரு குழியில் கழுவில் ஏற்றப்பட்டுள்ளதை முனைப்பாக சித்திரிக்கின்றன. இது உலகம் முழுவதிலும் கடைப் பிடிக்கப்பட்ட ஒரு நடைமுறையாகும். இந்த முறையிலான வேட்டையாடுதலில் கொல்லுதல் அடங்கியிருக்கவில்லை. ஏனெனில் குழியில் தள்ளப்பட்ட அந்த விலங்கு தானாக மடிவதற்கு விடப்படு கிறது. பெரும்பாலான வேட்டையாடும் வடிவங்களில் உண்மையில் நேரடியான வலுத்தாக்குதலோ, தனிப்பட்ட முறையில் தாக்குவதோ, அல்லது சாகின்றவரை போராடுவதோ அடங்கியிருக்கவில்லை. மாறாக கடலாமைகள் போன்ற மெதுவாகச் செல்லும் பிராணிகள் காயமடைந்த அல்லது நோயுற்ற பிராணிகள், பிரசவிக்கும் தருணத்திலுள்ள பெண் விலங்குகள், அல்லது பிற கொடிய மிருகங்களால் கொல்லப்பட்டு விட்டுச் செல்லப்பட்ட விலங்குகளின் உடலம் ஆகியவற்றை இரையாகக் கொள்கின்றன.

வேட்டையின் போதும் வேட்டைக்கு முன்னும் பின்னும் ஒருவரையொருவர் திறமைகளை சார்ந்து நின்றனர்.

மனித இன வரலாற்று ஆராய்ச்சியாளர் கான்ஸ்டபிள், சைபீரியாவின் கற்கால யுகாகிர் சமூகத்தினரை உதாரணமாகக் காட்டுகிறார். அந்த இனத்தைச் சேர்ந்த ஆண்கள் ஒரு முன்னணிக் குழுவாகத் தங்களை அமைத்துக் கொண்டு, இரைபிடிப்பதற்காக அமைக்கப்பட்டுள்ள பொறிகளைப் பார்வையிடுவதற்குச் செல்கின்றனர். அதே பொழுதில் பின்னால் வரும் பெண்கள், பொறிகளில் வீழ்ந்து மாண்டு போயுள்ள விலங்குகளின் பிணங்களை வெட்டித் துண்டு துண்டாக்கித் தாங்கள் வாழும் இடங்களுக்கு அவற்றை எடுத்துச் செல்வதில் ஈடுபட்டனர்.[33] உணவுக்கும் ஆடைகளுக்கும், தங்குமிடத் திற்கும் எலும்பிலான கருவிகளுக்கும் மணிகளாலான ஆபரணங் களுக்கும் இவற்றில் பெரும்பாலானவற்றைப் பெண்கள் தயார்

செய்தார்கள்- பிணங்களைத் துண்டு துண்டாக்குவதில் அவர்களுக்கு நிலையான ஆர்வம் இருந்தது. மைராஷேக்லே இவ்வாறு நமக்கு நினைவூட்டு கிறார்.

> உணவாக அவை பயன்படுத்தப்படுவது தவிர, அவற்றின் தோல்களுக்காகவும் எலும்புகள் மற்றும் தசை நார்களுக்காகவும் பிராணிகள் வேட்டையாடப்பட்டன. அவை, ஆடைகள், கூடாரங்கள், பொறிகள் மற்றும் அன்றாட வாழ்க்கையின் எண்ணற்ற காரியங்களுக்கு உபயோகப்பட்டன. பொருத்தமான தோல்கள் காய வைக்கப்பட்டு, பிராணிக் கொழுப்புகளினால் பதப்படுத்தப் பட்டு, மென்மைப் படுத்தப்பட்டிருக்கும். தோல்களைக் கற்கருவிகளைக் கொண்டு வெட்டி ஆடைகளைத் தைக்க முடியும். ஒரு கற்கருவியினாலோ அல்லது எலும்பினாலான குத்தூசியால் துளையிடப்பட்ட துவாரங்களின் வழியாகத் தசைநார்களை செலுத்திப் பின்னலிட்டு ஆடைகளை உருவாக்க முடியும்... ஆரம்ப கால நீண்ட தலையைக் கொண்ட நியாண்டெர்தால் மனித இனத்தின் காலத்திய ஆடைகள், பல ஓவியர்கள் வரைந்துள்ளது போன்று அவ்வளவு புராதனமானவை என்று கருதுவதற்கு ஆதாரமேயில்லை... நெகர் பாலைவனத்தில் மௌஸ்டீரியன் வாசஸ்தலங்களில் கண்டுபிடிக்கப்பட்ட நெருப்புக் கோழியின் மேலோடுகளின் மீதமிச்சங்கள், நியாண்டர் தால் மனிதர்கள் அவற்றை - இன்றைய புதர்மனிதர்கள் செய்வது போன்று - தண்ணீர் வைத்துக் கொள்வதற்கான பாத்திரங்களாக உபயோகித்தனர் என்று தெரிவிக்கின்றன. அவற்றின் அயற்பண்புடைய இறகுகள் எவ்வாறு பயன்படுத்தப்பட்டன? இதுபற்றி ஊகங் கொள்ளவே தேவையில்லை. ஏனெனில், தனிப்பட்ட மனிதனை அழகுபடுத்திய சாதனங்கள் குறித்துப் போதிய புதைபொருள் சான்றுகள் இல்லாததால், இது குறித்துக் கவனம் செலுத்தப் படவில்லை.[34]

வேட்டையாடிய மனிதன், அப்பொழுது ஓர் அச்சமற்ற தனிப்பட்ட வலுத்தாக்குதல்காரனாக, ஆயிரம் உயிர்க்கொலை வீரனாக இருக்கவில்லை. மனிதனுடைய ஆக்கிரமிப்புத் தன்மையின் ஒரே ஒரு, முறையான, தவிர்க்க முடியாத தேவை பாதுகாவலன் என்ற வகையில் தேவைப்பட்டதேயாகும். குழந்தைப் பராமரிப்பும், குழுப் பாதுகாப்பும் மட்டுமே ஆதிகால அல்லது பண்டைக்காலக் குழுக்களில் எப்போதும் இருந்து வந்த பாலினவாரியான உழைப்புப் பிரிவினைகளாகும். ஆரம்பகால மனிதர்கள் சண்டையிட்டபோது அல்லது கொன்றபோது, அவர்கள் அதை விளையாட்டுக்கோ, வீர சாகசத்திற்கோ அல்லது களியாட்டத்திற்காகவோ செய்யவில்லை. மாறாக, மிகுந்த அச்சத்தின் விளைவாக உயிருக்கு ஆபத்தேற்படும் தாக்குதலின் கீழ் செய்யப்

பட்டதாகும். பிழைத்து உயிர் வாழ்வதற்காக நடத்திய போராட்ட மாகும்.

குழுப்பாதுகாப்பானது மனிதனது வேலையில் மிகவும் முக்கிய மான ஒரு பாகமாக இருந்ததினால், உணர்ச்சிபூர்வமான உழைப்பு, ஏற்றுக்கொள்ளப்பட்ட பாலின ரீதியாகப் பிரிவினை செய்யப்பட்டி ருந்ததைக் கேள்வி கேட்பது அத்தியாவசியமாகும். இதில் அனைத்து மென்மையான, மற்றும் பராமரிப்பு உணர்ச்சிகள் எல்லாம் பெண்களைச் சார்ந்ததாகக் காணப்பட்டது. ஆண்கள் கூடாரத்தின் முன் மூட்டப்பட்டுள்ள தீ வட்டத்திற்கு அப்பால் விடப்பட்டார்கள். போராடுவது அல்லது புணர்வது இவற்றுக்கான பெரிய உருவம் கொண்ட உரோமங்கள் அடர்ந்த காட்டுமிராண்டிகளாக அவர்கள் இருந்தனர். யதார்த்தத்தில் ஆரம்பகால ஆண்கள், ஆரம்ப காலப் பெண்களைப் போன்றே, மற்றவர்களிடம் எவ்வாறு அன்பு செலுத்துவது என்பதை அவர்கள் கற்றுக்கொண்டபோதுதான் மனிதத் தன்மை உடையவர்களாயினர். தற்போதைய ஈராக்கின் ஷானிடர் குகைகளில் கண்டுபிடிக்கப்பட்ட ஓர் எலும்புக்கூடு ஒரு சுவையான செய்தியை (வரலாற்றை)க் கூறுவதாக மனித இன வரலாற்றியலாளர் ஜான் ஸ்டீவர்ட் கூறுகிறார்.

அந்த மனிதன்... வலதுகை செயலிழந்ததன் விளைவாக முடமாகியிருந்தான். முழங்கைக்கு மேலே அந்தக் கை அவன் உயிருடனிருக்கும்போதே துண்டிக்கப்பட்டிருந்தது. அவன் வயதானவனாக இருந்தான். ஒருவேளை, நியாண்டெர்தால் ஆண்டுகளில் நாற்பது இருக்கும், அதாவது இன்றையக் கணக்கில் எண்பதுக்குச் சமமாக இருக்கக்கூடும். மேலும் அவன் மூட்டு வீக்கம் நோயாலும் பாதிக்கப்பட்டிருந்தான். அவனுடைய இடது கண் பார்வையற்றதாகவும் இருந்தது. முகத்தின் இடது பக்கத்தில் எலும்பு வடுவுடன் கூடிய இழைமம் இதைக் காட்டியது. அத்தகைய ஊனமுற்றிருந்த ஒருவனுக்கு அவனுடைய கூட்டாளிகள் பெரிய அளவுக்கு உதவி செய்திருக்க வேண்டும் என்பது வெளிப்படை... சமுதாயத்தின் தொழில் நுட்பரீதியில் உபயோக மற்ற ஓர் உறுப்பினருக்கு ஆதரவு அளிப்பதற்கு அவனுடைய குடும்பம் மனத் திண்மையும், திறமையும் பெற்றிருந்த உண்மையானது அவர்களின் உயர்வளர்ச்சியடைந்த சமூக உணர்வைக் காட்டுகிறது.[35]

காட்டுமிராண்டித்தனமாக வருங்காலத்தினுள் தாவி முன்னேறி வந்த வேட்டைக்கார மனிதனுக்கு என்ன ஆயிற்று?[36] அவன் ஒரு மெய்யான மனிதப் பிறவியாக மாறத் தொடங்கி வரவில்லையா?

இதனால், வரலாற்றுக்கு முந்தியகாலப் பெண்கள் பலாத்காரத் திற்கு கொல்லப்படுவது உள்ளிட்டு - உட்படுத்தப்படவில்லை என்று

பொருளல்ல, 1,50,000க்கும் 2,00,000 ஆண்டுகளுக்கு முன்னால், ஜெர்மனியில் எஹ்ரிங்ஸ்டோர்ஃப் என்ற இடத்தில் மிருகத்தனமான முறையில் ஒரு பெண் கொல்லப்பட்டிருந்தது கண்டுபிடிக்கப்பட்டது. அவள் ஆதிகாலத்து நியாண்டெர்தால் இனப் பெண். அவள் ஒரு கல்-கோடரியால் தாக்கப்பட்டுக் கொல்லப்பட்டிருந்தாள். கொல்லப் பட்டதற்குப் பின், அவளுடைய தலை உடம்பிலிருந்து துண்டிக்கப் பட்டிருந்தது. மூளையைத் தனியாக எடுப்பதற்காக அவளுடைய மண்டையோட்டின் அடிப்பாகம் உடைத்துத் திறக்கப்பட்டிருந்தது. அதே சமயத்தில் இறந்த ஒரு பத்து வயதுக் குழந்தையின் மீதமிச்சங்கள் அருகில் கிடந்தன.[37]

வரலாற்றுக்கு முந்திய காலத்தில் பாலினரீதியான பலாத்காரமும் நடைபெறாமல் இருக்கவில்லை. பேஸஸ்-பிரனீஸ் பிரதேசத்தில் உள்ள இஸ்டூரிட்ஸ் என்ற இடத்தில் கண்டுபிடிக்கப்பட்ட ஒரு கத்தி வடிவத்திலான ஓர் அசாதாரண எலும்புச் சிற்பம் ஓர் ஈட்டியால் குத்தப்பட்ட ஒரு காட்டெருமை, தனது மரண வேதனையில் புரண்டு அல்லற்படும் நிலைமையில் ரத்தத்தை வாந்தியெடுப்பதை சித்திரிக்கிறது. அந்தக் கத்தியின் மறுபக்கத்தில் இது போன்றே ஈட்டியால் குத்தப்பட்ட ஒரு பெண் தனது கைகளாலும் முழங்கால் களாலும் ஊர்ந்து முன் செல்வதையும் அதே பொழுதில் ஓர் ஆண் உருவம் சிற்றின்ப நோக்கத்துடன் அந்தப் பெண்ணின் பின்னால் பதுங்கி வருகிறது. அந்தப் பெண்ணின் மார்பகங்கள் தொங்குவதும், அவளுடைய அடிவயிறு புடைத்துக் காணப்படுவதும் அவள் கருவுற்றிருப்பதைக் காட்டியபோதிலும் அந்த ஆண் பின்புறத்திலிருந்து அந்தப் பெண்ணைப் புணரும் நோக்கத்துடனிருப்பதை அந்தச் சிற்பம் காட்டுகிறது. உடலுறவு கொள்ளுவதற்கு முன்னால் சிற்றின்ப வேட்கை கொள்ளும் ஆதிகால மனிதனின் கருத்தைப் பற்றி இயல்பு மீறிய விளக்கந்தரும் பிரெஞ்சு மனித இன வரலாற்று ஆய்வாளர் ஜி.எச்.லுக்கே, இந்த கோரமான பொருளை ஒரு காதல் தாயத்து[38] என்று வியாக்கியானம் செய்கிறார்.

ஆனால், ஒரு நவீன கால குறிப்பாக மேலைய விமர்சகர் எதிர்பார்க்கக்கூடியதைக் காட்டிலும் ஆதிகால சமூகங்களின் பெண்கள் பல சந்தர்ப்பங்களில் மிக மிகக் குறைவான அளவே அடிமைப் படுத்தப்பட்டிருந்தனர் என்பது ஆர்வமூட்டுவதாகும். அவர்களது ஆண்களின் வேட்டைகளுக்கும் தேவைகளுக்கும் முன்னே மனம் முறிந்து போன அடிமைகளாக இருப்பதற்கு நேர்மாறாக ஆரம்ப கால சமூகங்களின் பெண்கள், கூடுதல் முன்னேறிய சமூகங்களில் உள்ள அவர்களது பல பெண் சந்ததிகளைக் காட்டிலும் மேம்பட்ட சுதந்திரம், அந்தஸ்து, மற்றும் முக்கியத்துவத்திற்கான வாய்ப்பைப் பெற்றிருந்தனர். தமது சுற்றுச் சூழலுடனான குலத்தின் உறவின் தன்மையில்தான் இதனுடைய திறவுகோல் அடங்கியுள்ளது. வாழ்க்கையே ஒரு

போராட்டமாகவும், உயிர் மீண்டு வாழ்வது அன்றாட நிகழ்ச்சி நிரலாக இருக்குமிடத்தில் பெண்களின் சமத்துவம் மிகவும் முனைப்பாக இருக்கிறது. இந்தக் கலாசாரங்களில் பெண்கள் அடங்கி ஒடுக்கப்பட முடியாத, அல்லது செயலற்றுப் போகச் செய்யமுடியாத அளவுக்கு மிகவும் ஜீவாதாரமான பங்காற்றுகிறார்கள். அவர்களது அறிவும் அனுபவமும் குலத்தில் போற்றிப் பேணப்படும் வாய்ப்பு வளமாகும். பிரதான உணவு வழங்குபவர்கள் என்ற முறையில் உயிர் வாழ்வதற்குள்ள ரகசியத்தைத் தம்மகத்தே கொண்டுள்ள பெண்கள் சுதந்திரத்தையும், அதிகாரத்தையும், அந்தஸ்தையும் பெற்றிருந்தார்கள். தங்களுக்கு இவையெல்லாம் உண்டு என்பதையும் அறிந்திருந்தார்கள்.

ஆண்கள் வேட்டையாடுபவர்களாகவும் உணவு சேகரிப்பாளர்களாகவும் இருந்த சமுதாயங்களில் அவர்கள் பெண்களது உழைப்பின் மீது ஆதிக்கம் செலுத்தவில்லை. அதை அவர்கள் சுரண்டவும் இல்லை. தம்மால் சேகரிக்கப்பட்ட உணவை அவர்களே சுவீகரித்துக் கொள்ளவோ, அல்லது அதன் மீது கட்டுப்பாடு செலுத்தவோ இல்லை. அது தங்கு தடையின்றி எடுத்துச் செல்லப்படுவதையும் அவர்கள் தடுக்கவில்லை. பெண்களின் உடம்புகளின் மீதோ அல்லது தமது குழந்தைகளின் உடம்புகளின் மீதோ அவர்கள் அரிதாகவே கட்டுப்பாட்டைக் கொண்டிருந்தனர். அல்லது எவ்விதக் கட்டுப்பாட்டையும் கொண்டிருக்கவில்லை. பெண்களின் கன்னித் தன்மை அல்லது கற்பு குறித்து மூட பக்தி கொண்டிருக்கவில்லை, பெண்கள் கற்புடனிருக்கவேண்டுமென்பது குறித்து எத்தகைய கோரிக்கைகளும் முன்வைக்கவில்லை. குழுவின் பொதுஅறிவு ஆண்களுக்கு மட்டும் உரித்தானதாகத் தனிப்படுத்தி வைக்கப்படவில்லை. அது போன்றே, பெண்களின் படைப்புத்திறன் ஒடுக்கப்படவோ அல்லது மறுக்கப்படவோ இல்லை. இந்த ஆதிகாலத்துப் பெண்களின் இன்றைய நாகரிகமான சகோதரிகள், பெண்களின் இந்த அடிப்படையான உரிமைகளின் கணிசமான தொகுப்பு குறித்து நியாயமாகவே ஆர்வங்கொள்ள முடியும்.

இவைமட்டுமல்ல பெண்கள் அறிவுரை கூறுபவர்கள் விவேகம் மிகுந்தவர்கள், தலைவர்கள், கதை சொல்லுபவர்கள், டாக்டர்கள், மந்திரவாதிகள், நீதிவழங்குவோர்- பாத்திரங்களையும்[39] மேற்கொள்ள முடியும் என்பதை தற்போதிருந்து வரும் கற்காலக் கலாசாரங்களின் சான்றுகள் ஐயத்திற்கிடமின்றிக் காட்டுகின்றன. இதற்கும் மேலாக, அவர்கள் பெண்ணின் விசேஷ மாயவித்தையை அடிப்படையாகக் கொண்ட கருவளம், குழந்தையைப் பிறப்பித்தல் ஆகியவை சம்பந்தமான அதன் விளைவுகள் அனைத்துடனும் - தமது சொந்த தன்னிகரற்ற சக்தியை ஒரு போதும் இழக்க விடுவதில்லை. குலத்தினுள் பெண்கள் என்ற முறையில் பெண்களின் விசேஷத் தகுதியை வரலாற்றுக்கு முந்திய அனைத்து சான்றுகளும் ஊர்ஜிதம் செய்கின்றன. பெண்கள்

மதச் சடங்குகளை ஆற்றுவது பற்றிய எண்ணற்ற காட்சிகளில் தான் சௌமெய்டாக் என்ற இடத்திலுள்ள தாஸிலி என் 'ஆஜ்ஜெர்' என்ற ஒரு கற்பாறை ஓவியம் இரண்டு பெண்கள் கழுத்திலும் கைகளிலும் ஆபரணங்களையும் மணிகள் கோர்க்கப்பட்ட தலையணிகளையும் அணிந்து கொண்டு வெள்ளாட்டு மந்தை ஒன்றின் நடுவில் விழாக் கோலமாக நடனமாடுவதைக் காட்டுகிறது. அதேபொழுதில், தென் ஆப்பிரிக்க ட்ராகென்ஸ் பர்க் மலைக் குகையில் 'வெள்ளைப் பெருமாட்டி' என்றழைக்கப்படும் ஒரு மிகவும் பெயர்பெற்ற வரலாற்றுக்கு முந்தியகால ஓவியத்தில் பெண்களின் தலைமையில் பெண்களும் ஆண்களும் ஒரு பூர்வகுடி மரபுச் சடங்கு நடனம் ஆடுவது காணப்படு கிறது.[40]

எனவே தொடக்க காலத்தில் முதற்பெண்ணிலிருந்தே பெண்களின் பாத்திரம் விரிவானதாக இருந்துள்ளது. மானிட இனப் பரிணாம வளர்ச்சிக்கு அவர்களது பங்களிப்பானது என்றுமே ஏற்றுக்கொள்ளப் பட்டதைக் காட்டிலும் அதிக அளவிட முடியாதவாறு முக்கியத்துவம் வாய்ந்ததாக இருந்துள்ளது. ஆதிகாலப் பெண், அவளுடைய தாய், பாட்டி, சகோதரிகள், அத்தைமார்கள் ஆகியவர்களோடும் தனது வேட்டையாடும் ஆணின் சிறிய உதவியோடும் ஆதிகால மனிதன் தன்னைப் பிற்காலத்தில் மனிதனாக நினைப்பதற்கு உதவிய அனேகமாக யாவற்றையும் சாதித்திருக்கிறாள். மனிதனே இதை அங்கீகரித்திருப்பதற்கு எல்லா அடையாளங்களும் இருக்கின்றன. ஐரோப்பியர்கள் என்ற உணர்வு விழிப்படைந்ததிலிருந்து உலகின் மறுபக்கத்தில் தொன் முதிய 'கனவுக்காலப்' புனைவுகள் வரையிலும் உலகு தழுவிய படிமங்களில் பெண்தான் புனிதச் சடங்குகளில் ஆதிக்கம் வகிக்கிறாள். பூர்வகுடி வாழ்க்கையின் மிகவும் இரகசியமான புதிர்களுக்குக் காரணமாக இருக்கிறாள்.

ஏனெனில் தனது விளக்கப்படமுடியாத மாதவிடாய்களையும் புதிய உயிரைப் படைக்கும் சக்தியையும் கொண்டுள்ள பெண்தான் குலத்தின் மிகவும் புனிதமான புதிராக இருந்தாள். மிகவும் வியக்கத் தக்கவளாகவும், மிகவும் சக்தி வாய்ந்தவளாகவும் இருந்ததனால், பெண் ஆணைக் காட்டிலும் மேலானவளாக மனிதப் பிறவியைக் காட்டிலும் மேலானவளாக இருக்க வேண்டியிருந்தது. ஆதிகால மனிதன் உருவகரீதியில் சிந்திக்கத் தொடங்கியபோது, ஒரே ஒரு விளக்கம் மட்டுமே இருந்தது. பெண்தான் அடிப்படையான உருவம்-எல்லாவற்றைக் காட்டிலும் மிகவும் ஆற்றல்மிக்க முழுநிறைக்கூறாக இருந்தாள் - பெண் தெய்வமாக அதற்கு எவ்விதத்திலும் குறைவில்லாமல் இருந்தாள்.

அடிக்குறிப்புகள்

1. எலிஸபெத் கௌல்டு டேவிஸ், *முதல் பாலுறவு (1971)* பக்.34-35. 'ஒய்' என்ற ஆண் குரோமோசோமானது 'ஒரு பழுதடைந்த எக்ஸ் குரோமோசோமைத் தவிர வேறல்ல என்ற வாதம் ஒரு நீண்ட மரபுவரிசை உடையது' - ஃபிரான்சிஸ் ஸ்வைனி எழுதிய *பெண்களும் இயற்கை விதியும் (1912)* என்ற நூலைப் பார்க்கவும். நவீன காலத்தில், ஸ்கம்மானி ஃபெஸ்டோ (நியூயார்க், 1968) என்ற நூலில் வாலெரிஸோலானாஸும் மற்றும் கௌல்டு டேவிஸும் உறுதியாக இதை வாதிடுகின்றனர்: 'இந்தச் சிறிய, உருத்திரிந்த 'ஒய்'குரோமோசோமானது ஒரு பிறவிப் பிழையாகும்... ஆரம்பகால ஆண்கள், மரபு அணுக்களுக்கு ஏற்பட்ட சில பாதிப்பின் விளைவாக விசித்திரமான பிறவிகளாக இருந்தனர்...'

2. அமௌரி டி ரீயின்கோர்ட், *வரலாற்றில் பெண்களும் அதிகாரமும் (1974.* முதன்முதலில் 1983ல் ஆங்கிலத்தில் வெளியாயிற்று.) பக்.52

3. நிகெல் கால்டர், *டைம்ஸ்கேல் (1984)* பக்.10

4. 'மரபு அணு தொகுதி தாய்' பற்றிய விவரங்கள் லிசனர், 27.2.86 மற்றும் கார்டியன், 3-3-86 பத்திரிகைகளில் வெளிவந்துள்ளன.

5. ஆரம்பகால மனிதப் பிறவிகளின் வாழ்க்கைக்காலம் மிகவும் குறைவாயிருந்தது பற்றி, மரியன் லோவ் மற்றும் ரூத் ஹப்பார்டு எழுதிய *பெண்ணின் இயல்பு: அசமத்துவம் சீராக்கப்படுகிறது* என் நூலைக் காண்க(நியூயார்க், மற்றும் ஆக்ஸ்போர்டு, 1983) பக்.131.

6 ஜார்ஜ் பி.முர்டோக் *நமது ஆதிகால சம மனிதர்கள்* (நியூயார்க், 1934) *சமூகக் கட்டமைப்பு* (நியூயார்க், 1949) *உலகின் மனித இனமாதிரி*, அமெரிக்க மனிதவியலாளர் (1957) மனித இன மரபு உலகப்படச்சுவடி ஒரு தொகுப்பு, இனமரபு அமைப்பு 6, எண்.2 109-236 முர்டோக்கின் சொந்த நூல் ஜோஃப்ரீமேனின் பதிப்பில் விவாதிக்கப்படுகிறது. *பெண்கள்: ஒரு பெண்ணியவாதியின் பார்வை* (பாலோ ஆல்டோ, கலிபோர்னியா, 1979)பக். 94 வேட்டையாடும் ஆண் என்ற நூலில் ரிச்சர்ட் லீயின் படைப்பைப் பார்க்கவும். ஆர்.பி.லீ. இர்வென் டி வோர் பதிப்புகள் (1968) வேட்டையில் ஏற்படும் தோல்விகூட, போட்ஸ்வானாவின் குங் புதர் மனிதர்களை மூன்று அல்லது நான்கு வாரங்களில் ஒரு வாரத்திற்கு மேல் வேட்டையாடத் தூண்டுவதில்லை என்று எடுத்துக் காட்டினார். ஏனெனில் வேட்டையாடுதலானது அவர்களது கட்டுப்பாட்டுக்கு அப்பாற்பட்ட மாயவித்தைக்கு உட்பட்டதாக இருந்தது. அவர்களது எந்த அளவு முயற்சியும் துரதிருஷ்டமான நிலைமையை மாற்ற முடியாது என்றும் அவர்கள் நம்பினர். அவர்கள் வேட்டையாட மறுப்பது ஒரு மாதமோ அல்லது அதற்கு மேலாகவோ கூட நீடிக்க முடியும். இந்தக் கால கட்டத்தின் போது மற்றவர்களைக் காணச் செல்வது, களியாட்டம், குறிப்பாக நடனமாடுவது ஆண்களின் பிரதான வேலையாக இருந்தது. இந்தக் காலத்தில் பெண்கள் சென்று உணவு சேகரித்து வருவது மட்டுமே குலத்தை உயிருடன் இருக்கச் செய்தது.

7 பெண்களின் உணவு சேகரிக்கும் திறமையைப் *பெண்ணின் மரபு (1972)* என்ற நூலில் யெலெய்ன் மார்கன் விவரிக்கிறார். பக்.184 மிகவும் புகழ் பெற்ற வரலாற்றுக்கு முந்திய சவ அடக்கங்களில் வெளிப்படுத்தப்பட்ட தாவரவியல் மற்றும் சுற்றுச்சூழல் அறிவைப் பற்றிய வர்ணனைக்கு கால்டரின் 'ஷானிடரின் பூக்காரன்' நூலைப் பார்க்கவும். பக்.156. இந்த யாரும் அறியாத மெஸபடோமியன் சுமார் 60,000 ஆண்டுகளுக்கு முன்னால் ராக்வொர்ட் மற்றும் ஹோலிஹாக் போன்ற மலர்களாலான கல்லறையில் நல்லடக்கம் செய்யப் பட்டார். இந்தப் பூக்கள் எல்லாம் மருத்துவப் பண்புகளைக் கொண்டுள்ளதாக

அறியப்பட்டுள்ளது. இவையெல்லாம் இன்றுவரையில் பெண்களின் மரபான மருந்துகளாகப் பயன்படுத்தப்பட்டு வந்துள்ளன. பூக்களை சேகரிப்பவர்கள் ஆண்களாக இருந்திருக்கலாம் என்பது மெய்யே. ஆனால் வரலாற்றுக்கு முந்திய ஷானிடரில், பூமியிலுள்ள ஒரு துவாரத்திலிருந்து ஒரு ஹோலிஹாக் மலர் இருப்பதைப் பற்றிக் கூறக்கூடிய ஒரு மனிதன் இருந்ததைப் பற்றிப் பெருமைப்பட முடிந்ததென்றால், அவருடைய மதி நுட்பத்தின் ரகசியத்தை அவருடைய ஆண் சந்ததியினர் பலருக்கு வழங்குவதற்குத் தவறிவிட்டார்.

8. கருவி - தயாரிப்புப் பற்றிய விவாதத்திற்கு கென்னத் ஓக்ளே எழுதிய கருவி தயாரிக்கும் மனிதன் *(1947)* என்ற நூலையும் ஆ.லீகே மற்றும் ஆர்.லெவின் எழுதிய மூலங்கள் *(நியூயார்க், 1977)* ஜி.ஐஸக் மற்றும் ஆர்.லீகேயின் மனித முன்னோர்கள்*(1979)* பி.எம்.ஃபாகனின் பூமியின் மக்கள்: உலகத்தின் வரலாற்றுக்கு முந்திய வரலாற்றுக்கு ஒரு முன்னுரை *(1980)* ஆகிய நூல்களையும் பார்க்கவும்.

9. எலிஸ் பௌல்டிங், வரலாற்றின் பின்னணியில் *(கொலராடோ, 1996)* பக்.78. என்ற நூலில் நெருப்பினால் கருவிகளைப் பதப்படுத்துவதைப் பெண்கள் கண்டுபிடித்ததை விவாதித்து, இதன் மூலம் பெண்கள் வேட்டையாடுவதைத் தோற்றுவித்தனர். இதற்காக விலங்குகளைக் குத்திக் கொல்வதற்கும் இரையைக் குத்தி இணைப்பதற்கும் வல்ல ஆயுதங்களைக் குலத்திற்கு வழங்கினர் என்று கூறுகிறார்.

10. சாலி ஸ்லோகம் எழுதிய 'உணவு சேகரிக்கும் பெண்: மனித இன வரலாற்று ஆராய்ச்சியில் ஆண் சார்புப் போக்கு' என்ற நூலைப் பார்க்கவும். ராய்னா ரீய்ட்டர் பதிப்பித்த பெண்கள் இன வரலாற்றை நோக்கி *(நியூயார்க், 1975)* மேரி இவான்ஸ் பதிப்பித்த பெண்கள் பிரச்சினை: பெண்களை அடிமைப்படுத்தியது பற்றிய மாறுபட்ட கருத்துக்கள் *(1982)* என்று நூல்களில் இந்த முக்கியமான ஆவணம் காணப்படுகிறது. உணவு சேரிக்கும் பையின் முக்கியத்துவம் ஷீலாலெவென் ஹாக் எழுதிய பெண்களும் உழைப்பும் *(1980)* பக் 20-1 என்ற நூலிலும் விவாதிக்கப்படுகிறது.

11. ஸ்லோகம், மேலே குறிப்பிட்டது.

12. வேட்டையாடும் ஆண் பற்றிய வரலாறு எல்லா இடங்களிலும் வயது வந்தவர்களுக்கும் குழந்தைகளுக்குமான புலமைமிக்க மற்றும் ஜனரஞ்சகப் புத்தகங்களிலும் காணப்படுகிறது- லீ மற்றும் டிவோர் (மேலே குறிப்பிட்டது) காணவும்: வேட்டையாடுதலின் பரிணாம வளர்ச்சி - லீ மற்றும் டி வோர் பதிப்பித்த காலஹாரி வேட்டைக்காரர் - உணவு சேகரிப்போர் *(ஹார்வர்டு, 1976)* சோல்டாக்ஸ் பதிப்பித்த டார்வினுக்குப் பிந்திய பரிணாம வளர்ச்சி 2ம் தொகுதி, மனிதனின் பரிணாம வளர்ச்சி *(சிகாகோ, 1960)* ஜோஸப் வுல்ஃப் மற்றும் ஜதனெக் புரியனின் மனிதனின் உதயம் *(லண்டன், பிராக், 1978)* ராபர்ட் ஆர்டிரேயின் ஆப்பிரிக்காவின் பூர்வ கதை *(1961)* வேட்டையாடுதல் பற்றிய ஊகம் *(1976)* மற்றும் பலப் பல.

13. ஆர்டிரே *(1976)* பக்.91-92

14. டபிள்யூ. ஐ.தாமஸ் எழுதிய பாலியலும் சமுதாயமும், பாலியல் பற்றிய உளப்பாங்கு குறித்த ஆய்வுகள் *(1907)* பக்.228.

15. கால்டர், பக்.142-143

16. மார்கன், பக். 58-63 அம்மணமான மனிதக்குரங்கு *(1967)* பக்.65, 75- என்ற நூலில் டெஸ்மாண்ட் மாரிஸ், மனித ஆணின் பெரிய அளவான ஆண் உறுப்பு பற்றியும் விரிவாக ஆய்வு செய்யப்பட்டுள்ளது.

17. பௌல்டிங், பக்.83

18. வோண்டா மக்கின்டையரின் வாதம் பெண்களின் நூல்களை எவ்வாறு முடக்குவது (டெக்ஸாஸ், 1983) என்ற ஜோவன்னா ரூஸ் எழுதிய நூலிலும் காணப்படுகிறது. பக்.51-52

19. இலெய்ன் மார்கன், பக்.116. பெண் குரங்குகளின் புறத்தூய்மை பழக்க மரபை விவரிக்கிறார். ஷீலா லெவென்ஹாக் எழுதிய கற்கால கவண்- தயாரிப்பாளர்கள் (பக்.20 மற்றும் 23-4) பௌலாவெய்டெகரின் வரலாற்றின் தலைவி (1985) பக் 133-4 இரத்தப் போக்கைத் தடுத்து நிறுத்தும் பரிசோதனைகள்.

20. டோனால்டு சி ஜொஹான்சன் மற்றும் மெய்ட்லாண்ட் ஏ.எடி எழுதிய லூஸி, மனித இனத்தின் தோற்றம் (லண்டன், நியூயார்க், 1981) பக்.340

21. எச்.ஜி.வெல்ஸ் - வரலாற்றின் உருவரை (1920) பக். 94 பக். 118

22. ஆர்டிரே (1976) பக்.83

23 மாரிஸ், பக் 65, 75

24 ஆர்டிரே (1976) பக்.100

25. சார்லஸ் டார்வின் - இயற்கைத் தேர்வின் மூலம் உயிரினங்களின் தோற்றுவாய் பற்றி (1859) மனிதனின் மரபு (1971) தாமஸ்ஹாக்ஸ்லி- அறநெறிகளும் பரிணாம வளர்ச்சியும் (1893) ஹெர்பர்ட் ஸ்பென்சர் - உயிரியலின் கோட்பாடுகள் (1864-7) கார்வெத் ரீட், மனிதனின் தோற்றுவாய் (1925) ரேமண்ட் டார்ர், வாலில்லாக் குரங்கிலிருந்து மனிதனாக மாறிய கொடுமையான மாற்றம். சர்வதேச மனித இனவரலாற்றியல் மற்றும் மொழியியல் ஆராய்ச்சி, தொகுதி 1, இதழ் 4 (1953).

26. ராபர்ட் ஆர்ட்ரே (1961) பக்.316, கொன்ராட் லோரென்ஸ் ஆக்கிரமிப்பு பற்றி (1966) அந்தோணி ஸ்டோர், மனித ஆக்கிரமிப்பு (196) பக்.1.

27. வெல்ஸ், பக்.77-8; ஆர்ட்ரே (1978) பக்.91

28. வாஷ்பர்ன், லங்காஸ்டர், பக். 303; ஜான்ஸன் பக்.65, ஜான் நிக்கல்ஸன், ஆண்களும் பெண்களும்: அவர்கள் எவ்வளவு வேறுபட்டவர்கள்? (ஆக்ஸ்ஃபோர்டு, 1984) பக்.5

29. டி ரீயின்கோர்ட் பக்.6

30. மைரா ஷேக்லே, நியாண்டெர்தல் மனிதன் (1980) பக்.68.

31. பீட்டர் ஃபார்ப், ஆதிகாலத்திலிருந்து தொழில் வளர்ச்சி பெற்ற நாடு வரையிலும் வட அமெரிக்காவின் இந்தியர்கள் காட்டியுள்ளபடி நாகரிகத்தை எட்டியுள்ள மனிதனின் வளர்ச்சி. 1968, பக்.36-7.

32. ஷேக்லே, பக்.68

33. ஜே.கான்ஸ்டேபிள், நியாண்டெர்தல் மனிதர்கள் (1973)

34. ஷேக்லே பக்.206

35. ஷேக்லே, பக். 94

36. லோவ் மற்றும் ஹாப்பார்ட், பக்- 114-15.

37. ஷேக்லே, பக்.107-8

38. ராபர்ட் கிரேவ்ஸ், புராணங்கள் பற்றிய புதிய லாரென்ஸ் கலைக் களஞ்சியம் (1959) பக்.6 ஜி. எச்.லூகே எழுதியுள்ள மரபற்றுப் போன மனிதனின் கலையும் மதமும் (ஆக்ஸ்போர்டு, 1930)

39. லொவன்ஹாக், பக்.19-36

40. கிரேவ்ஸ், லாரெளஸ், பக்.7

2. மாபெரும் பெண் கடவுள்

ஆற்றல் மிக்க பெண் தெய்வம் மனிதகுலத்தின் வரலாற்றிலும் ஒவ்வொரு தனிப்பட்ட பெண்ணின் வரலாற்றிலும் வெளிப்படு கின்ற பெண் இனத்தின் அவதாரமேயாகும்.

எரிக் நியூமேன், மகத்தான தாய்

பாட்டுகளின் தாய், நமது விதைமுழுவதின் தாய், ஆரம்பத்தில் நம்மைப் பெற்றெடுத்தாள். அவள் எல்லா இன மனிதர்களின் எல்லாக் குலங்களின் தாய். அவள் இடியின், நதிகளின், மரங்களின், தானியத்தின் தாய், அவள் மட்டுமே. நமக்குத் தாய், அவள் மட்டுமே. எல்லாவற்றின் தாய், அவள் மட்டுமே.

கொலம்பியாவின் கயாபா இந்தியர்களின் பாடல்.

சுமார் கி.மு.2300 ஆம் ஆண்டுவாக்கில் சுமேரியாவின் தலைமை மதகுரு கடவுளைத் துதிக்கும் பாடல் ஒன்றை இயற்றினார். சர்வ வல்லமை படைத்த தெய்வத்தை இவ்வாறு கொண்டாடியது. கடவுளை இவ்வாறு ஸ்தோத்திரம் செய்தது. அசாதாரண சக்தியும் உணர்ச்சியும் கொண்ட பாடலாகும். இது வரலாற்றில், உலகின் முதன் முதலாக அறியப்பட்ட கவிதையாகும். ஆனால் உலகத்தின் கவனத்தை ஈர்த்த மற்றொரு உரிமையையும் அது கொண்டிருந்தது. முதலாவது கடவுளும், முதலாவது அறியப்பட்ட மதகுருவும்-கவிஞரும் பெண்களாவர்.

ஏனெனில், ஆரம்பத்தில் மனிதகுலம் வரலாற்றுக்கு முந்திய காலம் என்னும் இருளிலிருந்து வெளியே வந்த போது கடவுள் ஒரு பெண்ணாக இருந்தாள். எத்தகைய பெண்! தற்போது ஈராக் என்று வழங்கப்படும் பிரதேசத்தில் வாழ்ந்த சுமேரியர்கள் அச்சமற்ற காதற்பாட்டுகளின் வாயிலாக அவளை வணங்கினர். அவளுடைய அடர்ந்த கூந்தலுக்காகவும், அவளுடைய 'தேன் தொடை'க்காகவும் 'சொர்க்கத்தின் படகு போன்ற' அவளுடைய வளமான பெண் குறிக்காகவும் - அதுபோன்றே, தனது கருப்பையிலிருந்து மிகவும் தாராளமாக அவள் 'கொட்டும்' இயற்கையான கொடைக்காகவும் அவளுக்கு நன்றி செலுத்தினர். ஒவ்வொரு இரையும் 'பெருமாட்டியின்' பகிரங்கமான தலைமுடி என்று கௌரவிக்கப்பட வேண்டும் என்று போற்றித் துதித்தனர். ஆனால் கடவுள் சிற்றின்ப மகிழ்ச்சிகளை வழங்குபவர் மட்டுமல்ல. அவளுடைய போராவேச சீற்றங்களுக் காகவும் அதே அளவு அவள் போற்றிப் பாராட்டப்பட்டாள்.

மரியாதை செய்யப்பட்டாள்- அவளுடைய முதலாவது மதகுரு - கவிஞர் என்ஹிதுவன்னா அவளை 'நெருப்பினாலும் வெள்ளத்தினாலும் அழிக்கும் ஒரு வேதாளம்' என்றும் 'ஆறுகளில் ரத்த வெள்ளப் பெருக்கெடுத்து ஓடச் செய்பவள்' என்றும் கருதினார். முதலாவது சர்கோனின் மகள் என்ற வகையில் என்ஹிதுவன்னாவே உலகியல் துறை அதிகாரத்தை அனுபவித்து வந்தாள். ஆனால், 'மிகவும் உயர்வானவருக்குப் பிரதான சந்திர அமைச்சர்' என்ற அவருடைய பாத்திரத்தில்தான் அவருடைய மெய்யான அதிகாரம் அடங்கியிருந்தது. ஏனெனில் இனான்னாவின் கவிஞர், மதகுரு, தீர்க்கதரிசி என்ற முறையில் என்ஹிதுவன்னா தெய்வத்தின் அதிகாரத்தைப் பெற்றி ருந்தார். அவருடைய சக்தியும் வணங்குதலும் உலக முழுமையும் பரவியிருந்தது. இது காலத்தின் வயதைப் பெற்றிருந்தது. இதுதான் முதல் தெய்வம், ஆற்றல்மிக்கத் தாய்.[2]

முதலாவது பெண் தெய்வத்தின் சக்தியும் மையத்தன்மையும் வரலாற்றின் நன்கு பாதுகாக்கப்பட்ட இரகசியங்களில் ஒன்றாக இருந்தது. இன்று நாம் பல பெண் தெய்வங்களை அறிவோம். அவை வெவ்வேறு பெயர்களைக் கொண்டவை - இஸிஸ், ஜூனோ, டெமிடெர், 5000ஆம் ஆண்டுகளுக்கு முன்னால் ஒவ்வொரு பள்ளிச் சிறுமியும் அறிந்திருந்த இந்தப் பெயர்களை நாம் மறந்துவிட்டோம். அவள் எந்தப் பெயரையோ அல்லது தோற்றத்தையோ கொண்டிருந்தாலும் ஒரே ஒரு கடவுள்தான் இருந்தார், அவருடைய பெயர் பெண். ரோமானிய வழக்குரைஞர் லூசியஸ் அபுலியுஸ், 'பெண் தெய்வம்' பற்றிய தனது வர்ணனையில், சமகால முதுமொழிகளின் மணிச்சுருக்கம் முழுமையையும் மதிநுட்பத்துடன் மறுசுழற்சி செய்கிறார். தனது கனவில் அவள் இவ்வாறு பேசியதாக அவர் கூறுகிறார்.

> நான் இயற்கை உலகம் முழுமைக்கும் தாய், எல்லா மூலக்கூறு களுக்கும் தலைவி, காலத்தின் ஆதிக் குழந்தை, ஆன்மிக விஷயங்கள் யாவற்றுக்கும் இறைவன், மாண்டவர்களின் அரசி... பல அம்சங்களில் நான் வணங்கப்பட்டாலும், எண்ணற்ற பெயர்களால் அறியப் பட்டாலும், பலவகைப்பட்ட சடங்குகளின் மூலம் வழிபட்டாலும், உருண்டையான பூமி முழுவதும் என்னைப் போற்றுகிறது.[3]

பிற்காலங்களில் பெண் - தெய்வ வழிபாடு பற்றிய வர்ணனைகள் 'கட்டுக்கதைகள்' அல்லது 'வழிபாட்டு மரபுகள்' என்று நிராகரிக்கப் பட்டன. ஆனால் இந்த நூற்றாண்டின் தொடக்கத்தில் அழிந்துபட்ட

மினோவன் நாகரிகத்தைக் கண்டுபிடித்த சர் ஆர்தர் இவான், தான் கண்டுபிடித்த எண்ணற்ற பெண் - தெய்வ உருவங்கள் யாவும் ஒரே ஆற்றல் மிக்க அன்னையையே பிரதிநிதித்துவப்படுத்தின. பல்வேறு பெயர்களிலும் பட்டப்பெயர்களிலும் அவளுடைய வழிபாடு ஆசியா மைனரின் பெரும்பகுதி மற்றும் அதற்கப்பாற்பட்ட பிராந்தியங்களிலும் பரவியிருந்தது என்று கூறினார். 'ஆற்றல் மிக்கப் பெண் தெய்வம்' 'கணவன் இல்லாத பூர்வீகத் தாய்' எல்லாப் புராணத் தொகுதிகளையும் தன் முழுக் கட்டுப்பாட்டில் வைத்திருந்தாள். 'இது உலகம் தழுவிய ஓர் உண்மை' என்பதை நவீனகாலக் கற்றறிவாளர்கள் ஒத்துக் கொண்டுள்ளனர்.[4]

இது ஒரு தனிமைப்பட்ட அல்லது தற்காலிகக் காட்சி உண்மையும் அல்ல - மானிட வாழ்க்கையின் உதய காலத்திலிருந்தே ஆற்றல் மிக்க அன்னை - பெண்தெய்வம் ஓர் அத்தியாவசியமான கூறு என்ற வகையில் முக்கியத்துவம் பெற்று வந்துள்ளதை உரையாசிரியர் வலியுறுத்தியுள்ளனர். தெற்கு ரஷ்யாவின் புல்வெளிகளின் தொட்டில் பிரதேசத்தில் தோன்றியதிலிருந்து பெண் தெய்வத்தின் வழிபாடு பூகோளரீதியில் மத்திய தரைக்கடல் பகுதி, சிந்துவெளி மற்றும் ஆசியாவில் சீனா வரையிலும் ஆப்பிரிக்காவிலும், ஆஸ்திரேலியா விலும் பரவியிருந்தது. வரலாற்று ரீதியில் இதன் காலவெளி மேலும் வியக்கத்தக்கதாக இருக்கிறது.

கி.மு.25,000-15,000 - ஐரோப்பாவில் கல்லிலும் தந்தத்திலும் செதுக்கப்பட்ட 'வீனஸ் (காதல் தெய்வத்தின்) உருவங்கள், எகிப்தில் நைல் நதி தீரத்தின் மண்ணால் செய்யப்பட்ட இந்த உருவங்கள், 'ஆற்றல்மிக்க அன்னை... ஆண்களின் உலகின் மீது மிகப் பெருமளவில் முழுமையாகவும், முழு நிறைவாகவும் வெடிக்கிறது'.[5]

கி.மு.12,000 - 9,000 - செக்கோஸ்லோவாக்கியாவில் தோல்னி வெஸ்டோனீசிலும், ஈராக்கில் ஷானிடரிலும், மஞ்சட் காவி மண்ணி னால் பூசப்பட்டு, சடலங்கள், சடங்குகளுடன் அடக்கம் செய்யப்பட்ட தானது பொதுவாக பெண் தெய்வ வழிபாட்டுடன் தொடர்புபடுத்தப் படுகிறது.

கி.மு.7000 - ஜெரிக்கோவில் பெண்- தெய்வ அன்னைக்கு முதல் முதலாகக் கோயில்கள் கட்டப்பட்டன.

கி.மு.6000 - துருக்கியில் காடல் ஹூயுக்கில் இருந்த கிராம சமுதாயத்தில் - முப்பத்திரண்டு ஏக்கர் பரப்பளவே கொண்ட பிரதேசத்தில் பெண் தெய்வத்திற்கு நாற்பதுக்குக் குறைவில்லாத கோயில்கள் இருந்தன. கன்னி, அன்னை மற்றும் மூதாட்டி ஆகிய

மூன்று அவதாரங்களாக அந்தத் தெய்வம் சித்தரிக்கப்பட்டிருந்தது. கி.மு.5000 துருக்கியில் ஹாஸிலார் என்ற இடத்திலிருந்து ஒரு சிலை காதல்புரியும் பெண் தெய்வத்தைக் காட்டியது. கி.மு.4000 சுமேரியாவில் எரெக் (தற்போது உருக்) என்ற இடத்தில் சொர்க்கத்தின் அரசி என்ற பெயருடன் கூடிய பெண் தெய்வத்தின் கோவிலின் மீது முதலாவது எழுத்து மொழி காணப்படுகிறது.

கி.மு.3000 - அறியப்பட்ட உலகம் முழுமையிலும் எல்லா இடங்களிலும் சிறு சிலை உருவங்களில் கோயில்களில், எழுதப்பட்ட ஆவணங்களில் அவள் (பெண் தெய்வம்) காணப்படுகிறாள். கி.மு.200 கெல்ட் இனக் குலங்கள் அனடோலியாவில் மகத்தான புனித சைபெல் திருவிழாவுக்குத் தமது பெண் தெய்வ மத குருமார்களை அனுப்பினர்.

கி.பி.200 - அவுரேலியா எமிலியானா என்ற ஒரு பெண் மேற்கு அனதோலியாவில் ட்ரால்லெஸ் என்ற இடத்தில் உள்ள பெண் தெய்வத்தின் கோயிலில் தனக்கு முன்னால் தனது அன்னையும் தனது பெண் முன்னோர்கள் அனைவரும் செய்தது போன்றே தனது பாலியல் சேவையை (பெண் தெய்வத்தை கௌரவிக்கும் பொருட்டு புனிதமான உடலுறவு கொள்ளுதல்) முறைப்படி செய்துள்ளதாக ஒரு கல்வெட்டை நிறுவியிருந்தாள்.

கி.பி.500 - கிறிஸ்துவ சக்கரவர்த்திகள் பெண் தெய்வத்தை வழிபடுவதை பலாத்காரமாக ஒடுக்கி அவளுடைய கடைசிக் கோவிலையும் மூடிவிட்டனர்.

பெண்மையின் புனிதமான தகுதி குறைந்தபட்சம் 25,000 ஆண்டுகள் நீடித்திருந்ததை இது காட்டுகிறது. சில ஆராய்ச்சியாளர்கள் 40,000 அல்லது 50,000 ஆண்டுகள் வரை இது நீடித்திருந்ததாகக் கூறுகின்றனர். உண்மையில், மானிட வரலாற்றின் இந்தக் கட்டத்தில் பெண் சிறப்பானவளாகவும் மாயசக்தி கொண்டவளாகவும் கருதப் படாத காலமே ஒரு போதும் இருந்ததில்லை.[6]

ஏனெனில், உயிர்வாழ்வதற்கான போராட்டம் ஓரளவு தளர்ந்து, அதன் பொருளுக்கான மிகவும் கடினமான போராட்டமாக மாறியபோது, பெண் முதலாவது உருவக ரீதியிலான சிந்தனையின் குவிமையமும், சாதனமும் ஆனாள். ஆரம்ப கால குகை ஓவியங்களில் இருந்த ஒரு புதிர் கூடுதல் கடுமையான ஆசாரமுள்ள கலாசாரங்களின் மனித இன வரலாற்றாய்வாளர்களைத் தோற்கடித்தது, பிரெஞ்சு புதை பொருளாராய்ச்சியாளர் லெரோய் - கௌர்ஹான், அடிக்கடி காணப்படுகின்ற, திகைக்க வைக்கின்ற 'இரு கண்களை உடைய' உருவமானது.

பெண்ணின் பிறப்பு உறுப்பின் ஓர் அடையாளமேயாகும் என்று வெளிப்படுத்தியதன் மூலம் அந்தப் புதிரை விடுவித்தார். இதுபோன்றே ஆங்ளெஸ்கர்-ஐ ஆங்ளின் என்றவிடத்தில் விலங்கு மற்றும் மானிட உருவங்களின் சிறப்பான (தூணுக்குமேலுள்ள) சிற்பத்தில் பெண்களின் உடல்கள் முக்கோண வடிவங்களில் சித்தரிக்கப்பட்டிருந்தன. அவற்றில் பாலியல் முக்கோணம் முனைப்பாக வடிவமைக்கப்பட்டிருந்தது?

ஆரம்பம் முதற்கொண்டே பெண் எவ்வாறு இந்த விசேஷ அந்தஸ்தைப் பெற்றாள்? இதனுடைய ஓர் ஆதாரம் சந்திரனின் பிறைகளோடு இணைந்த அவளுடைய மாதவிடாயும், அவளுடைய உயிருக்கு ஆபத்து ஏற்படுத்தாத, அதே சமயத்தில் குணப்படுத்த முடியாதவாறு ரத்தத்தை வெளிப்படுத்தி வந்த புதிரும்தான் என்பதில் சிறிதும் ஐயமில்லை. மற்றொன்று அவள் இயற்கையுடன் நெருக்கமாகவும் தனிச்சிறப்பான முறையிலும் உறவு கொண்டிருந்ததாகும். ஏனெனில், உணவு சேகரிக்கும் பணிக்குப் பதிலாக திட்டமிட்ட தோட்டக் கலை தோன்றியபோது, பெண்கள், பிரதான உணவு உற்பத்தியாளர்கள் என்ற வகையில் தமது மையமான முக்கியத்துவத்தைப் பலப்படுத்திக் கொண்டனர். ஆனால் பெண்ணின் ஆரம்பகால உருவங்களின் மிகைப்படுத்தப்பட்ட மார்பகங்கள் மற்றும் வயிறானது பிறப்பின் அதிசயத்தைக் காணும்படி தூண்டியதில் தான் மெய்யான திறவுகோல் அடங்கியிருக்கிறது. குழந்தையைப் பெற்றெடுக்கும் நிகழ்வுப்போக்கு புரிந்து கொள்ளப்படுவதற்கு முன்னால், பெண்களுக்குக் குழந்தைகள் சாதாரணமாகப் பிறந்து வந்தன. உடலுறவு கொள்வதற்கும் இதற்கும் சம்பந்தமிருப்பதாகக் கருதப்படவில்லை. (இன்று வரையிலும் கூட ஆஸ்திரேலியப் பூர்வகுடிகள் குழந்தைகளின் ஆவிகள் குளங்களிலும் மரங்களிலும் வசிக்கின்றனவென்றும், அவை பிறக்க வேண்டுமென்று விரும்பும் போது எந்தப் பெண்ணின் உடலுக்குள்ளாவது புகுந்து விடுகின்றன என்றும் நம்புகின்றனர்). எனவே, தலைமுறைகளைத் தோற்றுவிப்பதில் ஆண்களுக்கு எந்தப் பங்கும் இல்லாதது போன்று இதிலிருந்து தோன்றும். பெண்கள் மட்டுமே புதிய உயிரை உண்டாக்க முடியும். எனவே அதன் காரணமாகப் பெண்கள் மதிக்கப்பட்டு வந்தனர். இயற்கையின் எல்லாச் சக்தியும் இயற்கையின் மீதான சக்தியும் அவர்களுடையதே.[8]

எனவே இதிலிருந்துதான், பெண் தெய்வீகத் தன்மை வாய்ந்தவள், மானிடப்பிறவியில் உலகில் மிகவும் புனிதமான மற்றும் முக்கியத்துவம் வாய்ந்த சக்தியை இயற்கையிலேயே கொடையாகப் பெற்றிருக்கிறாள் என்ற நம்பிக்கை எழுந்தது. இதிலிருந்துதான் ஆற்றல்

வாய்ந்த அன்னையை வழிபடுவது தோன்றியது. பெண்ணின் உடம்பிலிருந்து புதிய உயிர் பிறப்பதானது, பூமியின் வயிற்றிலிருந்து புதிய பயிர்கள் தோன்றுவதோடு நுட்பமாகத் தொடர்புபடுத்தப் பட்டிருந்தது. ஆரம்பம் முதற்கொண்டே இந்த இரண்டும், மரபான வர்ணனைகள் கூறுவதைக் காட்டிலும் மிகமிகச் சிக்கலான முறையிலும் சக்திவாய்ந்த முறையிலும் பெண்ணின் தெய்வீகத்தன்மை என்னும் கருத்தமைப்பு ஒன்றுடன் ஒன்று இணைந்து பிணைந்திருந்தன. பெண் தெய்வத்தின் மிகவும் பண்டைக்கால அவதாரம் தாய் ஆகும். ஆனால் தேசிய ரீதியிலும் ஸ்தல ரீதியிலும் ஒளிவுமறைவற்றதாகத் தோன்றும் இந்த மூலப் படிவத்தின் பல மாறுபாடுகளே, திபேத்தியர்கள் அவளை அழைத்தது போன்று 'நாட்டின் இந்த அன்னைக் கடவுளின்' தன்னிச்சையான வீரியத்திற்கும் மரபான உணர்ச்சிவசப்படுதலுக்கு இணங்குவதற்கும் அவள் மறுப்பதற்கும் சான்று பகர்கின்றது. இவ்வாறுதான் இந்தியாவில், மாதா தேவி பரம்பரை பரம்பரையான அன்னையாக இருக்கிறாள். அவளுடைய பெரிய மார்பகங்களிலிருந்து மனித குலத்திற்குப் பாலைச் சொரிவது போல் சித்திரிக்கப் பட்டுள்ளாள். ஆனால் அஸிரியா, பாலினீஸியா ஆகிய ஒன்றுக்கொன்று வெகுதொலைவிலுள்ள பிரதேசங்களில் வேறு படைப்புப் புனைவுகள் இருந்துள்ளன. ஆற்றல்மிக்க அன்னை ஆண்களையும் பெண்களையும் கொண்ட ஓர் இனத்தை அல்ல, மாறாக ஒரே ஒரு பெரிய உலகக் கருமுட்டையைப் பிரசவிப்பதாக அவை கூறுகின்றன. கிரீஸில், எலுசிஸ் எனும் பெண் தெய்வம் (அல்லது இந்தப் பூமியில் உள்ள அவளுடைய பிரதிநிதி) மிகவும் இரகசியமான புதிரின் மிகவும் புனிதமான உச்சநிலையில், ஆண்டுதோறும் ஒரு கொத்து தானியக் கதிர்களைப் பிரசவிப்பதாகக் கருதப்பட்டது. இது பெண்ணின் கருவளத்திற்கும் மூலப்படிவமான அன்னை பூமி என்ற இயற்கைக்கும் உள்ள வெளிப்படையான தொடர்பைக் காட்டுவதாகும்.

ஆயினும், ஆற்றல்மிக்க பெண் தெய்வம் குறித்த வேறுசில கருத்தமைப்புகளில் அவளை வணங்குபவர்கள் அவள் எவ்வளவு பண்டைக் காலத்தவளாக இருந்தபோதிலும் அவளுக்கு முன்பாக பெண்மைக் கோட்பாடு இருந்து வந்துள்ளது என்பதை மிகவும் ஆர்வத்துடன் வலியுறுத்தினர். இவ்வாறுதான், கேயா என்னும் ரோமானிய பூமித்தாய், எல்லா உணர்ச்சிகளின் அனைத்து அறிவின் படு பாதாளமாகிய ஆதிகாலப் பெண்ணின் கருப்பை வாயிலிருந்து வெளி வந்தாள். அதேபொழுதில் பாபிலோனியர்களின் இஷ்டார் என்னும் பெண் தெய்வத்தை அண்டத்துக்குரிய கருப்பையாகவும் இராசி மண்டலத்தின் நட்சத்திரங்களை அவளுடைய ஆடையாகவும்

கருதினர். பெண்தெய்வத்தின் அன்னைப் பாத்திரம் வரலாற்றுப் போக்கில் மட்டுப்படுத்தப்பட்டது அல்லது நீக்கப்பட்டதானது அவளுடைய தாய்மையின் சுறுசுறுப்பான செயல்பாட்டுத் தன்மையை மங்கச் செய்தது. நோர்ஸ் புராணத்தின் காற்றுக் கடவுளாகிய (அதாவது வாழ்வின் உயிர் மூச்சு) யமிர் அனைவருக்கும் தாயான கின்னுங்க காபின் cuntல் இருந்து வெளிவருகிறாள். முரண்புதிரான முறையில், நாணமின்றி உடல் சார்ந்ததை மறுப்பதானது பொருண்மை சாராத மண்டலத்தில் உயர்ந்து செல்வதையும் மறுக்கிறது, ஆற்றல்மிக்க அன்னையின் தெய்வத்தன்மையின் ஒரு கேந்திரமான கூறு ஆகும் இது. 'சர்வ சக்தியுடன் நான் கர்ப்பமுற்றேன்', என்று வாக் என்னும் பெண் தெய்வம் இந்தியாவின் வேத காலத்து மதத்தின் ஒரு பாடலில் தற்பெருமையடித்துக் கொண்டாள். 'நான் கடல் நீரில் வசிக்கிறேன், அங்கிருந்து எல்லா ஜீவராசிகளிலும் பரவுகிறேன், என்னுடைய மகுடத்தினால் வானத்தைத் தொடுகிறேன், நான் காற்றைப் போன்று எல்லா உயிரினங்கள் வாயிலாகவும் கர்ஜிக்கிறேன்.' எகிப்தின் நட் என்ற இடத்திலுள்ள 'புனிதஸ்தலம்' என்ற கோயிலில் உள்ள கல்வெட்டில் காணப்படும் பிரகடனம் இன்னும் வலுவான ஓர் உரிமையை முன் வைக்கிறது. எதுவாக இருக்கிறதோ, எதுவாக இருக்குமோ, எதுவாக இருந்து வந்துள்ளதோ அதுவே நான். எந்த ஆணும் என்னுடைய நிர்வாணத் தன்மையை வெளிப்படுத்தியதில்லை. நான் பிறப்பித்ததன் பலன் சூரியனாகும்.[9]

சிறந்த தாய் பற்றியும் அவள் இனப்பெருக்கம் செய்வது மற்றும் பேணி வளர்த்தல் பற்றியும் மிகையாக வலியுறுத்துவதானது, கெட்ட அன்னையை அவளுடைய அபாயகரமான, தீய மற்றும் அழிவுகரமான எதிர்ப்பண்பையும் மறுக்கிறது. ஆயினும் இந்தத் தொடக்க கால நாகரிகங்கள் தெய்வீகப் பெண் சாவுடன் கொண்டிருந்த பலமான தொடர்பையும் நன்கு அறிந்திருந்தன. மனித குலத்தை இவ்வுலகினுள் கொண்டு வந்த பெண் தெய்வம், அதேபொழுதில் கனிவாகவும் (அல்லது அவ்வளவு கனிவில்லாமலும்) மனிதகுலம் அழிந்து போவதற்கும் உத்தரவிடுகிறாள் என்றும் வலியுறுத்துகின்றன. கி.மு.1000 ஆண்டு அயர்லாந்தில் மோரிகன் என்ற மூன்று தொகுதிகளாய் அமைந்த ஒரு தீய பெண் தெய்வம் போர்க்காலங்களில் பேயாய் அலைந்து திரிந்தது. துண்டிக்கப்பட்ட தலைகளை சேகரித்தும், சாகக் கிடந்தவர்களுக்கு அவற்றைக் காட்டியும் வந்தது. பிற கலாசாரங்களில் பெண் தெய்வம், ஆட்டு மந்தையைக் காவல்புரியும் நாயைப் போன்று இறந்தவர்களை ஒன்றுதிரட்டி, அவ்வுடல்களைக் கீழே (நரகத்திற்கு) கொண்டு செல்கிறது. கிரேக்கர்கள் இறந்தவர்களை 'டெமிடெரின் மக்களாக'க் கருதினர்.

கெட்ட அன்னை - அவளுடைய மிகவும் தீய அவதாரத்தில் மக்கள் சாகும் வரை காத்திருக்கவில்லை, அதற்கு மாறாக அவர்கள் சாகவேண்டுமென்று கோரினாள். பாரசீக அம்புஸா, ஓர் இரத்தக் குமிழின் மீது அமர்ந்து கொண்டு கொல்லுவதற்கு ஏதாவது கிடைக்குமா என்று உலகைச் சுற்றித் திரிந்ததாக அதை வழிபடுபவர்கள் நம்பினர். பலி கொடுப்பதன் மூலம் அவளுடைய இரத்த வேட்கை திருப்தி செய்யப்படும்- கி.மு.1500 ஆம் ஆண்டுவாக்கில் மால்டா தீவில் ஹல்டார்க்சியன் என்ற இடத்தில் ஓர் ஏழடி உயரமுள்ள உறுதியான கல்லால் செதுக்கப்பட்ட பெண் தெய்வம் - அவளுடைய வயிறு கர்ப்பமுற்றிருப்பதால் புடைத்துக் காணப்படுகிறது. பேரிக்காய் வடிவத்திலான அவளுடைய கால்களின் கீழே புரோகிதர்கள் பலியிடப் பட்டவர்களின் ரத்தத்தை ஒரு பெரிய குழிவான பாத்திரத்தைக் கொண்டு பிடிக்கிறார்கள் - தெய்வீகப் பிறப்புறுப்பை இந்தப் பாத்திரம் உருவக மாகச் சித்தரிக்கிறது. ஆனால் இந்த மாதாவும் அவளுடைய இரத்த வெறியும், இந்து மதத்தின் 'தீய அன்னை' காளிமாதா பற்றி இந்த- முனைப்பான வர்ணனையில் கூறப்பட்டுள்ளபடி- நிலைத்து இருந்து வருகிறது.

> காளி-மாதா, தீய அன்னையாக இருந்து வருகிறாள். அவள் கருமை நிறத்தில் ஒளி வீசுகிறாள். அவளுடைய நான்கு கரங்கள் நீட்டப் பட்டுள்ளன. அவளுடைய கைகள் இருபுறம் கூரான வாள் களையும்- கொல்லும் கருவிகள் மனிதத் தலைகளையும் பிடித்துக் கொண்டுள்ளன. அவளுடைய கைகள் ரத்தச் சிவப்பாய் இருக்கின்றன. அவளுடைய கண்கள் கோவைப் பழம்போல் சிவந்து பிரகாசிக் கின்றன.
>
> அவளுடைய நீண்ட ரத்தச் சிவப்பான நாக்கு, திரண்ட, கூர்முனை கொண்ட மார்பகங்களின் மீது தொங்கி, கீழுள்ள வட்டமான சிறிய வயிற்றைத் தொட்டுக் காணப்படுகிறது. அவளுடைய யோனி பெரிதாகவும் முன்னால் உந்தியிருப்பதாகவும் காணப்படுகிறது. அவளுடைய பின்னப்பட்ட, சிக்கலடைந்துள்ள தலைமுடி ரத்தக்கறை படிந்துள்ளது, அவளுடைய கோரைப் பற்கள் பளிச்சிடுகின்றன. அவளுடைய கழுத்தை மண்டையோடு களாலான மாலை அலங்கரிக்கிறது. அவளுடைய காதணிகள் இறந்தவர்களின் உருவங்களைக் கொண்டுள்ளன. அவளுடைய இடுப்பைச் சுற்றி விஷப்பாம்புகள் நெளிகின்றன.[10]

தாயானவள் அனைவரையும் நேசிக்கின்றவள், எல்லாவற்றையும் மன்னிப்பவள் என்ற மரபான கோட்பாட்டுடன் பிணைத்துக் கொண்டுள்ள நமக்கு, சிறந்த அன்னைக்கு எதிராக இந்தக் கொடூரமான

அன்னையின் பயங்கரமான பிம்பத்துடன் இணங்கிப் போவது முதல் நோக்கில் சிரமமாக உள்ளது. ஆனால், அவளுடைய அடிப்படையான அம்சத்தில் பெண் தெய்வத்தின் 'வாழ்க்கை' மற்றும் 'சாவு' ஆகிய இரு பக்கங்களும் மனத்தாங்கல் இன்றி ஒன்றாக வருகின்றன. உண்மையில் இது தூய்மையான, சாதாரணமான தாய்மையல்ல, மாறாக அவளுடைய பாலியல் தன்மையேயாகும். தனது அடிப்படையான பாலியல் நடவடிக்கையாக அவள் உயிரைப் படைத்தாள். ஆனால், தனது பாலியல் நடவடிக்கையில் அவள் மனிதனின் சாராம்சத்தையே, அவனையே அவனுடைய மரணத்தையே கூடக் கோரினாள். இங்கேயும்கூட பெண் தெய்வத்தின் மெய்யான இயல்பும், அவளுடைய நடவடிக்கைகளும் பிற்காலத்தின் கபடமாகப் பேசுகிற பாசாங்குக்கு இரையாயின. அவை எப்போதாவது குறிப்பிடப்பட்டாலும், 'கருவளச்' சடங்குகள் என்றும், நம்பிக்கைகள் அல்லது குலமரபுச் சின்னங்கள் என்றும் தன்னடக்கமாக- ஆற்றல் மிக்கப் பெண் தெய்வம், இந்த பூமி செழிப்புடையதாயிருப்பதை உறுதி செய்வதற்காக மட்டுமே தன்னலமின்றித் தனது பாலியல் கடமைகளை நிறைவேற்றினது போல் - பட்டஞ் சூட்டப்பட்டது. வரலாற்று ஆவணத்தைத் திருத்தி நேர்செய்ய வேண்டிய காலம் வந்துவிட்டது. பயிர்கள் மற்றும் விலங்குகளின் பயனுள்ள தன்மையானது, எப்போதும், பெண் தெய்வத்தின் சொந்த தனிப்பட்ட பாலியல் நடவடிக்கைகள் உடன் விளை பயனேயாகும். அவளுடைய பாலியல் நடவடிக்கை அவளுடையதே. அதனால் கிடைக்கும் இன்பம் அவளுடையதே, மற்றும் அவளைப் பற்றிய இந்த அனைத்து ஆரம்ப கால வர்ணனைகள் வலியுறுத்துவது போன்று, அவள் உடலுறவு கொண்டபோது, வேறு எந்த நல்லறிவுடைய பெண்ணைப் போலவே, அதைத் தனக்காக மட்டுமே அவள் மேற்கொண்டாள்.

ஆனால் அவள் மட்டுமே அதைச் செய்யவில்லை. ஒவ்வொரு கலாசாரத்திலும் பெண் தெய்வத்திற்குப் பல காதலர்கள் இருந்தனர். இது, மகத்தான மாதா என்ற முறையில் அவளுடைய பாத்திரம் குறித்த நமது பிற்காலக் கண்ணோட்டத்தில் இருந்த மற்றொரு பலவீனத்தை அம்பலப்படுத்துகிறது. தந்தைவழிச் சமுதாயத்தின் குழந்தைகளுக்கு 'மாதா' என்றால் அது எப்போதும் 'மனைவியை' உள்ளடக்கியதாகும். தாய் என்பவள், தந்தையைத் திருமணம் செய்து கொண்ட பெண் ஆவாள். இது சிறந்த தாய் என்ற கருத்தின் மீது மேலும் ஒரு கட்டுப்பாட்டை விதிக்கிறது. நன்னெறித் தாய் நினைத்தவர்களுட னெல்லாம் உடலுறவு கொள்ளமாட்டாள். அவள் உடனுள்ள ஓர் ஆணைக்கூட அவளே தேர்ந்தெடுப்பதில்லை. மாறாக அவளுடைய

தந்தை அவனைத் தேர்ந்தெடுக்கிறார். எனவேதான், பிற்காலத்தில் தோன்றிய ஒழுக்க நெறிகளின் காவலர்களுக்குப் பெண் தெய்வம் பற்றித் தீர்வு காணப்பட முடியாத முரண்புதிர் ஏற்பட்டது. அவள் எப்போதும் திருமணம் செய்து கொள்ளாதவளாகவே இருந்தாள். அதேபொழுதில் ஒருபோதும் கற்புடையவளாக இருக்கவில்லை. எஸ்கிமோக்கள் மத்தியில் அவளுடைய பட்டப் பெயர் 'ஒரு கணவனைக் கொண்டிராதவள்' என்பதாகும். ஆனால் அவளுடைய பாலியல் சுதந்திரம் இத்துடன் முடிந்து போவதில்லை. வாழ்க்கையின் ஆதாரம் மற்றும் சக்தி என்ற வகையில் அவள் காலவரம்பற்றவள், முடிவற்றவள். இதற்கு மாறான முறையில் ஆண்கள் வந்தார்கள், போனார்கள். அவர்களுடைய ஒரே வேலை தெய்வீகமான 'கருப்பை' அல்லது பெண்பாற்கருவாய்க்கு - பெரும்பாலான கலாசாரங்களில் இதுதான் பெண் தெய்வத்தின் பெயர் - சேவை செய்வதாகும்.

ஆயினும் பெண்தெய்வத்தின் காதலன், இது ஒரு வேளை தெரிவிப்பதைப்போல் கொச்சையான செயல்பாடு வகைப்பட்ட அனுபவத்தை மட்டுமே கொண்டிருக்கவில்லை. அவளுடைய பாலியல் தன்மையின் சில பிரதிபலிப்புகள் அதனுடைய சக்தியையும் பயங்கரத்தையும் வலியுறுத்துகின்றன. அவள் தனது அச்சமேற்படுத்தும் பிறப்புறுப்பை சடங்காச்சார ரீதியில் வெளியே காட்டியதைக் கண்டு தேள்கள் பறந்தோடுவதாக பாபிலோனிய செதுக்குப் படிவ முத்திரைகள் காட்டுகின்றன. அதே பொழுதில் கி.மு.2000 ஆண்டு களுக்கு முந்திய கில்காமேஷ் என்ற சுமேரிய இதிகாசத்தில் இஷ்டார் என்ற பெண் தெய்வம் தனது வரம்பற்ற சிற்றின்ப வேட்கையில் குறுக்கீடு நேர்ந்தபோது, வாயில்களை உடைத்தெறிவதாகவும், வீடுகளை உடைத்து நொறுக்குவதாகவும், இறந்தவர்களை உயிர்த் தெழச் செய்து, உயிரோடிருப்பவர்களைத் திணறடிக்கப் போவதாகவும் பயமுறுத்துகிறாள்[12], ஆயினும், காதலனின் திறமைக்கும் அவனுடைய உடம்பு தரும் இன்பங்களுக்கும் மென்மையான அனேகமாக சிறுபெண் தன்மையிலான கவிதை ரீதியான பாராட்டுகள் வழங்குவதும் மிக மிகப் பொதுவானவையாக இருந்தன. உதாரணமாக 4000 ஆண்டுகளுக்கு முந்திய இனான்னாவின் பாடலைப் பார்ப்போம். இது இன்றைய இனிய காலைப் பொழுதைப் போன்று அவ்வளவு புத்திளமை கொண்டதாகக் காணப்படுகிறது.

    என்னுடைய சகோதரன் தனது வீட்டுக்கு என்னை
    அழைத்து வந்தான்
    மணம் வீசும் தேனினிய மலர்ப்படுக்கையில்
    என்னைப் படுக்க வைத்தான்

எனது இனிய காதலன் என் இதயத்தின் மேல்சாய்ந்து படுத்தான்
எனது சகோதரன் ஐம்பது முறை அதைச் செய்தான்
ஒன்றன் பின் ஒன்றாக நக்கிச் சுவைத்தான்.[13]

தொலை வடக்கில் நினேவெஹ் என்னும் பழம் புகழ் வாய்ந்த நகரத்தில் பெயர் தெரியாத கவிஞன் இஷ்டார் பெண் தெய்வத்தை அவள் அஸிரியன் மன்னன் அஷுர்-பானி-பாலின் அருகில் சயனித்தபோது ஒரு தாயைப் போல் மென்மையாகப் பாடச் செய்தார்.

என் முகம் உன் முகத்தின் மேல் கவிந்துள்ளது
தான் பெற்றெடுத்த குழந்தையின் மீது கவியும் ஒரு தாயைப் போல்
உன்னை ஓர் அழகிய ஆபரணத்தைப் போன்று
என் மார்பகங்களுக்கு இடையில் வைத்து அணைக்கிறேன்
இரவில் உன்னை நான் அரவணைக்கிறேன்
பகலில் ஆடை உடுத்தி அலங்கரிக்கிறேன்
நான் உருவாக்கிய என் சின்னஞ்சிறு மழலையே
அச்சங் கொள்ளாதே நீ [14]

சகோதரன்? சின்னஞ்சிறு மழலை? பெண் தெய்வத்தின் இந்தக் காதலர்கள் யார்? அவர்களைப் பற்றி ஏன் இவ்வாறு வர்ணிக்கப்படு கிறது? இந்தக் கேள்விகளுக்கான பதில் வரலாற்றுச் சான்று வழங்குவது போல், பெண் தெய்வத்தின் எதிர்வாதத்திற்கிடமற்ற சக்தியை மிகத் தெளிவாகச் சுட்டிக் காட்டுகிறது.

ஏனெனில், ஆற்றல்மிக்க அன்னை ஆரம்பத்தில் சர்வ வல்லமை படைத்தவளாயிருந்தாள் - தட்டிப் பேச முடியாத ஆட்சியாளனின் அதிகாரத்தை, வாழ்வையும் சாவையும் நிர்ணயிக்கும் சக்தியைப் பெற்றிருந்தாள். பெண் தெய்வீக அரசியாக இருக்கும்போது அரசன் இறந்தாக வேண்டும். புராணக் கதைகள் ரீதியாகவும் வரலாற்று ரீதியாகவும் கூட ஆற்றல்மிக்கப் பெண் தெய்வத்தின் மூர்க்கமான சிற்றின்ப வேட்கையும் அவளுடைய ரத்தவேட்கையும் ஒன்றிணைந்து அரசனைக் கொல்லும் தொல்பழங்கால, ஆனால் எதிர்வாதத்திற்கிட மற்ற நடைமுறையில் வெளிப்படுகிறது. 'அரசன்' என்பது உண்மையில், அரசியாகிய பெண் தெய்வத்துடன் உடலுறவு கொள்ளு வதற்கு தெரிந்தெடுக்கப்பட்ட ஆணின் கௌரவப்பட்டமேயாகும். இது பெண் தெய்வத்திற்கு 'தெய்வீக வாழ்க்கைத் துணையாக ஆண் செயல்படுகின்ற' 'புனிதத் திருமணம்' என்று பிற்காலத்தில் வரலாற்றாசிரியர்களாலும் மனித இன வரலாற்றாய்வாளர்களாலும் வர்ணிக்கப்பட்ட ஆதிகாலத்திய கருத்தைக் கவரும் நிகழ்ச்சி அப்படியே மீண்டும் நிகழ்த்தப்பட்டதேயாகும். ஆனால், இந்த சடங்கின் காட்டுமிராண்டித்தனமான, இரக்கமற்ற தர்க்கவியலானது

நடவடிக்கைகளில் ஆணின் பங்கை மதிப்புடையதாக்குவதற்கு இந்த பலவீனமான மற்றும் காலத்திற்கு ஒவ்வாத முயற்சிக்குக் கூடுதல் எதிர்ப்பாக இருப்பது அரிது. ஏனெனில், எல்லா உயிர்வாழ்க்கையும் பெண்ணின் உள்ளே, பெண்ணின் வாயிலாக பெண்ணிலிருந்து பாய்கிறது என்று நினைத்த காலத்தில் ஆணின் மிக அதிகபட்ச நம்பிக்கை, பிற அனைத்து ஒழித்துக் கட்டப்படவிருக்கும் மனித ஆண் விலங்குகளின் கதியிலிருந்து தப்புவதும், மீண்டும் பூமிக்குத் திரும்ப வரவேண்டியிருப்பதையும் பொருட்படுத்தாது தெய்வத்துடன் இணைந்திருப்பதுமாகும்.

புராணத்தில் இளம் 'அரசன்' சடங்குமுறையாக பலியிடப்படுவ தானது கதையின் ஆயிரம் வெவ்வேறு வகைகளில் ஊர்ஜிதம் செய்யப்படுகிறது. இவற்றில் அமரத்துவம் வாய்ந்த தாயானவள் எப்போதும் இறக்கும் தன்மையுள்ள ஒரு காதலனையே மேற்கொள்ளு கிறாள். தனது குழந்தைக்குத் தகப்பனாக இருப்பதற்கு அல்ல (பல சந்தர்ப்பங்களில் குழந்தைகள் பிறந்த போதிலும்கூட) மாறாக, பிரதானமாகத் தனது பெண் தன்மையைச் செயல்படுத்துவதற்கும், அதைக் கொண்டாடுவதற்குமே பொதுவான ஒரு வயதான பெண். ஓர் அழகிய ஆனால் கொல்லப்படத்தக்க இளைஞனையே மேற் கொள்வது இஷ்டாரும் தாம்முஸூம், வீனஸும் அடோனிஸூம், சைபெலும் அட்டிஸூம், இஸிஸூம் ஒஸிரிஸூம் வழக்கமாக இருந்தது.

டெமிடெரின் கதையில், கதையின் செயல்பாட்டு நோக்கம் இன்னும் தெளிவாக உள்ளது. துணிச்சலான இயாஷன் ஒரு தானிய வயலின் உழவுசாலில் தானியப் பெண் தெய்வத்துடன் உடலுறவு கொள்கிறான். அதற்குப் பின்னர் உடனேயே இடிவிழுந்து மரணமடை கிறான். காதலன் எப்போதும் பெண் தெய்வத்திற்குக் கீழானவனாகவே இருக்கிறான். அவன் சாகக் கூடியவன், அவள் அமரஜீவி, அவன் இளமைப் பருவத்தினன், அவள் வயதற்றவளும் நிலையானவளு மாவாள்.

அவன் சக்தியற்றவன், ஆனால் அவளோ சர்வ வல்லமை படைத்தவள், உடல்ரீதியில் சிறிய உருவத்தினரும் கூட இந்தக் கூறுகள் எல்லாம் ஒன்றிணைந்து, காதலன் அடிக்கடி பெண் தெய்வத்தின் இளைய சகோதரனாக அல்லது மகனாகப் பிரதிநிதித்துவப்படுத்தப் படுகிறான். மேலும், எப்போதும், அவன் இறக்கிறான். ஆற்றல்மிக்கப் பெண் தெய்வத்தின் காதலர்களின் கதி நன்கு அறியப்பட்டதே. கில்காமேஷ் என்பவன் புகழ்மிகு இஷ்டாரின் ஆணையை எதிர்த்து,

உன்னுடைய காதலர்களில் யாரை நீ என்றென்றைக்குமாகக் காதலித்திருக்கிறாய் என்று கேட்டதற்கும் உன்னுடைய எந்த மேய்ப்பாளன் எல்லாக் காலத்திற்கும் உனக்கு மகிழ்ச்சி அளித்திருக் கிறான் என்று கேட்டதற்கும் நீயும் நானும் காதலர்களாக இருக்க வேண்டுமெனில், ஒரு காலத்தில் நீ காதலித்த மற்றவர்கள் யாவருக்கும் ஏற்பட்ட கதியைப் போன்று எனக்கு ஏற்படக் கூடாதல்லவா[15] என்று கேட்டதற்கும் அவனுக்கு என்ன தண்டனை கிடைத்தது என்பது யாவரும் அறிந்ததே.

பதியப்பட்ட வரலாற்றில், அரசன் கொல்லப்பட்டது பற்றிய குறிப்புகள் அடிக்கடி வருகின்றன. நினேவெஹ்ஹின் அனெய்திஸ் என்னும் பெண் தெய்வம் ஆண்டுதோறும் மிகவும் அழகிய வாலிபனை தனக்குக் காதலனாக்கி பின்னர் கொல்லப்படுவதற்கு கோரி யிருக்கிறாள். அவன் வர்ணம் பூசப்பட்டு, தங்க நகைகள் அணிவிக்கப் பெற்று, சிவப்பு ஆடை உடுத்தி, பெண் தெய்வத்தின் இருமுனை கொண்ட கோடரியை ஏந்திய வண்ணம் கடைசி ஒரு பகலும் ஓர் இரவும் அவளுடைய பெண் மதகுருவுடன் கருஞ்சிவப்பான விதானத்தின் கீழ் மக்கள் முழுமையாகப் பார்க்கும் வண்ணம் வெறியுடன் உடலுறவு கொள்வான். பின்னர் அவன், வாசனைத் திரவியங்கள் சாம்பிராணி மற்றும் அரிய மரத்துண்டுகள் ஆகியவற்றின் மீது தங்க ஜரிகையாலான துணி விரிக்கப்பட்ட படுக்கையில் கிடத்தப்பட்டு தீ மூட்டப்பட்டான். ‘அன்னை அவனை மீண்டும் தன்னோடு எடுத்துக் கொண்டுவிட்டாள்’ என்று பக்தர்கள் கீதமிசைத்தனர்.[16] அயர்லாந்தில் ஆற்றல்மிக்க சந்திரப் பெண் தெய்வத்தின் பிரதான பெண் மதகுரு, தேர்ந்தெடுக்கப்பட்ட ஆணைத் தன் கைகளாலேயே கொன்றாள். அவனுடைய தலையைக் கொய்து, அவனுடைய ரத்தத்தை வெள்ளியாலான ஒரு ‘புனர்ஜென்ம’க் கிண்ணத்தில் பிடித்தாள். தற்பொழுது கோபன்ஹேகன் அரும்பொருள் காட்சி சாலையிலுள்ள இந்தக் கிண்ணங்களில் ஒன்றான ‘ஜட்லண்ட் கொப்பரை’ பலியிடும் சடங்கின் உச்சக் கட்டத்தில் பெண்தெய்வத்தின் செயலைத் தெளிவாகச் சித்திரிக்கிறது.[17]

அரசனைக் கொல்லுவதன் வரலாற்று மீதமிச்சங்கள் இன்று வரையிலும் தொடர்ந்து இருந்து வந்துள்ளன. சமீப காலமாகிய பத்தொன்பதாம் நூற்றாண்டிலும்கூட, ஆப்பிரிக்காவின் பாண்டு ராஜ்யங்களில் இளவரசர்களோ அல்லது வாழ்க்கைத் துணைவர்களோ இல்லாமல் அரசிகள் மட்டுமே இருந்திருக்கிறார்கள். ஆட்சிபுரிந்த ராணிகள் அடிமைகளையோ அல்லது சாதாரணக் குடிமகன்களையோ தமது காதலர்களாக ஏற்றுக்கொண்டு பயன்படுத்தியபிறகு, பின்னர்,

அவர்களைச் சித்திரவதை செய்து, தலையைக் கொய்துள்ளனர். கோல்டு கோஸ்டின் பிரிட்டிஷ் காலனியாட்சியாளர்களின் திடுக்கிடச் செய்த அறிக்கைகளின்படி அஷாந்தியின் கடைசி ராணி முறையாக பல டஜன் கணக்கான 'கணவர்களை' ஒழித்துக் கட்டி வந்திருக்கிறாள். ஏனெனில், அவள் தனது அந்தப்புரத்தை முறையாகத் துடைத்தெறிந்து பின்னர் மீண்டும் தொடங்குவதற்கு விரும்பினாள். மன்னராட்சி நிறுவப்பட்ட இடங்களிலும் கூட மன்னரைக் கொல்லும் தண்டனை விதிப்பதற்கு அதிகாரத்தைப் பெற்றிருந்தார்கள் என்றும், அவளுடைய தலையை வாங்கும் நேரத்தை நிர்ணயிப்பதற்கு உரிமை பெற்றி ருந்தார்கள் என்றும் ஃபிரேஸர் பதிவு செய்துள்ளார். ஆயினும், பிற கலாசாரங்கள் படிப்படியாக வேறு வகையான நிவேதனங்களை உருவாக்கின. முதலாவதாக, இளைஞனின் உயிரை வாங்குவதற்குப் பதிலாக, அவனுடைய இனப்பெருக்க ஆற்றல் அகற்றப்பட்டது. இதற்கான காயடிக்கும் சடங்கு ஆசியாமைனர் முழுவதிலும் பரவலாக நடத்தப்பட்டு வந்தது. (ஆனால் மெஸோ- அமெரிக்காவில் அஸ்டெக் ராணிகள், தமது நாகரிகத்தின் இறுதிவரையிலும் ஆணின் உயிரை வாங்குவது அல்லது காயடிப்பது என்ற இரண்டி லொன்றைக் கடைப்பிடிக்காமல் இரண்டையுமே வலியுறுத்தி வந்தனர்.) பின்னர் ஆண்களுக்கு (இளைஞர்களுக்கு) பதிலாகக் குழந்தைகளையும் பிராணிகளையும் ஆண்களின் பொம்மை உருவங்களையும் கூட பலியிட்டு வந்தனர். கற்புகெடாத கன்னிகள் ஒவ்வொரு வசந்த காலத்திலும் டைபர் நதியில் மூழ்கடிக்கப்பட்டனர்.[18]

ஆயினும், உண்மையாகப் பார்க்கும் போது சராசரி மனிதன் பெண் தெய்வத்தினிடமிருந்தோ அல்லது அவளை வழிபடுவது குறித்தோ அதிகம் பயப்படுவதற்கு ஏதும் இருந்ததாகத் தோன்றவில்லை. தலையாய கடவுள் பெண்ணாக இருக்கும் ஒரு கலாசாரத்தில் குவி மையம் பெண்களின் மீதே இருக்கிறது. சமுதாயம் தனது கட்டுமானங் களையும், லயங்களையும், வண்ணங்களையும் கூட அவர்களிட மிருந்தே பெறுகிறது. எனவே, உதாரணமாக, பெண்களின் பாலினத் தன்மையின் சிறப்பான மாயவித்தை, அவளுடைய புதிரான மாதவிடா யிலிருந்து புதிய உயிரைத் தோற்றுவிக்கும் அவளுடைய சிறப்புப் பண்பு வரை, பெண் தெய்வ வழிபாட்டுக் காலகட்டம் முழுமையிலும் சில புனிதமான கல்லறைகளுக்கு சிவப்பு மஞ்சள் காவி வர்ணம் பூசும் பரவலாக இருந்த பழக்கம் பிரதிபலிக்கிறது. ஆழ்ந்த அல்லது பிரகாசமான சிவப்பு நிறம் பல மதங்களில் பெண்ணின் பிறப்புறுப்பிலிருந்து வெளியாகும் ரத்தத்துடன் தொடர்புபடுத்தப் படுகிறது. அதே பொழுதில் சிவப்பு - மஞ்சள் காவிக்கும் ரத்தத்திற்கும்

உள்ள இணைப்பு அதனுடைய மற்றொரு பெயரான 'ஹேமாடைட்' (சிவந்த அல்லது ஒருவகைக் கறுத்த இரும்பு உயிரிகை) என்பதனால் தெளிவாகச் சுட்டிக் காட்டப்படுகிறது. சிவப்பு - மஞ்சள் காவியினால், அப்பொழுது பெண் தெய்வத்தை வழிபடுபவர்கள், தங்களைச் சார்ந்த இறந்து போனவர்களுக்கு மாதவிடாய் மற்றும் குழந்தை பிறப்பு என்னும் சக்திவாய்ந்த நிகழ்ச்சியின் வாயிலாக அடையாள பூர்வமாக மறுபிறப்பு வேண்டிவந்தனர். பெண்ணின் மாதவிடாய் ரத்தத்தின்-பெண் தெய்வத்திடமிருந்து அவர்கள் பெற்ற இந்த சக்தியின் மூலமான தகுதியின் - சொற்பொருள் சார்ந்த மற்றும் உருவக ரீதியிலான மதிப்பு. 'சாத்தியமான மிகச் சிறந்த உரமாக'த் திகழ்வதற்கு வருடாந்திர விதைப்புக்கு அதை விதை - தான்யத்துடன் கலக்கும் பண்டைய கிரேக்க வழக்கத்தில் எடுத்துக் காட்டப்படுகிறது.[19]

பெண்களின் இயற்கையான லயங்களையும் மாதாந்திர இரத்தப் போக்கையும் இவ்வாறு பகிரங்கமாகப் போற்றுவதானது பிற்காலத்தில் அவை ரகசியமான அவமானம் என்றும் 'சாபக்கேடு' என்றும் கருதப்பட்டதுடன் வியப்பான முறையில் முரண்படுகிறது. ஆனால் கடவுள் ஒரு பெண்ணாயிருந்த போது, எல்லாப் பெண்களும் பெண்மை சம்பந்தப்பட்ட எல்லா விஷயங்களிலும் அன்றுவரையிலும் என்றுமே இல்லாதவாறு ஓர் உயர்ந்த அந்தஸ்தைப் பெற்றனர். பெண் தெய்வம் அதிகாரம் செலுத்திய பொழுது, பெண்களும் அவ்வாறு செலுத்தினார்கள். இதனால், பெண்கள் ஆண்களின் மீது ஆட்சி செலுத்திய ஒரு காலம் இயல்பான மற்றும் கேள்விக்கிடமற்ற அரசு வடிவம் தாய்வழி ஆட்சிமுறையாக இருந்த காலம் எப்பொழுதாவது இருந்தது என்று பொருளாகுமா?

'ராணிகளின் யுகம்' - ஆண்களின் மீது பெண்கள் அதிகாரம் செலுத்தியதைத் தொடர்ந்து கூறப்பட்டு வந்த புனைவுகளின் பின்னால் உள்ள வரலாற்று ரீதியான உண்மை என்ன? இந்தக் கேள்விக்கான பதிலைத் தேடும் முயற்சிகள், பெண்கள் முழு ஆதிக்கத்தைப் பெற்றிருந்த, மற்றும் அதன் விளைவாக ஆண்கள் தாழ்த்தப்பட்டு ஒடுக்கப்பட்டிருந்த சமுதாயங்களைத் தேடும் வரலாற்றாய்வாளர்களின் பணி விடாப்பிடியாக இருந்து வந்துள்ளது - உண்மையில் ஒவ்வொரு தந்தை வழி ஆட்சிமுறை சமுதாயத்தின் கண்ணாடி பிம்பமாக இது இருந்து வந்துள்ளது. முகம்பார்க்கும் கண்ணாடியின் வாயிலாக பின்னோக்கிச் செல்லும் இந்த நிகழ்வுப் போக்கு உருப்படியான பலன்களைக் கொடுக்கத் தவறியதில் வியப்பேதுமில்லை. மற்றொரு உறுதியற்ற நிலைபாடு, தாய்வழி ஆட்சி முறை ஒரு காலத்தில் உலகக் கலாசாரத்தில் உலகுதழுவிய கட்டமாக இருந்தது என்று பத்தொன்பதாம்

நூற்றாண்டைய அறிஞர்கள் நம்பியிருந்ததாகும். அப்பொழுது, மானிட சமுதாயம் விலங்குகளைப் போல் வரையறையற்ற உடல் உறவு கொள்ளும் நிலையிலிருந்து வெளிப் போந்த போது, சிற்றின்ப வேட்கைமிக்க ஆண்களைத் தோற்கடித்ததன் வாயிலாக, தாய்வழி ஆட்சிமுறையை ஏற்படுத்துவதில் பெண்கள் வெற்றியடைந்தார்கள் என்று வாதம் புரியப்பட்டது. இவ்வாறு உருவாக்கப்பட்ட சமூக அமைப்பில், மானிடத்திலிருந்து தெய்வீகம் வரையிலும், ஒவ்வொரு மட்டத்திலும் பெண்கள் ஆதிக்கம் வகித்தனர். மேலும் ஒதுக்கப்பட்ட ஆண்கள் நாகரிகமற்ற மற்றும் பலாத்காரப் போக்குடையவர்களாய் ஒவ்வொரு தனிப்பட்ட ‘பெண்கள் ராஜ்யத்தின்’ விளிம்புகளிலும் பதுங்கியிருந்து, பயங்கரமான பழி வாங்கலுக்கு சதி செய்து வந்தனர். ஏனெனில், தாய்வழி ஆட்சி முறை நாகரிகத்தை நோக்கிய மனித முன்னேற்றத்தின் ஒரு கட்டமேயாகும். இறுதியாக (தர்க்கரீதியாக ஆண் வரலாற்றாசிரியரின் மனதிற்கு இவ்வாறு தான் பட்டது) ஆண்கள் திட்டம் தீட்டி, தாய்வழி ஆட்சி முறையை அகற்றி, நாகரிகத்தின் இறுதிக் கட்டமும், அதனுடைய உன்னதமான மலர்ச்சியுமாகிய தந்தைவழி ஆட்சிமுறையை நிறுவினர்.[20]

பெண்மைசார்பு வரலாற்றாசிரியர்கள் இவையாவற்றையும் சேவா மனப்பான்மையுடன் எடுத்துக் கொள்வார்கள் என்று எதிர்பார்க்க முடியாது. சைமன் டி புவோயர் 1949-ஆம் ஆண்டிலேயே வெடிக்கும் இயல்பில் கீழ்வருமாறு கூறினார்.

> ‘பெண்ணின் பொற்காலம் என்று கூறுவது ஒரு கட்டுக்கதை யாகும்… பூமித்தாய், பெண்தெய்வத்தைத் தனது சகஜீவியாக அவன் கருதவில்லை, அவளுடைய அதிகாரம் உறுதிசெய்யப் பட்டது என்பது மானிட ஆட்சிக்கு அப்பாற்பட்டதாகும். எனவே அவள் அந்த ஆட்சிக்கு அப்பாற்பட்டவளாயிருந்தாள். சமுதாயம் எப்போதுமே ஆணாதிக்கம் கொண்டதாகவே இருந்தது. அரசியல் ஆதிக்கமானது எப்போதுமே ஆண்களின் கைகளிலேயே இருந்து வந்தது’.[21]

சமீபத்திய மரபுக் கோட்பாட்டாளர்கள், ஆதிகாலத்தில் பெண்களின் ஆட்சி இருந்ததென்ற கருத்தையே நிராகரிக்கிறார்கள், பெண்கள் அதிகாரம் செலுத்தினார்கள் என்ற கட்டுக்கதையானது, ஆண்களின் ஆதிக்கத்தை நியாயப்படுத்துவதற்கு ஒரு பயனுள்ள கருவி என்பதைத் தவிர வேறல்ல என்று அவர்கள் வலியுறுத்துகின்றனர்.

> ஆனால் இயற்கையாகப் பார்க்கும் போது, தாய்வழி ஆட்சி முறையானது பிற்காலத்தில் ஆண்களால் உருவாக்கப்பட்டதைப் போன்ற ஓர் அரசியலாட்சி முறையாக இருக்க முடியாது. ஏனெனில் தந்தைவழி ஆட்சி முறையானது பிற்காலத்தில்,

முன்னால் அறிந்திராத சித்தாந்த வேர்களிலிருந்து உருவாயிற்று. தவிரவும், சமுதாயங்கள் மிகவும் வெவ்வேறு விதமான வேகத்தில் வளர்ச்சியடைந்து வந்த உலகில் எந்த ஓர் உலகளாவிய அமைப்பும் இருந்ததாக நாம் கொள்ள முடியாது. இதில் ஒரு சமுதாயம் மற்றொன்றைக் காட்டிலும் 30,000 ஆண்டுகள் முன்னதாகக் கல், இரும்பு, மண்பாண்டம், அல்லது கிராம அமைப்பைக் கொண்டிருக்கக்கூடும். பெண் தெய்வம் சம்பந்தமாகவும் அவளை ஆதாரமாகவும் அச்சாணியாகவும் கொண்ட சமூக அமைப்புகள் சம்பந்தமாகவும் மறுக்கப்பட முடியாத ஏராளமான சான்றுகளுக்கு நாம் மீண்டும் திரும்புவதெனில், 'தாய்வழி'ச் சமுதாயமானது பெண்ணை மையமாகக் கொண்ட பெருமளவு சமத்துவமான ஒருவகை சமூக அமைப்பு எனப் புரிந்து கொள்ளப்பட்டுள்ளது. அங்குப் பெண்கள் அதிகாரத்தை வகிப்பதும் சமுதாயத்தின் எல்லா நடவடிக்கைகளிலும் ஆண்களோடு கூடவே பங்கு கொள்வதும் இயற்கைக்கு மாறானதாகவோ அல்லது முரணானதாகவோ கருதப்படவில்லை. அந்த விளக்கத்தின் அடிப்படையில், முதல் நாகரிகங்கள் தோன்றியதற்கும் ஒரே கடவுள் (புத்தர், கிறிஸ்து அல்லது அல்லா) தோன்றுவதற்கும் இடைப்பட்ட சுமார் 4000 ஆண்டுகாலத்தில் தாய்வழிச் சமுதாய ஆட்சி முறைகள் நிறைய இருந்தன. தெளிவாக ஆண்களின் ஆட்சியின் கீழிருந்த சமுதாயங்களும் கூட, சுதந்திரங்களின் வடிவத்தில் வலுவான தாய்வழி ஆட்சிமுறையின் அம்சங்களை வெளிப்படுத்தின. அதற்குப் பின்னர், இன்று நாம் அறிந்துள்ள உலகம் முன்னேற்ற மடைந்த நிலையில் அவை இழக்கப்பட்டுவிட்டன. பெரிய எண்ணிக்கையிலான பெண்களால் அவை மீண்டும் எய்தப்படவேயில்லை.

அந்த சுதந்திரங்கள் யாவை? கி.மு. பதினாம்காம் நூற்றாண்டில் எகிப்திய மன்னர் இரண்டாம் ராமிசெஸின் பிரம்மாண்டமான சிலையின் அடிப்பீடத்தில் செதுக்கப்பட்டுள்ள கட்டளை முதலில் சிறிதும் விட்டுக் கொடுக்காத தன்மை வாய்ந்ததாக இருக்கிறது. 'பெண் தெய்வம் - மனைவி என்ன சொல்கிறாள் என்று பார் - அரசகுலத்தாய் உலகம் முழுமைக்கும் தலைவி.'[22]

ஆண்கள் வழக்கமாகத் தள்ளிவைத்திருந்த அதிகாரத்தைப் பெண்கள் மேற்கொண்டனர்.

பெண்கள் என்ற முறையில் அவர்கள் உலகில் பெண் தெய்வமாக இருந்தார்கள். அவளுடைய பிரதிநிதியாக அல்லது வழித்தோன்றலாக இருந்தனர். அவளுடைய தெய்வீக சக்திக்கும் மதச்சார்பற்ற சக்திக்கும்

வேறுபாடு பாராட்டப்படவில்லை. கிரேக்க வரலாற்றாசிரியர் ஹீரோடோடஸ், அஸ்ஸிரியாவில் நாற்பத்திரண்டு ஆண்டுகள் ஆட்சிபுரிந்த மிகவும் சாதாரணமான அரசி சம்முரமாட் (செமிராமிஸ்)டின் மெய்யான - வாழ்க்கை ஆட்சியை வர்ணிக்கையில் இவ்வாறு கூறுகிறார்:

அந்த ஆட்சியின் போது அவள் பாபிலோன் முழுமைக்கும் நீர்ப்பாசனம் செய்தாள், இந்தியா வரையிலும்கூட ராணுவப் படையெடுப்புகளை நடத்தினாள். அவளை 'பெண் தெய்வத்தின் மகள்' என்றும் 'பெண் தெய்வமே'யென்றும் மாற்றி மாற்றி அழைக்கிறார். பெண் தெய்வத்தின் அதிகாரம் பிதுரார்ஜிதமாகப் பெற்றதென்றும், நேரடியான முறையில் தாயிடமிருந்து மகளுக்கு மாறிச் சென்றது என்றும் இது சுட்டிக் காட்டுகிறது. ஒரு மனிதன் அதிகாரத்தின் மூலாதாரத்தைத் திருமணம் செய்துகொண்ட பொழுது மட்டுமே அரசன் ஆனான், அவன் தன் சொந்த உரிமையாகவே இதைப் பெறவில்லை. எனவே, எகிப்திய முடியாட்சியின் பதினெட்டாவது வம்சத்தில் முதலாவது பாரவோதுட்மோஸ், தனது மனைவியின் மரணத்திற்குப் பின்னர், சிம்மாசனத்தை தனக்கு இரண்டு மகன்கள் இருந்தபோதிலும் கூட- தனது இளம் வயது மகளுக்கு விட்டுக் கொடுத்தார். அரச வம்சத்தைச் சேர்ந்தவர் என்ற வழக்கத்திற்கு ஏற்பவும், பெண் வழியில் ஆட்சி புரிவதற்கு உரிமை உடையவள் என்பதும் பல கலாசாரங்களில் இருந்து வருகிறது. மெக்ஸிகோ வளைகுடாவின் நாட்சேஸ் இந்தியர்களிடையில் மகத்தான சூரியனின் உயர் தலைவன், குலத்தின் முக்கிய முதியவராகிய வெள்ளை இனப் பெண்ணின் மகன் என்ற தகுதியையே வகித்தார். அவள் இறந்தபோது, அவளுடைய மகள் வெள்ளை இனப்பெண் ஆனாள், அவளுடைய மகன்தான், அடுத்து சிம்மாசனத்தை அடைந்தான். இவ்வாறு அரச பதவியும், வாரிசுரிமையும் எப்போதும் பெண்வழியிலேயே நீடித்து இருந்து வந்தது. இந்த மரபு ஜப்பானில் 'வெய்' வம்சம் ஆட்சி புரிந்தபோது தொடர்ந்து இருந்து வந்தது; (கி.பி.220-264) அப்போது பெண் மதகுரு அரசி ஹிமெகோ மரணமடைந்ததைத் தொடர்ந்து கடுமையான உள்நாட்டுப் போர், அவளுடைய மூத்த மகளுக்கு முடிசூட்டப்பட்ட பிறகே முடிவுக்கு வந்தது.

எகிப்தில் ராணியின் அதிகாரம் மிகவும் அசாதாரணமாக இருந்தது. அங்கு ஆயிரக்கணக்கான ஆண்டுகள் அவளே ஆட்சியாளர், பெண்தெய்வம், கடவுளின் மனைவி, உயர்நிலைப் பெண்மதகுரு மற்றும் போற்றுதலுக்குரிய குலமரபுச் சின்னம் ஆகிய யாவும் ஒன்றாக அமைந்தவளாகத் திகழ்ந்தாள். சம்முரமாட்டைப் போலவே

ஹாட்ஷெப்சுத்தும் தனது படைகளுக்குத் தலைமை தாங்கிப் போராடினாள். ஆணின் அதிகாரத்திற்கும் தனிச்சிறப்புரிமைக்கும் உரிமை கொண்டாடினாள். இதன்படி அவள் கௌரவிக்கப்பட்டு வணங்கப்பட்டாள். அவளுடைய மரணத்திற்குப் பின் 800 ஆண்டுகள் வரையிலும் இது நீடித்தது. வட திசைக்கும் தென்திசைக்குமான அரசி, சூரியனின் மகன், தங்க ஹோரஸ், ஆயுள் வழங்குபவள், உதய காலங்களின் பெண் தெய்வம், உலகத்தின் தலைவி, இரு மண்டலங்களுக்கும் பெண்ணரசி, எல்லா இதயங்களையும் கிளர்ச்சி யூட்டித் தூண்டி விடுபவர், சக்தி வாய்ந்த பெண்[23] என்று அவள் போற்றப்பட்டாள். ஆனால், வாழ்க்கைத் துணைவி மட்டுமல்லாமல் அரசி, ஆட்சியாளராக அடிக்கடி தோன்றியது எகிப்திய ராஜ வம்சங்களோடு மட்டும் நின்றுவிடவில்லை. அரசியின் ஆட்சியானது கெல்டிக் பிரிட்டிஷ் மக்களிடையிலும் மிகவும் வழக்கமான நிகழ்ச்சியாக இருந்தது. கி.பி.50ஆம் ஆண்டில் கிளாடியஸுக்கு முன்னால் வெற்றியின் அடையாளமாக சிறைபிடிக்கப்பட்டு கொண்டு வரப்பட்ட வீரர்கள் ரோமானிய சக்கரவர்த்தியை முற்றாக உதாசீனம் செய்து, அதற்குப் பதிலாக அவனுடைய மனைவியான சக்கரவர்த்தினி அக்ரிப்பினாவுக்குத்தான் பணிந்து வணங்கினர். ஆயினும், எல்லாரைக் காட்டிலும் மிகவும் ஆர்வத்தைத் தூண்டுபவர் தெபோரா. சுமார் கி.மு.1200ல் இஸ்ரேலியர்களின் தலைவியாக இருந்தவர். அவள், குலத்தின் ஆண் தலைவர்களின் மீது தெளிவான, முற்றான ஆதிக்கம் செலுத்தினாள். அவள் மீது அவர்கள் முற்றாக சார்ந்திருந்தனர். எனவே அவர்களது படைத்தலைவர் பாரக், அவள் இல்லாமல் போர் முனைக்கும் கூட செல்லமாட்டார். தொடக்க கால யூத வரலாற்றில் இத்தகைய சக்திவாய்ந்த மற்றும் புகழ்வாய்ந்த பெண்கள் பற்றி ஏராளமான குறிப்புகள் காணப்படுகின்றன.

ஒரு யூத இளவரசி? ஜூடித், யூத மக்களைக் காப்பாற்றியவர், தாக்குதல் நடத்திய ஓர் இராணுவ தளபதியுடன் சரச சல்லாபம் செய்தாள், அவனுக்கு நிறைய மதுவைக் கொடுத்து, தள்ளாடிக் கீழே விழச் செய்தாள். பின்னர் அவளும் அவளது தோழியும் (இவளுடைய பெயர் கதையில் காணப்படவில்லை) அவனுடைய தலையை வெட்டி உணவுப் பண்டங்களைக் கொண்ட ஒரு கூடையில் அதை மறைத்து வைத்துக்கொண்டு யூதர்களின் முகாமுக்கே ஊடுருவிச் சென்றனர். பின்னர் அவர்கள் அவனுடைய தலையை முகாமின் வாயிலில் ஓர் உயரமான கொம்பில் பொருத்தி வைத்தனர். எனவே, அவனுடைய படை வீரர்கள் யூதமுகாமைத் தாக்க வந்தபோது, வாயிலில் அவர்களது படைத்தலைவனின் வெட்டப்பட்ட தலை ரத்தம் சொரியக் காணப்படும் கோரக் காட்சியைக் கண்டு மருண்டு. தங்களால் முடிந்தவரை வேகமாகப்

பின்வாங்கி ஓடினர். பின்னர் ஜூடித் தன்னுடைய தோழியை விடுவித்தாள். எல்லாப் பெண்களும் அவளைக் கௌரவிக்கும் முகமாக நடனமாடினர். அவள் ஓர் யூத இளவரசி[24]

அப்பொழுது பெண்களின் அதிகாரமும் கவுரவமும் இளவரசி களோடும் அரசிகளோடும் மட்டும் நிற்கவில்லை. வேட்டையாடு தலுக்குப் பதிலாக விவசாயம் மேற்கொள்ளப்பட்ட போதும் மற்றும் சமுதாயம் தாய்வழி ஆட்சி முறையில் கோலோச்சப்பட்ட போதும் எல்லாப் பெண்களும் சமூக, மற்றும் பொருளாதார முக்கியத்துவத்தை அடைந்தனர். சில அடிப்படை உரிமைகளையும் அனுபவித்தனர்.

பெண்கள் பணமும் சொத்தும் உடைமையாகக் கொண்டிருந்தனர், அவற்றின் மீது ஆதிக்கம் வகித்தனர்

ஸ்பார்ட்டாவில் பெண்கள் மொத்த நிலத்தில் மூன்றில் இரண்டு பங்கை உடைமையாகக் கொண்டிருந்தனர். அராபியப் பெண்கள் ஆட்டுமந்தைகளை உடைமையாகக் கொண்டிருந்தனர். அவர்களின் கணவன்மார்கள் அவற்றை மேய்க்க மட்டுமே செய்தனர். மனோமினி இந்தியர்களிடையில் தனிப்பட்ட பெண்கள், தமது சொந்த உரிமையாக, பூர்ச்ச மரப்பட்டைகளாலான 1200 அல்லது 1500 கப்பல்களை சொந்தமாகக் கொண்டிருந்தனர். ஹம்முராபியின் வியக்கத்தக்க வகையிலான சமத்துவக் கூட்டத்தின் கீழ் - கி.மு.1700ஆம் ஆண்டுவாக்கில் பாபிலோனில் இது சட்டமாகியது - ஒரு பெண்ணின் வரதட்சணை அவளுடைய கணவனுக்கு அன்றி, அவளுக்கே கொடுக்கப்பட்டது. மேலும் வேறுநிலம் அல்லது சொத்தோடு கூட அவளுடைய உடைமையாகவே இருந்து வந்தது. அவளுடைய மரணத்திற்குப்பின் அந்த உடைமைகள் அவளது குழந்தைகளுக்குப் போய்ச் சேர்ந்தன. எகிப்தில், நிதி சம்பந்தமாக ஒரு பெண்ணின் சுதந்திரம் எப்படியிருந்ததெனில், அவளிடமிருந்து அவளுடைய கணவன் பணத்தைக் கடன் வாங்கினால், அவள் அவனுக்கு வட்டி கூட விதிக்க முடியும்.[26]

திருமண ஒப்பந்தங்கள் தனிநபர்களென்ற முறையில் பெண்களின் உரிமைகளை மதித்தன, வாழ்க்கைத் துணைவியர் என்ற முறையில் அவர்களைக் கௌரவித்தன.

ஹம்முராபியின் சட்டத்தைப் போன்ற பல சட்டங்கள் திருமணம் என்பது பிற்காலத்தில் பெண்களுக்கு அடிமை நிலையைத் தந்த நிலைமையுடன் தெளிவாக முரண்படுகின்றன. பாபிலோனில் ஓர் ஆண் தனது மனைவியை 'இழிவுபடுத்தினால்' கொடுமைப்படுத்திய காரணத்திற்காக அவனிடமிருந்து சட்ட பூர்வமாகப் பிரிந்து

வாழ்வதற்காக அவள் நடவடிக்கை மேற்கொள்ள முடியும். விவாகரத்து ஏற்பட்டால், அவர்களது குழந்தைகளின் பராமரிப்பும், கட்டுப்பாடும் மனைவியிடம் விடப்பட்டது. குழந்தைகளின் பராமரிப்புக்கான செலவைக் கணவன் ஏற்றுக்கொள்ள வேண்டுமென்று விதிக்கப் பட்டது. எகிப்தியத் திருமண ஒப்பந்தம் பற்றி கிரேக்க வரலாற்றாசிரியர் தியோடரஸ் பின்வருமாறு பதிவு செய்துள்ளார். அதில் கணவன் தனக்கு மனைவியாக வரப்போகிறவளிடம் இவ்வாறு உறுதி கூறுகிறார்.

> *மனைவி என்ற முறையில் உன்னுடைய உரிமைகளுக்கு நான் தலைவணங்குகிறேன். இன்றிலிருந்து உன்னுடைய உரிமைகளை எதிர்த்து நான் ஒரு வார்த்தை கூடக் கூற மாட்டேன். நீ என்னுடையவளாக நிச்சயம் இருக்க வேண்டுமென்று கூறுவதற்கு எனக்கு உரிமையில்லாவிட்டாலும் கூட அனைவரின் முன்னாலும் உன்னை என்னுடைய மனைவியாக நான் அங்கீகரிக்கிறேன். நான் உன்னுடைய கணவனும், வாழ்க்கைத் துணைவனும் மட்டுமே. பிரிந்து செல்வதற்கு உனக்கு மட்டுமே உரிமையுண்டு... நீ எங்கு செல்வதற்கு விரும்பினாலும் உன்னுடைய விருப்பத்தை நான் எதிர்க்க முடியாது! நான் உனக்கு... (இங்கு மணமகனின் உடைமை களின் பட்டியல் கொடுக்கப்படுகிறது) அளிக்கின்றேன்*[27]

ஓர் எகிப்திய மனைவி தன்னுடைய கணவனிடமிருந்து எதிர்பார்க்கக்கூடிய உளமார்ந்த அன்னியோன்னியம் மற்றும் சகிப்புத் தன்மை பற்றிய மற்றொரு வலுவான சுட்டிக்காட்டல் 5000 ஆண்டுகளுக்கு முந்திய, அனேகமாக உலகில் மிகவும் பழமைவாய்ந்த 'படாஹோடெபின் மூதுரைகள்' என்ற புத்தகத்தில் காணப்படுகிறது.

நீங்கள் விவேகமுள்ளவரென்றால், வீட்டில் தங்கவும்,

உமது மனைவியை நேசிக்கவும், அவளுடன் வாதம் செய்ய வேண்டாம்.

அவளுக்கு உணவளிக்கவும், அணி செய்யவும், உடம்பைப் பிடித்துவிடவும்,

அவளுடைய விருப்பங்கள் யாவற்றையும் நிறைவேற்றவும் அவளுடைய மனதில் என்ன நினைக்கிறாளோ அதற்குக் கவனம் செலுத்தவும்,

அவளை உன்னுடனேயே தங்கவைப்பதற்கு இது ஒன்றே வழியாகும். அவளை நீ எதிர்த்தால் அது உன்னுடைய வீழ்ச்சிக்குக் காரணமாகிவிடும்.[28]

பெண்கள் உடல்ரீதியான சுதந்திரங்களை அனுபவித்து வந்தனர்.

திருமணம் செய்து கொள்வதில் பெண்களுக்கு அளிக்கப்படும் மதிப்பு, அதற்கு முன்னால் அவர்கள் பெரும்பாலும் அனுபவித்து வந்த சுதந்திரத்தைப் பிரதிபலிக்கிறது. பண்டைக் காலத் தொடக்கத்தில் கிரேக்கப் பெண்கள், சுதந்திரமான, திறந்த-வெளி வாழ்க்கை வாழ்ந்தனர். உடலாரோக்கியமும் அழகும் பெறுவதற்காக உடற் பயிற்சியும் மற்றும் விளையாட்டுப் பயிற்சிகளும் அவர்களுக்கு அளிக்கப் பெற்றன. கிரீட்தீவில், தேர்ந்தெடுக்கப்பட்ட இளம் பெண்களுக்குக் காளை மாட்டைப் பிடித்து அடக்கும் பயிற்சி (brell-leaping) கொடுக்கப் பட்டது. அதே பொழுதில் அயோனியன் பெண்கள், குத்தீட்டிகளையும், வலைகளையும் கொண்டு நடத்தப்பட்ட காட்டுப்பன்றி வேட்டைகளில் சேர்ந்து கொண்டனர். ஆயிரக் கணக்கான அட்டிக்கா அல்லது ஆதென்ஸைச் சேர்ந்த மலர்க் குவளைகளில் (கிரேக்கத் தாழிகள் என்று கீட்ஸ் கூறுகிறார்) பெண் குதிரையோட்டிகள் நிர்வாணமாகப் பந்தயம் நடத்தினர் அல்லது நிர்வாணமாக நடனமாடினர், நீச்சலில் ஈடுபட்டனர், ஆயிரக்கணக்கான ஆண்டுகளாக இது நடைபெற்றது- எல்லோரும் மௌனம் காத்தனர். காலம் மெதுவாகக் கரைந்தது- ஸ்பார்ட்டாவில் திருமணமாகாத இளம் பெண்கள் அனுபவித்த சுதந்திரம் மிகவும் முனைப்பாக இருந்ததால், கிரீஸின் பிற நகர ராஜ்யங்களில் இதைப் பற்றி விமர்சனம் கூட எழுந்தது. பழி கூறப்பட்டவள் யூரிபிடெஸ் என்ற அதெனியப் பெண் ஒருவள் மட்டுமல்ல.

ஸ்பார்ட்டாவின் குமாரத்திகள் என்றுமே வீட்டில் தங்குவதில்லை!

அவர்கள் மல்யுத்தப் போட்டிகளில் இளம் ஆடவர்களுடன் கலந்து நிற்கின்றனர்.

அவர்களின் ஆடைகள் களையப்படுகின்றன.

அவர்கள் முழுநிர்வாண உடல்களோடு காட்சியளிக்கின்றனர். இது அவமானகரமானது!

இந்த இளம் பெண்களின் வலிமையும் உடற்பயிற்சித் திறமையும் வெறும் வேடிக்கைக்காகப் பேணி வளர்க்கப்படவில்லை என்று ரோமானிய வீராங்கனை கிளோயிலியாவின் வரலாறு காட்டுகிறது. கி.மு.ஆறாம் நூற்றாண்டில் ரோமாபுரியின் மீது நடைபெற்ற ஒரு தாக்குதலின்போது லார்ஸ் போர்சென்னா என்ற எட்ரூஸ்கன் அரசனால் பிணைக் கைதியாகக் கொண்டு செல்லப்பட்ட அவள் தப்பித்துச்

சென்று, ஒரு குதிரையைத் திருடி, அக்குதிரை மீது அமர்ந்து டைபர் நதியில் நீந்திச் சென்று பத்திரமாக ரோமாபுரியைச் சென்றடைந்தாள். ஆனால் ரோமானியர்கள் அவளை மீண்டும் லார்ஸ்போர் சென்னாவிடம் ஒப்படைத்த போதிலும், கிளோயிலியாவின் வீரம் வென்றது. அவளுடைய இந்த வீரசாகஸம் லார்ஸ்போர்சென்னாவின் மனதை மிகவும் கவர்ந்ததால், அவளை கௌரவிப்பதற்காக அவளையும் அவளுடைய பிற அனைத்து சக பிணைக்கைதிகளையும் அவன் விடுதலை செய்தான்.[29]

பெண்களின் படைகள் ஆண்களைப் போல் போரிட்டன

விளையாட்டுகள், உடற்பயிற்சிகளாலும் நிர்வாணமாக இருப்பதை முறையாக நடைமுறைப்படுத்தி வந்தாலும் இளம் பெண்களின் உடல்கள் கடினமடைந்ததானது தனிப்பட்ட துணிச்சலின் இத்தகைய இடையிடையான நடவடிக்கைகளைக் காட்டிலும் பரந்த விளைவுகளைக் கொண்டிருந்தது. பண்டைய உலகம் முழுமையிலும், பெண்கள் ஆயுதந்தரித்து இருந்தும், போர் முனைகளில் படை வீரர்களாகப் போரிட்டதும் பற்றிய சிதறலான, ஆயினும் ஏராளமான சான்றுகள் உள்ளன. ஆனால் மரபான விவேகத்திற்கான விருதுகள் எப்போதும் ஆண்களுக்கே உறுதி செய்யப்பட்டிருந்தன. ஆட்சிபுரிந்த அரசிகள் போர்க்களத்தில் தமது துருப்புகளுக்குத் தலைமை தாங்கிப் போரிட்டுள்ளனர். ஏதோ சடங்கு ரீதியிலான பெயரளவிலான தலைவர்களாக அல்ல, மாறாக அங்கீகரிக்கப்பட்ட மற்றும் பயனுறுதியான போர்த் தளபதியாகச் செயல்பட்டுள்ளனர். தற்பொழுது ஈரான் என்று வழங்கப்படும் பகுதியின் மஸ்ஸாகெடா குலத்தின் ஆட்சியாளரான தமிரிஸ் என்ற ஸைத்திய போர்த்தளபதி அரசி, மகாசைரஸின் தலைமையின் படையெடுத்த போர் வெறியர்களை எதிர்த்து தனது ராணுவத்திற்குத் தலைமை தாங்கிப் போரிட்டு வெற்றிகண்டாள். போரில் தனது மகன் கொல்லப்பட்டதற்கு அந்த மாமன்னரைக் கொன்று பழி தீர்த்துக்கொண்டாள். அக்டியம் போரில் எகிப்திய அரசி கிளியோபாட்ரா செய்தது போன்று, ஆட்சி புரிந்த பெண்கள் கடற்போரிலும் தலைமை தாங்கியுள்ளனர். அந்த அக்டியம் போரில் எதிர்பாராத முறையில் கிளியோபாட்ரா மனச் சோர்வடைந்ததால், தோல்வியடைந்தாள். அதனால் அவள் தன் சாம்ராஜ்யத்தையும், தனது காதலன் அந்தோணியையும், தன் உயிரையும் இழக்க நேர்ந்தது. கெல்டிக் வம்ச ஆட்சியின்போது பிரிட்டனில் போர்த்தளபதி அரசிகள் குறிப்பாகப் பாராட்டப்பட்டனர். அங்கு ஆற்றல்மிக்கப் பெண் தெய்வம் தானே எப்போதும் போர்க் களத்தை தாங்கி நின்றாள். கிறிஸ்தவ யுகத்திற்கு முந்தைய வரலாறுகளில் ராணி மேதப் (மேவே)

போன்ற பெண் போர்த் தலைவிகள் பற்றிய எண்ணற்ற குறிப்புகள் உள்ளன. ராணி மேதப் தனது படைகளுக்குத் தலைமை தாங்கி ஃபைண்ட் மோர் ராணிக்கு எதிராகப் போர்தொடுத்து ஆண்ட்ரீம் மாவட்டத்தில் தூன் சொபேர்ச்சி என்ற இடத்தின் மீது தன்னந்தனியாகத் தாக்குதல் நடத்தி எதிரிநாட்டு அரசியின் ஐம்பது பெண் வீரர்களைச் சிறைப்பிடித்தாள்.[30]

உண்மையில் கெல்ட் இனத்தின் போராடும் பெண்கள் அவர்களது வலிமைக்கும் மூர்க்கமானதாக்கும் சக்திக்கும் புகழ் பெற்றுள்ளனர். வியப்பார்வம் அடைந்த ரோமானிய வரலாற்றாசிரியர் டியோகாஸியஸ், போரில் குதித்த ஐஸெனி அரசி பௌடிக்காவை 'ஓர் ஈட்டியை ஏந்திக் கொண்டு, ஆஜானுபாகுவான உடற்கட்டுடன் பயங்கரமாகத் தோற்றமளித்தாள்' என்று வர்ணிக்கிறார்.[31] பெண் படைக் குழுக்களிலும் இதே போர்க்குணம் காணப்பட்டது. போர்க்கள அனுபவம் பெற்றிருந்த மற்றொரு ரோமானிய வரலாற்றாசிரியர் தனது சக தேசபக்தர்களைப் பின்வருமாறு எச்சரித்திருந்தார். ஒரு தனிப்பட்ட பிரெஞ்சுக்காரன், உதவிக்குத் தனது மனைவியை அழைத்துக் கொண்டாரானால், ரோமானியர்களின் ஒரு படையே அவர்களை எதிர்த்து நிற்க முடியாது. ஏனெனில் அந்தப் பெண் ஆக்ரோஷத்துடன், தனது கழுத்து நரம்புகள் புடைக்க, பற்களை நறநறவென்று நெரித்த வண்ணம், தனது பெரிய அளவிலான வெளிரிய பழுப்பு நிற ஆயுதங்களை வீசி, ஒரு கவண் பொறியிலிருந்து வெளிவரும் ஏவுகணைகளைப் போல் தாக்குதல்களைத் தொடுக்கிறாள், உதைத்துத் தள்ளுகிறாள்.[32]

மத்தியதரைக் கடலைச் சுற்றியுள்ள பிரதேசங்களிலும் அண்மைக்கிழக்குப் பிரதேசங்களிலும் பெண் போராளிகளைப் பற்றிய கதைகள் எப்போதும் தொடர்ந்து இருந்து வந்துள்ளன; மற்றும் ஆரம்பகாலம் முதற்கொண்டே எழுதப்பட்ட குறிப்புகளும் வாய்மொழியான தகவல்களும் அமேஸான்கள் என்று வரலாற்றில் அறியப்பட்ட பெண் போராளிகளின் ஒரு பழங்குடியினர் இருந்ததைப் பதிவு செய்துள்ளன. எந்த 'உறுதியான' வரலாற்று வழிப்பட்ட புள்ளி விவரங்கள் (ஒரு நகரம் இருந்ததன் புதைபொருள் தடயங்களோ அல்லது உதாரணமாகப் புகழ்பெற்ற வெற்றிகளை விவரிக்கும் கல்வெட்டுக்களோ) இல்லாத நிலையில், மேலே குறிப்பிட்ட வர்ணனைகள் வெறும் கற்பனையென்றும் அல்லது கட்டுக்கதை என்றும் தொலைதூரத்தைச் சேர்ந்த அன்னியர்களின் 'பொதுவான பயணிகளின் கதைகளைத் தவிர வேறல்ல' என்றும் கருதப்பட்டன. இந்த அந்நியர்கள் எல்லாவற்றையும் தவறாகவே கூறுகிறார்கள் என்று

ஆக்ஸ்போர்டு செம்மைசால் அகராதி விளக்குகிறது. இருபதாம் நூற்றாண்டின் பெண்மை சார்ந்த வரலாற்றாசிரியர்களும் அமேசான் கதையைப் பற்றி மன உளைச்சல் அடைந்துள்ளனர். அமேசான் பெண்கள் எப்போதும் இறுதியாக தோற்கடிக்கப்பட்டு கற்பழிக்கப் பட்டனர். தீஸியஸ் போன்ற வீரர்கள் அவர்களைத் திருமணம் செய்து கொண்டனர். எனவே, ஆண் ஆதிக்கம் தவிர்க்க முடியாமல் ஏற்படும் என்று வரலாற்றில் திரும்பத் திரும்பக் கூறப்படுவதை மிகவும் சௌகரியமாக வலியுறுத்துவதற்காகவே இந்தக் கதைகள் எல்லாம் கூறப்படுவதாகக் கருதினர். 'அமேஸான்' என்றால் கிரேக்க மொழியில் 'ஒரு மார்பகம் இல்லாதவர்கள்' என்று அப்பட்டமாகப் பொய்யான மற்றும் கற்பனையான விளக்கம் கொடுக்கப்படுவதில் மற்றொரு பிரச்சினையும் அடங்கியுள்ளது. இது மொழி ரீதியில் போலியான தென்றும், உடற்கூறு ரீதியில் கேலிக் கூத்தானதாகும் என்றும் தற்பொழுது அறியப்பட்டுள்ளது. தமது கையை சுழற்ற முடியாத அளவுக்கு எத்தனை பெண்களுக்கு வலது மார்பகம் அவ்வளவு பெரியதாக இருக்கிறது? எனவே, இதன்படி போராடுவதற்காக வேண்டி பூர்வகுடிப் பெண்கள் தமது மார்பகங்களை அறுத்துக் கொண்டார்கள் என்று கூறப்படும் கருத்து முழுமையும் அவமதிப்புக் குள்ளாகிவிட்டது.

ஆனால் இந்த விஷயத்தை முழுமையாக நிராகரிப்பது தொட்டித் தண்ணீருடன் குழந்தையையும் வீசியெறிவதற்கு ஒப்பாகும். எழுதப்பட்ட குறிப்புகள் கதை சொல்பவர்களின் வம்பளப்புகளி லிருந்து, நம்பகமான வரலாற்றாசிரியர்களின் படைப்புகள் வரையிலும் மிகவும் ஏராளமாக இருப்பதாலும் ஒருங்கிணைப்பாக இருப்பதாலும் அவற்றை உதாசீனம் செய்ய முடியாது. பிளினி, ஸ்ட்ரோபோ, ஹெரோடோடஸ், எய்ஸ்சிலஸ், டியோடோரஸ் மற்றும் புளூடார்ச் போன்ற மிகவும் வேறுபட்ட எழுத்தாளர்களின் ஆழ்ந்த கவனத்தையும் நம்பிக்கையையும் ஈர்க்கமுடிந்துள்ள எந்த விஷயமும், பிந்திய தலைமுறைகள் தங்குதடையின்றி நிராகரித்துள்ளவை, உறுதியான தகவலின் உயிர் நிலைப் பகுதியைக் கொண்டுள்ளவை. கற்பனை கட்டுக்கதை என்று சொல்லப்பட்டவற்றின் சாராம்சத்திற்கும் எண்ணற்ற சடங்குகள், உயிர்ப்பலிகள், போலிச் சண்டைகள், பிற்காலத்தின் விழாக்கள் ஆகியவற்றிலிருந்து வரலாற்று ரீதியான ஆதாரம் கிடைக்கிறது. இந்தச் சடங்குகள் முதலியவற்றைக் கடைப்பிடித்து வந்தவர்கள் இவை ஆதி அமேஸான்களால் தொடங்கப்பட்டவை என்று நம்பிக்கையுடன் கூறினர் - அவர்களின் சொந்தக் கடந்த கால வரலாற்றின் கேந்திரமான பாகங்களின் நினைவுச் சின்னங்களாக இவை திகழ்கின்றன.[33]

சக்தி வாய்ந்த பெண்களின் சுயாட்சிக் குலம் என்ற கருத்தமைப்பு மிகவும் தெளிவாகத் தொடர்புபடுத்துகிற தாய்வழி ஆட்சிமுறை என்ற பரந்த பிரச்சினையைப் பொறுத்த மட்டிலும், கற்பனையையும் கட்டுக்கதையையும் மெய்யான வரலாற்றின் மறுக்கப்பட முடியாத சம்பவங்களுடன் இணைத்துப் பார்ப்பதில்தான் இதற்கான தீர்வு அடங்கியுள்ளது. பெண்கள் போர்த் தலைவிகளாகவும், படைவீரர்களாகவும் போராடியுள்ளனர். ராணுவப்படைகளிலும், முறையான ராணுவ வீரர்களாகவும் போராடியுள்ளனர். மத்தியதரைக் கடற்பகுதி முழுவதிலும் ஆசியாமைனரிலும் தோற்றமளிக்கும் ஆற்றல்மிக்க பெண் தெய்வத்தின் பிரதான அடையாளச் சின்னம் இருமுனை கொண்ட போர்க் கோடரியாக இருந்துள்ளது(Labrys). தவிரவும் கிரேக்கப் போர் வீரர் கவிஞரான டெலிஸில்லாவின் வர்ணனையைப் போன்ற எண்ணற்ற ஆதாரபூர்வமான வர்ணனைகளும் இருக்கின்றன - இந்தக் கவிஞர் கி.மு.ஐந்தாம் நூற்றாண்டில் அர்கோஸ் நகரப் பெண்களை - அவர்களின் நகரம் முற்றுகைக்குள்ளான போது, போர்ப்பாடல்களைக் கொண்டும் முழக்கங்களைக் கொண்டும், திரட்டியுள்ளார். இந்த அர்கோஸ் அமேஸான்கள் ஆயுதமேந்தி, வெற்றிகரமான எதிர்த்தாக்குதல் நடத்தி, நீடித்த போராட்டத்திற்குப் பின்னர் எதிரியை துரத்தி அடித்தனர். அதன் பின்னர், அவர்கள் ஓர் அப்ரோடைட் கோவிலை டெலிஸில்லாவுக்கு அர்ப்பணித்தனர். பின்னர் அந்தப் பெண் கவிஞர் தெய்வங்களின் ஆற்றல்மிக்க அன்னையை கௌரவிப்பதற்காக ஒரு வெற்றிப் பாடலை உருவாக்கினார்[34]. மாதர்களிடையில் அமேஸான் நடவடிக்கையைப் பற்றிய இது போன்ற ஏராளமான சான்றுகளும் தெளிவாகக் காட்டுவது தாய்வழி ஆட்சிமுறையைப் போன்றே ஒரே ஒரு அமேஸான் குலம் மட்டும் இருந்திருக்கமுடியாது என்பதையே ஆகும். ஆனாலும், பெண்கள் போர்க்களத்தில் இறங்கிப் போராடியுள்ள வரலாற்று யதார்த்தத்தை இனி ஒரு போதும் சந்தேகிக்க முடியாது.

பெண்கள் இறுதிநிலை சுதந்திரத்தைக் கோரினர்

விளையாட்டுகளின் மூலமும் ராணுவ நடவடிக்கைகள் மூலமும் இந்தப் பெண்கள் வெளிப்படுத்திய உடல் ரீதியான சுதந்திரம் ஓர் ஆழமான சுதந்திரத்தை உள்ளடக்கியுள்ளது. பிற்காலத்தில் அது சகித்துக் கொள்ளப்படுவதற்கு மிகவும் கஷ்டமாக இருந்தது. அது குறித்துப் போதுமான அளவு விளக்கப்படவில்லை. நாட்டுக்கு நாடும், குலத்திற்குக் குலமும் பழக்கவழக்கங்கள் வேறுபட்டிருந்தன. ஆயினும் நாகரிகம் தோன்றியபோது பெண்கள், அதற்குப் பின்னர் வேறு எந்தக் காலத்திலும் இல்லாதவாறு, அவர்களது 'தன்னடக்கத்தின்'

மீதான கட்டுப்பாட்டிலிருந்து கற்புடைமையின் மீதான கட்டுப் பாட்டிலிருந்து கூட மிக அதிகமான சுதந்திரத்தைப் பெற்றிருந்தனர். உதாரணமாக, பல சமுதாயங்களில் பெண்கள் நிர்வாணமாக இருப்பது அவமானமாகக் கருதப்படவில்லை. ஓர் இளம்பெண் உடற்பயிற்சி வல்லுனர் அல்லது விளையாட்டு வீரர் உடலில் துணியில்லாம லிருப்பது என்பது மட்டும் இதன் பொருளல்ல, உண்மையில் வாலிபப் பெண்கள் நிர்வாண வழிபாட்டை முறையாகக் கடைப்பிடித்து வந்தனர். முதன்மை விழாக்களின் போதும் முக்கிய சடங்குகளின் போதும் ஓர் உருக்கமான நிகழ்ச்சியின் போதாயினும் அல்லது மகிழ்ச்சிகரமான சந்தர்ப்பத்தின் போதாயினும் சரி, பெண்கள் அடிக்கடி துகிலுரிந்து வந்தனர். கி.மு. ஒன்பதாவது மற்றும் எட்டாவது நூற்றாண்டுகளின் காலத்திலிருந்து அட்டிக்காவின் (ஏதென்ஸின்) குடுவைகள் காணப்பட்டதானது எந்த அதீனியக் குடிமகனின் சவ ஊர்வலத்திலும் துக்கம் அனுசரிக்கும் பெண்கள், மரணமடைந்தவரின் மனைவி (விதவை) ஆகியோர் நிர்வாணமாக நடந்து சென்றுள்ளனர் என்ற வழக்கத்தைக் காட்டுகிறது.

இந்த உடல் ரீதியான சுதந்திரத்தோடு தாய்வழிச் சமுதாயத்தில் ஒருவர் எதிர்பார்க்கக்கூடிய சில முக்கியமான பாலியல் சுதந்திரங்களும் இருந்து வந்தன. பெண்கள் ஆட்சி செய்யும் போது, பெண்கள் காதலிக்கின்றனர். கி.மு. பதிமூன்றாவது நூற்றாண்டைய எகிப்திலி ருந்தான இருபது சிற்றின்ப வேட்கை மிக்க காதல் பாட்டுக்களில் பதினாறு பாடல்கள் பெண்கள் இயற்றியதாகும். ஒரு பாடல் வெட்கமின்றி இவ்வாறு கூறுகிறது: ‘சாளரத்தின் வழியாக ஏறிச் சென்று பார்த்தேன், என் சகோதரன் அவனுடைய படுக்கையில் படுத்திருப் பதைக் கண்டேன் - என் இதயம் மகிழ்ச்சியால் பூரிப்படைந்தது. மற்றொரு பாட்டு இன்னும் அப்பட்டமாகக் கூறுகிறது. ‘ஓ, அழகுமிக்க என் கண்மணியே! உன்னைத் திருமணம் செய்து கொள்வதற்கும் உன்னுடைய சொத்துக்கள் யாவற்றுக்கும் எஜமானி யாவதற்கும் நான் உயிரை விட்டுக் கொண்டிருக்கிறேன்’[35] உலகத்தின் வேறு பிரதேசங்களில் பழக்கங்கள் இவ்வளவு சொல்நயத்துடனில்லை. அவை மிகப் பழமையானவையாக இருக்கின்றன. செவிரஸ் என்ற ரோமானிய மாமன்னரின் மனைவி ஜூலியா அகஸ்டா, சிறைபிடிக்கப்பட்ட ஒரு ஸ்காட்லாந்துப் பெண்ணிடம், பிரிட்டிஷ் பெண்கள் அனுபவிப்பதாகப் போற்றப்படும் பாலியல் சுதந்திரங்களைப் பற்றிக் கேள்வி கேட்டபோது, அந்த ஸ்காட்ஸ் பெண், அவளைக் கடிந்து இவ்வாறு கூறினாள். ரோமானியப் பெண்களாகிய உங்களைக் காட்டிலும் நாங்கள் மிகவும் மேம்பட்ட முறையில் இயற்கையின்

கோரிக்கைகளை நிறைவேற்றுகிறோம். ஏனெனில், சிறந்த ஆண் மகனுடன் நாங்கள் பகிரங்கமாக உறவு கொள்கிறோம். ஆனால் நீங்கள் மிகவும் கொடியவனால் இரகசியமாகக் கற்பழிக்கப்படுவதற்கு உங்களை விட்டுக் கொடுக்கிறீர்கள்.[36] இயற்கையின் கோரிக்கைகளை நிறைவேற்றுவது மானிடப் பிறவிகளுக்கு மட்டும் பொருந்துவதல்ல, இது குறித்து எலிஸ் பௌல்டிங் பின்வருமாறு விளக்குகிறார்:'

> கெல்டிக் பெண்கள் பாலியல் தன்மையை சுதந்திரமான வழிகளில் பயன்படுத்துவது குறித்து மேதப் அரசி பற்றிய கதைகளில் வெளியாகியுள்ளது. காளைமாடு உடைமையாளர் ஒருவருடன் அவள் 'தொடை-நட்புறவு' கொண்டிருக்கிறாள், அதற்கு ஈடாக அவன் அவளுடைய பசுக்களைப் பராமரிக்க வேண்டும். தாக்குதல்கள் நடத்துவதற்கும் போர்களை நடத்துவதற்கும் உதவி செய்வதற்கு பதில் ஈடாகவும் அவள் தொடை - நட்புறவை வழங்கியிருக்கிறாள். அவளுடைய கணவன் உள்ளிட்ட எல்லாத் தரப்பினரும் இந்த பேரங்களை நியாயமானதென்று கருதினர் என்று தெரிகிறது.[37]

பெண்கள் தமது சொந்த இன்பவாழ்க்கைக்காக அன்றி, ஆற்றல் மிக்கப் பெண் தெய்வத்தை கௌரவிப்பதற்காகக் கோரிய உரிமைகளும் தேவைகளும் கூட நியாயமானதாகவே தோன்றியது. இவை சடங்குகளுக்காகத் தங்களை ஈடுபடுத்திக் கொள்வதிலிருந்து மிகவும் இருளார்ந்த மறைபொருளான நடவடிக்கைகள் வரையில் (இவற்றை வெளிப்படுத்துபவர்கள், காட்டிக் கொடுத்தவர்கள் என்று கருதப்பட்டு மரணதண்டனை விதிக்கப்படும் அபாயமும் இருந்தது) பரந்ததாக இருந்தன. மிகவும் எளிய மட்டத்தில், பெண் தெய்வத்தின் வழிபாடு நிர்வாணமாக அல்லது அரைநிர்வாணத்துடன் நடத்தப்பட்டதாகத் தெரிகிறது. கடலோனியாவில் லெரிடாவுக்கு அருகில் காகுல் என்ற இடத்தில் ஒரு குகை ஓவியத்தில் தொங்கும் முழு மார்பகங்களுடன் கூடிய ஒன்பது பெண்கள், தொப்பிகளும் மணிவடிவத்திலான சிறிய பாவாடையும் மட்டும் அணிந்து கொண்டு உகந்ததல்லாத முறையில் சோர்ந்து தொங்கும் ஆண்குறியுடன் கூடிய ஒரு சிறிய ஆண் உருவத்தைச் சுற்றி சடங்கு ரீதியான கருவள நடனமாடிக் கொண்டிருப்பதைக் காட்டுகிறது. பண்டைக்கால பிரிட்டனின் பெண்கள் சடங்கு ரீதியில் தங்கள் ஆடைகளைக் களைந்து பின்னர் களியாட்டங்களுக்குத் தயாரிப்பாகத் தங்கள் மீது மாநிறமான வர்ணங்களைப் பூசிக் கொண்டனர்.[38] பெண் தெய்வத்தின் வழிபாட்டில் புனிதமான, அடிக்கடி சிற்றின்ப வயப்பட்ட நடனமாடுதல் ஒரு கேந்திரமான கூறாக இருந்தது. உணர்ச்சிகளை

முறுக்கேற்றி விடுவதற்காக போதைப் பொருள்களை அல்லது மனமயக்கம் ஏற்படுத்தும் வஸ்துக்களைப் பயன்படுத்தும் நிலையான நடைமுறையாக இருந்து வந்தது. பெண் தெய்வம் தங்குதடையற்ற முழு சுதந்திர உணர்ச்சியைக் கோரியது.

சில கலாசாரங்களில் பெண் தெய்வம் ஒரு வகையான பாலியல் சேவையையும் கோரியது. இது பிற்காலத்தில் வரலாற்றாசிரியர்களால் முற்றாகத் தவறாகப் புரிந்து கொள்ளப்பட்டது. அதன் விளைவாக அவர்கள், வெளிப்படையாகவே ஒரு தவறான இனங்காட்டலாக அதைப் பற்றித் தவறாகக் கூறினர். கி.மு.ஐந்தாம் நூற்றாண்டில் ஹைரோடோடஸ் அந்த சடங்கை இவ்வாறு வர்ணித்தார்.

> மிகவும் மோசமான ஒரு பாபிலோனிய வழக்கமானது, அந்த நாட்டின் ஒவ்வொரு பெண்ணையும் தனது வாழ்வில் ஒரு தடவை காதல் கோவிலில் அமர்ந்து ஏதாவது ஒரு அந்நிய ஆணுடன் உடலுறவு கொள்ளும் படியாகக் கட்டாயப்படுத்தப்படுகிறது. ஆண்கள், பெண்கள் அமர்ந்திருக்கும் இடத்திற்குச் சென்று தங்களுக்குப் பிடித்தமான ஒரு பெண்ணைத் தேர்ந்தெடுக் கின்றனர். அவ்வாறு தேர்ந்தெடுக்கப்படும் பெண் ஒரு போதும் மறுப்பதில்லை. ஏனெனில் அவ்வாறு மறுப்பது பாவமாகும். இந்தச் செயலுக்குப் பின் அவள், பெண் தெய்வத்தின் பார்வையில் தன்னைப் புனிதமாக்கிக் கொண்டாள். பின்னர் அவள் தன் வீட்டுக்குத் திரும்பிச் செல்கிறாள்.[39]

இந்த வழக்கம் அண்மைக் கிழக்கு அல்லது மத்திய கிழக்கில் எங்கு நடைபெற்றபோதிலும் ‘சடங்கு ரீதியான விபசாரம்’ என்று எப்போதும் வர்ணிக்கப்பட்டது. காதிஷ்டு என்று அழைக்கப்படும் பெண் தெய்வத்தின் புனிதமான பெண்களின் மெய்யான செயல்பாட்டை இதைக் காட்டிலும் கூடுதல் சர்வாம்ச முறையில் வேறு எதுவும் இழிவுபடுத்தமுடியாது. ஏனெனில் காதல் இன்பத்தில் ஈடுபடும் செயலில் இந்தப் பெண்கள் பெண் தெய்வத்தின் மறுபிறப்பாகப் போற்றப்பட்டனர். மிகவும் சக்தி வாய்ந்த மிகவும் புனிதமானதும் அரிய பொக்கிஷமாகவும் கருதப்பட்ட தனது பாலியல் கொடையைப் பெண் தெய்வம் கொண்டாடுவதாக இது கருதப் பட்டது. அவளுடைய கோவிலினுள் அவளுக்கு இதற்காக நிலையான நன்றி உரித்தாக்கப்பட்டது. ஒரு புதிய மனிதனுடன் உடலுறவு கொள்வது பெண் தெய்வத்தின் சித்தத்தின் மிகவும் தூய்மையான வெளிப்பாடாகும். இது எந்தவிதமான மானக்கேட்டையும் கொண்டி ருக்கவில்லை. இதற்கு மாறாக புனிதமான பெண்கள் எப்போதும் தெய்வீகக் காப்புடையவர்கள் ‘தூய்மை கெடாதவர்கள்’ என்று

அறியப்பட்டிருந்தனர். அல்லது சுமேரியாவில் உரெக் என்ற இடத்தில் இவர்கள் 'நுகிக்' அதாவது 'தூய்மையானவர்கள் அல்லது அப்பழுக் கற்றவர்கள்' என்று கருதப்பட்டனர்.[40]

காலவரிசைக்கு ஒவ்வாத துவேஷத்தை (பாலியல் என்பது பாவம், திருமணம் செய்து கொள்ளாமல் உறவு கொள்வது விபசாரம்) இவ்வாறு வரலாற்றுக்கு முரணான முறையில் முன்வைப்பதானது இந்தப் பெண்களின் உயர்வான அந்தஸ்துக்கு ஆதரவான வரலாற்று ரீதியான சான்றைக் கவனத்தில் எடுத்துக் கொள்ளத் தவறுகிறது. உதாரணமாக ஹம்முராபியின் சட்டமானது, கோவில்களைச் சார்ந்த ஐந்து தரப்பட்ட பெண்களை கவனமாகப் பாகுபடுத்தி, தமது அன்னைகளைத் தொடர்ந்து வழிபடுவதற்கு அவர்களுக்குள்ள உரிமையைப் பாதுகாக்கிறது. அது, புனிதமான பெண்களையும் மதச் சார்பற்ற விபசாரிகளையும் தெட்டத் தெளிவாகப் பிரித்துக்காட்டுகிறது. ஏனெனில் இது எவ்வாறோ இவர்களிடத்தில் மெய்யான அம்சமில்லை என்பது சடங்குரீதியான விபசாரி என்ற சொற்றொடரில் அமைந்துள்ள ஓர் சுவாரஸ்யமான அனுமானமாகும்.

அது உண்மைதான்; மெய்யான உழைக்கும் பெண்ணின் என்றும் நிலைத்திருக்கிற வாணிபப் போக்கு, எகிப்தியர்களால் மிகவும் பாராட்டப் பெற்ற ஆடலணங்கு ஆர்ச்சிடைஸ் பற்றிப் பதிவு செய்யப்பட்ட ஒரு நிகழ்ச்சியில் வலுவாகக் கூறப்பட்டுள்ளது. அவளுடைய பாலியல் திறமையின் புகழ் மிகவும் பெரிய அளவுக்குப் பரவியிருந்தது. எனவே அவளுடைய அன்பைப் பெறுவதற்காக ஆண்கள் தங்களையே சீரழித்துக் கொண்டார்கள். அவளுடைய காதலைக் கோரிய ஒருவர் நிராகரிக்கப்பட்டார். ஏனெனில் அவள் கோரிய விலையை அவரால் கொடுக்க முடியவில்லை. ஆனால் அவர் வீடு திரும்பி, அவளுடன் இன்பம் அனுபவித்ததாகவே கனவு கண்டு திருப்தியடைந்தார். இதனால் சீற்றம் கொண்ட ஆர்ச்சிடைஸ், அவனை வழக்கு மன்றத்திற்கு இழுத்தாள், தன்னுடன் உறவு கொண்டதாக அவர் மகிழ்ச்சியடைந்ததால், அதற்குரிய மாமூலான கட்டணத்தை அவர் தனக்குக் கொடுத்துவிட வேண்டும் என்று அவள் கோரினாள். அவளுடைய கோரிக்கையின் சட்ட பூர்வமான தன்மையை நீதிமன்றம் ஏற்றுக்கொண்டது. ஆனால் பெருமளவு வாதத்திற்குப் பின்னர், கட்சிக் காரர் அவளைத் தான் அனுபவித்ததாகக் கனவுதான் கண்டாரென்றும், எனவே தனக்குக் கட்டணம் செலுத்தப்பட்டு விட்டதாக அவளும் கனவு காண வேண்டுமென்றும் நீதிமன்றம் இறுதியாகத் தீர்ப்பளித்தது.[41]

கவிஞர்கள், மதகுருக்கள், அரசிகள், அன்னைமார்கள், காதலர்கள், உடற்பயிற்சி வல்லுநர்கள், படைவீரர்கள், வழக்காடும் ஆடலணங்குகள் என்ற முறையில் முதலாவது தனிப்பட்ட பெண்கள், மானிட

வரலாற்றில் தமக்குரிய இடத்தை வகிப்பதற்கு முன்னேறும் போது அவர்கள் மனதைக் கவரும் காட்சியளிக்கின்றனர். பெண்கள் உடல் ரீதியில் பலவீனமானவர்கள் என்றும், உணர்ச்சி ரீதியில் நிலையற்றவர்கள் என்றும், அல்லது அறிவுரீதியில் போதிய முதிர்ச்சியடையாதவர்கள் என்றும் அதுவரையில் யாரும் அவர்களிடம் கூறவில்லை. எனவே அதன் விளைவாக அவர்கள் மினோவன் கிரீட்டின் வரலாற்றில் நிறைந்து காணப்படுகிறார்கள் - வியாபாரிகள், வர்த்தகர்கள், மாலுமிகள், விவசாயிகள், குதிரை வண்டியோட்டிகள், வேட்டையாடுபவர்கள் மற்றும் பெண் தெய்வத்தின் அமைச்சர்களாகத் திகழ்ந்தனர் - கூடுதல் முன்னேற்றமடைந்த சமுதாயங்கள் இன்னும் கண்டறியாத இந்தப் பாத்திரங்களை ஆற்றுவதற்குப் பெண்களால் இயலாது என்பதை அவர்கள் உணரவில்லை என்பது தெளிவு. ஒவ்வொரு மட்டத்திலும் பெண்கள் தமது திறமையை நிரூபித்துள்ளனர். கி.மு.ஐந்தாம் நூற்றாண்டின் ஏதென்ஸில் பெரிகிஸ்ஸின் வாழ்க்கைத் துணைவியா யிருந்த ஆடலணங்கு - அறிஞர் - அரசியல்வாதியான கூர்மதி மிக்க அஸ்பாஸியா முதல், அவளுடைய சமகாலத்தவரான முதலாவது அறியப்பட்ட பெண் கப்பல் தலைவி ஆர்டிமீஸியா வரை இதைக் காணலாம். மாரத்தான் போரில் தனது கப்பற்படைக்கு ஆர்டிமீஸியா தலைமை தாங்கி மிகவும் பயங்கரமாகப் போரிட்டாள், எனவே அதீனியர்கள், அவளைப் பிடித்துக் கொடுப்பவர்களுக்கு மிகப் பெரும் வெகுமதி அளிப்பதாக அறிவித்தனர், ஆனால், பாரசீகப் போர்களை வென்ற அவள், சோகமான முறையில் காதலுக்காக உயிர் நீத்தாள்- தன்னைக் காட்டிலும் இளமையான ஓர் ஆடவனால் நிராகரிக்கப்பட்ட போது, அவள் துயர உணர்ச்சி பொறுக்காமல் ஒரு செங்குத்தான குன்றிலிருந்து கீழே குதித்து மரணமடைந்தாள்.

இவர்கள்தான் மெய்யான பெண்களாவர். மரணத்தின் விளிம்பிலும் நம் முன்னே முனைப்பாகக் காட்சியளிக்கின்றனர். இப்பெண்கள் தங்கள் வலிமையை அறிந்திருந்தனர். பலவகைப்பட்ட சமூகப் பழக்கங்களிலும் பெண்களுக்கு உரியவை என்று அறியப்பட்ட சட்ட உரிமைகளிலும் இந்த வலிமைகள் அங்கீகரிக்கப்பட்டிருந்தன. ஏராளமான வரலாற்றுச் சான்றுகளிலிருந்து இவை அறியப்படுகின்றன. உடல் ரீதியான மற்றும் பாலியல் சுதந்திரம், அதிகாரம், கல்வி, முழுக் குடியுரிமை ஆகியவற்றைப் பெறும் வாய்ப்பும் இவர்களுக்கு இருந்தது. பணமும் சொத்துகளும் சொந்தமாகக் கொள்ளும் உரிமை, விவாகரத்து உரிமை, குழந்தைகளைத் தம் வசத்தில் வைத்துக் கொள்ளும் உரிமை, நிதிப் பராமரிப்புப் பெறும் உரிமை ஆகியவற்றையும் பெற்றிருந்தனர்.

அன்றைய சட்டத் தொகுப்புகளிலும் வழக்கங்களிலும் பெண்களுக்குக் கொடுக்கப்பட்டிருந்த மதிப்பானது அவர்களுக்கு விசேஷ பெண் அந்தஸ்து வழங்கப்பட்டிருந்த காலத்திலிருந்து நடைமுறையில்

இருந்து வந்துள்ளது. இது ஆற்றல் மிக்கப் பெண் தெய்வத்துடன் அவர்களது தொடர்பிலிருந்து மற்றும் அக்கடவுளின் மறுஅவதாரமென்று பெண்கள் கருதப்பட்டதிலிருந்து நேரடியாக ஏற்பட்டு வந்துள்ளது. தனித்தனியாக இருந்தபோதிலும்கூட, ஒவ்வொரு நாடும் பூர்வகுடியும், நகரம் அல்லது கிராமமும் கூட அதற்கே உரிய 'நமது அன்னை'யைப் பெற்றிருந்தன. அவள் உலகு தழுவியவளாக இருந்தாள். அவளை வழிபட்டவர்களுக்குப் பல ஆயிரக்கணக்கான ஆண்டுகளுக்குப் பின்னும் அவள் அமரத்துவம் வாய்ந்தவளாகத் தோன்றினாள்.

நான் இஸிஸ், எல்லா நாட்டுக்கும் தலைவி, எல்லோருக்குமாக நான் சட்டங்களை இயற்றியுள்ளேன். நான் ஆணையிட்டு உருவாக்கப் பெற்றுள்ளவற்றை யாரும் மாற்ற முடியாது... பெண்களிடையில் தெய்வீகமானவள் என்று அழைக்கப்படுபவள் நான்தான் - பூமியை சொர்க்கத்திலிருந்து பிரித்தவள் நானே, நட்சத்திரங்களின் பாதைகளைத் தெரியும்படியாகச் செய்தேன், சூரியன் மற்றும் சந்திரனின் பாதையை வகுத்துக் கொடுத்தேன்... நான் ஆண்களையும் பெண்களையும் ஒன்றாகக் கொண்டுவந்தேன்... நான் சட்டமென்று இயற்றியதை எந்த மனிதனாலும் அழிக்க முடியாது.[42]

இந்தச் சவாலை மனிதன் ஏற்றுக்கொண்டானா? ஏனெனில் ஆற்றல் மிக்க அன்னையின் வழிபாடு என்று ஆதிகால வாழ்க்கை நிகழ்ச்சியில் ஆண் எங்கே இருந்தான்? அவன் கழித்துக் கட்டப்படக்கூடிய வாழ்க்கைத் துணையாக, பலியிடப்படக்கூடிய அரசனாக, ஒழிக்கப்படக்கூடிய சோம்பேறியாக இருந்தான். பெண் எல்லாமாக இருந்தாள். அவன் பூஜ்யமாக இருந்தான். இது சகித்துக் கொள்ளப்பட முடியாததாகும். மானிட உணர்வின் பரந்த மற்றும் விரிவடைந்து வரும் பிரபஞ்சத்தில் மனிதனுக்கு ஓர் அர்த்தமிருக்க வேண்டும். ஆனால் புரிந்து கொள்வதற்கான போராட்டம் அதனுடைய அடுத்த கட்டத்தில் பிரவேசித்தபோது, நம்பிக்கை பற்றிய அப்போதிலிருந்து வந்த சூத்திரம் முழுமையாக மாற்றப்பட்டதில்தான் அதனுடைய ஒரே அர்த்தம் அடங்கியிருந்ததாகத் தோன்றியது. பெண் இனத்தின் அதிகாரத்தின் சவாலை ஏற்றுக்கொள்வதற்கு ஆணின் செருக்கு பொங்கி எழுந்தது; வருகின்ற ஆயிரமாயிரம் ஆண்டுகளுக்கு பாலியலையும் சமுதாயங்களையும் பிரிப்பதற்கான பாலியல் போரைத் துவக்கியதன் மூலம் மனிதன் பெண்ணை ஆற்றல்மிக்க அன்னையாகவும் பெண் தெய்வமாகவும், போராளி, காதலி மற்றும் அரசியாக ஆக்கிய அனைத்துக்கும் சாவுமணியடித்து அழிப்பதன் மூலம் தனது ஆண் தன்மையை வலியுறுத்துவதற்கு முயன்றான்.

அடிக்குறிப்புகள்

1. 'முதன்மையான கடவுள் பெண்ணாக இருந்த வரலாற்றுக் கட்டத்தை மெர்லின் ஸ்டோன் மிகவும் பூர்ணமாக ஆய்வு செய்திருக்கிறார். சுவர்க்கம் பற்றிய ஆவணங்கள், மாதர்களின் சடங்குகள் ஒடுக்கப்படுதல் *(1976)*, பெண்மை பற்றிய பண்டைய கண்ணாடிகள் *(1979)*, எலிஸபெத் கௌல்டு டேவிசும் (மேலே குறிப்பிட்டது) எலிஸபெத் ஃபிஷரும் எழுதிய பெண்ணின் படைப்பு: பாலியல் பரிணாம வளர்ச்சியும் சமுதாயம் உருப்பெறுதலும் (நியூயார்க் 1979) என்ற நூல்களைப் பார்க்கவும் ஆனால் இந்தக் கருத்து அறிஞர்களிடையில் கடந்த பல ஆண்டுகளாக கீழ்வரும் நூல்களின் மூலம் நிலைபெறச் செய்யப்பட்டுள்ளது. எரிக் நியூமேன் மகத்தான அன்னை: மூலமாதிரி பற்றிய ஒரு பகுப்பாய்வு (நியூயார்க்- லண்டன் 1955) இ.ஓ. ஜேம்ஸ்- அன்னை பெண் தெய்வ வழிபாடு: ஒரு பழம் பொருளாய் மற்றும் ஆவணங்களின் ஆய்வு (நியூயார்க் லண்டன், *1959;* ராபர்ட் கிரேவ்ஸ், வெள்ளைப் பெண் தெய்வம்: கவிதா கற்பனை குறித்த ஒரு வரலாற்று ரீதியான இலக்கணம் *(1948)* சி.கெரினீய், எலியூசிஸ்: அன்னை மற்றும் மகளின் மூல முன்மாதிரியான பிம்பம் (நியூயார்க், லண்டன், *1967)* மற்றும் இதரபல நூல்கள்.

2. இனான்னா மற்றும் அவருடைய கவிஞர்-பாதிரியார் என்ஹிதுவான்னா பற்றிய விவாதத்திற்கு பால்ஃபிரீட்ரிச் எழுதிய அப்ரோடைட்டின் அர்த்தம் என்ற நூலைக் காண்க (சிகாகோ, லண்டன். *1978)* பக்.*13-15.*

3. எல்.அபூலியஸின் திருஷ்டியை தங்கக் கழுதை, என்ற நூலில் காணலாம். ராபர்ட் கிரேவ்ஸ் மொழிபெயர்த்தது- (பெங்குவின், *1950)* பக், *228-9.* இங்கு அபூலியஸ் வலியுறுத்துவது போன்று, பெண் தெய்வத்திற்கு வெவ்வேறு பெயர்கள் உண்டு. இடத்திற்கு இடம் மாறுபடும் சடங்குகள் மூலம் வழிபடப்படுகின்றன. ஆனால் அவள் 'பத்தாயிரம் பெயர்களை உடைய பெண் தெய்வம்' புளுடார்ச் அவளை இவ்வாறு வர்ணிக்கிறார்: இஸிஸ், இஷ்டார், அஷ்டோரத், அஸ்டார்ட், அதார், அப்ரோடைட், இனான்னா, சைபெல், டெமிடெர், அவூசெட், அல்லாட் மற்றும் நூறு பெயர்கள் ஆயிரக்கணக்கிலும் உண்டு. அவளுடைய பெயர்கள் பல்வேறானவையாகவும் அடிக்கடி வியக்கத் தக்க வகையில் ஒன்று போலும் உள்ளன: நமது சீமாட்டி, சொர்க்கத்தின் அரசி புனிதமானவள், தெய்வீகமான கடவுள், உயர் இடத்தின் சீமாட்டி, கடவுள்களின் சிம்மம், சீமாட்டி, வெள்ளை சீமாட்டி நாட்டின் ஞானத்தாய், புனித அன்னை.

4. சர் ஆர்தர் இரவன்ஸ், கனோசஸிலுள்ள மினோஸின் மாளிகை (*4* தொகுதிகள், *1921-35)* பாசிம், டி ரீயின் கோர்ட், பக்.*26-7,* பக்.*30.*

5. நியூமான், பக்.*94*

6. பெண்களின் புனிதமான அந்தஸ்தும், அதற்கு ஆதரவான மனித இன வரலாற்று மற்றும் தொல்பொருளாய்வு சான்றும் ஜேம்ஸ் *(1959)* நியூமான், வுல்ஃப் மற்றும் புரியன் (மேலே குறிப்பிட்டது) மற்றும் ஸ்டோனின் *(1976)* நூல்களில் காணப்படுகின்றன. குறிப்பாக *19,34,46,172* ஆவது பக்கங்களிலும் எண்ணற்ற பிற நூல்களிலும் காணப்படுகின்றன.

7. பெண் தொல்பொருள் ஆராய்ச்சியாளர்களின் கூற்றுப்படி பழங்கற்காலக் குகை ஓவியங்களில் - இலக்கியங்களில் காணப்படும் கூற்றுக்களைக் காட்டிலும் அதிகமாக - பெண்களின் தொடைகள் மற்றும் பெண் குறிகள் ஏராளமாக வரையப்பட்டுள்ளன. இந்தக் கலையை வெளியிடுவதில் முக்கிய பங்காற்றிய அப்பே புரூயில் மட்டுமன்றி, இத்துறையில் பிற ஆரம்பகால ஆராய்ச்சி

யாளர்களும் கத்தோலிக்க குருமார்களாக இருந்தனர். அவர்கள் அபாயகரமான பெண்ணைப் பற்றிய இத்தகைய கவலை தரும் நினைவூட்டல்களைப் புறக்கணித்தனர்.

-பிஷர், பக்கம்- *143*

இதற்கு ஒரு கௌரவமான விதிவிலக்கு ஆண்ட்ரீலெரோய்- கௌர்ஹானின் மேலை ஐரோப்பாவில் வரலாற்றுக்கு முந்திய மனிதனின் கலை *(1976)* என்ற நூலாகும். ஆங்கின்ஸ் கர். எல் ஆங்கிளின் என்ற இடத்திலுள்ள சிற்பம் குறித்து ஆதிமனிதன் பற்றிய தொல்பொருளாராய்ச்சி *(1969)* பக். *248* என்ற நூலில் ஜான்கோல்ஸ் விவாதிக்கிறார்.

8. வரலாற்றுக்கு முந்திய கலாச்சாரங்களில் பிறப்பு குறித்த புதிரும் இனப்பெருக்கத்தில் ஆண்களின் பங்கு குறித்த முழுமையான அறியாமையும் பின்வரும் நூல்களில் விளக்கப்பட்டுள்ளன: சர்ஜேம்ஸ் ஃபிரேஸரின் தங்க மரக்கிளை *(1922)*; மார்கரெட் மீடின் ஆணும் பெண்ணும்: மாறிவரும் உலகில் பாலினங்கள் பற்றிய ஓர் ஆராய்ச்சி *(1949)*. ஜாக்குவெட்டா ஹாக்ஸின் கடவுள்களின் உதயம் *(1958)* வரலாற்றுக்கு முந்திய காலம் (நியூயார்க், *1965*) ஆரம்பகால மகத்தான நாகரீகங்கள் *(1975)* எஸ்.ஜி.எஃப். பிராண்டனின் பண்டைக்கால அண்மைக்கிழக்கின் படைப்புக் கதைகள் *(1963)* முதலியன.

9. ஜேம்ஸ் *(1959)* பக் *42-3*; கிரேவ்ஸின் நூல் *(1960)* ஃபிரேஸர்; பிரியன் பிரான்ஸ்டனின் இங்கிலாந்தின் அழிந்த கடவுள்கள் *(1974)* ஆகிய நூல்களையும் காண்க.

10. ஆலன் எட்வர்ட்ஸின் தாமரையில் ஓர் அணிகலன்: கிழக்குலகின் பாலியல் கலாசாரம் பற்றிய ஒரு வரலாற்று ஆய்வு *(1965)* பக்-*58-9*.

11. பெனிலோப் ஷட்டில் மற்றும் பீட்டர் ரெட்குரோவ் எழுதிய விவேகமான காயம்: மாதவிலக்கும் ஒவ்வொரு பெண்ணும் *(1978)*, பக். *178*

12. கிரேவ்ஸ், லாரென்ஸ், பக்.*58*

13. ஃபிரிட்ரிச், பக்.*31*.

14. கிரேவ்ஸ், லாரென்ஸ், பக்.*60*

15. கில்காமேஷ் காவியம், மொழியாக்கம் என்.கே.சாண்டர்ஸ் (லண்டன் *1960*)

16. ஹெலன்டைனர், தாய்மார்களும் வீராங்கனைகளும்: கலாசாரத்தின் முதலாவது பெண்ணியல்பான வரலாறு *(1932)* பக்.*15*.

17. எம்.எஸ்தர்ஹார்டிங், பெண்கள் பற்றிய புதிர்கள், பண்டைக்காலத்திய மற்றும் நவீன காலத்தவை: கற்பனை, கதை மற்றும் கனவுகளில் சித்திரித்துள்ள வகையில் பெண்ணியல்புக் கோட்பாடு பற்றிய ஓர் உளவியல் ரீதியான விளக்கம் (நியூயார்க், *1955* ஆங்கிலேயர் பதிப்பு *1971*) பக்.*138*.

18. டைனர், பக்.*174*, ஃபிரேஸர், பக்.*267* மற்றும் பக்.*270*. ஜேம்ஸ் *(1959)* பக். *101*, ஹார்டிங் பக்.*128* பார்க்கவும்.

19. ஷட்டில் மற்றும் ரெட்குரோவ் பக்.*182*.

20. தாய்வழிச் சமுதாயம் பற்றிய முதலாவது ஆழமான ஆராய்ச்சியை ஸ்விஸ் அறிஞர் ஜே.ஜே. பாச்சோஃபென் தாஸ்முடெரக்ட் (தாய்-உரிமை) *1861* என்ற நூலில் செய்தார்; கற்பனை, மதம், தாய்- உரிமை (பிரின்ஸ்டன், *1967*) என்ற

நூலின் ஆங்கிலப் பதிப்பை காண்க. 'தந்தைவழிப் புரட்சி' தோன்றுவதற்கு முன்னால் உலகந்தழுவிய தாய்வழிச் சமுதாய அமைப்பு இருந்தது என்ற தத்துவத்தை குடும்பத்தின் தோற்றுவாய் *(1884)*என்ற நூலில் எங்கெல்சும் ஒப்புக் கொண்டார். ஆதிக்கம் வகித்த பாலினம்: பாலின வேறுபாடுகளின் சமூகவியல் குறித்த ஓர் ஆய்வு(ஆங்கில மொழியாக்கம், *1923*) என்ற நூலில் மாதில்டேயும் மத்தியாஸ் வயெர்டிங்கும் கூட இதை ஏற்றுக்கொண்டனர். இது குறித்த விவாதத்திற்கு ஆரம்பத்தில் பங்காற்றியவர்களில் கீழ்வருபவர்களும் அடங்குவர். மாதில்டா ஜோஸ்லின் காஜ், பெண்களும் திருச்சபையும் அரசும் *(1893)* ராபர்ட் பிரிஃப்பால்ட், தாய்மார்கள் *(1927)* மற்றும் ஹெலன்டைனர், (மேலே குறிப்பிட்ட நூல்) பிற்கால நூல்களில் எவ்லின் ரீடின் பெண்ணின் பரிணாம வளர்ச்சி (நியூயார்க், *1975*) பிஷர் மற்றும் கௌல்ட் டேவிஸின் மேலே குறிப்பிட்ட நூலும் அடங்கும். பௌலா வெப்ஸ்டரின் தாய்வழிச் சமூகம். அதிகாரம் பற்றிய ஒரு பார்வை என்ற நூலையும் ரீய்ட்டரின் மேலே குறிப்பிட்ட நூலையும் காண்க.

21. இரண்டாவது பாலினம் (ஆங்கிலப் பதிப்பு, *1953*) பக்.96. பின்னர் ஆற்றல்மிக்க தாய் அதிகாரத்திலிருந்து விலக்கப்பட்டாள் (பக்.101) என்ற குறிப்பையும், 11, 12 வது அத்தியாயங்களில் இதுபோன்ற குறிப்புகளையும் காண்க. இவை டி பியூவோய்ர் இந்தப் பொருளை விலக்குவதையே தகர்க்கின்றன. ஆயினும், அவருடைய கூற்றுத்தான் கணிசமான அளவில் இன்னும் நவீனகாலப் பெண்ணிய வாதிகளின் நிலையாகும் - கிரேக்க புராணத்தில் பெண்கள் *(1987)* என்ற மேரி லெஃப்கோவிட்ஸின் நூலைக் காண்க.

22. டைனர், பக்.169

23. டைனர் பக்.169

24. மெலானி கேயி எழுதிய அழகான யூதப் பெண்கள் என்ற நூலில் ஒரு பால்புணர்ச்சியிலீடுபடும் யூதப் பெண் இனம் பற்றிய சில குறிப்புகளைக் காண்க. பதிப்பு: எவ்லின் டார்டன் பெக் (மஸாச்சூசெட்ஸ், *1982*) பக்.28-44.

25. ஜான் பெர்கூஸன், ரோமானிய சாம்ராஜ்யத்தின் மதங்கள் *(1970)*, பக்.14

26. சார்லஸ் ஏ.செட்மன், தொல்பழங்காலத்தில் பெண்கள் *(1956)* பக்.82 சி.கேஸ்கோய்ன் ஹார்ட்லி, பழங்கால சமுதாயத்தில் பெண்களின் நிலை *(1914)* பக். 206-7 மற்றும் பௌல்டிங் பக்.186.

27. டைனர் பக்.170

28. டைனர் பக்.170

29. பண்டைய இலக்கியம் சார்ந்த ஆக்ஸ்போர்ட் அகராதி (ஆக்ஸ்போர்ட், *1970*) பக். 254

30. டாமிரிஸ் பற்றி, பெண்களின் வரலாறு பற்றிய மாக்மில்லன் அகராதியில் காண்க: பதிப்பு: ஜென்னிஃபர் எஸ்.உக்ளோ *(1982)* பக்.457 மற்றும் அய்லீன் நிசுல்லியானெய்னின் (பதிப்பு) ஐரிஷ் பெண்கள்: தோற்றமும் சாதனையும்- தொல்பழங்காலத்திலிருந்து ஐரிஷ் கலாசாரத்தில் பெண்கள் *(1985)*பக்.14

31. நீ சுல்லியானெய்ன், பக்.14

32. நோரா சட்விக், கெல்ட்டுகள் *(1970)*, பக்.50

33. உதாரணமாக, போய்ட்ரோமியோன் என்ற அதீனிய திருவிழா தீஸியஸினால் அமேசான்கள் தோற்கடிக்கப்பட்டதைக் கொண்டாடுவதற்காக நடத்தப்பட்டது. இறந்தவர்களுக்கு மரியாதை செலுத்துவதற்காகப் பானோப்சியானில் நடத்தப்பட்ட ஆசார ரீதியான சடங்கு தோற்றுப்போன அமேசான்களை (வீராங்கனைகளை) கௌரவிப்பதற்காக நடத்தப்பட்டதாகக் கருதப்பட்டது. ஆனால், வரலாற்றுக்குப் புறம்பான முறையில் ஆய்வு செய்யப்பட்டதானது இந்தக் கருத்தமைப்பு முழுவதையும் தகர்த்து விட்டதை ஜி.டி. ரோதெரி எழுதிய அமேசான்கள் *(1910)* என்ற நூலில் காண்க.

34. வாழ்க்கை வரலாறு குறித்த மாக்மில்லன் அகராதி பக்.459-60. மற்றும் பண்டைய இலக்கியம் சார்ந்த ஆக்ஸ்போர்டு அகராதி, பக்.1041

35. டைனர், பக்.172

36. சட்விக், பக்.55

37. பௌல்டிங், பக். 318

38. கோகுல் உருவங்கள் ஜேம்ஸினால் வர்ணிக்கப்பட்டுள்ளன *(1959)* பக்.21. பண்டைக்கால பிரிட்டனின் பெண்கள் பற்றி செல்ட்மேன் வர்ணிக்கிறார். பக்.37

39. ஹார்டிங், பக்.135

40. ஸ்டோன், பக். 168-78

41. ஹிலேரி இவான்ஸ், மிகவும் பழமையான வாழ்க்கைத் தொழில்: விபசாரம் பற்றிய மேற்கோள்களுடன் கூடிய வரலாறு *(1979)*, பக்.33

42. ஜான் லாங்டன்- டேவிஸ், பெண்கள் பற்றிய ஒரு சுருக்கமான வரலாறு *(1928)* பக். 141.

3. பால்லஸின் எழுச்சி

அவன் ஓர் அம்பை விடுத்தான், அது அவள் வயிற்றைத் துளைத்தது.
அவளுடைய உள் அவயங்களை அவன் ஊடுருவினான்.
அவள் இதயத்தை பிளந்தான்.
அவளுடைய உயிரை அழித்தான்.
அவளுடைய உடலை கீழே வீழ்த்தினான்.
வெற்றிக்களிப்பில் அதன் மீது காலை வைத்தான்.

கி.மு.2000ஆம் ஆண்டில் பாபிலோனியாவில் வெளியான படைப்புக் காப்பியத்தில் ஆற்றல்மிக்க அன்னையை மர்தூக் அரசன் வீழ்த்துகிறான்.

ஒரு பெண்ணுக்கு ஓர் ஆணின் வலிமையைத் தரக்கூடிய ஒவ்வொரு பண்பையும் அவளிடமிருந்து அழிப்பதற்கு மனிதர்கள் கவனம் செலுத்துகிறார்கள். ஏனெனில், அவர்களைப் பிறப்பித்து ஆளாக்கிய சக்தி ஏற்கெனவே அவளிடம் இருப்பதை அவர்கள் காண்கின்றனர்.   -நார்மன் மெய்லர்

'ஆரம்பத்தில் அன்னை மட்டுமே இருந்தாள்' என்று மேரிலின் பிரெஞ்ச் எழுதுகிறாள். அவளுடைய 'குழந்தைகள்' கண்டதைப் போன்ற தாய் இன்று கூட நம்முன் இருக்கிறாள்- அவளுடைய பெரிய மார்பகங்கள், முன்னால் துருத்திக் கொண்டிருக்கும் வயிறும், பிட்டங்களும், ஒளிவீசும் பெண்குறி, அடிமரத்தை ஒத்த தொடைகள்- ஐரோப்பாவில் மட்டுமே இத்தகைய தோற்றமுடைய பல்லாயிரக் கணக்கான பெண் உருவச்சிலைகளை இன்றும் காணலாம். இந்த மிகப் பெரிய இயற்கை ரீதியான சக்திக்கு எதிராக, மனித ஆண், உண்மையில் மிகவும் சிறிய உருவமாகத்தான் இருக்கிறான். ஆற்றல்மிக்கப் பெண் தெய்வத்தைப் போற்றிப் புகழும் ஒவ்வொரு கற்பனையும், ஒவ்வொரு பாட்டும் அதன் எதிர்நிலையில் மனிதனின் சிறுமையை வலியுறுத்து கிறது. பல சந்தர்ப்பங்களில் கடுமையான நையாண்டித்தனமான சொற்களில் இது வர்ணிக்கப்பட்டுள்ளது. இருபத்தியொன்றாவது எகிப்திய வம்சத்தின் (கி.மு. 1102-952) தமினியூ பெண் தெய்வத்தின் அழகொப்பனை செய்யப்பட்ட புல்தாளில் வரையப்பட்டுள்ள படம் இவ்வாறு சித்திரிக்கப்பட்டுள்ளது. அந்தப் பெண் தெய்வம் நிர்வாணமான நிலையில் உலகம் முழுமையையும் தன் கைகளால் அரவணைத்துக் கொண்டு நிற்கிறாள். மின்னுகின்ற நட்சத்திரங்கள் பொறிக்கப்பட்ட தனது மார்பகங்களையும் வயிற்றையும்

அடிவயிற்றுக்குக் கீழ் உள்ள பகுதிகளையும் காட்டிக் கொண்டிருக் கிறாள். அதேபொழுதில் ஆண் வாலிபக் கடவுள் கெப், தரையில் மல்லாக்கப் படுத்துக் கொண்டு, அவளை எட்டுவதற்கு வீணாக முயற்சி செய்கிறான். அவனுடைய லிங்கம் மிகைப்படுத்தப் பட்ட அளவில் காட்சி தருகிறது. ஆயினும் சந்தர்ப்பத்திற்குப் போதிய அளவு அவன் மனிதனாக இல்லை. ஆற்றல்மிக்க அன்னை ஆண் மகனுக்கு ஏற்படுத்தக்கூடிய பாலியல் ரீதியான அவமானத்தின் எல்லை இதுமட்டுமல்ல. கனடாவின் வின்னிபெக் மாநிலத்தைச் சேர்ந்தவர் களிடையில், பெண் தெய்வத்தை ஒரு தடவையாவது அடைய வேண்டுமென்று கனவு கண்ட ஒரு துணிச்சலான வாலிபன் தனக்கு ஒரு பயங்கரமான கதி ஏற்படும் என்று அறிந்தான், தன்னொத்த பாலினச் சேர்க்கை கொண்டவனாவது பெண்ணின் ஆடைகளை அணிந்து கொள்ளும்படி கட்டாயப்படுத்தப்பட்டு, பிற ஆண்களின், பாலினக் கோரிக்கைகளுக்கு ஒவ்வொரு வகையிலும் இணங்கிப் போகும்படி நிர்ப்பந்திக்கப்பட்டான். பெண் தெய்வங்களின் அச்சமேற் படுத்துகிற மற்றும் மனமிரங்காத சக்தி பற்றி மிகவும் வெவ்வேறு பட்ட கலாசாரங்களிலிருந்து இதுபோன்ற எண்ணற்ற உதாரணங்கள் உள்ளன. ஆற்றல்மிக்க அன்னையின் கீழ், பெண்தான் ஆதிக்க நிலையி லுள்ள பாலினம், ஆண் அவளிடம் அஞ்சி நடுங்கி அவதிக்குள்ளாகிற வனாகவே இருக்கிறான்[1] என்று ராபர்ட் கிரேவ் விளக்குகிறார்.

ஏனெனில், எல்லா அர்த்தமும், எல்லா மாய மந்திரமும், எல்லா உயிர் வாழ்க்கையும் பெண்ணிடத்தில் அடங்கியிருக்கிறதெனில், ஆணுக்கு எவ்வித செயல்பாடும் இல்லை, அறவே எத்தகைய முக்கியத் துவமும் இல்லை. ‘குழந்தை, ரத்தம், கூச்சலிடுவது, நடனமாடுவது ஆகிய யாவும் பெண்களுடன் சம்பந்தப்பட்டதே’ என்று ஓர் ஆஸ்தி ரேலிய ஆதிவாசி கூறினார். ‘ஆண்களுக்கு, சிற்றின்பப் புணர்ச்சியில் ஈடுபடுவதைத் தவிர வேறு வேலை எதுவுமில்லை.’ விழிப்புணர்வு ஆழமடைந்தபோது இந்த வெற்றிடத்தில் பொறாமை நுழைந்தது. புதிய உயிரைப் படைக்கும் சக்தி முற்றிலும் பெண்களிடத்தே இருக்கும் தோற்றத்தைக் கண்டு, அச்சமடைந்த பெண்களின் கருப்பையின் காரணமாகப் பொறாமையடைந்த ஆண்களிடத்தில் எதிர்ப்பு உருவாயிற்று. இயற்கையின் அனைத்து லயங்களையும் பெண்கள் தமது ஏகபோகமாக்கிக் கொண்டதனால் சினங்கொண்ட ஆண்கள் தங்களுடைய சொந்த லயங்களைப் புனைந்து உருவாக்கும் நிர்ப்பந்தத் திற்காளாயினர். ஆயினும், தொடக்கத்தில், இந்த ஆணை மையமாகக் கொண்ட சடங்குகள், பெண்களின் சரீரங்களின் உயிரியல், செய்கையைப் போலியாக நடிப்பதற்கான முயற்சிகளல்லாமல்

வேறெதுவாகவும் இருக்கவில்லை. இன்னும் பிழைத்து இருந்து வருகிற பல கற்காலக் கலாசாரங்களினால் வெளிப்படையாக அங்கீகரிக்கப்பட்ட ஒரு கடப்பாடு ஆகும் இது. 'ஆரம்பத்தில் எங்களிடத்தில் எதுவுமிருக்கவில்லை. இவற்றைப் பெண்களிடத்தில் இருந்தே நாங்கள் எடுத்துக் கொண்டோம்[2]'

உலகெங்கும் இத்தகைய எண்ணற்ற போலி நடவடிக்கைகளின் மாதிரிப் படிவமாய் அமைந்தது கோரமான ஆஜ்டெக் சடங்காகும். இதில், பலியிடப்படவிருக்கும் ஓர் அர்ச்சகருக்கு அவனுடைய மனிதத் தோலைக் கொண்டே கட்டுப் போடுவதாகும். பின்னர், அவன் தானியமணியின் உமியைத் துளைத்துக் கொண்டு ஒரு முளை வெளியே வருவதைப் போன்று ரத்தம் சொட்டும் மனிதத் தோலிலிருந்து வெடிப்பான். அதன் மூலம் அவன் புதிய உயிராகத் தோன்றுவதோடு, தனது மாய வித்தை சக்தியினால் பிறப்பிக்கவும் செய்கிறான்.[3] ஆஸ்திரேலியாவின் அராண்டா பழங்குடியில் சடங்குக்கு உட்படுத்தப் படும் ஒவ்வொரு வாலிபனுக்கும் இதைக் காட்டிலும் பயங்கரமான கதி ஏற்பட்டது.

> சடங்கு நடத்தும் அறுவை மருத்துவர் வாலிபனின் ஆண்குறியைப் பிடித்து, ஒரு நீளமான மெல்லிய எலும்பை சிறுநீர் நாளத்தின் வழியாக ஆழமாகச் செலுத்துகிறார், பின்னர் ஒரு சிறிய சிக்கிமுக்கிக் கல்லை, மருத்துவரின் அறுவைக் கத்தியாகப் பயன்படுத்தி ஆண்குறியின் மீது மீண்டும் மீண்டும் வெட்டுகிறார். எலும்பை அடையும் வரையில் சதையின் அடுக்குகளை வெட்டுகிறார். இறுதியில் வேகவைத்த இறைச்சியைப் போன்று ஆண்குறி வெட்டுண்டு பிளக்கிறது?

'அடி விருத்தசேதனம்' என்று குடியேறிய வெள்ளையர்களால் பெயரிட்டழைக்கப்பட்ட இந்தக் கோரமான சடங்கு அவர்களது நாகரிகமான உள்ளங்களை வேதனைப்படுத்தியது. இதனால் என்ன பயன் ஏற்பட முடியும்? அவர்கள் அராண்டாவைப் புரிந்து கொண்டி ருந்தார்களானால். எல்லாம் தெளிவாக இருந்திருக்க முடியும். 'பிளவுண்ட ஆண்குறி' என்பதற்கான பழங்குடி வார்த்தை, பெண் குறி என்பதற்கான சொல்லிலிருந்து வழுவியதாகும், இந்த வேதனைக்கு உட்படுத்தப்படும் எல்லா வாலிபர்களுக்கும் 'பெண் குறியைக் கொண்டிருப்பவன்' என்ற கௌரவப் பட்டம் வழங்கப்படு கிறது. அதற்குப் பின்னர் சடங்குகளிலும் கூட அந்தக் காயம் முறையாக மீண்டும் திறக்கப்படுகிறது. இந்த சடங்குக்கு உட்பட்டவர் இனி 'மாதவிலக்கு' ரத்தத்தைப் போக்க முடியும் என்பதைக் காட்சி விளக்கம் செய்து காட்டுவதற்காக இவ்வாறு செய்யப்படுகிறது.[3]

'பெண்கள் இயற்கையாகச் செய்யும் செயல்பாடுகளை மேற்கொள்ளுவதன் மூலமாகத்தான் ஆண்கள் ஆண்களாக முடியும் என்பதைக் காட்டுவதற்கே இவ்வாறு செய்யப்படுகிறது' என்று மார்க்கரெட் மீட்ஸ் கூறினார்.[6] ஆண்களை இத்தகைய சமயச் சடங்குகளுக்கு உட்படுத்துவதன் இரகசியம். 'மீண்டும் தாயாக மாறும் நிகழ்ச்சிப் போக்கில்' அடங்கியுள்ளது என்று ஜுங் கூறுகிறார். மீண்டும் புதிதாகப் பிறப்பதற்காக - ஒரு குழந்தையாக அல்ல, மாறாக ஒரு மனிதனாகவும், ஒரு வீரனாகவும் பிறப்பதற்கு பயத்தையும், வேதனையையும், ரத்தத்தையும் தழுவச் செய்யப்படுகிறது. 'தாயின் வாயிலாக' என்பது பெண்ணுடன் எத்தகைய பரிவுணர்ச்சியுடன்கூடிய இன ஒற்றுமையைக் குறிப்பதாகாது. அதற்கு மாறாக, பிறப்பை மேற்கொள்ளுவது ஆண் சம்பந்தப்பட்ட ஒரு புதிர் என்பதே, 'தாய்வழிச் சமூக அமைப்பினால் உருவாக்கப்பட்ட பெண் இன ஆதிக்கத்தை ஒழித்துக் கட்டுவதற்கான ஆண்களின் போராட்டத்தில் முதலாவது ஆயுதம்' என்பதே கேந்திரமான அம்சமாகும்.[7] போலி செய்வது மற்றும் விஞ்சுவதற்கு மட்டுமன்றி புதிய உயிரைத் தோற்றுவிக்கும் பெண்களின் சக்தியைப் பறித்துக் கொள்வதற்குமான ஆண்களின் இந்தப் போராட்டம் ஒவ்வொரு மட்டத்திலும் நடைபெற்றது. ஜீயெஸ்; அதனை தனது தலையிலிருந்து பிறப்பித்தது தொடக்க காலப் படைப்புப் புதிரை அடிப்படையாக மாற்றியதாகும். வேறுபல புராணங்களிலும் இதற்கு இணையானவை இருக்கின்றன. இது ஒரு புரட்சியைத் தவிர வேறல்ல. பலவானுக்கு எதிராக பலவீனமானவர் நடத்திய, தாங்கள் ஒடுக்கப்படுவதற்கு எதிராக ஒடுக்கப்பட்டவர்கள் நடத்திய மதிப்புக் கட்டமைப்புகள் மற்றும் சிந்தனைப் பழக்கங்களின் புரட்சியாகும்.

ஆண்களின் ஆதிக்கத்தை நோக்கிய பாதையை இலகுவாக்கிய வழிகளில் மானிடச் சிந்தனையே முன்னேறிக் கொண்டிருந்தது. சம்பவங்களை உருவக ரீதியிலும் மாயவித்தை முறையிலும் வியாக்கியானம் செய்வதற்கும் காரணம் மற்றும் விளைவு பற்றிய உணர்வு உதயமானதற்கும் இடையிலிருந்த மனரீதியான வாயிற்படியை மானிடப் பிறவிகள் கடந்தபோது, குழந்தைகளை உருவாக்குவதில் ஆணின் பங்கு தெளிவாயிற்று. இப்பொழுது பெண்களின் லயங்கள் மானிடத் தன்மை வாய்ந்தவையே என்றும், தெய்வீகத் தன்மை வாய்ந்தவையல்லவென்றும் அறியப்பட்டது, ஆண்மகன் தான் கர்ப்பமடைவதை நிர்ணயிக்கிறான் என்று அறிந்து கொள்ளப்பட்ட தானது புரட்சியை நிறைவு செய்தது. அவனுடைய சீற்றமும் எதிர்ப்பும் ஏற்கெனவே இதற்குப் பாதை வகுத்திருந்தன. வரலாற்றாசிரியர் ஜீன்மார்க்டேல் இதை இவ்வாறு தொகுத்துக் கூறுகிறார்.

> கருவுறுவதற்குத் தான் அத்தியாவசியமானவன் என்பதை மனிதன் அறுதியிட்டுக் கூறத் தொடங்கியபோது பழைய மனப்போக்குகள் திடீரென்று சரிந்தன. இது மனிதனுடைய வரலாற்றில் ஒரு மிக முக்கியமான புரட்சியாகும். இது இயந்திரம், விவசாயம் மற்றும் உலோகங்களின் உபயோகம் ஆகியவற்றுடன் சமமாகக் கருதப்படாதது வியப்புக்குரியதாகும். ஆண்மகன் பல நூற்றாண்டுகளாக வஞ்சிக்கப் பட்டிருந்த நிலையில்... சமத்துவம் போதுமானதல்ல. இப்பொழுது அவன் தனது சக்தியின் முழு அர்த்தத்தைப் புரிந்துகொண்டான். இனி ஆதிக்கம் செலுத்தப் போகிறான்...[8]

லிங்கத்தை (ஆண் உறுப்பு) விட ஆதிக்கம் செலுத்துவதற்கு வேறு மேம்பட்ட ஆயுதம் என்ன இருக்கிறது? பெண்ணினுடைய சாஸ்வத மான, உள்ளார்ந்த சக்திக்கு எதிராக நிற்பதற்கு ஆண்மகன் தனக்குள்ள சக்தியை வகுத்துக் கொள்ளத் தொடங்கியபோது ஆணின் சிறந்த நண்பனாகிய அவனுடைய ஆண்குறியை விட வேறு எது, மேம்பட்ட முறையில் அவனுக்குச் சேவை செய்ய முடியும்? அதனுடைய தொய்மையான மானிட வடிவத்தில் தற்போக்காகத் தூண்டப்படு வதற்கு இரையாகின்ற பிடிவாதமான மறுப்பு மற்றும் முன்னறிந்து கூற முடியாத வகையில் தளர்ந்து போகக்கூடிய அதனால் பெண்களின் தளர்ச்சியற்ற பிறப்பளிக்கும் சக்தியை எதிர்த்து நிற்க முடியவில்லை. ஆனால் யதார்த்தத்திற்கு அப்பால் உருவகமாக உயர்த்தப்பட்டு 'லிங்கமாக' மாற்றப்பட்டு உலோகம் மற்றும் கல்போன்ற தளர்ச்சியுறுவதற்கு வாய்ப்பில்லாத பொருள்களில் உருவாக்கப்பட்டால், அது மிகவும் நன்றாகப் பயன்படும். இப்பொழுது திடீரென்று மனிதனுக்கு அவனுடைய ஆணைக்கு இணங்க சக்தி கிடைத்துள்ளது. இப்பொழுது, படைப்பின் மதிப்பற்ற பின் சிந்தனையின் விளைவு என்ற நிலையிலிருந்து, தன்னைத் தவிர வேறுயாருக்கும் எத்தகைய மாயவித்தையும் கொண்டிராத ஆண் தன்மையிலிருந்து ஆற்றல்மிக்க அன்னையின் உயிர் சக்தியின் ரகசியம் மற்றும் தோற்றுவாய் முழுமைக்கும் காரணமாக உள்ள நிலைக்கு ஆண்மகன் உருமாற்றம் பெற்றான். சக்தி அவளுடையதல்ல. அவனுடையதாகும். அவனுடையது தான் படைப்பின் புனிதமான உறுப்பாகும். கருப்பையல்ல, மாறாக ஆண்உறுப்புத்தான் உயிர்வாழும் அனைத்திற்கும் மூலாதாரமாகும். லிங்கத்தின் சக்தி அதிகார சக்தியாயிற்று. (லிங்கத்திற்கு, லிங்கத்தி லிருந்து லிங்கத்தினால், லிங்கத்தில், லிங்கத்தின் என்றாயிற்று, எனவே இவ்வாறு ஒரு புதிய சமயம் தோன்றியது.)

இதனால், ஆண் உறுப்பும் அதனுடைய உருவக வடிவில் சம மதிப்புள்ளதுமாகிய லிங்கம், சுமார் 3500 ஆண்டுகளுக்கு முன்னால், ஏறத்தாழ இரும்பு யுகத்தின் தொடக்கத்தில் உலகத்தை ஆட்கொள்ளத் தொடங்கிய உயிரியல் ரீதியிலான தந்தை வழிச் சமூக ஆட்சி கண்டுபிடிக்கப்படுவதற்கு முன்னால் இந்தத் தொடக்க கால சமூகங்களுக்குத் தெரியாமலிருந்தது என்று பொருளல்ல. லிங்க வடிவிலான சின்னங்கள், பதிவு செய்யப்பட்ட மிகவும் முந்திய வாழ்விடங்களில் தலைகாட்டின, நியோலிதிக் புரட்சி (புதிய கற்காலம்) காலத்திலிருந்து (மத்திய கிழக்கில் கி.மு.9000-8000 ஆண்டுகள்) அவை பெரிய அளவுடையதாகவும், ஏராளமாகவும் ஏற்படலாயின. உதாரணமாக, இங்கிலாந்தில் நார்ஃபோர்க்கிலுள்ள கிரைம்ஸ் கிரேவ் என்ற இடத்தில் கைவிடப்பட்ட புதிய கற்கால சிக்கிமுக்கிக் கல் சுரங்கத்தின் ஆழத்தில் கண்டுபிடிக்கப்பட்ட ஒரு பலிபீடத்தில் ஒரு கிண்ணமும் ஏழு மான் கொம்புகளும் சுண்ணாம்பில் செதுக்கப் பட்டிருந்த ஒரு பெரிய லிங்கமும் காணப்பட்டன. அதற்கு முன்னால் அமைக்கப்பட்டிருந்த ஆற்றல்மிக்கப் பெண் தெய்வத்தின் உருவத்திற்கு நிவேதனங்களாக அவையெல்லாம் படைக்கப்பட்டிருந்தன. அவற்றின் அளவுகள் எவ்வாறாக இருந்தபோதிலும் (களிமண்ணிலோ அல்லது கல்லிலோ அழகுடன் வடிக்கப்பட்ட மாதிரிகள் மெய்யாகவே பெரிய அளவில் இருந்தன) இந்தச் சின்னங்கள் பெண் தெய்வத்தை வழிபடுவதன் பாகமாகவே அமைக்கப்பட்டிருந்தன. எனவே அவை அவற்றின் அளவில் புனிதமானவை அல்ல.

எனவே, முரண்புதிரான முறையில், ஆற்றல்மிக்கப் பெண் தெய்வம் தானே, முதல் முதலில் லிங்க வழிபாட்டை நிறுவியது. இஸிஸ் பெண் தெய்வம் பற்றிய கதையில், அதனுடைய வழிபாடு அண்மைக் கிழக்கிலிருந்து ஆசியா முழுமைக்கும், ஐரோப்பாவிற் குள்ளும் பரவியிருந்தது- பெண் தெய்வம், தெபிஸ் என்ற இடத்தி லிருந்த தனது கோவிலில் ஒஸிரிஸ் என்ற மரத்தாலான லிங்கத்தை நிறுவும்படி உத்தரவிட்டிருந்தது. அதன் பின்னர் அந்தப் பெண் தெய்வத்தின் வழிபாட்டில், லிங்கச் சின்னங்களை அல்லது அடை யாளங்களை அவளுக்கு நிவேதனமாக வழங்குவதும் அடங்கியிருந்தது.

எகிப்தின் பெண்கள், தங்களுடைய சமய ஊர்வலங்களில் ஒஸிரிஸின் உருவங்களையும் எடுத்துச் சென்றனர். ஒவ்வொன்றிலும் 'உரு ஒப்பில்லாத அளவுடைய' இடம் பெயரத்தக்க லிங்கம் அமைந்திருந்தது என்று ஓர் அதிருப்தியுற்ற பார்வையாளர் கூறினார். அதேபொழுதில் கிரேக்கப் பெண்களின் பெண் தெய்வ வழிபாட்டில் இருந்த இது போன்ற ஒரு மாதிரியில் அமைந்திருந்த லிங்க உருவத்தின்

அசைவுகளை வழிபடுகின்றவர்கள் கயிற்றைக் கொண்டு இயக்கத்தக்கதாய் இருந்தது. இவ்வாறு பக்திப் பரவசத்துடன் கூடிய எழுச்சி நிலையில் அக்கடவுள் கோயிலுக்கு எடுத்துச் செல்லப்பட்டது. அங்கு நகரத்தின் மிகவும் மதிப்புக்குரிய பெண் தலைவிகள் காத்திருந்து லிங்கத்திற்கு மாலைகள் அணிவித்து, ஆற்றல்மிக்கப் பெண் தெய்வத்தைக் கௌரவிக்கும் முகத்தான், முத்தமிட்டனர், லிங்க சேவைக்குப் பாராட்டுத் தெரிவிப்பதை அவள் ஏற்றுக்கொள்வதன் அடையாளமாக இவ்வாறு செய்யப்பட்டது.

ஆனால், தொடக்க காலக் காட்சியில் வேலை செய்யும் பணியாள் என்ற நிலையிலிருந்து தலைமை தாங்கும் மனிதனாக உயர்த்தப்பட்ட நிலையில், எண்ணெய்ப்பசையார்ந்த வர்ணத்தின் வாசனைக்கும், கூட்டத்தின் இரைச்சலுக்கும் தான் வேட்கை கொண்டிருப்பதாக ஆண் உறுப்பு வெளிப்படுத்தியது. கிரீஸில் எல்லா இடங்களிலும் வேதாளத்தின் பற்களைப் போன்று லிங்கங்கள் தோன்றின. ஒவ்வொரு தெருமுனையிலும் லிங்கத் தூண்கள் தமது ஆற்றலை வெளிப்படுத்தின. அதேபொழுதில் கி.மு.மூன்றாம் நூற்றாண்டில் புடைத்துக் காணப்படும் விதைகளினால் தாங்கப்பட்டு, கனமான பீரங்கியைப் போன்று வானை நோக்கிக் குறிபார்த்து நிற்கும் மிகப் பெரிய ஆண் குறிகளின் வரிசை பற்றி டெலோஸ் தற்பெருமை அடித்துக் கொண்டார். இத்தாலியில் அட்ரியாடிக் கடலின் நடுவில் உள்ள பால்லெஸ் கடவுள் ஒவ்வொரு குடும்பத்திற்கும் பரிச்சய மானவர். அவர் ஒவ்வொரு வீட்டினுடைய முறையான தெய்வங்களில் ஒருவராவார். மேலும், பாம்பீயைப் போன்ற பல நகரங்கள் முழுமையாக பிரியாபஸ் என்ற லிங்கக் கடவுளை வழிபட்டு வந்தன. இந்த உண்மையை நிராகரிக்கும் பிற்கால அறிவாளிகள் கி.பி.79ஆம் ஆண்டில் வெஸுவியஸ் எரிமலையினால் அந்நகரம் அழிந்து பட்டதுடன் இதைச் சம்பந்தப்படுத்திக் கூறுவர். இங்கிலாந்தில் டோர்செட் என்ற இடத்தில் பண்டைக்கால பிரிட்டிஷ் மக்கள் தமது படைப்பின் பெருமிதத்தை செர்னே அப்பாஸ் ஜயண்ட் என்ற பிரம்மாண்டமான மலைச் செதுக்கு உருவத்தின் மூலம் வெளிப்படுத்தினர் - நாற்பது அடி உயரமுள்ள இந்த உருவம், தனது மிகவும் வல்லமை வாய்ந்த உறுப்பினரின் செய்தியை வலியுறுத்திக் காட்டுவதற்காக நெஞ்சு-அளவு நிமிர்ந்து நிற்கிற மற்றும் ஒரு பெரிய அளவான லிங்க உருவான குண்டாந்தடியை வரலாற்றுக்கு முனைப்பாகக் காட்டுகிறது. ஆயினும் உலகில் இந்தியாவைப் போல் மிகுந்த உற்சாகத்துடன் லிங்க உருவ வழிபாட்டைத் தழுவிய நாடு வேறு எதுவுமில்லை. அங்கு, அதனுடைய புராணங்களை எழுதியவர்கள் வலியுறுத்தியதுபோன்று, ‘உலகிலேயே மிகப் பெரிய ஆண் குறியை’க்

காணலாம். கடவுள் சிவனின் 'தெய்வீகமான சிலை' அது கீழ் உலகங்கள் அனைத்தையும் ஊடுருவிச் சென்று, பின்னர் மேலே வளர்ந்து சென்று, விண்ணுக்கு அப்பாலும் உயர்ந்தது. இது இந்துக் கடவுளர் தொகுதியிலுள்ள இதர இரு பிரதான கடவுள்களான பிரம்மாவுக்கும், விஷ்ணுவுக்கும் மிகவும் அச்சத்தை ஏற்படுத்தியது. அவர்கள் சாஷ்டாங்கமாக விழுந்து அதை வழிபட்டனர். எல்லா ஆண்களும் பெண்களும் அவ்வாறே செய்ய வேண்டுமென்றும் உத்தரவிட்டனர். இந்தக் கட்டளைக்கு பல்லாயிரக்கணக்கான ஆண்டுகளாக மக்கள் எவ்வாறு கீழ்ப்படிந்து நடந்தார்கள் என்பதை, நீண்ட காலமாக இருந்து வரும் வழக்கத்தைப் பற்றி வியப்படைந்த மேலையப் பார்வையாளர்களின் வர்ணனைகளிலிருந்து மதிப்பிடலாம். வணிகர்களும், சமய போதகர்களும், காலனிப் படையெடுப்பாளர் களும் இவ்வாறு எழுதிவைத்துள்ளனர். அன்றாடம் சிவனுக்குப் பூஜை செய்யும் ஓர் அர்ச்சகர் கோயிலிலிருந்து நிர்வாணமாக வெளியே வந்து, ஒரு சிறிய மணியை ஒலித்த வண்ணம் தெருக்களின் வழியாக நடந்து செல்வார், இந்த மணியோசை சமிக்ஞையைக் கேட்டதும் எல்லாப் பெண்களும் வெளியே வந்து, கடவுளின் பிரதிநிதியின் புனிதமான பிறப்பு உறுப்புக்களை முத்தமிடுவார்கள்.[10] விக்டோரியா காலத்து சராசரி ஆங்கிலேயனுக்கு இது அதிசய உலகத்து லிங்கத்தைப் போல் தோன்றியிருக்கும்.

புனிதமான அந்தஸ்துக்கு உயர்ந்த லிங்க உருவத்தின் முக்கியத்துவம் - அளவிலும், புனிதத் தன்மையிலும் அதிகரித்தது. இந்தச் சகாப்தத்திற்குப் பின்னால் ஆணின் மேம்பட்ட தன்மை, இந்த ஓர் உறுப்பில் நிலைபெற்றது. அதன் வாயிலாக வெளிப்படுத்தப் பட்டது. ஆணினத்தின் வல்லமையை எப்போதும் சுட்டிக்காட்டுவதாக இது அமைந்தது. பின்னர் இதன் விரிவாக்கமாக - இந்த விரிவாக்கத்திற்கு எல்லையேயில்லை - லிங்கமானது அதிகாரத்தின் மூலாதாரமாக மட்டுமின்றி, எல்லாக் கலாச்சார முறைமைக்கும் அர்த்தத்திற்கும் மூலாதாரமாயிற்று. ஆண்களுக்கு ஆண் குறியைப் பற்றிப் பிடிப்பதும், தொழுது வேண்டுவதும் எல்லா வாழ்த்துக் களையும் வாக்குறுதிகளையும் செல்லத்தக்கதாக்கிற்று. ரோமானியர் களிடையில் ஒவ்வொரு சாஸனத்திற்கும் ஆணின் விதைகள் ஆதாரமாய் அமைந்தன. அதே பொழுதில் ஓர் அராபியர், வீரியமுள்ள உறுப்புகளைக் கொண்ட தந்தையே, என்னுடைய பிரமாணத்திற்குச் சான்றாக இருப்பீராக என்று கூறுவார். மேலும், மரியாதையின் ஓர் அடையாளமாக எந்த ஒரு குலத்தலைவரையோ அல்லது குடும்பத் தலைவரையோ சந்திக்கும்போது தனது இனப்பெருக்க உறுப்புக்களை ஆய்வு செய்யும்படி அனுமதிப்பார்[11]

பெண்களின் மீது புனிதமான லிங்கத்தின் அதிகாரம் பல்வேறு வழிகளில் உணர்த்தப்படத் தொடங்கியது. சிவன் கோயில்களில் ஓர் அடிமைப் பெண், அவளுடைய 'குவளை மலரை ஒத்த அழகுக்காகத் தேர்ந்தெடுக்கப்பட்டவள். தெய்வீகமான ஆண் உறுப்புக்கு நேர்ந்து விடப்பட்டாள். அவளுடைய மார்பகங்களின் மீதும், மழிக்கப்பட்ட தொடைகளும் வயிறும் சேருமிடத்திலும் கடவுளின் சின்னம் பச்சை குத்தப்பட்டது. லிங்கத்தின் மீது பழி சுமத்துவது. அதைத் தொடுவது, அதை முத்தமிடுவது, புனிதமான லிங்கங்களை மரத்தாலோ, கல்லினாலோ செய்து நிறுவுவது என்பது உலகு தழுவிய ரீதியில் பெண்களின் பழக்கமாக இருந்து வந்துள்ளது. வரலாற்று ஆவணங்களும் புதைபொருள் ஆய்வுச் சான்றுகளும் இதை ஊர்ஜிதம் செய்கின்றன. லிங்கக் கடவுளிடமிருந்து தனது மலட்டுத் தனத்திற்கு ஒரு பரிகாரம் பெறுவதற்காக இவ்வாறு செய்யப்பட்டது. அந்தக் கடவுள் அவர்களின் கன்னிமையை முதல் முதலாக அனுபவிப்பவ ராகவும் இருக்கக்கூடும். தெற்கு பிரான்சின் தொலைதூர கிராமங்களில், பதினேழாம் நூற்றாண்டிலும் கூட புரொவென்சல் மாநிலத்தில் 'புனிதர்' ஃபோடின் என்பவர், அவருடைய நிமிர்ந்து நிற்கும் ஆண்குறியின் உன்னதத் தன்மையைப் பெருமைப்படுத்திப் பாராட்டுவதற்காக வழிபடப்பட்டார். இது கத்தோலிக்கத் திருச்சபைக்கு மிகவும் சங்கடமான நிலைமையை ஏற்படுத்தியது. கர்ப்பந்தரிப்பதற்காக லிங்கத்தின் செதுக்குத் தூள்களைத் தண்ணீரில் இட்டு கொதிக்க வைத்து அதை மருந்தாகக் குடிக்கும் பெண்களின் பழக்கம் இதற்கு எப்போதும் அச்சுறுத்தலாக இருந்து வந்தது. ஆனால் இந்தப் பழக்கம் மதகுருக்களால் எப்போதும் புதுப்பிக்கப்பட்டு வந்தது. அவர்கள் பலி மேடையின் பின்னால் திருட்டுத்தனமாக, மரக் கொட்டாப்புளிகளைத் தட்டுவதன் மூலம் 'புனிதரின்' சோர்வடையாத ஆண் உறுப்பை நிலைநிறுத்தும்படி செய்து வந்தனர்.[12] இதைக் காட்டிலும் மிகவும் கொடிய கெல்டிக் சடங்கு ஒன்று ஹைவெல் ததாவின் (சிறந்த ஹோவெலின்) ஆட்சிக் காலத்திலும் (கி.பி. 909- 950) கூட பிரிட்டனின் வேல்ஸ் பகுதியில் இருந்து வந்தது. அங்குக் கற்பழித்ததற்காக ஓர் ஆணின் மீது ஒரு பெண் வழக்குத் தொடர விரும்பினால், அவள் மதகுருமார்களின் ஒரு சின்னத்தின் மீது ஒரு கையை வைத்துக் கொண்டும், மற்றொரு கையால் குற்றம் புரிந்தவனின் ஆண் உறுப்பைப் பற்றிக் கொண்டும், அந்தக் குற்றம் சம்பந்தமாகப் பிரமாணம் எடுத்துக்கொள்ள வேண்டும்[13] இது ஒரு வேளை குற்றம் புரிந்தவன் மனசாட்சி உறுத்துவதற்காக இருக்கலாம்? ஆண் உறுப்பானது சண்டையின் ஓர் ஆயுதமாகவும் அதுபோன்றே காதலன் ஒரு கருவியாகவும் இருக்க முடியும் என்பதை இச்செய்கையின் மூலம்

நினைவுறுத்துவது. கி.மு.1300ல் எகிப்தின் அரசர் மெனேப்தா, கர்னாக்கில் நிறுவிய மிகப் பெரிய லிங்கச் சிலையைத் தவிர வேறு எங்கும் கூடுதல் தெளிவாகச் சித்திரிக்கப்படவில்லை. அந்த லிங்கத்தின் கீழ் செதுக்கப்பட்டுள்ள கல்வெட்டு இவ்வாறு கூறுகிறது. அந்த அரசன், போரில் தோற்கடிக்கப்பட்ட தனது பகைவர்கள் அனைவரின் ஆண் உறுப்புக்களையெல்லாம் அறுத்து மொத்தம் 13,240ஐ - நாட்டுக்குக் கொண்டு வந்தான்.

லிங்க உருவத்தின் எழுச்சியானது, உடனே ஆற்றல் மிக்கப் பெண் தெய்வம் வீழ்த்தப்பட்டுவிட்டாள் என்று பொருளாகாது என்பதே இந்த நிகழ்ச்சியின் சேதி காட்டுகிறது. அதற்கு மாறாக, முழு மையத் தன்மையை நோக்கிய தனது முன்னேற்றத்தில் வேகமடைந்து வரும் ஆண் தலைவனின் லயங்களுக்கு இடமளிப்பதற்கு ஒரு நீண்ட கால கட்டத்தில் அவளுடைய வழிபாடு பற்றிய கட்டுக்கதைகள், கதைகள், சடங்குகள் முதலியவை சூழ்நிலைக்கு ஏற்பப் பயன்படுத்திக் கொள்ளப்பட்டன என்பதை அறிவது ஆர்வமூட்டுவதாகும். பெண் தெய்வத்திடமிருந்து கடவுளுக்கும், அரசியிடமிருந்து அரசனுக்கும், தாயிடமிருந்து தகப்பனுக்கும் அதிகாரம் மாற்றப்பட்டதானது கட்டங்கட்டமாக நடைபெற்றது, உலகப் புராணங்களில் இதைப், பாறையில் காணப்படும் அடுக்குகளைப் போன்று தெளிவாகக் கண்டறியலாம். முதலாவது கட்டத்தில், ஆற்றல்மிக்க அன்னை மட்டுமே உலகமாக இருக்கிறாள், அல்லது உலகைப் படைக்கிறாள். அவளுக்கு நிரந்தரமற்ற காதலர்கள் இருந்தார்கள். பல குழந்தை களுக்குத் தாயாகிறாள், ஆனால் அவளே அடிப்படையாகவும் தலைமையானவளாகவும் இருக்கிறாள். இரண்டாவது கட்டத்தில், அவளுக்கு ஒரு வாழ்க்கைத் துணைவன் இருப்பதாக வர்ணிக்கப்படு கிறது அல்லது சித்திரிக்கப்படுகிறது. அது அவளுடைய மகனாகவோ இளைய சகோதரனாகவோ அல்லது தொல்பழங்காலத்திய பொம்மை இளைஞனாகவோ இருக்கக்கூடும். ஆரம்பத்தில் அவன் அவளுக்கு மிகவும் இளையவனாக இருந்தான், பின்னர், அவளுடைய வாழ்க்கைத் துணைவனாவதற்குரிய அவனுடைய அதிகாரம் வளர்ச்சியடைகிறது, மூன்றாவது கட்டத்தில் கடவுள் - அரசன் - வாழ்க்கைத் துணைவன் பெண் தெய்வத்துடன் சம அளவில் ஆட்சி புரிகிறான், அவள் கீழே வீழ்த்தப்படுவதற்குக் களம் அமைக்கப் படுகிறது. இறுதியாக, ஆண் கடவுள் தானே அரசனாகிறான், பெண் தெய்வமும் தாயும் பெண்ணும் தோற்கடிக்கப்பட்டு உடைமைகள் பறிக்கப்பட்டு, கீழ்நோக்கிச் சரிந்து செல்லப்பட வைக்கிறாள். மனிதகுலம் சமீபத்தில் தான் இச்சரிவைத் தடுத்து நிறுத்துவதற்கு

நேர்மாறாக மாற்றுவது (ஒரு பக்கம் இருக்கட்டும்-) என்பதை தொடங்கியுள்ளது.[14]

புராணக் கதைகள் நிலையாக அப்படியே இருப்பதில்லை. இந்த வளர்ச்சியைக் கட்டங்களாகப் பிரிப்பதற்குக்கூட வரலாற்று நிகழ்வுப் போக்குகள் அரிதாகவே கொண்டிருக்கின்ற ஒரு ஸ்தாபன ரீதியான தர்க்கநியதியை முன் மொழிவதாகும். வெவ்வேறான வளர்ச்சிகள் வெவ்வேறு காலங்களில் வெவ்வேறு இடங்களில் நிகழ்ந்தன. மனிதர்கள் தங்களை மன்னர்களாக்கிக் கொண்டு கடவுள்களையும் பெண் தெய்வங்களையும் தங்களுடைய அதிகாரத்தின் கீழ் வைத்துக் கொண்டிருந்த பொழுதும், அவர்கள் பழைய வழக்கங்களை கௌரவிப்பதும் ஆற்றல்மிக்க அன்னைக்கு உரிய மரியாதை செலுத்துவதும் விரும்பத்தக்கது என்று கருதினர், 'பெண்தெய்வம் இஷ்டார் என்னை நேசித்தாள் - அதன் பயனாக நான் அரசனானேன்' என்று கி.மு. எட்டாவது நூற்றாண்டில் அஸ்ஸிரியாவின் சர்கோன் அறிவித்தார்.[15]

அரசனின் அதிகாரம், எவ்வளவு வலிமையுள்ளதாக இருந்த போதிலும் வரம்பற்றதாக இருக்கவில்லை என்னும் உண்மைக்கு இந்தத் தொடக்ககால ராஜ்யங்களில் கடைப்பிடிக்கப்பட்டு வந்த சமய மற்றும் அரசியல் சடங்குகள் பற்றிய ஆவணங்கள் மிகத் தெளிவாகச் சான்று பகர்கின்றன. கெல்டிக் அயர்லாந்தின் ஓர் அரசன், மக்களால் அரசன் என்று ஏற்றுக்கொள்ளப்படுவதற்கு முன்னால், அயர்லாந்தின் ஆன்மாவாகிய 'ஆற்றல் மிக்க அரசி'யுடன் திருமண இணைப்பைச் செய்தாக வேண்டும், பாபிலோனிய அரசர்களுக்கு இந்தக் கடமை, அடையாளபூர்வமாக அல்ல - கட்டாயமாக முழு அர்த்தத்தில் நிறைவேற்றப்பட வேண்டும். அவர்களுடைய அதிகாரம் ஒவ்வோர் ஆண்டும் புதுப்பிக்கப்பட வேண்டும். மற்றும் புனிதமான லிங்கத்தின் உருவகமாகத் திகழும் மன்னன், அனைத்து மக்களின் முன்பாகவும் ஒரு மேடையில் ஒரு பொதுவிழாவில் ஆற்றல்மிக்க அன்னையின் உயர் தலைவியுடன் தனது தெய்வீகத் திருமணத்தை (உடலுறவு கொள்வதன் மூலம்) முழு நிறைவாக்குவது காணப்பட்டால்தான் மன்னனின் அதிகாரம் ஊர்ஜிதம் செய்யப்படும்.[16]

அப்பொழுதும் ஆற்றல் மிக்கப் பெண் தெய்வத்திற்கு இன்னும் கொஞ்சம் அதிகாரம் இருந்தது. ஆட்சிபுரிந்த ஆண்கள் உரிய வகையில் நடந்து கொள்வதைப் புறக்கணித்ததால் பாதிப்புக்கு உள்ளானார்கள் என்று சான்றுகள் தெரிவிக்கின்றன. ஆயினும் பரந்த அளவில் பார்க்கும் போது, இந்தத் தொடக்க கால நாகரிகங்களை அவற்றின் அஸ்தி வாரங்கள் ஆட்டங்காணும் வகையில் குலுக்கும் அளவிற்கு ஆழமான

தொடர்ச்சியான சமூக மாற்றங்கள் பின்னிப் பிணைந்த முறையில் ஏற்பட்டுள்ளன. மேலும் நிகழ்ச்சிகளின் நிர்ப்பந்தமும் புதிய முனைப்புத் தன்மையுடன் கூடிய லிங்க உருவ எழுச்சியின் தூண்டு விசையும் இணைந்து பெண் தெய்வத்தின் அதிகாரத்தின் மற்றும் அத்துடன் இணைந்த 'அன்னை கூறுவதெல்லாம் சரியானது' என்பதன் கடைசி எஞ்சிய கூறுகளையும் விரட்டியடித்தன. பொதுவாகப் பார்க்கும் போது, இந்த மாற்றங்கள், முதலாவதாக ஏற்பட்ட வெற்றிகர மான சமூக ஒழுங்கமைப்பின் விளைவான மக்கட் தொகைப் பெருக்கத்திலிருந்து தோன்றின. அவை மிகவும் அடிப்படையான கட்டாயங்களிலிருந்து உணவுக்கான தேவையிலிருந்து ஏற்பட்டன. பெண்களை வாழ்க்கையின் மையத்திலிருந்து ஓரங்களுக்கு ஒதுக்குவதற்கு உதவிய வளர்ச்சியின் தன்மை குறித்து நைஜெல் கால்டர் இவ்வாறு விளக்குகிறார்.

> தெற்கு எகிப்திலிருந்து *18,000* ஆண்டுகளுக்கு முன்னால் நதியோரத் தோட்டங்களில் பார்லியும் கோதுமையும் பயிரிடப் பட்டதற்கான மிகவும் ஆரம்ப காலச் சான்று கிடைத்துள்ளது. பெண்கள் பயிர்களைத் தோற்றுவிப்பதற்கு ஒரு பை நிறைய விதை கொண்டு வந்த பொழுது, பெண்களின் சிரிப்பு நீர்ப்பறவை களுக்குத் தொந்தரவு ஏற்படுத்தின என்பதில் ஐயமில்லை. ஒரு வேளை அந்த நல்ல உணவு விரயமாக்கப்பட்டதாக இருக்கக் கூடும் இது குறித்து ஆண்களுக்கு எதுவும் சொல்லப்படவில்லை- ஆயினும் மண்ணில் ஏற்கெனவே இருந்த வெடிப்புகளில் விதைகளை நுழைப்பதற்கு சில விநாடிகளே தேவைப்பட்டன... தாவரங்களின் பிறப்பு மரபு பற்றிப் பெண்கள் எதுவும் அறிந்திலர். ஆனால், சூரிய வெப்பம் பூமியை முழுமையாக உலர வைப்பதற்கு முன்னால், பயிர்கள் முளைத்து தானிய மணிகள் முதிர்ச்சியடைந்தன. அந்தப் பெண்கள் கல்லாலான அரிவாள் களுடன் திரும்பி வந்தபோது அவர்கள் நிச்சயமாக ஒரு வகைப்பட்ட பெண் தெய்வத்தைப் போன்ற பெருமித உணர்ச்சி அடைந்திருப்பார்கள்.[17]

பெண்கள் இயற்கையின் மீது 'பெண் தெய்வத்தைப் போன்ற' கட்டுப்பாடு செலுத்தியது 10,000 முதல் 15,000 ஆண்டுகள் வரை நீடித்தது என்று கால்டெர் மதிப்பிடுகிறார். ஆனால், சுமார் 8000 ஆண்டுகளுக்கு முன்பிருந்து, மக்கட் தொகையில் ஏற்பட்ட பெருக்கம் உணவு உற்பத்தி செய்யப்பட்ட முறையில் மாற்றங்களைக் கட்டாயப்படுத்தியது. சிறிது சிறிதாக பெண்களின் தோட்டக்கலைக்குப் பதிலாகப் பெருமளவான மற்றும் கூடுதல் தீவிரமான விவசாயம் தோன்றியது. முன்பெல்லாம்

பெண்கள் அவர்களது இயற்கையான நேச சக்தி என்ற முறையில், ஒரு வகைப்பட்ட அனுதாப மாயசக்தியில் இயற்கையுடன் பணிபுரிந்து வந்தனர். ஆனால் இப்பொழுது ஆண்கள், அவர்கள் நிர்ணயித்ததை வழங்கும்படி செய்வதற்காக இயற்கையை வசப்படுத்தி, அதன் மீது ஆதிக்கம் செலுத்த வேண்டியிருந்தது. விவசாயத்தில் ஈடுபடுத்தப்பட்ட புதிய வழிமுறைகளின் விளைவாக, ஆண், பெண் பாத்திரங்களிலும் உறவு முறைகளிலும் அதே போன்ற பாதிப்பு ஏற்படுத்தும் அடையாள பூர்வமான எதிரொலி ஏற்பட்டது. சுமார் கி.பி. 100ஆம் ஆண்டில் 'மனுவின் சட்டமூலத் தொகுப்புகள்' என்ற இந்து ஆவணம் இவ்வாறு தெளிவுபடக் கூறுகிறது. 'சட்டத்தின்படி பெண் களமாகவும், ஆண் தானியமாகவும் கருதப்படுகிறார்கள்.' முன்பு பெண் தெய்வம் உயிரின் ஒரே ஆதாரமாகக் கருதப்பட்டிருந்த நிலைமாறி, இப்பொழுது பெண்ணுக்கு விதையுமில்லை முட்டையுமில்லை. அவள் செயலற்ற கழனி, உழுதால்தான் அது வளம் பெறும். ஆனால் ஆண் புதிதாகக் கண்டறியப்பட்ட லிங்கத்தின் மையத் தன்மையின் விளைவான அதிகார மயக்கத்தில் கலப்பையும், தானியமும், சரிவான நீரோடையும், முட்டையிடும் உறுப்பும் ஆகிய யாவும் ஒன்றாக அமைந்தவனா யிருந்தான்.

அவ்வப்பொழுது பயிரிடுவது என்பதற்குப் பதிலாக திட்டமிட்டு உழவுத்தொழில் நிலத்தைப் பண்படுத்தி விவசாயம் செய்வது என்று ஏற்பட்ட போது ஆணின் பாத்திரம் கூடுதல் பலப்படுத்தப்பட்டு, மையப்படுத்தப்பட்டது. புதிரான முறையில், வாழ்வதற்கு நிலத்திலிருந்து போதிய அளவு உற்பத்தி செய்யத் தவறிய குழுக்கள் சம்பந்தமாகவும் கூட இது உண்மையாயிருந்தது. அந்தப் பழங்குடிகள், தானியப் பற்றாக்குறையினாலோ அல்லது பயிர்கள் சரியாக விளையாத தினாலோ நிர்ப்பந்தமாக இடம் பெயர்ந்து செல்ல நேரிட்டது. இதனால் குழுக்கள் ஒன்றையெதிர்த்து மற்றொன்று போரிடவேண்டிய அவசியமும் ஏற்பட்டது. ஏனெனில், வளமான பிரதேசத்தில் ஏற்கெனவே, நிலைபெற்றுவிட்ட குழுக்கள், படையெடுப்பாளர்களை எதிர்ப்பதற்கு ஒன்றாகத் திரண்டனர்.[18] ஒரு குழுவைச் சேர்ந்தவர்கள் நாடோடிகளாகத் திரிந்து சென்றதிலும், போர் செய்ய வேண்டி நேரிட்டதிலும் ஆண்களுக்கே அனுகூலம் ஏற்பட்டது. ஏனெனில் அவர்கள் பெண்களைக் காட்டிலும் மேலான உடல் வலிமை கொண்டிருந்தனர். தவிரவும் பெண்களுக்குக் குழந்தைகளைப் பராமரிக்க வேண்டிய தொந்தரவும் இருந்தது. ஒரு குலம் இடம் பெயர்ந்து செல்ல நேரிடும் பொழுது, பெண்கள் முன்பு சிரமப்பட்டு விவசாயம் செய்வதில் பெற்றிருந்த தேர்ச்சிகளெல்லாம் பயனற்றுப்

போயின. இதற்கிடையில், உயிரை உற்பத்தி செய்யும் கருவி தங்களிடம் தான் உள்ளது என்ற கோட்பாட்டின் ஆணவத்தினால் உந்தப்பட்ட ஆண்கள், ஆக்கிரமிப்பு மற்றும் ராணுவ ஒழுங்கமைப்பு ஆகியவற்றின் மூலம் ஆதிக்கத்தைக் கைக் கொண்டனர். பலத்தை அடிப்படையாகக் கொண்ட இத்தகைய மோதல்கள் தவிர்க்க முடியாமல் ஆதிக்கம் செலுத்தும் குழுக்களையும் பணிந்து போன குழுக்களையும் வெற்றியாளர்களையும் தோல்வியடைந்தவர்களையும் தோற்றுவித்தது. இது ஏற்றத் தாழ்வு நிலையையும் அடிமைத் தனத்தையும் அடிமைப்படுத்துவதையும் நிர்ணயித்தது. இந்தச் சூழ்நிலையில் பெண்களால் இந்தக் கட்டமைப்பிலிருந்து தப்பித்துச் செல்ல முடியவில்லை. உழுமுனைக்கும் குத்து வாளுக்கும் இடை யிலான வன்முறையில் சிக்கிக் கொண்ட பெண்கள் தோல்வி காண நேரிட்டது.

இதனால் ஒரே ஒரு விளைவு மட்டுமே ஏற்பட முடியும். ஆயினும், கிறிஸ்து பிறப்பதற்கு முந்திய சில ஆயிரமாண்டுக் காலத்தில் எங்கெங்கு, எப்பொழுதெல்லாம் தோன்றிய புராணங்கள் எல்லாம் ஆற்றல்மிக்க அன்னையாகிய பெண் தெய்வம் வீழ்த்தப்பட்டதைப் பற்றிக் கூறுகின்றன. கதையின் மிகவும் எளிய பதிப்பில், யூத இனம் சார்ந்த பாபிலோனியர்களுடையதைப் போன்று, இறை அரசன் மார்துக் சகலவற்றுக்கும் அன்னையாகிய தியாமத்தின் மீது போர் தொடுத்து அவளைக் கண்டம்துண்டமாக வெட்டியெறிகிறான். அவளுடைய மரணத்திற்குப் பின்னரே, அவளுடைய உடலின் துண்டுகளிலிருந்து அவன் உலகத்தை அமைக்கிறான். நியாயமாக அப்படித்தானே அமைக்க முடியும். பல ஒன்றுக்கொன்று மிகவும் தொலைவான கலாசாரங்களிலும் இந்தத் தலைமைக் கருத்து ஒரே மாதிரியாக இருப்பது வியப்புக்குரியதாகும். மத்திய ஆப்பிரிக்காவிலிருந்து இந்தத் திவி படைப்புக் கட்டுக்கதையைப் பாருங்கள்.

புவி (பெண் தெய்வம்) முதல் முதலாக இந்த நாட்டை உருவாக்கினாள். கடல் முழுவதும் நல்ல தண்ணீராக இருந்தது. அவள் பூமியையும், கடலையும், தீவுகளையும் தோற்று வித்தாள்... 'எங்கள் அன்னையைக் கொல்லாதே' என்று பூரிதி கூறினாள். ஆனால் இரிதி கேட்கவில்லை. அவளைக் கொன்றான். அவளுடைய தலையின் மீது அவன் தாக்கினான். அவளுடைய சிறுநீர் கடலை உப்பு நீராக்கியது. அவளுடைய ஆவி உயரே வானில் சென்று மறைந்தது...[19]

கதையின் ஏனைய பதிப்புகளில் ஆற்றல்மிக்க அன்னை தோற்கடிக்கப்படுகிறாள். ஆனால் தொடர்ந்து உயிர்வாழ்கிறாள்.

கெல்டிக் நாட்டுப்புறக் கதை, எவ்வாறு மூன்று விவேகிகள் (மூன்றினத் தொகுதி வடிவத்தில் அமைந்துள்ள பெண் தெய்வம்) - எமு, பான்பா மற்றும் ஃபோட்லா - போர்க்கடவுளாகிய மில்லின் குமாரர்களைப் போரில் சந்திக்கிறார்கள் என்பதை விவரிக்கிறது. ஆனால் பல ரத்தக்களறியான மோதல்களுக்குப் பின் அவர்கள் அடக்கப்பட்டு, படையெடுப்பாளனின் சக்திக்கு முன் பணிய வைக்கப்படுகின்றனர். எந்த வடிவத்தை அது எடுத்துக் கொண்டாலும், பெண்ணிடமிருந்து ஆணுக்கு அதிகார மாற்றம் நடைபெறும் அடிப்படையான நிகழ்ச்சிப் போக்கு எல்லாப் புராணங்களிலும் பிரதிபலித்துள்ளது. கிரேக்கர் களிடையில் டெல்பி என்ற இடத்திலிருந்து பெண் தெய்வத்தின் மிகவும் புனிதமான தெய்வீக வாய்மொழித் தலத்தை அப்போலோ கைப்பற்றுகிறான். ஆப்பிரிக்காவின் இகியூ இன மக்கள், எவ்வாறு தங்களுடைய முன்னோர்கள் ஒரு திட்டத்தின் படி எல்லாப் பெண் களையும் ஒன்றாகத் திரளும்படி செய்து, ஒரே நாளில் அனைவரையும் கற்பழித்து, அதிகாரத்திலிருந்து தூக்கி எறிந்தார்கள் என்பதை இன்னும் கூறி வருகிறார்கள். எனவே, ஒன்பது மாதங்களுக்குப் பிறகு, கருவுற்றிருந்த பெண்களைத் திமிருடன் அவர்களால் அடக்கிப் பணிய வைக்க முடிந்தது. அதேபொழுதில் ஆஸ்டெக்ஸைப் பொருத்த வரையில் பூமித்தாய் எக்ஸோசி குவெட்செல், ஹுய்ட்ஜிலோபொச்திலி என்ற மகனைப் பெற்றெடுக் கிறாள், அவன் அவளுடைய மகளாகிய நிலாப் பெண் தெய்வத்தைக் கொன்று, சொர்க்கத்தின் அதிபதி என்ற அவளுடைய இடத்தை ஸ்வீகரித்துக் கொள்கிறான். ஆதிக்கவெறியின் காரணமாக, அவளுடைய பிற குழந்தைகள் அனைவரையும் கொன்று சிதறடிக்கிறான்.

தோல்வியும் ஓரளவு மீட்சியுறுவதும் என்ற இந்தப் பாணி இங்கு கடைப்பிடிக்கப்படும் பிரதான கருத்தில் அடிக்கடி வெளியீடாகிறது- எப்போதும் பெண்ணாக இருக்கின்ற சந்திரனை சூரியக் கடவுள் வெற்றி கொள்கிறார். ஜப்பானியர் பதிப்பில், ஷின்டோ கடவுளர் வரிசையில் தலைமைக் கடவுளாகிய அமா - டெரசூ என்ற பெண் தெய்வத்தை சுஸா-நு-வோ என்ற கடவுள் தாக்கி, அவளுடைய நெல் வயல்களை அழிக்கிறார். அவளுடைய புனிதமான இடங்களை நரகலையும் செத்தமீன்களையும் கொண்டு நாற்றமெடுக்கச் செய்கிறார். அவள் அவரை எதிர்த்துப் போரிட்ட போதிலும் அவர் அவளுடைய 'ஒளியைத் திருடுகிறார்'. இதன் விளைவாக அவள் தனது முந்திய சக்தியில் பாதியை மட்டுமே மீண்டும் பெறுகிறாள். எனவே அவள் இரவில் மட்டுமே ஒளி தருகிறாள்.[20] தோட்டக்கலையிலிருந்து விவசாயத்திற்கு மாறிச் சென்ற வரலாற்று ரீதியான மாற்றத்தைப் போன்றே, வெளித்தோற்றத்தில் இந்த இயற்கையான வளர்ச்சி

ஆண்களுக்கும் பெண்களுக்கும் இடையிலான உறவுகளில், சிந்தனைப் போக்குகளிலும் கூட ஏற்பட்ட சில ஆழமான மற்றும் பழைய நிலைக்குத் திருப்பப்பட முடியாத மாற்றங்களின் மீது நிழலைப் பரப்பி அவற்றின் மெய்யான தோற்றத்தை மறைத்தது.

நேரத்தின் மற்றும் காலவெளியின் கடவுளாகிய சூரியனின் தெய்வீகத்தன்மை சாராம்சத்தில் ஆண்பாலுக்குரியதாகும் - லிங்க உருவாய் அமைந்த சூரிய ஒளிக்கற்றைகள் பூமித்தாயின் மீது தாக்கு கின்றன. அந்த ஆண் தன்மையின் கதிர்கள் பூமியைக் கருக் கொள்ளச் செய்து விதைகளை முளைவிடச் செய்கின்றன. ஸ்பெயினி லிருந்து சீனா வரையிலும் வரலாற்றுக்கு முந்திய சூரியன் ஆண் தன்மையையும் தனி நபரின் சுயஉணர்வையும், அறிவாற்றலையும் அறிவின் பிரகாசமான ஒளியையும் குறித்தது, ஆனால் அதற்கு மாறாக சந்திரன் அலைகளின் மீது ஆட்சி புரிவதையும் கருப்பையையும், மாகடலின் நீரையும் இருளையும், கனவு போன்ற உணர்வற்ற நிலையையும் குறித்தது... வெயில்பட வைப்பமைப்பு பெண்ணாகிய நிலாப் பெண் தெய்வத்தை ஆணாகிய சூரியக் கடவுள் வெற்றிகொள்வதாகும்... இது பெண் சார்பான சுழற்சியின் பாற்பட்ட கருவள வழிபாடுகளின் வீழ்ச்சியையும் மீண்டும் திரும்ப ஏற்பட முடியாத நிகழ்ச்சிகளைக் கொண்ட நேர்கோடு போன்ற ஆண் கருத்தமைப்பு ஆதிக்கத்திற்கு வருவதையும் குறித்தது.[21]

மேலும் பெண் அதிகாரத்திலிருந்து தூக்கியெறியப்பட்டதானது ஒரு வெறும் புராணம் சம்பந்தப்பட்ட கருப்பொருள் மட்டுமல்ல. உண்மை வாழ்க்கையில் அதிகாரம் படைத்த பெண்கள் தாக்குதலுக்கு உள்ளானார்கள். அவர்களிடமிருந்து அவர்களுடைய அதிகாரத்தைப் பல வெவ்வேறு வழிகளில் பறித்துக் கொள்வதற்கு ஆண்கள் முயன்றபோது இத்தாக்குதல் நடைபெற்றது. ஆட்சியதிகாரம் பெண் வழியில் சென்ற இடங்களில் ஒரு துணிச்சலான சாகசக்காரன், அரசியை வலுக் கட்டாயமாகத் திருமணம் செய்து கொள்வதன் மூலமோ அல்லது கற்பழிப்பதன் மூலம் அவளைத் தன் வசப்படுத்திக் கொள்வதன் மூலமோ அதிகாரத்தைக் கைப்பற்றிக் கொள்ள முடிந்தது. கி.மு.ஆறாம் நூற்றாண்டில் பாரசீகத்தின் மகா சைரஸிடமிருந்து வந்த இத்தகைய ‘திருமணப் பிரேரணை’யை சைத்திய அரசி தமிரிஸ் முறியடித்தார். மற்றவர்களுக்கு இத்தகைய அதிருஷ்டம் கிடைக்கவில்லை. எகிப்தின் இரண்டாம் பெரினீஸ் கி.மு.80ல் தனது உடன் பிறந்தார் மகள் இளம் படோலெமி அலெக்சாண்டரைத் திருமணம் செய்து கொள்ள மறுத்தபோது அவன் அவளைக் கொன்றே போட்டான். இதைக் கண்டு வெகுண்டெழுந்த விசுவாசமிக்க அலெக்சாண்டிரிய வாசிகள் அவனைக் கொன்றதானது, அந்த அட்டூழியத்தின் பயங்கரத்

தன்மையை எடுத்துக் காட்டியது.[22] ஆனால் பொதுவாக மன்னர்கள் தாங்கள் கைப்பற்றிய அதிகாரங்களை நிலைநிறுத்திக் கொள்வதில் அதிகம் வெற்றியடைந்தனர். பெண்களின் தனிச் சிறப்புரிமையின் மீதான மூர்க்கமான ஆணின் ஆக்கிரமிப்பு ஏற்பட்ட இந்தக் கால கட்டத்திலிருந்து மன்னர் குடும்பத்தில் முறைதகாப் புணர்ச்சி புகுத்தப்பட்டது. இதன்படி தனது மனைவி இறந்ததையொட்டி சிம்மாசனத்தை விட்டு இறங்குவதற்கு விருப்பமில்லாத அரசன் சிம்மாசனத்திற்கு நியாயமான வாரிசை, அதாவது அவளுடைய மகளைத் திருமணம் செய்து கொள்வான். அல்லது, இதற்கு மாற்றாக, அவன், தனது புதல்வர்களில் ஒருவனைப் புதிய அரசிக்குத் திருமணம் செய்து கொடுப்பான். இதனால் அவனுக்கு இருவித நன்மைகள் ஏற்படுகின்றன. முடியாட்சியை ஆணின் ஆதிக்கத்தின் கீழேயே வைத்திருப்பது, படிப்படியாக எந்தவொரு மகளுக்கும் மேலாக, அவளின் உரிமையை ஒதுக்கி மகன்களின் அரசு உரிமை ஏற்படுத்து கின்ற வரையில் அவர்களை வாரிசுக் கட்டமைப்பினுள் புகுத்திவருவது என்பதாகும்.

இந்தச் சூழ்நிலைமைகளில் ஆட்சி பீடத்திலிருந்த பெண்கள் ஆண்களின் அதிகார சூதாட்டங்களில் வேகமாகப் பகடைக்காய்களாயினர். ஆண்கள், பெண்களை உடைமையாகக் கொள்வது அல்லது அவர்களின் மீது ஆதிக்கம் செலுத்தும் வரையில் மட்டுமே அவர்களின் முக்கியத்துவம் அங்கீகரிக்கப்பட்டிருந்தது. ரோமானிய சக்கரவர்த்தி மகா தியோடோயஸின் மகள் கல்லா பிளேஸிடாவை விஸிகோத் அலரிக், ரோமைத் தாக்கி அழித்த போது சிறைபிடித்தான். அவனுடைய மரணத்திற்குப் பின், அவனுடைய சகோதரன் அவளைத் தன் ஆதிக்கத்தின் கீழ் வைத்துக் கொண்டான். அந்தச் சகோதரன் படுகொடுலை செய்யப்பட்டதைத் தொடர்ந்து, அவள் ரோமானியர் களிடம் ஒப்படைக்கப்பட்டு அவர்களது வாகை சூடிய ஜெனரல் கான்ஸ்தாந்தியஸுக்கு வலுக்கட்டாயமாகத் திருமணம் செய்து வைக்கப்பட்டாள். அவன் அவளுக்கு அகஸ்டா என்று பெயர் சூட்டி விட்டுத் தான் 'அகஸ்டஸ்' என்ற பெயரில் அவளுடைய சக-சக்கர வர்த்தி என்ற முறையில் ஆட்சி புரியத் தொடங்கினான். கான்ஸ்தாந்தியஸ் இறந்தபோது, அவளுடைய சகோதரன் அவளைக் கான்ஸ்தாந்தி நோபிளுக்கு நாடு கடத்திவிட்டுத் தானே ஆட்சியைக் கைப்பற்றிக் கொண்டான். பின் கி.பி.425ல் அவளுடைய மகன் சக்கரவர்த்தியான போது தான் அவளுக்கு அமைதியோ, ஸ்திரத்தன்மையோ ஏற்பட்டது.

வாரிசு உரிமையோ அல்லது ஆட்சிபீடத்திற்கான உரிமையோ யார் வழியாகச் செல்லுமோ அந்த அரசகுலப் பெண்கள், அதிகாரத்திற் கான சூதாட்டத்தில் பகடைக் காய்களாகப் பயன்படுத்தப்பட்டுப் பின்னர் கழித்துக் கட்டப்பட்டது குறித்து எல்லா நாடுகளிலிருந்தும் எண்ணற்ற வரலாற்று ரீதியான உதாரணங்கள் காணக்கிடக்கின்றன. அஸ்ட்ரோ கோத்ஸின் ராணி அல்மாசுந்தா பற்றிய சம்பவம் இது குறித்த ஒரு பொருத்தமான உதாரணமாகும். அவளுடைய தந்தை தியோடரிக் மன்னன் கி.பி.526ல் காலமானபோது, அவளுடைய மகனின் சார்பில் அவள் ரீஜெண்ட் (மன்னருக்கு பதிலாக ஆட்சி புரிபவர்) ஆக்கப்பட்டாள். பின்னர் அவளுடைய மகன் இறந்தபோது, அல்மாசுந்தாவை காலஞ்சென்ற மன்னரின் சகோதரியின் மகன் கட்டாயப்படுத்தி திருமணம் செய்து கொண்டான். பின்னர், இவ்வாறு ஆட்சி பீடத்தைக் கைப்பற்றிக் கொண்ட அவன், அவளைக் கொன்று விட்டான்.

ஆதிக்கம் வகிப்பது, இழிவுபடுத்துவது மற்றும் ஒழித்துக் கட்டுவதற்கான ஆண்களின் சீற்றத்திற்கு இரையானவர்கள் அரசகுலப் பெண்கள் மட்டும் அல்ல. பெண்களின் இயல்பின் மீதும், தமது குழந்தைகளின்பாலான அவர்களது உரிமைகள் மீதும், முழுமையான மானிடராக வாழ்வதற்குள்ள அவர்களது உரிமை மீதும்கூட ஏற்பாடு செய்யப்பட்டு தொடுக்கப்பட்ட தொடர்ச்சியான தாக்குதல்கள் பற்றி எழுதப்பட்ட முதலாவது ஆவணங்கள் உள்ளன. சூரியன் - சந்திரன் இடையிலான மோதல் இருதுருவங்களிடையிலான எதிர்ப்பு அண்ட ரீதியிலான அமைப்பாக விரிவுபடுத்தப்பட்டது. ஆண் எப்படியிருக் கிறானோ, பெண் அப்படியில்லை என்ற, பாலின வேறுபாட்டுக் கோட்பாடு சுமத்தப்பட்டதோடு, ஆண், அனைத்து மானிடத் தேர்ச்சிகளையும் திறமைகளையும் கைவரப் பெற்றவன் என்றும், பெண்கள் அரைத்தேர்ச்சியே பெற்றவர்கள் மற்றும் அரைகுறையான எதிர்நிலையானவள் என்றும் படிப்படியாக வரையறை செய்யப் பட்டது. கி.மு.4ஆம் நூற்றாண்டிலேயே, மானிட இயல்பியல் பாலின வேறுபாடுகள் பற்றிய அரிஸ்டாட்டிலின் சுருக்க உரை, அவருடைய வயதுடைய எந்த ஆணோ அல்லது பெண்ணோ உண்மையென்று ஏற்றுக்கொள்ளத்தக்கதற்கு மேலாக எதையும் கூறவில்லை.

> ஆண் சுறுசுறுப்பாக இருக்கிறான், இயக்கம் நிறைந்தவனாக இருக்கிறான். அரசியல், தொழில் மற்றும் கலாசாரத்தில் படைப்புத்திறன் உள்ளவனாக இருக்கிறான். சமுதாயத்தையும் உலகத்தையும் ஆண் உருப்படுத்தி, உருவாக்குகிறான். அதற்கு மாறாகப் பெண் செயலற்றிருக்கிறாள். அவள் வீட்டிலேயே

தங்குகிறாள். அதுவே அவளுடைய இயல்பு. அவள் செயலூக்க மான - ஆண் - கோட்பாட்டினால் உருவாக்கப்படுவதற்குக் காத்துக் கொண்டிருக்கும் கருப்பொருளாகும். எந்த அளவீடு கொண்டு பார்த்தாலும் செயலூக்கமான தனிநபர்கள் எப்போதும் உயர்ந்தவர்களாகவும், கூடுதல் தெய்வீகமானவர்களாகவும் இருக்கிறார்கள். எனவே ஆண், இனப் பெருக்கத்தில் ஒரு பிரதான பாத்திரத்தை ஆற்றுகிறான். பெண் முனைப்பற்ற முறையில் அவனுடைய விதையை அடைகாக்கும் கருவியாக மட்டுமே இருக்கிறாள்... ஆணின் விந்து, பெண்ணின் மாதவிலக்கு ரத்தத்தைப் பக்குவப்படுத்தி, ஒரு புதிய மானிடப் பிறவியாக உருவாக்குகிறது...[23]

பெண்களை இழிவுபடுத்தி நிந்திக்கப்படுவது ஒரு தடவை வெளிப்படையாகக் கூறப்பட்டுவிட்டால், பின்னர் அவை தங்கு தடையற்ற வெள்ளமாகப் பாய்ந்து செல்கிறது. போர்த் தலைவர்களும், அரசியல்வாதிகளும் எக்ஸெனோபோன், கேட்டோ, புளூடார்க் போன்ற வரலாற்றாசிரியர்களும் பெண் பிரச்சினையை அலைக்கழிக்கும் பிரச்சினை என்று ஒதுக்கித் தள்ளினர்.

வீட்டுக்குள் செய்யும் காரியங்களுக்காகக் கடவுள் பெண்களைப் படைத்தார், மற்ற எல்லாவற்றுக்கும் ஆண் மகனைப் படைத்தார். கடவுள் பெண்ணை வீட்டுக்குள்ளேயே இருக்கும்படி வைத்தார். ஏனெனில், குளிர், வெப்பம் மற்றும் போரைத் தாக்குப்பிடிக்கும் சக்தி அவளுக்குக் குறைவு. பெண்களுக்கு வீட்டுக்குள்ளேயே இருப்பது நாணயமானதாகும். வீணாகச் சுற்றித் திரிவது நாணய மற்றதாகும். ஆணைப் பொறுத்தமட்டிலும் வீட்டிலேயே அடைபட்டுக் கொண்டு வெளி விவகாரங்களில் தன்னை ஈடுபடுத்திக் கொள்ளாமலிருப்பது அவமானகரமானதாகும்.[24]

நீங்கள் அவளைக் கடுமையான கட்டுப்பாட்டுக்குள் வைத்திருக்க வேண்டும்... பெண்கள் முழுசுதந்திரத்தை அல்லது முழுமையான கட்டற்ற விடுதலையை விரும்புகின்றனர். ஆண்களுடன் அவர்கள் முழு சமத்துவத்தை அடைவதற்கு நீங்கள் அனுமதித்தால், அவர்களுடன் வாழ்க்கை நடத்துவது ஏதாவது இலகுவாகும் என்று நீங்கள் நினைக்கிறீர்களா? இல்லவே இல்லை. அவர்கள் சமத்துவம் அடைந்து விட்டார்களேயானால், பின்னர் அவர்கள் உங்களுடைய எஜமானர்களாகி விடுவார்கள்.[25]

மாதர்களின்பாலும் இளவயதுப் பெண்களின்பாலும் ஒருவர் கொள்ளும் உணர்ச்சிக்கு 'காதல்' என்ற பெயரை நான் நிச்சயமாகக்

கொடுக்கமாட்டேன். பாலின்மீது ஈக்களும், தேன்மீது தேனீக்களும், அல்லது தாங்கள் கொழுக்க வைக்கும் கன்றுக்குட்டிகள் மற்றும் கோழி இனங்கள் மீது அவற்றை வளர்ப்பவர்களும் கொள்ளும் நேசத்தை விட இது வேறு எதுவுமில்லை.[26]

இது சம்பந்தமாகப் புளூடார்க் நமக்கு நினைவூட்டுவது போல், கிரேக்கர்களுக்கு ஒரே ஒரு மெய்யான நேசம் மட்டுமே உண்டு. வாலிபர்களை உற்சாகமூட்டுவது எதுவோ, அதுவே உண்மையில், பண்டைக்கால கிரீஸின் ஓரினச் சேர்க்கையானது, லிங்க உருவத்தின் மேலாதிக்கத்தை அமைப்பு ரீதியானதாக்கியது. குழந்தைகளைப் பெற்றெடுப்பது தவிர, வேறு எந்தச் சமூக அல்லது உணர்ச்சி ரீதியான பாத்திரத்தையும் மறுத்தது. ஆனால் எழுச்சியடைந்து வரும் ஆண் புதிதாக உணர்வு ஏற்பட்டு மற்றும் தனது லிங்கம் குறித்த சிந்தனையும் ஏற்பட்டுள்ள ஆண் அத்தகைய ஒரு பிறவிக்கு (அதாவது பெண்ணுக்கு) குழந்தைகளின் பால் சாத்தியமான அளவு மிகச் சிறிய பங்கே இருக்க வேண்டும் என்பது தவிர்க்க முடியாததாகத் தோன்றியது. எய்ஸ்சிலஸின் யூமினிடெஸ் கதையின் உச்ச கட்டத்தில், புகழ்பெற்ற அப்போலோவின் தீர்ப்பில் சூரியக் கடவுள் அருளிரக்கத்துடன் இவ்வாறு அறிவித்தது.

தாய் அவளுடைய குழந்தை என்றழைக்கப்படுவதன் பெற்றோர் அல்ல, மாறாக வளர்ச்சியடைகின்ற புதிதாக விதைக்கப்பட்ட விதையின் செவிலியாகும். ஏறுபவன் எவனோ அவனே பெற்றோர் ஆவான்.

இந்த மடத்தனமான, மிருகத்தனமான கட்டளையில் லிங்க வழிபாட்டுச் சிந்தனை ஆயிரக்கணக்கான ஆண்டுகளாக இருந்துவந்த, உயிரைப் படைப்பது சம்பந்தமான தொடக்க கால நம்பிக்கைகளை நேர்மாறாக மாற்றிவிட்டது. பெண் இனி ஒரு போதும் மனிதனைப் படைக்கும் இயற்கையின் காலமாக இல்லை. இப்பொழுது ஆண், பெண்ணை தனக்கான ஒரு காலமாகப் படைத்தான். சூரியன் சந்திரனை வீழ்த்தி, அரசன் அரசியை வீழ்த்தியது போன்று, லிங்கமும் உயிர் மற்றும் மூலாதாரம் மற்றும் சின்னம் என்ற வகையிலான கருப்பையின் இடத்தைப் பறித்துக் கொண்டது.

புதிய முறைமையின் கீழ் பெண்களின் உரிமைகளுக்கு அவர்களின் சடங்குகளுக்கு ஏற்பட்ட கதியே ஏற்பட்டது. நகரங்களிலும் நாடுகளிலும் - பீகிங்கிலிருந்து பெரு வரையில்- பெண்களின் நிலை வீழ்ச்சியடைந்து பண்ணையடிமை முறைக்கு சிறிதும் மேலானதாக இருக்கவில்லை. அவர்கள் சொத்தாக மாற்றமடைந்தனர், மெய்யாகவே சொத்து என்பது திருட்டு என்று கண்டனர். புதிய சமூக மற்றும் மன ரீதியான அமைப்புகள் அவர்களின் சுதந்திரத்தையும் சுயாட்சியையும்,

ஆதிக்கத்தையும், தங்களுடைய சொந்த உடம்புகளின் மீது கட்டுப்பாடு செலுத்தும் மிகவும் அடிப்படையான உரிமையையும் கூட அவர்களிடமிருந்து பறித்தன. ஏனெனில் இப்பொழுது அவை ஆண்களுக்கு அல்லது ஓர் ஆணுக்குச் சொந்தமானவை. வரலாற்றின் அடையாளம் குறித்துக் கூற முடியாத ஆனால் ஒரு கேந்திரமான சமயத்தில் பெண்கள் பாலின ரீதியான ஏக போகத்தின் கொடுங்கோன்மைக்கு இரையானார்கள். ஏனெனில், பெண்களைக் கருவுறச் செய்வதற்கு ஓர் ஆண் மட்டுமே தேவை என்று உணரப்பட்டவுடனே, ஒரே ஒரு ஆண் என்ற கருத்தை நிலை நாட்டு வதற்கு அது ஒரு சிறிய நடவடிக்கையாயிற்று. இருந்தபோதிலும் ஒரு பெண்ணை ஓர் ஆண், தான் மட்டும் தனி உடைமையாகக் கொள்வதும், அவளுடைய பாலியல் தேவையின் ஏகபோகமும், ஒரு கூடுதல் தேவை ஏற்படும் போது எப்போதும் விட்டுக் கொடுக்கப்பட முடியும். உதாரணமாக எஸ்கிமோ பழங்குடிகளிடையில் மனைவியைக் கடனாக விட்டுக் கொடுப்பது முறையாக இருந்துவருகிறது. எஸ்கிமோ கணவனுக்கு இது 'வருங்காலத்திற்கான ஒரு விவேகமான முதலீடு ஆகும்' ஏனெனில், தனது கும்மட்ட வடிவமான குடிசையை வசிக்கத் தக்கதாக்குவதற்கும், தனக்குத் தேவையான ஈரமற்ற காலுறைகளைத் தயாரிப்பதற்கும்... தான் வீட்டுக்குக் கொண்டு வருகிற வேட்டையை சமையல் செய்வதற்குத் தயாராயிருப்பதற்கும் அவனுக்கு ஒரு பெண் தேவைப்படும் போது கடைசியில் தானும் கடன் வாங்க வேண்டி யிருக்கும் என்பதை, மனைவியை விட்டுக் கொடுப்பவன் அறிவான். இது மட்டுமல்ல, கடன் வாங்கப்படும் மனைவியின் கடப்பாடுகளின் அளவை, எஸ்கிமோ குழந்தைகள் தமது தந்தையுடன் வியாபாரம் செய்யும் எந்த மனிதனையும் ஒரு விசேஷச் சொற்றொடரினால் குறிப்பிடுவதைக் கொண்டு மதிப்பிடலாம். அவனை அவர்கள் 'என்னுடைய தாயாரைப் புணரும் மனிதன்' என்று குறிப்பிடுவார்கள்.[26]

இந்த ஆதிகால சமுதாயங்களில் பெண்கள் ஆண்களின் சொத்தாகக் கருதப்பட்டார்கள். ஆண்கள் தங்கள் விருப்பம் போல் பெண்களை என்ன வேண்டுமானாலும் செய்யலாம். அப்பொழுது பெண்கள் இனி ஒருபோதும், உயிர்வாழப் போராடிக் கொண்டிருக்கும் குலத்தின் பிரதான ஆதாரமாக இருக்கவில்லை. உயிரைப் பிறப்பிப்பதன் புனிதமான தோற்றுவாயாகவோ, வருங்காலத்திற்கான நம்பிக்கை யாகவோ இருக்கவில்லை. ஆதிக்கத்திற்கான போராட்டத்தில் அவர்களுக்கு எதிராக பலாத்காரத்தை உபயோகப்படுத்துவதில் ஆண்களை எதுவும் தடை செய்யவில்லை. பண்டைக்கால சீனர்களிடையில்,

‘ஓர் ஏழை மனிதன் கூடத் தன் மகனைப் பேணி வளர்ப்பான், ஆனால் ஒரு பணக்காரன் கூடத் தன் மகளைக் காட்டிக் கொடுப்பான்’ என்று கிரேக்க எழுத்தாளர் போஸிடிப்பஸ் கி.பி. இரண்டாம் நூற்றாண்டில் குறிப்பிட்டார்.[28] உலகின் மறுபக்கத்தில் டியெர்ரா டெல்ஃபியூகோவைச் சேர்ந்த ஓர் இனக் குழுத் தலைவன், பீகிள் என்ற கடற் பயணத்தின் போது டார்வினிடம், ஒரு பஞ்சத்தின் போது உயிர்வாழ்வதற்கு அவர்கள் தங்கள் குலத்தின் வயதான பெண்களைக் கொன்று சாப்பிடுவார்கள் என்றும், ஆனால் ஒரு போதும் தமது நாய்களைக் கொல்ல மாட்டார்கள் என்றும் கூறினார்.[29] எழுதப்பட்ட ஆவணங்களிலிருந்தும், காப்பியங்கள், வரலாறுகளிலிருந்தும் மற்றும் மனித இன வரலாற்றாய்வு மற்றும் தொல் பொருளாய்வு சான்றுகளிலிருந்தும், பாலியல் தாக்குதல்கள் பற்றிய, அடிக்கடி அவை மிகக் கொடூரமான தொலைவுக்குக் கொண்டுபோவது பற்றிய எண்ணற்ற உதாரணங்கள் காணக் கிடக்கின்றன. பெண்கள் விலை பேசப்படுகிறார்கள். அடிமைப் படுத்தப்படுகிறார்கள். கற்பழிக்கப்படுகிறார்கள். பரத்தையாக விற்பனை செய்யப்படுகிறார்கள். அவர்களின் தலைவன் அல்லது கணவன் மரணமடையும்போது படுகொலை செய்யப்படுகிறார்கள், ஒவ்வொரு வகையிலும் மனம்போன போக்கில் இழிவுபடுத்தப்படு கின்றனர்.

மத நம்பிக்கையற்ற காலத்தில் இங்கிலாந்தில் ஓர் ஆங்ளோ சாக்ஸன் குடியிருப்பிலிருந்தான உள்ளத்தை உருக்கும் ஒரு வேதனை மிக்க நிகழ்ச்சி, இந்தக் கொடிய, பொதுவான வரையறுப்புக்கு யதார்த்தமான வடிவத்தைக் கொடுக்கிறது. கிறிஸ்துவுக்கு முந்திய காலகட்டத்தைச் சேர்ந்த இரு பெண் எலும்புக்கூடுகள் ஒரு சவக்குழியில் ஒன்றாகக் கிடப்பது கண்டுபிடிக்கப்பட்டது. தனது இருபதாம் ஆண்டுகளின் பிற்பகுதியைச் சேர்ந்த வயதான பெண், நிர்வாணமாகவும் உயிருடனும் புதைக்கப்பட்டிருந்தாள், மரணத்திற்குப் பின் அவளுடைய எலும்புக்கூடு இருந்தநிலை, அவள் மீது மண்ணை வாரிப் போட்டபோது, அவள் எழுந்திருக்க முயன்றதைக் காட்டியது. வயது குறைவான பெண், சுமார் பதினாறு வயதிருந்தவள், முன்னதாக மிருகத்தனமாகக் கற்பழிக்கப்பட்ட போது, அதை அவள் பலமாக எதிர்த்துப் போரிட்டிருக்கிறாள். அதன் விளைவாக அவள் காயங்களை அடைந்திருந்தாள், கற்பழித்தவன், அவளைத் தன் கால்களை மேலே உயர்த்தச் செய்வதற்காக ஒரு குத்துவாளால் அவளுடைய இடது முழங்காலுக்குப் பின்னால் குத்தியதன் விளைவாக அந்தப் பகுதியிலுள்ள எலும்பில் ஒரு குழி விழுந்திருந்தது. இந்தத் தாக்குதலுக்குப் பின்னால் அவள் சுமார் ஆறு மாதம் உயிர் வாழ்ந்திருந்தாள். அவளும்

கை, கால்கள் கட்டப்பட்டு, நிர்வாணமாக அதே குழியில் புதைக்கப்பட்ட மற்றொரு பெண்ணைப் போன்றே - உயிருடன் புதைக்கப்பட்டிருக்கக்கூடும். அவள் கருவுற்றதனால், அவள் கற்பழிக்கப்பட்ட நிகழ்ச்சி அம்பலமாகியதன் விளைவாக அவள் மரணமடைந்திருக்கக்கூடும் என்று தொல்பொருளாய்வாளர்கள் முடிவுக்கு வந்தனர்.

> இருவரில் வயதான பெண் எந்தக் குற்றம் மற்றும் தண்டனையில் சிக்க வைக்கப்பட்டாள் என்பதை நம்மால் ஊகிக்க மட்டுமே முடியும்... ஆனால் இளைய பெண் அம்மணமாக, கைகால் கட்டப்பட்டு, புண்படுத்தப்பட்ட நிலையில் ஒரு வேளை இன்னும் உயிருடன் இருந்திருக்கக் கூடும். மனித நரிகளின் ஊளையிடல் அவள் காதுகளில் ஒலித்துக் கொண்டிருக்க, சுண்ணாம்பு கலந்து மண்ணுடன் சேறும் சகதியும் நிறைந்த இந்த சவக்குழியில் அவள் உயிர் விட்டிருப்பாள்.[30]

இனி ஒரு போதும் புனிதமாகக் கருதப்படாததால், பெண்கள் கழித்துக் கட்டப்பட வேண்டியவர்களாயினர். ஆஸ்டெக் இனத்தின் ஒரு மரணச் சடங்கு, உண்மையில் பெண்கள் முன்பு அனுபவித்து வந்த அதிகாரத்தின் ஒரு நேரடியான கேலிக்கூத்தேயாகும். ஒவ்வொரு டிசம்பரிலும் ஒரு பெண், பூமி மற்றும் தானியங்களின் பழைய பெண் கடவுளான இலம்டெக்ஹுட்லியைப் போல் உடையணிவிக்கப்பட்டு, பின்னர் அவள் தலைவெட்டப்படுவாள், அவளுடைய உடைகளையும் முகமூடியையும் அணிந்த ஒரு மதகுருவிடம் அவளுடைய தலை வழங்கப்படும். பின்னர் அவருடைய தலைமையில், அவரைப் போன்று உடையணிந்த பிற மதகுருமார்களும் புடைசூழ ஒரு நடனக் கொண்டாட்ட சடங்கு நடைபெறும். இது போன்ற பல ஆஸ்டெக் சடங்குகளும் உண்டு. ஒவ்வொரு ஜுன் மாதத்திலும் இளம் சோளப் பயிரின் பெண் கடவுளாகிய ஷியுலோனெனைப் பிரதிநிதித்துவப் படுத்தும் ஒரு பெண் இது போன்றே பலியிடப்படுவாள். அதே பொழுதில் ஆகஸ்டு மாதத்தில், கடவுள்களின் அன்னையாகிய டெடோயின்னானைப் பிரதிநிதித்துவப்படுத்தும் ஒரு பெண் தலை சீவப்பட்டு, தோலுரிக்கப்படுவாள். அதைத் தொடர்ந்து நடைபெறும் சடங்கில் பெண் தெய்வத்தின் பாத்திரத்தை மேற்கொள்ளும் மதகுரு அவளுடைய தோலை அணிந்து கொள்வார். ‘அன்னையை அடித்துக் கொல்’ என்ற கருத்து இந்த கோர நடைமுறையின் ஒரு விவரத்தில் மேலும் தெளிவாகத் தெரிகிறது. இந்தக் குரூரச் செயலுக்கு இரையாகும் பெண்ணின் ஒரு தொடை தனியாகத் தோலுரிக்கப்பட்டு, அந்தத் தோல் ஒரு முகமூடியாக மாற்றப்பட்டு அதை அந்த மதகுரு அணிந்து

கொள்கிறான். அவன் கொல்லப்பட்ட 'அன்னையின் மகனாக பாவனை செய்கிறான்'.[31] ஆனால் இது போன்ற வழக்கங்கள் உலகம் முழுவதிலும் காணப்பட்டுள்ளன. நிலப்பிரபுத்துவத்திற்கு முந்திய கால சீனாவில் ஓர் இளம் பெண், ஆண்டுக்கொருமுறை மஞ்சள் கோமானின் மணப்பெண்ணாகத் தேர்ந்தெடுக்கப்பட்டாள், ஓராண்டுக் காலம் அவள் நல்ல தீனி கொடுத்துக் கொழுக்க வைக்கப்பட்டு, அழகுபடுத்தப்பட்டதற்குப் பின்னர், யாங்ட்ஸி கியாங் கில் (மஞ்சள் நதி) தள்ளி விடப்பட்டு மூழ்கடிக்கப்பட்டாள்.[32] வேண்டாத இளம் பெண்களை சடங்கு ரீதியாக பலிகொடுக்கப்படுவதிலிருந்து நிர்ப்பந்தப்படுத்தி உடன்கட்டை ஏறச் செய்வது வரை பெண்களை ஒழித்துக்கட்டும் போக்கு இந்தியா, சீனா, ஐரோப்பா, மத்தியகிழக்கு வழியாகத் தொலைதூரத்தில் மூலைமுடுக்குகளிலுள்ள மானிடக் குடியிருப்புகள் வரை - உண்மையில் லிங்க வழிபாடு கோலோச்சிய எல்லா இடங்களிலும் பிளேக் கிருமிகளைப் போல் பரவியது.

சமுதாயங்கள் வளர்ச்சியடைய, வளர்ச்சியடைய, மிருகபலத்தின் மூலம் ஆணாதிக்கம் செலுத்தப்படுவது படிப்படியாக மாற்றப்பட்டு, சட்டத்தின் படியான ஆட்சி அமலுக்கு வந்தது. ரோமாபுரியில் தந்தை வழி ஆட்சிமுறை குடும்பத்தின் எல்லா உறுப்பினர்களின் வாழ்க்கை மற்றும் சாவின் மீது தங்குதடையற்ற அதிகாரத்தைக் கொண்டிருந்தது. சட்டத்தின் கண்களில் அக்குடும்பத்தலைவன் ஒருவன் மட்டுமே முழுமனிதனாகக் கருதப்பட்டான். கிரீஸில், கி.மு.594ல் ஏதென்ஸின் சலோன் மன்னன் சட்டத்தை உருவாக்குகின்றவனானபோது, அவனுடைய முதல் நடவடிக்கைகளில் ஒன்று, பெண்களை இரவில் தமது வீடுகளைவிட்டு வெளியே செல்வதைத் தடைசெய்வதாகும். இதனுடைய விளைவு அவர்களைப் பகலில் மேலும் மேலும் அவர்களுடைய வீடுகளுக்குள்ளேயே இருக்க வைத்து, பண்டைய எகிப்தில், பெண்கள் வெறும் சொத்தாக மட்டுமின்றி, சட்டப்படி தமது தந்தையர் அல்லது கணவன்மார்களின் பாகமாகவும் கருதப்பட்டனர். அவர்களுடைய ஆண்உறவினர் அவர்களுக்கு என்னென்ன துன்பங்களை விளைவித்தனரோ அவற்றையெல்லாம் அனுபவிக்க வேண்டிய கதி அவர்களுக்கு ஏற்பட்டது. அதிர்ச்சியடைந்த கிரேக்க வரலாற்றாசிரியர் டியோடரஸ் தனது உலக வரலாற்றில் (கி.மு.60-30) குறிப்பிட்டது போன்று, நிரபராதியான பெண்கள் பரிதாபத்துக்குரிய அடிமைகளின் அணியைக்கூட பெருகச் செய்தனர். அவர்களுடைய கட்டாய உழைப்பைக் கொண்டுதான் பிரமிட்டுகள் நிர்மாணிக்கப் பட்டன.

...தளைகளிடப்பட்ட அவர்கள் இரவிலோ பகலிலோ எத்தகைய ஓய்வுமின்றி தொடர்ந்து வேலை செய்கிறார்கள். தங்களுடைய

அம்மணத்தை மறைத்துக் கொள்வதற்கு அவர்களிடம் ஒரு கிழிந்த துணிகூட இல்லை. வயது முதிர்ச்சியின் காரணமாக பலவீனமோ, அல்லது பெண்களின் உடல் உபாதைகளோ அவர்களுக்கு மன்னிப்பு அளிப்பதற்கு எத்தகைய காரணமாகவும் இருக்க முடியாது. மாறாக, அவர்கள் செத்து விழுகின்றவரை உழைக்கும்படி தாக்கப்பட்டார்கள்.³³

ஆயினும், எல்லாப் பெண்களும் தாக்கப்பட்டவர்களாக வாழ்ந்து அடிமைகளாக மரணமடையவில்லை: பெண் இனம் முழுவதையும் செயலற்று அடங்கிப் போகிறவர்களாகவும், ஒடுக்குமுறைகளின் முன்னே தோல்வி கண்டார்கள் என்றும் சித்திரிப்பது வரலாற்று ரீதியில் நேர்மையற்றதும், தவறானதுமாகும். பெண்கள் உள்ளார்ந்த ரீதியில் கீழானவர்கள் என்பது பற்றி அரிஸ்டாட்டில் தனது மாணவர்களிடம் மனப்பூர்வமான முறையில் உரைநிகழ்த்திக் கொண்டிருந்தபோதேகூட, கி.மு. நான்காம் நூற்றாண்டில் அக்னோடைஸ் என்னும் பெண், ஆண்மக்கள் மட்டுமே கல்வி கற்கும் உலகை ஊடுருவுவதில் வெற்றியடைந்தாள். மருத்துவக் கல்வி வகுப்புகளில் கலந்து கொண்டதற்குப் பின், அவள் ஓர் ஆணைப் போன்று மாறுவேடம் பூண்டு பெண்களின் நோய்கள் பற்றிய மருத்துவக்கலையைப் பயின்று தொழில் புரிந்தாள். இதை அவள் மிகவும் வெற்றிகரமாகச் செய்யவே பிற மருத்துவர்கள், அவளுடைய புகழைக் கண்டு பொறாமைப்பட்டு, அவளிடம் வரும் நோயாளிகளைக் கெடுப்பதாக அவள் மீது குற்றம் சாட்டினார்கள். நீதிமன்றத்தில் அவள், தனது உயிரைக் காப்பாற்றிக் கொள்வதற்காக, தன் ஆண் வேடத்தைக் கலைத்துத் தான் பெண் என்பதை வெளிப்படுத்த வேண்டிய நிர்ப்பந்தம் ஏற்பட்டது. இதனால், சட்டப்படி ஆண்களுக்கு மட்டுமே என்று கட்டுப்படுத்தப்பட்டிருந்த ஒரு தொழிலைப் புரிந்ததாக அவளுக்கு எதிராகப் புதிய குற்றச் சாட்டுகள் கொண்டு வரப்பட்டன. இறுதியில் இந்தக் குற்றச்சாட்டு களிலிருந்தும் விடுவிக்கப்பட்ட அக்னோடிஸ், பெண் நோய் மருத்துவக் கலை பயின்று தொழில்புரிந்த உலகின் அறியப்பட்ட முதலாவது பெண் டாக்டர் என்ற முறையில் அவள் வாழ்ந்தாள்.³⁴

மிகவும் பாதகமான சூழ்நிலைகளிலும்கூடப் பெண்கள் ஒரு போதும் பூரணமாகக் கீழ்ப்படிந்து போகவில்லை என்பதை இது காட்டுகிறது. ஒரு பாலினம் என்ற வகையில் பெண் இனம் பெருமளவு தாழ்ந்து போயுள்ளது. எழுச்சியுற்று வந்த லிங்க வழிபாட்டாளர்களின் முயற்சிகள் அதிகமாக அதிகமாக கூடுதலான மற்றும் தொடர்ந்த எதிர்ப்பையும் அவன் தோற்றுவித்தான். உதாரணமாக, ஆண்களே ஏற்படுத்திய அமைப்புகளைக் குலைப்பதற்கு பெண்களின் அதிக மதிநுட்பம் தேவைப்படவில்லை. உதாரணமாக, மாதவிலக்குத் தீட்டு

எனும் உலகு தழுவிய நடைமுறையின் மூலம், மாதவிலக்குக்கு ஆட்படும் பெண்கள் சமுதாயத்திலிருந்து ஒதுக்கிவைக்கப்பட்டனர். இந்தக் காலத்தில் அவர்களால் ஆண்கள் பாதிக்கப்படக்கூடா தென்றும், உணவு அசுத்தப்படக்கூடாதென்றும், அல்லது அரிஸ்டாட்டில் நம்பியது போன்று அவர்களின் மூச்சுக்காற்றினால் கண்ணாடிகள் மாசுபடக் கூடாதென்றும் பெண்கள் இவ்வாறு ஒதுக்கிவைக்கப் பட்டனர். உண்மையில் இவ்வாறு செய்யப்பட்டதனால், பெண்கள் மாற்று அதிகார அமைப்புக்களை உருவாக்கிக் கொள்வதற்கு அவர்களுக்குப் போதிய மற்றும் நிறைவான வாய்ப்புக் கிடைத்தது. பெண்கள், பார்க்கப்படாமல் ஒதுக்கிவைக்கப்பட்டதால் இந்த வாய்ப்பு மேலும் கூடுதல் பயனுறுதியுடையதாயிற்று. மாதவிலக்குக் குடில்களில் அல்லது தங்க வைக்கப்பட்டிருந்த இடங்களில், உணவு கொண்டு வருவதற்காகப் பெண்கள் ஒன்று கூடிய போது என்ன நடைபெற்றது என்பது, மாதவிடாய்க்கு ஆட்பட்டிருக்கும் ஒரு சகோதரிக்கு செய்திகளோ அல்லது தகவல்களோ கொண்டு போகப்படுவதும் ஆண்களின் அறிவெல்லைக்கு அப்பாற்பட்டதாகும். இருந்தபோதிலும் அது அவர்களின் வாழ்க்கையில் பாதிப்பை ஏற்படுத்தவே செய்தது.

ஆண்களின் கட்டுப்பாட்டுக்கு எதிராகப் பெண்களின் எதிர்ப்பு பெரும்பாலும் நேரடியாகவும் மிகவும் கடுமையாகவும் கூட ஏற்பட்டது. ரோமன் செனட்டர்கள் கி.மு.215ல் தங்களுக்கு இதனால் பாதிப்பு ஏற்பட்டதைக் கண்டனர். அப்பொழுது பணவீக்கத்தைக் கட்டுப் படுத்துவதற்காக, பெண்கள் அரை அவுன்சுக்கு அதிகமான தங்கத்தை சொந்தமாகக் கொண்டிருக்கக்கூடாதென்றும், அல்லது இரண்டு குதிரைகள் பூட்டிய வண்டியில் செல்லக்கூடாதென்றும் தடை செய்து அவர்கள் ஒரு சட்டத்தை இயற்றினார்கள். இதுபற்றித் தகவல் பரவியதும் இதை எதிர்த்துக் கலகம் செய்த பெண்களின் கும்பல் தலைநகரில் திரண்டது. நகரின் ஒவ்வொரு தெருவழியாகவும் சென்று அவர்கள் எதிர்ப்பு ஆர்ப்பாட்டம் செய்தனர். நீதிபதிகளின் கண்டனமோ, அவர்களது கணவன்மார்களின் அச்சுறுத்தல்களோ அப்பெண்களைத் தங்கள் வீடுகளுக்கு அமைதியாகத் திரும்பும்படிச் செய்ய முடியவில்லை. கொடூரமான, பெண்களுக்கு எதிரான கேடோவின் கடுமையான எதிர்ப்பையும் பொருட்படுத்தாது, அந்தச் சட்டம் வாபஸ் பெறப்பட்டது. இது பெண் இனத்தின் மற்றும் ஒருமைப்பாட்டின் தொடக்கக்கால வெற்றிகளில் ஒன்றாக இருந்திருக்க வேண்டும்.

ஏனெனில், ஆதிக்கம் செலுத்துவதற்கும் கீழ்ப்படிய வைத்தலுக்கு மான சூதாட்டத்தில், பெண்கள் எப்போதும் தோல்வியடைந்தவர்

களாக இருக்கவில்லை. பத்தொன்பதாம் நூற்றாண்டின் ஆய்வுப் பயணிகளது வரலாற்றில், ஆதிகால ஆப்பிரிக்கப் பழங்குடிகளைச் சேர்ந்த பெண்கள் லிங்கவழிபாட்டின் சவாலை எதிர்த்துப் போராடி தொடர்ந்து ஆண்களின் மீது ஆட்சி செலுத்தியது பற்றி ஏராளமான தகவல்கள் இருக்கின்றன. இந்தப் பழங்குடிகளில் பெரும்பாலோர் பலோண்டா பழங்குடியைப் போன்று இப்பொழுது மறைந்து விட்டனர். இந்தப் பழங்குடியைப் பற்றி லிவிங்ஸ்டன் குறிப்பிடுகையில் இம்மக்களிடையில் கணவன், மனைவிக்கு மிகவும் கீழ்ப்படிந்தவனாக இருந்தான். அவளுடைய ஒப்புதலின்றி எதையும் செய்வதற்கு அவன் துணியமாட்டான் என்று கூறியுள்ளார். ஆயினும், இன்றும்கூட, தென்கடல்களின் யுவாத் நதிப் பிரதேசத்தில் முந்துகுமா காட்டுமிராண்டிப் பழங்குடியைப் போன்ற பூர்வகுடிகளைப் பற்றி ஆவணங்கள் குறிப்பிடுகின்றன. இவற்றின் பெண்கள், தலையை வெட்டும் ஆண்களைப் போலவே அவ்வளவு கொடூரமானவர் களென்றும், அவர்கள் குறிப்பாகக் குழந்தைகளை வெறுக்கின்றனர் என்றும் அந்த ஆவணங்கள் கூறுகின்றன. மரபான மனைவியின் பாத்திரத்திற்குப் பழங்காலம் முதற்கொண்டு இருந்து வந்த எதிர்ப்பை, அதே பிராந்தியத்தின் ஒரு மானுஸ் பழமொழி எதிரொலிக்கிறது. 'கலவி புரிவது மிகவும் அருவருப்பானது. எந்த ஒரு கணவன் நெருங்குவதை உன்னால் உணர முடியாமலிருக்கிறதோ அந்த ஒரு கணவனை மட்டுமே உன்னால் சகித்துக் கொள்ள முடியும்.'[35]

பெண்கள் எளிதில் கீழ்ப்படிந்து துணைப் பாத்திரமாக இருப்பதற்கு இணங்கிவிடவில்லை என்பதை இது எடுத்துக் காட்டுகிறது. அறியப்பட்ட லிங்கவழிபாட்டு அமைப்பு ஒவ்வொன்றின் தலைவர்களும் பெண்கள் 'இயற்கையாகவே' இந்தப் பாத்திரத்திற்குத் தான் பொருத்தமானவர்கள் என்று வலியுறுத்தி வந்தனர். ஆண்களின் அதிகாரத்திற்கு வேட்டு வைக்கவும், அதைத் தங்களுடையதாக மாற்றவும், தங்களுடைய சொந்த சுயாட்சியையும் கட்டுப்பாட்டையும் வலியுறுத்தவும் பெண்கள் பல்வேறான வழிகளைக் கையாண்டுள்ளனர். ஏனெனில், ஆணாதிக்கத்தின் புதிய அரசியல் அமைப்புகள் உறுதியானதாகவும் ஒரு சீரானதாகவும் இருக்கவில்லை. அவற்றில் நிறைய விரிசல்கள் இருந்தன. முயற்சியுள்ள ஒரு பெண் அவற்றின் வழியே தப்பித்துக் கொள்ள முடியும். தவிரவும் லிங்க வழிபாட்டின் தலைவன் தன்னை எல்லையற்ற புறவெளியின் அரசனாகக் கருதிக் கொள்ளக்கூடும். ஆனால், யதார்த்த வாழ்க்கையில் விரும்பினாலும் விரும்பாவிடினும் ஆண்கள் திருமணம் செய்துகொண்டு பெண் களுடன் உடலுறவு கொண்டு குழந்தைகளுக்குத் தந்தையாக வேண்டிய

வர்களாக இருக்கிறார்கள் இவற்றையெல்லாம் ஒன்றாக எடுத்துப் பார்க்கும் போது, இந்த அம்சங்கள் பெருமளவு ஆண்களைப் போன்றே பெண்கள் செயல்படுவதற்கு உதவும் ஏராளமான தளங்களை வழங்குகின்றன.

ஆளும் மேல்தட்டுக் குழுவில் இடம் பெறுவதற்குப் பெண்களால் முடிந்தது

ஆண்களுக்கு அணுக முடிந்த, அதிகாரத்திற்கான இந்தப் பண்டையப் பாதையானது, முன்பு தாய்வழி ஆட்சி முறைக் காலத்தில் இருந்ததற்கு நேர்மாறானதாகும். இதனுடைய வீச்சின் மிகவும் தெளிவான குறியீடுகளில் ஒன்று, கி.பி.மூன்றாம் நூற்றாண்டின் போது ரோமில் ஆட்சி புரிந்த இரு சகோதரிகளையும், இரு புதல்விகளையும் கொண்ட 'ஜூலியஸ்கள்' என்ற சக்தி வாய்ந்த பெண் பரம்பரையின் புகழ்பெற்ற வாழ்க்கைகளிலிருந்து காணப்படுகிறது. மூத்த சகோதரி ஜூலியா தோம்னா, செவெரஸ் சக்கரவர்த்தியை மணந்து கொண்ட போது ரோமன் அதிகார அரசியலுக்குள் முதலில் ஊடுருவினாள். கி.பி.217ல் அவள் மரணமடைந்த போது, அவளுடைய இளைய சகோதரி ஜூலியா மெய்ஸா ஆட்சியை மேற்கொண்டாள். அவள் ஜூலியஸ்கள் என்ற தனது இரண்டு புதல்விகளுக்கும் மதிநுட்பத்துடன் மணமுடித்து வைத்ததன் பயனாக, அவர்கள் அடுத்த இரண்டு சக்கரவர்த்திகளின் தாயார்கள் ஆனார்கள். அவர்களின் மூலமாக, இந்த மூன்று பெண்களும் 235ஆம் ஆண்டு வரையில் மிகவும் உறுதியாக ஆட்சிபுரிந்தனர். இந்த சிந்து விளையாட்டின் மற்றொரு தலைவி பைஸாண்டியாவின் சக்கரவர்த்தினி புல்சேரியா (கி.பி.399-453). பதினைந்து வயதாக இருக்கும்போதே, தனது பலவீனமான மனதுடைய சகோதரனுக்கு ரீஜெண்டாக நியமிக்கப்பட்ட புல்சேரியா, பின்னர் தனது சகோதரனின் மனைவியிடமிருந்து, அவளுடைய மேலாதிக்கத்திற்கு ஏற்பட்ட ஒரு சவாலை முறியடித்தார். தன்னுடைய சகோதரன் இறந்தபின், தன் சொந்த உரிமையின் பேரில் அவளே ஆட்சிபுரிந்தாள். அவளுடைய கணவன் முரடனான ஜெனரல் மார்ஸியன், அவளுக்கு உறுதுணையாகச் செயல்பட்டான், அவன் பெயரளவில்தான் கணவனாக இருந்தான். தான் எப்பொழுதும் கன்னியாகவே இருப்பேன் என்று அவனுடைய மனைவி எடுத்துக் கொண்டிருந்த சபதத்தை முறிப்பதற்கு மார்ஸியன் ஒரு போதும் அனுமதிக்கப்படவில்லை. இதனால் அவளுடைய மரணத்திற்குப் பின் அவர் ஒரு புனிதராக திருத்தொண்டர் பட்டியலில் சேர்க்கப்படுவதற்கு வகை செய்தது.

அரசியல் மதிநுட்பத்திலும் பெண்கள் விஞ்ச முடியும்

புல்சேரியாவின் கதை எடுத்துக்காட்டுவதுபோல், பெண்கள் மிக ஆரம்ப காலத்திலேயே அதிகார இயந்திரத்தை எவ்வாறு இயக்குவது, கட்டுக்கோப்பினுள் - அது அவர்களின் செயல்களைக் கட்டுப்படுத்தியிருக்கக்கூடும் - எவ்வாறு வெற்றிகரமாக சூழ்ச்சித் திறனுடன் செயலாற்றுவது என்பதைக் கற்றறிந்திருந்தனர். அந்தக் கட்டுக் கோப்புகள் அவர்களது ஆழமான லட்சியங்களை அடைவதனின்றும் ஒருபோதும் அவர்களைத் தடுத்ததில்லை. எனவே, வண்ணப் பகட்டான தியோடோரா - ஒரு காலத்தில் கரடியை வளர்த்தவள், சர்க்கஸ் கலைஞர், ஆடலணங்கு, இளவரசன் ஜஸ்டினியானைத் திருமணம் செய்து கொண்டபோது ஒவ்வொரு பாராட்டப்படாத அழகுக் கற்பனையையும் பூர்த்தி செய்தவள், கி.பி.525ல் பைஸாண்டிய சாம்ராஜ்யத்தின் பட்டத்து வாரிசு, அரசாங்கக் கவுன்சில்களின் முன் தான் மேற்கொள்ளவிருக்கும் நடவடிக்கைகளை முன்மொழிந்தாள். ஒரு பெண்ணாக இருந்து கொண்டு, பேசுவதற்கு உரிமை எடுத்துக் கொள்வதற்காக எப்போதும் மன்னிப்புக் கோரினாள்.[36] ஆயினும் இந்தத் தோற்றத்திற்குப் பின்னால், தியோடோரா சட்டங்களை அமலாக்கினாள். அவை பெண்களுக்குச் சொத்துரிமை, வாரிசுரிமை, மணவிலக்கு உரிமை முதலியவற்றை வழங்கின. அதே சமயத்தில் விபசாரத்திற்காக விற்கப்பட்ட இளம் பெண்களைத் தன் சொந்த செலவில் மீட்டு, அவர்களுக்கு விடுதலையளித்தாள். விபசாரத் தரகர்களையும் விபசார விடுதி நடத்துபவர்களையும் நாட்டைவிட்டு வெளியேற்றினாள்.

தனது இரவல் அதிகாரத்தை முறைநடுவர்க்குரிய பொது நலப்பண்புடன் பயன்படுத்திய தியோடோராவைப் போலல்லாது, இதர பெண்கள் மிகவும் கொடூரமான வடிவங்களில் சுயநலத்திற்கான வேட்கையை வெளிப்படுத்தினர். ரோமானியச் சக்கரவர்த்தினிகள் ட்ருசில்லாலிவியாவும் (கி.மு.55 - கி.பி.29) வலேரியா மெஸ்ஸாலினாவும் (கி.பி.22-48) தங்களுடைய சூழ்ச்சித் திட்டங்களுக்கு எதிராக ஏற்படும் எந்தத் தடங்கல்களையும், தங்கு தடையின்றி விஷத்தை உபயோகப்படுத்துவது உள்ளிட்டு, முடிவற்ற பயங்கரமான சூழ்ச்சிகளைக் கையாண்ட பலரில் அடங்குவர். காவியப்புகழ் அழகி ஸெனோபியாவின் ஆயுதங்களில் விஷமும் ஒன்றாகும். இந்த சைத்திய இன வீராங்கனை அரசி ரோமானிய ராணுவத்தை முறியடித்து, எகிப்தையும் ஆசியா மைனரையும் கைப்பற்றினாள். இறுதியில் ரோமானியர்களால் தோற்கடிக்கப்பட்ட இந்த அரசி, ஒரு ரோமானிய செனட்டரை வசியப்படுத்திக் கொண்டதன் மூலம், கொல்லப்படு

வதனின்றும் தப்பித்தாள். பின்னர் அவள் அவரையே திருமணம் புரிந்து கொண்டாள். பின்னர் பெருந்தன்மையுடன் ஓய்வு பெற்று வாழ்ந்து வந்தாள். இறுதியாக கி.பி.274-ல் காலமானாள்.

வம்ச பரம்பரை அதிகார சூழ்ச்சிகளின் பயனாய்ப் பதவியைப் பிடித்தவள் ஃப்ரெட்குண்ட் என்ற பெண் அரசி என்பதில் ஐயமில்லை. இந்த பிராங்கிஷ் அரசி கி.பி.597இல் உயிர் துறந்தாள். மன்னரின் தர்பாரில் ஒரு பணிப்பெண்ணாகத் தொடங்கிய இவள், பின்னர் மன்னரின் ஆசைநாயகியானாள். இவள் மன்னரின் ஒரு மனைவியை நிராகரிக்கும்படியும் மற்றொரு மனைவியைக் கொன்றுவிடும்படியும் தூண்டினாள். மரணமடைந்த அரசியின் சகோதரி, ப்ரன்ஹில்ட், இதன் விளைவாக அவளுடைய கடும்விரோதியானாள், இதன் காரணமாக ஃப்ரெட்குண்ட் ப்ரன்ஹில்டின் கணவனைக் கொலை செய்வதற்கு ஏற்பாடு செய்தாள், இதன் விளைவாக அந்த இரு ராஜ்யங்களுக் கிடையில் நாற்பதாண்டுக் காலம் போர் நடைபெற்றது. பிற்காலத்தில் ஃப்ரெட்குண்டின் சூழ்ச்சிகளுக்கு இரையாகி மடிந்தவர்கள் அவளுடைய அனைத்து மாற்றான் குழந்தைகளும் அவளுடைய கணவனான அரசனும், இறுதியாக அவளுடைய பழைய விரோதி யாகிய அரசி ப்ரன்ஹில்டும் ஆவர். இவளை பகிரங்கமாக ஜனங்களின் முன்னே அவமானத்திற்கும், ராணுவத்தின் முன்னால் மூன்றுநாட்கள் கொடூரமான சித்திரவதைக்கும் உட்படுத்தினாள். இறுதியாக ப்ரன்ஹில்ட் மரணத்துடன் அவளுடைய கொடூர விளையாட்டுகள் முடிவுக்கு வந்தன, பின்னர் ஃப்ரெட்குண்ட் தனது படுக்கையிலேயே அமைதியாக மரணமடைந்தாள்.

தனிநபரின் சாதனை எப்போதும் சாத்தியமாயிருந்தது.

மனித இனத்தின் பெரும்பான்மை என்ற முறையில் பெண்கள் மொத்த மனித அறிவு மற்றும் படைப்பாக்கத்தின் பாதிக்கு மேற்பட்டதை எப்போதும் தங்கள் வசம் வைத்துக் கொண்டிருந்துள்ளனர் என்பதற்கு வரலாற்றில் அறியப்பட்ட இயற்கைத் திறம் கொண்ட பல பெண்களின் பணி நலம் விளைவிக்கிற நினைப்பூட்டுதலாகும். கி.மு.ஆறாம் நூற்றாண்டில் உள்ளுணர்வு சார்ந்த ரீதியில் எழுதுவதற்கும் பெண்களின் அனுபவத்தின் வீச்சை ஆய்வு செய்வதற்கும் பாடல்களை முதல் முதலில் உபயோகித்த கவிஞர் சாப்போ முதல் கி.பி.100ஆம் ஆண்டுவாக்கில் பிரபலமடைந்திருந்த வரலாற்றாசிரியர், கவிஞர், வானவியலாளர், கணித மேதை மற்றும் கல்வியாளரான சீனப் பல்கலை வல்லுநர் பான்சாவோ (பான்ஜாவோ) வரையிலான பெண்களின் வரிசை திகைக்க வைக்கிறது. ஒவ்வொரு துறையிலும், பட்டியலிடுவதற்கு முடியாத மிக அதிக எண்ணிக்கையிலான பெண்கள்

அறிவை வளர்ப்பதிலும், தமது சமுதாயங்களின் நலவாழ்வுக்குப் பணியாற்றுவதிலும் ஈடுபட்டிருந்தனர். ரோமானிய ஃபேபியோலா என்னும் பெண் ஒரு மருத்துவமனையை நிறுவி அதில் ஒரு செவிலியராகவும் டாக்டராகவும் பணிபுரிந்தார். கி.பி.399ஆம் ஆண்டில் அவள் மரணமடைவதற்கு முன்னால், அறியப்பட்ட முதலாவது பெண் (சர்ஜன்) அறுவை மருத்துவராகத் திகழ்ந்தார்.[37] பல்வேறு துறைகளிலும்கூட, பெண்கள் மதிப்பிற்குரிய விற்பன்னர்களாகத் திகழ்ந்தார்கள் என்பது மட்டுமன்றி, பிற்காலத்தில் மரபாகியவற்றைத் தோற்றுவித்த அன்னையர்களாகவும் புகழ்பெற்றனர். 'அலெக்சாண்டிரியாவின் ரசாயனவாதியாகிய கிளியோபாத்ரா ஒரு தொடக்க கால ரசாயன நிபுணர் மற்றும் அறிஞர் கிரைசோபீயா (தங்கம்செய்யும்முறை) என்னும் புகழ்பெற்ற ஆவணத்தை எழுதியுள்ளார். அது ஐரோப்பாவில் மத்திய காலங்களிலும் பயன்படுத்தப்பட்டு வந்தது. அதே பொழுதில் கி.பி.மூன்றாம் நூற்றாண்டில் கிளியோபாட்ராவைப் போன்று செயலாற்றிய சீன ஓவியர் வேய்ஃபூ-ஜென். சீனாவின் மிகச் சிறந்த சித்திரவேலைப்பாடுடைய கைத்திறமுடையவர். எழுதும் கலைப் பள்ளி முழுமையின் நிறுவகர் என்ற முறையில் இன்னும் கௌரவிக்கப் படுகிறார்.

எல்லாப்பெண்களும் எல்லா இடங்களிலும் வரலாற்றில் தங்களுடைய முத்திரையைப் பதிக்கும் வாய்ப்புப் பெறவில்லை. ஆயினும், இதனால் அவர்கள் கடந்த காலத்தின் மாபெரும் மௌனத்தில் தவிர்க்கமுடியாமல் மறக்கப்பட்டுப் போனார்கள் என்று பொருளல்ல. எல்லாக் கலாசாரங்களையும் சேர்ந்த நாட்டுப்புறக் கதைகளில் சாதாரண வாழ்க்கையிலிருந்தான வீராங்கனைகளைப் பற்றிய வர்ணனைகள் நிலை நிறுத்தப்பட்டு வருகின்றன. அவர்கள் மிகவும் முரடான அல்லது மூடத்தனமான கணவன்மார்களைப் பக்குவப்படுத்தியுள்ளனர். மிகவும் கொடூரமான எஜமானர்களைத் தமது அறிவால் வென்றுள்ளனர். தமது குழந்தைகளின் வளர்ச்சிக்குத் திட்டம் தீட்டியுள்ளனர். தமது குழந்தைகளின் குழந்தைகளின் (பேரப் பிள்ளைகளின்) மூலம் குதூகலமாக வாழ்ந்துள்ளனர். அவ்வப் பொழுது இந்தக் கதைகள் வழக்கத்திற்கு மாறான முறையில் ஒரு தனிப்பட்டவரின் சாதனையைக் கூறும் பாவனையைப் பெற்றிருந்தன. ஆரம்பகால டாங்வம்சம் (கி.பி.618-907) பற்றிய சீனப் பழங்கதை இவ்வகைப்பட்டதே. இதில், சிறிய கதாநாயகி கல்வி கற்க வேண்டுமென்று துடியாய்த் துடித்தவள், பள்ளிக்குச் சென்ற முதலாவது நாள் ஒரு பையனைப் போல் மாறுவேடம் பூண்டு சென்றதாகக் குறிப்பிடப்பட்டுள்ளது. அவள் அன்று கூண்டிலிருந்து திறந்து விடப் பட்ட ஒரு பறவையைப் போன்று மகிழ்ச்சியடைந்தாள். 'பெருஞ்சுவர் அருகில் தனது கணவனைத் தேடினாள்' என்ற முந்தியகதை (கி.மு.200)

இன்னும் கூடுதல் மனதை உருக்குவதாக இருந்தது. இக்கதையில் ஒரு மனைவி, தன் கணவனைக் கண்டுபிடிப்பதற்காக ஒரு நீண்ட இன்னல்கள் நிறைந்த பயணத்தை மேற்கொள்ளுகிறாள். ஒவ்வொரு அபாயத்தையும் விபத்தையும் சமாளித்து முன்னே செல்கிறாள். ஆனால் அவையாவும் வீணாகி விடுகின்றன. ஏனெனில் அவளுடைய அன்புக்குரியவர் ஏற்கெனவே மரணமடைந்து விட்டார்.[38]

ஏனெனில், ஆண்களுக்கும் பெண்களுக்கும் இடையில் நேசம் இருந்தது. படைப்பின் புதிய தலைவர்கள் 'ஒரு ஆண் தனது ஆண் உறுப்புக்கு வாழ்க்கையாதரவு அமைப்பு மட்டுமே' என்று வற்புறுத்துவதில் ஈடுபட்டுக் கொண்டிருந்திருக்கக்கூடும்[39] ஆனால் எந்த ஆணும் தனது மனைவிக்கு லிங்க வழிபாட்டுக்கு உரியவனல்ல. திருமணப் படுக்கையின் புதிரான அந்நியோன்யத் தன்மையில், காலத்தை வென்ற பந்தங்கள் உருவாக்கப்படுகின்றன. இவ்வாறுதான், சோகத்தால் மனங்கலங்கியிருந்த ஒரு ரோமானியக் கணவன் நிறுவிய நெடியதான துயர்மல்கிய கல்லறை வாசகம் அமைந்துள்ளது. இது அனேகமாக 2000 ஆண்டுகளுக்குப் பின்னால் தமது மரணமடைந்த மனைவிக்கு நேரடியாக எழுதிய கடிதம் போன்று காணப்படுகிறது.

> 41 ஆண்டுகள் நாம் மனமொப்பிய இல்லறவாழ்க்கையை அனுபவித்தோம்... 'உன்னுடைய மனையாள் என்ற முறையிலான பண்புகளை, உன்னுடைய மேன்மையை, பணிவை, இனிய தன்மையை, கருணை உள்ளத்தை ஏன் நினைவு கூர வேண்டும்... உன்னுடைய சொந்தக் குடும்பத்துடன் இருந்தது போன்றே என்னுடைய அன்னையுடனும் நீ அவ்வளவு அக்கறை செலுத்தி வந்த போது, உன்னுடைய உறவினர்கள் பால் நீ காட்டிய அன்பையும் பாசத்தையும் பற்றி ஏன் பேச வேண்டும்?... நான் வாழ வழியின்றித் திண்டாடிய போது நீ உன் ஆபரணங்களைப் பயன்படுத்தி என்னைக் காப்பாற்றினாய்... பின்னர், மதிநுட்பத்துடன் நமது விரோதிகளை ஏமாற்றி நீ எனக்கு வாழ்வளித்தாய்... மைலோவால் திரட்டப்பட்ட ஒரு கும்பல்... நம் வீட்டுக்குள் புகுந்து சூறையாட முயன்றபோது நீ வெற்றிகரமாக எதிர்த்து நின்று அவர்களை முறியடித்து, நமது வீட்டைப் பாதுகாத்தாய்...[40]

ரோமானிய விமர்சகர்களில் பெரும்பாலானாரின் கண்ணோட்டத்திற்கு எதிராக இதை வைத்துப் பார்த்தால், விவாதத்திலுள்ள கருப்பொருள்கள் பெண் என்ற ஒரே பிறவியைப் பற்றித்தானா என்பதை நம்புவது கடினமாக இருக்கிறது. மெய்யான பெண்கள் என்ன செய்து கொண்டிருந்தார்கள் என்பது பற்றிய நுண்-அளவிலான அனுபவம். என்ன ஏற்பட வேண்டும், மற்றும் என்ன ஏற்பட்டது

என்பதுபற்றி ஆண்கள் வலியுறுத்தி வந்தது பற்றிய பேரண்டப் பரிமாணத்துடன் முரண்படுகிறது.

ஆயினும் கி.மு.1500ஆம் ஆண்டு வாக்கில் லிங்க உருவ வழிபாடு உலகெங்கும் பரவியபோது, பெண்களுக்கு எதிரான அச்சுறுத்தல் அதிகரித்த யதார்த்தத்தை மறுக்கமுடியாது. பெண்களுக்கு எதிரான ஆண்களது கோபத்தின் ஒன்று குவிந்த வலிமை, மற்றும் மக்கட் பெருக்கத்தில் ஆணினது பாகத்தின் முக்கியத்துவம் மற்றும் அதை அங்கீகரிக்க வேண்டும் என்பதற்கான போராட்டமும் பெண்களின் முந்திய தனிச் சிறப்புரிமை மீது ஒரு தாக்குப்பிடிக்க முடியாத தாக்குதலைக் கொண்டுவந்தன. தாய்த் தெய்வம் தனது புனித அந்தஸ்தையும், அதன் விளைவான அதிகாரத்தையும் இழந்தது. இவ்வாறு பலாத்காரமான முறையில் அரசிகள், பெண் மதகுருக்கள், மற்றும் சாதாரணப் பெண்களின் நிலை அவர்களது வாழ்வின் ஒவ்வொரு கட்டத்திலும் பிறப்பிலிருந்து சாவு வரையிலும் தாழ்த்தப்பட்டதானது. 'தாய்-சரியானவள்' என்ற நிலையின் இழப்பில் பிரதிபலித்தது. தாய்-வழிபாட்டு சடங்குகளிலிருந்து இப்பொழுது பிரிந்து வந்துவிட்ட லிங்க வழிபாடு, அதுவே போற்றுதற்குரிய ஒரு புனிதமான பொருளாகிறது. அனைத்துப் படைப்பு சக்தியின்மையும் என்ற நிலையிலிருந்து கருப்பை அப்புறப்படுத்தப்படுகிறது. பின்னர் இறுதியாக லிங்கமானது பெண்கள், குழந்தைகள், அன்னைபூமி, மற்றும் பிற ஆண்கள் ஆகிய அனைவரின் மீதும் ஆணாதிக்கத்தின் சின்னம் மற்றும் கருவியாக மாற்றமடைகிறது. எல்லா உயிர்களும் பெண்ணினிடமிருந்து தோன்றியபோது, படைப்பானது ஒன்றுபட்ட தாக இருந்தது, கூறுகள் தனித்தனியாகப் பிரிக்கப்பட்டவுடனே ஆண் உயிரோட்டமுள்ள ஆன்மா ஆனான். பெண் பருப்பொருள் நிலைக்குத் தள்ளப்பட்டாள். ஆண் தன்மை பற்றிய இந்தக் கடவுள் தன்மையான கருத்தைக் கொண்டு மெஸபடோமியாவின் ஆண்கள், பெண்களின் கடவுள் தன்மையை ஒழித்துக்கட்டி, பெண்களை அடிமைகளாக் கியதன் மூலம், பெண் தெய்வத்தின் அடிமைகளாகத் தாங்கள் இருப்பதாகத் தோன்றிய தங்களுடைய அச்சங்களை எதிர்த்துப் போராடி வென்றனர்.

இதனால் பெண்களுக்கு என்ன நேரிட்டது என்பதற்கு கிரேக்க கணித நிபுணரும் தத்துவதரிசியுமான ஹைபாஷியாவின் அனுபவத்தை உதாரணமாகக் கூறலாம். கி.பி.370 ஆம் ஆண்டில் தான் பிறந்ததி லிருந்து வாதம் புரிவதற்கும் கேள்வி கேட்பதற்கும் சிந்திப்பதற்கும் பயிற்சி பெற்றிருந்த அவள் அலெக்ஸாண்டிரியாவின் முன்னணி அறிவாளியானாள். அங்கு அவள் பல்கலைக்கழகத்தில் தத்துவ ஞானம், நிலக்கணக்கியல், வானவியல், மற்றும் குறிக்கணக்கியலை போதித்தாள். வானவியலிலும், குறிக் கணக்கியலிலும் அவர்

மூலக்கருத்துக்களை உருவாக்கினார். மேலும் உயரங்களை அளக்கும் கருவி, உருண்டையான பொருள்களைத் தட்டையாக்கும் கருவி, தண்ணீரைத் தூய்மைப்படுத்துவதற்கான ஒரு கருவியையும், திரவங்களின் எடை மானத்தை அளப்பதற்கான ஹைட்ரோஸ்கோப் அல்லது ஏரோமீட்டர் ஆகியவற்றையும் கண்டுபிடித்தார். தனது மாணவர்களால் போற்றிப் பாராட்டப் பெற்ற அவர் முன்னறிவுடையவர் என்று பரவலாகக் கருதப்பட்டனர். பொதுவாகத் 'தத்துவதரிசி' அல்லது 'செவிலி' என்று கருதப்பட்டார். ஆனால் அவருடைய விஞ்ஞானப் பகுத்தறிவுடன் கூடிய தத்துவஞானம், வளர்ந்து வந்து கொண்டிருந்த கிறித்தவ மதக் கோட்பாட்டுக்கு முரணாகச் சென்றது. அவளுடைய பெண்மையிலும் அவள் குணநலத்தால் பெற்ற அதிகாரமும் போன்றே, எல்லாப் பெண்களுக்கும் மிகவும் வழக்கமாக ஏற்பட்டதைப் போன்றே, ஒருவகைப்பட்ட பயங்கரவாதத் தாக்குதலில் கி.பி.415ல் அலெக்ஸாண்டிரியாவின் கிறித்தவத் தலைமைப் பாதிரியார் சிரில், தனது பாதிரிகளின் தலைமைகளில் வெறியர்களின் ஒரு கும்பலைத் தூண்டிவிட்டு அவளுடைய தேரிலிருந்து அவளை வெளியே இழுத்துவரச் செய்தார். பின்னர் அவளுடைய ஆடைகள் களையப்பட்டு அவள் நிர்வாணமாக சித்திரவதை செய்யப்பட்டு கொல்லப்பட்டாள். துப்பாக்கி ரவைகளைக் கொண்டும் கூர்மையாக்கப்பட்ட கற்களைக் கொண்டும் அவளுடைய எலும்புகளிலிருந்து அவளுடைய சதைகள் பிய்த்தெடுக்கப் பட்டன.[41]

ஷைபாஷியா இவ்வாறு கொடூரமான முறையில் படுகொலை செய்யப்பட்டதானது ஒரு நிரபராதியான நடுத்தரவயதுடைய ஒரு விஞ்ஞானியின் மரணத்தை மட்டும் குறிப்பிடவில்லை. சிரில் மற்றும் அவனுடைய வெறியர் கும்பலில் ஒவ்வொரு சிந்தனை செய்யும் பெண்ணும் தோன்றவிருக்கும் ஆண்களின் உருவத்தை முன்கூட்டியே காண முடிந்தது. லிங்கவழிபாட்டின் முரட்டுத் தனமான எழுச்சியானது சிந்தனையையும், நடத்தையையும் புரட்சிகரமான முறையில் மாற்றியது. ஆனால் இது மட்டும் போதாது. ஆதிக்கம் முழு நிறைவானதாக இருக்கவில்லை. அமைப்புகள் செம்மையற்றதாக இருந்தன. இன்னும் சூழ்ச்சித் திறனுடன் செயல்படுவதற்கு மிக அதிக இடமிருந்தது. ஆதிக்கமானது ஆண்களால் கட்டுப்படுத்த முடியாத ஓர் உறுப்பை அடிப்படையாகக் கொண்டதாக இருக்க முடியாது. இவற்றுக்கும் மேலானது தேவை - இயல்பாயுள்ள, நிலையான ஆண் தன்மையென்ற ஒரு கருத்துத் தேவைப்பட்ட்து. அது உடல் வலிமை சார்ந்ததோ, காணத்தக்கதாகவோ, தவறு செய்யும் இயல்புள்ளதாகவோ இருக்கக்கூடாது. எல்லாப் பெண்களைக் காட்டிலும் அது மேலானதாக, ஏனெனில் ஆணைக் காட்டிலும் மகத்துவம் வாய்ந்ததாக

இருக்க வேண்டும். அதனுடைய சக்தி சர்வ வல்லமை படைத்ததாகத் தட்டிக் கேட்க முடியாததாக இருக்க வேண்டும். ஒரே கடவுள், தந்தையாகிய கடவுள், அப்பேர்ப்பட்டவரை மனிதன் (ஆண்) இப்பொழுது தனது சொந்த பிம்பத்தின் அடிப்படையிலேயே புனைந்து உருவாக்கினான்.

> **எல்லா ஆண்களும் பெண்கள்தான் மதத்தை உருவாக்கியவர்கள் என்று அனுமதிக்கிறார்கள்.**
>
> ஸ்ட்ரோ (கி.மு.64 - கி.பி.21)

> **ஆணினத்தின் மேலாண்மையை ஆண் வலியுறுத்துவதின் பின்னே. காலம்காலமாக பெண்களின் மீது பொறாமை இருந்து வந்திருப்பதைக் காணலாம்.**
>
> எரிச்ஒரிக்சன்

அடிக்குறிப்புகள்

1. ராபர்ட் கிரேவ்ஸ், கிரேக்க புராணங்கள் *(2* தொகுதிகள், *1960) 1.* பக். *28,* மேரிலின்ஃபிரெஞ்ச் எழுதிய அதிகாரத்திற்கு அப்பால்: ஆண்களும், பெண்களும் ஒழுக்க நெறிகளும் *(1985)* பக்.*49* காண்க. ஆண்களும், பெண்களும் ஒழுக்க நெறிகளும் *(1985)* பக் *49*. காண்க. தந்தைவழிச் சமுதாயம் உருவாக்கப்படுதல் (நியூயார்க், ஆக்ஸ்போஃர்டு, *1986)* பக். *146-* என்ற நூலில் ஜெர்டா லெர்னர், தென் கிழக்கு ஐரோப்பாவில் மட்டும் *3000* ஸ்தலங்களில் *30,000*க்கு மேற்பட்ட தாய்க்கடவுளின் சிறு உருவச் சிலைகள் கண்டுபிடிக்கப்பட்டுள்ளன என்று கூறுகிறார். வின்னிபகோஸ் பற்றி ஹார்டிங்கின் நூலில் காண்க. பக். *117.*

2. ஷட்டில் மற்றும் ரெட்குரோவ் பக். *66,* டி ரீயின்கோர்ட், பக்.*30*

3. ஷட்டில் மற்றும் ரெட்குரோவ், பக்.*139.* இ.ஓ. ஜேம்ஸ், உயிர்ப்பலியும் சமயவினையும் *(1962)* பாஸிம்.

4. ஃபார்ப், பக். *72,* பிரியூடும் பெட்டெல்ஹீய்மும், பிறவற்றோடு துணை- அறுவை பற்றியும் விவாதிக்கிறார்.

5. இயான்டி, சுட்டீ, காதல் மற்றும் வெறுப்பின் தோற்றுவாய் *(1960)* பக். *87.*

6. மார்க்கரெட் மீட், ஆணும் பெண்ணும் மாறிவரும் உலகில் பாலினங்கள் பற்றிய ஓர் ஆய்வு (நியூயார்க், *1949)* பக். *98.*

7. ஜோஸப் கேம்பெல் (பதிப்பித்தது) இரானோஸ் ஆண்டுத் தகவல் நூல்களிலிருந்தான ஆவணங்கள் தொகுதி *5,* மனிதனும் மாற்றமும் *(1964)* பக்.*12.*

8. ஜீன்மார்க்டேல், கெல்ட்டுகள் காலத்தியப் பெண்கள் (பாரிஸ், நியூயார்க் மற்றும் லண்டன், *1982)* பக்.*14*

9. லீ அலெக்ஸாண்டர் ஸ்டோன், லிங்கவழிபாட்டுக் கொள்கையின் வரலாறு (முதலில் வெளியிடப்பட்டது *1879*ல்: சிகாகோ *1927* பதிப்பு) பக்.*12-13.* ஜி.ஆர். ஸ்காட், லிங்கவழிபாடு: பாலினஉறவும், பண்டைக்காலம் தொட்டு இன்றுவரை எல்லா இனங்களின் மதம் சம்பந்தப்பட்ட பாலின உறவுச் சடங்குகளும் (புதுடில்லி *1975)*

10. கௌல்ட் டேவிஸ், பக்.98, லிங்கவழிபாட்டின் எண்ணற்ற மற்றும் பல்வகைப்பட்ட இந்தியச் சடங்குகள் பற்றிய கூடுதல் விவரங்களுக்கு எட்வர்ட்ஸின் நூலைக் காண்க. பக்.55-94.

11. எட்வர்ட்ஸ், பக்.72-5.

12. கௌல்டுடேவிஸ், பக்.99

13. லி அலெக்ஸாண்டர் ஸ்டோன் பக்.75

14. ஆற்றல் மிக்கப் பெண் தெய்வத்தின் உடைமை பறிக்கப்பட்டதன் கட்டங்களை ஜோஸப் கேம்பெல், கடவுளின் முகமூடிகள்: மேற்கத்திய புராணங்கள் (நியூயார்க், 1970) என்ற நூலில் விவரிக்கிறார்.

15. கிரேவ்ஸ், (1960) பக். 58-60.

16. நீ சுல்லியானயின் பக்.16. ஜேம்ஸ் (1959) பக்.53

17. கால்டெர் பக். 160

18. விவசாயப்புரட்சி மற்றும் சுமார் கி.மு.3000 ஆண்டுகளிலிருந்து அறியப்பட்ட உலகு முழுமையிலிருந்தும் பெருமளவில் மக்கள் இடம் பெயர்ந்து சென்றது ஆகிய இந்த கேந்திரமான வரலாற்று வழிப்பட்ட நிகழ்ச்சிகளைப் பற்றிய ஒரு முன்னிலும் பரவலான விவாதத்திற்கு உலக வரலாறு பற்றிய டைம்ஸின் அட்லாஸைக் காண்க. (திருத்தப்பட்ட பதிப்பு, 1986) மற்றும் ஜே.எம்.ராபர்ட்சின், உலகு பற்றிய ஹட்சின் சன் கூறும் வரலாறு (1976) காண்க.

19. ஃபிஷர், பக்.122

20. ஜியோஃப்ரே, பாரிண்டர், உலக மதங்களில் பாலியல் (1980). பக். 105-6

21. டிரீயின்கோர்ட், பக். 35 மற்றும் பக்.VIII

22. வாழ்க்கை வரலாறு பற்றிய மாக்மில்லன் அகராதி பக்.54 சில ஆதாரங்களின்படி (பிற்காலத்திய கிரேக்க - ரோமானிய வரலாற்றாசிரியர்கள் அலெக்ஸாண்டிரியாவின் அப்பியன் மற்றும் போர்பைரி) கி.மு.81ல் பெரினியைத் திருமணம் செய்து கொள்வதில் படோலெமி வெற்றி பெற்றார். பின்னர் திருமணம் செய்து கொண்ட 19 நாட்களுக்குப் பிறகு அவளைக் கொன்றார்.

23. ஃபிஷர் பக்.206-7

24. பௌல்டிங், பக்.20

25. ஜூலியா ஓஃபோலெய்ன் மற்றும் லாரா மார்டின்ஸ், கடவுளின் உருவத்தில் அல்ல: வரலாற்றில் பெண்கள் (1973) பக்.57; லிவியின் வரலாறு என்ற நூலையும் காண்க, புத்தகம் 34.

26. புளூடார்க், காதல் குறித்த உரையாடல்

27. ஃபார்ப், பக். 42

28. ஓ போலெய்ன் மற்றும் மார்டின்ஸ், பக்.62

29. படங்களுடன் கூடிய உயிரினங்களின் தோற்றுவாய் பதிப்பித்தது ரிச்சர்டு ஏ.லீகி (1979) பக்.58

30. 'கிங்ஸ்வொர்தி: கற்பழிப்புக்கு இரையானவள்' என்ற சுற்றுச்சூழல் பிரிவுக்காக ஆக்ஸ்போர்டு பல்கலைக்கழகத்தின் சோனியா சட்விக் ஹாக்ஸுூம் டாக்டர் கால்வின் வெல்ஸுூம் எழுதிய நூல், இங்கிலாந்தில் வொர்தி பார்க், கிங்ஸ்வொர்தி, ஹாம்ஷயர் என்ற இடங்களிலுள்ள அகழ்வாராய்ச்சிகளை விவரிக்கிறது. இது பழங்காலமும் காலப்போக்கும் என்ற இதழில் வெளியிடப்பட்டது. 23.7.75

31. ஜேம்ஸ் (1962) பக்.80-1

32. சி.பி.ஃபிட்ஜெரால்டு, சீனா ஒரு காலாசார வரலாற்றுச் சுருக்கம் (1961) பக்.52

33. லின் தார்ன்டைக், நாகரிகத்தின் வரலாற்றுச்சுருக்கம் (1927) பக்.148

34. அக்னோடைஸின் கதை குறித்து வாழ்க்கை வரலாறு பற்றிய மாக்மில்லன் அகராதி காண்க. பக்.7

35. மீட், பக். 206

36. வாழ்க்கை வரலாறு பற்றிய மாக்மில்லன் அகராதி, பக்.464.

37. ஃபேபியோலாவுக்கு முன்னதாக மருத்துவத் தொழில் புரிந்த அறிமுகமாகாத பெண் மருத்துவர்கள் அவர்தான் (ஃபேபியோலா) அறிமுகமான முதலாவது பெண் டாக்டர் என்று வலியுறுத்தியது நியாயமானதே. எகிப்தில் கி.மு.3000 ஆண்டு வாக்கிலேயே மருத்துவத் தொழில் புரிந்து வந்தனர். அங்கு மெப்பிஸ் நகருக்கு வடக்கில் சாய் ஆலயத்தின் மருத்துவப்பள்ளியின் சுவற்றில் கீழ்வருமாறு பொறிக்கப்பட்டுள்ளது. 'ஹெலியொபாலிஸ் மருத்துவப் பள்ளியிலிருந்து நான் வந்துள்ளேன். சாயிலுள்ள பெண்கள் பள்ளியில் நான் கல்வி பயின்றேன். இங்கு புனித அன்னைமார்கள் நோயை எவ்வாறு குணப்படுத்துவது என்று எனக்கு போதித்தார்கள்? இதோடு, கி.மு.2500ஆம் ஆண்டில் குன் மருத்துவ ஆவணங்களில் எகிப்தியப் பெண் தனித் தேர்ச்சியாளர்கள் கர்ப்பத்தைக் கண்டறிந்து கூறியிருக்கிறார்கள். மலட்டுத் தன்மைக்கு சிகிச்சை அளித்துள்ளனர். பெண்களின் நோய்கள் மற்றும் பிரசவம் சம்பந்தமான மருத்துவத்தின் எல்லாப் பிரிவுகளிலும் பணியாற்றி வந்துள்ளனர். பெண் சர்ஜன்கள் சிசேரியன் அறுவை சிகிச்சைகள் நடத்தியுள்ளனர். புற்றுநோயிக்கு உள்ளான மார்பகங்களை அகற்றியுள்ளனர். கை, கால் முறிவுகளுக்கு அறுவை சிகிச்சை செய்துள்ளனர். மார்க்கரெட் அலிக் எழுதிய ஹைபாஷியாவின் பாரம்பரியம்: பண்டைக் காலத்திலிருந்து பத்தொன்பதாம் நூற்றாண்டின் இறுதிக்காலம் வரையில் விஞ்ஞானத் துறையிலான பெண்களின் வரலாறு (1986) காண்க.

38. வூ சாவோ (பதிப்பித்தது) சீன நாட்டுப் புறக்கதைகளில் பெண்கள்) சீனப் பெண்கள் பற்றிய சிறப்பு நூல்வரிசை (பெய்ஜிங், சீனா, 1982) பக்.91. பக். 45-60.
39. ஜோ ஓர்டன். கார்டியன் இதழ், 18. 4. 87.
40. மார்செல் டுர்ரே (பதிப்பித்தது) பிரான்சின் பல்கலைக்கழகங்களிலிருந்து தொகுத்தது 1950. பக்.8.
41. ஹைபாஷியாவின் பணி மற்றும் மரணம் குறித்து அலிக்கின் நூலைக் காண்க. பக்.41-7. தண்ணீர் குழந்தைகள் (1863) என்ற சார்லஸ் கிங்ஸ்லியின் பதினத்தையும் காண்க. அவருடைய ஹைபாஷியா (1853) என்ற புதினம். அதனுடைய கதாநாயகி பற்றி அனுதாபத்துடன் சித்திரிக்கிறது. அது, முற்காலத்தில் கிறிஸ்துவப் பாதிரியார்களின் வஞ்சக மதவெறியையும், அவளுடைய (ஹைபாஷியாவின்) நுண்ணியமான மற்றும் மனிதநேய புத்திக் கூர்மையையும் வேறுபடுத்திக் காட்டுகிறது.

II

பெண்ணின் வீழ்ச்சி

ஒரு வேளை பழிவாங்கும் உணர்வினாலா, மனிதன் மிகப் பல நூற்றாண்டுகளாகப் பெண்ணைத் தனது அடிமையாக வைத்திருந்தான்?

4. தந்தைக் கடவுள்

தன்னைக் கடவுளாக நினைக்கும் மனிதன் பிறந்தது புதிதல்ல.

துருக்கியப் பழமொழி.

மனிதன் எப்படியோ, அவனுடைய கடவுள் அப்படியே என்று இந்தக் கூற்று கடவுள் மிகவும் அடிக்கடி நகைப்புக்கிடமா யிருப்பது ஏன் என்பதை இது விளக்குகிறது.

கைல்ஸூம் மெல்வில் ஹார்கோர்ட்டும்.

"நீண்ட நாளுக்குச் சுருக்கமான பிரார்த்தனைகள்"
தலைவரே, எமது கடவுளே, பிரபஞ்சத்தின் அரசரே, என்னை
ஒரு பெண்ணாகப் படைக்காததற்காக உம்மைப் போற்றி
வணங்குகிறேன்.

ஹீப்ரு ஆண்களின் அன்றாடப் பிரார்த்தனை

'ஆரம்பத்தில் இருந்தது ஒரு சொல் - அந்த சொல் கடவுளே' என்று புனிதர் ஜான் கூறினார். உண்மையில் அந்தச் சொல் ஒரு பொய்யே. ஆரம்பத்தில் கடவுள் இருக்கவில்லை. ஆனால் வரலாறு வெவ்வேறு நாடுகளில், வெவ்வேறு காலங்களில் படிப்படியாக வளர்ச்சியுற்ற போது, கடவுளைப் புனைந்து உருவாக்க வேண்டியது அவசியமாயிற்று.

ஒரு முற்றிலும் பௌதிக அடிப்படையிலிருந்து தெய்வீகத் தன்மையையும் அதிகாரத்தையும் கற்பனை செய்து உருவாக்குவது சில

முக்கிய எல்லை வரம்புகளைக் கொண்டிருந்தது. மானிடலிங்கம், மாயாஜால-மதச் சார்பான அந்தஸ்துக்கு உயர்த்தப்பட்டபோதும்கூட அது இறைமைத் தன்மையை எட்டவில்லை. ஒரு கட்டம் வரையிலும், எழுச்சியடைந்து வந்த லிங்க வழிபாட்டாளன் எல்லாவற்றிலும் வெற்றியடைந்து வந்தான். படைப்பையும் இயற்கையையும் அடிப்படையாகக் கொண்ட பெண்களின் மரபான அதிகாரம் திட்டமிட்ட முறையில் வெட்டிக் குறைக்கப்பட்டு வந்தது. 'உபயோகப் படுத்திவிட்டு எறிந்துவிடு' என்ற க்ளீனெக்ஸ் கோட்பாட்டின் அடிப்படையில் மனிதர்களை நிர்வாகம் செய்கிற தேர்வு உத்தியை ஆற்றல் மிக்க அரசியிடமிருந்து திருடிய புனிதமான அரசன், அதை மொத்தமாகப் பெண் இனம் சம்பந்தமாகக் கடைப்பிடித்தான். ஆனால் மிருகத்தனமான சக்தி அதுவரைக்கும்தான் போக முடிந்தது. பெண்கள் புது உயிரைத் தோற்றுவிக்கின்ற முதுமரபை மீட்சி செய்யும் தனது சக்தியை இன்னும் நீடித்து வைத்துக் கொண்டிருப்பதால், தெய்வீக ஆற்றலுடனான அவர்களது எல்லாத் தொடர்புகளையும் அழிக்க முடியவில்லை.

மேலும் கூடுதலாக விவசாயம் கண்டுபிடிக்கப்பட்டு, குலங்கள் நகரியங்களாக ஒன்றுபடுத்தப்பட்டதோடு, மானிட சமுதாயங்கள் மேலும் மேலும் போலிப் பகட்டுடையதாயின. அவற்றுக்குக் கட்டு மானங்களும், அமைப்புகளும் அரசு நிர்வாகமும் தேவைப்பட்டன. உயிர்வாழ்வது உறுதி செய்யப்பட்டவுடனே, உபரியானது சொத்தாயிற்று. மனிதன் தலைவனாகவும், எஜமானனாகவும் மாறும் பெருமையை உணரத் தலைப்பட்டான். உடைமையைப் பெறுவதற்கும், ஒரு கூடுதல் சிக்கலான சமுதாயத்தில் வாரிசு உரிமைகளைப் பாதுகாக்கவும், ஆணின் மிகவும் நயமற்ற கருவியைத் தாறுமாறாகப் பயன்படுத்துவதைக் காட்டிலும் நுண்மயமான ஒன்று தேவைப் பட்டது. மேலும் ஸ்தாபனக் கட்டமைப்புகள் அதிகரித்ததோடு, உள்ளிருந்து குழிபறிப்பதற்கும் அல்லது எதிர்ப்பதற்கும் கூடுதல் அதிகமான வாய்ப்புகள் தோன்றின. ஒவ்வொரு குலமும் நகரியமும் அரியணைக் கூடம் அல்லது கோவிலும் அறிவாற்றலும் மதிநுட்பமும் வாய்ந்த பெண்களைக் கொண்டிருந்தன. அதிகாரத்திற்கான ஆண்களின் உரிமைக் கோரிக்கை எதுவாக இருந்தாலும் அது உடனேயே ஏற்றுக்கொள்ளப்படமாட்டாது என்பதை நடைமுறையில் எடுத்துக் காட்டுவதற்கு ஆவலாயிருந்தன. இந்தப் பெண்களை பெரினைஸ் அல்லது பௌடிக்காவைப் போன்று முழுமையாக ஒழிக்க முடியாது. நாய்களும் அண்டங்காக்கைகளும் கொத்திக் குதறுவதற்கு இவர்களை வீசி எறிந்து விட முடியாது. அல்லது அநாமதேயக் கல்லறைகளில்

கொண்டு போய் விரைவாக அடக்கம் செய்துவிட முடியாது. அதிகாரத்தைப் பெற்ற மனிதன், கட்டுப்பாட்டின் (ஆதிக்கத்தின்) ரகசியத்தை அறிந்து கொள்ள முற்பட்டான். அவன் தனது லிங்கத்தின் முனைக்கப்பால் பார்க்கத் தொடங்கியபோது, ஒரு கூடுதல் பலம் வாய்ந்த தலைவனை, ஒரு கூடுதல் பெரிய எஜமானனை, கடவுளை - அவன் கண்டுபிடித்தான். ஆணிடம் தெய்வீகத்தன்மை புதிதொன்றும் இல்லைதான். இஸிஸுக்கு அவளுடைய ஓஸிரிஸ் இருந்தது. கீழ் உலகத்தின் தலைவனின் (கடவுளின்) பழிவாங்கும் மனப்பான்மைக்கு டெமிடெர் தலை வணங்கும் நிர்ப்பந்தத்திற்குள்ளானார். லிங்க வழிபாடு உலகெங்கும் பரவியபோது இழக்கப்பட்ட கன்னிமையில் ஆண் இறைமை ஒரு புதிய பரிமாணத்தைக் கண்டது மெய்யே. சிறப்பு இல்லாதவர்களின் அரசனாகிய ஜீயஸ், அவன் கற்பழித்த இளம் பெண்களின் எண்ணிக்கையைக் காட்டித் தன் மேலாண்மையை வெளிப்படுத்திக் கொண்டான். புதிய அதிகாரக் கடவுள்களும் அதே அளவு மூர்க்கத் தன்மை வாய்ந்தவர்களாகவும் உயிர் வேட்டையாடுபவர்களாகவும் இருந்தனர். ஒரே வித்தியாசம் என்னவெனில், இப்பொழுது ஒவ்வொரு வரும் தான் மட்டுமே கடவுள் என்று வலியுறுத்தினர். அவன் தான் ஒரே கடவுள். ஒரு கடவுள் மட்டுமே, வேறு யாரும் கடவுளாக நடிக்க முடியாது.

இஸ்லாமின் பிறப்பிலிருந்து யூத மதம் தோன்றியதற்கு இடையிலுள்ள ஆயிரம் வருடத்திற்கும் குறைவான காலகட்டத்தினுள் உலகத்தின் எல்லா முக்கிய மதங்களும் ஒன்றுக்குப் பின் ஒன்றாகத் தோன்றின. உடனேயே ஒவ்வொன்றும் தம்மை நம்புகின்ற விசுவாசி களின் சமூகத்தை ஒன்றுபடுத்துவது மற்றும் எல்லா எதிர்ப்பையும் ஒழித்துக்கட்டுவது என்ற இரட்டைக் கடமைகளை நிறைவேற்றத் தொடங்கின. பிற ஆண் தெய்வங்கள் ஒழிக்கப்படுவதற்கும் குறிபார்க்கப் பட்ட நிலைமையில் பெண் தெய்வீகத்தன்மை எம்மாத்திரம்? ஈடன் என்ற தோட்டத்தில் உலாவி வந்த இயற்கை அன்னை தந்தைக் கடவுளைச் சந்தித்தாள். அதுவே அவள் தனது அழிவையும் சந்தித்ததாயிற்று. மானிட சமுதாயத்தின் ஆன்மாவை உடைமையாகக் கொள்ளுவதற் கான சண்டையில், தந்தைக் கடவுளைப் போன்று, அவள் தனது சொந்த ஆன்மாவை இழந்தாள், இது எங்கெல்ஸ் கூறியதுபோன்று, ‘பெண் இனத்தின் உலக வரலாற்று ரீதியான தோல்வியை ஏற்படுத்தியது.’

இந்த எல்லாப் புதிய மதங்களும் கடவுள் அமைப்புகளல்ல. யூத மதமானது, கி.மு.600க்குச் சற்று முன்னதாக நாடுகடத்தப்பட்டதன் அதிர்ச்சிக்குப் பின்னர் சிறிய பழங்குடி குட்டிக்கடவுளான யாஹுவாவை ஒரு முற்றிலும் வேறுபட்ட கடவுளாக உயர்த்துவதில்

வெற்றி பெற்றவுடனே, தந்தைவழிச் சார்பான மூலமுன்மாதிரி மதமாகத் தன்னை விளம்பரப்படுத்திக் கொண்டது. இது போன்றே கி.பி.600க்கு சற்று முன்னதாக தீர்க்கதரிசி முகம்மது பிறந்ததைத் தொடர்ந்து இஸ்லாம் மதமும் அல்லாவைத் தவிர வேறு கடவுளில்லை என்ற கோஷத்தைத் தனி உரிமையாகப் பரப்பியது. இந்த இரண்டுக்கும் இடையிலான கால கட்டத்தில், அதனுடைய கேந்திரமான மையத்தில் சீர்திருத்தமடைந்த யூதமதம் - கிறிஸ்துவ மதம் என்றழைக்கப்பட்டது- உருவாயிற்று. அப்பொழுது யூதர்களின் பழைய கடவுள் ஒரு மகனைப் பெற்றெடுத்து, அது தன்னுடைய இளம் வாரிசைக் கண்டு இயற்கையாகவே மிகவும் மகிழ்ச்சியடைந்தது.

முறையே இந்தியாவுக்கும் சீனாவுக்கும் புத்தமதமும் கன்பூசிய மதமும் தோன்றியதானது இதே அளவு முக்கியத்துவமுடையதாகும். இவையிரண்டும் அவற்றைத் தோற்றுவித்த மானிடர்களின் பிறப்போடு தோன்றின. வெளித் தோற்றத்திற்கு அடக்கமான ஆரம்பத்தைக் கொண்டிருந்த இந்த சமயங்கள் தொலைதூரத்திற்கும் மற்றும் வேகமாகவும் பரவின. புத்தரோ அல்லது கன்பூசியஸோ தாங்கள் தெய்வீகமானவர்கள் என்று ஒருபோதும் உரிமை கொண்டாடவில்லை. அவர்களின் போதனைகள் முறையான மதங்கள் என்றல்லாது சீலங்களை போதிக்கும் அமைப்புகளாக சரியாகவே புரிந்து கொள்ளப் பட்டன. ஆனால் அவர்களின் நம்பிக்கைகளின் அஸ்திவாரம் சிறிதும் சமரசத்திற்கிடமின்றி தந்தை வழி அமைப்பாகவே இருந்தது. இவற்றின் மூலவர்களையே அவர்களைப் பின்பற்றியவர்கள் வரலாறு முழுமை யிலும் கடவுள்களாக வழிபட்டனர். இந்த இரு அமைப்புகளின் சித்தாந்தங்களும் பெண்களின் வாழ்க்கைகளின் மீது குறிப்பிடத்தக்க வகையில் ஒன்று போன்ற தாக்கத்தை ஏற்படுத்தின. ஒரு தந்தைக் கடவுள் என்ற ஒருமையான கருத்தமைப்பைச் சுற்றி ஒழுங்கமைக்கப் பட்ட மதங்கள் என்ற தாக்கத்தை ஏற்படுத்தின. எனவே பெண்களைப் பொறுத்தமட்டிலும் இதன் விளைவு பொதுவாக ஒரே மாதிரியாக இருந்தது. ஆயினும் ஆண்களின் மேலாதிக்கம் என்ற செய்தி செறிவாக வந்தது. யூதமதம், கன்பூசியமதம், புத்தமதம், கிறித்துவமதம், இஸ்லாம் ஆகிய இந்த அமைப்புகள் யாவும், மக்களின் முன் புனிதமானவை யாகச் சித்திரிக்கப்பட்டன. ஓர் ஆண் சக்தியிடமிருந்து இந்த நோக்கத் திற்காக அதிகாரமளிக்கப்பட்ட ஆண்களுக்குப் பரிமாற்றம் செய்யப்பட்ட தெய்வீகமான உத்வேகத்தின் விளைவு ஆகும் என்று முன்வைக்கப் பட்டன. எனவே இதன் மூலம் ஆண் தன்மையே சக்தியாகும் என்று நிறுவப்பட்டது.

ஒரு கடவுட்கோட்பாடு எழுச்சியுற்றதைப் பெண்களுக்கு எதிரான ஒரு சதி என்று காணும் மருட்சியை ஆண், பெண் வரலாற்றாசிரியர்கள் எப்போதும் எதிர்த்ததில்லை. ஏனெனில் இதனுடைய பின்-விளைவுகள் மிகவும் ஒரே சீராக பெண் இனத்திற்கு மிகவும் பாதகமாகவே இருந்தன. பெண்களின் பலவீனம், திக்கற்ற நிலைமை என்ற அறிவார்ந்த உணர்ச்சிகளுக்குக் கடவுள் சம்பந்தப்பட்ட சதி என்ற கருத்து கவர்ச்சிகரமாக இருந்தபோதிலும், இந்த ஆரம்பகால மதங்களின் பலகூறுகள் ஆண்-பெண் இருபாலருக்கும் குறிப்பாகப் பல சந்தர்ப்பங்களில் பெண்களுக்கு ஒரு வலுவான கவர்ச்சியைக் கொண்டிருந்தன என்ற உண்மையைப் பார்க்கத் தவறுகிறது. ஒழுங்கமைந்த மதம் பெண் இனத்தின் வரலாற்றுரீதியான தோல்விக்கு ஓர் அடிப்படைக் காரணமாக இருந்திருக்கக்கூடும். பெண் தானாக விழவில்லை. மாறாக, பிடித்துத் தள்ளப்பட்டாள் - ஆனால் மதம் அந்த நோக்கத்துடன் தொடங்கப்படவில்லை. தமது வாழ்க்கையின் பொருள் குறித்தும், வளர்ந்துவரும் ஆன்மீகத் தன்மை குறித்தும் மேலும் ஆழமாகப் புரிந்துகொள்வதற்கு வெவ்வேறு இனங்களைச் சேர்ந்த மனிதர்கள் போராடிவரும் பரந்த பின்னணியில் பார்த்தால், இந்த ஐந்து தந்தை வழிச் சமுதாய அமைப்புகள், முதல்நோக்கில் அவை ஏன் இவ்வளவு கவர்ச்சிகரமாக இருந்தன என்பதை உடனே வெளிப்படுத்துகின்றன.

முதல்முதலில், அவை ஒவ்வொன்றும் ஒரு தெளிவையும், ஒரு நிச்சயத் தன்மையையும் ஓர் ஒருங்கிணைந்த உலகப் பார்வையையும் அளித்தன. இவை எண்ணற்ற கடவுள்களின் குழப்பம், மற்றும் பழைய கடவுள்கள் ஒன்றின் மீது மற்றொன்று மோதுதல், பெண் தெய்வ வழிபாடு ஆகியவை நிறைந்திருந்த காலகட்டத்திற்குப் பின் ஒரு புதிய, ஆழமான நம்பிக்கையை ஏற்படுத்தின. உதாரணமாக, கி.மு.ஐந்தாம் நூற்றாண்டில் ஏதென்ஸ் நகரத்தைச் சேர்ந்த ஒரு பெண், பிரசவ வேதனை நேரத்தில் கஷ்டமில்லாமல் நல்லமுறையில் தனக்குக் குழந்தை பிறக்கவேண்டுமென்று பிரார்த்தனை செய்தபோது, பெண் தெய்வம் சைபெல், பல்லாஸ்ஏதென் அல்லது கன்னியாகிய வேட்டை பெண் தெய்வம் ஆர்டெமிஸ் (ரோமானியர்களுக்கு டியானா) ஆகியவர்களில் யாரைப் பிரார்த்தனை செய்வது என்று தேர்வு செய்ய வேண்டிய தாயிற்று. இவர்கள் யாவரும் குழந்தை பிறப்பின்போது பெண்களுக்கு விசேஷப் பாதுகாப்பு அளிப்பவர்கள். அவளுடைய கணவன், ஒரு மகன் பிறக்க வேண்டுமென்று உயிர்ப்பலி கொடுக்கும்போது, ஓர் இளம் வீரன் பிறக்கவேண்டுமென்பதற்காக ஏரெஸ் கடவுளையும், அல்லது தனக்குப் பிறக்கும் மகன் ஒரு கவிஞனாகவோ அல்லது

இசைவாணனாகவோ பிறக்க வேண்டுமென்று அப்போலோ கடவுளையும் வழிபட முடியும். ஆனால் கடவுள்களுக்கெல்லாம் அரசனான ஜீயஸைப் புறக்கணித்து அவனுக்குத் தீங்கு ஏற்படுத்தியது. இந்நிலையில் இந்த எல்லாப் போட்டிக் கடவுள்களும் ஒரே, சகல வல்லமை படைத்த தந்தையாக ஒன்றிணைந்தால் இவருடைய கருணாகடாட்சம், அவருடைய படைப்பாகிய ஒவ்வொரு மானிடப் பிறவி ஒரு புறமிருக்க, ஒவ்வொரு சிட்டுக் குருவியின் மீதும் விழும், அல்லது 'அறிவொளி' 'ஒரே பாதை' என்ற உறுதியான கட்டுக் கோப்பை உருவாக்கினால் முன்பு பெறுவதற்கு வீணாக முயன்றபோது காப்பு இப்பொழுது ஏற்பட்டது.

ஏனெனில், புதிதாக வந்தவர்கள் வியக்கத்தக்க வகையில் தன்னம்பிக்கையுடனிருந்தனர். 'நான்தான் உங்களுடைய கடவுள், என்னைத் தவிர உனக்கு வேறு எந்தக் கடவுளும் இருக்கக்கூடாது' என்று ஜெஹோவா யூதர்களிடம் கூறினார் - இது போன்ற புனிதச் செய்தியை, இதே உறுதியுடன் கிறிஸ்துவ மற்றும் இஸ்லாமியக் கடவுள்களும் வழங்கினர். ஆனால் வெளித் தோற்றத்தில் காணப்பட்ட இந்த எளிமை, பிரபஞ்சத்தை இசைவிணக்கமாக்குவதில் வெற்றிகண்ட ஒருவளமான பன்முகத் தன்மையைத் திரையிட்டு மறைத்தது. அது தன்னுடைய விசுவாசிகளுக்கு ஒரே வகைப்பட்ட மாயாவாதக் கட்டமைப்பை வழங்கியது. அதில் ஒவ்வொரு தனிமனிதனுக்கும் எவ்வளவு தாழ்ந்தவனாயிருந்த போதிலும் அவர்களுடைய சொந்த, பாதுகாப்பான தனி ஒதுக்கிடத்தை உத்தரவாதம் செய்யப்பட்டது. முன்பு அவர்களுக்குக் கிட்டாத இந்த நம்பிக்கையில் பெண்கள் ஓர் அசகாய பலத்தைப் பெற முடிந்தது. கி.பி.203ல் ரோமானிய அடக்கு முறைகளின் போது, தனது கணவன் கிறிஸ்துவ அடிமை ஃபெலிசிடா ஸோடு மரண தண்டனை விதிக்கப்பட்டிருந்த பெர்பெதுவா, தான் உயிர்ப்பலியாவதற்கு முந்திய இரவில் சிறையில் ஒரு குழந்தையைப் பெற்றெடுத்தாள். அவள் பிரசவ வேதனை தாங்காது வாய்விட்டு அலறியபோது, சிறைக் காவலர்கள் இப்பொழுது நீ இந்த அளவு வேதனைப்படுகிறாய். நீ மிருகங்களின் முன்னால் எறியப்படும்போது என்ன செய்வாய்? என்று இடித்துரைத்து ஏளனஞ்செய்தனர். ஆனால் அவள் கணவன் ஃபெலிசிடாஸ், மறுநாள் காலையில் திறந்தவெளி விளையாட்டரங்கில் சிங்கங்களை எதிர்கொண்டபோது, அவள் அமைதியாக இருந்தாள். மகிழ்ச்சியாகக்கூட இருந்தாள். அத்துடன் ஓசையின்றி உயிர் துறந்தாள்.[2]

இந்த ஆரம்பகால மத நம்பிக்கையாளர்கள் வேதனை மற்றும் துன்பத்தின் வாயிலாக, மனிதனின் இக்கட்டான நிலைமையின்

வேதனைக்கே ஒரு விடையைக் கண்டுபிடிக்கவும், வாழ்க்கையின் அர்த்தமற்றதாகத் தோன்றும் தன்மைக்கே ஓர் அர்த்தத்தைக் கண்டு பிடிக்கவும் முடிந்தது என்பதை இது காட்டுகிறது.

எனவே நம்பிக்கையுடன் தன்னைப் பற்றியே ஓர் உயர்வான உணர்வும் வந்தது. ஏனெனில், நம்பிக்கையாளர்கள் பெண் தெய்வ அன்னையின் அல்லது அவளுக்கு பதிலாக லிங்க உருவத்தை வழிபட முனைந்தவர்களின், அற்பமான, வாதத்திற்கிடமான ஆண் தெய்வங் களின் நிர்க்கதியற்ற அடிமைகளாக இருப்பதினின்றும் விடுவிக்கப் பட்டார்கள். இப்பொழுது, பெண் தெய்வத்தையும் அவளுடைய உள்ளாற்றலையும் பற்றிக் கவலைப்பட கடவுளுக்கு ஒரு தனி மனிதன் தேவைப்பட்டான். ‘நான்தான் உன்னுடைய கடவுள், என் முன்னால் நட, நீ எல்லா நலங்களும் பெறுவாய்’ என்று ஜெஹோவா பிரகடனம் செய்தார். நம்பிக்கையாளனுக்கு - நம்பிக்கையாளனுக்கு மட்டுமே - இதனால் ஏற்பட்ட பலன் சொர்க்கமே வாய்த்தது போலாயிற்று. முதலாவது ஐரோப்பிய நாடகாசிரியர், சாக்ஸன் எழுத்தாளர் ஹ்ரோத்ஸ்விதாவின் ஒரு நாடகத்தில் கன்னித் தியாகியான ஹிரேனா, ஒரு பெண் என்ற வகையில், தனது முரடான, இகழ்ச்சி செய்யும் கதாநாயகியுடன் மிகவும் உறுதியாக ஒத்திருந்ததாகத் தோன்றியவள் இவ்வாறு தான் வெற்றி உணர்வுடன் தற்பெருமையாகக் கூறிக் கொண்டாள்:

> மகிழ்ச்சியற்ற மனிதனே! சிஸின்னியஸே வெட்கித் தலை குனி, வெட்கித் தலைகுனி, ஒரு சிறிய இளம் பெண்ணினால் தோற் கடிக்கப்பட்டதற்காக வேதனைப்படு... டார்டாரஸில் நீ அவமானப்படுத்தப்படுவாய்... ஆனால், நான் உயிர்த்தியாகம் செய்து வெற்றியையும், கன்னித்தன்மையின் மகுடத்தை பெறவுள்ள நிலையில் நிரந்தரமான அரசனின் புலன் கடந்த சயன அறைக்குள் பிரவேசிப்பேன்.[3]

பழிவாங்கும் மனோபாவத்துடன் சிற்றின்ப உணர்ச்சி உச்சநிலை அடைவதன் திருப்தியும் இவ்வாறு இணைவதானது கீழ்நிலைக்குத் தள்ளப்பட்ட பெண்களுக்கு தீவிர நிம்மதி அளிக்கத்தக்கதாயிருக்க வேண்டும். வெகுமதி - மற்றும் - தண்டனை வழங்கும் அமைப்பிலும் கூட, கூடுதலான பெண்கள் தலைவணங்கிப் போய் வேதனை அனுபவிப்பதற்கு ஏற்ப, இறுதியாக அவர்களுக்குக் கிடைக்கும் ஆதாயமும் அதிகமாக இருக்கும்.

தொடக்க காலத்தில் ஒரு கடவுள் கோட்பாடுகளின் கீழ் பெண்கள் கூடுதல் போலிப் பகட்டுடையவர்களானபோது, தமது கடவுள்

உண்மையில் ஒரு பின்-தேதியிட்ட காசோலையைக் கொடுத்ததாக விரைவாக உணர்ந்தபோதிலும், அந்தக் காசோலை செல்லுபடியாகாமற் போய்விட்டது என்று யாரும் ஒரு போதும் திரும்பி வந்து புகார் செய்ததில்லை. எனவே, இதன் விளைவாக, அவர்கள் கடவுட் தன்மைக்குக் கீழான நடத்தையில் அசாதாரண உத்வேகத்துடன் பாய்ந்தனர். சொர்க்கத்திற்கான தமது பாதையை உறுதி செய்து கொள்வதற்கு, தமது வாழ்க்கையில் உயர்வான தோற்றமுடைய கடவுட் தன்மையின் இறுதிக் கட்டடத்தைக் கட்டியமைத்துக் கொள்வதை உறுதிப்படுத்துவதில் மட்டுமே அவர்கள் உஷாராயிருந்தனர். ரஷ்ய அரசி ஓல்காதான் இந்த உத்தியில் தலைவியாயிருந்தாள். தனது கணவர் முதலாவது இகோர் படுகொலை செய்யப்பட்டதற்குப் பின்னர், காபந்து அரசியாகப் பொறுப்பேற்ற அவள், முதல் வேலையாக, தன் கணவர் கொலையுண்டதற்குப் பழிவாங்கும் நோக்கத்துடன் பயங்கர அடக்கு முறையைத் தொடங்கினாள். கலகக்காரர்களின் தலைவர்களைக் கொதிநீரில் தள்ளி சாகடித்தாள். மற்றும் நூற்றுக்கணக்கானவர்களை சிரச்சேதம் செய்தாள். இருபது ஆண்டுக்காலம் இரும்பு - இதயக் கொடுங்கோல் ஆட்சிக்குப்பின்னர் அவள் கிறிஸ்துவமதத்தில் சேர்ந்து நற்காரியங்களில் தன்னை மிகவும் ஈடுபாட்டுடன் ஈடுபடுத்திக் கொண்டதன் விளைவாக அவள் ரஷ்ய வைதீகத் திருச்சபையின் முதலாவது புனிதர் ஆனார்.

ஆரம்ப காலத் திருச்சபைகளின் பெண்கள் புதிய தந்தை வழி ஆட்சிகளின் உத்தரவுகளை நம்பிக்கையுடன் ஏற்றுக்கொண்டதும், அவற்றைத் தந்திரமாகக் கையாண்டதும்கூட அவர்களின் வெற்றிக் காரணத்தின் மற்றொரு எடுத்துக்காட்டை வழங்குகிறது. துவக்கத்தில் அந்தத் திருச்சபைகள் எல்லாம் அவை கைப்பற்றிக் கொண்ட பெண் தெய்வ-மதங்களிலிருந்து சொற்பமாகவே வேறுபட்டிருந்தன, பல நூறாண்டுகள் தந்தைக் கடவுள்களை வழிபடும் பெண்கள், புதிய சடங்குகளோடு கூடவே தமது மரபான பெண்கள் சார்ந்த சடங்கு களையும் தொடர்ந்து நடத்தி வந்தனர் என்பதற்கு ஏராளமான சான்றுகள் இருக்கின்றன. யூத மதத்தை அவனுடைய சிதறிக்கிடந்த பழங்குடித் துவக்க நிலையிலிருந்து உயர்த்திய ஆரம்பகர்த்தாவாகிய தீர்க்கதரிசி எழிக்கெய்ல், கி.மு.ஐந்தாம் நூற்றாண்டின் யூதப் பெண்கள் 'தாம்முஸ் மறைவுக்கு அழுது கொண்டிருந்ததை,' உயிர்ப்பலி கோரும் அரசனின் மறைவுக்கு துக்கம் அனுசரித்ததைக் கண்டு அதிர்ச்சியடைந்தார். தாம்முஸ், அட்டிஸ் அல்லது அடோனிஸ் என்று வழங்கப்பட்ட அவர், ஒவ்வோர் ஆண்டும் மார்ச் மாதத்தின் இறுதியில் ரத்த நாளின்போது (பின்னர் கிறிஸ்துவ மதத்தினால் இது நல்ல வெள்ளி

Good Friday ஆக்கப்பட்டது) நினைவு கூரப்பட்டார். பெண்கள் மட்டுமல்ல தீர்க்கதரிசி ஜெஸிமையாவின் பழிதூற்றும் கண்களுக்கு ஒவ்வொரு ஆணும், பெண்ணும் குழந்தையும் ஒரே குற்றத்தைச் செய்தவர்களாகப்பட்டனர்.

> யூத நகரங்களிலும் ஜெருசலேமின் தெருக்களிலும் அவர்கள் செய்வதை நீ பார்க்கவில்லையா? குழந்தைகள் விறகு சேகரிக்கின்றனர். தகப்பன்மார்கள் அடுப்பு மூட்டுகின்றனர். பெண்கள், சொர்க்கத்தின் ராணிக்கு (மாபெரும் பெண் தெய்வத்திற்கு) அப்பங்கள் செய்வதற்காக மாவைப் பிசைகின்றனர். இதன் மூலம் அவர்கள் நான் கோபம் கொள்ளுவதற்குத் தூண்டுகின்றனர்.[4]

உண்மையில் எல்லா தந்தைவழிச் சமுதாய முறைகளும், அவை களைந்தெறிவதற்கு நோக்கங் கொண்டிருந்த பெண் தெய்வத்தின் வடிவங்கள், சின்னங்கள் மற்றும் புனிதமான பொருள்களை அடிமை கொள்வதன் மூலமே, உண்மையில் மனிதத் தன்மையற்றவையாக ஆக்கியதன் மூலமே வெற்றி கண்டனர். மிகவும் அண்மைக்கால சமயஞ்சார்ந்த ஆராய்ச்சியானது, முன் காலத்தில் ஒவ்வொரு பள்ளிச் சிறுமியும் அறிந்திருந்தவற்றைத் திரும்பப் பெறுவதில் ஈடுபட்டிருந்தது. ஆற்றல்மிகு பெண் தெய்வம் தனது மூன்று வகைப்பட்ட அவதாரத்தில் (கன்னிப்பெண், தாய், விவேகமான மூதாட்டி) கிறிஸ்துவ முத்தெய்வங்களுக்குப் பின்னால் அமைந்துள்ளது. அவளுடைய நிலாக்கன்னியின் முதிர்ச்சியடையாத அம்சம்தான் கன்னிமேரியாக மாறியது. இத்தியாதி, இன்று வரையிலும் மே தினம் (மலர்கள் தினம்) கன்னித்தாய் விழா (மார்ச் 25) தினம் போன்ற நவீனகால நிகழ்ச்சிகள் குறிப்பாக, முதலாவது தினம் அவளுடைய விசேஷ மகிழ்ச்சி நாட்களைக் கொண்டாடும் தினங்களாக உள்ளன. அப்பொழுது பகலும் இரவும் சமமாக இருக்கக்கூடிய வேனிற்கால நாளைக் கொண்டாடும் விழாவின் போது கன்னிப் பெண்கள், பூமித்தாயின் இனம் பெருக்குகின்ற மற்றும் வளர்ச்சி ஆற்றல்களை உருவகப்படுத்தும் விதத்தில் மலர்களால் தங்களை அலங்கரித்துக் கொண்டு, தலைவெட்டப்பட்ட வாலிப அரசனின், காட்டு நிலத்தின் பலிகடா காதலனின் (தாம்முஸ், அட்டிஸ், அடோனிஸ், வீர்பியஸ்) லிங்க உருவ வழிபாட்டுச் சின்னமாகிய, மே விழாச் சின்னமாகிய வண்ணந்தீட்டி மலர்களால் ஒப்பனை செய்யப்படும் நடுக்கம்பத்தைச் சுற்றி நடனமாடுவார்கள். தந்தைக் கடவுளை வெளிப்படையாகப் பயன்படுத்திக் கொள்ளாத அறநெறி அமைப்புகளிலும்கூட இந்த மரபான சடங்கு கடைப்பிடிக்கப் படுகிறது. ‘முன்னோரை’க் குறிப்பிடும் சீனக் கதாபாத்திரத்திற்கு முன் காலத்தில் ‘லிங்கம்’ என்ற ஒரு பொருள் இருந்தது. இதற்கு முன்னதாகக்

கூட இது மிகவும் பழங்கால மற்றும் புனிதமான வெங்கலச் சின்னங்களின் மீதும், தெய்வீக எலும்புகளின் மீதும் காணப்பட்டுள்ளது. ‘பூமி’ என்பதே இதன் பொருள். சீனர் முன்னோர்களை வணங்கி வந்தனர். அப்போது இது தந்தைவழிச் சமுதாய முறையின் மேலாதிக்கத்தை உருவகப்படுத்தி நின்றது (தன் தகப்பனாரின் ஆன்மாவை அவருடைய முன்னோர்களைச் சென்றடைவதற்கு விடுவிக்கின்ற சடங்கு ரீதியான தியாகங்களை ஒரு மகன் மட்டுமே செய்ய முடியும்). ஆற்றல்மிக்க தேவதையாக பூமித்தாயை வழிபடுவதிலிருந்து தோன்றுகிறது இது. இந்த வழிபாடு கருவளத்தை வளர்த்து முதலாவது ஆண் முன்னோர்களுக்குக் குழந்தைச் செல்வத்தை அளித்தது.

ஆயினும் எல்லா மதங்களிலும், இஸ்லாம் மதத்தில் இந்தக் கடத்திச் செல்லும் (களவாடும்) நிகழ்வுப் போக்கு செயல்படுவது மிகவும் தெளிவாக வெளிப்பட்டுள்ளது. அதனுடைய கொடியில் உள்ள பிறைச் சந்திரனிலிருந்து, அதனுடைய மிகவும் புனிதமான வழிபாட்டு ஸ்தலத்தின் ரகசியம் வரையில் பெண் தெய்வம் எங்கும் நிறைந்து காணப்படுகிறது. இது தொடர்பாக சர் ரிச்சர்ட் பர்ட்டன் தனது பயணங்களைப் பற்றி இவ்வாறு கூறுகிறார்.

> அரேபியாவின் ஆற்றல்மிக்க முத்தொகுதி தேவதையின் ஓர் அம்சமான அல்-உஸ்ஸா மெக்காவில் காபா என்ற ஸ்தலத்தில் பிரதிஷ்டை செய்யப்பட்டிருக்கிறாள். அங்குப் பண்டைக் காலப் பெண் மதக்குருக்கள் அவளுக்குச் சேவை செய்தனர். அவள் விசேஷ தெய்வமும் பெண்களின் பாதுகாவலனும் ஆவாள். இன்றும் அந்தக் காபா இருந்து வருகிறது. இஸ்லாம் சமயத்தின் மிகவும் புனித ஸ்தலமாகக் கருதப்படுகிறது.[6]

ஆற்றல் மிக்க அம்மனின் பெண்குருக்கள் அப்புறப்படுத்தப்பட்டு அந்த இடத்தை ஆண் குருக்கள் கைப்பற்றிக் கொண்ட போதும்கூட, அவளுடைய அதிகாரம் தொடர்ந்து நிலவிவந்தது. இந்த ஆண் தொண்டர்கள் பெனிஷாய்பா என்றழைக்கப்பட்டனர். மூதாட்டியின் பிள்ளை என்று இதற்குப் பொருள்- ஆற்றல்மிக்க அன்னையின் மிகவும் பரிச்சயமான செல்லப் பெயர்களில் ஒன்றாகும் இது. இன்னும் தெளிவான ஓர் இணைப்பு என்னவெனில், அவர்கள் பாதுகாத்து வருவது அல்லாவுக்குப் புனிதமான ஒரு மிகவும் பழங்காலக் கறுப்புக் கல் ஆகும். இது ‘காபாவின் மேற்சட்டை’ என்றழைக்கப்படும் கறுப்பு நிறப் போர்வையாகும். ஆனால் அந்தச் ‘சட்டை’க்கு உள்ளே இருக்கும் அந்தக் கறுப்புநிறக் கல் அதனுடைய மேற்பரப்பில் ‘அஃப்ரோடைடின்★

★ கிரேக்கக் காதல் அழகுத் தெய்வம்.

முத்திரை' என்றழைக்கப்படும் ஓர் அடையாளம் இருக்கிறது. இது பெண்ணின் பிறப்புறுப்பைக் குறிப்பிடும் முட்டைவடிவமான பள்ளமாகும். இதை நேரில் பார்த்த ஒருவர், இது பெண் தெய்வத்தின் கட்டற்ற பாலினக் காதலின்... அடையாளமாகும்... மேலும். மெக்காவிலுள்ள கறுப்புக்கல் ஆரம்பத்தில் ஆற்றல்மிகு அன்னையைச் சேர்ந்ததாகும் என்பதைத் தெளிவாகக் காட்டுகிறது.[7] என்று கூறினார். அவளுடைய பெண் வழிபாட்டாளர்கள், அந்தக் 'கன்னித்தாய்' இன்னும் அவளுடைய கல்லில் இருப்பதாகவும் அந்தக்கல் இன்றும் புனித ஸ்தலத்தில் இருப்பதாகவும் அறிந்தபோது, அவளுக்கு வேறுபெயர் சூட்டப்பட்டிருப்பது குறித்து முதலில் அவர்கள் பொருட் படுத்தியிருக்கமாட்டார்கள். ஏனெனில் அவளுக்கு ஏற்கெனவே 10,000 பட்டப் பெயர்கள் இருந்தன. எனவே இப்பொழுது அவள் வெவ்வேறு திருக்கோயில் ஏவலர்களால் சேவிக்கப்பட்டது குறித்தும் கவலைப்படவில்லை. எனவே, புதிய தந்தைக் கடவுள்களை வரித்துக் கொள்வதில் பெண்கள் தமது முதலாவது அன்னையுடனான எல்லாத் தொடர்பையும் கைவிட வேண்டியிருக்கவில்லை. இது தத்தளித்துக் கொண்டிருந்த தந்தைவழி ஆட்சிகள் தமது பிடிப்பை வலுப்படுத்திக் கொள்வதற்கு வகை செய்தது என்பதில் ஐயமில்லை.

ஆண்களை மையமாகக் கொண்ட அமைப்புகள் ஒவ்வொன்றின் இந்த ஆரம்பகாலப் போராட்டங்களில் பெண்களுக்கு எதிராக அவற்றின் ஆரம்ப வெற்றிக்கு மற்றொரு காரணமும் உண்டு. அங்கீகாரத்திற்கும் நீடித்து நிலைத்திருப்பதற்கான போராட்டத்திலும் எந்தச் சித்தாந்தமும் புதிதாக யார் கிடைக்கிறார்களோ அவர்களையெல்லாம் உறுதியாகப் பற்றிக் கொண்டு பயன்படுத்திக் கொள்கிறது. புத்தருக்கும் முகம்மதுவுக்கும் முதல் பக்தர்களாக அவர்களின் மனைவிமார்கள் இருந்தது தற்செயலானது அல்ல. இதன் விளைவாகப் பெண்கள் இந்த எல்லாப் புதிய அமைப்புகளிலும் முன்னணிக்கு வந்தார்கள். இவை அவர்களுக்கு ஒரு மையமான பாத்திரத்தையும் வாய்ப்பையும் வழங்கின. உதாரணமாக, மதிநுட்பம் வாய்ந்த வணிகப் பெண்ணும், குரேய்ஷ் என்ற மெக்காவின் முன்னணிப் பழங்குடியின் ஒரு முக்கிய உறுப்பினரு மான கதீஜா, தனது நாற்பதாவது வயதில், உண்மையில் முகம்மதுவை சந்திக்க நேர்ந்தது. இருபத்தைந்து வயதுடைய அதிகம் படிப்பறி வில்லாத வலிப்புநோயுள்ள அந்த ஆடு மேய்க்கும் இளைஞனுக்கு நிரந்தரமான வேலை கொடுத்து அவனைத் தன் கணவனாக ஏற்றுக் கொண்டு அவருடைய சமய போதனைகளுக்கு ஊக்கமளித்து வந்தார் என்பது தெளிவு.

இதுபோன்றே யூத மதத்தின் ஆரம்ப கால வரலாறு, மிகவும் பயங்கரமான அடக்குமுறை, வேதனை மற்றும் இழப்புகளுக்கு இடையிலும் உள்வலி கொண்ட பெண்களால் அது பலப்படுத்தப் பட்டதை வெளிப்படுத்துகிறது. இதில் நன்கு பிரபலமான ஒரு நபர் மக்காபீஸின் தாயாராவார். கி.மு.170ல் நடைபெற்ற பேரழிவின் போது, தனது ஏழு புதல்வர்களும் ஒவ்வொருவராகச் சித்திரவதை செய்யப் பட்டு, நெருப்பில் இட்டு எரிக்கப்பட்டு கொல்லப்பட்ட போதும், அவர் ஆதரவாக நின்று, உறுதியாக நிற்கும்படி அவர்களுக்கு ஊக்கமூட்டி வந்தார். இவ்வாறில்லாமல் இருந்திருக்குமேயானால் யூதர்களின் கடவுள் ஒழித்துக் கட்டப்பட்டிருக்கக்கூடும் என்று எல்லோரும் ஒத்துக் கொள்கிறார்கள். 'மக்காபீயன் தியாகிகளின் ரத்தம்... யூத மதத்தைக் காப்பாற்றியது.'[8] இதுபோன்றே கிறிஸ்துவ சமயத்தின் ஆரம்ப காலத்தில் பெண்களுக்கு ஒரு பாத்திரம் இருந்தது மட்டுமன்றி, ஆணாதிக்கத்திற்கு எதிரான போராட்டத்தின் ஒரு கருவியாக அவர்கள் திகழ்ந்தனர். கிறிஸ்துவின் மணப்பெண்ணாக இருப்பதற்கு ஒப்புக் கொண்டதின் மூலம் அவர்கள் முடியாமல், கீழ்நிலை ஆண்களைத் துச்சமாக மதித்து ஏளனம் செய்தனர். வெறி கொண்ட தகப்பன்களும் கணவன்மார்களும் அல்லது காதலர்களும் பெண் இனத்தின் கடமையையும் எதிர்காலத்தையும் புறக்கணித்து உயிர்வாழ்வதைவிட நெருப்புக்கும், வாளுக்கும் அல்லது காட்டு மிருகங்களுக்கும் இரையாகி அவர்கள் சாவதையே காண விரும்பிய போது ஆயிரக்கணக்கான இளம் பெண்கள் தமது உடம்பையும் ரத்தத்தையும் எலும்புகளையும் தந்து கடவுளின் திருச்சபையைக் கட்டுவதற்கு உதவினர்.

உயிர்த்தியாகம் செய்த கன்னிப் பெண்களின் துணிச்சலைப் போன்றே, தமது நேரத்தையும் தமது பணத்தையும், தமது உற்சாகத்தையும் தமது வீடுகளையும், தமது குழந்தைகளையும் தத்தளித்துக் கொண்டிருந்த மூலவர்களின்வசத்தில் தங்கு தடையின்றி ஒப்படைத்த பெண்களின் பணியும் அவ்வளவு முக்கியமானதாகும். புனிதர் பாலும்கூட - பின்னர் பெண்களின் தாழ்ந்த நிலைமையின் புத்துயிரளிக்காத தீர்க்கதரிசி - பிலிப்பியில் ஊதா நிற சாயங்களை விற்று வந்த லிடியாவிடமிருந்து தான் பெற்ற உதவியை அங்கீகரிக்க வேண்டிய நிர்ப்பந்தம் ஏற்பட்டது. உண்மையில், ரோமாபுரியிலும் வேறிடங்களிலும் தோற்றுவிக்கப்பட்ட கிறிஸ்துவ தேவாலயங்கள் பணக்கார விதவைகள் நன்கொடையாக வழங்கிய வீடுகள்தாம். மேலும் அப்போஸ்தலர்களின் நடவடிக்கைகளில் கூறப்படும் எல்லாக் கிறிஸ்துவ சமூகங்களும் ஒரு பெண்ணின் வீட்டில்தான் கூடியதாகப்

பதிவு செய்யப்பட்டுள்ளது. 'சொலேயேயின் வீட்டில் உள்ள தேவாலயம் லிடியாவின் வீட்டில், மேரியின் வீட்டில், மார்க்கின் தாயார் வீட்டில், நிம்ஃபாவின் வீட்டில் பிரிங்காவின் வீட்டில்...' என்று பதியப்பட்டுள்ளது, எல்லாவற்றைக் காட்டிலும் மிகவும் குறிப்பிடத்தக்கது. ஒரு முக்கிய மதபோதகர் கூறுவது போன்று, அதனுடைய ஆரம்ப நாட்களில் திருச்சபையின் பொதுவான அலுவலகங்களில் (போதனை, பிரார்த்தனை, வருவதுரைத்தல், ரொட்டி மற்றும் மது பரிமாறுவதோடு வணக்க வழிபாடு, கொடைகள் வழங்குதல், சமயத்தின் கட்டுப்பாட்டை வலியுறுத்துதல் முதலியன) ஒரு பெண் செய்ய முடியாதது எதுவுமேயில்லை.[9]

உண்மையில், ஆரம்பகாலக் கிறிஸ்துவ சமயமானது, பெண்களை அவர்களது மரபான அடிமைத்தனத்திலிருந்து விடுதலை செய்து, ஆண்களுடன் பூரண பாலின சமத்துவத்தை வழங்கியது என்று அதனுடைய தீர்க்கதரிசிகள் உரிமை கொண்டாடினர். 'கிறிஸ்துவத்தில் அடிமைத்தனமுமில்லை, விடுதலையுமில்லை, ஆணுமில்லை. பெண்ணுமில்லை...' என்று புனிதர் பால் எழுதினார். பௌத்தமும்கூட ஆரம்பத்தில் தனது பெண் ஆதரவாளர்களுக்குச் சமத்துவம் என்னும் மருட்சிகரமான வாக்குறுதியை அளித்தது. 'எல்லோரும் கஷ்டப்படு கிறார்கள். எல்லோரும் நிலையானவர்களல்ல. ஆன்மா இல்லை' என்ற முத்தொகுதி யதார்த்தமானது ஆண்களைப் போன்றே பெண்களுக்கும் கிடைத்தது. இதோடுகூட, வாழ்க்கை அல்லது வடிவமானது ஒரு நபரை உருவாக்குகின்ற இருபத்திரண்டு செயல் திறன்களில் ஒன்றேயாகும் என்று புத்தர் போதித்தார். எனவே பாலினம் என்பது மிகக் குறைந்த முக்கியத்துவமுடையதேயாகும். கிறிஸ்துவ சமயத்தைப் போன்றே, புத்த சமயத்திலும் ஆரம்பகாலத்தில் வீராங்கனைகள் மனவெழுச்சி, தூய்மை மற்றும் உன்னதமான நம்பிக்கை ஆகியவற்றின் லட்சியபூர்வமான உதாரணங்களாக இருந்தனர்.

> சுபா (புத்தரின்) சிந்தனையைச் செயல்வடிவமாக்குகிறாள், (அப்பொழுது) ஒரு கயவன் அவளைக் காட்டினுள் வஞ்சித்து அழைத்துச் சென்று கெடுக்க முயல்கிறான். சுபா அவனுக்கு மத போதனை அளிக்கிறாள். ஆனால் அந்தக் கயவன் அவளுடைய கண்களின் அழகை மட்டுமே பார்க்கிறான். அவளுடைய உயர்ந்த சொற்களைப் புறக்கணிக்கிறான். எனவே அகவாழ்க்கைக்குத் தனது அழகு மற்றும் பாலினத்தின் பொருத்தமற்ற தன்மையைச் செயல்விளக்கம் செய்வதற்காக சுபா தனது வனப்புமிக்க கண்களில் ஒன்றைப் பெயர்த்து அவனிடம் வழங்குகிறாள். அவன் உடனே மனமாற்றம் அடைகிறான்...[10]

ஆயினும் ஆரம்பகாலத் தந்தைவழிச் சமுதாயங்கள் அனைத்திலும் ஒரு வேளை, பெண்களின்பாலான தனது கண்ணோட்டத்தில் மிகவும் வியக்கத்தக்கதாயிருந்தது இஸ்லாம்தான். மிகவும் கொடூரமான ஒடுக்குமுறைகள் - பிற்காலத்தில் இவை முகத்திற்குத் திரையிடுவது, தனித்து ஒதுக்கிவைப்பது, பிறப்புஉறுப்பை முடமாக்குவது (பெண்களுக்கு சுன்னத்துச் செய்வது என்றழைக்கப்படுவது) முதலியன அதற்கு முந்திய காலத்தின் மிகவும் சுதந்திரமான மற்றும் கூடுதல் மனித நேயமுள்ள நடைமுறையின் கடும் எதிர்ப்புக்கிடையில் அமலாக்கப்பட்டன. உதாரணமாக இஸ்லாத்துக்கு முந்திய சமுதாயத்தில் பெண்கள் தமது கணவன்மார்களை - ஒன்றுக்கு மேற்பட்ட கணவன்மார்களை - தேர்ந்தெடுத்துக் கொள்ளும் உரிமையை மரபாகப் பெற்றிருந்தனர். முன்னாளைய 'தாய் - உரிமை' அரபு நாடுகளின் பழங்குடிகளிலும். நகரியங்களிலும் இன்னும் இருந்து வந்தது, பெண் இனச்சார்பு வரலாற்றாசிரியர் நவால் எல்சாதவி அதுபற்றி இவ்வாறு விளக்குகிறார்.

> இஸ்லாம் தோன்றுவதற்கு முன்னர், ஒரு பெண் பல கணவர்களை மணம் செய்து கொள்ள முடியும். ஒன்றுக்கு மேற்பட்ட ஆண்களைத் திருமணம் செய்து கொள்ளலாம். அவள் கருத்தரித்துள்ளபோது, தனது எல்லாக் கணவர்களுக்கும் சொல்லியனுப்புவாள்... அவர்களைத் தன்னைச் சுற்றி இருக்கச் செய்து, தனது குழந்தையின் தந்தையாக இருப்பதற்கு அவள் விரும்புகிறவரின் பெயரை அவள் கூறுவாள், அந்த நபர் அதை மறுக்க முடியாது...[11]

இந்த உபரிக் கணவர்களில் ஒருவரை ஒரு பெடோயின் (அரபு) பெண் விவாகரத்து செய்து கொள்ள விரும்பினால், அவள் தன்னுடைய கூடாரத்தைச் சுற்றி வருவாள் - இதன் பொருள் தன்னுடைய கதவு இனிமேல் அவனுக்குத் திறக்கப்படமாட்டாது என்று உணர்த்தும் அடையாளமாகும். பிந்திய தலைமுறைகளில் இந்தச் சுதந்திரங்களைப் பற்றிய நாட்டுப்புறக் கதைகளையோ அல்லது இதுபற்றி பிறர் நினைவு கூர்வதையோ முஸ்லிம் பெண்கள் ஓர் அபத்தமான நகைச்சுவை என்றோ அல்லது அப்பட்டமான கற்பனை என்றோ நிச்சயம் கருதியிருப்பார்கள். ஆயினும் அந்த உரிமைகள் இருந்துள்ளன என்பதற்கு இஸ்லாம் மதத்தின் ஸ்தாபகர் முகம்மது நபியின் திருமணம் பற்றிய கதையிலேயே சான்று அடங்கியிருக்கிறது. தன்னுறுதி வாய்ந்த கதீஜா, அவரை விரும்பியபோது அவள் ஒரு பெண்ணை முகமது நபியிடம் அவர் தன்னைத் திருமணம் செய்துகொள்ளும்படி வந்து கூறும்படி சொல்லியனுப்பினார். அவர் வந்து அதன்படியே செய்தார்.

தாங்கள் சுதந்திரமாகத் தங்கள் கணவரைத் தேர்ந்தெடுத்துக் கொள்வதற்கான உரிமையைக் காட்டிலும் கூடுதல் குறிப்பிடத்தக்கது என்னவெனில் ஆரம்பகால இஸ்லாமியப் பெண்கள் ஆயுதமேந்தி ஆண்களோடு சேர்ந்து நின்று கடுமையான போர்களில் ஈடுபட்டுள்ளனர் என்பதே. ஒரு கௌரவிக்கப்பட்ட வீராங்கனையும் போர்த் தலைவியுமான சலாயம் பிண்ட் மல்ஹான், கர்ப்பம் தரித்துள்ள தனது வயிற்றைச் சுற்றிலும் உடைவாள்களையும் குத்தீட்டிகளையும் கட்டிக் கொண்டு முகம்மதுவுடனும் அவரைப் பின்பற்றுபவர்களுடனும் சேர்ந்து அக்கம்பக்கமாக நின்று போர் செய்திருக்கிறாள். மற்றொரு பெண், பைஸாண்டியன்களுக்கு எதிராக கடுமையான போராட்டத்தில், போரின் நிலவரத்தைச் சாதகமாக மாற்றியிருக்கிறாள். அப்பொழுது ஓர் உயரமான குதிரை வீரன் முகத்தையும் கழுத்தையும் கறுப்புத் துணியால் மூடிக் கொண்டு, தள்ளாடிக் கொண்டிருந்த இஸ்லாமியப் படைகளை ஒன்றுதிரட்டி உற்சாகப்படுத்தி அசகாய வீரத்துடன் போராடியிருக்கிறான். அந்த வெற்றிக்குப் பின்னர், காவ்லாபிண்ட் - அல் - அஸ்வார் அல் - கிண்டிய்யா என்ற அரபு இளவரசிதான் அந்தக் 'குதிரைவீரன்' என்று தயக்கத்துடன் தன்னை வெளிப்படுத்திக் கொண்டாள்.

சண்டையில் தோற்றுப் போனதுகூட காவ்லாவின் வீரத்தை மட்டந்தட்ட முடியவில்லை. டமாஸ்கஸுக்கு அருகில் சாபுரா என்ற இடத்தில் நடந்த சண்டையில் அவள், சிறைப்பிடிக்கப்பட்டிருந்த இதரப் பெண்களையும் ஒன்றுதிரட்டி ஆவேசத்துடன் அவர்களிடம் 'இந்த ஆண்களை உங்களுடைய எஜமானர்கள் என்று நீங்கள் ஏற்றுக் கொள்கிறீர்களா, உங்களுடைய குழந்தைகளும் அவர்களுடைய அடிமைகளாக இருப்பதை நீங்கள் விரும்புகிறீர்களா, அரபுக் குலங்களிலும் மற்றும் நகரங்களிலும் பேசப்படுகின்ற உங்களுடைய புகழ்பெற்ற வீரமும் நுட்பத்திலும் எங்கே?' என்று கேட்டாள். இதைக் கேட்ட ஆஃப்ரா பிண்ட் கிஃப்பார் அல் - ஹுமைரியா என்ற பெண், முகஞ்சுளித்து இவ்வாறு பதில் கூறியதாகக் கூறப்படுகிறது. 'நீங்கள் வர்ணித்தது போல் நாங்கள் அவ்வளவு துணிச்சலும் நுட்பத்திறனும் கொண்டவர்கள்தான். இதுபோன்ற நிலைமைகளில் ஓர் உடைவாள் மிகவும் உபயோகமானதே. ஆனால் நாங்கள் நிராயுதபாணிகளாயிருந்தபோது திடீரென்று செம்மறியாடுகளைப் போல் சுற்றி வளைக்கப்பட்டு விட்டோம்.' உடனே காவ்லா, ஒவ்வொரு பெண்ணும் கூடாரத்தின் நடுமையத்திலுள்ள கழிகளைக் கையில் எடுத்துக் கொள்ளும்படியும் அவர்களை ஒரு காலாட்படையணியாக உருவாக்கும்படியும் உத்தரவிட்டாள். பின்னர் அவர்களுக்குத் தலைமை

தாங்கி, அவர்களின் சுதந்திரத்திற்கான போரில் வெற்றியடைந்தாள். ஏன் முடியாது? என்று இக்கதையைச் சொல்லிக் கொண்டு வந்தவர், 'ஒரு போரில் தோல்வியடைந்தால் அடிமைத்தனம் என்று பொருளா?'[12] என்று கூறி முடித்தார்.

மற்றொரு இஸ்லாமியப் பெண் வீராங்கனை தன்னுடைய உடைவாளைப் போன்றே நாவன்மையுமுடையவள், புகழ்பெற்ற ஆயிஷா ஆவாள். பலதார மணம் செய்து கொண்ட முகம்மது நபியின் பன்னிரெண்டு மனைவிகளில் மிகவும் இளையவளாகயிருந்த போதிலும், தனது ஒன்பதாவது வயதில் வயது முதிர்ந்த முகம்மதுவைத் திருமணம் செய்து கொண்டு, தனது பதினெட்டாவது பிறந்த நாளுக்கு முன்பாகவே விதவையாகிவிட்ட போதிலும், நல்லொழுக்கமுடைய இஸ்லாமிய மனைவிகள் உட்படுகிற அடிமைத்தனத்திற்கு எதிராக வீரமான மதி நுட்பத்துடன் போராடியவள் என்று ஆயிஷா புகழ்பெற்றாள். முகம்மதுவையே எதிர்ப்பதற்கும் திருத்துவதற்கும் அவள் தயக்கம் காட்டவில்லை. அவரைப் பின்பற்றும் பிரதான ஆண் ஆதரவாளர்களின் முன்னாலேயே அவருடன் சமய சித்தாந்த விஷயங்களை மிகவும் அழுத்தமான தருக்க நியதியுடனும் அறிவு சார்ந்த வலிமையுடனும் வாதம் புரிவாள். இதனால் முகம்மதுவே, தன்னைப் பின்பற்றுபவர்களிடம் 'உங்களுடைய பாதி சமயஞானத்தை இந்த சிவந்தமுகமுடைய பெண்ணிடமிருந்து பெற்றுக் கொள்ளுங்கள்.' என்று ஆணையிட்டார். அல்லாவிடமிருந்தே நேரடியாக ஓர் அருள் வெளிப்பாடு வெளிவந்தபோது, முகம்மதுவின் சித்தத்தையே எதிர்க்கும் அளவிற்கும்கூட அவளுடைய துணிச்சல் சென்றது. மற்றொரு பெண்ணைத் திருமணம் செய்து கொள்வதற்கான அவருடைய விருப்பத்திற்கு பதிலளிக்கும் வகையில், அவள் குர்ஆன் கவிதைகளின் புதிய தொகுதியை அவரிடம் தந்து, தனது அருட் போதகர் விரும்பும் அளவு எவ்வளவு பெண்களை வேண்டுமானாலும் திருமணம் செய்து கொள்வதற்கு அல்லா அனுமதித்துள்ளார் என்று அவருக்கு உறுதி கூறினாள். 'அல்லா எப்போதும் உங்களுடைய தேவைகளுக்கு உடனேயே ஆதரவளிப்பார்'[13] என்று அவள் விறைப்பாகக் கூறினாள்.

ஒரு தகப்பன்சாமி வேறு என்ன செய்யமுடியும்? பெண்கள் வேறு எவ்வாறு பதிலளிக்க முடியும்? முகம்மது இறந்தபோது பதினெட்டு வயது இளம் பெண்ணாக இருந்த ஆயிஷா, இந்தக் கலகத்திலிருந்து மீண்டு, இஸ்லாம் மதத்தில் ஒரு முன்னணிப் பிரமுகராக வளர்ச்சியடைந்தாள். அங்கு முஸ்லிம் பரிணாம வளர்ச்சியின் மீதும் பாரம்பரியத்தின் மீதும் அவளுடைய செயலூக்கமான அரசியல்

அதிகாரமும், செல்வாக்கும் பெருமளவாக இருந்தன. ஆனால் அவள் விடுத்திருந்த சவால் இன்னும் பதிலளிக்கப்படாமலேயே இருந்தது. அதைத் தொடர்ந்த ஆண்டுகளில் அதனுடைய உடனடித் தன்மையும் அவசரத் தன்மையும் அதிகரிக்கவே செய்தன.

ஏனெனில் புதிய தந்தை வழிச் சமுதாயங்கள் வளர்ச்சியடைந்து வலுப்பெற்றபோது அவை என்னென்ன தேவைகளைப் பூர்த்தி செய்த போதிலும் அவை பெண் இனத்தின் ஆழமான தேவைகளாக இருக்கவில்லை. பெண்கள் இரையாகக் கூடிய சித்தாந்தக் கவர்ச்சிகள் இருக்கவே செய்தன. ஆனால் அவற்றால் தாங்கள் கொக்கியில் மாட்டிக் கொள்ளப்போவது பற்றியோ, அல்லது தங்களை மட்டந்தட்ட விருக்கும் நஞ்சையோ அவர்களால் பார்க்கமுடியவில்லை. இந்த அமைப்புகள் எதுவும் பெண்களின் மீது அவர்களது விருப்பத்திற்கு மாறாகத் திணிக்கப்பட்டிருக்க முடியாது. ஒவ்வொரு குலம், நகரியம் அல்லது இனத்தின் பெண் உறுப்பினர்களின் சம்மதம் தேவைப் பட்டிருந்தது. ஏதாவது ஒரு மட்டத்தில் புதிய கடவுள்களின் ஆர்வ வெறியர்களால் அவர்கள் மனமாற்றம் செய்யப்பட்டிருந்தனர். ஆனால், பெண் தனக்காகவும் தனது பெண் சந்ததிகளுக்காகவும் அடுத்த 2000 ஆண்டுகளுக்கு அவள் எதற்குச் சம்மதம் தெரிவித்தாள் என்பது செயல்பாடு மற்றும் சுதந்திரம் சம்பந்தமாக முதலாவது கவர்ச்சிகரமான தொகுதி முன் வைக்கப்பட்ட போதிலும் - அவர்களில் யாருக்குத் தெரிந்திருக்க முடியும்? வரலாற்றின் வேடிக்கைப் பேச்சுகளும் தந்திரங்களும் நிறைந்த பரந்த வேடிக்கை - மாளிகை முழுவதிலும் மிக விரைவில் தமது சுதந்திரத்தைத் தாக்கவிருக்கின்ற, தமது தனித் தன்மையை நசுக்கி, தாம் வாழ்வதின் காரணத்தையே தகர்க்கக்கூடிய அமைப்புகளைப் பெண்கள் தாங்களே கட்டித்தழுவி அவற்றை வளர்த்த காட்சியைக் காட்டிலும் பெரிய முரண் நகைச்சுவைகள் வேறு இருக்க முடியாது.

பெண்ணின் வீழ்ச்சி

பிறப்பின் ரகசியம் தெரியவந்த, வரலாற்றில் அந்த அறியப்படாத தருணத்திலிருந்து பெண்கள் அவர்களது தெய்வம் போன்ற உன்னதத் தன்மையிலிருந்து சரியத் தொடங்கினர். ஆனால், ஆண், தன்னைத் தானே ஒரு கடவுளாக உயர்த்திக் கொண்டதானது, பெண்ணைப் பொதுநிலையான மனிதப் பரிமாணத்திற்குக் குறுக்கப்பட்டதைக் காட்டிலும் அதிக பாதிப்பை ஏற்படுத்தியது அது. அவளை ஒரு கீழ்நிலைப் பிறவியாகத் தாழ்த்துவதில் வெற்றியடைந்தது. யூதமதம், பௌத்தம், கன்பூசிய மதம், கிறித்துவ மதம் மற்றும் இஸ்லாம் ஆகிய

ஐந்து பிரதான நம்பிக்கை அமைப்புகள் (மதங்கள்) ஒவ்வொன்றும் அதனதன் வழியிலேயே, தமது இயல்பினாலேயே பெண்களின் தாழ்ந்த நிலைமையை வலியுறுத்தி, ஆண்களின் மேலாதிக்கத்தை வளர்ப்பதற்காக உருவாக்கப்பட்ட மதிப்புகள் மற்றும் ஆணைகளுக்கு அவர்கள் கீழ்ப்படியவேண்டுமென்று கோரின.

இது எவ்வாறு ஏற்பட்டது? உண்மையில் புத்தரும், யேசுவும், முகம்மதுவும் பிற மதங்களின் தீர்க்கதரிசிகளும் பெண்களை நேசிக்க வேண்டுமென்று போதித்தனர். குறிப்பாக முகம்மது, பெண்கள், ஆண்களுக்குக் கடவுளால் வழங்கப்பட்ட உன்னதமான கொடை யாகும் என்று அல்லாவிடமிருந்து தான் பெற்ற ஞானோதயத்திற்கு அவர் உற்சாகமாக விளக்கமளித்ததற்காக மிகவும் பிரபலமடைந்தார். தத்துவார்த்த ரீதியிலும்கூட பெண்கள் புதிய மதங்களின் ஆன்மீகப் பயன்களை அடைவதினின்றும் குறிப்பாகத் தடை செய்யப்பட வில்லை. ஆண்களைப் போலவே பெண்களும் பாவம் நிறைந்த மனித சமுதாயத்தின் 'ஐந்து தளைகளை' ஒழித்துக்கட்டி, அறிவொளி பெற முடியும் என்ற கோட்பாட்டை புத்தர் திட்டவட்டமாக வகுத்தளித்தார். கிறித்துவ மதமும் இஸ்லாமும் தனிப்பட்ட ஆன்மாவுக்கு அழுத்தம் கொடுத்து தாய்க்கும் மிக இளைய குழந்தைக்கும் மதிப்புக் கொடுத்தன. தகுதி வாய்ந்த பெண்களைப் போற்றி மரியாதை செலுத்தும்படி தன்னைப் பின்பற்றியவர்களுக்கு முகம்மது போதித்தார். அவருடைய மரணத்திற்குப் பின்னரும்கூட பெண்களுக்குத் தொடர்ந்து மரியாதை வழங்கப்பட்டு வந்தது. ஆயிரத்தியோர் இரவுகளின் கவர்ச்சிமிக்க அரசியான ஜுபைதா, யதார்த்த வாழ்க்கையில், தனது மகன் கொல்லப்பட்டதன் பின்னர், பழிவாங்குவதற்கு மறுத்ததன் மூலம் உள்நாட்டுப் போர் ஏற்படுவதனின்றும் தனது நாட்டைக் காப்பாற்றினாள். இது, சிவில் எஞ்ஜினியரிங் துறையில் அவளுடைய முன்னோடியான பணியோடுகூட (ஈராக்கிலிருந்து மெக்கா வரையிலும் 900 மைல் யாத்ரீகர் பாதையில் தொடர்ந்து தண்ணீர் கிடைக்கச் செய்யும் பணியை அவள் செய்து முடித்தாள்) அவளை ஒரு தேசிய வீராங்கனை ஆக்கியது.

தனிப்பட்ட குலமரபுத் தலைவர்கள் பெண்களை வெறுப்பவர்கள் என்ற குற்றச்சாட்டிலிருந்து நழுவச் சென்று தங்களை விடுவித்துக் கொள்ள முயல்வார்கள் என்பது மெய்யே. அவர்களின் பெயரால் பெண்களின் மீது புரியப்பட்ட மோசமான அநீதிகளின் உயிர் நாடியானது அந்த அமைப்பின் இயல்பிலேயே அடங்கியுள்ளது. ஏனெனில், ஒரே கடவுள் கோட்பாடானது ஒரு மதம் மட்டுமல்ல. அது அதிகாரத்தின் ஓர் உறவு முறையாகும். எந்த ஒரே கடவுள்

கருத்தும் அடிப்படையானது, மேலானது என்ற கருத்தைத் தன் உள் அமைப்பிலேயே கொண்டிருக்கிறது. அந்த ஒரு கடவுள் பிற எல்லா வற்றுக்கும் மேலான கடவுள் என்றும் அவரைப் பின்பற்றுபவர்கள் மத நம்பிக்கையற்றவர்கள் அனைவருக்கும் மேலானவர்கள் என்றும் கூறப்பட்டது. இதற்கு மாறான முறையில் பல கடவுள்களின் வரிசையில் ஒவ்வொரு கடவுளும் முதன்மை ஸ்தானத்தைப் பெறுவதற்காக ஒருவருக்கொருவர் முட்டி மோதிக் கொள்கின்றனர். சிரஞ்சீவிகளின் அரசனான ஜீயஸைக் கூட அவருடைய சீற்றம் கொண்ட மனைவியோ பொறாமை மிக்கப் புதல்வர்களோ சவால்விட முடியும். ஏமாற்ற முடியும். பண்டைய உலகம் இத்தகைய ஏராளமான கட்டுக்கதைகளிலும், நம்பிக்கைகளிலும் திளைத்துக் கொண்டிருந்தது. அதனுடைய கடவுள்களும், பெண் தெய்வங்களும், குட்டிக்கடவுள் களும் மெஸபடோமியா, இந்தியா, எகிப்து, ரோம், கிரீஸ் ஆகிய நாடுகள் யாவற்றிலும் ஆட்சியாளர்களால் பரவலாக சகித்துக் கொள்ளப்பட்டு வந்தனர். எந்த ஓர் அமைப்பும் எந்த ஒரு கடவுளும் சத்தியத்தின் மீது ஏகபோகம் கொண்டிருக்கவில்லை என்று அறுதியிட்டுக் கூறியதன் மூலம் மகா அலெக்ஸாண்டர் தனது நாட்டின் மிக உயர்ந்த வடிவத்திலான விவேகத்தை எடுத்துக்காட்டியுள்ளார். இவ்வாறு அவர் பலமுறை செய்துள்ளார்.

தந்தைவழிச் சமுதாய முறை அவற்றையெல்லாம் மாற்றி விட்டது. ஒரே கடவுளில் உண்மையான நம்பிக்கை ஏற்பட்டதோடு அதை மற்றவர்கள் மீது கட்டாயமாக அமலாக்க வேண்டும் என்ற தப்பிக்கவொண்ணாத கடமையும் ஏற்பட்டது. சத்தியத்தின் மீது ஓர் ஏகபோகக் காப்புரிமையோடு, முதல் தடவையாக வைதீகக் கருத்துக்கள், மதவெறிப் பழக்கங்கள், எதிர்ப்பாளர்களைத் தண்டிப்பது முதலியனவும் தோன்றின. மீண்டும் பிறப்பெடுத்த வெறியர்களை எதிர்க்கும் யாரும் ஈவிரக்கமின்றி ஒழிக்கப்பட வேண்டியவர் களாயினர் - யூதர்களின் சட்ட திட்டங்களில் வரையறுக்கப்பட்டது போல, 'இஸ்ரேலியக் கடவுளை வழிபடாதவர்கள் யாவரும் - சிறியவர்களாயினும், பெரியவர்களாயினும், ஆணாயினும், பெண்ணாயினும் கொல்லப்பட வேண்டும்' என்று அவர்களது சட்டம் கூறியது. யூதர்கள் பிற குலங்களை அடக்குமுறைக்குள்ளாக்கி, ஒரே கடவுளை எதிர்த்தவர்களின் வெறுப்புக்குரிய வக்கிரங்களை உடைத்ததைப் போன்றே பிற்காலத்தில் கிறிஸ்துவர்கள் அவர்களை வேட்டையாடினர். தன் பங்குக்கு இஸ்லாம், யூதர்களின் மீதும் கிறிஸ்துவர்கள் மீதும் போர்தொடுத்தது, படுகொலைகள் புரிந்த ரத்தவெறி பிடித்த கும்பல்களையும் அல்லது அவர் அவர்களுக்கு

முன்வைத்த சொர்க்கத்தை அடைவதற்காக மகிழ்ச்சியுடன் உயிர் துறந்தவர்களையும் முழு மொத்தமாகக் கொன்று குவிக்கும்படி முகம்மது கட்டளையிட்டார். இவ்வாறு கிறிஸ்துவ மதத்தினால் கொல்லப்பட வேண்டியவர்களின் பட்டியலில் ‘இஸ்ரேலியர்களுடன்’ ‘சாராஸன்களும்’ சேர்ந்தனர். தலைவராகிய நமது கடவுளின் பெயரால் இவர்கள் கொல்லப்பட வேண்டியவர்கள்... ஆமென்.

அதிகார - உறவு என்ற வகையில் அப்பொழுது ஒரே கடவுட் கோட்பாடு, தவிர்க்க முடியாமல் ஒரு படிநிலை அமைப்பை உருவாக்குகிறது - மற்றவர்களுக்கு மேலாக ஒரு கடவுள், பலவீனமான வருக்கு மேலாக பலம் வாய்ந்தவர். அவிசுவாசிகளுக்கு மேலாக விசுவாசிகள் என்ற படிநிலை அமைப்பை உருவாக்குகிறது. இதனோடு கூட, மனிதனுக்கும், அவனுடைய கடவுளுக்கும் இடையிலான தனிப்பட்ட உறவுமுறை என்ற ஒரு புதிய கருத்தமைப்பு தோன்றியது. ஏனெனில், கடவுள் தன்னுடைய பிம்பமாகவே மனிதனை உருவாக்குவதற்குத் தேர்ந்தெடுத்ததால், இது தந்தைக் கடவுள் எனும் கருத்துக்கு இட்டுச் சென்றது. ஒவ்வொரு மானிடக் குலமரபுத் தலைவரிடமும் இது குடிகொண்டுள்ளது. எனவே, விரோதிகள் என்றும், கீழ்ப்பட்டவர்கள் என்றும் இருவகையில் மனிதர்கள் கஷ்டத்திற்குள்ளாயினர். சமயத்தலைவர்களின் இன ஆட்சித் தலைவர்க்குரிய ஆணைகள் ‘ஒரு வேலையாளுக்கு உணவு, பாவமன்னிப்பு மற்றும் வேலையை வழங்குகின்றன. இளமையி லிருந்தே குனிந்து வணங்க வேண்டும்’ என்று விட்டுக் கொடுக்காத ஒடுக்குமுறையை எந்த மகனுக்கும் வழங்குகின்றன.

ஆயினும் அவர்கள் மனிதர்கள் என்ற காரணத்தால் அல்ல. புறம்பான காரணங்களுக்காகக் கொடுமைக்குள்ளாக்கப் பட்டனர். இயல்பான முறையில், அவர்கள், குலத் தலைவரின் குற்றம் சார்ந்த உத்தரவின்படியான தமது தாழ்ந்த நிலையை மேம்படுத்திக் கொள்வதற்கு அல்லது மாற்றுவதற்கும் கூட அவர்களுக்கு அந்த அமைப்பு வாய்ப்புகளை அளித்தது. மத நம்பிக்கையின் பகைவர்கள் மனமாற்றம் அடையலாம். பெரிய எண்ணிக்கையில் அவ்வாறு செய்யவும் செய்தார்கள். எனவேதான் தந்தைக் கடவுள் மதங்கள் உலகெங்கும் வெற்றியடைந்தன. இன்னும் குறைவான சிரமத் துடனேயே இளம் வாலிபர்கள் முதியவர்களாக மாறினர். புதல்வர்கள் தந்தையர் ஆயினர். வேலைக்காரர்கள் முதுநிலை வேலைக்காரர்களாக ஆயினர், அடிமைகளும்கூட விடுதலை பெற்றனர். ஆனால் இந்த வாய்ப்புகள் எதுவும் பெண்களுக்குக் கிடையாது. தந்தை வழிச் சமுதாயம் ஒரு கடவுட் கோட்பாட்டின் கீழ் பெண்ணாகப் பிறந்ததானது ஆயுள் தண்டனை, இரண்டாந்தர வாழ்வு என்றாயிற்று.

ஏனெனில் ஒரு பெண் ஓர் அடிப்படையான அதாவது மிகப் பெரிய இயலாமையிலிருந்து, அதாவது அவள் ஆண் அல்ல என்பதிலிருந்து ஒருபோதும் மீள முடியாது. இதிலிருந்து எழும் முடிவு ஆணின் தர்க்கநியாயத்திற்கு ஒரு வெற்றியைக் குறித்தது. கடவுள் ஆணென்றால், பெண் ஆணல்லவென்றால் பின் கடவுள் யாராக இருந்தாலும் சரி, கடவுள் பெண் அல்ல. புனிதர் அகஸ்டைன் இது குறித்து இவ்வாறு விளக்கினார். கடவுளின் பிம்பத்தில் பெண் படைக்கப்படவில்லை. ஆண் மட்டுமே கடவுளின் பிம்பமாவான். படிநிலை அமைப்பில் ஆண், கடவுளுக்குக் கீழே நிற்பதால், பெண்ணும் அப்படியே, ஆனால் மிகவும் தள்ளி, ஆணுக்குக் கீழாக நிற்கிறாள். அப்படியெனில் நடைமுறை ரீதியாகப் பார்த்தால், ஒவ்வொரு ஆணும் ஒவ்வொரு பெண்ணுக்கும் மேலாக அமைக்கப் பட்டிருக்கிறான். தாயின் மேலாகத் தந்தை, மனைவியின் மேலாகக் கணவன், பாட்டிக்கு மேலாகப் பேரன். இந்தப் புதிய அமைப்புகள் ஒவ்வொன்றிலும் கடவுள் ஆணை அடிமைத்தனத்திலிருந்து விடுதலை செய்து அவனை நிரந்தரமாகத் தனது பங்காளியாக்கிக் கொண்டார். அதேபொழுதில் பெண்கள் தெய்வீகப் பேரவைக்குப் பயிற்சியாளர் களாகக் கூடச் சேர்த்துக் கொள்ளப்படவில்லை. ஆண் ஒவ்வொருவரும் தனது சொந்தக் குடும்பத்தின் தலைவனாக முன்னேற முடியும். ஆனால், பெண்கள் நிரந்தரமாகத் தமது கீழ்நிலையுடனேயே தளையிடப்பட்டு நின்றனர். நேசத்துக்கிடமற்ற பணியாளர்களுக்கு மரபாகத் தந்தைவழி சமுதாயங்களில் கொடுக்கப்படும் தண்டனை களோடு கூட, முகம்மது தனது வழக்கமான தெளிவுடன் இவ்வாறு விளக்கினார்.

> பெண்கள் ஆண்களின் பொறுப்பில் உள்ளனர். ஏனெனில் அல்லா பெண்ணை, ஆண் விஞ்சிச் செல்லும்படி செய்துள்ளார். எனவே சிறந்த பெண்கள் கீழ்ப்படிதலுள்ளவர்களாக இருக்கிறார்கள். அல்லா பாதுகாத்தவற்றை இவர்களும் ரகசியமாகப் பாதுகாக் கிறார்கள். கலகம் செய்வார்கள் என்று நீங்கள் அஞ்சு கின்றவர்களைப் பொறுத்தமட்டிலும், அவர்களைக் கண்டித்து அறிவுரை கூறுங்கள், அவர்களைத் தனியாகப் படுத்துக்கொள்ளச் சொல்லி தூர விலக்குங்கள், கசையடி கொடுங்கள்.[14]

தந்தைக் கடவுளின்கீழ், ஆண் மட்டுமே முழு வாலிப வயது சுதந்திரத்தையும் கட்டுப்பாட்டையும் பெறுகிறான். இதற்கு நேர்மாறான முறையில் பெண் இருவருக்கு - கடவுளுக்கும் ஆணுக்கும் கீழ்ப்படிந்து இருக்க வேண்டுமென்று இரு தண்டனைகளைப் பெறுகிறாள். இவ்வாறுதான் புனிதர்பால் கொரிந்தியர்களுக்கு ஆணையிட்டார்.

ஏனெனில் ஆண் கடவுளின் பிம்பமாகவும் புகழுக் குரியவனாகவும் இருக்கிறான். ஆனால், பெண் ஆணின் புகழுக்கு உரியவளாக இருக்கிறாள்... ஆண், பெண்ணுக்காகப் படைக்கப்பட வில்லை. ஆனால் பெண், ஆணுக்காகப் படைக்கப்பட்டிருக்கிறாள்.

ஆணின் ஆதிக்கமானது பெண் கீழ்ப்பட்ட நிலையிலுள்ளவள் என்று பொருள்படுவதைக் காட்டிலும் கூடுதல் அர்த்தத்தைக் கொண்டதாகும் என்பதை இது காட்டுகிறது. அது அதைக் கோருகிறது. இந்தக் கோரிக்கை ஒவ்வொரு பெண்ணும் உணரும் படியாக எவ்வாறு செய்யப்படுகிறது? முதலாவது நடவடிக்கை, முன்பு பெண்கள் மேலாதிக்கம் வகித்தார்கள் என்பதன் எல்லாச் சாயல்களும் ஒழிக்கப்பட வேண்டும். இதன் பொருள், அன்னைக் கடவுளின் வழிபாடு மீதும், அவளுடைய பக்தர்கள் மீதும், இதன் விஸ்தரிப்பாக ஆட்சி புரிவதற்கான பெண்களின் உரிமை மீதும், அல்லது அவர்கள் தலைமையின் மீதும் முழு மூச்சான தாக்குதல் நடத்தப்பட வேண்டும் என்பதாகும். இரண்டாவது வரலாற்றுத் தொகுதியில் ஒரு சுருக்கமான வர்ணனை இதுபற்றித் தெளிவாக்குகிறது.

> மன்னன் ஆசாவின் தாயார் மாச்சாவைப் பொறுத்தமட்டிலும், அவன் அவளை அரசி என்ற பதவியிலிருந்து நீக்கிவிட்டான். ஏனெனில் அவள் ஒரு தோட்டத்தில் ஒரு விக்கிரகத்தைச் செய்தாள், ஆசா அந்த விக்கிரகத்தை உடைத்துக் காலால் மிதித்து நொறுக்கினான். கிட்ரோன் நீரோடையில் அதை எரித்தான்... அதன் பின்னர் ஆசா நிம்மதியாகக் காலங்கழித்தான்.[15]

பெண் தெய்வத்தின் மீதும் அவளுடைய கோயில்கள் அவளுடைய சமய நூல்தொகுதிகள், சடங்குகள் மற்றும் ஆதர வாளர்கள் மீது தொடுக்கப்பட்ட பல தாக்குதல்களில் இது ஒன்றே யாகும். விவிலியத்தின் பழைய ஏற்பாடு, மற்றும் புதிய ஏற்பாட்டில் இவை விரிவாகக் கொடுக்கப்பட்டுள்ளன. ஏனெனில், கிறிஸ்துவ சமயமானது, யூத சமயத்திற்குச் சிறிதும் குறைவில்லாத வகையில், ஆரம்ப முதற்கொண்டே, ஆசியாவும் உலகம் முழுமையும் வழிபடு கின்ற ஆற்றல் மிக்க பெண் தெய்வம் ஒடுக்கப்பட வேண்டுமென்றும், அவளுடைய மகோன்னதம் யாவும் அழிக்கப்பட வேண்டும் (19வது 27வது பாகங்கள்) என்றும் பிரகடனம் செய்துள்ளது.

இதைப் பெண்கள் எதிர்த்தார்கள் என்பது மெய்யே. வரலாற்றாசிரியர் வர்ணித்த இந்த நிகழ்ச்சிகளுக்குப்பின் ஆயிரத்திற்கு மேற்பட்ட ஆண்டுகளுக்குப்பின்னர், 'கன்னித் தாயிக்கு' பதிலாக, சொர்க்கத்தின் அரசி 'வாழ்க்கை மற்றும் சாவின் அன்னை'க்கு பதிலாக

தன்னுடைய 'ஒரே கடவுள்' அந்த இடத்தைக் கைப்பற்ற வேண்டும் என்று வலியுறுத்தியதற்காக முகம்மது அனேகமாகத் தனது உயிரை பலி கொடுக்க வேண்டியதாயிற்று. உண்மையில், பெண் தெய்வத்தை வழிபடும் சீற்றம் கொண்ட ஒரு கும்பலினால் அவருடைய வீடு முற்றுகையிடப்பட்ட நிலைமையில், அல்-உஸ்ஸா, அல்-மனாத், அல்-உஸ்ஸத் ஆகிய பழைய பெண் தெய்வங்களின் முத்தொகுதி, தனது முப்பரிமாண அவதாரமாகிய ஆற்றல்மிக்கப் பெண்தெய்வம், தனது அல்லாவாகிய புதிய இளைஞனுடன் கூடவே இன்னும் இருக்கிறாள் என்று உரிய காலத்தில் அவருக்கு ஏற்பட்ட ஞானோதயம் அவரைக் காப்பாற்றியது. அவள் அவளைக் காப்பாற்றியது மெய்யே - ஆனால் முகம்மது தனது படைகளை மீண்டும் ஒன்று திரட்டி, அந்த ஞானோ தயத்தை ரத்து செய்து, மீண்டும் தனது தாக்குதலைத் தொடுப்பதற்கு இடையிலிருந்த அவகாசம் வரையில் மட்டுமே அது அவரைக் காப்பாற்றியது.

எண்ணற்ற பெண்கள் இந்தக் கொடுங்கோன்மைக்கு எதிராக ஆயுத மேந்தினர், ஹிந்த் அல் ஹுன்னத் என்ற அரபுத் தலைவர் இவர்களின் முதன்மையாக நின்றார். ஈடு இணையற்ற 'ஹிந்த் ஆஃப் ஹிந்த்ஸ்' என்று அறியப்பட்ட அவள், இஸ்லாம் மதத்தை பலவந்தமாகத் திணிப்பதற்கு எதிராக, செல்வம் படைத்த மற்றும் வலுவான குரேய்ஷ் என்ற தனது குலத்தின் எதிர்ப்பு இயக்கத்திற்கு அவள் தலைமை தாங்கினாள். கி.பி.624ல் பதர் என்ற இடத்தில் நடந்த பயங்கரமான போரில் அவளுடைய இயக்கம் உச்ச கட்டத்தை அடைந்தது. அப்பொழுது அவள் முகம்மதுவுடன் நேரடியான சண்டையில் இறங்கினாள். ஆனால் அவளுடைய தந்தையும், சித்தப்பாவும், சகோதரரும் போரில் கொல்லப்பட்டனர். சில காலம் அவள், விரோதிக்கு எதிராகப் பழிவாங்கும் கொரில்லாப் போரை நடத்தினாள். ஆனால், இறுதியில் அவளுடைய படைகளைக் காட்டிலும் அதிகமான படைகள் அவளைச் சூழ்ந்து கொண்டதன் விளைவாய், வேறு வழியின்றி அவள் பணிந்து போகும் நிர்ப்பந்தத்திற்கு உள்ளாகி, இஸ்லாம் மதத்தைத் தழுவினாள். தனது ராணுவம் வெற்றி நடை போட்ட காலத்தில் ஹிந்த், ஒரு போர்த்தலைவியாக இருந்தது மட்டுமின்றி, 'வெற்றித்தாயின்' ஒரு சமயத் தலைவியாகவும் இருந்தாள். வீரத்திற்கும் வெற்றிக்குமான புனிதப் பாடல்களைப் பாடுமாறு அவள் பெண்களுக்கு உத்வேக மூட்டினாள். அல்லாவின் சித்தத்திற்கு அவள் தலை வணங்கிய பின், இந்த அறிவாற்றல்மிக்க மற்றும் அசாதாரணமான பெண்மணியைப் பற்றி வேறெதுவும் தெரியவில்லை.

அன்னை தெய்வம் சம்பந்தமாகவும் அவளை வழிபடுகின்றவர்கள் சம்பந்தமாகவும் முகம்மது 'பெண் அம்சத்தை வரலாற்று ரீதியாக ஒழித்துக்கட்டுவதற்கு'க் குறைவான எதைக் கொண்டும் திருப்தியடையவில்லை என்று முஸ்லிம் வரலாற்றாசிரியர் ஃபத்னா ஏ சப்பா கூறினார். இதுவும்கூட தந்தைக் கடவுளின் வெற்றியை நிரந்தரமாக நிலைநாட்டுவதை உறுதி செய்யப் போதுமானதாக இல்லை. பெண்களும் ஆண்களும்கூட பெண்களின் தாழ்ந்த நிலையையும் அவளுக்கு உரித்தான இடம், ஒவ்வொரு அர்த்தத்திலும், ஆணுக்குக் கீழானதே என்பதையும் நம்பும்படி செய்ய வேண்டியிருந்தது. எனவே அதன்படி, ஒரே கடவுளை நம்பும் குலத் தலைவர்கள், பெண்களின் அடிமைநிலையை எடுத்து விளக்குவதற்கும், அதை அமலாக்குவதற்கும் விடாப்பிடியான மற்றும் வெறித்தனமான, கட்டுக்கதையான பிரச்சார இயக்கத்தை மேற்கொண்டனர். அதனுடைய சாராம்சத்தைப் புனிதர் அம்புரோஸ் இவ்வாறு கச்சிதமாகத் தொகுத்துக் கூறினார். 'ஏவாளினால் ஆதாம் பாவகாரியத்தில் இறங்கும்படி செய்யப்பட்டானேயன்றி பாவத்தில் இறங்கும்படி ஆதாம் ஏவாளைத் தூண்டவில்லை. எனவே, அவள் யாரைப் பாவத்திற்குத் தூண்டினாளோ, அவனைத் தலைவனாகவும் எஜமானனாகவும் பெண் ஏற்றுக் கொள்ளவேண்டியது நியாயமாகும். சரியானதாகும்.[16] ஏவாளின் பாவத்திற்காக, பெண்களின் உலகம் முடிவில்லாமல் ஈடு செய்ய வேண்டும் என்பது, இஸ்லாமிய சமயத்திலும் பேணப்பட்டு, உண்மையில் விரிவாக்கம் செய்யப் பட்டுள்ளது. சாப்பிடக்கூடாது என்று அவளுக்கு அவன் தடைவிதித்திருந்த பழத்தை ஏவாள் சாப்பிட்டபொழுது, கடவுள் (அவரைப் போற்றுவோம்) அவனை பதினெட்டு விஷயங்களில் தண்டித்தார் என்று முஸ்லிம் முனிவர் கஸாலி கூறினார். மாதவிலக்கு, குழந்தை பிறப்பு, தன் குடும்பத்திலிருந்து பிரிந்திருத்தல், ஓர் அந்நியனைத் திருமணம் செய்து கொள்வது, தன் வீட்டினுள்ளேயே அடைந்து கிடப்பது முதலியவையும் அவற்றில் அடங்கும். இதனோடுகூட, 1000 தகுதிகளில் பெண்களுக்கு ஒரே தகுதி மட்டுமே உண்டு. ஆனால், ஆண்களுக்கோ, அவர்கள் எவ்வளவு பாவகாரியங்கள் செய்த போதிலும் 999 தகுதிகள் உடையவர்களாக்கப் பட்டனர்.

பாலியல் போரின் நீண்ட நெடிய வரலாற்றில் இந்த ஆதாம்-ஏவாள் கட்டுக்கதைதான், பகைவனின் பிரசாரத்தில் தனியொரு மிகவும் பயனுறுதியான ஒன்றாகும் என்று கூறலாம். இதற்கு முக்கியமான பிற விளைவுகளும் உண்டு. ஆணை அவர்களின் கூட்டத்தில் முதன்மையாக வைக்கும் அத்தியாவசியமான கடமையை

அது செய்தது, ஏனெனில், தந்தைக் கடவுள் மதங்கள் யாவற்றிலும்- யூதமதம், கிறிஸ்துவமதம், மற்றும் இஸ்லாம்-கடவுள் முதலில் ஆண் மகனைப் படைக்கிறார். பெண் ஆணுக்குப் பிறகு பிறக்கிறாள். அவனுடைய ஒரு முதிராத குருத்தெலும்பின், மிகச் சிறு திறமான, கழித்துக் கட்டக்கூடிய ஒரு துண்டிலிருந்து அவள், ஒரு குழந்தையைத் தாயிடமிருந்து வெளியே எடுப்பதுபோல, அவனிலிருந்து வெளியே எடுக்கப்படுகிறாள். சாராம்சத்தில் இது, பெண்களின் பிறப்பிக்கும் சக்தியை அவளிடமிருந்து பறிப்பதற்காக, பெண்ணின் கருப்பையின் காரணமாகப் பொறாமை கொண்ட ஆண்கள் செய்த எண்ணற்ற முயற்சிகளில் இது ஒன்றே ஒன்று மட்டுமே குலமரபுத் தலைவனின் ஒரு விரைவான செப்பிடுவித்தையின் மூலம் கடவுள் உயிரியலையே தலைகீழாக மாற்றி, அவருடைய ஆண்-குழந்தையைப் பிறக்கச் செய்ததன் மூலம் இயற்கையைத் தலைகீழாக நிற்கச் செய்துவிட்டார். ஆண்களும் பெண்களும் ஒன்றாக உருவாகிய மற்றும் பெண் ஆணைப் பெற்றெடுத்த வாழ்க்கையின் பரிணாம வளர்ச்சியையே நிராகரித்து உதாசீனம் செய்யப்பட்டது. கடவுள் இப்பொழுது எல்லாப் புதிய உயிர்களைப் பிறப்பிக்கும் சக்தியை மேற்கொண்டு விடுகிறார். கடவுள் மட்டுமே கருப்பையிலுள்ள ஒவ்வொரு கருவையும் படைத்து அதற்கு உயிரூட்டுகிறார். அந்தக் கருவைப் பொதிந்து வைத்த பெண்ணை அவர் - இஸ்லாமிய சொற்றொடரைக் கூறுவதெனில் - ஒரு வெறும் 'பொதியுறை'யாகவே பயன்படுத்துகிறார், என்று எல்லா ஏகக் கடவுள் அமைப்புகளும் போதித்துள்ளன.

இருந்த போதிலும் ஆரம்ப கால மதங்களின் தந்தைகள் பெண் களைக் கீழ்நிலைக்குத் தள்ளுவதோடு திருப்தியடைந்து விடவில்லை. பெண்களின் தாழ்ந்த நிலை என்ற கருத்தோடு கூடவே, பெண்கள் உள்ளார்ந்த மற்றும் தப்பிக்கமுடியாத தாழ்நிலை உடையவர்கள் என்ற நம்பிக்கையும் பிரபலமாயிற்று. யூதர்களிடையில், ஒரு கணவன் தனது மனைவியின் உள்ளார்ந்த இழிநிலையின் தயவில்தான் இருக்க நேர்ந்துள்ளதாகக் கருதினால், 'பொறாமை உணர்வு அவனை ஆட்கொள்ளும் போது எந்த சமயத்திலும் அவன் அவளுக்கு எதிராக நடவடிக்கை எடுத்துக் கொள்ள அதிகாரம் படைத்தவனாகிறான். அவளின் தவறான நடத்தை பற்றிக் கவலைப்பட வேண்டியதில்லை. அவளைக் கோயிலுக்கு இழுத்துச் சென்று, அவன் அவளைக் குருக்களிடம் ஒப்படைத்து விடுகிறான். குருக்கள் அவளை இழிவு படுத்துவதன் அடையாளமாக, அவள் தலைமுடியை மூடியிருக்கும் துணியை அகற்றி, கோயிலின் தரையைக் கழுவிய அழுக்குக் கரைந்துள்ள 'கசப்புநீரைக்' குடிக்கும்படி அவள் நிர்ப்பந்தப்படுத்தப்

படுகிறாள். ‘அவளுடைய வயிறு வீங்கும்படியும், அவளுடைய தொடை நாற்றமெடுக்கும்படியும் குருக்கள் அவளை சபிக்கிறார். இவ்வாறு தனது நிலை நியாயப்படுத்தப்பட்ட கணவன் கடவுளிட மிருந்து முழு ஊக்கம் பெறுகிறான். கணவன் மீது எந்தக் குற்றமும் இல்லை, அவன் எந்தக் கொடுமையும் செய்யவில்லை. இந்தப் பெண் தனது கொடுமையை அனுபவிக்க வேண்டும்[17]’ என்று கடவுள் தீர்ப்பளிக்கிறார். தன்னுடைய பங்குக்கு அல்லாவின் திருத்தூதர், தன்னுடைய ஞானோதயங்கள் ஒன்றில், பெண்ணின் தீயொழுக்கம் சம்பந்தமாக ஒரு நேரிடையான சான்றைப் பெறுகிறார். ‘நான் நரகத்தின் தலைவாயிலில் நின்றேன். அங்கு பிரவேசித்தவர்களில் பெரும்பாலோர் பெண்கள்’ என்று அவர் கூறினார்.[18]

தந்தைக் கடவுளின் ஆட்சியின் கீழ் ஆண் தீர்ப்புக் கூறுபவனாகி விட்டான். மானிட இனத்தின் வகை மாதிரியும் உன்னதமான முன்னுதாரணமும் ஆக்கியிருக்கிறான். அதேபொழுதில் பெண் ஒரு பழுதாகியுள்ள கருவி மட்டுமே என்றும், தொடர்ந்து நடத்திச் செல்வதற்குக் கடவுளால் உருவாக்கப்பட்ட வாகனம் என்றும் இது காட்டுகிறது. ஆயினும், பிரசாரத்தின் மிகவும் வலுவான தாக்கம் ஏற்பட்டிருந்த போதிலும், தனிப்பட்ட ஆண்களுக்குத் தாங்கள் நேசித்த பெண்களை, புனிதர் அகஸ்டீனின் சொற்களில் கூறுவதெனில், அவர்களது காம உணர்ச்சி வெள்ளத்தை நிரப்பி வைப்பதற்கான வெறும் ‘கொப்பரைகள்’ என்றும் காண்பது கடினமாக இருந்திருக்கும். பெண்கள் தமது கணவன்மார்களை அடிமைகள் அழைத்தது போன்று எஜமான் என்றும், தலைவன் என்றும்தான் விளிக்கவேண்டும் என்றும் கொண்டார்கள் என்பதைத் தற்பொழுது பெண்களின் மௌனம், கீழ்ப்படிதல், தமது கணவனுக்கு முற்றாகச் செயலாற்றும் கீழ்ப்படிதல் ஆகியவை எழுதப்பட்ட எல்லா வாசகங்களிலும் மிகப் பெருமளவான அழுத்தம் கொடுக்கப்படுவதிலிருந்து மதிப்பிடலாம். காம கல்ப என்ற இந்த நூலில் வெறிகொண்ட கட்டளை வெளியிடப்பட்டிருப்ப திலிருந்தும் இதை அறியலாம்.

> உலகில் ஒரு பெண்ணுக்கு தனது கணவனைத் தவிர வேறு கடவுள் இல்லை. அவள் செய்யக்கூடிய எல்லா நற்பணிகளிலும் மிகவும் சிறப்பானது. முழு நிறைவான கீழ்ப்படிதலை வெளி யீடாக்குவதன் மூலம் அவனை மகிழ்ச்சியுறச் செய்வதாகும்... தன்னுடைய கணவன் ஊனமுற்றவனாகவோ, வயது முதிர்ந்த வனாகவோ, தன்னைத் தாக்குகின்றவனாகவோ, எளிதில் சீற்றங் கொள்பவனாகவோ, ஒழுக்கங்கெட்டவனாகவோ, குருடு, செவிடு அல்லது ஊமையாகவோ இருந்தாலும் சரி... ஒரு பெண்

தன் வாழ்வின் ஒவ்வொரு கட்டத்திலும் அவனுக்குக் கீழ்ப்படிந்து நடக்க வேண்டியவளே.[19]

இவ்வாறு கீழ்ப்படிதல் ஓர் ஆன்மீகச் செயல் மட்டுமல்ல. தலைவனுக்கும், எஜமானனுக்கும் கீழ்ப்படிதலை ஒவ்வாத முறையில் செய்வது சம்பந்தமாக, எட்டாம் நூற்றாண்டின் தலையணைமந்திரம் என்ற ஒரு ஜப்பானிய நூலில் 'ஒரு மனைவிக்குப் புத்திமதி' என்று கொடுக்கப்பட்டுள்ளதைப் பாருங்கள்.

ஒரு பெண் தன்னுடைய கணவனுக்குக் காட்டும் மரியாதையே மிகவும் முக்கியமான விஷயமாகும்... அவனுக்கு எதையும் மறுக்காமல், அவனுடைய மகிழ்ச்சியை அதிகரிக்கும் எதையும் அவள் தனது கற்பனை வளத்துடன் ஆற்ற வேண்டும். சிறிய பையன்களின்பால் அவனுக்கு ரசனை இருக்குமானால், அவள் கீழே குனிந்து அவர்களைப் போல் பாவனை செய்யட்டும், அப்பொழுது அவன் பின்புறமிருந்து அவளை அனுபவிக்க முடியும். ஒரு பெண்ணினுடைய எருவாயின் கடினத் தன்மையை ஆண் உணர மாட்டான். எனவே வழக்கம்போல் அவன் மிகுந்த வீரியத்துடன் நுழைவதற்கு முயல்வான். எனவே, அவள் மெதுவாகத் தன்னைத் தயார்படுத்திக் கொள்ளட்டும். சிஸிஷுமி குழம்பை (கிரீமை)ப் பயன்படுத்தட்டும்...[20]

அதன் பின்னர், ஜப்பானிய மனைவி, அவளுடைய நிலைமை எப்படியிருந்தபோதிலும், தனது கடப்பாடுகளை முடித்துக் கொண்டு விடவில்லை. அவனுடைய ஆண்குறி வீரியத்துடனும், பெரிய தாகவும், வியக்கத்தக்கதாகவும் வேறு எதைக் காட்டிலும் பெரிய தாகவும் இருந்ததாக நீ எப்போதும் கூற வேண்டும். உன்னுடைய தகப்பனார் குளிக்கச் செல்லும்போது அம்மணமாகப் போவது வழக்கம். அவருடையதைக் காட்டிலும் உன்னுடையது பெரியதாக இருப்பதாகக் கூறவேண்டும்,

'ஓ என்னுடைய அற்புதமே! நீ வந்து என்னை நிரப்புவாயாக' என்றும், இவ்வகைப்பட்ட இன்னும் சில புகழுரைகளையும் நீ கூற வேண்டும்.[21]

இத்தகைய குருட்டுத்தனமான கீழ்ப்படிதலும் மௌனமாக இணங்கிப் போதலும்தான். ஒரு பெண் தான் உயிர்வாழ்வதற்குப் பிராயச்சித்தம் தேடிக் கொள்வதற்கான ஓரே வழியாகும் என்று குலமரபுத் தலைவர்கள் கூறுகின்றனர். ஒழுக்கமுள்ள பெண் மட்டுமே ஒரு தாயாக முடியும் என்று குர்ஆன் தெளிவுபடுத்துகிறது. 'ஒரு பெண் தனது கணவன் மூலமாகக் கருத்தரித்தால், சொர்க்கத்தில் அவள் ஒரு

தியாகி என்று அழைக்கப்படுவாள், குழந்தை பெறும்போது அவளுடைய பிரசவவேதனையும், தனது குழந்தைகளை அவள் பராமரிப்பதும் அவளை நரகத் தீயிலிருந்தும் காப்பாற்றுகின்றன.'[22] ஒரு காலத்தில் அவளுடைய உயிர்ப்பிக்கும் புலனாகாத சக்திக்காகப் புனிதமானவள் என்று கருதப்பட்டவள் இப்பொழுது இணக்கமான கருப்பை உடையவளைத் தவிர வேறு ஒன்றுமல்ல என்ற நிலைக்குத் தாழ்த்தப்பட்டுவிட்டாள். ஒரு காலத்தில் அனைவரின் தாயாக இருந்தவள் இப்பொழுது ஒரு வெறும் கொள்கலனாகியிருக்கிறாள். மேலும், ஆற்றல்மிகு பெண் தெய்வம், 'ஆயிரம் காதலர்களைக் கொண்டவள்' மனச்சாட்சியில்லாத ஒவ்வொரு ஆணுக்கும் இணக்கத்துடன் முந்தானையை விரிக்கும்படியான நிர்ப்பந்தத்திற்கு உள்ளாகியிருக் கிறாள்.

இருந்தபோதிலும், இயல்புக்கு மாறான, மற்றும் வரையறைக் குட்படுத்தும் முரண் புதிரான முறையில், இனப்பெருக்கம் செய்ய வேண்டிய பெண்ணின் கடமை பற்றிய வலியுறுத்தலானது பெண்ணின் பாலியல் தன்மை பற்றிய எத்தகைய பண்புகளையும் குறிப்பிட வில்லை. இனப்பெருக்க நிகழ்வுப் போக்கில் பெண்களுக்கு எத்தகைய முழுப்பங்கும் மறுக்கப்பட்ட நிலையில், இதுபோன்றே இந்த செயல்பாட்டில் பங்கெடுத்துக் கொள்வதற்கான எத்தகைய இன்பமும் அவர்களுக்கு மறுக்கப்பட்டது. உண்மையில் பாலினம் பற்றி அவர்கள் எவ்வளவு குறைவாகத் தெரிந்து கொண்டிருக்கிறார்களோ, அந்த அளவுக்கு நல்லது என்று அவர்களின் தந்தையர்களும், அவர்களை வைத்துக் கொண்டிருப்பவர்களும் ஆணையிட்டனர். இவ்வாறு தாயை மையமாகக் கொண்ட சிந்தனை முறைகளுக்கு மற்றுமொரு மாறான முறையில், மிக உயர்ந்த மதிப்பானது பருவப் பெண் தன்மை மற்றும் இனப்பெருக்க வளமுடையதாயிருப்பதில் பெருமிதம் ஆகியவற்றி லிருந்து கன்னிப் பெண்கள் இதுபற்றிய அறிவில்லாமல் இருப்பதற்கு மாற்றப்பட்டது. இப்பொழுது, குழந்தை, மணப்பெண், கன்னிகழியாத பெண், இன்னும் முழுமையாகப் பெண் ஆகாமல் இருப்பது என்பது மிகச் சிறந்த வகை மாதிரியாயிற்று. பரிணாம வளர்ச்சியினால் ஒவ்வொரு பெண்ணின் உடம்பின் ஒதுக்கிடத்தில் போகிறபோக்கில் பொதிந்து வைக்கப்பட மூதாதையரின் இயல்புடைய சிறிய மெல்லியதோல், கன்னிமைத் திரைச்சவ்வு அவளுடைய தனிச் சிறப்பான உடைமை என்று கண்டுபிடிக்கப்பட்டது. கன்னித் தன்மைக்கு மிகப் பெரிய மதிப்பு ஏற்பட்டது. ஒவ்வொரு இளம் குலத் தலைவனும், கன்னிகழியாத, தூய்மை உத்தரவாதம் செய்யப்பட்ட இளம் பெண்ணை அடைவது தனது தெய்வீகமான உரிமை என்று திடீரென்று உணர்ந்தான்.

கன்னித்தன்மை மீதான இந்தப் போலி வழிபாடு மிகவும் வலுவாக இருந்தது. எனவே, அதை நிரந்தரமாக நீடித்து வைத்துப் பாதுகாக்க வேண்டும் என்ற ஒரு புதிய லட்சியம் இயக்க விசையைப் பெற்றது. ஓர் ஆரம்பகாலக் கிறிஸ்துவப் பாதிரியார், புனிதர் ஜெரோம், தமது புதல்விகளை, பிறந்தவுடனேயே துறவிப் பெண்கள் வாழும் மடத்திற்கு அர்ப்பணித்துவிடும்படி அவர்களின் தகப்பனார்களை வற்புறுத்துவதில் செயலூக்கமாக ஈடுபட்டார். மற்றொருவர் டூர்ஸ் நகரைச் சேர்ந்த புனிதர் மார்ட்டின் தூய்மையான மேயப்படாத கன்னித் தன்மை எனும் வயலை 'முறையற்ற புணர்ச்சியில் ஈடுபடும் பன்றிகள் மற்றும் கால்நடைகளால் மிதித்துத் துவைக்கப்படும் திருமண வயலுடன்' அடிக்கடி ஒப்பிட்டு வந்தார். கிறிஸ்துவத் திருச்சபை, தனது ஆரம்ப காலத்திலிருந்தே பெண்களின் பாலியல் தன்மை சம்பந்தமான ஒரு குறிப்பிட்ட பிரச்சினையைக் கொண்டிருந்தது. 'ஒரு பெண்ணைக் கட்டித் தழுவுவது என்பது உரம் நிறைந்த ஒரு கோணிப் பையைத் தழுவுவதாகும்' என்று பன்னிரண்டாம் நூற்றாண்டில் குலூனி என்ற ஊரைச் சேர்ந்த ஓடோ என்பவர் குறிப்பிட்டார். பெண்களின் உடம்பு களை உரம் நிறைந்த கோணிப்பையாக உருவகமாகக் கூறிப்பிடுவது ஆரம்பகாலக் கிறிஸ்துவர்களிடம் ஊன்றிய வெறிக்கருத்தாக இருந்து வந்தது. ஒரு பெண்ணினுடைய குடலை அறுத்துத் திறந்து பார்த்தால், எவ்வளவு அழுக்கை அவளுடைய வெள்ளைத் தோல் மூடி மறைத்துக் கொண்டிருக்கிறது என்பதை நீங்கள் காண முடியும். நாற்றமெடுக்கும் ஒரு சாணிக்குவியலை ஒரு மென்மையான சிவப்பு நிறத்துணி மூடியிருந்தால், அந்தத் துணியின் பொருட்டு யாராவது அந்த சாணத்தை நேசிக்கும் அளவுக்கு முட்டாள் தனமாக இருப்பார்களா?[23] என்று ரோஜர் டி கேய்ன் என்ற ஒரு துறவி கேட்டார்.

ஆயினும் கிறிஸ்து ஒரு பெண்ணுக்குத்தான் பிறந்தார். இந்த இக்கட்டான நிலைக்கு அறிஞர்களின் குழுக்களில் நீடித்த விவாதங் களுக்குப் பின்னரே தீர்வு காணப்பட்டது. எவ்வாறு தெய்வீக விதை கன்னியின் கருவாயை மூடியிருக்கும் மெல்லிய தோலை ஊடுருவிச் சென்றிருக்க முடியும் என்றும், அல்லது கிறிஸ்து எவ்வாறு, தனது புனிதமான மெல்லிய பாதங்களால் அந்தக் கருவாய்த் தோலைக் கிழிக்காமல் அவளுடைய கருப்பையிலிருந்து வெளிவந்திருக்க முடியும் என்றும் அருவருப்பான மகிழ்வூட்டும் வாதப் பிரதிவாதம் யாரும் கவனிக்காமலேயே போயிருப்பதாகத் தெரிகிறது. ஆனால் ஒரு விஷயம் தெட்டத் தெளிவு. நமது தலைவர் தேவகுமாரன், மனிதனை உய்விக்க வந்தவர். சாணம் நிறைந்த ஒரு கோணிப்

பையிலிருந்து பிறந்திருக்க முடியாது. கிறிஸ்துவப் பாதிரிகள் அவருடைய தூய்மையைப் பாதுகாப்பதற்கு மேரியின் தூய்மையைப் பாதுகாக்க வேண்டியிருந்தது. 'போற்றுதலுக்குரிய கன்னிமேரி, கிறிஸ்துவின் பிறப்புக்கு முன்னால் மட்டுமின்றி, அவர் பிறந்ததற்குப் பின்னரும் கன்னியாகவே இருந்தாள்' என்று கூறப்பட்டது. குழந்தை பிறப்பின் கடும் சிக்கல் மற்றும் வேதனையினால் அவள் பாதிக்கப் படவேயில்லை. அவளுடைய உடலின் அழுக்கு நிறைந்த மற்றும் அருவருப்பான உட்பகுதியுடன் எந்தத் தொடர்பும் இன்றி அவர் காற்றுப்புகா வண்ணம் அடைக்கப்பட்டிருந்தார். இது ஒரு வெறும் கிறிஸ்துவ வக்ரம் மட்டுமல்ல. ஒரு தூய்மையான அப்பழுக்கற்ற கருப்பையை வசப்படுத்தி அதைத் தனதாகக் கொண்டிருக்க வேண்டுமென்பது மட்டுமின்றி, அதிலிருந்து பிறக்கவும் வேண்டு மென்ற குலமரபுத் தலைவனின் கட்டாயப்படுத்துகிற செயலூக்க மானது. இயேசுவோடு கூட, புத்தர், பிளேட்டோ, குவெட்ஸல் கோட்டல், மான்டிஜூமா, மற்றும் செங்கிஸ்கான் முதலிய அனைவரும் கன்னித் தாய்களுக்குப் பிறந்தவர்கள்தான் என்று உரிமை கொண்டாடப் பெறும் விவரத்திலிருந்தும் எடுத்துக் காட்டப்படலாம்.

பெண் தன்மையானது அதனுடைய மிகவும் முதிர்ச்சியடையாத அம்சத்திற்குத் தாழ்த்தப்பட்டதோடு ஆண், அவளை முறைப் படுத்துவது, கட்டுப்படுத்துவது என்ற பிரச்சினையை மேற்கொள்ளு கிறான், ஒவ்வொருவர் விஷயத்திலும், பருவப் பெண்களின் முந்திய சுதந்திரங்கள் வாபஸ் பெறப்படுவதில் போய் இது முடிந்தது. பின்னர் அவர்கள் தங்கள் வாலிபப்பருவத்தில் ஆணைச் சார்ந்திருக்க வேண்டிய ஒரு நிரந்தரமான நிலையினுள் இது அவர்களைப் பிணைத்து விடுகிறது. இதன் மூலம் குலமரபுத் தலைவனின் எல்லா நிபந்தனை களும் பூர்த்தி செய்யப்படுகின்றன. கன்பூசிய மதம், அதைத் தோற்றுவித்த குங்ஃபூ-த்ஸி, பேரரசன் கி.மு.478இல் மரண மடைந்ததற்குப் பின்னர், சீனாவிலும், தூரக் கிழக்கிலும் வேகமாகப் பரவியதானது மேலே கூறப்பட்டதன் ஒரு சான்று ஆகும். நிலப்பிரபுத்துவம் கோலோச்சியகாலத்தில் சீனமக்கள் ஆண்டுதோறும் வசந்த கால விழா ஒன்றைக் கொண்டாடுவார்கள். அப்பொழுது சுற்றுப்புற கிராமங்களைச் சேர்ந்தவர்களும், யுவதிகளும் திராட்சைக் குலைகள் தொங்குகின்ற மற்றும் சிற்றுண்டி வழங்கப்படுகிற ஒரு தோட்டத்தில் கூடி, ஷேக்ஸ்பியர் காலத்திய இங்கிலாந்தில் 'முதுகுகளைப் பச்சையாக்குவது' என்று அறியப்பட்ட ஒரு மரபான விளையாட்டை ஆடுவார்கள். இந்த சிக்கலற்ற பாலியல் தொடர்புகள், இலையுதிர் காலத்தில் திருமணமாகப் பரிணமிக்கும். சம்பந்தப்பட்ட ஒரு பெண்

கருவுற்று, ஒரு கணவன் தேவை என்று விரும்பினால் மட்டுமே திருமணம் நடைபெறும். இந்த நிகழ்வுப்போக்கு முழுவதிலும் அவள் சுதந்திரமாகத் தான் விரும்பியபடி செய்யலாம். இது சென் என்ற நிலப்பிரபுத்துவ அரசில் சுமார் கி.மு.800ல் புனையப் பெற்ற இந்தப் பெண்ணின் பாடலில் இது சித்திரிக்கப்படுகிறது.

> **பசும்புல் பரவிய புதர்க்காடு**
> **பனித்திவலைகளைப் போர்த்தி நிற்கிறது**
> **ஒளிவீசும் கண்களும் எழில்மிக்கப் புருவமும்கொண்ட**
> **வனப்புமிக்க வாலிபன் ஒருவன் ஆங்கே**
> **தற்செயலாக சந்தித்தோம் நாங்கள்**
> **என்னுடைய விருப்பம் நிறைவேறியது**
> **தற்செயலாக சந்தித்தோம் நாங்கள்**
> **ஒன்றாகக் கூடிக் களிக்கிறோம் நாங்கள்**[24]

டாங் வம்சத்தின் ஏழாவது நூற்றாண்டைய சக்கரவர்த்தியின் வூவைப் போன்று எண்ணற்ற சக்திவாய்ந்த பெண்களைப் பற்றியும் சீனவரலாறு குறிப்பிடுகிறது. பதிமூன்றாவது வயதில் சக்கரவர்த்தியின் காமக்கிழத்தி ஆகிய வூசோ அரை நூற்றாண்டுக்கு மேற்பட்ட காலம் சீனாவை ஆட்சிபுரிந்தாள். கி.பி.696ல் தன்னை ‘யாவர்க்கும் உயர்ந்த கடவுள்’ ஆகப் பிரகடனம் செய்து கொண்டாள். பல சாதாரணப் பெண்கள் சீனா முழுவதிலும் வியாபாரிகள் வர்த்தகங்கள், விவசாயிகள் மற்றும் பொருளுற்பத்தியாளர்களாக வேலை செய்தனர். பெண்கள் எப்போதும், எல்லா இடங்களிலும் இவ்வாறே செய்துள்ளனர். ஆயினும் ‘மாமுனிவர் கன்பூசியஸ் தனது ஐந்து அடிப்படையான உறவு முறைகளை’ வகுத்த போது - இவை ஒன்றிணைந்து இயற்கையான இசைவிணக்க ஒழுங்குமுறையாக அமைகின்றன - (ஒரு மனிதனுக்கும் அவனது மனைவிக்கும் இடையிலும், தந்தைக்கும் தனயனுக்கும் இடையிலும், அண்ணனுக்கும் தம்பிக்கும் இடையிலும், ஒரு நண்பனுக்கும் இன்னொரு நண்பனுக்கும் இடையிலும், அரசனுக்கும் அமைச்சருக்கும் இடையிலுமான உறவுமுறைகள்) முதலாவதைத் தவிர மற்ற ஒவ்வொரு உறவு முறையிலும் பெண்கள் ஒதுக்கப்பட்டார்கள்.

தந்தைவழிச் சமுதாய முறையின் சாதனை - இங்கு போன்றே - தெய்வீகக் கட்டளையின் பேரில், பெண்கள் முக்கியமான எல்லாவற்றி லிருந்தும், என்றென்றைக்குமாக ஒதுக்கப்பட்ட ஓர் அமைப்பு உருவாக்கப்பட்டதாகும். எல்லா ஏகக் கடவுள் கோட்பாடுகளும் ஆண்களும் பெண்களும் ஒருவருக்கொருவர் துணை செய்து முழுமை யாக்குகின்ற இரு எதிர்நிலைகள், ஒரு நாணயத்தின் இருபக்கங்கள்

என்ற கருத்தின் அடிப்படையில் உருவாக்கப்பட்டன. பெண்களின் அசமத்துவத்தின் வேர் இதில் அடங்கியிருக்கிறது. எவ்வாறெனில், ஆண்கள் ஒரு தொகுதி குணாதிசயங்களை உருவகப்படுத்துகிறார்கள் எனில், அவர்களுக்கே உரிய தன்னடக்கத்துடன் சார்ந்ததே என்று வீம்புரிமை கொண்டாடுகிறார்கள் எனில், அப்பொழுது பெண்கள் அவசியமாகவே எதிர்நிலையானவர்களாக தாழ்ந்த ஜீவன்களாக ஆகின்றனர். ஆண்கள் வலிமை வாய்ந்தவர்களாக இருக்கும்போது பெண்கள் பலவீனர்களாக, ஆண்கள் துணிச்சல் உள்ளவர்களாக இருக்கும்போது, இவர்கள் பயம் மிகுந்தவர்களாக. ஆண்கள் புத்திக் கூர்மையுள்ளவர்களாக இருக்கும் போது பெண்கள் அறிவற்றவர்களாக இருக்கிறார்கள். இந்த இரு பொருள் சார்ந்த எதிர்நிலை ஜொராஸ்டரின் போதனையில் தெளிவாகத் தொகுத்துக் கூறப்பட்டுள்ளது.

> இந்த இரண்டு அடிப்படையான ஆன்மாக்கள் - கனாக் காட்சியில் இரட்டையர்களாகத் தங்களை வெளிப்படுத்திக் கொண்டவர்கள் சிந்தனையிலும், சொல்லிலும், செயலிலும் மேம்பட்டதும் குறைபாடுடையதுமாகும். இந்த இரண்டுக்கும் இடையில் சரியாகத் தேர்ந்தெடுப்பதற்கு விவேகமுள்ளவர்களுக்குத் தெரியும். அறிவற்றவர்களுக்குத் தெரியாது.[25]

மானிட அடிப்படையில் இவற்றை வகுத்துக் கூறுவதெனில், பெண்களின் மீதான இதனுடைய தாக்கத்தை சுருக்கமான அராபியப் பழமொழி இவ்வாறு தொகுத்துக் கூறுகிறது. ஆண் சொர்க்கம், பெண் நரகம். இதன் விளைவு பெண் இனம் முழுவதையும், இது நிரந்தரமாகத் தாழ்த்தப்பட்ட பகுதியாக்குகிறது. மானிட இனத்தின் வரலாற்றில் மிகப் பெரிய, மிகவும் நீண்டகாலமாக இருந்துவருகிற தாழ்த்தப்பட்ட பகுதியாகும். அன்பு செலுத்தும் தந்தைமார்கள் என்று மடத்தனமாகத் தோற்றம் கொடுக்கும் இந்தப் போலிக் கடவுள்களின் பேரால் பெண்களின் மீது சுமத்தப்பட்டுள்ள தகுதியின்மைகள் அவர்களின் முடமாக்கப்பட்ட தன்மைக்கு சிறிதும் நீதி வழங்க முடியாது.

திருமணத்தில் பெண்களின் தேர்வுரிமை பறிக்கப்பட்டது

முன்பு அன்னை தனது பல காதலர்களை சுதந்திரமாகத் தேர்ந்தெடுத்துக் கொண்ட நிலைமைக்கு மாறாக, இப்பொழுது இந்தியா, சீனா முழுமையிலும், மற்றும் யூத மதம், கிறிஸ்துவ மதம், இஸ்லாமிய மதம் ஆகியவை ஆட்சி செலுத்தும் நாடுகளிலும் பெண்

ஒரு செயலற்ற பங்காளியாக இருக்கிறாள். அவளுடைய கணவனைத் தேர்ந்தெடுக்கப்பட்டவளாக தனது ஆண் காப்பாளரால் திருமணம் செய்து கொடுக்கப்படுகிறாள்.

திருமண பந்தத்தினுள் பெண்ணுக்குப் பாதுகாப்பு மறுக்கப்பட்டது.

தேர்வுரிமையைப் போன்றே, திருமணவிலக்கும் முற்றிலும் ஆணின் ஒரு தனி உரிமையாயிற்று. வெறுக்கத்தக்க இஸ்லாமிய சூத்திரத்தில் இருப்பதைப் போன்று ஆண் தான் விரும்பினால் விவாகரத்து செய்து கொள்ளலாம். பாதுகாப்பின்மையை வளர்த்து, திருமணத்தில் சமத்துவப் பங்கை அடைவதற்கான எந்த வாய்ப்பையும் பெண்களுக்கு மறுக்கின்ற மற்றொரு புதுப்புனைவு பலதார மணமாகும்.

திருமணக் கட்டுப்பாட்டினுள் வாழும்படி பெண்கள் நிர்ப்பந்தப்படுத்தப்பட்டனர்

வீட்டுக்கு வெளியில் உலகத்துடன் எவ்விதத் தொடர்பும் தடை செய்யப்பட்டது. பெண்கள் நிரந்தரமாக வீட்டுக்காவலில் வைக்கப் பட்டனர். கீழைய மதங்களில் முகத்திரையிடுவது, தனிமைப்படுத்தி வைப்பது, பர்தா(கோஷா) மற்றும் அந்தப்புரம் அல்லது முஸ்லிம் பெண்கள் புழங்கும் தனியிடம் ஆகியவற்றைத் திணித்ததன் மூலம் பெண்கள் கட்டுப்பாட்டுக்குள் வாழ்வது தீவிரப்படுத்தப்பட்டது. மேலைநாடுகளில் எந்தப் பொது நடவடிக்கைகளிலும் பெண்கள் கலந்து கொள்வதினின்றும் தடை செய்யப்பட்டனர். ஏழாம் நூற்றாண்டில் ராணுவ நடவடிக்கைகளில் பெண்களைப் பயன்படுத்து வதைத் தடை செய்து அயர்லாந்தில் கூட்டமியற்றப்பட்டது. இது, 3000 ஆண்டுகளுக்கு முன்னதாக இருந்தே பெண்கள் போரில் ஈடுபட்டு வந்த கெல்டிக் மரபைத் தூக்கியெறிந்தது.[26]

தந்தைவழிச் சமுதாயச் சட்டங்களால் பெண்கள் பாதிக்கப்பட்டனர்

கடவுளின் சட்டங்கள் என்று அழைக்கப்பட்ட யாவும் உண்மையில் மனிதனின் சித்தத்தையே வெளிப்படுத்தின. உலகந்தழுவிய ரீதியில் தீவிரமாகக் கொண்டு வரப்பட்ட புதிய சட்டங்களால் ஆண்கள் எல்லாவற்றினுடைய பெண்களும் அவர்களது குழந்தைகளும் உள்ளிட்டு- உடைமையாளர்களும் அவற்றின் காப்பாளர்களும் ஆயினர். இப்பொழுது பெண்கள் சொத்துரிமை மற்றும் வாரிசுரிமையையும் இழந்தனர். தமது உடம்புகளின் மீதான கட்டுப்பாட்டு உரிமையையும் தமது குழந்தைகளின் மீதான பாத்தியத்தையும் கூட இழந்தனர். ஒன்பதாம் நூற்றாண்டின் ஒரு புகழ்பெற்ற சீன சோதனை - வழக்கில் ஒரு பெண்ணுக்கு அவளுடைய தகப்பனாரின் சொத்தில் பத்தில் ஏழு

பாகம் - அவளுடைய சிறிய மகனை வளர்த்துப் பராமரிக்க வேண்டும் என்ற நிபந்தனையின் பேரில் - உரிமையாக்கப்பட்டது. ஆனால் அரசு இதில் தலையிட்டு, அந்த உயிலை மாற்றி, மகளுக்கு தந்தையின் சொத்தில் பத்தில் மூன்று பங்குதான் கொடுக்கப்பட வேண்டும். அதோடு அந்தப் பையனையும் பராமரிக்க வேண்டும் என்று உத்தர விட்டது.

பெண்களுக்கு மனித உரிமைகள் மட்டுமன்றி மனிதப்பண்பே மறுக்கப்பட்டது

அவர்கள் முழுமனிதனுக்குத் தாழ்ந்தவர்களாக்கப்பட்டனர். திட்டமிட்ட முறையில் கீழானவர்கள் என்று வர்ணிக்கப்பட்டனர். ஆணினத் தகுதிக்குக் கீழானவர்கள் என்று நிரந்தரமாக ஒதுக்கப்பட்டனர். அதே சமயத்தில் ஒப்பிடற்கரிய ஆண் அவனது கடவுளின் முழுமை யான லட்சிய ரீதியிலான முழுநிறைவான பிம்பம் என்று வர்ணிக்கப் பட்டான். இஸ்லாமிய மதத்தின் கீழ் பெண்கள், ஃபத்னா அ.சப்பாவின் சொற்களில் 'முடமாக்கப்பட்ட பிறவிகள்.' அவள் மேலும் கூறுகிறாள். 'ஏழாம் நூற்றாண்டிலிருந்து பெண்களுக்கு இஸ்லாம் சிறப்புரிமை படைத்த இடத்தை வழங்கியுள்ளது' என்ற சலிப்பூட்டுகிற முன்னுரையை நான் கேட்கும் போதெல்லாம் அருவருப்படைகிறேன். குர்ஆனின் செய்தி பெண்களுக்குச் சாதகமாக இருக்கிறது என்று வரையறுத்துக் கூறுவதற்கு நீங்கள் ஓர் ஆண்மகனாக இருக்க வேண்டும்.[27] ஜப்பானில், மனைவியானவள் தனது கணவன் தன்னைப் புணரும்போது உவகையுடன் அதை ஏற்றுக் கொள்கிறாள். அதே பொழுதில், அவளுக்குப் புதிதாகப் பிறந்த பெண் குழந்தையை மூன்று பகல்களும் மூன்று இரவுகளும் அவளுடைய அரவணைப்பு இல்லாமல் தரையில் கிடத்தப்பட வேண்டும் என்று அதே ஜப்பானிய 'தலையணை மந்திரம்' என்ற புத்தகம் கூறுகிறது. ஏனெனில் பெண் பூமியும் ஆண் சொர்க்கமும் ஆகும். இந்த சட்டம் ஆணுக்குத்தான் - பெண்ணுக்கு அல்ல - இறுதி முடிவு கூறுவதற்கான உரிமையை எல்லா முடிவுகளையும் எடுப்பதற்கான உரிமையை வழங்குகிறது. ஆணின் கையில் பெண் ஒரு கருவி மட்டுமேயாவாள். அவள் முழுமையாக அடங்கி நடக்க வேண்டும். அவளுடைய மரணம் வரையிலும் இது நீடிக்கும்.[28]

உடைமைக்கான ஆணின் சிற்றின்பவேட்கை மற்றும் அழிப்பதற்கான அவனுடைய சீற்றம் ஆகியவற்றின் இந்த பலாத்காரமான மற்றும் இடைவிடாத தாக்குதலிலிருந்து தனிப்பட்ட பெண் தப்பித்துச் செல்வதற்கு என்ன மார்க்கம் இருந்தது? கிறிஸ்து பிறந்ததைத் தொடர்ந்த கேந்திரமான ஆயிரம் ஆண்டுகளின்போது கிழக்குலகில்

தோன்றிய புதிய தந்தைக் கடவுள்கள் சற்றும் குறைவில்லாத ஆக்கிரமிப்பையும் வெறியார்ந்த செயலூக்கத்தையும் கொண்டிருந்த போதிலும் அவர்களுடைய லிங்கவழிபாட்டு முன்னோர்களினின்றும் மிகவும் வேறுபட்டவர்களாக இருந்தனர். இப்பொழுது கடவுளானவர் இனி ஒருபோதும், இடி மின்னலிலோ, அல்லது தொலைதூரத்தி லுள்ள மலைவரிசையின் சிகரத்தை மூடிக்கொண்டிருக்கும் தொலைவிலுள்ள மேகங்களிலோ இருக்கவில்லை - இப்பொழுது அவர் குருக்களிலிருந்து நீதிபதி மற்றும் அரசன் வரையிலான அதிகாரம் படைத்த ஒவ்வொரு ஆணிலும் இருந்தார். அவர் ஒவ்வொரு பெண்ணின் தந்தையிலும், சகோதரனிலும், மாமனிலும் இருந்தார். அவளுடைய கணவனிலும் இருந்தார். எனவே அவர் அவளுடைய உணவு மேடையிலும் அவளுடைய படுக்கையிலும் இருந்தார், இறுதியாக எல்லாவற்றைக் காட்டிலும் முக்கியமாக அவர் அவளுடைய தலையிலும் இருந்தார்.

ஏனெனில், வரலாற்றின் நீதிமன்றத்தின் முன் குற்றஞ்சாட்டப் பட்டுள்ள குலமரபுத் தலைவர்களின் கடவுள்கள் பெண்களுக்கு எதிராகப் புரியப்பட்ட பல கொடிய குற்றங்களுக்குப் பதில் சொல்ல வேண்டியிருந்தன. ஆற்றல் மிக்க பெண் தெய்வத்தை வழிபடுவதை அவர்கள் தாக்கி அழித்திருந்தனர். தமது நோக்கங்களுக்கு எது அனுசரணையாக இருந்ததோ அவற்றை மட்டும் வைத்துக் கொண்டனர். முன்னாளைய பூமித்தாயைக் குழந்தை - மணப்பெண் நிலைக்குத் தாழ்த்தினர். கன்னிமையைத் தமக்கு சாதகமாகப் பயன்படுத்திக் கொண்டனர். பெண்களின் பாலியல்தன்மை எதிர்மாறாகத் திருப்பப் பட்டது. அல்லது மறுக்கப்பட்டது. அவளுடைய உடம்பு கடவுளின் சித்தத்தின் படியான ஒரு பாலியல் கொள்கலம் என்ற நிலைக்குத் தாழ்த்தப்பட்டது. அவளுடைய கணவனுக்குச் சொந்தமானதாக்கப் பட்டது. அவனே கடவுளுமாவான். எனவே அவனுக்குக் கீழ்ப்படிந்து, போற்றி வணங்க வேண்டும், பாகுபாடு செய்வதன் மானிட வரலாற்றில் திட்டமிட்ட ஒதுக்கல் கொள்கையின் முதலாவது மற்றும் மிகப்பெரிய நடவடிக்கையின் மூலம் பெண்கள் கீழ்நிலையானவர் களாக்கப்பட்டனர். ஒரு தனியான, தாழ்ந்த பிறவிகளாக்கப்பட்டனர். ஆனால் இவையாவற்றைக் காட்டிலும் மிகவும் மோசமானதென்ன வெனில் அவர்கள் தாங்கள் கீழானவர்களென்றும் தாழ்ந்தவர் களென்றும் நம்பும்படி செய்யப்பட்டதாகும்.

புதிய தந்தைவழிச் சமுதாய ஆட்சி முறைகளின் தளர்வில்லாத சித்தாந்த தாக்குதல்களுக்கு எல்லாப் பெண்களும் அடங்கிப் போய்விடவில்லை. ஒவ்வொரு அமைப்பும் ஒருவர் நினைக்க விரும்பியது

போன்று அவ்வளவு பாதுகாப்பாகவும் ஒன்றுபட்டதாகவும், ஓட்டை உடைசல் இல்லாததாகவும் இருக்கவில்லை. குலமரபுத் தலைவர்களின் கடவுள்கள் தமது பிடிப்பை மெதுவாகத்தான் இறுக்கமாக்கினர். அதிகாரத்திலுள்ளவர்கள் வரையறுத்ததற்கும் மனிதர்கள் நடைமுறையில் செய்ததற்கும் இடையிலிருந்த இடைவெளியானது திறமையும் மதிநுட்பமும் கொண்ட பெண்கள், வரலாற்று ஆவணம் அடிக்கடி வெளிப்படுத்துவதற்குத் தயாராயிருந்ததைக் காட்டிலும், தந்திரமாகச் செயல்படுவதற்குக் கூடுதல் இடமிருந்தது, ஆனால் பெண்களின் எதிர்ப்பு இனிமேல் ஸ்தல அளவிற்குட்பட்டதாயிற்று. திடீரென்று எப்போதாவது ஏற்படுவதாயிருந்தது. அவை எல்லாமே அடிக்கடி அற்பாயிசு உடையவையாயின. மேலாதிக்கத்திற்கான போராட்டத்தில் புதிதாகத் தோன்றிவந்த சித்தாந்தங்கள், போர்க்களத்தை, இன்று வரையிலும் பெண்கள் வெளித்தாக்குதலுக்கு இரையாவோம் என்று உணர்ந்துள்ள மற்றும் பாதுகாப்பற்ற ஒரு பகுதிக்கு - அதாவது பெண்ணின் உடம்புக்கு மாற்றும் மகிழ்ச்சிகரமான உத்வேகத்தைப் பெற்றன. கயமையான முறையில் தாக்கப்பட்ட, மற்றும் அவர்களின் மார்பகங்கள், அவர்களின் இடுப்பு, தொடை வாயிலாகவும் மற்றும் யாவற்றுக்கும் மேலாக ஆண்களின் 'தணியாத சிற்றின்ப வேட்டைக் காகவும் தாக்கப்பட எண்ணிலடங்காத பெண்கள் மீளும் நம்பிக்கை சிறிதுமின்றி தங்களை இழந்தனர்.

ஒரு பெண்ணின் சொர்க்கம் அவளுடைய கணவனின் காலடியில்.
- வங்காளிப் பழமொழி

அடிக்குறிப்புகள்

1. கிறிஸ்துவ மதத்தின் பெண்ணிய எதிர்ப்புக் கொள்கையின் விரிவான பகுப்பாய்வுக்கு மேரிடாலி எழுதிய திருச்சபையும் இரண்டாவது பாலினமும் (1968) என்ற நூலையும், தந்தையாகிய கடவுள்: பெண்களின் விடுதலை பற்றிய தத்துவஞானத்தை நோக்கி (1973) என்ற நூலையும் காண்க.

2. ஃபெலிசிடாஸின் கதை. ஹெர்பெர்ட் முஸுரில்லோவின் (பதிப்பித்தது) கிறிஸ்துவத் தியாகிகளின் நடவடிக்கைகள் (1972) பக். 106-31 என்ற நூலைக் காண்க.

3. காரென் ஆர்ம்ஸ்ட்ங், பெண்ணின் உயிர்த்தத்துவம் (1986) பக்.256.

4. ஜெர்மையா 7.17-18

5. பண்டைக்கால சீனாவில் பூமித்தாயிலிருந்து லிங்கவுருவத்திற்கும் ஆணாதிக்கத்திற்கும் மாறிச் சென்ற அதிகார மாற்றத்தைத் தெரிந்து கொள்வதற்கு

சிபிஃபிட்ஜெரால்டு எழுதிய சீனா: ஒரு கலாசார வரலாற்றுச் சுருக்கம் (1961) என்ற நூலைக் காண்க. பக்.44 பக். 47-8. உலகந்தழுவிய ரீதியில் பெண் தெய்வ வழிபாடு பறிக்கப்பட்டது பற்றி ரபேல்படாய் எழுதிய ஹீப்ரு பெண் தெய்வம் (நியூயார்க், 1967) என்ற நூலைக் காண்க. மெர்லின் ஸ்டோனும், ஜான் ஓ நெய்லும் எழுதிய கடவுள்களின் இரவு (2 தொகுதிகள், 1893) என்ற நூலில், ஆற்றல்மிக்க பெண் தெய்வத்தின் குறியீடு தொடர்ந்து இருந்து வருவதைப் பாரசீகர்களின் கொம்புகளுடன் கூடிய சந்திரன்களிலும், ரோமன் கத்தோலிக்கர்கள், மேரியை நமது அன்னை என்றும் 'சொர்க்கத்தின் அரசி' என்றும் போற்றுவதிலிருந்தும் காணலாம்.

6. ஆர்.எஃப் பர்டன், அல்-மதினா, மெக்கா யாத்திரை பற்றிய நேரடியான வர்ணனை (2 தொகுதிகள், 1885-6)2. பக்.161

7. மெக்காவிலுள்ள காபா பற்றிய முழு விவரத்திற்கு, ஹார்டிங் எழுதிய நூலையும் (பக்.41) ஓ, நெய்லின் நூலையும்- 1காண்க. பக்.117.

8. பெர்ட்ரண்ட் ரஸ்ஸலின் மேலையதத்துவ ஞானத்தின் வரலாறும், ஆரம்பகாலத்திலிருந்து இன்றுவரை (1946) அரசியல் மற்றும் சமூக சூழ்நிலைகளுடன் அதனுடைய தொடர்பும், என்ற நூல் பக்கம். 336.

9. ஆரம்பகாலத் திருச்சபையில் பெண்களின் பாத்திரம் பற்றி லண்டன் பல்கலைக்கழகத்தில் சமய வரலாற்றுப் பேராசிரியரின் விவாதத்தைக் காண்க. டைம்ஸ் இதழ். 1.11.86 பௌல்டிங், பக்.360 மற்றும் ஜே.மாரிஸ் எழுதிய பெண் பிஷப் (நியூயார்க், 1973) என்ற நூலையும் காண்க.

10. ஜூலியா லெஸ்லி, 'சாரமும் வாழ்வும்: பண்டைய இந்திய நூல்களில் பெண்களும் சமயமும்,' பக்.89-112.

11. நவால் எல் சாதவி, அஸிஸா அல்-ஹிப்ரி என்ற இதழில் 'இஸ்லாமிய சமயத்தில் பெண்கள்' என்ற கட்டுரை, பெண்களும் இஸ்லாமும் என்ற நூல் (1982) பக். 193-206.

12. அஸிஸா அல்-ஹிப்ரி எழுதிய 'இஸ்லாமிய வரலாறு பற்றிய ஓர் ஆய்வு' அல்லது நாம் எவ்வாறு இந்த சிக்கலுக்கு உள்ளானோம் என்ற நூல் (1982) பக். 207-19.

13. எல்.சாதவி, பக்.197

14. ஃபாத்னா ஏ.சப்பா, முஸ்லீம் சமய மயக்கத்தில் பெண், (லண்டன், நியூயார்க் 1984) பக்.104-6.

15. வரலாறுகள் 2வது தொகுதி பக்.15-16-17.

16. இ.எல்.ரனிலாக், ஆண்களும், பெண்களும் (1985) பக்.49.

17. எண்கள் 5, 14-31.

18. சப்பா, பக்.108

19. எட்வார்டெஸ் பக்.32

20. கேப்ரியேல் மேண்டல், தலையணையின் கவிதை: ஜப்பானிய வழிமுறைகள் (ஃபிரிபோர்க், 1984) பக். 17-18.
21. மேண்டெல், பக்.77. பக்.78
22. எட்வார்டெஸ் பக்.50
23. ஆர்ம்ஸ்ட்ங், பக் 43, பக்.23
24. ஃபிட்ஜெரால்டு, பக். 48-9
25. டி ரீயின்கோர்ட், பக்.82. மற்றும் சாரா மெய்ட்லாண்ட் எழுதிய புதிய நாட்டின் ஒரு வரைபடம்: பெண்களும் கிறிஸ்துவ சமயமும் (1983): இதில் மெயிட்லாண்ட், கிறிஸ்துவ சமயம் படைப்பை 'நல்லது' (உணர்வு) என்று 'கெட்டது' (உடல்) என்றும் பிரித்து அவற்றை ஒன்றுக்கொன்று எதிரானதாக சித்திரிக்கிறது. இவ்வாறு பிரிவினை செய்வதுதான் சிற்றின்ப வெறிக்கு மூலகாரணம் மட்டுமன்றி, இனவெறி, வகுப்பு வெறி மற்றும் சுற்றுச்சூழல் அழிவு ஆகியவற்றுக்கும் மூலகாரணம் என்றும் வாதிடுகிறார்.
26. நீ சுல்லியானெய்ன், பக்.14
27. சப்பா, பக்.5, பக்.110
28. சப்பா, பக்.13

5. தாய்மார்களின் பாவங்கள்

பாலைவனம், கல்லறை, ஒரு பெண்ணின் பிறப்புறுப்பு இம்மூன்றும் திருப்திப்படுத்த முடியாதவை

-அராபியப் பழமொழி

ஒரு பெண்ணின் உடம்பு அழுக்கு நிறைந்தது, சட்டத்திற்குரிய ஒரு கொள்கலனல்ல.

-புத்தர்

புறமெய்மையான பெண்களின் கொடுங்கோன்மை என்பதை நாம் விவாதித்து வருகிறோம்... இனப்பெருக்க ஆற்றலழிக்கப்படுவோம் என்ற ஆழமான அச்சம் ஆண்களைப் பீடித்துள்ளது. கருப்பையின் பயங்கரம் என்ற வகையில் அந்த பயம் வெளிப்படுத்தப்படுகிறது. பெண் இனத்தீமை என்ற கட்டுக்கதையின் அஸ்திவாரமாக இந்த பயங்கரங்கள் அமைந்துள்ளன. இதன் விளைவாய் பல நூற்றாண்டுக் கால இனப்படுகொலை நியாயப்படுத்தப்பட்டது.

- ஆந்திரியே துவோர்கின்

ஆண் தன்னைக் கடவுளாக்கிக் கொண்டபோது அவன் பெண்ணை மனிதப் பிறவிக்குக் கீழானவளாக்கினான். 'ஒரு பெண் ஒருபோதும் மெய்யாகத் தனக்குத்தானே எஜமானியல்ல' என்று லூதர் வாதிட்டார். 'கடவுள் அவளுடைய உடம்பை ஓர் ஆணுக்குச் சொந்த மாவதற்கும், குழந்தைகளைப் பெற்று வளர்ப்பதற்காகவும் உருவாக்கினார்.' ஒரே கடவுள் கோட்பாட்டைக் கொண்ட ஆணின் பெருமிதமான சூழ்ச்சித் திட்டத்தின்படி, ஒரு பெண் குழந்தைகளை உற்பத்தி செய்வதற்கான ஓர் இயந்திரத்தைத் தவிர வேறொன்றுமல்ல, அவள் வேறெதுவாகவும் இருப்பதற்குத் தேவையுமில்லை. அதற்கு உரிமையுமில்லை: 'அவர்கள் மரணமடையும் வரையிலும் குழந்தை களைப் பெறட்டும்' என்று லூதர் அறிவுரை கூறினார். 'அதற்காகத்தான் அவர்கள் இருக்கிறார்கள்.[1] ஆனால் பெண் இனம் முழுமையும் குழந்தைபெறுவது என்ற ஓர் அடிப்படையான செயல்பாட்டுக்கு உரியவர்கள் மட்டுமே என்று தாழ்த்தப்பட்டது. தந்தைவழிச் சமுதாயக் கருத்து - உருவாக்குகின்றவர்களுக்கு பெண்களைக் கூடுதலாக ஏற்றுக்கொள்ளப்படத் தக்கவர்களாகவில்லை. அதற்கு மாறாக மனிதப் பிறவியிலிருந்து கீழ்நிலைக்குத் தள்ளப்பட்ட பெண் 'ஒரு மிகவும் ஆணவம் பிடித்த, வசப்படுத்த முடியாத பிராணி[2] என்று தன்னை வெளிப்படுத்தி நின்றாள். இந்தப் பிசாசு, தந்தைக் கடவுளின் பகுத்தறிவு உறங்கிவிட்டதன் விளைவாகப் பிறந்தவள், அவர்களை

அச்சுறுத்தத் தொடங்கினாள். ஓராயிரம் ஆண்டுகளுக்கு மேலாகவே அவர்களின் நித்திரைகளில் பய பீதியை ஏற்படுத்தி வந்தாள். இதன் விளைவாக பெண்களின் விலங்கின உடலமைப்புக்கு எதிராக வெறுப்பேற்படுத்தும் இயக்கம் நடத்தப்பட்டது. யூதமதம் தோன்றிய காலத்திலிருந்து நவீன கால உலகத்தின் துவக்க கால வரையிலும் பின்பற்றப்பட்டு வந்த இந்த இயக்கம் இப்பொழுது பெண்கள் பற்றிய தொடர் செய்திக் கோவையில் மிகவும் தீர்மானகரமான வரலாற்று உண்மைகளில் ஒன்றாக வெளிப்பட்டுள்ளது.

ஏனெனில், பெண்களின் வரலாறானது நேர்கோடு போன்று தொடர்ந்து முன்னேறிச் செல்லும் புற நிகழ்ச்சிகளின் வரலாற்றால் உருவாக்கப்பட்டதல்ல. போர்கள், வம்சங்கள் மற்றும் சாம்ராஜ்யங்கள் ஒரு குறுகிய கால ஓட்டத்தில் தோன்றி, மறைந்து போயுள்ளன. அவை பெண்களின் வாழ்க்கையின் மீது, உதாரணமாக, மாதவிலக்குத் தீட்டுகள் அல்லது பெண் சிசுக் கொலை ஆகியவற்றைக் காட்டிலும் குறைவான தாக்கத்தையே ஏற்படுத்தின. இத்தகைய கருத்துக்கள் பெண்களின் வாழ்க்கை அனுபவத்தையும் காலக்குறிப்புகளையும் செய்கைகளைக் காட்டிலும் மிக அதிகமாக உருவாக்குகின்றன. அவை உருவாக்குகின்ற பாணிகள் தொடர்ச்சியானவையாகவும் சுழற்சி யாகவும் பல தலைமுறைகளுக்கு மாறாமலும் இருந்து வருகின்றன. தந்தை வழிச் சமுதாய ஆட்சிமுறையின் ஏகக் கடவுள் கோட்பாடு சுமத்தப்பட்டதன் மிகவும் முனைப்பான விளைவுகளில் ஒன்றாகிய பெண்களின் உடம்புகளின் மீதான தாக்குதல் எத்தகைய வாய்ப்பான தொடக்கத்தையோ அல்லது முடிவையோ பெண்ணின் வரலாற்றிலும் இது ஒரு பிரதான தீர்மானகரமான அம்சமாக இருந்தது. இது, பெண்களின் வீழ்ச்சிக்கு நீண்ட கால நிலப்பிரபுத்துவ ஒடுக்குமுறை மற்றும் கோரமான அடக்குமுறைக்கு சமிக்ஞை காட்டியது. அதை ஏற்படுத்தவே செய்தது. உடல்ரீதியான துன்பத்தின் மிகவும் தாழ்ந்த நிலைக்கு வேகமாகச் சரிந்து செல்வதே, பூரண மனிதப் பண்புக்கு மீண்டும் மெதுவாக உயர்ந்து செல்வதற்குத் தேவையான விசை வேகத்தைத் தோற்றுவிக்கமுடியும்.

பாலியல் போரில் பெண்களின் உடம்புகள் இத்தகைய ஒரு கேந்திரமான போர்க்களமாக மாறியதேன்? இதற்கான பதில் மேலாதிக்கத்திற்கான ஆணினத்தின் போராட்டத்தின் மையத்தில் அடங்கியுள்ளது. பெண்களைத் தனிப்பிரிவாக வேறுபட்டவர்களாக, தாழ்ந்தவர்களாக எனவே அதன்படி சரியாகவே கீழ்ப்பட்டவர்களாகக் குறிப்பிட்டதன் மூலம் ஆண்கள், பெண்களை மனித இனத்தின் வரலாற்றில் முதலாவது மற்றும் மிகப்பெரிய ஒதுக்கப்பட்ட

பிரிவினராக ஆக்கினர். ஆனால் ஆண்களின் எல்லா விவகாரங்களி லிருந்தும் பெண்களை முற்றாக விலக்குவது அசாத்தியமாகும். வேறு எந்த கீழ்ப்படுத்தப்பட்ட வர்க்கமோ சாதியோ அல்லது சிறுபான்மை யரோ, பெண்களைப் போல் தம்மை ஒடுக்குவோருடன் அவ்வளவு நெருக்கமாக ஒருங்கிணைந்து வாழவில்லை. ஆதிக்க கலாசாரத்தின் ஆண்கள் அவர்களைத் தமது இல்லங்களினுள்ளும், சமையலறை களிலும், படுக்கைகளிலும் அனுமதிக்க வேண்டியிருக்கிறது. இவ்வளவு நெருக்கமாக உள்ளவர்களின் மீது கட்டுப்பாடு செலுத்த வேண்டு மென்றால் பெண்களை இழிநிலைக்குத் தாழ்த்துவதற்கு அவர்களே இணக்கம் தெரிவிக்கும்படி தூண்டுவதன் மூலமாக மட்டுமே செய்ய முடியும். ஏனெனில் பெண்கள் தாழ்ந்தவர்களாக இல்லாததினால், பெண்கள் ஆண்களுக்கு இரண்டாந்தரமானவர்களே என்று விளக்குவதற்கும், வலியுறுத்துவதற்கும் மத, சமூக, உயிரியல், மற்றும் மிகவும் சமீபகாலமாக உளவியல் சித்தாந்தம் ஆகியவை சம்பந்தமான பெருமளவான வெளியீடுகளை (நூல்களை)க் கொண்டு தாக்குதல் நடத்த வேண்டியிருந்தது. தாங்கள் தாழ்ந்தவர்கள் என்று பெண்களை நம்பச் செய்வதற்கு இந்த போதனை, ஜாக்கிரதையான நாட்டுப்புறக் கதைகள், கேலி செய்யும் கூற்றுக்கள், மற்றும் பழக்கவழக்கங்கள் சம்பந்தமான இலக்கியங்களுக்கு பெண்களின் உடம்பைவிட மேலான பொருள் வேறு எதுவாக இருக்க முடியும்? மானிடத் தன்னம்பிக் கையின் மற்றும் தன்னைப் பற்றிய உணர்வின் அடிப்படையான நிலைக்களத்தை அழிப்பதன் மூலம் பாலியல் பழியையும், உடல் ரீதியான அருவருப்பையும் அவர்கள் மீது சுமத்துவது மூலம் ஆண்கள் பெண்களின் பாதுகாப்பற்ற நிலைமைகளையும், சார்புத் தன்மை யையும் உறுதிப்படுத்த முடிந்தது. இந்த நூற்றாண்டுகளின் போது, பெண்கள் மீது உலகந் தழுவிய, ஒருங்கிணைந்த மேலும் மேலும் அதிகரிக்கும் வேகத்தில் தாக்குதல்கள் தொடுக்கப்பட்டதன் மெய்யான தன்மை மற்றும் நோக்கத்தைப் பற்றி ஐயப்படுவதற்கான இடமே யில்லை. பெண்களை முற்றாக சரணாகதியடையச் செய்வதற்கான மிருகத்தனமான முயற்சியில் ஒவ்வொரு குலத்தலைவனும் பாலியலை இழிவுபடுத்தும் அச்சுறுத்தும் பணியில் ஈடுபடுத்தப் பட்டான். இதற்கு உதாரணமாக தெற்குக் கடல் பிராந்தியத்தின் முந்துருகு இனப் பெண்களைக் கூட்டுக் கற்பழிப்பு செய்யப்பட்டதைக் கூறலாம். இந்தப் பழங்குடி ஆண்கள் 'வாழைப்பழத்தைக் கொண்டு எங்கள் பெண்களை நாங்கள் அடக்கி வசப்படுத்துகிறோம்'[3] என்று தற்பெருமையடித்துக் கொள்வது வழக்கம்.

ஆயினும் பெண்களுக்கு எதிரான ஏராளமான விதிமுறைக் கட்டுப்பாடுகளும், பிற சாதனங்களும் - அவை ஆண்கள் பெருமளவு கவலைப்படுவதாக வாதிட்ட போதிலும் பெண்களது எதிர்ப்பின் பலத்தையும் மறைமுகமாக சுட்டிக் காட்டுகின்றன. ஏனெனில், பெண் ஒரு வசப்படுத்த முடியாத பிராணி என்று கருதப்பட்டது. தன்னுடைய அடிமைப்படுத்தப்பட்டுள்ள நிலையை ஏற்றுக்கொள்வதற்கு மறுத்ததில் மிகவும் தெளிவாக அவளுடைய முரட்டுத்தனமான பிடிவாதத்தை அவள் வெளிப்படுத்தினாள். வன்முறையும், தொடர்ந்து அவள் கண்டனம் செய்யப்பட்டு வந்ததும், முதலாவதாக அவளுக்கு எதிரான எல்லா விதிமுறைக் கட்டுப்பாடுகளையும் அவசியமாக்கின. பெருமளவான சமூக மற்றும் சட்டப்படியான கட்டுப்பாடுகளும் எந்தத் துறைகளைப் பற்றி திட்டவட்டமாக ஆண்கள் கவலைப்படுகிறார்கள் என்பதை சுட்டிக் காட்டுகின்றன. பெண்ணினது உடம்பினை எந்த பாகமும் ஏதாவது ஒரு வழியில் பீதி, அச்சம், கோபம் அல்லது ஆழமான பயத்தை தோற்றுவிக்காம லிருக்கவில்லை.

ஏனெனில், பெண்கள் உச்சந்தலையிலிருந்து உள்ளங்கால் வரையில், அவர்களது உடற்கூறின் ஒவ்வொரு பாகத்திலும் அபாயகரமாக இருந்தார்கள். வளமான தலைமுடி (கூந்தல்) சிற்றின்ப வேட்கையைத் தூண்டிவிட முடியும். அதனால்தான் யூதமதபீடமானது கி.பி.600ஆம் ஆண்டிலிருந்து, தனது கூந்தல் மூடப்படாமல் வெளியே வரும் மனைவியை விவாகரத்து செய்து கொள்வதற்கு ஆண்களை அனுமதித்தது. அதே பொழுதில் புனிதர்பால், தன் தலை முடி மூடப் படாமல் மாதாகோயிலுக்கு வரும் பெண்ணின் கூந்தல் மழிக்கப்பட வேண்டும் என்று கிறிஸ்துவர்களுக்கு ஆணையிடும் அளவுக்குச் சென்றார்.[4] பெண்ணின் முகமானது, அப்பாவி ஆண்களுக்கு காதல் தெய்வத்தின் மற்றொரு தூண்டில் பொறியாகும். கி.பி.மூன்றாம் நூற்றாண்டில் ஒரு புதுமையான சமய நூலில் ஆரம்பகாலக் கிறிஸ்துவப் பாதிரியார் டெர்ட்டுவின் 'கன்னிகள் பூப்படைவது'தான் தேவதூதர் களின் வீழ்ச்சிக்குக் காரணமென்றார். 'மிகவும் அபாயம் ஏற்படுத்தத் தக்க அந்த முகம் மறைக்கப்பட வேண்டும். அது தடுமாறும் கற்களை சொர்க்கம் வரையிலும்கூட எறிந்துள்ளது.[5]

தனது முகத்தினுள் ஒரு பெண் தனது மிகவும் சக்தி வாய்ந்த மற்றும் வஞ்சகமான ஆயுதங்களில் ஒன்றை, அவளுடைய நாக்கை மறைத்துக் கொண்டிருக்கிறாள். அனேகமாக எல்லா மொழிகளிலும் காணப்படும் ஒரு பழமொழி 'மௌனமாக இருப்பவளே சிறந்த மனைவியாவாள்' என்று பதற்றத்துடன் வலியுறுத்துகிறது. உதாரணமாக, ஆசியாமைனர் பகுதியிலுள்ள கிரேக்கர்கள் இடையில் பல

நூறாண்டுகளாக ‘நாக்கு நீளமாயிருக்கும் ஒரு பெண்’ ஒரு கணவனைப் பெறும் வாய்ப்புகளை அழித்துக் கொள்கிறாள் என்ற கருத்து இருந்து வந்தது. மங்கோலியப் பழங்குடி மக்களிடையில் ஆயிரம் ஆண்டு களுக்கு மேலாகவே, ஆண்கள் மட்டுமே பேசுவதற்கு அனுமதியுள்ள ஏராளமான சொற்களைப் பெண்கள் கூறக் கூடாதென்று தடை விதிக்கப்பட்டிருந்தது.[6] மேற்குப் பகுதியில் இஸ்லாம் மதத்தின் கீழ், ஒரு மனைவியின் மிகவும் மோசமான குணக்கேடு, ‘சட்டக்கா’தான், அதாவது நிறையப் பேசுவதுதான்.

பெண்களுக்கு வாய்ப்பூட்டு போடும் இந்த யூத மதப் பிடிவாதமான வெறிப்போக்கு யூதமதம் பிறக்கும்போதே, மோஸஸின் யூதச் சட்டம் பிரகடனப்படுத்தப்பட்ட காலத்திலேயே தோன்றியது. பெண்கள் மௌனமாக இருக்கவேண்டும் என்பதே அந்தச் சட்டம் அது அவ்வாறே மாற்றம் ஏதுமின்றி, எல்லாப் பெண்களுக்கும் பௌலின் விதித்த கிறிஸ்துவக் கட்டளையாக வெளிவந்தது. ‘மௌனமும் முழுமையாகக் கீழ்ப்படிதலும் என்பதே அது, பெண்களை அடிமைப்படுத்துவதன் முன் நிபந்தனையாக வாய்ப்பூட்டு போடுவது அண்மைக் கிழக்கு மற்றும் மத்திய கிழக்குப் பகுதிகளில் மட்டுமல்ல. ஜப்பானிய ஷிண்டோ போதனையில் உலகின் உதயகாலத்தில் பெண் முதலில் பேசினாள். அதன் விளைவாக அவளுக்குப் பிறந்தது ஒரு வேதாளம். அவளுடைய வாழ்க்கைத் துணைவனான முதலாவது மனிதன் ஆண்தான் எப்போதும் பேசவேண்டுமென்று கடவுள்களிடத்தி லிருந்து வந்த உபதேசச் செய்தியாக உணர்ந்தான். எனவே அப்பொழுதிலிருந்து நிலைமை இப்படித்தான் இருக்கிறது.

ஐரோப்பாவின் நவீன கால கட்டத்தின் துவக்கத்தில், மௌனமாக இருக்கவேண்டுமென்ற கோரிக்கையை மறுத்த பெண்கள் பயங்கரமான கொடுமைக்குள்ளாக்கப்பட்டனர். ‘நச்சரிக்கும் பெண்ணின் கடிவாளம்’ என்ற ஒரு சாதனம் பயன்படுத்தப்பட்டது. உதாரணமாக இங்கிலாந்தின் வடக்குப் பகுதியில் ஏழாம் நூற்றாண்டிலிருந்து பதினேழாம் நூற்றாண்டு வரை கடிந்து கொள்ளும் மற்றும் நச்சரிக்கும் பெண்கள் இந்த சித்திரவதைக்கு உள்ளானார்கள். முகவாய் போன்ற தலைக்கவச அமைப்பில் பெண்ணின் தலையில் வைத்துப் பொருத்தி, நாக்குப் போன்ற ஓர் இரும்புத்துண்டை அவள் வாயில் நுழைத்து, இரத்தம் வரச் செய்து பின் அந்தப் பெண்ணின் இடுப்பைச் சுற்றிலும் கயிற்றினால் கட்டி, அக்கயிற்றை ஒருவன் கையால் பிடித்துக் கொண்டு அவளைத் தெருக்களில் இழுத்துச் செல்வது வழக்கமாக இருந்தது. மேலும் ஒரு நீண்ட கழியின் ஒரு முனையில் ஒரு மர நாற்காலி பொருத்தப் பட்டு அதில் அந்தப் பெண்ணை உட்காரவைத்து

அப்படியே ஆற்றுத் தண்ணீரிலும் சகதியிலும் முக்கி முக்கி எடுக்கப்படுவாள். அந்தப் பெண்கள் தண்ணீரில் மூழ்கிப் போகும் வரையிலும் இவ்வாறு செய்யப்பட்டார்கள்?

ஒரு பெண் எந்த அளவு பகுத்தறிவைக் கொண்டிருந்தாலும் குறைந்தபட்சம் அவள் தலைதான் அதனுடைய மூலஸ்தானம். அங்கிருந்து கீழ்நோக்கி அவளது உடம்பு சைத்தானின் விளையாட்டு அரங்கம் ஆகும். 'ஒரு பெண் குளியலறைக்குச்செல்லும் போதெல்லாம் சைத்தான் அவளுடனிருக்கிறான்' என்று முகம்மது அறிவித்தார்.[8] பெண்களின் உடம்புகளின் மீது ஆதிக்கத்தை ஏற்படுத்திக் கொள்வதன் மூலம், ஆண்கள் எதிர்பாராத, ஆனால் தர்க்கரீதியான விளைவுக்குத் தயாரானார்கள். பெண்கள் தங்கள் மீதே எந்தக் கட்டுப்பாட்டையும் நிலைநிறுத்த முடியாதவர்கள், எனவே அவர்களை நம்பக் கூடாது என்று கூறப்பட்டது. ஏனெனில் அவர்களுக்கு எந்தக் கட்டுப்பாடும் இல்லை. அவர்கள் மனம் போனபோக்கில் போகிற காலியான பாத்திரங்கள். அவர்களது கால்களுக்கு இடையில் துடிக்கின்ற தசை களினால் மட்டுமே ஆட்டிப் படைக்கப்படுகின்றவர்கள், அராபியப் பெண்களை மத்திய காலத்தில் மிகவும் மோசமாக தூஷித்தது இதைத் தான் காட்டுகிறது.

> பெண்கள் வேதாளங்கள், அவ்வாறே அவர்கள் பிறந்தனர்,
> யாரும் அவர்களை நம்பமுடியாது
> என்பதை எல்லோரும் அறிவர்...
> எஜமானன் இல்லாதபோது
> ஓர் அடிமையைப் பயன்படுத்திக் கொள்வதற்கு
> அவர்கள் தயங்குவதில்லை.
> அவர்களுடைய உணர்ச்சிகள் தூண்டப்பட்டுவிட்டால்
> அவர்கள் சிற்றின்ப விளையாட்டுகளில் இறங்கி விடுவார்கள்
> அவர்களது கருவாய் மதம் பிடித்தால், தயாராக உள்ள
> யாராவது ஓர் ஆணைத் தேடுவது பற்றியே
> அவர்கள் நிச்சயமாக சிந்திப்பார்கள்.[9]

அராபிய இலக்கியத்தில் பெண்களின் 'தணியாத சிற்றின்ப வேட்கை' பற்றி மனநோய் ரீதியிலான பயம் நிறையக் காணப்படுகிறது. பெண்களின் பிறப்பு உறுப்புக்கான அரபுச் சொல் அல்ஃபார்ஜ் என்பது. 'பிளவு, சிறு இடைவெளி, வெடிப்பு' அதன் வாயில் சிறியதாகத் தோன்ற லாம். ஆனால் அதனுள் ஒரு மனிதன் புகுந்து, சுவடுதெரியாமல் மறைந்து விடக்கூடும். பதினைந்தாம் நூற்றாண்டில் வெளியிடப்பட்ட நறுமணம் கமழும் பூந்தோட்டம் என்ற காதல் காவியத்தில் 'அவளுடைய கருவாயைக் கண்டேன் நான்' என்று ஒரு பீதியடைந்த

காதலன் புலம்புகிறான். ஓர் ஆண் குதிரையின் வரவைக் கண்டு திறக்கும் ஒரு பெண் குதிரையின் கருவாயைப் போல் அது திறந்தது. ஓர் அராபிய ஆண்மகன் அச்சமுற வேண்டிய மிகவும் மோசமானது அதுவல்ல என்று கூறும் நூலின் ஆசிரியர். 'அவா ஆர்வம்' மற்றும் 'சிற்றின்ப வெறி கொண்ட சில கருவாய்கள் தன்னை அணுகும் ஆண்மீது தெறித்துவிழும்,' என்று வாசகர்களை எச்சரிக்கை செய்தார். உடலுறவுக்காக வெறிகொண்டு அலையும் ஒரு பெண்ணின் பாலியல் உறுப்பு, 'ஒரு சிங்கத்தின் தலையைப் போல் காட்சியளிக்கிறது. ஓ கருவாயே! எத்தனை ஆண்களின் சாவு அவளுடைய வாயிலில் நிகழப்போகிறது.[10]'

தீராப் பெரும்பசி உடைய பெண்ணின் கருப்பையைப் பற்றிய இந்த வெறிபிடித்த பயமானது அரபு நாடுகளிடையில் தொற்று நோய் போன்று மிகப் பெருமளவுக்குப் பரவியது. இது பலதார மணம் என்ற இஸ்லாமிய ஏற்பாட்டினால் கூட போக்கப்பட முடியவில்லை. திருப்திப்படுத்தப்பட முடியாத பெண் என்ற கருத்துக்கும், அவள் ஒரு கணவனின் நாலில் ஒரு பங்குடன் திருப்தியடையட்டும் என்ற கோரிக்கைக்கும் இடையில் ஓர் உள்ளார்ந்த முரண்பாடு இருக்கிறது. ஆனால் பிற கலாசாரங்களும் கூட, ஆண் வேட்டை அணங்கு (பிசாசின் நுழைவாயில்) கருவாயின் தமது சொந்தப் பதிப்புகளை உருவாக்கி யுள்ளன. இதனை உருவாக்கும் நிகழ்வுப் போக்கில் இது,சில மிகவும் கூர்மதியுள்ள இனப்பெருக்க ஆற்றலழிப்புப் புனைவுகளைத் தோற்றுவித்தன. டோமினிகள் துறவியும் பதினைந்தாம் நூற்றாண்டு ஜெர்மனியின் சூனியக்காரிகளைக் கண்டுபிடிக்கும் ஜேகப் ஸபெரெங்கரும் ஆண்கள் எதை இழந்தார்கள் என்பதைக் கனவுகண்ட வால்ட் டிஸ்னி உருவத்தை இதற்கு உதாரணமாகக் கூறலாம்.

> இவ்வாறு, சில சமயங்களில் ஆண் குறிகளை அதிக எண்ணிக் கையில் இருபது அல்லது முப்பது வரையிலும் திரட்டி, அவற்றைப் பறவைகளின் கூடுகளில் போட்டு வைக்கின்ற, அல்லது ஒரு பெட்டியில் போட்டு அடைத்து வைக்கின்ற சூனியக்காரிகளைப் பற்றி என்ன நினைப்பது? அவற்றில் அவை உயிர்ப்பிராணிகளைப் போன்று நகர்வதாகவும், தானியத்தைக் கொரித்துத் தின்பதாகவும் பலர் கண்டுள்ளனர். பொதுவாகவும் இவ்வாறு கூறப்பட்டுள்ளது.[11]

பலரிடம் பாலுறவு கொள்ளும் பெண், தனது திருப்தியடையாத சிற்றின்ப வேட்கையைக் கொண்டு ஆண் ஆதிக்கத்தை அச்சுறுத்துகிறாள்

என்ற கருத்து காணப்படுவது கிழக்கத்திய தந்தைவழி சமுதாய மதங்களின் மிகவும் ஒழுங்கமைந்த கட்டமைப்பினுள் மட்டுமல்ல என்பது ஆர்வமூட்டுவதாகும். புதிய மெக்சிகோவின் நவஜோ மக்களிடையிலும் ஆண்கள் ஏன் பெண்களின் மீது ஆட்சி செலுத்து கிறார்கள் என்பதை விளக்குவதற்குக் கீழ்வரும் புனைவு உருவாக்கப்பட்டுள்ளது.

> முதலாவது ஆண், தனது மனைவி பாலுறவில் மட்டுமே ஆர்வம் கொண்டிருக்கிறாள் என்று அவளை இடித்துரைத்து வந்தான். அவன் இவ்வாறு திட்டியதன் விளைவாக சச்சரவு ஏற்பட்டது. ஆண்கள் இல்லாமலேயே பெண்களால் சமாளிக்க முடியும் என்று அவள் கூறினாள். இந்தச் சவாலை நிரூபிப்பதற்காக, ஆண்கள் ஆற்றின் மத்திக்குச் சென்று, அவர்களை எடுத்துச்சென்ற கட்டுமரங்களை நாசம் செய்தனர். ஆண்டுகள் செல்லச் செல்லப் பெண்கள் பலவீனமடைந்தனர். உணவு உற்பத்தி செய்வதற்கு அவர்களுக்கு ஆண்களின் பலம் தேவைப்பட்டது. அவர்கள் சிற்றின்ப வெறிபிடித்தவர்களாயினர். தற்புணர்ச்சியின் விளைவாக அவர்கள் வேதாளங்களைப் பிறப்பித்தனர்... ஆண்களும் தற்புணர்ச்சியைக் கைக்கொண்டனர். ஆனால் அவர்களுடைய நெறிபிறழ்ந்த செய்கையால் தீமை எதுவும் நிகழவில்லை. பலர் இறந்து பெரும் துன்பம் ஏற்பட்டதற்குப் பின் பெண்கள் விட்டுக் கொடுத்து தங்களை மீண்டும் சேர்த்துக் கொள்ளும் படி ஆண்களைக் கெஞ்சிக் கேட்டுக் கொண்டனர். அவர்கள் அவ்வாறே செய்தனர். இனிமேல் ஆண்தான் தலைவனாக இருக்க வேண்டும். ஏனெனில் அவன் வலுமிக்க பாலினத்தைச் சேர்ந்தவன் என்பதை எல்லோரும் ஏற்றுக் கொண்டனர்.[12]

பலம் மிக்க பாலினம்? பல நூற்றாண்டுக்காலமாகக் கடுமையாக முயன்று கட்டுக்கதையை உருவாக்கியதானது, உண்மையில் அதற்கு நேர் எதிரானதையே வெளிப்படுத்துகிறது. மூதாதையர் காலத்தி லிருந்து பெண்கள் ஆண்களுக்கு ஏற்படுத்திய, ஒருபோதும் பகிர்ந்து கொள்ள முடியாதிருந்த பலவீனத்தைப் பற்றிய அச்சத்தையே வெளிப் படுத்தியது. இந்த வரலாற்று ரீதியான பிரசாரத்தின் வலிமையே சில சமயங்களில் சில இடங்களில் வெறுப்பு ஏற்படுத்தும் இயக்கம் அளவுக்குக்கூடச் சென்றது - பெண்களின் சிற்றின்ப வேட்கைக் கொடுங்கோன்மைக்கு ஆட்பட்டிருந்த ஆண்கள் பலவீனமாகவும், பெண்கள் பலங்குன்றாமலும் இருந்த உலகை அறைகூவி அழைக்கிறது. ஏனெனில், உடலுறவில் பெண்கள் பூப்பொலிவு பெறும் அதே பொழுதில் ஆண்கள் சோர்வடைகின்றனர். ஆண் கருவாயினுள்

உறுதியாக, விறைப்பாக, தனது ஆண்மையில் உச்சகட்டத்தில் பிரவேசிக்கிறான்: அவன் வெளிவரும்போது, வற்றி தளர்ந்து, வதங்கி வருகிறான். இதற்கு மாறாகப் பெண்கள் ஆணின் ஆற்றலை, அவனுடைய சாரத்தை, அவனுடைய சிறப்பம்சத்தைப் பெறுகின்றனர். எனவே, கருவாயானது அடிக்கடி புதுப்பிக்கப்பட்ட சக்தியின் ஆதாரமும் மையமும் ஆகிறது, ஆண்குறியோ ஆட்டங்காண்கிறது. பற்றாக்குறை யாகிறது. எல்லை வரம்புக்குட்பட்டதாகிறது. தனது எல்லாவற்றையும் அளிக்கும் ஆண், பெண்ணால் ஆண்மை இழக்கச் செய்யப்படுகிறான், மீண்டும் தன் விருப்பத்தின் பேரில் ஆண் தன்மையை வரவழைக்க முடியாதவனாகிறான். எனவே, தனது சக்திவாய்ந்த கடவுள்களில் யாரும் மீண்டும் நிலைநிறுத்த முடியாத சக்தியைத் தன்னிடமிருந்து கொள்ளை கொண்ட உயிரினத்தை அவன் வெறுப்பதிலும், கண்டு அச்சமடைவதிலும் சிறிதும் வியப்பில்லை.[13]

பேரவாக்கொண்ட பெண்ணின் அரவணைப்பில் ஓர் ஆண் இழப்பது இது மட்டுமல்ல. ‘சாத்தான்களின் இடத்தை’ ஊடுருவுவதன் மூலம், ஒரு பெண்ணின் கால்களுக்கு இடையில் விலங்குக்கு இரைபோடுவதன் மூலம் ஒருவன் தன் உடம்பை மட்டுமின்றி, ஆன்மாவையும் பாதிப்புக்குள்ளாக்குகிறான். இந்தக் காலத்தின் போது, கட்டாயமாக நிகழக்கூடியது என்பதில் உறுதிபெற்று, பின்னர் மதப் பழைமை வாதத்தில் ஊறிப்போய், பெண்களின் உடம்புகள்தான் தூய்மைக் கோட்பாட்டின் உறைவிடங்கள் என்றும், அது ஆண்களைத் தொற்றிக் கொண்டு அவர்களைக் கறைப்படுத்துகிறது என்றும் வெறித் தனமாகக் கூறப்பட்டது. பெண்களது ஆன்மாவின் கோட்டைகளான அவர்களது உடம்புகளின் மீது இவ்வாறு இழிவுபடுத்தும் மற்றும் தொடர்ந்த தாக்குதலின் வரலாற்று ரீதியான வேர்கள் யாவை? இந்த புதிருக்கான பதில் நம்மை மையமான பிரச்சினைக்கு ரத்தம் சம்பந்தப் பட்ட பிரச்சினைக்கு இட்டுச் செல்கிறது. ‘தன் மாத விலக்குகளில் ஒரு பெண்...’ பெண்ணின் உடம்பானது அவளை மானிடத்தன்மைக்குத் தாழ்ந்ததாக்குகிறது என்பது மட்டுமல்ல, மாறாக, விலங்கைக் காட்டிலும் மோசமாக்குகிறது, எல்லா மானிட வஸ்துக்களிலும் ரத்தம்தான் மிகவும் சக்தி படைத்ததும் அபாயகரமானதுமாகும். யூதர்களிலிருந்து, சியோன்கள் - எனப்படும் வட அமெரிக்கப் பூர்வகுடிகளிலிருந்து இந்துக்கள் வரையிலும் ரத்தத்தை அருந்துவதற்கு எதிராக விதிக்கப்பட்டுள்ள தடைகளை எண்ணிப் பாருங்கள். மாதவிடாய் என்பது புதிரான ரத்தமாகும். அபாயகரமானது தூய்மைக் கேடானது. அச்சுறுத்தலுடையது.

மாதவிலக்கிலுள்ள பெண் என்பவள், உஹ்ரிமான் என்ற சாத்தான் உருவாக்கியதாகும். மாதவிலக்கிலுள்ள ஒரு பெண் புனிதமான தீயைப் பார்க்கக்கூடாது. தண்ணீரில் உட்காரக்கூடாது. சூரியனைப் பார்க்கக்கூடாது, ஓர் ஆணுடன் உரையாடக்கூடாது.[14]

பார்ஸி முனிவர் ஜொராஸ்டர் இங்கு வகுத்துத் தந்துள்ளது போன்ற மாதவிலக்கு தடைக்கட்டுகளின் பொருள். தமது வாலிப வாழ்வின் கால்பகுதிக்கு நான்கு வாரங்களில் ஒரு வாரத்திற்கு ஆரம்பகாலப் பெண்கள் தொடர்ந்து கறைப்படுத்தப்பட்டு, ஒதுக்கி வைக்கப்பட்டனர். செயலற்றவர்களாக்கப்பட்டு, அவர்களது சமுதாயத்தின் வாழ்க்கையிலிருந்து தள்ளி வைக்கப்பட்டனர். இந்த இனஒதுக்கல் முறையின் செயலாக்கம் பாபுவா நியூகினியின் காஃபே போன்ற பழங்கால சமுதாயங்களில் மிகவும் கண்கூடாகக் காணப்பட்டது. ஒரு பெண்ணுக்கு மாதவிலக்கு ஏற்படும்போது அவள் ஒரு வார காலத்திற்கு இருட்டான ஒரு குடிசையில் அடைக்கப்பட்டாள். உணவு மறுக்கப்பட்டாள். சடங்குரீதியான கட்டுப்பாடுகளைக் கடைப்பிடிக்கத் தவறினால் அவள் தனக்கும் மற்றவர்களுக்கும் அபாயகரமானவள் என்று அறிவுறுத்தப்பட்டாள். அவளுடைய உடம்பும், ரத்தமும் ஒரு மனிதனை வாந்தியெடுக்கச் செய்யும். அவனுடைய ரத்தத்தைக் கறுப்பு நிறமாக்கிவிடும், அவனது சதையை அழுகவைக்கும், அவனுடைய அறிவை மழுங்கடித்து, பயனற்று அவன் சாகநேரிடும். இந்த நம்பிக்கைகளும் தடைக்கட்டுகளும் எல்லாப் பழங்கால சமுதாயங்கள் முழுமையிலும் நிறைய இருந்தன. அடிக்கடி அவை மேற்கொண்ட வடிவங்கள், ஆதிக்கத்திற்கும் கீழ்ப்படிய வைப்பதற்கும் இடையிலான போராட்டம் அதில் அடங்கியிருந்ததைத் தெளிவாக சுட்டிக் காட்டுகின்றன. டகோடா பிரதேசத்தில் வாழ்ந்த தொடக்க கால சுதேசி அமெரிக்கர்கள், மாதவிலக்கிலுள்ள ஒரு பெண்ணின் ஆற்றல் ஆண்களின் சக்திக்கு உறைவிடமான யாவற்றையும் போரிலும், சமாதானத்திலும் பலவீனமாக்க முடியும் என்று கருதினார்.[15]

தடைக்கட்டுகளின் தன்மை எப்படியிருந்த போதிலும், அவற்றின் வலிமையானது, ஆரம்பகாலத்தில் பெண்களின் ரத்தம் பற்றிய புதிருடன், அதனுடைய கட்டுப்படுத்த முடியாத தன்மை சம்பந்த மாகவும் மிகவும் அதிகமான அச்சமும் அபாயமும் இணைக்கப் பட்டிருந்தது என்பதைக் காட்டுகிறது. அந்தத் தடைக் கட்டுகளை மீறும் எந்தப் பெண்ணும் திடீரென்று பயங்கரமான சாவை எதிர்கொள்ள வேண்டியிருந்தது.

கூடுதல் இறுக்கமான தந்தை வழிச் சமுதாய அமைப்பின் கீழ் வளர்ந்து வந்த சமுதாயங்களில் மாதவிலக்குத் தடைக்கட்டுகள் அவ்வளவு வெளிப்படையாக இல்லை. ஆயினும் அவை கடுமை யாகவே இருந்தன. யூதமதம், கிறிஸ்துவமதம், இஸ்லாம் வாயிலாகப் பேசிய மத்திய கிழக்கின் கடவுள்கள் மிகவும் கடுமையாக இருந்தன. யூத மதத்தில் லெவிடிகஸ் போன்ற மதக்கோட்பாடுகளை விவரித்த யூதகுருமார்கள் ஒரு பெண்ணைப் பன்னிரண்டு நாட்களுக்கு அவளுடைய மாதவிலக்கின் போதும் அதற்குமுன்பும் பின்புமாக நிட்டாஹ் (அசுத்தமானவள்) என்று பழிசுமத்தினர். ஒரு நிட்டாவின் மீது சுமத்தப்படும் பயங்கரமான தண்டனைகள் 1565ஆம் ஆண்டில்கூட சுல்சனஅருச் என்ற புனிதமான சட்டப் புத்தகத்தில் மீண்டும் வலியுறுத்தப் பட்டன. அதில் ஒரு நிட்டா கீழ்வருமாறு தடை செய்யப்பட்டாள்.

அவளுடைய கணவனுடன் அதே படுக்கையில் தூங்கக்கூடாது

சாப்பாட்டு நேரத்தில் தனது குடும்பத்தினருடன் ஒன்றாக உண்ணக் கூடாது

வேறு யாரும் இருக்கும் அறையில் இருக்கக்கூடாது

வார ஓய்வு நாளன்று சவ்வாது மெழுகுவர்த்திகளை ஏற்றக்கூடாது

யூத மதச் சபையில் பிரவேசிக்கக்கூடாது

தனது கணவனைத் தொடவோ, அவனுக்கு ஏதாவது கொடுக்கவோ கூடாது.

ஓர் இறுதி அடியாக, யூதர்களுக்கு எதிர்காலத்தில் என்ன ஏற்பட விருக்கிறது என்பதன் கடுமையான முன்னறிவிப்பு ரீதியில், நிட்டா வானவள், அவளுடைய தனியான மற்றும் வெறுப்புக்குள்ளாகி யிருக்கும் நிலையின் அடையாளமாக ஒரு பிரத்யேக உடையை அணிய வேண்டியிருந்தது. நடைமுறையில் ஒரு பெண் மனிதப்பிறவி அல்லாதவளாக்கப்பட்டாள். அவளுடைய அனைத்து மனித உரிமை களும் தொடர்ந்து, அடிக்கடி விலக்கிக் கொள்ளப்பட்டன. செர்ம்பெர் மென்ட் விளக்குவது போன்று, அவள் அழுகல்நிலையின் உச்சகட்டத்தை அடைந்துவிட்டாள். நடமாடுகின்ற, நாற்றமெடுக்கிற, சீழ்பிடித்தவள் என்று கருதப்பட்டாள். அவளுடைய உடல் நிலை குறித்து யாரும் அவளிடம் விசாரிக்கக்கூடாது. ஏனெனில் அவளுடைய மூச்சுக்காற்று விஷத்தன்மை வாய்ந்தது. அவளுடைய பார்வை தீங்கானது, அவள் தன்னைச் சுற்றிலுமுள்ள காற்றையே அசுத்தப்படுத்துகிறாள்.[16]

தமது சட்டங்களில் கிறிஸ்துவ மதமும் இஸ்லாமும் யூத மதத்தி லிருந்து நிறையக் கடன் வாங்கியுள்ளன. அவை பாலஸ்தீனத்தின் புராதன பழங்குடி தடைக்கட்டுகளை மத நெறிகளாக அமைத்துக் கொண்டன. மூன்று மதங்களும் நோயுற்றுள்ள பெண்களை ஆண்கள் அணுகுவதைக் கடுமையாகத் தடைசெய்தன. ஆரம்பகால முதற் கொண்டே குர்ஆனில் வகுத்தளிக்கப்பட்ட பாதையில் பழக்க வழக்கங்கள் உறுதியாகக் கடைப்பிடிக்கப்பட்டன. 'பெண்களின் மாதவிடாய் சம்பந்தமாக உங்களிடமும் கேள்வி கேட்பார்கள். அவர்கள் அசுத்தமானவர்கள் என்று நீங்கள் பதிலளிக்க வேண்டும். எனவே, மாதவிலக்கின்போது பெண்களிடமிருந்து நீங்கள் விலகி இருங்கள், அவர்கள் தூய்மையடையும் வரையிலும் அவர்களின் அருகில் செல்லக்கூடாது.'

முகம்மது, ஒரு தனிநபர் என்ற முறையில் பெண்களின் மீதான இந்தத் தாக்குதலை அவர்களது பெண்மையின் மூலாதாரத்திலும், ஸ்தலத்திலுமேயே மாற்றுவதற்கு முயன்றார் அவர். தனது மனைவியை அவளுடைய மாதவிலக்குக் காலத்தில், தன் சீடர்கள் முன்னாலேயே கௌரவப்படுத்துவார் என்பது கவனிக்கத் தக்கதாகும். தான் தொழுகை நடத்துவதற்குப் பயன்படுத்தும் பாயைக் கூட அவள் கையிலிருந்தே பெற்றுக் கொள்வார். அவள் உபயோகித்த கோப்பையையே தானும் அருந்துவதற்கு உபயோகிப்பார். உன்னுடைய மாதவிலக்கு உன்னுடைய கையில் இல்லை. நீ உபயோகித்த கோப்பையில் இல்லை என்று கூறுவார். மாதவிலக்கின் போது பெண்கள், ஆண் களைக் காட்டிலும் 'அவர்கள் சாப்பிடும் போதோ, தூங்கும்போதோ, அல்லது இடம்பெயர்ந்து செல்லும் போதோ எந்த வகையிலும் கூடுதல் அபாயகரமானவர்களோ, அல்லது நோய்த்தொற்றல் செய்பவர்களோ அல்ல என்று தன்னைப் பின்பற்றியவர்களுக்குப் போதிப்பதற்கு அவர் மேற்கொண்ட கௌரவமான முயற்சி ஒரு வரலாற்று ரீதியான தோல்வியாகும்.'

பெண்களின் உடம்புகளின் மீதான ஆதிக்கத்திற்கான தந்தைவழிச் சமுதாயத்தின் போராட்டத்தைப் புரிந்துகொள்வதற்கு நாம் முயன்றால், ரத்தம் பற்றிய பிரச்சினை பெரிய அளவுக்கு முன்னால் நிற்பதைக் காண்போம். ஏனெனில், பெண்களுக்கு ஒவ்வொரு மாதமும் அவர்கள் சிறு பெண்களாயிருப்பதிலிருந்து அவர்களது வாலிப வாழ்க்கை முழுவதிலும் ரத்தப் போக்கு ஏற்படுகிறது என்பது மட்டுமல்ல. பெண்கள் என்ற முறையில் அவர்களது வாழ்க்கைப் பயணத்தின் ஒவ்வொரு கட்டத்திலும், ஒரு நிலையிலிருந்து மற்றொரு நிலைக்கு மாறிச் செல்லும் போதும் (பூப்பெய்துதல், பருவகாலம் கடந்தபின்

மற்றும் குழந்தை பிறப்பின்போது) ரத்தப்போக்கு ஏற்படுகிறது. அது அவர்களின் சாவா, வாழ்வா என்பதன் இரு முக உணர்ச்சிப் போக்கின் சமிக்ஞையாகவும் அச்சுறுத்துகிறது. அபாயம் அதிகரிக்க அதிகரிக்க தடைக்கட்டும் பலமாக விதிக்கப்படுகிறது. பெண்களது வாழ்க்கையின் இந்தக் கட்டங்களெல்லாம் ஒரு மறைபுதிரான மற்றும் அடிக்கடி பண்பாடற்ற முறையிலான கட்டுக்கதைகளையும், நம்பிக்கைகளையும், பழக்கவழக்கங்களையும் தோற்றுவித்துள்ளன. இதில் எல்லா வற்றுக்கும் காரணமாகவும் மையமாகவும் இருந்த பெண்ணின் பாலான தனிப்பட்ட முறையிலான அக்கறையை விடவும் கலாசார ரீதியான அச்சங்களை அடக்கி வைப்பதும் மேலோங்கியிருந்தது.

எனவே, ஒரே கடவுள் மதங்கள் தொடங்கப்பட்டதிலிருந்து இருபதாம் நூற்றாண்டு வரையிலும், உதாரணமாக ஒரு கன்னிப் பெண்ணின் முதலாவது பாலியல் அனுபவத்தை சமாளிப்பதானது கருவாயை 'பிசாசுகளின் உறைவிடம்' என்ற வகையில் மட்டுமே கவனப்படுத்தப்பட்டது. அதனுடைய உடைமையாளர் மீது அல்ல. இந்த உறுப்பு முதல் முதலில் ஊடுருவப்படும்போது, மிகவும் அபாயகரமானது என்று காணப்பட்டது. எனவே, அதன்படி மனிதனைப் பாதுகாப்பதே கடமையாக இருந்தது. அந்த ஆண் ஒரு பெண்ணின் கருவாயின் மேல் மூடியுள்ள மெல்லியதோலைப் பிளப்பதில் தனது மிகவும் ஊறுபடத்தக்க பாகத்தை, லெவிடிகஸின் கூற்றுப்படி, 'அவளுடைய ரத்தத்தின் சுனை' யினுள் செலுத்துகிறாள். பல நூற்றாண்டுக் காலமாக இந்த அபாயத்தை முறைப்படி உரிமையாக ஏற்றுக்கொள்வது விவேகமானது என்று கருதப்பட்டது.

> பண்டைய எகிப்திலிருந்து, நவீன கால இந்தியாவிலும் பாரசீகத்திலும் இன்னும் இருந்து வரும் மரபான வழிபாட்டுப் பழக்க வழக்கங்கள் வரையிலும்... ஒவ்வொரு பெண்ணும் மண வாழ்க்கைக்கு முன்னால் சூரியக்கடவுளின் தங்கமயமான ஆண் குறியின் மீது உட்கார வைக்கப்படுகிறாள், இதன்மூலம் அவள் கருவாயின் மெல்லிய தோல் பிளவுண்டு, அவளுக்கு ரத்தப் போக்கு ஏற்படுகிறது. அவ்வாறு போகும் ரத்தம்- அசுத்தமானது என்று கருதப்படுகிறது - இதனால் புனிதமாக்கப்படுகிறது. இவ்வாறு தூய்மையாக்கப்படாத பெண்ணை எந்தப் பண்பார்ந்த இளைஞனும் மணம் புரிந்துகொள்ளமாட்டான்.[17]

இதற்கு மாறாக, ஒரு மனிதக் கருவி பயன்படுத்தப்படமுடியும். கிழக்குலகின் பலபகுதிகளில் 'கன்னிப் பெண்ணை முதல்முதலில் நுகர்வதானது வாயில் காவலனின் வேலை என்று கருதப்பட்டது.' குறிப்பாக உயர்ஜாதி ஆண்கள், ஓர் இரும்புக் கழியைக் கொண்டு

மணமகளை விரைவில் ஊடுருவுவார்கள். அல்லது ஒரு கறுப்பர் அடிமையை அவளை முதலில் புணரும்படி ஏவுவார்கள். இந்தச் செயலில் அவர்கள் முதலில் ஈடுபட்டுத் தங்களைக் கறைப்படுத்திக் கொள்ள மாட்டார்கள்.[18] பிற நாடுகளில், குறிப்பாக வடக்கு ஐரோப்பாவில் மணமகனுக்காக ஒரு மூத்த ஆண் முதலில் இந்தச் செயலைப்புரிவார். அவருடைய மேம்பட்ட வலிமையும், அந்தஸ்தும், அத்துடன் கூடவே, சம்பந்தப்பட்ட கன்னிப்பெண்ணிடம் தனிப்பட்ட முறையில் அவருக்கு ஆர்வம் இல்லாததும், அவளுடைய தீவினையிலிருந்து அவரைப் பாதுகாக்கும் என்று கருதப்பட்டது. இந்தப் பதிலி ஆண், மணமகனின் தந்தை, சிற்றப்பா, அண்ணன் அல்லது நிலப்பிரபுவாக இருக்கக்கூடும். திருமணம் செய்து கொள்ளும் இளைஞன் ராணுவத்தில் பணி புரிபவனாக இருந்தால், இந்தப் பதிலி ஆண், அவனுடைய மேலதி காரியாக இருக்கக்கூடும். இந்த சந்தர்ப்பங்களில் கணவன் சார்ந்த கண்ணோட்டத்தைக் காட்டிலும், தோழமை பூர்வமான தாராளத் தன்மை மேலோங்கியிருக்கும். துருக்கிய ராணுவத்தில் இந்த நிகழ்ச்சியின் ஒரு பாகம் அறையைத் திறப்பது என்று வழங்கப்பட்டது. ஒரு கன்னிப் பெண்-மணமகள் ஒரே இரவில் மணமகனின் படைப்பகுதியைச் சேர்ந்த 100 வீரர்களுடன் உடலுறவு கொள்வாள். ஆசியாமைனரைச் சேர்ந்த பல அரபு நாடுகளில் செய்யீப் என்று இது அழைக்கப்பட்டது. தன்னுடைய கன்னி கழியும்போது நிகழும் இத்தகைய மிருகத்தனத்தினால் மணமகள், அதிர்ச்சியடைந்து மணமகனை விட்டு ஓடிவிடுவாள். ஒரு கணவனின் சுதந்திரம் சம்பந்த மான இத்தகைய அனுபவங்களுக்குப் பின்னர், இவற்றுக்குள்ளான பெரும்பாலான பெண்கள் மீண்டும் ஒரு போதும் உயிருடனிருந்த தில்லை.[19]

யதார்த்தத்தில், இந்த நிகழ்ச்சிகள் பற்றிய பெண்ணின் கண்ணோட்டத்திலிருந்த வரலாற்று ரீதியான விவரிப்புகள் மிகவும் சொற்பமானவையே, ஏனெனில் பெரும்பாலான பெண்கள் சம்பந்தப் பட்ட ஆணுடன் பரிச்சயம் இல்லாத நிலையில் எதை எதிர்பார்ப்பது என்பது பற்றித் தெரியாதவர்களாய் அறியாமையில் வளர்க்கப் பட்டிருந்தனர். அவர்கள் அனேகமாகக் குழந்தைப் பிராயத்தைத் தாண்டாதவர்களாகவே இருந்தனர். எனவே அந்நிலையில் உடலுறவு அனுபவத்தில் இழுத்துவிடப்பட்டது அதிர்ச்சியடையத் தக்கதாகவே இருந்திருக்கும். லேடி நிஜோ என்னும் ஒரு ஜப்பானிய உயர்குடிப் பெண், இந்த நிகழ்ச்சிப் போக்கு பற்றிய ஒரு புழுவின் பார்வையைப் பதிவு செய்திருக்கிறாள். இவள் 1271ஆம் ஆண்டில் தனது பதினான்காவது வயதில், அவளது தந்தையால் கொஃபுகஸாகா என்ற

சக்கரவர்த்திக்கு மணமுடித்து வைக்கப்பட்டாள். ஒரு நாள் இரவு நிஜோ விழித்துப் பார்த்தபோது, வயது முதிர்ந்த கொஃபுகஸாகாவைத் தனது படுக்கை அறையில் பார்த்தபோதுதான் அவள், தான் அவருக்குத் திருமணம் செய்து கொடுக்கப்பட்டிருப்பதைப் பற்றி முதல் முதலில் அறிந்தாள். அங்கு என்னை ஈவிரக்கமின்றி அவர் நடத்தினார். நான் இழப்பதற்கு வேறொன்றும் இருக்கவில்லை. நான் உயிருடன் இருப்பதையே வெறுத்தேன்.[20] என்று அவள் தனது நாள் குறிப்பேட்டில் எழுதி வைத்தாள்.

பாலியல் வன்முறை, திருமணம் என்ற பாதுகாப்பான அரண்காப்பு என்று அழைக்கப்படுவதன் எல்லைக்குள் சிறிதும் நடைபெறவில்லை. வரலாறு முழுமையிலும் இது பெண்களின் பொதுவான அனுபவமாக இருந்துள்ளது. தாய்மைப் பேறு அடையும்போது போற்றப்படும் பெண்கள், அவர்களைத் தாய்மார்கள் ஆக்கிய நிகழ்ச்சிப் போக்குக்காக வெறுக்கப்பட்டார்கள். அவர்களது பாலினத்தால் வரையறை செய்யப் பட்டு, அடைத்து வைக்கப்பட்ட பெண்கள் அவர்களுடைய பாலியல் தன்மை மூலமாகத் தண்டிக்கப்பட்டனர். பெண்களின் உடம்புகளை ஆண்கள் சகல வகையிலும் முழுமையாக உபயோகப்படுத்திக் கொள்வதையும் தங்கள் விருப்பப்படி கழித்துக் கட்டுவதையும் தங்கள் ஆதிக்கத்தில் வைத்திருப்பதற்குப் பலவகைப்பட்ட உத்திகள் கையாளப்பட்டன.

கட்டாயத் திருமணம்

அறியப்பட்டுள்ள உலகம் முழுவதிலும் சட்டமும் சமூக வழக்கமும் தனது மகளை அவருடைய விருப்பப்படி திருமணம் செய்து கொடுப்பதற்குத் தகப்பனாரின் அதிகாரத்தை நிலை நிறுத்துகின்றன. தான் தேர்ந்தெடுப்பவனைத் தன் மகள் திருமணம் செய்து கொள் வதற்குக் கீழ்ப்படியச் செய்வதை உறுதிப்படுத்துவதற்கு அவசியமான எந்த நடவடிக்கையையும் மேற்கொள்வதற்குத் தந்தைக்கு அதிகாரமிருக்கிறது. இளமைக்கால எலிஸபெத் பாஸ்டன் ஒரு வயதான அருவருப்பான தோற்றமுடைய ஆனால் பணக்கார வழக்குரைஞரைத் திருமணம் செய்து கொள்வதற்கு மறுத்தபோது அவளுடைய தந்தை அவளை ஓர் இருட்டறையில் உணவு கொடுக்காமல் அடைத்து வைத்தார். அவளை யாரும் பார்க்கமுடியாதபடி செய்தார். அவள் தனது மனதை மாற்றிக் கொள்ளச் செய்வதற்காக இவ்வாறு செய்தார். வாரத்திற்கு ஒரு தடவை அல்லது இரண்டு தடவை அவள் அடித்து நொறுக்கப்பட்டாள். ‘சில சமயம் ஒரே நாளில் இரண்டு தடவையும் அடிக்கப்பட்டாள். இதனால் அவளுடைய தலை இரண்டு மூன்று இடங்களில் உடைந்து ரத்தம் கொட்டியது’. எலிஸபெத் இந்த

சித்திரவதையை சமாளித்து உறுதியாக நின்றாள். பின்னர் அவள் தன் விருப்பப்படி ஒரு முறையல்ல, இரண்டு தடவை திருமணம் செய்து கொண்டு மகிழ்ச்சியுடனிருந்தாள். இதனால் அவள் மத்திய கால இங்கிலாந்தில் மிகவும் செல்வம் கொழிக்கும் பெண்களில் ஒருத்தி யானாள். மற்றவர்கள் இவ்வளவு அதிருஷ்டம் வாய்ந்தவர்களாக இருக்கவில்லை. கடலுக்கப்பால் அயர்லாந்தில், அதே காலகட்டத்தில், இஸபெல்லாஹெரான் என்ற ஓர் ஏழைப் பெண்ணை மூன்று பேர் அரை மைல் தூரம் மாதா கோயிலுக்கு இழுத்துச் சென்றனர். பின்னர் அவளுடைய தந்தை அவளை நையப்புடைத்து வலுக்கட்டாயமாக அவளை உள்ளே தள்ளினார். இவ்வாறு குற்றம் புரிந்தவர்களின் தகப்பனார்கள் மட்டுமல்ல. அதே மாதாகோயிலில் காதரைன் மெக்கெஸ்கியின் திருமண நிச்சயதார்த்தத்தின்போது, அவளுடைய தாய் ஒரு மரக்கட்டையால், அது முறியும் வரை பயங்கரமாக அடித்தாள். அதன் பின்னர் அவளுடைய தந்தை அவளை அடித்து வீழ்த்தினார்.[21]

குழந்தை மணப்பெண்கள்

ஆயினும் ஓர் இந்தியத் தந்தைக்கு, கட்டுப்பாட்டை மீறும் மகள்களின் அபாயம் ஒரு போதும் ஏற்பட்டதில்லை. ஏனெனில், அவருடைய அமைப்பு, ஒவ்வொரு பெண்ணும் தான் ஒரு பெண் என்பதை அறிந்து கொள்வதற்கு முன்பே பாதுகாப்பாகத் திருமணம் செய்து கொடுக்கப்படுவதை உறுதி செய்கிறது. ஐரோப்பா முழுவதிலும் பாலியல் சம்மதம் தெரிவிப்பதற்கான வயது ஒரு பெண்ணுக்குப் பன்னிரண்டாக இருப்பதினால், இது திருமணம் செய்து கொள்வதற்கும், பாலியல் உறவு மற்றும் அதன் அனைத்து விளைவுகளுக்கும் குறைவான வயதாகத் தோன்றும்.

ஆனால் ஓர் இந்தியப் பெண் பிரிட்டிஷ் சாம்ராஜ்யம் ஏற்படுகின்ற வரையிலும் மேலும் அந்தக் காலகட்டம் உள்ளிட்ட காலத்திலும் பூப்பெய்திய பின் (துணைக் கண்டத்தில் எட்டு அல்லது ஒன்பது வயது அடைந்தபின் எந்த சமயத்திலும்) பொதுவாக ஒன்பது மாத காலத்தில் தாய்மைப் பேறு அடைவதை எதிர்நோக்கினாள். அதற்கு மிகவும் முன்னதாகவே அவள் திருமணம் செய்து கொடுக்கப்பட்டு விடுவாள், மதிநுட்பம் வாய்ந்த கணவன், தனது குழந்தை- மனைவியை, அவளது முதல் பயன்களை அறுவடை செய்து கொள்வதற்காக அவளுக்கு மாதவிலக்கு தொடங்குவதற்கு முன்பாகவே, முறையாக உடலுறவுக்கு ஈடுபடுத்தி விடுகிறான்.

இந்த நிலைமைகளில், அவன் பல சந்தர்ப்பங்களில் தனது அறுவடையைப் பெறுவதில் தோல்வியடைகிறான். குழந்தைத்

திருமணமானது உடனேயே பெண்-சிசுக் கொலையின் ஒரு நுட்பம் வாய்ந்த வடிவம் என்பதை வெளிப்படுத்தி விடுகிறது. ஏனெனில் இத்தகைய லட்சக்கணக்கான பெண்கள், ஒவ்வோராண்டும் தாய்மைப் பேறு சம்பந்தமான நோய்களாலும் அல்லது குழந்தை பிறப்பின் போதும் மரணமடைகின்றனர். 1921ஆம் ஆண்டிலேயே கூட, பிரிட்டிஷ் அரசின் அதிகாரபூர்வமான இந்திய மக்கள் தொகைக் கணக்கெடுப்பில் அதற்கு முந்திய பன்னிரண்டு மாதங்களில் 32,00,000 குழந்தை மணப்பெண்கள் இறந்துள்ளனர் என்று பதிவு செய்யப் பட்டுள்ளது. எந்த சூழ்நிலையில் அவர்கள் மரணமடைந்தார்கள் என்பதை பிரிட்டிஷ் ராணுவ மருத்துவர்கள் கீழ்வருமாறு குறிப்பிட்டனர். A) வயது 9. திருமணத்திற்கு மறுநாளே இடது தொடை எலும்புப் பிறழ்வு, இடுப்பு எலும்பு உருத்தெரியாமல் நொறுக்கப்பட்டது. சதை துண்டு துண்டாக தொங்கியது. B) வயது 10. நிற்க இயலவில்லை. பெருமளவு ரத்தப் போக்கு, சதை மிகவும் புண்ணாக்கப்பட்டிருந்தது. C) வயது 9. அறுவை சிகிச்சை மூலம் சீர்செய்ய முடியாத அளவு மிகவும் முழுமையாக உருக்குலைக்கப்பட்டிருந்தாள். அவளுடைய கணவனுக்கு ஏற்கெனவே இரு மனைவிகள் உயிருடனிருக்கிறார்கள். அவர் நல்ல ஆங்கிலம் பேசினார். I) வயது 7. கணவனுடன் வசிப்பவள் மூன்று நாட்களுக்குப்பின் சொல்லொணா வேதனையில் மரணமடைந்தாள். M) வயது சுமார் 10. தனது கைகளாலும் முழங்கால்களாலும் மருத்துவமனைக்குத் தவழ்ந்து சென்றாள். திருமணத்திற்குப்பின் அவளால் ஒருபோதும் நிமிர்ந்து நிற்க முடியவில்லை. இந்தக் காரணங்களினாலேயே பெண்களுக்குரிய பலவீனத்திற்கு அவர்கள் இரையாகுமுன்பே இளமையிலேயே அவர்களைப் பிடித்துக்கொள்ள வேண்டும் என்று அறிவாளிகள் வலியுறுத்தினர். 'சீக்கிரமே திருமணம் செய்து கொண்டு, சீக்கிரமே இறந்து விடுவதுதான் இந்தியப் பெண்களின் குறிக்கோள் வாசகம்' என்று பழமொழி கூறியது. 'ஒரு மனைவியின் வாழ்க்கை இரண்டு பருவக் காற்றுகளே.'[22]

மணப்பெண் விற்பனை

இந்த நிலைமைகளில் ஓர் இளம் மனைவிக்கு திருமண அனுபவம் மிகவும் அருவருக்கத் தக்கதாகவும், மிருகத்தனமாகவும், மிகவும் குறுகிய காலமாகவும் இருந்ததென்றால் அது அவளுடைய அதிருஷ்டம் என்று கூற வேண்டும். பலவந்தமான திருமணத்தின் வரலாற்றுக்கு, நவீன கால ஐரோப்பாவின் தொடக்க காலத்தின் திருமணப் பெண் விற்பனையால் ஒரு வியப்புக்குரிய அடிக்குறிப்பு வழங்கப்படுகிறது. அதில் ஒரு பணக்கார இளம் பெண்-பெருஞ்செல்வத்தை வாரிசு

உரிமையாகப் பெற்றிருக்கிற பெண், அப்பட்டமான வர்த்தக பேரரீதியிலும் ஏலத்தில் மிக அதிகமான தொகை கூறுபவருக்குப் பண்டமாற்றாக விற்கப்படுவாள். ஏனெனில், சமகால சட்டங்களின்படி ஒரு பெண் நிலத்தை சொந்தமாக வைத்துக் கொள்ளவும், வாரிசுரிமை யாகப் பெறவும், விற்கவும், அல்லது யாருக்காவது வழங்கவும் உரிமை பெற்றிருந்த போதிலும் நடைமுறையில் அவளுடைய வாழ்க்கை ஓர் ஆணின், அவளுடைய தந்தையோ அல்லது கணவனோ மட்டுமல்ல. தனது தந்தை அல்லது கணவனின் நிலப்பிரபுத்துவ எஜமானனு டையவும் கூட பாதுகாப்பின் கீழ் கழிகிறது. ஒரு வாரிசு உரிமைப் பெண் அவனுடைய தந்தைவழி உடைமையின் ஒரு பாகமாகும். 1185ல் இங்கிலாந்தின் இரண்டாவது ஹென்றி அரசர், எல்லாப் பெண் வாரிசு உரிமையாளர்களையும் கால்நடைகளைப் போன்று அவர்களின் உடைமைகள் எவ்வளவு சொற்பமாக இருந்தபோதிலும் - பட்டியல் போட்டுக் கொண்டார்.

> தாமஸ் என்பவரின் மனைவியான விதவை ஆலிஸ் டி பூஃபோ என்ற ஒருவரும் எஜமான அரசனின் பரிசுப் பொருள்களில் ஒருவர். அவளுக்கு வயது 20. அவளுக்கு 2 வயதான ஒரு மகன் வாரிசு இருந்தான். அவளுடைய நிலம் 5 பவுண்டுகள் 6 ஷில்லிங்குகள் 8 பென்ஸ் மதிப்புடையதாகும். மற்றும் இரண்டு கலப்பைகள், நூறு செம்மறியாடுகள். சுமைகளை இழுப்பதற்குப் பயன்படும் இரண்டு பிராணிகள், ஐந்து பெண்பன்றிகள் ஓர் ஆண்பன்றி மற்றும் நான்கு பசுக்களைக் கொண்டிருந்தாள்[23].

ஆலிஸ் ‘ஓர் உழவு செய்யப்பட்ட நிலம்தான், உயிருடன் கூடிய ஒரு வாரிசும் அவளுக்கு உண்டு. எனவே ஆஸ்தி வேட்டையைத் தேடுபவனுக்கு அவள் ஒரு முக்கிய இலக்காக இருக்க முடியாது. ஆனால், ஒரு கன்னிப் பெண்ணுக்கு, தூய்மை கெடாத புத்தம் புதியவளுக்கு விலையேறிவரும் சந்தையில் விலை உயர்வானதுதான். ஒரு மூன்றுமாதப் பெண் குழந்தை 100 பவுண்டுகளுக்கு விற்கப் பட்டவள், குழந்தைப் பருவம் கடந்து? திருமணம் செய்து கொள்ளக் கூடிய நிலைவந்தபோது, 333 பவுண்டுகள் என விலை மதிக்கப் பட்டாள். சம்பந்தப்பட்ட பெண்களுக்கு இதனால் என்ன விளைகிறது என்பதை ஓர் உதாரணத்திலிருந்து ஊகித்துக் கொள்ளலாம். 1225-ல் ஜான் மன்னர், டேவன் பிரபுவின் விதவை வாரிசு உரிமையான, இளமையான லேடி மார்க்ரெட்டை ஃபால்கஸ் டி புரூட் என்கிற கூலிப்படைகளின் தலைவனுக்கு ஒரு பரிசுப் பொருளாக வழங்கினார். இவ்வாறு ஓர் ஆங்கிலேயப் பெண் ஒரு பிரெஞ்சுக் கொள்ளைக் காரனுக்கு மணமுடித்துக் கொடுக்கப்பட்டதை அந்த சமயத்தில்

மாத்யூடி பாரிஸ் என்று பழிதூற்றப்பட்ட வரலாற்றாசிரியர், பெருந்தன்மை அற்பத்துடனும் - கடவுட்பற்றில்லாதவருடனும், அழகு அருவருப்புடனும் இணைக்கப்பட்டதாகக் கூறினார். மார்க்கரெட் ஒன்பது ஆண்டுக்காலம் இந்த மணவாழ்க்கையில் நீடித்தாள். பின்னர் தனது கணவர் அரசரின் ஆதரவை இழந்துவிட்ட போது, அவள் தனது மண உறவை ரத்து செய்து கொள்ள முடிந்தது- இதைத் தொடர்ந்து? டிபுருட், உடனேயே ரோமாபுரிக்குச் சென்று, தன் முன்னாள் மனைவியின் சொத்துடைமைக்கு உரிமை கொண்டாடி ஒரு வழக்கைத் தாக்கல் செய்தார். ஆனால், புனிதத் தந்தை இவ்வழக்கில் தீர்ப்புக் கூறுவதற்கு முன்பே, அவர் அங்கு மரணமடைந்தார். இது ஆண்டவனின் ஒரு தெளிவான சமிக்ஞை என்று அவரது சமகாலத் தவர்கள் கூறினார்கள்.

பிறப்புறுப்பின் மீது கட்டுப்பாடு

டி புருட் தனது மனைவியின் மீது சுமத்திய இழிவுகளில், 'தூய்மை அரைக் கச்சை' என்று அறியப்பட்ட கொடுமையான சாதனமும் ஒன்றாகும். இந்த இழிவான தடுப்புச் சாதனங்கள், பதினொன்றாம் நூற்றாண்டுக்குப் பின்னர், புனித நாட்டுக்கு எதிரான சமயச் சண்டைகளைத் தொடர்ந்து யூத கிழக்குப் பிரதேசத்திலிருந்து ஐரோப்பாவுக்குள் வரலாயின. பிறப்புறுப்புக் கட்டுப்பாட்டுக்கான பிற கருவிகள் மற்றும் உத்திகளைப் போன்று, இந்த 'தூய்மை அரைக்கச்சையும்' அதனுடைய பூடகமான பெயர் குறிப்பிடுவதைக் காட்டிலும் கூடுதல் பயங்கரமான சாதனம் ஆகும். உண்மையில், அது இரும்பாலோ அல்லது வெள்ளியாலோ செய்யப் பட்ட கச்சு ஆகும். அது பெண்ணின் சதையில் இறுக்கமாகப் பொருத்தப் படும். அவளுடைய கால்களுக்கு இடையில் ஒரு உலோகப்பட்டை யுடன் அது இணைக்கப்பட்டிருக்கும். இதில் உடலியல் கழிவுகள் வெளியே போவதற்காக இரு குறுகிய சந்துகள் இருக்கும். இதை அணியும் ஒரு பெண் தன் பிறப்புறுப்புக்களைக் கழுவ முடியாது. நிரந்தரமாக நாற்றத்தைத் தாங்கிக் கொண்டிருக்க வேண்டும். ஏனெனில் கால்களுக்கு இடையிலான உலோகப்பட்டை அவளுடைய சிறுநீரைத் தடை செய்து, அதிலேயே தங்கச் செய்யும். அவளுடைய மாதவிலக்கு ரத்தப் போக்கு தாராளமாக வெளியே போவதையும் பாதித்து அவளுடைய மலக்கழிவு சாதாரணமாகப் போவதையும் தடை செய்யும். அவள் மாமூலாக நடமாடுவதையும் மிக மிக சிரமத்திற்குள்ளாக்குவதால், இத்தகைய தடுப்புக் கச்சு பொதுவாக உபயோகப்படுத்தப்படுவதில்லை. ஆனால், மத்திய காலங்களில் பதுவா என்ற ஊரைச்சேர்ந்த புரோவஸ்ட் என்பவர் அடைந்த திடீர்

புகழிலிருந்து, பிறப்புறுப்புக் கட்டுப்பாட்டின் நுட்பங்களில் பரந்த ரீதியில் ஆர்வம் செலுத்தப்பட்டிருந்ததை மதிப்பிட முடியும். இந்தப் பதுவா என்பவர் பெண்ணின் உடம்பின் கீழ்ப்பகுதி முழுமைக்குமான ஓர் இரும்புக் கவசத்தை உருவாக்கியிருந்தார். பதினாறாம் நூற்றாண்டிலேயே கூட, பெண்களின் பாகங்களுக்குக் கடிவாளமிடும் ஒரு டஜன் வகையான கவசங்களை இரும்பு வியாபாரிகள் ஒரு சந்தையில் விற்றதைப் பற்றி அப்பே டி பிரான்டோம் என்பவர் பதிவு செய்துள்ளார். அதேபொழுதில் அதன் பின்னர் நடைபெற்ற புதைபொருள் ஆய்வுகளிலிருந்து குறிப்பாக ஜெர்மனியில் பெண்கள் அந்தக் கவசங்களுடன் புதைக்கப்படுவது அறியாததல்ல என்பதைக் காட்டியுள்ளார்.[24]

இந்த வகையிலான பிறப்புறுப்புக் கட்டுப்பாடு மேலைய நாடுகளில் தாமதித்துத்தான் வந்தது. கிழக்குலகில் இது கணக்கிட முடியாத காலத்துக்கு முன்பிருந்த வாழ்க்கையின் ஓர் யதார்த்த அம்சமாக இருந்தது. ஒவ்வொரு அடிமை உடைமையாளரும் எல்லா அடிமைப்பெண்களின் கருவாயிலும் ஒன்று அல்லது அதற்கு மேற்பட்ட வளையங்கள் செலுத்துவதை முதல் நடவடிக்கையாகக் கொண்டிருந்தார். விரும்பாத கர்ப்பத்தை அல்லது அந்தப் பெண்கள் பிறரிடம் உடலுறவு கொள்வதைத் தடுப்பதற்காக இவ்வாறு செய்யப் பட்டது. ஏற்கெனவே, தமது எஜமானர்களிடம் இரட்டை அடிமைத் தனத்திற்கு ஆளாகியிருந்த அடிமைப் பெண்கள், பிறப்புறுப்புக் கட்டுப்பாட்டு வகைகளுக்கு மிகவும் இரையாகக் கூடியவர்களா யிருந்தனர். அவர்கள், அனேகமாக கற்பழிப்புக்கும் சித்திரவதைக்கும் உள்ளாகியிருந்தனர். கீழ்வரும் குறிப்பு இதைத் தெளிவாக்குகிறது. ‘சூடானிய அந்தப்புரங்களில் எஜமானால் கன்னிகழிக்கப்பட்ட பெண்கள்... சிற்றின்ப வேட்கை கொண்ட அலிகளிலிருந்து பாதுகாக்கப் படுவதற்காக, அவர்களுடைய கருவாயினுள் ஒரு பன்னிரண்டு அங்குல மூங்கில் தடியின் மூன்றிலொரு பாகம் செலுத்தப்பட்டு, அது தொடைகளையும் இடுப்பையும் சுற்றிப் பிணைக்கப்பட்டது. பிறப்புறுப்பின் முன்பாகத்தில் பின்னப்பட்ட ஒரு சிறு தடுக்கு வைத்து மூடப்பட்டது.[25] தந்தைவழி மதங்கள் நிலை நிறுத்தப்பட்டதைத் தொடர்ந்து ஏற்பட்ட புதிய நிலைமை என்னவெனில் எல்லாப் பெண்களுக்கும் மிகவும் கடுமையான கட்டுப்பாட்டு வடிவங்கள் விஸ்தரிக்கப்பட்டதாகும். பெண்களின் பாலியல் தன்மையை, முழுமை யாக ஒழித்துக்கட்டுவதன் மூலம் அந்தப் ‘பிரச்சினையை’ சமாளிப்பதற்கு உணர்வுப் பூர்வமாக உறுதி கொண்டிருந்ததை இந்த உறுதி அம்பலப் படுத்தியது.

பெண் உறுப்பு உருக்குலைக்கப்படுதல்

'தூய்மை அரைக் கச்சை'ப் போன்றே, மேலே குறிப்பிடப்பட்ட நடைமுறையின் உண்மையான தன்மை, 'பெண்களின் சுன்னத்' என்ற கூடுதல் பரிச்சயமான பெயரினால் மறைக்கப்பட்டிருந்தது. யதார்த்தத்தில், பெண்களின் அனைத்து வெளிப்புறப் பாலியல் உறுப்புகளையும் முடமாக்குவது அடங்கியது. இவ்வாறு பெண்கள் உருக்குலைக்கப்படுவதானது ஆண்களின் மேல் தோல் நீக்கப் படுவதுடன் எவ்விதத்திலும் தொடர்புடையதல்ல. இஸ்லாம் மதம் தோன்றியதைத் தொடர்ந்து மத்திய கிழக்கின் வாயிலாக ஆப்பிரிக்கா முழுவதிலும் இன்று வரையிலும் அங்குத் தொடர்ந்து அமலில் இருந்து வருகிற, மிகவும் பரவலாகப் பரவியிருந்த பெண்களின் பிறப்பு உறுப்புக்களின் மீதான இந்த அறுவை சிகிச்சை மிகவும் திடுக்கிடச் செய்வதாக உள்ளது. இது நீடித்திருப்பதற்கு, ஒட்டுமொத்த அறியாமையே காரணம் என்று மட்டுமே கூறமுடியும்.[26]

இதன் விவரங்கள் கீழ்வருமாறு:

பெண்கள் சம்பந்தமான ஒரு தனிச் சடங்கில் மரபான பெண் பயிற்சியாளர் அல்லது 'சுன்னத்துச் செய்பவர்' 'அல்லா மகத்தானவர், முகம்மது அவருடைய திருத்தூதர், எல்லாக் கேடுகளையும் அவர் வராமல் தடுக்கிறார்' என்று ஜெபித்த வண்ணம், ஐந்து முதல் எட்டு வயதுக்கு உட்பட் பெண் குழந்தையை ஒரு கூர்மையான கல், இரும்புக் கத்தி, அல்லது கண்ணாடித் துண்டைக் கொண்டு அறுவையை நடத்துகிறார். முதலாவது கட்டத்தில், பெண் உறுப்பின் கந்துவும் அதனுடைய உறையும் வெட்டி அகற்றப்படுகின்றன. பின்னர் லேபியாமைனோரா செதுக்கப்படுகிறது. பின்னர் லேபியா மஜோராவின் உள்சதையின் பெரும்பாகம் செதுக்கப்படுகிறது. எஞ்சியுள்ள தோல் தொங்கல்கள் ஒன்றாக இழுத்து சேர்த்துத் தைக்கப்படுகிறது. சிறுநீரும் மாதவிலக்கு ரத்தமும் வெளியே போவதற்காக அந்த உறுப்பில் ஒரு சிறு சந்து மட்டும் திறப்பாக வைக்கப்படுகிறது. இந்த அறுவை சிகிச்சை நடைபெறும்போது, பெண்ணின் தாயும் பிற பெண் விருந்தினர்களும் அருகிலிருந்து மேற்பார்வையிடுகின்றனர். ரத்தக்கசிவை நிறுத்துவதற் காக அவர்கள் மண்ணையும் சாம்பலையும் கொண்டு தங்கள் விரல்களைப் புண்ணினுள் செலுத்தித் துணை புரிவார்கள். இது நடந்து முடிந்தவுடன் பெண்ணின் கால்கள் இடுப்பிலிருந்து கணுக்கால் வரையில் கட்டப்பெற்று, 40 நாட்கள் வரை பெண்ணை அந்த நிலையிலேயே வைத்திருப்பார்கள். தைக்கப்பட்ட தோல் ஒன்றாக இணைந்து, புண்ஆறி, துவாரம் மீண்டும் திறக்கப்படாமலிருப்பதற்காக

இவ்வாறு செய்வார்கள். இந்நடவடிக்கை முழுமையின் போதும் குழந்தையைப் பெண் உறவினர்கள் கைகளால் அழுத்திப் பிடித்துக் கொண்டிருப்பார்கள், அவள் முழு உணர்வுடன் இருப்பாள்.

வழக்கமாக பார்வை சரியாக இல்லாத, நடுங்கும் கைகளுடன் கூடிய வயது முதிர்ந்த ஒரு பெண், போதிய வெளிச்சமில்லாத ஒரு மண் குடிசையின் அல்லது கூடாரத்தின் தரையில் நடத்தப்படும் இந்த நடவடிக்கையின் பின் விளைவுகள் எப்படியிருக்கும் என்பதை எளிதில் கற்பனை செய்து பார்க்க முடியும். இரத்தப்போக்கு நோய்த்தொற்று, சிறுநீர்க்குழல், சிறுநீர்ப்பை மற்றும் ஆசனவாய் வெடிப்பு, பெண் உறுப்பு புண்ணாவது, மலஜலம் கட்டுப்பாடின்றி வெளிப்படுதல் முதலியன ஏற்படுகின்றன. பெண் குறியின் மீது வடு ஏற்பட்டு, அது மிகவும் கடுமையாகி, நடக்க முடியாமற்போகும்போது மட்டுமே மருத்துவரின் உதவி நாடப்படும். பிற்கால வாழ்க்கையில் பெண்கள் மாதவிடாய் ரத்தம் வெளியே போகாமல் அவதிப்படுவார்கள். *(ஒரு பிரெஞ்சு ராணுவ மருத்துவர், ஜிபுடியைச் சேர்ந்த ஒரு 16 வயதுப் பெண்ணுக்கு அறுவை சிகிச்சை செய்து, தேக்கமடைந்து நாற்றமடித்த, கருநிறமான 3-4 லிட்டர் மாதவிடாய் ரத்தத்தை வெளியேற்றினார்)* மலட்டுத்தன்மை, உடலுறவின் போதும், குழந்தை பிரசவத்தின் போதும் பயங்கர வலியை ஏற்படுத்தும்.

முதலாவதாக, கடுமையான வேதனையின்றி, உடலுறவும், பிரசவமும் நடைபெற முடியாது. ஏனெனில், முதலில் தைக்கப்படுவதானது (அதை அனுபவிக்காதவர்கள் 'புணர்ச்சியைத் தடுப்பதற்காகப் பாலுறுப்புகளைக் கொக்கியினால் கட்டிவிடும் முறை' என்று எளிதாகக் கூறிவிடுவார்கள்) ஆண்குறி உள்ளே செலுத்தப்படுவதை அசாத்தியமாக்குவதை நோக்கமாகக் கொண்டு திட்டமிட்டு செய்யப்பட்டதாகும். சோமாலியாவில் திருமணத்தன்று இரவில் நடைபெறும் சடங்குகளைப் பற்றி ஒருவர் கீழ்வருமாறு விவரித்திருக்கிறார். அப்பொழுது கணவன் ஒரு தோல் சவுக்கினால் தனது மனைவியை அடித்தபின், அவளுடைய பெண் உறுப்பைத் திறப்பதற்குத் தனது கத்தியை உபயோகப்படுத்தினார். அதன் பின்னர், அடுத்த மூன்று நாட்கள் அவன் அவளுடன் நீடித்து, மீண்டும் மீண்டும் உடலுறவு கொண்டான்.

> தழும்பு மீண்டும் மூடிக் கொள்ளாமல் தடுப்பதன் மூலம் 'திறப்பைச் செய்வதற்காக' அவன் இந்த 'வேலை' செய்தான். திருமண நாள் இரவுக்கு மறுநாள் காலை, கணவன், ரத்தம் தோய்ந்த தனது கத்தியைத் தோளின் மீது வைத்துக் கொண்டு பொதுவான பாராட்டைப் பெறுவதற்காக உலா வந்தான். ஆனால்

அவனுடைய மனைவி படுக்கையில் கிடந்தாள். திறக்கப்பட்ட காயம் திறந்தே இருக்கச் செய்வதை சாத்தியமாக்க படுக்கையை விட்டு நகராமலேயே இருந்தாள்.[27]

உடலுறவின் பயனாக கர்ப்பம் தரித்தால், அந்தப் பெண் இத்தகைய அநாகரிகத் தன்மை வாய்ந்த மேலும் ஓர் அறுவைக்கு உள்ளாக வேண்டியிருக்கும். ஏனெனில், முதலில் உண்டாக்கப்பட்ட காயம் ஆண்குறியை அனுமதிக்கும் அளவு மட்டுமே பெரிதாக இருக்கும். சாதாரணமாக பிரசவம் ஏற்படுகின்ற வரையில் அவளுக்கு வேதனை இருக்கும். எருவாய்க்கும் பெண் உறுப்புக்கும் இடைப்பட்ட பகுதியில் எத்தகைய வெடிப்பு ஏற்பட்டிருந்தபோதிலும், மேற் கொண்டு அது திறக்கப்படுவதில்லை. குழந்தை வெளியே வருவதற் காக அவள் திறக்கப்பட வேண்டுமானால், பிரசவத்திற்குப் பின், மீண்டும் அந்தத் திறப்பு உடனடியாகத் தைக்கப்பட்டுவிடும். அடிக்கடி குழந்தைப் பிறப்பு, மற்றும் சிசுமரணம் அதிகமாயிருக்கும் நிலைமையில், பன்னிரண்டு தடவை, அல்லது அதற்கு அதிகமாகவும் கூட இவ்வாறு தைக்கப்பட நேரும்.

இறுதிப் பரிகாரம்

பிறப்புறுப்பை அறுத்தெடுப்பது ஓர் அபாயகரமான நடவடிக்கை யாக இருந்தது, தொடர்ந்து இருந்து வருகிறது. ஆனால் இது குறிப்பிட்ட காலங்களில் குறிப்பிட்ட பகுதிகளில் கையாளும் நடைமுறையாகத் தான் இருக்கிறது. பெண்களுக்கு எதிராக இறுதியான பாலியல் வன்முறையைக் கையாளுவது எந்த ஓர் இடத்தில் மட்டுமேயோ அல்லது கால கட்டத்தில் மட்டுமேயோ நடப்பதல்ல: இது கொலையேயாகும். தந்தைவழிச் சமுதாயத்தின் கீழ் பெண்ணாக இருப்பது ஆயுள் தண்டனையேயாகும். ஆனால் அந்தத் தண்டனை முழுவதையும் அனுபவிப்பதற்குப் பல பெண்கள் உயிருடன் இருந்ததில்லை. இந்த அநாகரிகமான காலத்தில் அது பல சந்தர்ப்பங்களில் ஒரு மரண தண்டனையும் கூட. ஏனெனில், பெண் சிசு மரணம் உலகளாவிய தொற்று நோயாகும். வரலாற்று ஆவணங்கள் இருந்துள்ள காலந்தொட்டு இன்று வரையிலும், இந்தியாவிலோ, சீனாவிலோ அல்லது அரபு நாடுகளிலோ பெண்ணாகப் பிறப்பது - உண்மையில் மொராக்கோவி லிருந்து ஷாங்காய் வரையிலும் மிகமிக அபாயகரமானதாகும். புரட்சிக்கு முந்திய சீனாவில், ஆயிரக்கணக்கான ஆண்டுகளாக, குழந்தை பிறப்புக்கான தயாரிப்புகளில் பிரசவப்படுக்கைக்கு அருகில் ஒரு பெட்டி நிறைய சாம்பலை வைப்பதும் அடங்கியிருக்கும். பிறக்கும் குழந்தை பெண்ணாக இருந்தால் அது பிறந்தவுடனேயே, அதனுடைய மூச்சை அடைத்து

அதைக் கொல்வதற்கு இந்த ஏற்பாடு. இந்தியா முழுவதிலும் பெண் சிசுக்களைக் கொல்வதற்கு ஒவ்வொரு இடத்திலும் ஒவ்வொரு விதமான நுட்பமான முறைகள் கையாளப்பட்டன. அவை கழுத்து நெரிக்கப்பட்டன. விஷம் கொடுக்கப்பட்டன. கடலில் தூக்கியெறியப் பட்டன. காட்டில் வீசப் பட்டன. கடவுள்களுக்கு பலி கொடுப்பது என்ற பெயரில் சுறாமீன் களுக்கு உணவாக இடப்பட்டன. அல்லது, அக்குழந்தைகள் மீண்டும் ஆண்குழந்தைகளாகப் பிறக்க வேண்டு மென்றே பிரார்த்தனையுடன் பாலில் முக்கிக் கொல்லப்பட்டன. 1808ஆம் ஆண்டிலேயே கூட, கட்ச் பிரதேசம் முழுவதிலும் அரை டஜன் வீடுகளில் மட்டுமே தந்தையர்கள் தமக்குப் பிறந்த பெண் குழந்தைகள் அனைத்தையும் பிறந்தபொழுதே கொல்லவில்லை என்று ஒரு பிரிட்டிஷ் அரசியல் கமிஷன் கண்டறிந்தது.[28]

ஒவ்வொரு சம்பவத்திலும் தகப்பனாரின் உத்தரவுப்படியே பெண் கொல்லப்பட்டாள். ஏனெனில் திருமணத்திற்கும் தாய்மைக்கும் வெளியில் அவளுக்கு எதிர்காலமில்லை என்று அவர் கருதினார். எனவே, அவளைத் திருமணம் செய்து கொடுப்பதில் அவர் வெற்றி யடைந்தார். அவருக்கு ஏற்படும் செலவு அவரை நொடிந்து போகச் செய்து விடும். அல்லது அவ்வாறு செய்யத் தவறினால், வெளியில் ஜனங்களின் அவமதிப்புக்கு உள்ளாக நேரும். ஆனால் மிக அதிகமான வரதட்சணை முதலிய செலவுகள் மட்டுமே உலகளாவிய ரீதியில் உயர்வான பெண் சிசுக்கொலைக்குக் காரணமாகக் கூறிவிடமுடியாது. இதில் தாய்மார்களின் பாவங்களே மெய்யாக அவர்களின் புதல்வி களின் மீது விழுகின்றன. தம்முடைய இனத்தைப் பெறுவதானது பெண்களுக்கு மிகவும் கொடிய அர்த்தத்தில் பிரசவ வேதனை வீணாயிற்று என்று கருதப்பட்டது. உலகில் பெண்களின் எண்ணிக்கையைக் குறைப்பதற்காகத் திட்டமிட்ட மற்றும் இடைவிடாத இயக்கமாக புதல்விகள் கொல்லப்பட்டார்கள். இனக் கொலைபுரியும் திட்டமிட்ட ஏற்பாடுகளின் முன்னே, வரதட்சணைச் செலவுகளும், அதிகம் பேர்களைக் காப்பாற்ற வேண்டிய பொறுப்பு பற்றியும் குலத்தலைவர்கள் வீணில் பேசுவது, காரணத்தைத் தேடிப் பிடிக்கும் முயற்சி என்பது தெளிவு. அந்தக் காலத்திலேயே அது அவ்வாறு கண்டிக்கப்பட்டது. குரான் அதை இவ்வாறு தெளிவு படுத்தியது.

சூரியன் மறையும்போது...
உயிருடன் புதைக்கப்பட்ட ஒவ்வொரு பெண் குழந்தையும்
எந்தக் குற்றத்திற்காக அவள் கொல்லப்பட்டாள் என்று கேட்டால்
அப்பொழுது ஒவ்வொரு ஆத்மாவும் அது என்ன செய்தது
என்பதை அறியும்.[29]

ஒரு பெண் இந்த உலகில் பிரவேசிப்பதற்குள்ள உரிமையைத் தடுப்பதற்கு குலத் தலைவர்கள் ஒன்றாக சேர்ந்து நின்றதைப் போன்றே, இவ்வுலகத்திலிருந்து அவளை ஒழித்துக் கட்டுவதற்கும் அவர்கள் சேர்ந்து நிற்கிறார்கள். ஏனெனில் உலகில் அனேகமாக ஒவ்வொரு நாட்டிலும் ஆண்தான் தனது பெண் மக்களின் தலைவன். பாது காவலன். மற்றும் ஒரே பொறுப்பாளன். பெண்ணைப் பொறுத்த மட்டிலும் அவளுக்கு முறையீடோ, தப்பித்துக் கொள்வதற்கு வழியோ இல்லை. ஆண்களின் முஷ்டியின் கீழ், காலடியில், இடுப்புக் கச்சைகளினால் மற்றும் குண்டாந்தடிகளால் கொல்லப்பட்ட லட்சோபலட்சம் பெயர் தெரியாத பெண்களைப் பற்றி மிகவும் சொற்பமான பதிவேடுகளே வரலாற்றில் காணப்படுகிறது. ஆனால் சமூக அந்தஸ்தும்கூட அவர்களுக்கு எத்தகைய அதிகப் பாதுகாப்பும் கொடுப்பதில்லை. ரஷ்யாவின் இளவரசி டோல்குருக்கியைக் காப்பாற்று வதற்கு அவளுடைய அரச குடிப் பிறப்பும்கூட உதவவில்லை. அவளுடைய கணவன் 4ஆவது இவான் ("பயங்கர இவான்") அவனுக்கு அவள் திருப்தியளிக்கத் தவறியதால், அவளை நீரில் மூழ்கடித்துக் கொன்று விடும்படி உத்தரவிட்டான்.

மனைவியை ஒழித்துக்கட்டுவதற்காக இந்த வகைப்பட்ட உத்தியை, அண்டையிலிருந்த ஆட்டோமான் சாம்ராஜ்யத்தின் சுல்தானிடமிருந்து இவான் கற்றுக் கொண்டான். அங்குத் தேவைப் படாத பெண்கள் மரபாக, கனமுள்ள கோணிப்பைகளில் போட்டு தைக்கப்பட்டு, பாஸ்பரஸ் ஜலசந்தியில் செராக்ளியோ முனை என்ற இடத்தில் கொண்டு போய் நீரில் மூழ்கடிக்கப்பட்டார்கள்.[30] ஏனெனில் பெண்கள் கழித்துக் கட்டப்பட வேண்டியவர்கள். சிற்றின்ப வேட்கை கொண்ட துருக்கியனைக் காட்டிலும் மேலானவர்களாகத் தமது கிறிஸ்துவ ஒழுக்கம் பற்றிப் பெருமிதம் கொண்ட மேலை நாடுகளிலும் கூட நவீனகாலக் கட்டத்தின் துவக்க காலம் முழுமையிலும் அவர்களின் மதிப்பு தாழ்ந்த மட்டத்திலேயே இருந்தது. மேலும், ஒரு பெண் குழந்தையைப் பெற்றெடுப்பதென்ற அவளுடைய ஒரே மெய்யான செயல்பாட்டையும் எவ்வகையிலாவது விட்டுக் கொடுத்தால், அவளுடைய வாழ்க்கை பயனற்றதாயிற்று. அதே பொழுதில் ஒரு மனிதனின் வாழ்க்கை, அவன் எவ்வளவு தூரம் எல்லை மீறிப் போனாலும் உள்ளார்ந்த ரீதியில் கூடுதல் மதிப்புடைய தாகும். மத்திய காலத்தின் துவக்கக் கட்டத்தில், ஒரு பிரெஞ்சுப் பெண் மற்றும் அவளுடைய காதலனாகிய லீமான்ஸ் என்னும் மதகுரு பற்றிய இந்த வரலாறு - டூர்ஸைச் சேர்ந்த வரலாற்றாசிரியர் ஜியோப்ரேயின் கூற்றுப்படி - இந்த அம்சத்தை மிகத் தெளிவாக விளக்குகிறது.

(இந்த மதகுரு) ஒரு சுதந்திர அந்தஸ்தும் உயர் குடும்பத்தையும் சேர்ந்த ஒரு பெண்ணுடன் அடிக்கடி கள்ள உறவு கொண்டபின், அவளுடைய தலைமுடியை வெட்டி, ஓர் ஆணைப்போல் அவளுக்கு உடையணிவித்து, அவளை வேறொரு நகரத்திற்குக் கொண்டு சென்றான். முன்பின் தெரியாதவர்கள் மத்தியில் வசித்து, கள்ள உறவு பற்றிய சந்தேகத்தைப் போக்கிவிடலாம் என்று நம்பிக்கை கொண்டான். ஆனால் சில காலத்திற்குப் பின் உண்மைவிவரம் அவளுடைய உறவினர்களுக்குத் தெரிந்தபின், அவர்கள் தங்கள் குடும்பத்திற்கு ஏற்பட்ட அவமானத்திற்குப் பழி வாங்குவதற்காக அந்த ஊருக்கு விரைந்து சென்றனர்... அந்தப் பெண்ணை அவர்கள் உயிருடன் எரித்தனர். ஆனால் தங்கம் பெறுவதற்கான பேராசையால் அந்த மதகுருவிடமிருந்து நஷ்டஈட்டைப் பெற்றுக் கொண்டு அவரை விட்டுவிடுவதென்று முடிவு செய்தனர்... இந்த சம்பவத்தைக் கேள்விப்பட்ட பிஷப் அதாரியஸ், அந்த நபர் மீது பரிதாபப்பட்டு அவனுக்காக 20 தங்க நாணயங்களை நஷ்டஈடாகக் கொடுத்து, அவனை சாவின் பிடியிலிருந்து காப்பாற்றினார்.[31]

ஒரு மதகுரு மீட்கப்படலாம் என்று கருதப்படுகிறது. ஆனால் இந்தப்பெண்ணின் பாலியல் பாவச் செயல் ஒரு மனிதப் பிறவி என்ற வகையில் அவளை ஒழித்துவிட்டது. ஆயினும் பாவச் செயல் அல்ல இங்கு உண்மையான பிரச்சினை. அவளுடைய உடம்பு அழிக்கப் பட்டதற்கான முக்கிய காரணம், அவள் கள்ள உடலுறவினால் தூய்மை கெட்டுப் போனதினால், அவளுக்கென்று விதிக்கப்பட்ட மனைவி மற்றும் தாய் என்ற பாத்திரத்தை அவளால் இனி ஒருபோதும் நிறைவேற்ற முடியாது. அத்தகைய செயல்பாடு இல்லாத நிலையில் அவள் சுல்தானின் அந்தப்புரத்திலுள்ள எந்த ஒரு வைப்பாட்டியைப் போலவும் கழித்துக் கட்டப்படலாம். சுதந்திரமான தனி நபர்கள் என்ற வகையில் தந்தைவழிச் சமுதாயக் கட்டமைப்புக்கு வெளியில் பெண்கள் தங்களால் சமாளிக்க முடியும் என்பதன் பிரத்தியட்ச சான்றாக உயிர்வாழ்வதற்கு அவள் நிச்சயமாக அனுமதிக்கப்பட முடியாது. இங்கேயும் செயல்பாடுதான் முக்கியமானது. தனது கணவனுக்கும் அவனுடைய குழந்தைகளுக்கும் இடையில் அதிகாரச் சங்கிலியில் பிணைக்கப்படாத ஒரு பெண், சமுதாயத்தின் ஸ்திரத் தன்மைக்கும், அவளுக்குமே கூட ஓர் அபாயகரமான அச்சுறுத்தலாகும். இதற்கும் மோசமாக, பாவத்தன்மையானது அவளை சமுதாயத்திற்கு அப்பால் தள்ளிய பிரெஞ்சுப் பெண்ணைப் போன்று இனிமேல் அவளால் யாருக்கும் எந்தப் பயனும் இல்லை. இத்தகைய கொடிய காலத்தில்,

அவள் சாவதே மேல் என்ற நம்பிக்கைக்கு இது ஒரு சிறிய நடவடிக்கையே ஆகும்.

மனைவியைக் கொல்லும் உடன்கட்டையேறுதல் என்ற இந்திய வழக்கத்திற்குப் பின்னும் இதுபோன்றே ஒருவகைக் கருத்தே அடிப்படையாக இருப்பதாகத் தோன்றுகிறது. ஆரம்ப காலத்திலிருந்தே சட்டத்தில் பொறிக்கப்பட்ட இந்த வழக்கப்படி, கணவன் மரணமடைந்தால் மனைவிக்கு அவளுக்காகவென்று மேற்கொண்டு வாழ்வதற்குத் தேவையேதும் இல்லை. இந்துக்களின் சட்டப் புத்தகம் தெளிவாக்குகிறபடி, 'நன்னெறியில் வாழும் பெண்களுக்கு, அவர்களது தலைவர் இறந்தபின், அதே நெருப்பில் அவர்களும் விழுந்து மாய்வதைத் தவிர, வேறு எந்தப் பயனுள்ள கடமையும் இல்லை[32]' ஒரே எளிய வேறுபாடு என்னவெனில், இறந்து போன கணவனால் அவனுடைய சிதைத் தீயின் ஜுவாலைகளை உணர முடியாது. அதே பொழுதில் உயிருள்ள மனைவி பயமுறுத்தப்பட்டு, போதை மருந்து கொடுக்கப்பட்டு, இறுதியாக, உயிருடன் நெருப்பிட்டு எரிக்கப்படும் பயங்கரமான சாவை அவள் அனுபவிக்கச் செய்ய வலுக்கட்டாயப் படுத்தப்படுகிறது. ஏனெனில், இனி உயிருடன் வாழ்வதில் அவள் பயனற்றுப் போய்விட்டாள், வங்காளத்தில் பதினெட்டாம் நூற்றாண்டில் இந்த உடன்கட்டையேறுவதை நேரில் கண்ட ஒருவரின் கீழ்வரும் குறிப்பு இதைத் தெளிவுபடுத்துகிறது.

> சிதைக்குத் தீ மூட்ட வேண்டிய அந்த உறவினர் அவளை ஆறுதடவை அதைச் சுற்றி வரச் செய்தார்... பின்னர் அவள் தன் கணவனின் சவத்திற்கு அருகில் படுத்துக் கொண்டு தன் ஒரு கையை அவனுடைய கழுத்தின் கீழ் வைத்து, மற்றொரு கையை அவன் மேல் வைத்து அணைத்துக் கொண்டாள். பின்னர் காய்ந்த தென்னை ஓலைகளும் பிற பொருள்களும் அவர்கள் மீது பெரும் உயரத்திற்குக் குவிக்கப்பட்டன. பின்னர் நெய் அல்லது உருக்கப் பட்ட வெண்ணெய் மேலே ஊற்றப்பட்டது. பின்னர் இரண்டு மூங்கில்கள் அவர்கள் மீது வைக்கப்பட்டு கீழ்நோக்கி பலமாக அழுத்திக் கொள்ளப்பட்டு பின்னர் சிதைக்குத் தீ மூட்டப்பட்டது. அது உடனே கொழுந்து விட்டெரியத் தொடங்கியது... தீப்பிடிக்கத் தொடங்கிய உடனே, கூடியிருந்தோர் பெரும் கூச்சல் போட்டனர். இந்த பயங்கரக் கூச்சலினால் அந்தப் பெண் முனகினாளா அல்லது வாய்விட்டுக் கதறினாளா என்பதைக் கேட்பது அசாத்தியமாகவிருந்தது. அந்த மூங்கில்கள் அவளை பலமாக அழுத்திக் கொண்டிருந்ததால் அவளால் அசையவோ அல்லது தீயை எதிர்த்துப் போராடித் தப்பித்துக் கொள்ள

முயல்வதோ சாத்தியமல்ல. இந்த மூங்கில்களை அழுத்திப் பிடித்துக் கொண்டிருக்கும் முறையை நாங்கள் பலமாக ஆட்சேபித்தோம். நெருப்பு சுடும்போது அந்தப் பெண் எழுந்திருக்காமல் தடுப்பதற்காகவே இவ்வாறு மூங்கில்கள் அழுத்தப்படுவதாக நாங்கள் எதிர்த்தோம். ஆனால் சிதை கீழே சரிந்து விழாமல் இருப்பதற்காகவே அவ்வாறு செய்வதாக அவர்கள் கூறினர். மேற்கொண்டு ஒரு கணமும் அதைப் பார்க்கச் சகியாமல் நாங்கள் அந்த இடத்தைவிட்டு வெளியேறினோம். நாங்கள் கண்ட இந்த பயங்கரச் செய்கையினால் அதிர்ச்சியடைந்து இது அப்பட்டமான படுகொலை என்று உரக்கக் கத்திக் கொண்டே சென்றோம்.[33]

இது பெருங்கொடுமை என்ற உணர்வு வெளிப்படையாகவே மெய்யானதும் ஐயத்திற்கிடமற்றதாகும். ஏதும் செய்ய இயலாத உணர்வு மேலோங்கியுள்ள நிலைமையில் இது மட்டுமே ஆறுதலளிக்கக் கூடியதாகும். கிழக்கத்திய சமூக நடைமுறைகள் சம்பந்தமாக ஐரோப்பியர்களின் உணர்வுகள் தொடர்ந்து இவ்வாறே இருந்தன. ஆயினும், சிதையில் படுக்கவைக்கப்பட்ட பெண் அமைதியாகவும், இணக்கத்துடன் தன் சொந்த சாவை எதிர்கொண்டாள் என்று நேரில் கண்டவர் குறிப்பிட்டிருப்பது கவனத்தில் கொள்ளத்தக்கதாகும். நடைமுறைகளின் புனிதத் தன்மைக்கு உயரிய முக்கியத்துவம் கொடுக்கும் இந்த விளைவு, பல உத்திகளின் இணைப்பின் மூலம் சாதிக்கப்படுகிறது. அந்த நாளன்று அவள் மிருகத்தனமாக மிரட்டிப் பணிய வைக்கப்படுகிறாள். போதை மருந்து கொடுத்து மயக்கமடையச் செய்யப்படுகிறாள். வாழ்நாள் முழுவதும் தத்துவார்த்த தகிடு தத்தங்கள் செய்யப்படுகின்றன. சிறு பிராயம் முதற்கொண்டே பெண், உடன்கட்டையேறும் (விசுவாசமுள்ள) விதவை, தனக்கும் தன் கணவனுக்கும் 3 கோடி 50 லட்சம் ஆண்டுகள் சொர்க்கத்தில் வாழும் பேற்றைப் பெறுகிறாள். அதே பொழுதில் இதற்கு உடன்பட மறுப்பவள் நரகத்தின் படுபாதாளத்தில் தள்ளப்படுகிறாள். மீண்டும் மிகவும் அருவருக்கத்தக்க, வெறுக்கத்தக்க உருவில் பூமிக்குத் திரும்புகிறாள் என்று போதிக்கப்படுகிறது. இதற்கும் மேலாக, குழந்தைத் திருமணம் என்ற இந்திய வழக்கமானது, இத்தகைய விதவைகளில் பலர் தாங்களாகவே சிந்தித்து முடிவு செய்ய முடியாதவர்களாக்குகிறது. பத்து, ஒன்பது, எட்டுவயது, மேலும் அதற்கும் குறைவான வயதுடைய குழந்தை - விதவைகள் எரிக்கப்பட்ட சம்பவங்கள் பற்றிய எண்ணற்ற ஆவணங்கள் உள்ளன.

இந்தப் பழக்கத்தைக் கண்டு தார்மீக ரீதியில் கொதிப்படைந்த ஐரோப்பியர்கள் அதேபொழுதில் ஐரோப்பாவிலேயே பெண்கள்

கழித்துக் கட்டப்படுவது குறித்து செய்வதறியாது மௌனம் சாதிக்கின்றனர். ஐரோப்பிய 'சூனியக்காரி' உயிருடன் எரிக்கப்பட்டதற்குப் பத்து அல்லது இருபது ஆண்டுகளுக்குப் பின்னரே, இந்த நேரில் கண்டவரின் விவரிப்பு 1798ல் செய்யப்பட்டது. உடன்கட்டையேற்றப் படும் பெண்களைப் போன்று இந்த சூனியக்காரர்கள் தேவையற்றவர்கள், ஒவ்வாதவர்கள், அடிக்கடி விதவைகளாயிருந்தனர், அல்லது ஏதாவது ஒரு வகையில் தந்தைவழிச் சமுதாய ஆட்சிமுறைக்கு அப்பாற்பட்டவர்களை அச்சுறுத்துபவர்களாக இருந்தனர். ஏனெனில், வரலாற்று ஆவணம் காட்டுவதுபோல், எந்த நாட்டிலும் எந்தக்கால கட்டத்திலும் பெண்கள் அதிகபட்ச பாலியல் வன்முறையிலிருந்து பாதுகாப்புப் பெற்றவர்களாக இருக்கவில்லை. அவர்களது உடம்புகள் ஆணின் இன்பத்திற்காகவும், வாரிசைப் பெறுவதற்காகவும் மட்டுமே இருப்பதாக அறுதியிட்டுக் கூறப்பட்டது. அவர் உயிர் வாழ்வதற்குள்ள நியாயத்தின் கட்டமைப்புக்கு அப்பால் போய்விட்டதால் அதற்குக் காரணம் எதுவாக இருந்தபோதிலும் உயர்ந்தபட்சமாகப் பார்த்தால் அவர்கள் சமுதாயத்திற்கு உபரியாகி விடுகிறார்கள். மோசமாகக் கூறுவதெனில் அவர்கள் குஷ்டரோகிகள், ஒதுக்கப்பட்டவர்கள், குற்றவாளிகளாகவும் கூட ஆகிவிடுகிறார்கள் - எப்படியானாலும் சரி - திருச்சபையின் மற்றும் சமுதாயத்தின் தலைவர்களுக்கு அவர்களை எப்படி நடத்துவது என்பது தெரியும்.

'மகள்களின் பாவங்களை நன்றாகப் பாருங்கள்...' ஒரு வேளை பெண்களைக் கழித்துக் கட்டுவதன் இறுதியான உதாரணம் அந்தச் சொல்லின் ஒவ்வொரு அர்த்தத்திலும் ஆண்களுக்கு ஒரு நேர்மையான விளையாட்டாகும். அதாவது அவர்களை விபசாரி என்று அழைப்பதாகும். ஆணின் சிற்றின்பத்திற்காக அவளை அழைத்து விட்டு, பிறகு இழிய உணர்ச்சிகளுக்கு விட்டுக் கொடுக்கிறாள் என்று அவளைத் தண்டிப்பது - விபசாரி தனது உடலின் இன்பத்திற்கும் அபாயத்திற்கும் இடையிலான புறப்பாலியல் பதற்றத்தை வெளிப்படுத்துகிறாள். அவளுடைய தொழில் போர்க்களமாகிறது. அங்கு ஆணின் வேட்கையும் பெண்களின் பாலான அவமதிப்பும் ஒன்றோடொன்று மோதுகின்றன. முதலில் கூறப்பட்டது வெல்கிறது. பின்னர் மற்றொன்று ஆரம்ப காலத்திலிருந்து மாறாத பாணியில் உபயோகப்படுத்தப் படுகிறது. துஷ்பிரயோகப்படுத்தப்படுகிறது. ஆயினும், மிகவும் சுருக்கமான வரலாற்று ரீதியான ஆய்வும்கூட தந்தைக் கடவுள்களின் எழுச்சியிலிருந்து நவீனகால அரசு தோன்றியதற்கு இடைப்பட்ட 1000 ஆண்டுகளின் போது விபசாரிகளின் நிலைமை மேலும் மோசமடைந்துள்ளது.

முரண் புதிரான முறையில், மனைவிகள், தாய்மார்கள், மற்றும் நன்னெறியில் வாழும் பெண்கள் மிகவும் கட்டுப்பாட்டுக்கு உட்படுத்தப்பட்டு, இதனின்று சிறிதளவு பிறழ்ந்து சென்றாலும் மிகவும் கடுமையாகத் தண்டிக்கப்பட்டதைப் போன்றே கள்ளநட்புக்கு ஆட்பட்ட அவர்களது சகோதரிகளும் - சிற்றின்ப விளையாட்டின் புதல்விகள் - கொடுமையான முறையில் தண்டனைக்குள்ளாக்கப்பட்டனர்.

கடந்த நூற்றாண்டுகளில் விலைமகள்களுக்கும் பரத்தைகளுக்கும் கொடுக்கப்பட்ட தண்டனைகளின் கடுமை பொதுவாக அதிகரித்ததிலிருந்து இது மிகவும் தெளிவாகிறது. அதே சமயத்தில் வேறிடங்களில் காட்டுமிராண்டித்தனத்திலிருந்து முன்னேற்றம் ஏற்பட்டது, பிற குற்றங்களுக்கு சட்டரீதியாக வழங்கப்பட்ட மோசமான தண்டனைகள் குறைக்கப்பட்டன. கி.பி.450ஆம் ஆண்டு வாக்கில், விஸிகோத்ஸ் எனப்படும் அறியப்பட்ட மிகவும் ஆரம்பகாலப் பாலியல் சட்டங்களில் ஒன்று. பரத்தைகளுக்கு பகிரங்கமாகக் கசையடி கொடுக்கப்பட வேண்டுமென்றும், அவர்களை அவமானப்படுத்துவதன் அடையாளமாக அவர்களின் மூக்குகள் பிளக்கப்பட்டன.³⁴ இங்கிலாந்தில் பனிரண்டாம் நூற்றாண்டில் இரண்டாவது ஹென்றி மன்னரின் சட்டங்களின்படி ஒரு விலைமகள், மிகவும் இழிவான மற்றும் பெண் தன்மையற்றவள் என்று வர்ணிக்கப்பட்டாள். மற்றும் மேலே கூறப்பட்ட தண்டனைகளோடுகூட, அவள் ஒரு காதலனைக் கொண்டிருக்கக்கூடாதென்றும், இதை மீறினால் அபராதமாக மூன்று வாரங்கள் சிறைத் தண்டனை அனுபவிக்க வேண்டும், சாய்விலா நாற்காலியில் கட்டப்பெற்று தண்ணீரில் மூழ்கடிக்கப்படுவாள், மற்றும் நகரத்திலிருந்து வெளியேற்றப்படுவாள். இருநூறு ஆண்டுகளுக்குப் பின்னர், மன்னர் எட்டாவது எட்வர்டு ஆட்சிக் காலத்தில் யூத மதத்தில் உள்ள நிட்டா என்ற வழக்கத்தைப் போல், விபசாரி ஒரு தனி சின்னம் அல்லது முகமூடியை அணிந்து கொள்ள வேண்டும். 'தூய்மைக் கேட்டை குறிப்பதற்காக ஓர் உருக்குலைந்த அடையாளம், அதைக் கூடுதல் வெறுக்கத்தக்கதாகத் தோன்றச் செய்வதற்கு' இவ்வாறு விதிக்கப்பட்டது. இறுதியாக, ஐரோப்பா முழுவதிலும் ஆசாரக் கட்டுப்பாடு தனது பிடியை இறுக்கியபோது, பெண்களுக்கு விதிக்கப்படும் தண்டனைகள் முன்னென்றும் கண்டிராத வெறித்தனம் மற்றும் மிருகத்தனத்தின் உச்ச நிலையை அடைந்தது. பொது மரண தண்டனையை நிறைவேற்றுபவரின் தண்டனை முறைகள் முழுமையான அளவுக்கு நீட்டிக்கப்பட்டன. கீழ்வரும் சான்று இதைத் தெளிவாக்குகிறது.

மேரி குருஸ்னெரின் என்னும் ஓர் இளம் விபசாரி... மேரியின் காதுகள் அறுத்தெறியப்பட்டு பின்னர் அவள் தூக்கிலிடப்பட்டாள்.

நியூரெம்பர்க்கைச் சேர்ந்த அன்னா பெயெல்ஸ்டெய்னின்- அவள் ஒரு தந்தையுடனும் அவருடைய மகனுடனும்... மற்றும் 21 ஆண்களுடனும் இளைஞர்களுடனும் - உடலுறவு கொண்டதால் - தன் கணவனின் உடந்தையுடன் நிற்கவைத்து வாளால் தலை வெட்டப் பட்டாள்.

உர்ஸாலா என்னும் ஒரு வீட்டுச் சொந்தக்காரி... ஒரு விபசாரி. ஒழுக்கங்கெட்டவள், கூட்டிக் கொடுப்பவள்... தண்டனை மேடையில் நிறுத்தப்பட்டு கசையடி கொடுக்கப்பட்டாள். இரண்டு கன்னங் களிலும் சூடு போடப்பட்டாள். பின்னர் ஊரைவிட்டே வெளியே துரத்தப் பட்டாள்.

மாக்தெலென்ஃபிஷெரின்... திருமணமாகாத ஒரு வேலைக்காரி... ஒரு தந்தை மற்றும் மகன் மூலம் ஒரு குழந்தையைப்பெற்றாள்... ஒரு சலுகையாக வாளினால் தலை சீவப்பட்டாள்.[35]

இங்குக் குறிப்பிடப்பட்ட சலுகை என்னவெனில், 1573லிருந்து 1617 வரை நியூரெம்பர்க்கில் பொது தூக்கிலிடுபவனாக இருந்த பிரான்ஸ் ஷ்மிட், தனது ரகசிய நாட்குறிப்பில் எழுதி வைத்துள்ளபடி, ஒரு கயிற்றினால் சுருக்கிடப்பட்டு, குரல்வளை நொறுங்கி மெதுவாகச் சாகும் பயங்கரத்திற்குப் பதிலாக, ஒப்புநோக்கில் மென்மையான மரணமாகிய கழுத்தை வெட்டுவதாகும். தண்டனைக்கு உள்ளானவர் அல்லது கடைசி நேரத்தில் உதவிக்கு வந்தவர் இந்தச் 'சலுகைக்காக' அவருக்கு உரிய சன்மானம் கொடுத்திருக்கக்கூடும் என்பதில் ஐயமில்லை. ஆனால் இறுதியில், மரியாதைக்குரிய நகரப்பிரஜைகளின் இரைச்சலிடும் ஒரு வெறிக்கும்பல், அவள் மாண்டதற்காக விடுமுறை கொண்டாடுவதற்கு அங்கு வரும், அவளுக்குக் காட்டப்படும் பரிவு இது மட்டுமே. அவளுடைய பெயரும் அவளுடைய 'குற்றமும்' மட்டுமே தெரிந்துள்ள இந்த அப்பாவி இளம் பெண் உலகின் எல்லா மக்தாலீன்களுக்கும் பிரதிநிதியாக நிற்கிறாள், மனைவி மற்றும் தாய்மை என்ற நிர்ணயிக்கப்பட்ட பாத்திரத்திற்கு அப்பால் தள்ளப்பட்டிருந்த இவர்கள்- சோரம் போதல், உடலுறவுக்காக ஆலாய்ப் பறப்பவர்கள் என்ற பண்டைய வரையறுப்பின்படி தூக்கி யெறியப்பட்டார்கள்.

இத்தகைய கொடூரமான சட்டங்களால் ஆண்களும் கூடப் பாதிக்கப்பட்டார்கள். பெண் 'விலங்கு'டன் சம்பந்தம் கொண்டதற்காக அவர்களுடைய பாலியல் தன்மையும் தவிர்க்க முடியாமல்

பழிப்புக்குள்ளாயிற்று. அவர்களுடைய சொந்த விதிகளின்படியே அவர்கள் விளையாடுவதானது, வேடிக்கைக்காகப் பாலியல் உறவு கொள்ளும் எந்தச் சாத்தியப் பாட்டையும் தங்களுக்கு மறுத்துக் கொள்வது என்று பொருளாகும். மனைவிகள், தாய்மார்கள், புதல்விகள், காதலிகள் என்ற வகையில் பெண்கள் ஆண்களின் அன்பைப் பெற்றுக் கொள்ளும் அதேபொழுதில், ஆண்கள் இடையறாது நிரந்தர உத்தரவு களின்படி, பெண்களை வெறுக்கிறார்கள். அச்சமடையச் செய்கிறார்கள். கீழ்ப்படியச் செய்கிறார்கள். பிற ஆண்கள் விதிகளின்படி நடக்கத் தவறியதற்காக பிறவழிகளில் விலை கொடுக்கிறார்கள். ஒரே இனத்தில் பாலியல் உறவு கொள்பவர்கள் வேட்டையாடப்படுவது பிறிதோரிடத்தில் பட்டியலிட்டுக் கொடுக்கப்பட்டுள்ளது. ஆனால் பாலியல் கட்டுப்பாடுகளை மீறி பல பெண்களுடன் உறவு கொள்ளும் ஆண்கள், அதுபோன்றே தந்தைவழிச் சமுதாய வரையறைகளை மீறிய பெண்களுடன் சேர்த்து கடுமையான தண்டனைக்குள்ளாக்கப்படு கிறார்கள். ஐரோப்பாவில் அத்தகைய பயங்கரத்தின் உச்சகட்டத்தில், ஒரு பெண், சூனியக்காரியென்று தீ வைத்துக் கொளுத்தப்படுகிறா ளென்றால், ஓரின உறவு கொண்டதாகக் குற்றம் சாட்டப்படும் ஆண்கள் கை, கால் கட்டப்பட்டு, அவளுடைய கால்களைச் சுற்றி அவர்களைப் போட்டு புதர்களையும் மரக் கட்டைகளையும் போட்டு அவர்களும் எரிக்கப்படுவார்கள்.[36] ஆயினும் ஓர் ஆண் ஒரு மரக்கட்டையைப் போல் எரிந்து போக வேண்டியதில்லை. ஆனால் அவளுடைய பால் இனம் முழுமைக்கும் சுமத்தப்பட்டுள்ள பழியிலிருந்து தப்பிப்பதற்கும், அதற்கு அடிப்படையாயுள்ள இழிவுபடுத்துவதற்கும் அழிப்பதற்கும் உள்ள சீற்றத்திலிருந்து தப்பிப்பதற்கும் பெண்களுக்கு வாய்ப்பே இல்லை.

ஏனெனில் பெண்களின் மீது சுமத்தப்பட்ட இத்தகைய தண்டனைகளின் பாலியல் மற்றும் கொடுவெறிக் காமத் தன்மையைப் பற்றி ஐயத்திற்கே இடமில்லை. பதினேழாம் நூற்றாண்டு இங்கிலாந்தில், அரசின் ஒரு தூணாக இருந்த இழிபுகழ் வாய்ந்த நீதிபதி ஜெஃப்ரேஸ், ஒரு விபசாரிக்குக் கசையடி கொடுக்க வேண்டுமென்று தண்டனை விதித்தபோது அதை இவ்வாறு தொகுத்துக் கூறினார். தூக்கிலிடுபவனே, இந்தப் பெண் சம்பந்தமாக நீ குறிப்பாகக் கவனம் செலுத்த வேண்டுமென்று உனக்கு நான் கட்டளையிடுகிறேன். அவளை நன்றாகச் சவுக்கால் அடிக்கவேண்டும். மனிதனே, அவளுடைய உடம்பிலிருந்து ரத்தம் பீறிட்டு வெளிப்படும் வரையில் அடிக்க வேண்டும். இது கிறிஸ்துமஸ் நாள். அவள் ஆடைகள் களையப் படுவது அவளுக்கு மிகவும் குளிராக இருக்கும். அவளுடைய தோள்கள் நன்றாக வெதுவெதுப்படையும்படி பார்த்துக் கொள்.[37]

பாலுறவு, பாவம், துன்பதுயரம் - விபசாரம் பற்றிய வரலாற்றில் இந்த ஆய்வுப் பொருள்களின் முக்கியத்துவம், அவர்களின் திருமணமான சகோதரிகளின் வாழ்க்கைகளிலும் கூடக் காணக் கிடைக்கிறது. ஏனெனில் விலை மகளிரும், மனைவிமார்களும் தந்தைவழிச் சமுதாயத்தின் பிரசாரம் கூறுவது போன்று - பிசாசுகளும் தேவதைகளுமல்ல, எதிர்நிலையான இனங்களல்ல. மாறாக ஒரு நாணயத்தின் இரு பக்கங்களே. பெண்கள் என்ற வகையில், இருசாராரும் அவர்களது பாலியல் தன்மைகளைப் பற்றி தண்டனை விதிக்கப்படுகிற ஒரே வகையான குறுகிய வரையறுப்புக்கும், அதை ஈடுபடுத்துவது சம்பந்தமான ஒரே வகைத் தடைக்கட்டுகளுக்கும் உள்ளாக்கப்பட்டனர். இடைவிடாத சித்தாந்த ரீதியான மற்றும் உடல் சார்ந்த தாக்குதல்கள் நடத்தப்பட்ட போதிலும், சில பெண்கள், பணிந்து போவதன் வாயிலாக மரியாதையாக நடத்தப் பெறுவதை அடையும் வகையைத் தேர்வு செய்தனர். மற்றவர்கள் தீர்மானமான முறையில் இவ்வாறு செய்யவில்லை. தாங்கள் இழிவுபடுத்தப்படுவதை எதிர்ப்பதற்கான வலிமையையும் அறிவையும் எவ்வாறு பெற்றனர். தமது சொந்த வரையறுப்புகளைச் செய்வதற்கான தமது சக்தியை எவ்வாறு கண்டறிந்தனர். அவ்வாறு செய்வதன் மூலம் எவ்வாறு ஆண்களின் பலத்தையும் அறிவையும் கடந்து முன்னே சென்றனர்?

அடிக்குறிப்புகள்

1. டி.மார்ட்டின் லூதர், கிரிடிஷே ஜெஸாம்டாஸ்கபே, தொகுதி 3, சுருக்கம் (வெய்மார், 1933) பக்.327-8.

2. ஓஃபாவோலெய்ன், பக்.134

3. மீய்ட் (1949) பக்.343

4. அரண் சூழ்ந்த தோட்டம்: யூத குடும்பவாழ்க்கை மற்றும் பாரம்பரியத்தின் வீர காவியம் என்ற நூலில் சாயிம் பெர்மாண்ட் தால்முடியின் பரிகாரங்களை விவாதிக்கிறார்கள் (1974) பக்.60. செயிண்ட்பால் பற்றி அறிய, கொரிந்தியர்கள்-முதல் தொகுதியைக் காண்க. 11,5.

5. ஆர்ம்ஸ்ட்ராங், பக்.56. தந்தைவழிச் சமுதாய மதங்கள், கிறிஸ்துவ சமயம் வேரூன்றிய காலத்திலிருந்து பெண்களுக்கு எதிராக மேலும் மேலும் அதிகமாக விதித்த புதிய கடுமையான கட்டுப்பாடுகளைப் புதிதாகத் தோற்றுவிக்கவில்லை என்பது குறிப்பிடத்தக்கது: கி.மு.42ஆம் ஆண்டிலேயே சி.அல்பிசியஸ் கால்லஸ் என்ற ஒரு ரோமானியக் கணவன் தனது மனைவியை, அவள் தன் முகத்திரையை விலக்கிக் கொண்டு வீட்டுக்கு வெளியில் காணப்பட்டாள் என்பதற்காக விவாகரத்து செய்துவிட்டான். ஆனால் இந்த நடவடிக்கை கடுமையானது, இரக்கமற்றது என்று அவனுடைய காலத்தவர்களே கண்டனம் செய்தனர் (வலேரியஸ் மாக்ஸிமஸ் எழுதிய ஃபேக்டா யெட் டிக்டா மெமோராபிலியா என்ற நூலைக் காண்க.) மிகப் பெரும்பான்மையான ரோமானியப் பெண்கள் இத்தகைய கட்டுப்பாடுகள் எதனாலும் பாதிக்கப்படவில்லை என்பதைப் பிற ஆதாரங்களிலிருந்தும் நாம் அறிகிறோம்.

6. 'திறந்த உடம்பு/மூடப்பட்ட இடம்: பெண்ணின் பாலியல் தன்மை மாற்றமடைகிறது' என்ற நூலில் ரெனி ஹிர்ஸ்சோன் கிரேக்கர்களைப் பற்றி வர்ணிக்கிறார். கரோலின் ஹம்ப்ரி, 'பெண்களும், தீட்டும், கவனிப்பதை ஒடுக்குவதும்' என்ற நூலில் மங்கோலியர்களைப் பற்றி விவரிக்கிறார்: பெண்களைப் பற்றி வர்ணித்தல்: சமுதாயத்தில் பெண்களின் இயல்பு (1978) என்ற நூலில் ஷிர்லி ஆர்டெனர், கிரேக்கர்களைப் பற்றியும் மங்கோலியர்களைப் பற்றியும் கூறுகிறார்.

7. கிறிஸ்டோபர் ஹிப்பெர்ட், தீமையின் வேர்கள், குற்றம் மற்றும் தண்டனையின் சமூக வரலாறு (பென்குயின் 1966) பக்.45.

8. கல்லிச்சான், பக்.42

9. சப்பா, பக்.36

10. இந்த மேற்கோள்கள் எல்லாம் ஷாயிக் நெஃப்வாஸி எழுதிய மணம் வீசும் தோட்டம் என்ற நூலிலிருந்து கையாளப்பட்டன. மொழியாக்கம் சர் ரிச்சர்டு பர்ட்டன் (முதலில் 1876ல் வெளியிடப்பட்டது, இந்தப் பதிப்பு 1963) பக்.201, 191, 72.

11. ஜேக்கப் ஸ்ப்ரெங்கர், மேல்யூஸ் மேல்ஃபிகாரம் (சூனியக்காரிகளின் சம்மட்டி) 1484. ஆர்ம்ஸ்ட்ராங், பக்-100.

12. கிளாடீஸ் ரீய்ச்சர்ட், நவஜோ ரிலிஜன்: குறிப்பு அடையாள முறைமை பற்றிய ஓர் ஆராய்ச்சி (நியூயார்க், 1950) பக்.31.

13. பெண்களின் பாலியல் உறுப்புக்களை அணுகாமலிருந்தால், அல்லது அவை பற்றி நினைவுபடுத்தப்படாமலிருந்தால், ஆண்கள் நன்றாக இருப்பார்கள் என்ற ஆழமான ஐயப்பாடு இஸ்லாமிய போதனையில் அடங்கியிருக்கிறது. அல்லா சுவர்க்கத்தைத் தோற்றுவித்து வீரம்மிக்க விசுவாசிகளுக்குப் பணிவிடை செய்வதற்காகப் பணிப் பெண்களையும் தோற்றுவித்தபோது, அந்தப் பணிப் பெண்களைப் பிறப்புறுப்பு இல்லாதவர்களாகத் தோற்றுவித்தார் என்று அது கூறுவதிலிருந்து இது தெளிவாகிறது. பெண்கள் தமது பாலியல் கசிவுகளின் வாயிலாக ஆண்களின் அதிகாரத்தைத் திருடிக் கொள்வார்கள் என்று கொண்டிருந்த அச்சங்களைப் பல கலாசாரங்கள் சடங்குகள் ரீதியாக வெளிப் படுத்தின. முக்கியமான அல்லது புனிதமான பணிகளை மேற்கொள்வதற்கு முன்னால் பெண்களுடன் உடலுறவு கொள்ளக்கூடாது என்று தடைவிதிக்கப் பட்டிருந்ததில் இதைக் காணலாம். சில இருபதாம் நூற்றாண்டு விளையாட்டு வீரர்களுக்குக்கூட இன்று வரையில் அது தெரியாத விஷயமல்ல. இரவு நேரங்களில் பெண்கள் விஷயமாக ஜாக்கிரதையாக இருக்கவேண்டும் என்று விளையாட்டு வீரர்களை எச்சரிக்கும் நவீன கால ஆஸ்ட்ரேலிய மூதுரை ஒன்றுகூட இருக்கிறது.

15. மாதவிலக்குக் காலத்தில் என்னென்ன செய்யக்கூடாது என்று தடைவிதிக்கப் பட்டிருந்ததன் விவரம், மற்றும் இதைக் காட்டிலும் மிகப் பல கூடுதல் பயங்கரமான வேதனையான, மற்றும் அபாயகரமானவை ஆகியவற்றைப் பிரேஸரின் நூலில் காணலாம். பக்.595-607. அமெரிக்கப் பழங்குடிகளின் பழக்கவழக்கங்களுக்கு லோவ் மற்றும் ஹப்பார்ட் எழுதிய நூலைக் காண்க. பக்.68.

16. பெர்மென்ட், பக்.129

17. எட்வார்டெஸ் பக்.24

18. மேலே குறிப்பிட்டபடி, எட்வார்டெஸ்.

19. கன்னிகழியாத மணப்பெண்ணின் கன்னித்தன்மையை அழிக்கும் அபாயகரமான செயல் ஒரு வயது முதிர்ந்தவருக்கு அளிக்கப்படுவது ஒரு தொல்பழங்காலத்தியப் பழக்கமாகும். இது, பரவலாக நம்பப்படுவது போல், தனது பெண் பண்ணையடிமைகளின் மீது தனக்குரிய உடைமை உரிமைகளை செலுத்துவதற்கான எஜமானனின் கோரிக்கை அல்ல இது. பின்னால் கூறப்பட்ட விஷயம், காலப்போக்கில், காலத்தால் விளக்கப்பட முடியாததை ஏற்றுக் கொள்ளப்பட்ட ‘விளக்கம்’ ஆக்கியது. பின்னர் இது சமூக எதிர்பார்ப்பாகவும் சில நாடுகளில் சட்டமாகவும் கூட ஆகியது: லெகெர் வைட் என்னும் ஆங்ளோ-சாக்ஸன் வரியைக் காண்க. (இதன் நேரடியான பொருள் ‘கீழேபடுப்பதற்காகக் கொடுக்கப்படும் தொகை’ என்பதாகும்) இங்கிலாந்தில் தொல்பழங்காலத்தி லிருந்து மத்திய காலம் வரையிலும் ஒவ்வொரு மணப் பெண்ணும் அவளது நிலப்பிரபுத்துவ எஜமானனுக்கு இத்தொகையை செலுத்த வேண்டியிருந்தது. நடைமுறையில் இது, அந்தப் பெண் தனது கன்னித் தன்மையை இழந்ததற்காக, எஜமானனுக்குக் கொடுக்கப்பட்ட நஷ்ட ஈடாகும் (காதரைன் ஓ டொனோவன் எழுதிய சட்டத்தில் பாலியல் ரீதியான பிரிவினைகள் என்ற நூல். 1985. பக்.34) ஆரம்பத்தில் எஜமானன் ஓர் அனுகூலத்தை வழங்கி வந்தான், தான் பெற்றுக் கொள்ளவில்லை (லாங்டன்- டேவிஸ், பக்.99 பக்.118) கன்னித்தன்மையை அழிப்பது சம்பந்தமான துருக்கிய மற்றும் அரபு மிருகத்தனம், அத்துடன் கன்னிப் பெண்களிடம் அவர்கள் மனம் போனபடி நடந்துகொள்ளும் உரிமை பற்றி எட்வார்டலின் நூலைப் காண்க. பக். 38-9.

20. நிஜோ சீமாட்டியின் ஒப்புதல் வாக்கு மூலங்கள் காரென் பிரேஜெல்லின் மொழியாக்கம் (1975) பக்.9.

21. ஆஞ்ஜெலா எம்.லூகாஸ் எழுதிய மத்திய காலங்களில் பெண்கள்: சமயம், திருமணம் மற்றும் கடிதங்கள் (1983) பக்.101; காதரைன் சிம்ஸ் எழுதிய ‘நார்மன் ஆட்சிக்கால அயர்லாந்தில் பெண்கள்: மார்க்கரெட் மாக்கர்டெய்ன் மற்றும் டோன்ச்சா ஓ’ கோரெய்ன் (பதிப்பித்த) ஐரிஷ் சமுதாயத்தில் பெண்கள் வரலாற்று ரீதியான பரிமாணம் பக்.14-25.

22. குழந்தை மணப்பெண்கள் பற்றிய பிரிட்டிஷ் ராணுவ அறிக்கைகளுக்கு காதரைன் மேயோ எழுதிய ‘மதர் இண்டியா’ (இந்தியத்தாய்) என்ற நூலைக் காண்க. (1927) பக்.61 மற்றும் பிரமாத நாத் போஸ் எழுதிய, பிரிட்டிஷ் ஆட்சியின் காலத்தில் இந்து நாகரிகம் பற்றிய ஒரு வரலாறு (3 தொகுதிகள், 1894) 1,66-7 மற்றும் எச்.எச்.டோட்வெல் பதிப்பித்த கேம்பிரிட்ஜ் வழங்கும் இந்திய வரலாறு (6 தொகுதிகள், கேம்பிரிட்ஜ் மற்றும் நியூயார்க் 1932) VI. 128-31.

23. ஜோஸப் மற்றும் பிரான்ஸிஸ் கீய்ஸ் எழுதிய ஒரு மத்திய கால கோட்டையில் வாழ்க்கை (நியூயார்க், 1974) பக்.77.

24. பியெர்ரி டி பௌர்டில்லி, அப்பேடி பிராண்டோம் எழுதிய லெவீஸ்டெஸ் மிடம்ஸ் கலான்டெஸ் (1961) பக்.86. கௌல்டு டேவிஸின் நூலையும் காண்க. பக்.165-7, மற்றும் எரிக் டிங்வால் எழுதிய கற்பின் அரண் (1931)

25. எட்வார்டெஸ் பக்.186-7

26. சில்லா மக்ளீன், ‘பெண்கள் சுன்னத்து, உறுப்புகளைத் துண்டித்தல், பாலுறுப்புகளைக் கொக்கியினால் கட்டிவிடுதல், உண்மைவிவரங்களும், மாற்றத்திற்கான பிரேரணைகளும், சிறுபான்மையினர் உரிமைகள் குழுவின் அறிக்கை எண்.47 (டிசம்பர். 1980) ஃபிரான்ஹோஸ்கென் எழுதிய ஹோஸ்கன் அறிக்கை - பெண்களின் பிறப்புறுப்புக்கள் மற்றும் பாலியல் முடமாக்குதல் (பெண்களின் சர்வதேசத் தொடர்பு செய்தி, 1979 முதுவேனிற்கால வெளியீடு. 187 கிராண்ட் தெரு, லெக்ஸிங்டன், மஸ்ஸாச்சூசெட்ஸ், 02173, அமெரிக்கா) இந்த நடைமுறை இன்றும் தொடர்கிறது என்பதை அறிக. அனைத்து சூடானியப் பெண்களின் தொண்ணூறு சதவீதத்திற்கு மேற்பட்டோர் இன்னும் பாலியல் ரீதியில் முடமாக்கப்படுகின்றனர். முப்பத்தைந்து ஆண்டுகளுக்கு முன்பாகவே, இவ்வாறு செய்வதைத் தடை செய்யும் சட்டமியற்றப்பட்டுள்ள போதிலும் இது தொடர்ந்து நடைபெறுகிறது. உலகமயமாதலைத் தொடர்ந்து, பெண்களின் பிறப்புறுப்புக்களை முடமாக்குவதானது உண்மையில் மேற்கு நாடுகளுக்கும் பரவியுள்ளது. நாடு கடந்துள்ள பெற்றோர்களின் கோரிக்கையின் பேரில் இந்த அறுவையைச் செய்கின்ற ஓர் அறுவை சிகிச்சை மருத்துவர் ஒவ்வொரு ஐரோப்பியத் தலைநகரிலும் இன்று இருக்கிறார். 1986ல் இந்தப் பழக்கத்தைத் தடை செய்வதற்கான ஒரு மசோதாவை நிறைவேற்றுவதற்கு பிரிட்டிஷ் நாடாளுமன்றம் மறுத்து விட்டது. பெற்றோர்களின் உரிமைகளைக் கட்டுப்படுத்துவதற்குத் தலையிட மாட்டோம் என்று அதற்குக் காரணம் கூறப்பட்டது.

27. பக்கே லாண்டியெர். லா சிட்டி மாஜிக் (பாரிஸ், 1972) மக்ளீன் இதை மேற்கோள் காட்டியுள்ளார். பக்.5

28. சிசுக்கொலை புரியும் சீனப் பழக்கம் குறித்து, லிஸா லெகார்னும், காதரைன் பார்க்கரும் எழுதியுள்ள பெண்ணின் தகுதி: பாலியல் பொருளியலும் பெண்கள் உலகமும் (1981) பக்.163 மற்றும் டி ரீயின் கோர்ட், பக். 171. இந்தியா சம்பந்தமாக போஸ் எழுதிய நூலின் மூன்றாம் தொகுதியையும் டாட்வெல்லின் 4ம் தொகுதியை (130-1)யும் பார்க்க. இன்றும்கூட, ‘உலகெங்கும் போதிய சத்துணவு கொடுக்கப்படாமலும், பொதுவான பராமரிப்பு இல்லாமலும் பெண்கள் (ஆண்களுடன் ஒப்புநோக்கில்) புறக்கணிக்கப்படுகின்றனர். இதன் பொருள் உண்மையில் பிறக்கும் போது பெண் குழந்தைகள் ஆண் குழந்தைகளைக் காட்டிலும் உறுதியானவையாக இருந்தபோதிலும் பெண்கள் மரண வீதங்கள் ஆண்களைக் காட்டிலும் பங்களாதேஷ், பர்மா, ஜோர்டான், பாகிஸ்தான், ஸ்ரீலங்கா, தாய்லாந்து? லெபனான், சிரியா ஆகியவற்றில் அதிக மாக இருக்கின்றன என்று பர்பரா பர்க் வாதிடுகிறார். தென் அமெரிக்காவின் சில பகுதிகளில் தாய்மார்கள் - ஆண்குழந்தைகளைக் காட்டிலும் பெண் குழந்தைகளுக்குப் பாலூட்டுவதை முன்னதாகவே நிறுத்திவிடுகின்றனர். ஏனெனில் பெண் குழந்தைகளை அதிக காலம் பாலூட்டி சீராட்டி வளர்த்தால் அவர்கள் பெண் தன்மை அற்றவர்களாகப் போய்விடுவார்கள் என்று அவர்கள் அச்சமடைகிறார்கள். இவ்வாறு போதிய பராமரிப்பு இல்லாமல் வளரும் பெண்கள் உயிரைக் கொல்லும் நோய்களுக்கு இலகுவில் இரையாகின்றனர். ‘சிசுக்கொலை, விஞ்ஞானம், 84, 5: 4 (மே, 1984) 26-31.

29. கொரான் 81, 1, 8-9, 14

30. லெஸ்ஸி பிளாங்க், இதயத்தின் காட்சி மாடங்கள்: அன்பின் நான்கு சுற்றுச் சுவர்கள் (1974) பக்.102.

31. டூர்ஸின் ஜியோஃப்ரே, ஹிஸ்டோரியா ஃபிராங்கோரம்லிப்ரி டெசெம், தொகுதி 6, அத்தியாயம் 36. இந்தப் பெண்ணின் மீது காட்டப்படும் கோபத்திற்கான காரணங்களில் ஒன்று அவள் ஆண்களின் ஆடையை அணிந்திருப்பதன் விளைவாக இருக்கக்கூடும். மேலை ஐரோப்பாவில் பல நூற்றாண்டுகளாக திருச்சபையும், சாதாரண மக்களும் ஒன்றுபோல் இதைக் குறிப்பாக வெறுத்தனர்- பதினேழாம் நூற்றாண்டில்கூட, ஆன் மாரோ என்னும் பெண் தன்னைத் திருமணம் செய்து கொள்ளும்படித் தூண்டுவதற்காக ஆண்களின் உடையை அணிந்து கொண்டதற்காகத் தண்டிக்கப்பட்டாள். வழக்கத்திற்கு மாறாக வன்மம் கொண்ட ஒரு கூட்டம் வீசிய கற்களால் தாக்குண்டு, அவள் தன் பார்வையை இழந்தாள் (ஹிப்பெர்ட், பக்.44-5) 148ல் ஜோன்ஆப் ஆர்க் செய்த அதே குற்றம்தான் இதுவும் என்பதைக் காண்க. அதாவது ஆணின் உடையை அணிந்தது மட்டுமே; ஆனால் ஏமாற்றித் திருமணம் செய்து கொள்வதற்காக ஜோன் அவ்வாறு செய்யவில்லை.

32. கேம்பிரிட்ஜ் வரலாறு, 4, 132. இந்தப் பழக்கங்களை நாசூக்காக மறைத்துக் கூறுவது இவற்றின் ஈவிரக்கமற்ற குரூரத்தையும், கல்நெஞ்சம் படைத்த காட்டுமிராண்டித் தனத்தையும் மூடி மறைக்கும் வழக்கமான முறையைக் காண்க. மனைவியைத் தீயிட்டுக் கொளுத்துவதை வழக்கமாக ‘தானாகவே தீவைத்துக் கொண்டு, உயிர்த்தியாகம் செய்து கொண்டாள் என்று வர்ணிக்கப் படுகிறது. இவ்வாறு கூறிவிட்டால், இது யாரையும் பாதிக்காதல்லவா?’

33. கேம்பிரிட்ஜ், வரலாறு, 6, 134.

34. இதுவும், ஆங்கிலேய சட்டத்தின் விவரங்களும் இ.ஜே.பர்போர்டின் பாட்ஸ் அண்ட் லாட்ஜிங்ஸ்; ஆங்கிலேய பேங்க்சைட் விபசார விடுதிகளில் வரலாறு 100-1675 (1976) பக்.26, பக்.56, பக்.73.

35. மாஸ்டர் பிரான்ஸ் ஷ்மித், ஒரு தூக்கில் ஏற்றுபவனின் நாட்குறிப்பு ஏ.கெல்லர் பதிப்பித்தது, மொழியாக்கம் சி.கால்வெர்ட், மற்றும் ஏ.டபிள்யூ.குரூனெர், (1928, பர்ஸிம்.)

36. சூஸன் ரென்னி மற்றும் கிரிஸ்டென் கிரிம்ஸ்டாட், புதிய பெண்ணின் உயிர் வாழும் ஆதாரப் புத்தகம் (நியூயார்க், 1975) பக். 223.

37. ஹிப்பெர்ட், பக். 45.

6. ஓரளவு கல்வி கற்றல்

கடவுள் அருளால், பெண்கள் கதைகள் எழுதியிருப்பார்களே யானால், எழுத்தர்கள் தமது சொற்பொழிவுகளை எழுதியதைப் போன்று, ஆண்கள் மிகவும் கொடுமையானவர்கள் என்று அவர்கள் எழுதியிருப்பார்கள். அப்பொழுது, ஆதாமின் இனம் முழுமையுமே அதற்கு ஈடு செய்திருக்க முடியாது.

- சாஸர் எழுதிய பாத்தின் கதையின் மனைவி

பெண்கள், அவர்கள் கன்னித் துறவிகள் ஆகாதபட்சத்தில் எழுதவும், படிக்கவும் கற்றுக்கொள்ளக்கூடாது.
ஏனெனில், அத்தகைய அறிவால் பெருமளவு தீங்கு ஏற்பட்டுள்ளது.

-நவாரேயின் பிலிப்

உன்னால் முடிந்த அளவு சொற்ப அறிவைக் கற்றுக்கொள்,
அவற்றை ஒரு மகத்தான கருவூலமாகக் கருதிக் கொள்.

- கிறிஸ்டைன் டி பிசான்.

எண்ணற்ற தலைமுறைகளுக்குத் தந்தைக் கடவுள்களின் மற்றும் பெண் இன எதிர்ப்பாளர்களின் கொடுங்கோன்மை முற்ற முழுமை யானதாகவும், தகர்க்கப்பட முடியாததாகவும் தோன்றியது. ஆனால் கிறிஸ்துவமதம் தோன்றியதன் முதலாவது ஆயிரமாண்டுகள் முடிவுக்கு வந்தபோது, மாற்றத்திற்கான உந்துவிசை, அது சிறிதும் எதிர்பார்க்கப் படாத இடத்திலிருந்து, அந்த அமைப்புகளின் உருக்குப் போன்ற இதயத்திற்குள்ளேயே தோன்றியது. அவை மிகவும் கடுமை யானவையாகவும் சிறிதும் நெளிவு சுளிவற்றதாகவும் இருந்தன. ஆண்டுகள் செல்லச் செல்ல, இந்தச் சமுதாயங்களின் ஆண்களும் பெண்களும் மெதுவாக, அவற்றின்படி நடக்க மறுதலித்து வந்தனர். உதாரணமாக உடலுறவு கொள்வதைத் தடைசெய்யும் எண்ணற்ற தடைகள் உதாரணமாக பெரும்பாலும் தந்தைவழிச் சமுதாயத்தின் சொந்தக் குறிக்கோளாகவே இருந்தது - மத்தியகாலத்தின் ஆரம்பத்தில் ஞாயிறு, புதன், வெள்ளிக்கிழமைகளிலும், உபவாசம் மற்றும் பிரார்த்தனை நாட்களிலும், மற்றும் கிறிஸ்துவ சமயத்தின் லென்ட், அட்வென்ட் புனித நாட்களிலும் அல்லது திருமணத்திற்குப்பின் முறைப்படி ஒன்று சேருவதற்கு முன்பும் கிறிஸ்துவர்கள் உடலுறவு கொள்ளக்கூடாது என்று தடை விதிக்கப்பட்டிருந்தது. ஒரு பெண் மாதவிலக்கிலிருக்கும் போதும், கருவுற்றிருக்கும்போதும், அல்லது குழந்தைக்குத் தாய்ப்பால் கொடுக்கும் பருவத்திலும்கூட உடலுறவு கொள்வது தடை செய்யப்பட்டிருந்தது. இது அடிக்கடி கர்ப்பமடைவதைத்

தடுப்பதற்கான ஒரு கடுமையான கட்டுப்பாடேயாகும். ஏனெனில் கருத்தடைச் சாதனங்களைப் பயன்படுத்துவதும் தடை செய்யப் பட்டிருந்தது. அவ்வப்போது வரும் சுதந்தரமான செவ்வாய்க் கிழமையின் போது தம்பதிகள் அங்கீகரிக்கப்பட்ட நிலையில் சம்பந்தமான விதிமுறைகளைக் கடைப்பிடிக்க வேண்டும்: ‘சமய ஊழியர்’ உள்ளிருக்க வேண்டும், ‘நாயின் பாணி’க்கு நிச்சயமாக இடமில்லை.

திருச்சபையின் பாலியல்-எதிர்ப்பு வெறிச்கூச்சல் கோலோச்சிய நாட்களிலும்கூட, இருபாலினத்தவர்களிடையிலும் விதிகளைப் புறக்கணித்தவர்கள் இல்லை என்பதை நம்புவது கடினம்.

ஏனெனில், பெண்களும் ஆண்களும் காதல் கொள்வதும் ஒருவரை ஒருவர் விரும்புவதும் இருக்கின்ற வரையிலும், பெண்களின் பாலியல்தன்மை மீதான தாக்குதல்கள் ஒரு போதும் முற்றாக வெற்றியடைந்திருக்க முடியாது. தங்களுடைய சொந்த உயிரியலுக்கு இரையாவதற்கு எல்லாப் பெண்களும் சம்மதிக்கவில்லை: தமது இரண்டாந்தர நிலையின் படிப்பினையைக் கற்றுக் கொள்வதற்குப் பலர் திகைக்கச் செய்யும் வகையில் தமது இயலாமையைக் காட்டினர். ஆரம்பகாலக் கிறிஸ்துவப் பாதிரிமார்களுக்கு எதிரான உறுதியான கண்டனம் திருச்சபையினுள்ளிருந்தே எழுந்தது. பதினாறாம் நூற்றாண்டில் சமயச் சீர்திருத்த இயக்க எதிர்ப்புத் தலைவர், அவிலாவின் புனிதர் தெரெசாவின் போதனையில் இது காணப்பட்டது.

> பிதாவே, தாங்கள் இவ்வுலகில் ஜெனித்தபோது, தாங்கள் பெண் களை வெறுக்கவில்லை. மாறாக, ஆண்களிடம் இருந்ததைக் காட்டிலும் அதிக நம்பிக்கையையும் குறைவில்லாத அன்பையும் கண்டீர்கள்... பெண்களின் மனங்களாக இருந்த போதிலும் நன்னெறியில் வாழ்கின்ற துணிவுமிக்க மனங்களை விலக்குவது சரியாகாது.[1]

ஆனால் பெண்களை இழிவுபடுத்துவதற்கு எதிராக வெற்றிகர மான சவாலைத் தொடுப்பது என்றால், அவர்களின் மனங்களின் மதிப்பை அறுதியிட்டுக் கூறுவது என்றால் ஆண் அதிகாரத்தை அதனுடைய அடிப்படையிலேயே சந்திப்பது என்பது பொருள். வரையறுத்துக் கூறுவது மற்றும் அர்த்தத்தை உருவாக்கும் நிகழ்ச்சிப் போக்கில் பெண்கள் பிரவேசிப்பதற்கு வாய்ப்புப் பெற வேண்டும். அவர்களாலேயும் படிக்கவும், ஆராயவும் வாதம்புரியவும் முடிய வேண்டும். அறிவீனர்களாக இருந்தால் அவர்கள் தாழ்ந்தவர்களாக இருப்பார்கள். கற்றவர்களாக இருந்தால், அவர்கள் ஆயுதபாணியாக

இருப்பார்கள். எனவே கற்பது அடுத்த போர்க்களமாயிற்று. ஏனெனில், அது மிக முக்கியமான மையத்தன்மையைப் பெற்றது. இன்று வரையிலும் அது அவ்வாறே உள்ளது. இப்பொழுது இதில்லாமல் பெண்கள் ஆண்களின் இடத்தில் அறிவுத் தளத்தில் ஊடுருவும் நம்பிக்கை ஏற்படாது.

பெண்களுக்கு எப்போதும் அவர்களுக்கே உரிய இடம் இருந்துள்ளது என்பது மெய்யே. இது மிகவும் பொதுவாகச் சடங்குகள் மரபுகள் வாயிலாக, பெண்களின் இடம் என்று வரையறுக்கப்பட்ட பிரதேசத்திலிருந்து பெறப்பட்டது. பிற பெண்களுடன் பகிர்ந்து கொள்ளப்பட்டது. நவீன கால கட்டத்தின் தொடக்கத்தின் வரலாற்று ஆவணங்களில், கிழக்கு ஐரோப்பாவின் பல பாகங்களில், குறிப்பாக ஆப்பிரிக்காவில், கருவளம் அல்லது பாலியல் தன்மை வாய்ந்த சடங்குகளைக் கடைப்பிடிக்கும் பெண்களின் ரகசிய அமைப்புகள் இருந்து வந்ததைப் பற்றிய ஏராளமான சான்றுகள் உள்ளன. அடிக்கடி இவை பகிரங்க ஆர்ப்பாட்டங்களாக வெளிப்பட்டன. உதாரணமாக, மத்திய கால உக்ரைனில், திருமணங்களின் போது, கிராமப் பெண்கள் அடக்கமான மனைவி என்ற ரீதியிலான நடத்தையின் அனைத்து மாமூலான விதிகளையும் தூக்கியெறிவதற்கு ஒன்றுபட்டு நின்றனர். மணமகளின் முடியை எரிப்பது என்று அறியப்பட்ட பெண்களின் பகட்டு விழாவில், அவர்கள் தங்கள் பாவாடைகளை இடுப்பு வரையிலும் உயரத் தூக்கிக் கொண்டு, கொழுந்துவிட்டெரியும் நெருப்பைத் தாண்டுவார்கள். இந்த நடவடிக்கைகளில் தலையிடும் ஆண்கள் ஆபத்தை எதிர்நோக்க வேண்டியிருக்கும். அதே கால கட்டத்தில் சுச்லெஸ்விக் என்ற இடத்தில் குழந்தைப் பிறப்பைக் கொண்டாடுவதற்காக நடத்தப்பட்ட விழா ஊர்வலத்தில் தனது கிராமத்துப் பெண்களை சந்திக்கும் எந்த ஓர் ஆணும் - அவருடைய தொப்பி குதிரை சாணத்தால் நிரப்பப்பட்டு, மீண்டும் அவன் தலை மீதே வைத்து அமுக்கப்படும் நடவடிக்கைக்கு உள்ளாவார். அதே பொழுதில் ட்ரோபிரியண்ட் தீவுகளில், பெண்கள் வேலை செய்யும் வயல்களில் நுழையத் துணியும் எந்த ஆணையும் தாக்குவதற்கு அவர்கள் உரிமை பெற்றிருந்தனர்.[2]

இந்த வழக்கங்கள் யாவும் - உலகெங்கும் இது போன்று வேறு பல வழக்கங்களும் உண்டு - ஆண்களுக்கு எதிராக மூர்க்கமான தாக்குதலில் இறங்கும் ஒரு பொதுவான கருப்பொருளை வெளிப் படுத்துகின்றன. அடிக்கடி இதோடு சிற்றின்ப வேட்கை மிகுந்த அல்லது கீழ்த்தர உணர்ச்சி சார்ந்த செய்கைகளும் புரியப்படும். ஆயினும் தனிப்பட்ட கணவன்மார்களும், பொதுவில் சமுதாயமும்

இவற்றை மன்னித்துவிட்டிருந்தன. உண்மையில் பெண்கள் குழு என்ற வகையில், தனிப்பட்ட முறையில் அவர்களுக்கு மறுக்கப்பட்ட ஏதாவது ஒரு வகையான இடத்தையோ அல்லது சுதந்திரத்தையோ அனுபவிக்காத இடத்தில் எந்தக் கலாச்சாரத்தையும் காண்பது அரிது. ஆஸ்திரேலிய பூர்வகுடி ஆண்கள் அவர்களது வரலாறு முழுமையிலும் தமது பெண்களின்பால் ஈவிரக்கமற்ற முறையில் கொடுமையாக நடந்து வந்துள்ளனர். ஒரு தண்டனை என்ற முறையில், அவர்களது புஜங்கள் வழியாக ஈட்டிகளைக் குத்தியுள்ளனர். அவர்களது பிட்டங்களிலிருந்து சதைத் துண்டுகளை அறுத்தெடுத்துள்ளனர். அல்லது அவர்களது மண்டைகளை உடைத்துள்ளனர். ஆயினும், அடிக்கடி நடத்தப்படும் இந்த காட்டுமிராண்டித்தனமான ஒடுக்குமுறையோடு கூடவே, உலகில் வேறிடங்களுக்குத் தெரியாத ஒன்றும் இருந்து வந்துள்ளது. அதுதான் ஜிலிமி என்றழைக்கப்படும் தனிப்பெண்களின் முகாம் ஆகும்.

> இங்கு மறுமணம் செய்து கொள்ள விரும்பாத விதவைகள், கொடுமையான கணவர்களுடன் முரண்பட்டுப் பிரிந்து வந்த மனைவிகள், நோய்வாய்ப்பட்ட பெண்கள், அல்லது மற்றொரு நாட்டிலிருந்து விஜயம் செய்துள்ள பெண்கள், அவர்களைச் சார்ந்துள்ள அனைத்துக் குழந்தைகள் ஆகியோர் வாழ்ந்து வந்தனர். உண்மையில், பலருடன் உடலுறவு கொள்ளும் சமுதாயத்தின் மோதல்களிலிருந்து விடுபட்டு சுதந்திரமாக வாழ விரும்பும் எந்தப் பெண்ணும் இந்த ஜிலிமியில் அடைக்கலம் தேடலாம். தமது கணவர்களுடன் வாழும் திருமணமான பெண்கள் பகல் நேரத்தில் இந்த ஜிலிமியில் கூடி, பிற இடங்களுக்கு விஜயம் செய்வது பற்றியும், குடும்ப விவகாரங்கள் மற்றும் சடங்கு சம்பந்தமான விஷயங்களைப் பற்றி உரையாடுகிறார்கள். திட்டமிடுகிறார்கள், எல்லா ஆண்களும் ஜிலிமியை வெறுக் கிறார்கள். அதன் அருகில் செல்வதைத் தவிர்ப்பதற்காக அவர்கள் அடிக்கடி சுற்றி வளைத்து நீண்ட சுற்றுவட்டப் பாதைகளில் பிரயாணம் செய்கின்றனர்.[3]

ஆண்களின் கட்டுத்திட்டங்களுக்கு எதிரான பிற எதிர்ப்பு வடிவங்களில் பெண்கள் தமது கணவன்மார்களுக்கு ஒரு நேரடியான சவாலைத் தொடுக்கின்றனர். தென் ஆப்பிரிக்காவின் சான்புதர் மக்களின் வழக்கத்தில் இதைக் காணலாம்.

> பெண்கள் மட்டுமே புல்லாங்குழலை வாசித்தனர். புல்லாங் குழல் வாசிக்கும் ஒரு போட்டியில் மற்றொரு குழுவுக்கு சவால் விடுவதற்கு அவர்களது மனம் தூண்டியபோது, அவர்கள்

முகாமைவிட்டு வெளியேறுவர்... மூன்று அல்லது நான்கு நாட்களுக்கு அவர்கள் புல்லாங்குழல் வாசிப்பது, நடனமாடுவது, தமது ஆண் உபசரிப்பாளர்களுடன் உடலுறவு கொள்வது, உணவு முழுமையும் காலியாகின்ற வரையில் விருந்துண்பது ஆகியவற்றில் ஈடுபடுவார்கள். பின்னர் அவர்கள் புல்லாங்குழல் வாசித்துக் கொண்டே தமது முகாமுக்குத் திரும்புவர்... எந்த ஆணும் அவர்களைப் பின் தொடர்வதற்குத் துணியமாட்டான்...[4]

மத்திய காலங்களின் ஐரோப்பிய மற்றும் ஆசியப் பெண்கள், ஆப்பிரிக்கப் பெண்களின்பால் உற்சாகமான ஆர்வம் காட்டினர். அவர்களது 'புராதன' மற்றும் 'காட்டுமிராண்டித்தனமான' நிலைமை குறித்துப் பொதுவாகப் பரிவு காட்டினர். ஆயினும் பல வகைகளில் இத்தகைய ஆப்பிரிக்கப் பெண்கள், உலகின் கூடுதல் முன்னேற்ற மடைந்த பகுதியிலுள்ள அவர்களது சகோதரிகளைக் காட்டிலும் கூடுதல் அதிர்ஷ்டசாலிகளாயிருந்தனர். பதினான்காம் நூற்றாண்டில் மாலிக்கு விஜயம் செய்த இபின் பரூடா என்னும் பாசாங்குத்தனமான ஆசாரமுள்ள ஓர் இஸ்லாமிய வியாபாரி, மார்பகங்கள் நிர்வாணமாகத் தெரியும் வண்ணம் திருமணமாகாத பெண்கள் சுதந்திரமாக சந்தையில் கூடிப் பேசுவது கண்டும், மனைவிகளின் கட்டுப்பாடற்ற, தங்கு தடையின்றி அனைவருடனும் பழகுவதைக் கண்டும் அதிர்ச்சி யடைந்தனர்.[5]

மான்ஸா மூஸா என்னும் மாபெரும் சக்கரவர்த்தியின் கீழ், இது மாலியின் பொற்காலமாக இருந்தது. ஆனால் ஆப்பிரிக்கா முழுமை யிலும் இயற்கைக்கு நெருக்கமானதும் அவர்களது சொந்தப் பூர்வீகத்திற்கு இயல்பானதுமான பண்டைக்காலப் பழங்குடிப் பழக்கவழக்கங்கள் பெண்களின் உரிமைகளுக்கு மதிப்பளித்தன. உலகின் பிற பாகங்களில் புராணக் கற்பனையாகிப் போன சுதந்திரங் களை அவர்களுக்கு அளித்தன. சஹாராவுக்குத் தெற்கே ஆப்பிரிக் காவில் எங்கும் பெண்கள் முகத்திரையிட்டுக் கொள்ளவில்லை. எங்கும் உடல் ரீதியில் கட்டுப்படுத்தவில்லை, தனிமைப்படுத்தி வைக்கப்படவில்லை. மெதுவான வேகத்தில் ஏற்பட்ட மாற்றமும், காலங்காலமாக இருந்து வந்த சம்பிரதாயங்கள் நீடித்ததும் அடிக்கடி அவர்களுக்குச் சாதகமாக இருந்தன. ஒரு முக்கியமான முற்றிலும் பெண்களே கலந்து கொள்ளும் சடங்கு 'உப்புத்திருவிழா' கொண்டாட்டம் - காலனிப் படையெடுப்புகள் ஏற்படும் வரையிலும் நீடித்திருந்த இது முதல்முறையாக ஐந்தாம் நூற்றாண்டில் ஹெரோடோடஸ் என்பவரால் பதிவு செய்யப்பட்டது.

மிகவும் முக்கியத்துவம் வாய்ந்த உப்பு அறுவடையின் நிர்வாகிகள் என்ற வகையில் மிகவும் மதிக்கப்பட்ட அவர்களது பணியிலிருந்தும், அதுபோன்றே பயிரிடுதல், விற்பனை, மற்றும் வர்த்தகத்தில் அவர்களது மையமான நிலையிலிருந்தும் ஆப்பிரிக்கப் பெண்கள் ஓர் உயர்வான அந்தஸ்தைப் பெற்றனர். உதாரணமாக, உதுக் ஆண்கள், வரதட்சணை அல்லது மணப்பெண் விற்பனை முதலியவற்றில் எவ்விதத் தொடர்பும் கொண்டிருக்கவில்லை. தமது சகோதரியை ஒன்று அல்லது இரண்டு வெள்ளாடுகளுக்காக - அவளே ஒரு வெள்ளாடு என்பது போல் - தாங்கள் விற்கமாட்டோம் என்று அவர்கள் கூறினர். அசந்தி சம்பிரதாயங்கள் ஆண்களைவிடப் பெண்களுக்கே அதிக முக்கியத்துவம் கொடுத்தன. இதற்குக் காரணம், தாய்க்கே மிக உயர்வான கடப்பாடு போய்ச் சேரும். ஏனெனில், அவள்தான் ஒவ்வொரு மனித உடம்பையும் தனது சொந்த உடம்பிலிருந்தும் ரத்தத்திலிருந்தும் உருவாக்கினாள். ஓர் ஆப்பிரிக்கன் பெண் மகவு பிறந்தது குறித்து மகிழ்ச்சியடைகிறான். ஆப்பிரிக்கப் பெண்ணின் சுதந்திரம் அவளுடைய விருப்பத்தின்படியானது, சந்தைச் சதுக்கத்தில் அவள் சுதந்திரமாகத் தன் நண்பர்களைச் சந்தித்து மகிழ்ச்சியுடன் உரையாடுவாள். இவற்றையெல்லாம் கண்டு இபின் படூடா மிகவும் முகம் சுளித்தார். தனது குடும்பம் மற்றும் குழுவின் வாழ்க்கையில் அவள் முக்கிய (தலைமைப்) பாத்திரம் வகித்தாள். இவையெல்லாம் மறுக்கப்பட்ட ஐரோப்பிய அல்லது ஆசியப் பெண்கள் இவற்றில் எந்த சமுதாயம் கூடுதல் பிற்போக்கானது என்று நிச்சயமாகக் கேட்டிருப்பார்கள்.

உயர்குடிப்பெண்கள், குறிப்பாக ஐரோப்பாவில், கூடுதல் சுதந்திரத்தைப் பெற்றிருந்தனர். சிலர் அவற்றை முழுமையாகப் பயன்படுத்திக் கொண்டனர். இங்கிலாந்தின் மூன்றாவது ஹென்றி ஆட்சிக் காலத்தில் (1207-72) அரச குடும்பத்தைச் சேர்ந்த ஒரு மணப்பெண் விற்பனை குறித்து அவருடைய அதிகாரத்திற்கு அருண்டெல் கோமகள் இஸபெல்லா சீற்றத்துடன் சவால் விடுத்து மன்னரை வாயடக்கினாள். பின்னர் அவள் மன்னரிடம் வழக்கமான அனுமதி கோராமலேயே உடனேயே வெளியேறினாள்.

மன்னர் ஜானின் விதவையும், ஹென்றியின் மாற்றாந்தாயுமான அங்குலீமைச் சேர்ந்த மற்றொரு இஸபெல்லா, பிரான்சிலிருந்து தனது ‘அருமை மகனா’கிய மன்னருக்கு எழுதிய கடிதத்தில் தனது பத்து வயதுமகனின் வம்ச பரம்பரையிலான திருமணத்திற்கு அவர் செய்துள்ள ஏற்பாடுகளைத் தான் ‘மேம்படுத்தி’ அந்த நபரைத் தானே திருமணம் செய்து கொள்வதாகக் குறிப்பிட்டிருந்தாள். வலிமை

வாய்ந்த உள்ளத்தைக் கொண்ட பெண்களுக்கு மன்னரால் ஈடுகொடுக்க முடியவில்லை. விதிகளின்படி கேள்விக்கிடமின்றி மன்னருக்குக் கீழ்ப்படிய வேண்டியவர்களுக்குக்கூட அவரால் பதில் சொல்ல முடியவில்லை. அவருடைய ஒன்பதாவது வயதிலேயே ஒரு முக்கிய வம்சபரம்பரை சம்பந்தத்தில் மன்னருடைய மார்ஷல் கோமகனுக்குத் திருமணம் செய்து கொடுக்கப்பட்டாள். பதினாறு வயதிலேயே விதவையாகிவிட்ட அவள், மற்றொரு விருப்பமில்லாத திருமணத்தைத் தடுப்பதற்காகத் திட்டுமிட்டு, தான் நேசித்த மற்றொரு நபரைத் திருமணம் செய்து கொண்டுவிட்டாள். இதற்கு ஒப்புக் கொள்ளும் படி மன்னரை நிர்ப்பந்தித்து வெற்றி கண்டாள். அவளைக் 'கெடுத்த வனுக்கு' எதிராக அச்சுறுத்தல்களும் சீற்றங்களும் தெரிவிக்கப்பட்ட போதிலும், அவர்களது அரச குடும்ப கௌரவத்தை மன்னர் நிலைநிறுத்த வேண்டியேற்பட்டது, 1238ல் மன்னரே முன்னின்று அவளுடைய இந்தத் திருமணத்தை நடத்தி வைத்தார்.

ஆயினும், எல்லாப் பெண்களும் உயர் சமூக அந்தஸ்தின் காரண மாகக் கிடைக்கும் செல்வாக்கையும் துணிவையும் பெற்றிருக்க வில்லை. இருண்ட காலத்திலிருந்து வெளிப்போந்த பின், அதிகாரம் பற்றிய கருத்தமைப்பே, ஆடம்பர அதிரடி மற்றும் கைப்பற்றுதல் என்ற பழைய அதிகார விளையாட்டுகளிலிருந்து மாற்றமடைந்து வந்தது. இப்பொழுது அறிவாற்றல்தான் ஆதிக்கத்திற்கான நெடுஞ்சாலை யாயிற்று, பெண்களுக்கு வாளைக் காட்டிலும் பேனா ஒரு முக்கிய அனுகூலத்தைக் கொண்டதாயிருந்தது. உலகில் உருவத் தோற்றம், வயது, மதம் அல்லது நாடு எதுவாக இருந்தாலும் அறிவாற்றல் பெண்களுக்கு மிகவும் ஏற்றதாக இருந்தது. ஒரே கடவுள் தத்துவம் திணிக்கப்பட்டதைத் தொடர்ந்து, பெண்களுக்கு அறிவாற்றல் பெறும் வெளி உலகத்தினுள் பிரவேசிப்பதற்கான பிரதான பாதை முரண் புதிரான முறையில் மூடப்பட்ட சமுதாயத்தின் பூட்டிய கதவுகளுக்கு வெளியில்தான் இருந்தது. இப்பொழுது நமக்கு மிகவும் பரிச்சய மானவை மேலை ஐரோப்பாவின் ஆவணங்கள் நிறைந்த துறவிப் பெண்கள் பயிற்சி பெறும் மடங்களாகும். ஆனால், நவீன காலத்தின் தொடக்கத்தில் புத்தமதம், இந்துமதம், இஸ்லாம் மதம் ஆகிய காலத்தின் தொடக்கத்தில் புத்தமதம், இந்துமதம், இஸ்லாம் மதம் ஆகிய அனைத்தும் அவற்றுக்கே உரிய பெண்களுக்கான மதப் பயிற்சிக் கூடங்களைக் கொண்டிருந்தது குறிப்பிடத்தக்கதாகும். ஒரு புகழ் பெற்ற பெண் (சூஃபி) இஸ்லாமிய மறை மெய்ஞானியும் மத போதகரும் ரபி-அஹ்-அல் அடவிய்யா (712-801) ஆவார். இவள் தன் இளமையில் ஓர் அடிமையாயிருந்தாள். பின்னர் பாலைவனத்

திற்குத் தப்பிச் சென்றாள். அங்கு அவள் திருமணம் செய்து கொள் வதற்கு வந்த ஆலோசனைகளையெல்லாம் நிராகரித்து, தன்னைப் பிரார்த்தனையிலும் அறிவாற்றலைப் பெருக்கிக் கொள்வதிலும் முழுமையாக ஈடுபட்டாள். மிகவும் தனிச்சிறப்பு வாய்ந்த பெண் சூஃபிக்களில் ரபிஅஹ், சிறப்பு மிக்கவளாகத் திகழாவிடினும், சூஃபிஸமானது எல்லாப் பெண்களுக்கும் ஆண்களுக்கும் நிகராகப் புனித அந்தஸ்தைப் பெறுவதற்கான வாய்ப்பளித்தது.[6]

பெண் கல்வியறிவு, புலமை, மற்றும் அறிவுத்துறை படைப் பாற்றல் மரபின் மீது உருவாக்கப்பட்ட ரபி ஆஹின் சாதனையானது சிந்தனையின் உதயகாலத்திற்கே சென்றது. எண்ணற்ற பண்டைக்காலப் புராணக் கதைகள் பெண்களிடமிருந்து அல்லது பெண் கடவுள் களிடமிருந்துதான் மொழி பிறந்தது என்று கூறுகின்றன. எந்த மனிதப் பிறவியும் முதல் முதலில் கேட்கும் சொற்கள் தாயினுடைய சொற்களே என்ற ஆதிகால உண்மை சடங்கு ரீதியான வரையறுப்பில் கூறப் பட்டுள்ளது. இந்தியப் புராணங்களில் வேதகாலத்துப் பெண் தெய்வமான வாக் என்றால் 'மொழி'யாகும். அவள் பேச்சு பிறந்ததை உருவகப்படுத்துகிறாள். அது ஜீவனுள்ள சொல்லைப் பிறப்பிப்பதற் கானதாயின் வாயைப் பிரதிநிதித்துவப்படுத்துகிறது. கிருஷ்ணனின் தாயான தேவகியை நோக்கிய ஹிந்துக்களின் வழிபாடு இவ்வாறு தொடங்குகிறது. 'சொல்லின் தெய்வமே, கடவுள்களின் அன்னையே, படைப்பின் தெய்வமே, நீயே அறிவு, விஞ்ஞானத்தின் தாய், தைரியத்தின் தாய்...' இதர புராணங்களின்படி பெண்கள் மொழியை மட்டும் உருவாக்கவில்லை. அதை எழுதுவதற்கான வடிவங்களையும் உருவாக்கினார்கள். இலைஸ்பௌல்டிங் அதை இவ்வாறு விளக்கு கிறார். 'கார்மெண்டா கிரேக்கத்திலிருந்து லத்தீன் மொழியை உருவாக் கினார். மெடூஸா ஹெர்குலிஸுக்கு அகர வரிசையை வழங்கினார். எகிப்தியர்களுக்கு அரசி இஸியை வழங்கினார் (அதே பொழுதில்) மதகுரு பெண் தெய்வம் காளி சமஸ்கிருத சொற்தொகுதியை வழங்கினாள்.[7]'

பல கலாசாரங்களில் ஆரம்பகால அறிவாற்றல் பெற்றபெண்களும் அவர்களது பணியும் மிகவும் போற்றப்பட்டன. எகிப்தில், அகர வரிசையின் பெண் தெய்வமும், 'புத்தக இல்லத்தின் தலைவி'யுமான சேஷாத்தின் கீழ் நிறைய பெண் எழுத்தாளர் மதகுருமார்கள் இருந்தனர். அதேபொழுதில் இந்திய வேதத்தில் ஒரு புலமைவாய்ந்த புதல்விக் கான ஒரு வழிபாடே இருக்கிறது. உண்மையில், பண்டைய வேத நூல்களில் பெண் அறிஞர்கள், துறவிகள் ஆகியோரைப் பாராட்டும் பல குறிப்புகள் உள்ளன. இந்த அறிவாற்றல் மிக்க பெண்கள்

குறிப்பிட்ட சந்தர்ப்பங்களில் அறிவையும் ஆராய்ச்சித் திறமைகளையும் பலர் முன்னிலையில் வெளிப்படுத்தவும் அனுமதிக்கப்பட்டனர்.[8] பின்னர் கிரீஸில், சில பெண் அறிஞர்கள் மற்றும் தத்துவ ஞானிகளின் மேதாவிலாசம், சமகாலத்தவர்களால் தங்குதடையின்றி அங்கீகரிக்கப் பட்டது. வரலாற்றில் இது பதியப்படவில்லை என்பது மெய்யே; உதாரணமாக, ஒவ்வொரு பள்ளிச் சிறுவனும் அறிந்துள்ள பித்த கோரஸ் ஆராய்ச்சிக் கோட்பாடு ஒரு பெண்ணால் (அரிஸ்டோகிளியா) போதிக்கப்பட்டது, ஒரு முன்னணி கணித மேதையும் தத்துவஞான போதனையாருமான தியானோ என்பவர் அவளைச் சந்தித்தபோது அவளைத் திருமணம் செய்து கொண்டார். அவருடைய மகள் தானோவும் பெண்களின் கல்வி பற்றி மிகவும் அக்கறை எடுத்துக் கொண்டாள். இந்த வட்டத்தைச் சேர்ந்த தியோடிமா என்ற மற்றொரு பெண் சாக்ரடீஸின் தத்துவங்களைப் போதித்தார். அவளுடைய மற்றும் பிளாட்டோவினுடைய பிரதான ஆசிரியர் சிறப்பு வாய்ந்த மிலடோஸின் அஸ்பாஷியா என்பவராவார். இவரை! 'ஏதென்ஸின் முதல் பெண் பிரமுகர்' என்று அழைப்பார்கள். தானோவைப் போன்றே, இவரும் பெண் கல்வியில் மிகுந்த சிரத்தை எடுத்துக் கொண்டார். கிரேக்கர் அல்லாதவர் என்ற தனது நிலையை துணிவுடன் பயன்படுத்திக் கொண்டு, பெண்களை அவர்களது வீடுகளுக்குள்ளேயே, முடக்கி வைக்கும் சட்டத்தைப் புறக்கணித்தார். பிற பெண்களை அவர்களது வீடுகளில் சந்தித்து அவர்களுக்கு தானே போதித்தார்.

கடுமையான கட்டுப்பாடுகள், இறுதியில் தனிப்பட்ட முறையில் கல்வி பயில்வதைத் தடுக்கமுடியவில்லை. அதை ஊக்குவிக்கக் கூடச் செய்திருக்கும் என்று இது காட்டுகிறது. ஜப்பானியப் பெண் எழுத்தாளர்களின் சிறந்த மரபானது, தந்தை வழிச் சமுதாயத்தின் விதிகளின் செயல்பாடானது சில சமயங்களில் பெண்களுக்கு எதிராக அன்றி, அவர்களுக்குச் சாதகமாக இருந்துள்ளது என்பதின் சிறந்த உதாரணமாகும். சக்கரவர்த்தியின் தர்பாரில், ஆண்கள் மட்டுமே சீன மொழியின் புலமைப்பாணியை உபயோகப்படுத்துவதற்கு அனுமதிக்கப் பட்டனர். பெண்கள் தமது சொந்த ஜப்பானிய வட்டாரப் பேச்சு மொழியை மட்டுமே உபயோகப்படுத்தலாம் என்று கட்டுப்பாடு விதிக்கப்பட்டிருந்தது. இதை மீறினால் அவர்கள் ஏளனம் செய்யப் பட்டனர். அவமதிக்கப்பட்டனர் அல்லது தண்டிக்கப்பட்டனர். பிற்காலத்தில் விமர்சகர்களின் பார்வையிலிருந்து இதனுடைய 'அழகான முரண் நகைச்சுவை' தப்பவில்லை. 'டஜன் கணக்கான பெண்கள் சிறந்த இலக்கியத்தைப் படைத்தனர். இன்றும்கூட அவை

படிக்கப்பட்டு வருகின்றன. ஆனால் அதேபொழுதில், ஆண்களின் மேம்பட்ட சீனமொழியானது ஒரு போலி ஆரவாரப் பகட்டான, இயற்கைக்கு மாறான இலக்கியத்தையே உருவாக்கியது. அவை, வரலாற்று வழிப்பட்ட தகவலுக்காக மட்டுமே படிக்கப்படுகின்றது.[9] ஏனெனில், பெண்ணரசி முரஸாகி உலகின் முதலாவது புதினத்தை, இன்னும் அதனுடைய மகத்தான படைப்புகளில் ஒன்றாகத் திகழ்கிற ஜென்ஜியின் கதையைத் தன் சொந்தத் தாய் மொழியிலேயே, பதினொன்றாம் நூற்றாண்டின் தொடக்கத்தில் எழுதினார். இந்தக் காலம் ஜப்பானில் பெண்களின் படைப்பாக்கத்தின் பொற்காலமாகத் திகழ்ந்த்து. அப்பொழுது பெண் கல்வி ஒரு தேவையாக இருந்தது. மானக் கேடாகக் கருதப்படவில்லை.

ஆயினும் பெண்ணரசி முரஸாகியின் வரலாறு காட்டுவது போல் (அவளுடைய கணவன் இறந்தபின், அவளுடைய தகப்பனார் அவளைச் சக்கரவர்த்திக்கு மகிழ்வூட்ட வேண்டும் என்ற உத்தரவின் பேரில் தர்பாரில் பணியில் அமர்த்திய பிறகே அவள் எழுத்தாளரானார்) ஆண்களின் நலனுக்காக பெண்களுக்கு இடப்பட்ட உத்தரவுகளிலேயே ஆழமான முரண்பாடுகள் இருந்தன. அவற்றைப் பெண்களுக்குச் சாதகமாக மாற்றிக் கொள்ள முடிந்தது. திருமணம் மற்றும் இழவு வினை சம்பந்தப்பட்ட சடங்குகளின் கோரமான போலி நடிப்புகளோடு (அப்பாவிகள் திருமண நாளின் ஆடை அணிகள் அணிவிக்கப் பெற்று 'கிறிஸ்துவின் மணமகள்கள்' என்று ஞானஸ்நானம் செய்விக்கப்பட்டு, உலகத்திற்காக மரணமடைகின்றனர் என்று இறுதிச் சடங்குகள் நிகழ்த்தப்பட்டன) ஐரோப்பாவின் கான்வென்டுகள் (பெண் துறவிகளின் மடங்கள்) தந்தை வழிச் சமுதாய ஆட்சி முறையின் கொடுங்கோன்மையின் அப்பட்டமான வெளியீடுகளாக இருந்து வந்தன. ஆனால், சில பெண்களுக்கு வலுக்கட்டாயமான திருமணத்தின் கொடுங்கோன்மையிலிருந்து தப்பிப்பதற்கும் அதனுடைய தவிர்க்க முடியாத தாய்மை எனும் தண்டனையிலிருந்தும் ஒரே அனுமதிக்கப் பட்ட வழியாக இருந்தது. சாவதைப் பொருத்தமட்டிலும், அமைதியான சிந்தனை மற்றும் கல்விகற்கும் கன்னித் துறவி, தனது திருமணமான சகோதரியைக் காட்டிலும் இரண்டு, மூன்று அல்லது நான்கு மடங்குகூட அதிகமான காலம் உயிர் வாழ்வதற்கான எல்லா வாய்ப்பும் இருந்தது. கன்னித் துறவிகள் ஏறத்தாழ எண்பது, தொண்ணூறு, 100 வயது வரையிலும் கூட உயிர்வாழ்ந்திருந்ததாக கன்னித் துறவிகள் மடத்தின் ஆவணங்கள் காட்டுகின்றன. அதே பொழுதில் சமகால குழந்தை பிறப்பு சம்பந்தமான யதார்த்த நிலைமையானது பழைய ஏற்பாட்டின் 116வது தோத்திர பாடலின்

(பிரசவ வேதனையிலுள்ள பெண்களின் உபயோகத்திற்காக அருளப்பட்டது) சொற்களில் தெளிவாகச் சுட்டிக் காட்டப்பட்டுள்ளது. 'மரணத்தின் வலை என்னைச் சுற்றிப் பின்னிக் கொண்டிருக்கிறது. நரகத்தின் வேதனை என்னை ஆட்கொண்டு வருகிறது... ஆண்டவரே, என் ஆத்மாவுக்கு விடுதலை அளியுங்கள் என்று உங்களை நான் வேண்டுகிறேன்..'

ஆயினும், ஒரு கன்னித் துறவிகள் மடத்தினுள் ஒரு பெண் தனது ஆன்மாவையும் உடம்பையும் காப்பாற்றிக் கொள்ள முடியும். மற்றும் இது, ஓர் இயலாமையைப் பலத்தின் ஆதாரமாக மாற்றிக் கொள்வதற்கான பெண்களின் சக்தியின் முனைப்பான உதாரணமாகும். அவர்களில் பலர் தமது கான்வென்ட் வாழ்க்கையை மேரி ரிட்டர் பியிர்ட்ஸின் சொற்களில் கூறுவதெனில், 'சுதந்திரத்தினுள் பாய்ந்து செல்வதற்கான' மேடையாகப் பயன்படுத்திக் கொண்டனர்.

கான்வென்ட் வாழ்க்கையின் தோற்றுவாயும் அடிப்படையும், பெண்களின் உடல்களின் பாலான தந்தை வழிச் சமுதாய முறையின் கொடுமையான வெறுப்பாக இருந்திருக்கக்கூடும். அந்தச் சமுதாய முறை, பெண்களின் உடல்கள் மூடி மறைக்கப்பட வேண்டும். உரிமைகள் மறுக்கப்பட வேண்டும். அவர்கள் ஒதுக்கப்படவேண்டும் என்று உத்தரவிட்டது. இது முகத்திரையிட்டுக் கொள்வது, தனித்து ஒதுங்கி வாழ வேண்டும் என்பன போன்ற இஸ்லாம் மதத்தின் கட்டுத்திட்டங்களுக்கு நெருக்கமானவையாகும். ஆனால் இதன் தர்க்கரீதியான விளைவாக, 'கன்னிப் பெண்ணின் தியாகம்' என்ற மிக உயர்ந்த செயலின் மூலம் தமது நாற்றமெடுக்கும் உடல்களுக்கு மேலுயர்ந்த பெண்கள், சமகால ஆண்களின் உயர் மதிப்பைப் பெற்றார்கள். பலருடனான பாலுறவு நடத்தையைக் கைவிடுவதானது உலகில் மிக உயர்ந்த தியாகம் என்று அவர்கள் இயல்பாகவே கருதினர். பாலுறவு தமது வாழ்க்கையின் நிகழ்ச்சி நிரலில் இல்லை என்று உறுதியாக வாழ்ந்து காட்டியதன் மூலம் சமயப் பெண்கள் பாலுறவில் தீவிரமாக இருந்த பெண்களின் மீது ஒட்டியிருந்த அவக் கேட்டைத் தூக்கியெறிந்தனர். தமது கேடுறாத நிலையிலிருந்து அனேகமாக ஒரு மாயா சக்தியைப் பெற்றனர் - பல நூற்றாண்டுகளுக்குப் பின்னர் முதலாவது எலிஸபெத்தினால் இந்தத் துருப்பு சீட்டைத் தன்னம்பிக்கையுடனும், வெற்றியுடனும் செயல்படுத்த முடிந்தது.

திருமணம் செய்துகொள்ள மறுத்ததனால், கன்னித் துறவிகள், அதனுடன் சம்பந்தப்பட்ட அம்சங்களான தாய்மையையும், இல்லத்தைப் பராமரிப்பதையும்கூட நிராகரித்தார்கள். இந்தத் தியாகத்தை ஒரு

மனைவியின் பதின்மூன்றாம் நூற்றாண்டு ஓவியம் ஒன்றின் அடிப்படையில் மதிப்பிட வேண்டும். அந்த ஓவியத்தில் மனைவி வீட்டினுள் நுழையும் போது அவளது குழந்தை வீறிட்டு அழுவதைக் கேட்கிறாள். பூனை மீன் இறைச்சியைத் தின்பதையும் வேட்டைநாய் மறைந்து நிற்பதையும் பார்க்கிறாள். அவளுடைய பணியாரம் அடுப்புக் கல்லின் மீது கருவிக் கொண்டிருக்கிறது. கன்றுக்குட்டி தாய்ப்பசுவிடமிருந்து பால் முழுவதையும் குடித்துக் கொண்டிருக்கிறது. மட்பாண்டம் நெருப்பில் வெந்து கொண்டிருக்கிறது. நாட்டுப்புறத் தான் (வீட்டின் ஆண்மகன்) கடிந்து கொள்கிறான்.[10] இத்தகைய தொல்லைகளிலிருந்து விடுதலை பெற்ற பெண்கள் தங்களைப் பற்றி கவனம் செலுத்துவதற்கு சுதந்திரம் பெறுகிறார்கள். வாழ்நாள் முழுவதிலும் மற்றவர்களைக் கவனிக்கும் மரபான பணிக்குப் பின்னரே இது ஏற்படுகிறது பல திருமணமான பெண்கள் தமது குடும்பங்களை வளர்த்துப் பராமரித்த பின், நவீனகாலத் தொடக்கத்தில் ஏற்பட்ட நிலைக்குச் சமமான அளவில், பரஸ்பர சம்மதத்துடன் திருமண விலக்குப் பெற்று, கான்வென்டுகளுக்கு வந்து சேர்ந்தார்கள். திருமணம் செய்து கொள்வதற்கு மறுக்கும் பெண்களுக்கு அனுமதிக்கப் பட்டுள்ள ஒரே வழியைக் கல்லறைக்கு இப்பக்கத்தில் கண்டு தேர்ந்தெடுத்த கன்னித் துறவிகள், அதன் வாயிலாக அனுமதிக்கப்பட்ட சுதந்திர நிலையில் தங்களை அழைத்துக் கொண்டு, கல்வி கற்கும் தனிமையில் அல்ல. மாறாகப் பரந்த வெளி உலகில் சாதனை புரிவதற்குத் தங்களைத் தயாரித்துக் கொள்கிறார்கள்.

சமயச் சார்பானவர்களின் மூடப்பட்ட வாழ்க்கை என்னும் கருத்துக்கு மாறாக, தனது சமூகத்தில் ஒவ்வொரு 'பெண்களின் வீடும்' முக்கியத்துவம் பெறுகிறது. இது, அதை நடத்தும் பெண்களுக்குப் பொது அரங்கில் பிரவேசிக்கவும், பொறுப்பு எடுத்துக் கொள்ளவும், மாற்றத்தைத் துவக்கி வைக்கவும் ஒரு சுதந்திரத்தை வழங்குகிறது. ஐந்தாம் நூற்றாண்டில், அயர்லாந்தில் முதலாவது பெண்கள் கூட்டமைப்பைத் தொடங்கிய பிரிஜிட் முதல், 1370-ல் ஸ்வீடனில் 'பிரிஜ்டைன்ஸ்' என்ற ஒரு புதிய அமைப்பைத் தொடங்கிய அதே பெயருடையவள் - பிரிஜிட் - வரை அசாதாரணமான செயல்வேகமும் ஒழுங்கமைப்புத் திறனும் கொண்ட பெண்கள் சங்கிலித் தொடர் போல் இருந்து வந்திருக்கின்றனர். அவர்கள் எந்த ஓர் ஆணின் கட்டுப் பாட்டுக்கும் அப்பாற்பட்டவர்களாக இருந்த தமது நிலைமையின் அனுகூலத்தைப் பூரணமாகப் பயன்படுத்திக் கொண்டனர். சில மதிநுட்பம் வாய்ந்த செயல்திறவல்லுநர்கள் ஃபிராங்க்ஸின் அரசியான ரேட்குண்டைப் போன்றவர்கள். மதம் வழங்குகின்ற அதிகார

அடித்தளத்தைப் பெற விழைந்தனர் என்பது மெய்யே. அந்த அரசி, ஆறாம் நூற்றாண்டில் பாய்டியர்ஸ் என்னுமிடத்தில் புனிதச் சிலுவையின் தேவாலயத்தைத் தோற்றுவித்தபின், தன்னை அந்த தேவாலயத்தின் உதவிக் குருவாக நியமிக்கும்படி அச்சுறுத்தினாள்.

ஒரு பெண்கள் கூட்டமைப்பின் தலைமைப் பதவியானது, பெருமளவான அரசியல் அதிகாரத்திற்கு இடமளித்தது என்பதை இது காட்டுகிறது. அயர்லாந்தில் கில்டேர் என்ற இடத்தின் மத்திய காலப் பெண் துறவிகள் மடத்தின் தலைவி, சண்டையிட்டுக் கொண்டிருந்த முடியாட்சிகளுக்கு இடையில் தனது சாதுர்யமான பேச்சுவார்த்தையினால் 'போர்ப் படைகளைத் திரும்பிப் போகச்செய்தாள்' என்று ஆவணத்தில் நன்றியுடன் பதியப்பட்டுள்ளது.[11] 1375ல் போப்பாண்டவர் பதவி ரோமாபுரிக்கே திரும்பக் கிடைத்ததற்கு சீய்னாவின் காதரைன் தனிப்பட்ட முறையில் பொறுப்பாவாள். மேரி ரிட்டர் பியர்டின் கூற்றுப்படி பெண் துறவிகள் அரசியல் பிரமுகர்களைக் காட்டிலும் அதிக செல்வாக்குப் பெற்றவர்களாக இருந்தனர்.

> அவர்கள் சிறப்பான வர்த்தக நிபுணர்களாக இருந்தனர். ஒப்பற்ற மருத்துவர்களாகவும், அறுவை சிகிச்சை மருத்துவர்களாகவும் இருந்தனர். அவர்கள் சிறந்த கல்வி போதகர்களாக இருந்தனர். தற்சார்பு எஸ்டேட்டுகளை இயக்குகின்ற நிலப்பிரபுத்துவத் தலைவிகளாகவும் பண்டங்களை உற்பத்தி செய்வதில் சம்பந்தப்பட்ட பன்முக நடவடிக்கைகளை வழி நடத்துபவர்களாகவும் இன்று வழக்கறிஞர்களும் நீதிபதிகளும் தீர்த்து வைப்பதைப் போன்று தகராறுகளைத் தீர்த்து வைப்பவர்களாகவும், சமூக வாழ்க்கையின் எல்லாக் கலைகளையும் நிர்வகிக்கின்றவர்களாகவும் பங்கெடுத்துக் கொள்பவர்களாகவும் அவர்கள் செயல்பட்டனர்.[12]

ஆனால் பெண்களின் தகுதியை இவ்வாறு முழுமையாகப் போற்றுவது ஏற்படுத்தக் கூடிய கருத்தைப் போல், எல்லாப் பெண் துறவி மடங்களும் அவற்றில் வாழ்ந்தவர்களும், தவிர்க்க முடியாமல் இவ்வாறு திறமையாகவும், விடா முயற்சி உடையவர்களாகவும், தகுதிவாய்ந்தவர்களாகவும் இருக்கவில்லை. ஐரோப்பியக் கான்வென்ட் வாழ்க்கையின் சித்திரம், அதனுடைய ஆயிரமாண்டு வரலாற்றின் போது ஒரு சிக்கலான ஒன்றாகும். அதில் இருண்ட மிகவும் மோசமான தருணங்களும் இல்லாமல் இல்லை. ஓர் இளமையான அப்பாவிக்கு புனிதர் ஜெரோம் அளித்த கீழ்வரும் மென்மையான மற்றும் ஆர்வம்மிக்க ஆணைகள், வாழ்க்கையில்

தொடர்ந்து ஏற்படும். பூரணமாகப் பூப்படையாத பாலியல் தன்மையின் முடைநாற்றம் வீசும் சூழ்நிலையை ஓரளவு எடுத்துக் காட்டுகிறது. 'எப்போதும் உன்னுடைய அறையினுள் உன்னுடன் சல்லாபம் செய்வதற்கு மணமகனை அனுமதிக்கவும்... உனக்குத் தூக்கம் மேலிட்டால், அவன் உனக்குப் பின்னால் வந்து, கதவின் துவாரம் வழியாக அவனுடைய கையை நுழைப்பான்.. நீ உடனே எழுந்து "நான் காதலைக் குறித்து வெறுப்படைந்திருக்கிறேன்" என்று கூற வேண்டும்.[13] இத்தகைய மிகையான தூண்டுதலின் விளைவை பெண்கள் கூட்டமைப்புகளை எப்போதும் சூழ்ந்துள்ள பாலியல் பழிதூற்றல்களை கன்னித்துறவி பெனிடெட்டா கார்லினிக்கு ஏற்பட்ட கதியில் காணலாம். இந்த மறுமலர்ச்சி கன்னித்துறவி, தனது முப்பத்தி மூன்றாவது வயதில், 'ஸ்பிளெண்டிட் டெல்லோ' என்ற ஆண் தேவதூதனாகத் தன்னை ஆள்மாறாட்டம் செய்து கொண்டு தன்னைக் காட்டிலும் இளமையான ஒரு பெண் துறவியைப் பலவந்தமாகப் பாலின நடவடிக்கைகளுக்கு உட்படுத்தியதாக தண்டிக்கப்பட்டாள். இவள் தனது வாழ்நாளின் இறுதி நாற்பது ஆண்டுகளைத் துறவிகள் மடத்தினுள் தனியாக அடைத்து வைக்கப்பட்ட ஒரு சிறையில் கழித்தாள். வாரத்திற்குச் சில தடவைகள் ரொட்டியும் தண்ணீரும் மட்டும் அவளுக்குக் கொடுக்கப்பட்டன. தேவாலயத்தில் வழிபாட்டுப் பாடல்களைக் கேட்பதற்கோ அல்லது கசையடி கொடுக்கப்படு வதற்கோ மட்டும் அவள் வெளியில் விடப்பட்டாள்.[14]

கார்லினி சம்பவமானது, 'கிறிஸ்துவின் மணமகள்' அமைப்பின் மிகவும் போற்றப்பட்ட அமைதியான வாழ்க்கை எளிதில் அடையப் படுவதில்லை என்பதற்கு அவசியமான நினைவூட்டுச் செய்தியாகும். மூடப்பட்ட வாழ்க்கையினுள் வெறி உணர்ச்சியானது கொலைகாரத் தனமாக மூர்க்கத்தனத்திற்கு வளர்ச்சியடைய முடியும். ரேட்குண்டின் மரணத்திற்குப்பின், அவளுடைய துறவிகளில் ஒருத்தி, குரு மடத்தின் தலைவியாகத் தேர்ந்தெடுக்கப்படாதது குறித்து மிகவும் சீற்றம் கொண்டு ஆயுதமேந்தித் தாக்குதல் நடத்தினாள். இதன்போது, மடத்தின் புதிய தலைவி சிறைபிடிக்கப்பட்டாள்.

அவளைப் பின்பற்றும் சிலர் கொல்லப்பட்டனர். பின்னர் ஸ்தலப் பண்ணைத் தலைவர் அனுப்பிய சில ஆயுதமேந்திய வீரர்களால் மடத்தலைவி மீட்கப்பட்டாள். அதன் பின்னர் மூர்த்தத்தனம் கொண்ட அந்தத் துறவி, புதிய மடத்தலைவிக்கு எதிராகத் தொடர்ந்து ஒழுக்கக் கேடு, சூனியம், கொலை முதலிய குற்றச்சாட்டுகளைக் கொண்டு வந்து தொல்லைப்படுத்திக் கொண்டிருந்தாள். இறுதியாக அவள் மரண தண்டனை விதிக்கப்படுவாள் என்று அச்சுறுத்தப்பட்டு, நாடு கடத்தப்பட்டாள்.[15]

இத்தகைய சம்பவங்கள் இருந்தபோதிலும் கூட, பின்னர் வந்த புராட்டெஸ்டண்ட் பிரசாரகர்கள், மேலே கூறப்பட்ட மடங்களின் நடவடிக்கைகள் குறித்துப் பரபரப்பான செய்திகளை அம்பலப்படுத்திய போதிலும்கூட, பெண்களின் கூட்டமைப்புகள் அவற்றின் பாலியல் நடவடிக்கைகளைக் காட்டிலும், அவற்றின் அறிவுத்துறை நடவடிக்கைகளுக்காக எப்போதும் கூடுதல் முக்கியத்துவம் வாய்ந்தவையாயிருந்தன. எல்லா மடங்களும் சம அளவில் சிறப்பானவையாக இருக்கவில்லை. ஆயினும் தனிப்பட்டவர்களது புலமையின் அடிப்படையை எந்த மடமும் புறக்கணிக்கவில்லை. எனவே, ஆண் மதக் குழுக்களோடு கூடவே, இருள் சூழ்ந்த காலங்களின் பரந்த பாலைப்பரப்புகளில் ஐரோப்பா முழுமையிலும் கல்விச் சுடர்கள் அணைந்து வந்த நேரத்தில் அவை மட்டுமே அடிக்கடி (மினுமினுக்கும் சுடர்களாக) ஒளிர்ந்து வந்தன. அவை உயிர்ப்புடன் இருத்தி வைத்து வந்த அறிவில் அறியப்பட்ட அனைத்துக் கலைகள் மற்றும் விஞ்ஞானிகளின் கூறுகள் உட்பட்டிருந்தன. மொழிகளைக் கற்பது அடிக்கடி ஓர் உயர்ந்த மட்டத்தை எட்டி வந்தன. தமது தோல்வியடைந்த காதலின் சோகமான பின் விளைவில், அபிலார்ட், பாரக்ளீட் கான்வென்டின் பெண் துறவிகளை ஹெரோய்ஸி என்ற ஒரு பெண் துறவியைப் பெற்றதற்காக, உருக்கமான முறையில் பாராட்டினர். அவள் 'லத்தீன் மொழியை மட்டுமன்றி, கிரேக்க மற்றும் ஹீப்ரு (யூத) இலக்கியத்திலும் பரிச்சயம் பெற்றிருந்தாள்... மூன்று மொழிகளில் அறிவாற்றல் பெற்றுள்ள இப்பொழுது உயிர்வாழும் பெண் இவள் ஒருத்தி மட்டுமே. இதற்காகப் புனித ஜெரோம், இவளை ஓர் ஒப்பற்ற பெண்ணரசி என்று போற்றினார்.'[16]

'பேரழகி ஹெலோய்ஸி' அசாதாரணமான பெண்ணாக இருந்த போதிலும் புகழ்பெற்ற பிரபல்யம் அடைந்திருந்தது அவள் ஒருத்தி மட்டுமே அல்ல. மற்றொரு பன்னிரெண்டாம் நூற்றாண்டு பெண் துறவிகள் மடத் தலைவி லேண்ட்ஸ்பர்க்கைச் சேர்ந்த ஹெர்ராடே, 324 பழந்தாள்களில் (பாடம் செய்து வைக்கப்பட்ட ஆட்டுத் தோல்களில்) ஈடிணையற்ற சிறு ஓவியங்களை வரைந்தி ருந்தாள், அதற்கு இரு நூற்றாண்டுகள் முன்னதாக கேண்டர்ஸ்ஹீய்மைச் சேர்ந்த வியக்கத்தக்க ஹீரோட்ஸ்விதா என்னும் பெண் துறவி அமைதி யான வாழ்க்கையின் போது மேற்கொண்ட பெரு முயற்சியினால், ஜெர்மனியின் முதலாவது கவிஞர், அதனுடைய முதலாவது பெண் எழுத்தாளர், முதலாவது அறியப்பட்ட ஐரோப்பிய நாடகாசிரியர் என்ற முறையில் வரலாறு படைத்திருக்கிறாள். பிங்கெனைச் சேர்ந்த ஹில்டே கார்டு என்பவள் இன்னும் வியக்கத்தக்க சாதனை

புரிந்திருக்கிறாள். ஒரு கான்வென்ட் அ(சி)றையில் அடைக்கப்பட்ட அவளுக்கு 1105ஆம் ஆண்டில், அவளுடைய ஏழாவது வயதில் இறுதிச் சடங்குகள் எல்லாம் புரியப்பட்டுவிட்டன. இதையெல்லாம் மீறி உயிர் பிழைத்து மீண்டு வந்த அவள், துறவிமடத்தின் தலைவியானாள், பல இதர சமய இல்லங்களையும் தோற்றுவித்தாள். பின்னர் மன்னர் இரண்டாவது ஹென்றி பிரெடரிக் பார்பரோஸ்ஸாவுக்கும், போப்பாண்டவருக்கும் அரசியல் ஆலோசகரானார். மறைஞானியும் தொலைநோக்குப் பார்வை உள்ளவளுமான அவள் தனது தனிப்பட்ட பணியில் மருத்துவம், இயற்கை வரலாறு கனிப் பொருளாராய்ச்சி, விண்வெளி இயல், சமய இயல் ஆகியவற்றில் தனிச் சிறப்புப் பெற்றுத் திகழ்ந்தாள். இயல்பான திறமையுடைய இசைவாணரான அவள் துதிப்பாடல்களையும் முதலாவது ஐரோப்பிய இசை நாடகத்தையும் இயற்றினாள். அவளுடைய இசை மரபுரிமை மட்டுமே எழுபத்து நான்கு இசைப் பாடல்களைக் கொண்டதாகும். ஓர் எழுத்தாளர் என்ற முறையில் அவள் கவிதைகளையும், வாழ்க்கை வரலாற்றையும், தெய்வீக நாடகங்களையும் எழுதினாள். தனது எண்பதுகளில் அவள் இறந்தபொழுது, அப்பொழுதும் கூட எழுத்துப் பணியில் தீவிரமாக ஈடுபட்டிருந்தாள்.

ஆயினும் ஹில்டேகார்டு போன்ற பெண்களின் சாதனை, அவர்களது பாலினத்தின் இதரர்களது எதிர்கால அறிவுத்துறை வாய்ப்புகளை மேம்படுத்துவதற்கு சிறிதும் உதவவில்லை. ஒவ்வொரு கலாசாரத்தின் மிகவும் மந்தமான ஆண்கூட, பெண்களின் அறிவாற்றலைப் பற்றிக் கொண்டிருந்த மிக மிகத் தாழ்ந்த அபிப்பிராயம் காலப்போக்கில் சிறிதும் குறைந்ததற்கான அடையாளம் எதுவும் காணப்படவில்லை. அதற்கு மாறாக, பெண்களுக்கு எதிரான பரவலான பாலியல் தாக்குதல் குறையத் தொடங்கியபோது, பெண்களின் உடல்கள் எவ்வாறு பலவீனமானவை என்று கருதப் பட்டதோ அது போன்றே அவர்களது மூளைகளும் பலவீனமானவை என்ற மற்றொரு மோசமான கட்டுக்கதையைத் தோற்றுவித்துப் பரப்பியது. இது புதிய கருத்து ஒன்றுமில்லை. ஏனெனில், பெண்கள் உடல் ரீதியான பாத்திரங்களாக மட்டுமே படைக்கப்பட்டுள்ளனர். அடைகாக்கும் கருவிக்கு எத்தகைய சிந்தனை சக்தியும் கிடையாது - என்ற நம்பிக்கைக்கு உரமூட்டுவதும் அதனுடைய தர்க்கரீதியான பின்முடிவுமேயாகும்.

பெண்கள் பிறப்பிலேயே தாழ்ந்த மனவளம் கொண்டவர்கள் என்ற இந்தப் பித்தமயக்கம் கொண்ட கருத்தானது, இந்தப் பொருள் சம்பந்தமான குலமரபுத் தலைவர்களின் ஆதிகாலப் பதிவு

செய்யப்பட்ட அறிவிப்புகளில் காணப்படுகிறது. மரணப்படுக்கையி லிருந்த புத்தர் தனது விசுவாசமான சீடரிடம் கூறிய கீழ்வரும் பிதற்றலான சொற்கள் இதற்கு ஓர் உதாரணமாகும்.

தாதகரே, பெண்கள் சம்பந்தமாக நாங்கள் எவ்வாறு நடந்து கொள்ள வேண்டும்?

ஆனந்தா, பெண்கள் மிகுஉணர்ச்சி உள்ளவர்கள். பெண்கள் பொறாமை உடையவர்கள், ஆனந்தா: பெண்கள் அறிவில்லா தவர்கள். ஆனந்தா, பொதுச் சபைகளில் பெண்களுக்கு இடமில்லாததற்கு, அவர்கள் வர்த்தகத்தில் ஈடுபடாததற்கு எந்தத் தொழிலின் மூலமும் அவர்கள் ஊதியமீட்டி வாழ்க்கை நடத்தாததற்கு அதுதான் காரணம். அதுதான் நோக்கம்.[17]

பண்டைக்காலம் முதலான இத்தகைய தப்பெண்ணம் எளிதில் போக்கப்படுவதில்லை. நவீன கால கட்டத்தின் தொடக்கத்தின்போது, பரபரப்பான புதிய காரணங்கள் மற்றும் கண்ணோட்டங்களில் அதற்கு ஒரு புதுவாழ்வு கிடைத்தது. பெண்களுக்கு 'மிகவும் சிறிய மூளை' அவர்களின் மூளை 'கஞ்சி' போன்றது. ஆண்களுடையதைப் போன்று 'மாமிசம்' அல்ல. கல்வியானது அவர்களுடைய உள்ளங்களைக் காயவைத்து விட்டது. சிந்தனை அவர்களை வெறிபிடித்தவர்களாகி விட்டது. இவற்றில் சில கூற்றுக்கள், பெண்கள் பற்றிய விஞ்ஞானத்தின் பிற்காலக் கண்ணோட்டத்தை சங்கடமான முன்னறிகுறி காட்டுகிற முறையில், மருத்துவம், இரசாயனம், அறுவைசிகிச்சை ஆகியவற்றில் வரலாற்று ரீதியான மறு ஆர்வம் தோன்றியதில் அதனுடைய வேர்களைக் கொண்டுள்ளது. பெண்கள் புலப்பெயர்ச்சியுள்ள கருப்பையை உடையவர்கள், சிறிய மண்டையோட்டை உடை யவர்கள், பலவீனமான 'இயற்கைமூலக்கூறுகளை' உடையவர்கள் என்று கூறப்பட்டது. பெண்களின் அன்றாட அனுபவமும் பொதுவாக இதற்கு ஆதரவாக இருந்தது. அவர்களின் மிக உயர்வான அறிவு கடினமான அல்லது அற்பமான உழைப்பு (நிலத்தில் வேலைசெய்வது, அல்லது பூத்தையல் வேலையில் ஈடுபடுவது - அவர்களது கலாசாரம் மற்றும் வர்த்தகத்தைப் பொறுத்து இது அமைந்திருந்தது) வம்பளப்பு பழைய மனைவிகளைப் பற்றிய கதைகள், அவர்களது தலைகள், சொல்லுக்குச் சரியான அர்த்தத்தில், காலியாக இருந்தன - மூளை வேலை செய்வதற்கான எதுவும் அதில் இருக்கவில்லை. பதினாறாம் நூற்றாண்டின் பிற்பகுதியில் ஓர் ஆங்கிலேய வழக்குரைஞர் 'ஒவ்வொரு திருமணமான பெண்ணும் ஒரு வகைப்பட்ட கைக் குழந்தையே' என்று எழுதியபோது அவர் உண்மையைத் தவிர வேறு எதையும் கூறவில்லை.

திருமணமே, பொதுவாக பெண்களின் எந்த அறிவுத்துறை வளர்ச்சியின் விரோதியாகும் என்பது இதனுடைய பொருளாகும். எனவே, நிர்ப்பந்தமான திருமண பந்தம் என்ற இரும்புக் கூட்டிலிருந்து அறிவாற்றல் மிக்க ஹில்டே கார்ட் தப்பிச் சென்றது தற்செயலான தல்ல. மொத்தத்தில் கான்வென்ட் (பெண் துறவிகள் மடம்) இயக்கம், குறிப்பாக அதனுடைய ஆரம்ப நாட்களில் பெண்களுக்கு முதலில் கல்வியை மறுத்த, பின்னர் மீட்க முடியாத அளவுக்கு அறிவற்றவர்கள் என்று ஒதுக்கித்தள்ளிய அமைப்புகளினுள் பெண்கள் நீண்ட காலம் கைதிகளாக அடைபட்டிருந்த வரலாற்றில் ஓர் ஒளி வீசும் இழையை வழங்கியது. ஏனெனில், அறியாமையில் வைக்கப்பட்டிருந்த அவர்கள், கடவுளாகிய தந்தை, மனிதனாகிய கணவன் ஆகியோரின் அதிகாரத்திற்கு சவால் விடக்கூடிய எதுவும் அவர்களுக்கு மறுக்கப் பட்டிருந்தது. அவர்களிடமிருந்து எவ்வாறு இசைவாகப் பொருந்தும் வாக்குமூலங்கள் வாங்கப்பட்டன என்பது ஆதாமுக்கு ஏவாள் இணங்கிப் போனது பற்றி ஜான் மில்டன் தெட்டத் தெளிவாக வெளிப்படுத்தியிருப்பதில் காணப்படுகிறது.

> என்னுடைய கர்த்தாவும், விமோசனம் அளிப்பவருமாகிய
> தாங்கள் என்ன ஆணையிடுகிறீர்களோ
> அதற்கு மறுமொழியின்றி நான் கீழ்ப்படிவேன்
> இது தான் கடவுள் விதித்த விதி
> கடவுள் தங்களுடைய சட்டம், தாங்கள் என்னுடைய சட்டம்
> இதைவிட அதிகம் தெரிந்து கொள்ளாமலிருப்பதுதான்
> பெண்ணின் மிகவும் மகிழ்ச்சிகரமான அறிவும்
> அவளுடைய பெருமையுமாகும்.[19]

இந்தக் கட்டமைப்பினுள் அடைபட்டுவிட்டால், மற்றும் இதன் அடித்தளத்தில் தள்ளப்பட்டுள்ள ஏவாளின் புதல்விகளான பெரும் பான்மையான பெண்களுக்கு எத்தகைய கல்விக்கும் வாய்ப்பில்லை. ஆண்களுக்கு வாய்ப்புள்ள முன்னேற்றத்திற்கான சிறப்பான பாதைகள் பெண்களுக்கு இல்லை. 'ஏறுமாறான பையன்களுக்கான' போதகரின் பள்ளியிலிருந்து பாதிரிமார்களின் அணியில் உயர்ந்த நிலைக்கு வருவதோ, அல்லது ஒரு செயலாளராக அல்லது 'நிலத்தரகராக'ப் பயிற்றுவிக்கப்படுவதற்கு நிலப்பிரபுவால் எடுத்துக் கொள்ளப் படுவதோ பெண்களுக்கு இல்லை. அல்லது, இன்றைய நாள் வரையிலும் பெண்களின் கல்வி பறிக்கப்பட்டிருப்பதும், அவர்களது வேதனையும் கவனிக்கப்பட்டுள்ளதா - 'ஷேக்ஸ்பியரின் சகோதரி' அல்லது அறியப்படாத ஜேட் பற்றிய எந்த அறிவும் பெண்களுக்கு அல்ல. ஆயினும் இந்தக் காலங்களின் பெண்கள், அவர்களது

கல்வியறிவற்ற நிலைமைக்காகப் பெரிய விலை கொடுத்தனர். அவர்களுடைய அறியாமையானது அவர்களுடைய தாழ்ந்த நிலைமையை ஊர்ஜிதம் செய்வதற்கு மட்டும் பயன்படவில்லை. இது அவர்களைத் தொல்லைக்கு உட்படுத்துவது, சித்திரவதை செய்வது, வஞ்சகமான முறையில் சாகடிப்பது ஆகிய அபாயங்களுக்கும் அவர்களை உட்படுத்தியது. ஏனெனில், ஒரு கொடிய வரலாற்றுரீதியான இணை நிகழ்வில், பெண்களின் நாற்றம் பிடித்த, காரணம் காட்ட முடியாத உடல்களைப் பற்றிய அச்சங்கள் அவர்களுடைய பலவீனமான, கருத்து வசியத்திற்கு ஆட்படத்தக்க மனங்கள், மற்றும் அவர்களது படிமான மாகாத மூடத் தன்மையின் முரட்டுத்தனமான தீவினை என்பது பற்றிய அச்சங்களும் இணைந்து, ஐரோப்பாவிலும் தொடக்ககால அமெரிக்காவிலும் என்றுமே அறியப்படாத மிகவும் மோசமான இனப்படு கொலைகளையும், சூனிய வேட்டையையும் தூண்டிவிட்டன.

ஆண்களிடத்தில் முதலாவது சூனியக்காரிகளைப் பற்றி உணர்வற்ற அச்சங்கள் தோன்றிய ஆரம்பகாலம் முதற்கொண்டே சூனியக்காரிகள் பெண்கள் என்று பொதுவாக ஒருமனதான கருத்தோட்டம் இருந்தது. கத்தோலிக்க திருச்சபையின் ஓர் ஒன்பதாம் நூற்றாண்டின் ஒரு கட்டளை 'சில பழிபாவத்திற்கு அஞ்சாத பெண்களை' இனங்காட்டியது. அவர்கள் 'சாத்தானாக மீண்டும் மாற்றமடைந்து பேய்களின் மாயைகளாலும், கற்பனைத் தோற்றங்களாலும் வசியம் செய்யப்பட்டு, தாங்கள் இரவில் தியானா என்னும் பெண் தெய்வத்துடன் சில மிருகங்களின் மீது அமர்ந்து, ஏராளமான பெண்கள் கும்பல் புடைசூழ பெரும் தூரங்கள் சவாரி செய்வதாக நம்புகின்றனர், என்று அறுதியிட்டுக் கூறுகின்றனர்.'[20] சூனியக்காரிகள் ஏன் பெண்களாக இருந்தார்கள். ஏன் பெண்கள் சூனியக்காரிகளானார்கள் என்பது எந்தச் சிந்திக்கும் மனிதனுக்கும் தெளிவாகத் தெரியும்.

> .... இது பாலினத்தின் (பெண்களின்) தொய்மையான தன்மையினால் அல்ல, ஏனெனில் அவர்களில் பெரும்பாலோர் வசியப்படுத்த முடியாத அளவு ஆணவம் கொண்டவர்களாயிருந்தனர்... பிளேட்டோ, பெண்களை மனிதனுக்கும் கொடூரமான மிருகத்திற்கும் இடைப்பட்டவர்களாகக் கருதினார். ஏனெனில், உள் உறுப்புக்கள் ஆண்களின் உள் உறுப்புக்களைக் காட்டிலும் பெரியவையாக உள்ளன. எனவே ஆண்களின் சிற்றின்ப ஆசை மூர்க்கத்தனத்தில் குறைவானதே. ஆனால் அதற்கு மாறாக, ஆண்கள் பெண்களைவிடப் பெரிய தலைகளையும் எனவே கூடுதல் மூளையையும் அறிவையும் கொண்டுள்ளனர்.[21]

அதற்குப் பதில் இல்லை. பிற பகட்டு நிபுணர்கள், ஐரோப்பாவின் முன்னணி அறிவாளிகளில் ஒருவரும், பெரிய மூளை உள்ளவருமான பிரெஞ்சு சட்ட வல்லுநர் ஜீன் போடினின் கூற்றை முண்டியடித்துக் கொண்டு ஆதரித்தன. பெண்கள் மாதந்தோறும் தேவைக்கு மேற்பட்ட நகைச்சுவைகளாலும், 'மனச்சோர்வுக்கு ஆளாகக்கூடிய ரத்தத்தாலும் நிரப்பப் பெறுகிறார்கள்.'[22] என்று அவர் கூறினார். பெண்களின் 'கெடுதலான மாதவிலக்குகள்' மற்றும் அபாயகரமான ரத்தம் என்னும் கருத்து, ஒரு புதிய மற்றும் இழிவுபடுத்தும் பின்னணியில் மீண்டும் முன்னணிக்கு வருவதைக் காண்க. ஆனால், மெய்யான பிரச்சினை உடல் அல்ல, மூளை பற்றிய பிரச்சினையே. சூனியக்காரிகளைத் தேடும் ஐரோப்பாவின் முன்னணி வீரர்கள், ஜெர்மன் டொமினிக்கன் தண்ட உயர்மன்றப் பணியாளர்கள், தங்களுடைய உயர் செல்வாக்கு வாய்ந்த விலங்குக் காமம் மற்றும் நெறிகோணுதல் பற்றிய நூல் தொகுப்பில், மால்லியஸ் மேல்ஃபிகாரம் என்ற சூனியக்காரிகளைக் கண்டறிபவர்களின் கையேட்டில், பெண்கள் அதிக ஏமாளித்தனம் வாய்ந்தவர்கள்... பெண்கள் இயல்பாகவே எளிதில் ஏற்கும் இயல்புடையவர்கள்...அவர்களுடைய அறிவாற்றலில் ஏற்படும் முதலாவது குறைபாட்டின் வாயிலாக, அவர்கள் நம்பிக்கையைக் கைவிடுவது கூடுதல் சாத்தியமே... ஆண்களைப் பொறுத்த வரை இயல் பாகவே, அறிவாற்றலில் பெண்களைக் காட்டிலும் வலுவானவர்களாக இருப்பதால், அத்தகைய நடைமுறைகளை வெறுக்கக்கூடியவர்களாக இருக்கிறார்கள்.[23]

இதை நம்பும் ஆண் எதையும் நம்புவான். சூனியக்காரி பிரச்சினைக்கு இறுதித் தீர்வுக்கான ஓர் அடிப்படையாக இதைப் பயன்படுத்தும் முரண் நகைச்சுவையானது, சூனியக்காரிகள் எப்படி யிருந்தபோதிலும் அவர்கள் எல்லோரும் மந்தபுத்தி உடையவர்களோ, அறிவற்றவர்களோ அல்ல என்பதாகும். ஒரு சூனியக்காரியானவள் கிறுக்குப் பிடித்த அருவருப்பான தோற்றமுடைய ஒரு கிழவி அல்லது தீய எண்ணமுடைய வயதான வௌவால் போன்ற பழைய கருத்துகள் மிகவும் சமீப காலக் கண்டுபிடிப்புக்களால் தகர்க்கப்பட்டுள்ளன. அவர்கள் அடிக்கடி தன்னடக்கமுள்ளவர்களாக, மிகவும் காரியநோக்கு டையவர்களாக, யாவற்றுக்கும் மேலாக இளமையானவர்களாக உள்ளனர் என்று கண்டுபிடிக்கப்பட்டுள்ளன. வெறிபிடித்த அல்லது சித்தப்பிரமை பிடித்த பிரகிருதிகள் இருக்கக்கூடும். ஆயினும், 'அறியாமை இருளில் இருப்பவர்கள்' என்பதற்காகத் தண்டிக்கப்பட்ட பெண்கள், உண்மையில், அவர்களுடைய சொந்த வடிவத்திலான அறிவில் பரந்த களஞ்சியத்தைப் பெற்றிருந்தனர் - சமயம், இரசாயனம்,

இரசவாதம், தாவரஇயல், வானியல், இயற்கை விஞ்ஞானம், மருந்தியல் ஆகியவற்றின் கூறுகள் அதில் அடங்கியிருந்தன. உதாரணமாக, மூலிகைகள் மற்றும் விஷங்கள் பற்றிய அவர்களுடைய அறிவு, மிகவும் உயர் தகுதிவாய்ந்த ஆண் மருந்துவர்களின் அறிவைக் கூட விஞ்சக் கூடியதாக இருந்தது.

ஏனெனில், சூனிய வித்தையானது ஒரு கைவினைத் தொழிலாகும். அது ஒரு பழங்காலக் கலையாகும். அந்த வகையில் அதைப் பயின்றாக வேண்டும். பொதுவான எழுத்தறிவுக்கு முந்திய, அல்லது எழுதுபொருட்கள் எளிதாகக் கிடைப்பதற்கு முந்திய காலத்தில், இந்தக் கலை மனதில் பயின்று கொள்ள வேண்டிய கலையாக இருந்தது. சில பெண்கள் மக்களை வசியப்படுத்துவதிலும் மருந்து நீர் அல்லது விஷத்தைத் தயாரிப்பதிலும் ஐயத்திற்கிடமின்றி உயர் திறமை யுடையவர்களானார்கள். கருச்சிதைவை ஏற்படுத்துவதிலும், கர்ப்பம் தரிக்கச் செய்வதிலும் வல்லவர்களானார்கள், அவர்களின் திறமையின் அளவு உயர்வதற்கு ஏற்ப, அவர்களது வாடிக்கையாளர்கள் திருப்தியடைவதும் அதிகரித்தது. எனவே அதன் விளைவாக வெற்றிகரமாக விதியை மீறுகின்ற அனைவர் விஷயத்திலும் போன்றே, அவர்கள் பிடிபடுவதும் துர்லபமாக இருந்தது. உண்மையில், மரபான வரலாற்று வழிப்பட்ட சூத்திரத்தை மாற்றிக் கூறுவதெனில், சூனியக்காரிகள் அறியாதவர்களாக இருக்கவில்லை. மாறாக, அறிவற்ற பெண்கள் சூனியக்காரிகளாகக் கருதப்படும் அபாயம் அதிகமாக இருந்தது. மகிழ்ச்சியற்ற, கைவிடப்பட்ட பெண்ணாக இருக்கும், ஓர் இளம் பெண் ஓர் அமைச்சரின் மனைவியும், பெயர்பெற்ற மனிதாபியுமான எலிஸபெத் வாக்கரின் வீட்டின் கதவருகில் ஒரு நாள் தோன்றினாள். அவள், 'அனேகமாக சொறிபிடித்து, நோய்வாய்ப்பட்டவளாகக் காட்சியளித்தாள், தன் உடலை சரியாக மூடுவதற்கும் வகையில்லா கந்தல் உடையில் இருந்தாள். கடவுளையோ, கிறிஸ்துவையோ அறியாதவளாக,லாப்லாந்திலேயோ அல்லது ஜப்பானிலேயோ பிறந்து வளர்ந்தவள் போல் காணப்பட்டாள்[24]. சூனியக்காரிகளைத் தேடிக் காண்பவருக்கு அவள் ஒரு விலங்கு போல் தோன்றியிருப்பாள். எலிஸபெத், அவளை வீட்டுக்குள் அழைத்து, அவளுடைய 'சொறியை' குணப்படுத்தினாள். அவளுக்குப் படிக்கக் கற்றுக் கொடுத்தாள். இறுதியில் ஒரு பணக்கார விவசாயிக்கு அவளைத் திருமணம் செய்து கொடுத்து நல்ல குடும்ப வாழ்க்கை நடத்துவதற்கு ஏற்பாடு செய்தாள்.'

ஆனால், எலிஸபெத், சமயப் பற்றுடையவளாக இருந்த போதிலும் திறந்த மனதுடையவளாக இருந்தாள். 'கறுப்பர்களும், பழுப்பு நிறமுடையவர்களும், அதுபோன்றே வெள்ளையர்களும்

முதலாவது ஆதாமின் சந்ததிகளாவர்' என்று அவளும் கருதியது குறிப்பிடத்தக்கதாகும். வேதனையளிக்கத்தக்க வகையில் இந்த நூற்றாண்டுகளில் மிக அதிகமான பெண்கள் ஆபத்திற்குள்ளானார்கள். மிகச் சொற்பமான எலிஸபெத்துகளே இருந்தனர். 1705ஆம் ஆண்டிலே கூட, நார்த்தாம்ப்னில் சூனிய வித்தையில் ஈடுபட்டதாகத் தூக்கிலிடப்பட்ட எல்லியனார்ஷா என்ற 21 வயதுடைய நங்கையின் மீதான குற்றச்சாட்டில், அவளுடைய பெற்றோர்கள் தமது மகளுக்கு எத்தகைய கல்வியையும் அளிப்பதற்குத் தயாராகவில்லை. அல்லது குறைந்த பட்சம் அவர்களால் முடியவில்லை என்று திட்டவட்டமாகக் கூறப்பட்டிருந்தது. எனவே, 'பதினான்காம் வயதிலிருந்து அவள் தானாகவே தனது பிழைப்பைத் தேடிக் கொள்வதற்கு விடப்பட்டாள்.'[25]

சூனியக்காரிகளை வேட்டையாடி தண்டிக்கப்பட்டதானது, ஓர் அரசியல் ஆயுதம் என்ற வகையில் பயங்கர வன்முறையை முதல் முதலாகத் தொடர்ந்து பயன்படுத்தியதாகும் என்று கூறலாம். இது மரணமடைந்து வந்த மத்திய காலங்களின் கடைசி நடுக்கத்துடன் கூடிய வேதனைத் துடிப்பு, முரண்பாடு அல்லது பணிந்துபோக மறுக்கும் பெண்களின் மீது தந்தைவழிச் சமுதாயத்தின் கோரமான, செல்லரித்துப் போன வடிவத்தின் இறுதிப் பழிவாங்கலாகும் என்றும் காணப் பட்டது. நிச்சயமாகக் கடவுளுக்கும் ஆணுக்கும் பெண்களை அடிமைப் படுத்துவதற்கான ஆரம்ப காலத்திட்டம், எவ்வளவு தூய்மையான வரிவடிவத்தைக் கொண்டிருந்த போதிலும், பெரும்பாலும் அது திறமையாக நிறைவேற்றப்படவில்லை. வெறித்தனத்துடன் சூனியக்காரிகள் எரிக்கப்பட்டதானது, நெறி திரும்பிய பெண்ணைப் பற்றிய விளக்கப்பட முடியாத பயத்தினால் பாதிப்புக்குள்ளான சமுதாயங்களின் நடுக்கத்தை வலுவாக எடுத்துக் கூறுகின்றன. தந்தைவழிச் சமுதாய ஆட்சி சரியானதென்றும் மாமூலானதென்றும் மீண்டும் அறுதியிட்டுக் கூறுவதற்கான விரக்தியான நிலையையும் காட்டுகிறது.

சூனியக்காரிகளைக் கண்டுபிடிப்போரின் இனக்கொலை இயக்கம் நடந்து வந்த அதே சமயத்தில் உலகெங்கும் - கீழ் வரும் பட்டியல் தெளிவாக்குவது போல் - பெண்களின் அரசியல் அதிகாரத்தின் வியக்கத்தக்க எழுச்சி ஏற்பட்டது. வரலாற்று ரீதியான ஒரு தற்செயல் நிகழ்ச்சியாக மட்டுமே இது இருக்கமுடியுமா?

962 அடிலெய்ட் இத்தாலியின் அரசியும் புனித ரோம சக்கர வர்த்தினியும் ஆனாள்.

1010 சாக்ஸன் இளவரசி, எய்ல்கிஃபூ பிறந்தாள் - இவள் டென்மார்க்கின் கன்யூட் மன்னரின் இல்லக்கிழத்தி என்ற முறையிலும் நார்வேயின் ரீஜெண்ட் என்ற முறையிலும் இங்கிலாந்தின் மன்னர் ஹரோல்ட் 'ஹேர்ஃபுட்'டின் தாய் என்ற முறையிலும் மூன்று நாடுகளில் ஆட்சி புரிந்தாள்.

1028 தனது சொந்த உரிமையின் பேரில் ஜோ பைஜாண்டைன் சாம்ராஜ்யத்தின் சக்கரவர்த்தினியானாள். சுல்தான் அல்-முக்கரமைப் புறக்கணித்து, அவருடைய சம்மதத்தின் பேரில், அஸ்மா, ஏமனின் ஆட்சிபுரியும் அரசியானாள், அவளுக்குப் பின் அவளுடைய மருமகள் அரசி ஆர்வா பதவிக்கு வந்தாள்.

1105 மெலிசாண்டே பிறந்தாள்

மெலிசாண்டே சிறுபெண்ணாக இருந்தது முதல், *1185*ல் மரண மடைந்தது வரை இவ்விருவரும் அனேகமாக நூற்றாண்டு முழுமைக்கும் ஜெருசலத்தின் வளர்ச்சிக்காகப் பாடுபட்ட அதனுடைய குறிக் கோளுக்காகப் போராடும் வீராங்கனை அரசிகளாக ஆட்சி புரிந்தனர்.

1136 கோர்ட்டனே ஆக்னஸ் பிறந்தநாள்

1226 கேஸ்டைலின் பிளாஞ்ச்

பிரான்சின் அரசி, தனது மகன் செயின்ட் லூயியிக்கு ரீஜென்ட் ஆனாள், அடுத்த கால் நூற்றாண்டுக் காலம் ஐரோப்பிய அரசியலில் ஆதிக்கம் செலுத்தினாள்.

1454 காதரினா கோர்னர் பிறந்தநாள், பின்னர் சைப்ரஸின் அரசி ஆனாள்.

1461 பீஜெயூவின் ஆன், பிரான்சின் இளவரசி பிறந்தாள். பின்னர் போர்பான்ஸ் அரசி, தனது பலவீனமான சகோதரர் 8ஆவது சார்லஸுக்கு பதிலாக, நடைமுறையில் பிரான்ஸை ஆட்சிபுரிந்தாள்.

1477-பிரிட்டனியின் ஆன் பிறந்தாள்- பதினொன்றாம் வயதிலிருந்தே தனது பிரதேசங்களின் ராணி ஆனாள், பின்னர், இரு பயனுறுதியற்ற மன்னர்களை மணம் புரிந்துகொண்டதன் வாயிலாக, பிரான்ஸ் நாட்டையும் ஆட்சி புரிந்தார்.

1530- கிரேய்ன் எம்ஹோல் (மேல்லியின் கிரேஸ்) பிறந்தாள். ஐரிஷ் இளவரசி ஆங்கிலேயரின் படையெடுப்புக்கு எதிரான போரில்

போர்த் தலைவியாகவும் கடற்படை சேனாதிபதியாகவும் செயல்பட்டாள்.

1560-நைஜீரிய அரசி, அமீனா பிறந்தாள். போர்த்தலைவி, தனது தந்தையின் வாரிசு என்ற வகையில் ஒரு தளபதி ஆனாள், எல்லாக் கணவன்மார்களையும் மறுத்தாள். நாடுபிடித்தலின் மூலம் தனது நாட்டைப் பெருமளவு விஸ்தரித்தார்.

1571-பாரசீக நூர்ஜஹான் பிறந்தாள். பின்னர் இந்தியாவின் மொகலாயச் சக்கரவர்த்தினி ஆனாள். அபினிக் குடிப்பழக்கத் திற்கு அடிமையான தனது கணவனுக்கு பதிலாகத்தானே தனியாக ஆட்சி புரிந்தாள்.

1582-என்ஜிங்கா பிறந்தாள் - அங்கோலா, என்டோங்கோ, மற்றும் மடாம்பாவை அரை நூற்றாண்டுக்கு மேலாகவே போர்த்துக் கீசியப் படையெடுப்பை வெற்றிகரமாக எதிர்த்துப் போராடி ஆட்சி புரிந்த அரசி.

இவர்கள் அனைவரும் ஆட்சிபுரிந்த பெண்களாவர். வாழ்க்கைத் துணைவிகள் அல்ல. இரண்டாவது ஆயிரமாண்டின் முற்பகுதியில் இவர்களில் யாரும் அவர்களது நாட்டின் ஒரே பெண் அரசிகள் அல்ல. ஏனெனில் அவர்களில் பெரும்பாலோர், பெண் ஆட்சியாளர்களின் மரபு நன்கு நிலைநாட்டப்பட்ட நாடுகளிலிருந்து வந்தவர்கள். உண்மையில் அவர்களின் அரசியல் முக்கியத்துவம் வளர்ந்து வருகிறது. உதாரணமாக, எய்ல்கிஃபூ, பெர்த்தா (616இல் இறந்தாள்) எட்பர்க், சைனிதிரைத் (எட்டாம் நூற்றாண்டு) மிகவும் முக்கியத்துவம் வாய்ந்த எய்தெல்ஃபிளேய்ட் போன்ற நீண்ட வரிசையான சாக்ஸன் அரசிகளின் வழி வந்தவள்தான்.

மன்னர் ஆல்ஃபிரெட்டின் மகள்... 'மெர்சியன்களின் கோமாட்டி' என்று அழைக்கப்பட்ட அதெல்ஃபிளாயிட், செஸ்டர் கட்டிய அரண்களை மறுநிர்மாணம் செய்தாள். புதிய அரண்கள் சூழ்ந்த நகரங்ளைக் கட்டினாள். அவற்றில் வளர்விக்கும் ஸ்டர்ஃபோர்டும் மிகவும் முக்கியமானவையாகும். வேல்ஸில் போர் புரிந்தாள். டெர்பியைப் பிடிப்பதில் தனது சொந்தத் துருப்புகளுக்குத் தலைமை தாங்கிச் சென்றாள். லீய்ஸ்டரை அமைதியான முறையில் தனக்கு அடிபணியச் செய்தாள். 918ல் தான் இறப்பதற்கு முன்னால், யார்க்கின் மக்கள் கூட அவளுடைய ஆட்சியின் கீழ் இருப்பதை ஏற்றுக் கொள் வதாக வாக்களித்தனர்.[26]

இங்கிலாந்தை ஐக்கியப்படுத்தி அதைத் தனது சொந்த உரிமையின் பேரில் ஆட்சிபுரிந்ததன் மூலம் அதெல்ஃபிளாயிட். வரலாற்றின்

போக்கை நிரந்தரமாகப் பாதித்த ஒரு சில ஆங்கிலேயப் பெண்களில் ஒருவளானாள். இதுபோன்றே, பைஜாண்டியன்களின் பேரரசி ஜோ - ஆண்களுக்குத் தாங்கள் நியாயமாகவே கீழ்ப்பட்டவர்கள் என்று நம்புவதற்கு எத்தகைய அடையாளங்களும் காட்டாத பெண்களின் நீண்ட வரிசையில் வந்தவள். அவளுடைய முன்னோடி இரின் 780ல் ஆட்சியைப் பிடித்து, தனது சொந்த மகளையே குருடாக்கி, சிறையில் அடைத்து ஆட்சியை நீடித்து வைத்துக் கொண்டிருந்தாள். இந்தப் பெண்களின் உறுதியும், இவர்கள் நீண்டநாள் வாழ்ந்ததும் மிகவும் அசாதாரண மானதாகும். அரசி அடிலெய்ட் இத்தாலியின் ஐந்து அரசர்களின் வாழ்வையும் விஞ்சி வாழ்ந்தவள் - அவர்களில் இருவர் அவளுடைய கணவன்மார்களாவர். இத்தகைய ஒரு பெண் வழங்கிய தொடர்ச்சி எவ்வாறு ஓர் அரசியலில் அனுகூலமாக முடியும் என்பதைக் காண்பது சிரமமல்ல. உண்மையில், இது, ஏற்கெனவே மிகவும் உறுதியாயிருந்த பிடிப்பை மேலும் இறுக்கமாக்குவதற்கு அவளுக்கு வகை செய்த ஒரு தேவையாகும்.

'அரசிகளின் காலம்' என்று அழைக்கப்பட்ட காலத்தின்போது, பெண் அரசிகள் பெண்கள் முழுமைக்கும் சில அனுகூலங்களைப் பெற்றுக் கொடுத்தார்கள் என்பது தெளிவு. பெண்களின் கீழ்ப்பட்ட நிலையை வலியுறுத்துவது அல்லது ஆண்களுக்குப் பெண்களின் அடிமைத்தனத்திற்கு சித்தாந்த ரீதியான உத்தரவாதத்தை வலியுறுத்து வதும் எல்லாப் பக்கங்களிலும் பெண்கள் காணப்பட்டதனால் தவிர்க்க முடியாமல் தகர்க்கப்பட்டது - கடவுள் அவர்களைத் தெளிவாக, உலகின் மிக உயர்ந்த பதவிக்கு அழைத்துள்ளார். ஆட்சியாளர்கள் என்ற முறையிலும் அவர்கள் அடைந்த வெற்றியை, கடவுள் அவர்களுக்குச் சாதகமாக இருக்கிறார் என்பதற்கான மேலும் ஒரு சான்றாகக் கருத வேண்டும். ஓர் இறுதிப்பாடமாக, ஆட்சிபுரிந்த அரசிகள், எந்தத் தந்தைவழிச் சமுதாய அமைப்புகளும் ஒரே கல்லில் வார்த்தெடுக்கப்பட்டவை போன்று உறுதியான வையோ, முற்ற முழுமையானவையோ அல்ல. மாறாக அவற்றில் வெடிப்புகளும், திறப்புகளும் உள்ளன. ஒரு தன்னம்பிக்கையுள்ள பெண் அவற்றின் வழியாகப் புகுந்து, தனிப்பட்ட அல்லது தேசியவரலாற்றில் ஒரு தீர்மானகரமான தருணத்தைத் தனக்கு சாதகமாகப் பயன்படுத்தி வெற்றி காண முடியும் என்று பெண் களுக்கும் ஆண்களுக்கும் போதித்தார்கள்.

இந்த சில பெண்கள் எப்போதும் அசாதாரணமானவர்களாக இருந்தார்கள். ஒவ்வொருவரும் ஓர் உதாரணமாகத் திகழ்ந்தார்கள். ஆனால் அவர்களுடைய அவ்வளவு சிறப்புரிமை பெறாத சகோதரிகளுக்கு சாத்தியப்படும் முன்மாதிரியாகத் திகழவில்லை.

ஆனால் பரந்த உலகில் சம்பவங்கள் மெதுவான தொடர்ச்சியான மாற்றங்களை ஏற்படுத்தின. அவற்றின் பயன், ஆண்களின் பார்வையில் தகுதியை அனுபவிக்கத் தொடங்குவதற்கு ஒரு பெண் ஓர் அரசியாக இருக்க வேண்டிய அவசியமில்லை என்பதை உறுதிப்படுத்துவதாக இருந்தது. நவீனகால ஐரோப்பாவின் தொடக்க காலத்தில், பெண்களை இழிவுபடுத்தும் தந்தைவழிச் சமுதாயத்தின் போக்குக்கு எதிர்வினை யாக அரசவைக் காதல் வழிபாடு தொடங்கியது. பகைமை பூண்ட திருச்சபையை எதிர்த்து, அது பெண்களை மேலே உயர்த்தியது. மதவெறித்தனத்தையல்ல, மாறாக, காதல் ஆர்வத்தின் மதிப்பை ஊர்ஜிதம் செய்தது. ஆண்கள் அன்றி பெண்களின் கை மேலோங்கி யிருந்த பாலியல் உறவுகளைப் போற்றிப் புகழ்ந்தது.

மாலைப் பொழுதினில் என்னுடைய வீரனைப்
பிறந்தமேனியாக என்னுடைய கைகளால்
கட்டியணைக்க விரும்புகிறேன்
என்னுடைய பஞ்சனைய மார்பகங்களின் மீது சாய்ந்திருக்கும்
அவனுடைய தலையை நான் வருடும்போது
அவன் பரவசமடைந்து தன்னை மறப்பான்...

அழகும், வனப்பும் வாய்ந்த நல்ல நண்பனே
எப்பொழுது நான் என்பிடியில் உன்னை அணைத்து
ஒரு மணிநேரம் உன்னுடன் சல்லாபம் செய்வேன்
உனக்கு இன்பவெறியூட்டும் முத்தமழை பொழிவேன்?

என்னுடைய கணவனின் இடத்தில் உன்னை
வைத்துக் கொள்ள நான் எதையும் அளிக்கத்
தயாராயிருக்கிறேன் என்பதை நீ அறிவாயாக
ஆனால் நான் விரும்புகின்ற யாவற்றையும்
செய்வதாக உறுதிமொழி மட்டும் கூறவேண்டும் நீ[27]

தனது வீரப்பாணனான காதலனுக்கு இந்தக் காதல் மற்றும் சிற்றின்பப் பாடலை எழுதிய பன்னிரண்டாம் நூற்றாண்டில் பிரான்சு நாட்டின் புரோவென்ஸ் மாநிலத்தைச் சேர்ந்த பியாட்ரிஸ் டி டியஸ் போன்ற பெண்கள் தமது உடல்களை அருவருக்கத்தக்கது என்று கூறும் எத்தகைய வரையறுப்பையும் ஏற்றுக்கொள்ள மறுத்தனர். அது போன்றே தங்களுக்காக சிந்திக்கும் தமது உரிமையில் யாரும் தலையிடுவதையும் எதிர்த்தனர். பெண்களின் பயனற்ற உடல்தன்மை என்ற கருத்தின் மீதான ஒரு நேரடித் தாக்குதலில் அக்குவிடைனின் எலியனார் போன்ற அரசவைக் காதல் புரிந்த அரசிகள், நிலையான

மற்றும் பற்றுறுதி ஆகிய தமது ஆன்மீகப் பண்புகளின் வாயிலாகப் பெண்களின் உயர்வான மதிப்பை நிலைநாட்டுவதில் வெற்றி யடைந்தனர். ஆண்களின் அதிகாரத்திற்கு இது ஒரு மெய்யான சவாலாகும். காதல் ஒரு வெறும் விளையாட்டு மட்டுமல்ல என்ற உண்மையானது பல மெய்யான வாழ்க்கை நிகழ்ச்சிகளால் ஊர்ஜிதம் செய்யப்பட்டுள்ளது. இதில், தனது மனைவியின் காதலுக்கு எதிராக ஆத்திரம் கொண்ட ஒரு கணவன் - முறைகேடான உறவு அல்லது தவறான நடத்தைக்கு எவ்விதச் சான்றும் இல்லாத நிலையில் அவளுடைய வீரப் பாணனைக் கொலை செய்துவிட்டான்.[28] இத்தகைய சூழ்நிலைகளில் 'காதல் அரசிகள்' பாதுகாப்பாக இருந்தனர். அவர்கள் தங்களுடைய இசைக்கும் கவிதைகளுக்கும் எண்ணற்ற பெண் வீரப் பாணர்களில் ஒருவரை நம்பியிருந்தனர். அவர்கள் ஐரோப்பா முழுமையிலும் தமது தொழிலை நடத்தி வந்தனர். அல்லது மேரி டி பிரான்ஸ் போன்ற பெண் கவிஞர்களைச் சார்ந்திருந்தனர். இவர்களுடைய இசைப் பாடல் மற்றும் வர்ணனை செய்வதில் தனிச் சிறப்புத் தன்மை ஐரோப்பிய இலக்கியத்தின் போக்கு முழுமையின் மீதும் செல்வாக்குச் செலுத்தியது.

மறுமலர்ச்சி இயக்கம் தோன்றியதோடு, பெண்களின் பாலான கண்ணோட்டம் மேலும் மென்மையடைந்தது. புதிய அணுகுமுறை களின் பாணி முந்தைய உரத்த வெறிபிடித்த வசவுப் போக்குக்கு மாறாக அமைந்தது. வரலாற்றில் முதல் தடவையாக ஒரு முன்மாதிரியான பெண்ணியக்க ஆதரவாளர், ஹீன்ரீய்ச் கார்னிலியஸ் அக்ரிப்பா, வான் நெட்டெஷீம், ஆண் ஆதிக்கம் பற்றிய சமய ஆணைக்கு எதிராக வாதாடுவதற்குத் தயாரானார். பிரபுக்கள் மற்றும் பெண் இனத்தின் மேலாண்மை பற்றி (1505) என்ற ஆத்திரமூட்டத்தக்க தலைப்பு கொண்ட தனது புத்தகத்தில், பெண்களின் தாழ்ந்த நிலைமை பற்றிய பைபிளின் மேலாண்மை உரிமையை முழுமையாக எதிர்த்து சவால் விடுத்தார்.

ஆதாம் என்றால் பூமி, ஏவாள் என்றால் உயிர். எனவே ஆதாம் இயற்கையினால் தோற்றுவிக்கப்பட்டவனாவான். ஏவாள் கடவுளால் படைக்கப்பட்டவளாவாள். ஏவாள் படைக்கப்படுவதற்கான ஒரே நோக்கத்திற்காகவே ஆதாம் சொர்க்கத்தில் அனுமதிக்கப் பட்டான்.[29]

வான் நெட்டோஷீம் செவிட்டுக் காதுகளுக்கு போதித்துக் கொண்டிருக்கவில்லை. பெண்களுக்கு ஆதரவாகவும், மனிதநேயக் கல்வி மற்றும் சிந்தனையின் புதிய வளத்தைப் பகிர்ந்துகொள்வதற்கான பெண்ணின் உரிமைக்கு ஆதரவாகவும், பிற செல்வாக்கு வாய்ந்த

நபர்கள் குரலெழுப்பிக் கொண்டிருந்தனர். இத்தாலிய உயர் குடிமகன் கேஸ்டிக்லியோன் - ராஜதந்திரி, பரந்த நோக்குடையவர், கோர்ட்டியர் என்ற அக்காலத்திய விவிலியத்தின் நூலாசிரியராகிய இவர் - புதிய காலப் பண்பை கீழ்வரும் ஒரே வாக்கியத்தில் 'மனதின் நற்குணங்கள் ஓர் ஆணைப் போன்றே ஒரு பெண்ணுக்கும் அவ்வளவு அவசிய மாகும்.'[30] என்று தொகுத்துக் கூறினார்.

எழுத்தறிவு, முந்திய நூற்றாண்டுகளிலான அதனுடைய வேகத்துடன் ஒப்பிடும்போது காட்டுத்தீ போல் பரவியது. ஏராளமான பெண்கள் முதல் தடவையாக எழுதுகோலை உறுதியாகப் பற்றினர். அதோடு வரைந்து பொருள் கூறுவதற்கான அதனுடைய சக்தியையும் பற்றினர். அப்பொழுது கணக்குத் தீர்ப்பதற்கான பல பழைய பிரச்சினைகள் இருந்ததில் வியப்பில்லை. பதினாறாம் நூற்றாண்டு பிரான்சின் முன்னணிப் பெண் எழுத்தாளர்களின் எழுத்தோவியங் களில் பின்வரும் பகுதிகளில் காணப்படுவது போல், கட்டாயத் திருமணப் பழக்கமும் உண்மையில் கணவன்மார்களைப் பற்றிய பிரதான மனக்குறையாகவே இருந்தது.

அந்த முதியவர் அவளை முத்தமிட்டார். இது அவளுடைய எழில்வாய்ந்த முகத்தின் மீது ஒரு நத்தை தன்னை இழுத்துச் சென்றது போலிருந்தது...

.... அவன் ஒரு மனிதனைப் போல் தோன்றவில்லை. ஒரு வகையான பூதம் போலிருந்தான். ஏனெனில், அவன் ஒரு பெரிய கனமான தலையைக் கொண்டிருந்தான். வெறுக்கத்தக்க வகையில் கூன்விழுந்து போயிருந்த அவனுடைய தோள்களின் மீது ஒரு குறுகிய தடித்த கழுத்து ஒட்டவைக்கப்பட்டிருந்தது. அவனுடைய வயிற்றிலிருந்து, அழுகிய, கருநிறமான, குழிந்த வாய்வழியாக ஒரு முடைநாற்றமெடுக்கும் மூச்சு வந்துகொண்டி ருந்தது...

அவர்கள் வீட்டுக்கு வந்தவுடனேயே கதவை சாத்திக் கொண்டு ஒழுங்கற்ற முறையில் சாப்பிடுகின்றனர்... படுக்கும் போது இரண்டு விரல்களின் கனமுடன் கூடிய இரவு நேரப் பெரிய தொப்பிகளையும், தொப்பிகளுக்குக் கீழே துருப்பிடித்த உலோகமுனைகளால் பிணைக்கப் பட்ட இரவு அங்கிகளையும், தொடைகளில் பாதிவரை வருகின்ற அளவுக்கு கனமான கம்பளிக் காலுறைகளையும் அணிந்து கொள்கிறார்கள். உருகிய மசகு எண்ணெயின் வாசனை வீசும் வெதுவெதுப்பான தலையணையின் மீது தமது தலைகளைச் சாய்த்துப் படுத்துக்கொண்டிருக்கும்

போது, தூக்கத்தினூடே இருமல் வருகின்றது. அவர்களுடைய எச்சம் படுக்கை உறைகளில் படிந்து அசுத்தப்படுகிறது...[31]

விறுவிறுப்பான பேச்சுவழக்கிலுள்ள கடைசி எழுத்தோவியம், இசைப்பாடல் தேர்ச்சியில் அதிகப் புகழ் பெற்ற ஒரு பெண்ணால், கூர்மதி வாய்ந்த லூயிலா பேயினால் வரையப்பட்டதாகும். இவள் ஒரு கவிஞரும், பல மொழிகள் தெரிந்தவரும், இசைவாணரும், குதிரையேற்றம் தெரிந்தவரும், 'லியான்ஸ் வழி' எழுத்தாளர்களின் தலைவியுமாவார். அங்கு அவர் அக்காலத்திய பிரான்ஸின் மிகப் புகழ் வாய்ந்த இசைப்பாடல் கவிஞர் என்ற வகையில் ஆக உயர் இடத்தைப் பெற்றுத் திகழ்ந்தார். எழுத்துலகில் பிரவேசிக்க வாய்ப்புக் கிடைத்த மிகமிகக் குறுகிய காலத்தினுள் பெண்கள் அடிக்கடி ஒளிவீசும் பல்வகைச் சிறப்புக்களையும், அறிவாற்றலையும் வெளிப்படுத்தினர் என்பதை இது காட்டுகிறது. இந்த முன்னோடி பெண் இனச்சார்பு எழுத்தாளர்களிடையில் கிறிஸ்டியன் டி பிஸான் என்பவர் முன்னணியில் திகழ்ந்தார். இந்தப் பதினைந்தாம் நூற்றாண்டு இத்தாலிய அறிஞர், வரலாறு, தத்துவவியல், வாழ்க்கை வரலாறு மற்றும் கவிதையிலும் ஒருசேரத் தனிச் சிறப்புப் பெற்றிருந்தார். மன்னர்களால் போற்றப்படும் தமது காலத்தில் பெருமளவு வெற்றி பெற்றபோதிலும் கிறிஸ்டீன் தனது பாலினத்தின் பாலான தனது விசுவாசத்தை என்றும் கைவிட்டதில்லை. பெண்களின் கடந்த காலச் சாதனைகளை வரலாற்று ஆவணங்களில் பதியச் செய்வதற்குப் பாடுபட்டாள். அவளைத் தனிப்பட்ட முறையிலும், பொதுவாகப் பெண் இனத்தை வரை முறையின்றியும் தாக்கிய பெண் - வெறுப்பாளர்களுக்கு எதிராகப் பண்டையப் பெண்களுக்கும் நவீன காலப் பெண்களுக்கும் ஆதரவாக ஓய்வொழிச்சலின்றிப் போராடினாள். பெண்களின் கல்வி பெறுவதற்கான உரிமையில் கிறிஸ்டீன் மிகவும் ஆர்வத்துடன் நம்பிக்கை வைத்திருந்தாள். இதற்காக மிகவும் தெளிவுடன் வாதாடினாள். இதன் பயனாக, இவளுடைய வாதங்கள் பிந்திய தலைமுறைகளால் அடிக்கடி மேற்கோள் காட்டப்பட்டன, மொழிபெயர்க்கப்பட்டன.

> சிறுபெண்களைப் பள்ளிக்கு அனுப்புவதும், பையன்களுக்குப் போதிக்கப்படும் அதே பாடங்களைப் பெண்களுக்கு போதிப்பதும் வழக்கமாக இருந்திருந்தால், அவர்கள் பையன்களைப் போன்றே முழுமையாக அவற்றைக் கற்றுக் கொள்வார்கள். எல்லாக் கலைகள் மற்றும் விஞ்ஞானங்களின் நுணுக்கங்களையும் புரிந்துகொள்வார்கள். உண்மையில் அவர்கள் பையன்களைக் காட்டிலும் மேம்பட்ட முறையில் புரிந்துகொள்வார்கள். ஏனெனில், பெண்களின் உடல்கள் ஆண்களின் உடல்களைவிட

மென்மையாக இருப்பதைப் போல், அவர்களது ஞானமும் கூடுதல் கூர்மையானதாக இருக்கிறது... ஒரு பகுத்தறிவுள்ள ஜீவனுக்குப் பல வெவ்வேறு விஷயங்களைப் பற்றிய அனுபவத்தைப் போல் வேறெதுவும் அவ்வளவு போதிப்பதில்லை...[32]

கிறிஸ்டீனின் நிதானமான தெளிவான ஞானமானது அவளுடைய எதிராளிகளின் ஆத்திரத்துடன் கூடிய உணர்ச்சி வேகத்திற்கு நேர் மாறானதாக இருந்தது. அவள் ஈடுபட்ட போராட்டத்தின் தீவிரத் தன்மையானது பெண்களின் கல்விப் பிரச்சினையின் ஆழமான முக்கியத்துவத்தைச் சுட்டிக்காட்டுகிறது. ஏனெனில் இது கல்வி சார்ந்த சச்சரவல்ல. இது போர் வரிசைகளை மறுநிர்ணயம் செய்வதாகும். முன்பு அறிவாற்றல் உள்ளவர்களுக்கும் கல்வி ஞானமில்லாதவர் களுக்கும் இடையிலான பிரிவானது ஆட்சி புரிந்தவர்களுக்கும் ஆளப்பட்டவர்களுக்கும் இடையிலான பிளவாக இருந்ததானது, இப்பொழுது பாலினப் பிரிவினை அடிப்படையில் மறுநிர்ணயம் செய்யப்பட்டது. நவீன உலகம் தோன்றியதோடு கல்வி யறிவானது சுதந்திரத்திற்கும் எதிர்காலத்திற்குமான நெடுஞ்சாலையாகப் பரிணமித்தது. எனவே கல்வி கற்பதானது, ஒரு புதிய மத்திய காலத்திற்குப் பிந்திய முக்கியத்துவத்தைப் பெற்றது. கல்விகற்பது மறுபிறப்பெடுத்ததோடு, இது சிந்தனை செய்யும் ஒரு செயலற்ற நடவடிக்கை என்பதற்குப் பதிலாக ஓர் இயந்திரம் எவ்வாறு செயல் படுகிறது என்பதை அறிவதற்காக அதைப் பிரித்துப் போடுவதற்கான ஓர் அறிவுத் துறைக் கருவியை ஈடுபடுத்துவதாகக் கருதப்பட்டது. புதிய மனிதநேய வாதிகள், தங்களைத் தாங்களே கண்டறிந்து கொண்டதனால் ஏற்பட்ட மகிழ்ச்சிப் பெருக்குடன், 'மனிதன் எத்துணை சிறப்பான ஒரு படைப்பு' என்ற மாபெரும் கேள்வியையொட்டி மகிழ்ச்சிகரமாக பல மணிநேரம் செலவழிக்க முடிந்தது. ஆயினும் ஒரு பெண் தனது கையில் ஒரு திருகு முடுக்கும் கருவியுடன் தங்களை அணுகும் வாய்ப்பை அதே அளவு உற்சாகத்துடன் அவர்களால் அணுக முடியவில்லை.

பொது இடங்களுக்கு வரும் உரிமை இன்னும் மறுக்கப்படும் பெண்கள் சம்பந்தமாக ஒரு தெளிவான தீர்வு காண அவர்கள் தனிப்பட்ட வேலையை மேற்கொள்ள வேண்டி இருந்தது. அறிவற்றவர்களாக இருப்பதாக இடையறாது வசை பொழியப்பட்ட ஒரு பாலினத்திற்கு கல்வி பயில்வதை ஒரு பரிகாரமாகக் காண்பது தர்க்கரீதியான முடிவாகவே இருந்திருக்கும். ஆனால் இது பெண்ணினம் சார்ந்த தர்க்க நியதியாகும். அந்த அளவில் அது, ஆண் இனத்தின் மனதை இணங்கச் செய்வதற்கு எத்தகைய சக்தியையும்

கொண்டிருக்கவில்லை. இதற்கு மாறாக, பெண்களது அறியாமையின் பண்டைய நிலைமையை ஊர்ஜிதம் செய்யவும் அப்படியே நிலை நிறுத்துவதற்கும் பெருமளவு மெய்யான சிந்தனையும் முயற்சியும் செலவிடப்பட்டுள்ளது. இது, 'ஏற்கனவே சிறிதளவே உடைய பெண்களின் மூளையை புத்தகங்கள் அழிக்கின்றன'[33] என்ற பழைய நோய்க் கண்டுபிடிப்பை ஊர்ஜிதம் செய்யும் அனுகூலமான பக்கவிளைவையும் கொண்டிருந்தது.

எழுத்துக்கலை கண்டுபிடிக்கப்பட்டதோடு, சீனர்கள், அதை நிர்வாகம் செய்வதற்கு மண்டாரின் வர்க்கத்தையும் உருவாக்கினார்கள். எழுத்தறிவு என்னும் சக்தி வாய்ந்த ஆயுதம் புனிதமற்ற கரங்களில் விழாமல் தடுப்பதற்காக இதைச் செய்தனர். இரண்டாவது ஆயிர மாண்டின் தொடக்க நூற்றாண்டுகளிலிருந்து மேலைய சமுதாயங்கள் எல்லாம் 'புதிய கல்வியறிவு' மாபெரும் கீழ்வர்க்கமான பெண் இனத்தை ஊடுருவாமல் இருப்பதை உத்தரவாதம் செய்வதற்குத் தமது சொந்த உத்திகளைக் கண்டறிந்தனர். எனவே சமயச் சீர்திருத்த இயக்கம் பெண்களுக்குப் பெருமளவு சீர்திருத்தம் எதையும் கொண்டு வரவில்லை. மறுமலர்ச்சியானது ஏற்கனவே தவறான உடல்களில் பிறந்தவர்களுக்கு எத்தகைய மறுபிறப்பையும் அளிக்கவில்லை. மனிதநேயம் என்ற புதுமையான கோட்பாடு இப்பொழுது முதல் படைப்பு நடவடிக்கையை மாற்றிவிட்டது - முன்பு கடவுள் மனிதனைத் தனது சொந்தபிம்பத்தின் மாதிரியில் உருவாக்கினார். இப்பொழுது மனிதன் தன்னையே கடவுளாக்கிக் கொள்ளும் பணியில் தீவிரமாக ஈடுபட்டான். இது தவிர்க்க முடியாமல், பெண், தன்னை அத்தகைய ஒரு படைப்புக்குப் பொருத்தமான கூட்டாளி ஆக்கிக் கொள்வதற்கு ஓரளவு புதுப்பித்துக் கொள்வதைத் தேவையாக்கியது. அவளுடைய பணி தனது சொந்த அறிவுத்துறை விருப்பத்திற்கு ஏற்பத் தன்னைத் தகவமைத்துக் கொள்வதல்ல, மாறாக, ஒரு முழுநிறைவான கூட்டாளி யாகவும் வாழ்க்கைத் துணையாகவும் அமைத்துக் கொள்வதற்குக் கற்றுக்கொள்வதாகும். இவ்வாறு 'சிறப்புத் திறமைகள்' தனிப்பட்ட சாதனைகள் என்னும் எந்தக் கருத்தையும் மென்மையாகப் புறந்தள்ளி விடுகின்றன. திருமணம் என்னும் வலுக்கட்டாயமான படுக்கைக்கு ஏற்பத் தன்னைத்தக அமைத்துக் கொள்வது ஒரு பெண்ணின் மிக முக்கியமான தவிர்க்கமுடியாமையாகியது. இவை அனைத்தின் முன்னே பெண்களுக்குக் கல்வியானது எத்துணை விலையுடை யதாயிற்று?

திருமணத்திற்கு அப்பால் (வெளியில்) பெண்களுக்கு வேறு இடமோ, செயல்பாடோ, எதிர்காலமோ அல்லது நம்பிக்கையோ எதிர் பார்ப்போ இல்லை என்று தொடர்ந்து இருந்து வரும் நம்பிக்கைதான் - மறுமலர்ச்சியின் 'புகழ்மிக்க விடியலு'க்குப் பின்னரும் கூட

பெண்களுக்குக் கல்வி வழங்குவதற்கு உள்ள எதிர்ப்பின் வலுவுக்கான காரணமாகும். கடவுளும் இயற்கையும் அவளுக்கு அளித்துள்ள இடத்தையும் இருப்பையும் வைத்துப் பார்க்கும்போது, கல்வி அவளுக்குப் பயனற்றதாகும். பெண்களுக்குக் கல்விபுகட்டுவதில் பொருளாதார அனுகூலம் எதுவும் கிடையாது. ஏனெனில் அவர்கள் தங்களுடைய மூளையைக் கொண்டு ஒரு போதும் சம்பாதித்து உயிர் வாழ முடியாது. மேலும் நேரடியான பொருளாதாரப் பிரதிகூலம் ஏற்படுவதற்கான எல்லா வாய்ப்பும் இருந்தது. ஏனெனில், கல்வியறிவு பெற்ற ஒரு பெண் வெகு எளிதில் அவளுக்குக் கொடுக்க வேண்டியுள்ள விலையின் காரணமாகத் திருமணச் சந்தையிலிருந்து வெளியேற்றப் பட்டு விடுவாள். ஒரு கணவனைப் பெறுவதில் அவர் வெற்றி யடைந்தாலும் கூட, ஆரம்பமுதலே அவளுடைய திருமணம் பாழாகிவிடும். தனது சகோதரர்களுடன் சேர்ந்து படிப்பதற்கான தனது மகளின் விருப்பத்திற்கு உளமார்ந்த பரிவு காட்டிய பதினாறாம் நூற்றாண்டு தந்தை, பிரெஞ்சு வரலாற்றாசிரியர் அக்ரிப்பா டி அவுபிக்னே மட்டுமல்ல - அதே பொழுதில் இதனுடைய மோசமான விளைவுகள் குறித்து அச்சமும் ஏற்பட்டது. ஏனெனில், வீட்டைப் பராமரிப்பதன்பாலுள்ள வெறுப்பு... ஒரு பெண்ணைக் காட்டிலும் அறிவில் குறைந்த ஒரு கணவனுக்கு இதன் விளைவாக -குடும்பத்தில் 'பிணக்கு'தான் ஏற்படும்.[34]

எனவே, கல்வியறிவு பெறுவதினால் ஏற்படும் அபாயமானது, அது ஒரு பெண்ணை அவளுடைய இடத்திற்கும் மேலே உயர்த்தி விடுகிறது. மற்றும் கல்விகற்ற பெண்களுக்கு எதிரான மிகவும் பயங்கரமான பிரதிபலிப்புகள் அவர்களை மீண்டும் இருட்டறைக்குள் தள்ளுவதற்குத் திட்டமிட்டுச் செய்யப்பட்ட சூழ்ச்சியே என்பது தெளிவு. பதினெட்டாம் வயதிலேயே அவளுடைய அறிவுத்துறை மேன்மைக்காகத் 'தெய்வீகமான ஐஸோட்டா' என்று புகழப் பெற்ற இத்தாலியப் பெண் எழுத்தாளர் பண்டைய கிரேக்க, லத்தீன் கலைத்துறைகளில் புலமைபெற்ற நொகரோலா தனது பணியினால் ஏற்பட்ட புகழை இரண்டாண்டுகள் மட்டுமே அனுபவிக்க முடிந்தது. அதற்குள் அவளுடைய பாலினத் தன்மை பற்றி கொடூரமான விமர்சனக் கருத்துகளுக்கு ஆளானாள். 1438-இல் அவளும், அவளுடைய சகோதரி கினெவ்ராவும் - இவளும் ஒரு புகழ்பெற்ற அறிஞரே - வரையறையற்ற ஆண் - பெண் உறவு மற்றும் தகாப்புணர்ச்சி என்று பொய்யாகக் குற்றம் சாட்டப்பட்டனர். இதனால் மனமுடைந்த நொகரேலா தனது படிப்பைக் கைவிட்டு, வெரோனா நகருக்கு ஓடிச் சென்று, அங்கு தனது தாயாரின் வீட்டில் முற்றிலும் தனிமைப்பட்டு வாழ்ந்தாள்.

புனித நூல்களைப் படிப்பதிலேயே தன் வாழ்நாள் முழுவதையும் ஈடுபடுத்தினாள். பதினாறாம் நூற்றாண்டின் இந்தியக் கவிஞரான மீராபாய் போன்ற இதரப் பெண்கள், வெளி உலகில் பிரவேசித்ததன் மூலம் சமூக மற்றும் சட்ட முறைமைகளை எதிர்த்துச் சவால் விட்டதற்காகத் தண்டனைக்குள்ளாக்கப்பட்டனர். சிலர் நிர்ப்பந்தமாகத் தமது தனிப்பட்ட சொந்த வாழ்க்கைக்கே திரும்பிச் செல்லும்படி செய்யப்பட்டனர். நைடி லென்னான்ளோஸ் என்பவர், எபிகூரியன் தத்துவத்தைப் பயின்றதற்காக 'சமயத்திற்கு மரியாதை காட்டவில்லை' என்ற குற்றச்சாட்டின் பேரில், பதினேழாம் நூற்றாண்டு பிரான்சில் ஒரு கான்வென்டில் தள்ளி, வெளியே போகவிடாமல் அடைக்கப்பட்டாள். பெண்களின் கல்விக்காக ஒரு கல்லூரியை நிறுவுவதற்கு முயன்ற ஆங்கிலேயப் பெண்துறவி மேரிவார்டு (ஒரு பெண்கள் கல்லூரிக்காக ஆரம்ப காலத்தில் முதல்முதலில் திட்டம் வகுத்தவர்களில் இவரும் ஒருவர்) கத்தோலிக்க திருச்சபையினால் மிகவும் மோசமாகத் தண்டிக்கப்பட்டாள். இறந்துபோன ஒரு பெண் துறவியின் அழுகிப் போன சடலம் அப்பொழுதுதான் அப்புறப்படுத்தப்பட்டிருந்த ஒரு சிறிய ஜன்னல் கூட இல்லாத அறையினுள் சிறை வைக்கப்பட்டார். இதன் விளைவாக அனேகமாக மரணமடைந்த நிலையை அடைந்தார்.

சிறை வைக்கப்படுவதற்கு முன்னர் மேரி, தனது லட்சியத்தை நிறைவேற்றுவதற்காகப் பல இடங்களுக்கு பயணங்களை மேற்கொண்டார். அந்தக் காலத்தில் இதுவே ஒரு பிரச்சினையாகி விட்டது. அப்பொழுது எஜமானன் இல்லாத ஆண்களைப் போலவே, மூதாட்டியின் துணையில்லாமல் இள நங்கை வெளியில் செல்லுவதும் பயங்கரமான விஷயமாகக் கருதப்பட்டது. பெண்கள் தங்களுடைய தனிப்பட்ட முறையிலான கல்வியின் பயன்களை ஆசிரியைகள் அல்லது சமய போதகர்களாக வெளி அரங்கத்திற்குக் கொண்டு வருவதற்கு முயன்றபோது இவ்வாறு செய்வதற்கெதிரான சமயத்தடையை மீறிச் செய்வது மிருகத்தனமான தண்டனைக்கு ஆட்படும் குற்றமாகக் கருதப்பட்டது.

கேம்பிரிட்ஜ், டிசம்பர் 1653. இரண்டு பெண்கள் சமய போதனை செய்கிறார்கள் என்று அப்போதைய மேயர் வில்லியம் பிக்கெரிங் இடம் புகார் செய்யப்பட்டது... அவர், அவர்களின் பெயர்களையும் அவர்களுடைய கணவன்மார்களின் பெயர்களையும் கேட்டார். இயேசு கிறிஸ்துவைத் தவிர தங்களுக்குக் கணவன் மார்கள் இல்லையென்றும், அவர்தான் தங்களை அனுப்பிய தாகவும் அவர்கள் கூறினார். இதைக் கேட்டு கோபமடைந்த

மேயர், அவர்களை வேசிகள் என்று ஏசினார். சந்தைச் சதுக்கத்தில், அவர்களின் உடல்களிலிருந்து ரத்தம் பீறிடுகின்ற வரையில் கசையடி கொடுக்கும்படி உத்தரவிட்டார்... தண்டனையை நிறைவேற்றுகின்றவன், இடுப்பு வரையிலும் அவர்களுடைய ஆடைகளைக் களைந்து ஒரு கம்பத்தில் அவர்களின் கைகளைப் பிணைத்து மேயரின் ஆணையை நிறைவேற்றினான்... அவர்கள் உடம்புகளிலிருந்து சதை பிய்ந்து தொங்கும் வரையிலும் அவர்களுக்குக் கசையடி கொடுக்கப்பட்டது.[35]

இவையெல்லாம் தனிப்பட்ட நிகழ்ச்சிகள் என்பது மெய்யே, ஆனால், கல்வி கற்பதற்கும், ஆய்வு செய்வதற்கும் தமது அறிவைப் பகிர்ந்து கொள்வதற்கும், சிந்திப்பதற்கும்கூட பெண்களுக்கு உள்ள உரிமை மறுக்கப்பட்டதன் ஒட்டுமொத்த விளைவு கடுமையாக இருந்தது. துறவிப் பெண்களது மடங்களின் வீழ்ச்சியும் இலக்கணப் பள்ளிகள் மற்றும் பல்கலைக்கழகங்களின் தோற்றமும் ஏக காலத்தில் நிகழ்ந்தன. இவ்விரண்டு கல்வி நிலையங்களும் பெண்களுக்குத் தடை செய்யப்பட்டன. இவை ஆரம்பமுதலே, அறிவு சம்பந்தமான தமது ஏகபோகத்தை வெறியார்வத்துடன் பாதுகாத்தன. 1322ல் ஒரு புகழ் பெற்ற வழக்கில் ஒரு பெண் மருத்துவர் ஜே.கோபாஃபெலிஸியை சட்டவிரோதமான முறையில் மருத்துவம் செய்ததற்காக பாரிஸ் மாநகரின் பல்கலைக்கழகத்தின் மருத்துவத் துறையினால் விசாரணைக்குக் கொண்டுவரப்பட்டாள். பல்கலைக்கழகத்தினால் பயிற்றுவிக்கப்பட்ட மருத்துவர்கள் தோற்றுப்போன இடத்தில் வியாதிகளைக் குணமாக்குவதில் இவள் வெற்றியடைந்தாள் என்று ஆறு நபர்கள் சாட்சியம் கூறினர். இது அவளுக்குத் தண்டனை விதிக்கப்படுவதற்குக் காரணமாயிற்று.

நவீன யுகத்தில் மனித இனம் பிரவேசித்த சமயத்தில், துணிச்சலான புதிய உலகில் பெண்களுக்கான கல்வி வாய்ப்புகள் முளையிலேயே கிள்ளியெறியப்பட்டன. இதே சமயத்தில் கான்வென்ட் இயக்கமும் மறைந்ததோடு கற்பதில் விருப்பமுள்ள இளம் பெண்கள் சேர்ந்து படிப்பதற்கான ஒரு இடமும் இருக்கவில்லை. முதிய, கல்விகற்ற பெண்கள் ஆசிரியைகளாக ஒன்று கூடவும் முடியவில்லை. ஆண்கள், குழந்தைகள். குழந்தை அணையாடைகள், வீட்டு வேலை அடிமைத்தனம் ஆகியவற்றிலிருந்து மீளவ்தற்குப் பெண்களுக்கு மார்க்கமேதும் இருக்கவில்லை. இருண்ட காலத்திலிருந்து மீண்டது மற்றும் கல்வி கற்கும் உலக மறுமலர்ச்சி ஆகியவற்றின் முரண்புதிர் களில் ஒன்று என்னவெனில், ஆண்களின் அறியாமையிலிருந்து பிறந்த இருண்ட அச்சங்கள் சிலவற்றிலிருந்து பெண்களை விடுவித்த அதே

சமயத்தில் இதர அச்சங்களை ஊர்ஜிதம் செய்யவே உதவின. பெண் இனி ஒரு போதும் சுற்றித்திரியும் கருவாய் அல்லது குற்றங் காண்பதில் ஆர்வமுள்ளவள், மனம் போகின்ற போக்கில் செல்பவள், எல்லோருக்கும் இடமளிக்கின்ற பிறப்புறுப்பைக் கொண்டவள் என்று இழிவுப்படுத்தப்படாமலிருக்கலாம். ஆயினும், இன்னும் அவள் மத்திய காலத்தின் விசித்திரமான காட்சிப் பொருளாக ஒரு பொருட்காட்சியில் பார்ப்போரின் இகழ்ச்சிக்கு உள்ளாக்கப்படும் தலையற்ற பூதமாகக் கருதப்படுகிறாள். 'கல்வி' கற்பதனால் பெண்கள் முன்னைவிட மோசமாகி விடுவதில்லை' என்று கிறிஸ்டைன் டி பிசான் வலியுறுத்தினர். ஆனால் இது பொதுவாக அங்கீகரிக்கப் படுகின்ற வரையில், பெண்களால் செய்ய முடிவதெல்லாம், தமது கணவனையும் குழந்தைகளையும் வீட்டையும் பராமரிப்பதும் காத்துக் கொண்டிருப்பதுமேயாகும்.

> ஒரு சூனியக்காரி தண்ணீரில் அமுக்கி மூழ்கடிக்கப்படுவது பற்றி, ஒரு பெண்ணுக்குப் பேய் பிடித்துள்ளது பற்றி, ஓர் அறிவுள்ள பெண் மூலிகைகள் விற்பது பற்றி அல்லது ஒரு தாய் பெற்ற மிகவும் புகழ்பெற்ற மனிதனைப் பற்றி படிக்கும் போதெல்லாம் மதிப்பிழந்த ஒரு நாவலாசிரியரின் ஓர் ஒடுக்கப்பட்ட கவிஞரின், ஓர் ஊமையான அல்லது இழிவடைந்த ஜேன் ஆஸ்டென், ஒரு எமிலி பிரோன்டியின் பாதையில் நாம் செல்கிறோம் என்று நான் நினைக்கிறேன். அவள் (எமிலி பிரோன்ட்) தனது சிறப்பியல்பினால் தனக்கு ஏற்பட்ட சித்திர வதையினால் மனம் குழம்பி, பாறையில் மோதி தலையை உடைத்துக் கொண்டாள் அல்லது நெடுஞ்சாலைகளில் பைத்தியம் பிடித்தவள் போல் அலைந்து திரிந்தாள். உண்மையில், கையெழுத்திடாமல் எவ்வளவோ கவிதைகளை எழுதிய 'ஆனோன்' (அறியப்படாத நபர்) ஒரு பெண் என்று கூறுவதற்கு நான் துணிவு கொள்கிறேன்.
>
> - வர்ஜீனியா வுல்ஃப்

அடிக்குறிப்புக்கள்

1. *ஆர்ம்ஸ்ட்ராங், பக்.82*
2. *ஜோஸப் கேம்பெல், பக்.22-3.*
3. *டியான் பெல், பெண்களும் காலனிகளைப் பிடித்தலும்: மனித இன வரலாற்றுப் பார்வைகள் என்ற நூலில் 'பாலைவன அரசியல்' மோனா எடியென் மற்றும் எலியனார் லீகாக் பதிப்பித்தது- (நியூயார்க், 1980)*
4. *லெவென்ஹாக், பக்.32*
5. *பேஸில் டேவிட்ஸன் வரலாற்றில் ஆப்பிரிக்கா: கருப்பொருள்களும் உருவரைகளும் (1968). பக். 119.*

6. இந்த மதங்களின் உடன்பிறப்புத் தன்மை ஜுலியா லெஸ்லியின் நூலில் விவரிக்கப்பட்டுள்ளது. புத்த சமயத்தில் ஆண்களின் சமயக்குழுக்களில் பெண்கள் சேரும் கருத்தை புத்தர் எதிர்த்த போதிலும் மஹஜுங் நிகயா வில் அவர், உதாரணமாக, பெண்கள் தமது சொந்தத் துறைகளிலேயே அறிவு வெளிச்சத்தைப் பெற முடியும் என்று தெளிவாகப் போதித்தார். இஸ்லாம் மதத்தினுள், பெண்கள் மதவாதிகளாகும் நிலைமை மிகவும் சுவையானதாகும் என்று ஆன் மேரி ஷிம்மல் கூறுகிறார். 'சில பெண்கள் சூஃபி கான்காசின் புரவலர்களாக இருந்துள்ளனர். அவர்கள் அதற்குப் பணமோ அல்லது முறையாக உணவு ரேஷன்களோ கொடுத்து வந்தனர் என்று வரலாறு எடுத்துக் காட்டுகிறது... இந்த நடவடிக்கைகள் ஒரு குறிப்பிட்ட நாட்டுடன் நின்றுவிடவில்லை. இந்தியாவிலும், ஈரானிலும், துருக்கியிலும், வடக்கு ஆப்பிரிக்காவிலும் சூபிக்களுக்குப் பெண்கள் புலவலர்களாக இருந்துள்ளதை நாம் காண்கிறோம். மத்திய கால எகிப்தில் (பிற பிரதேசங்களிலும் இருந்திருக்கக்கூடும்) விசேஷ கான்காஸ்கள் நிறுவப்பட்டன. அங்கு அவர்கள் தமது வாழ்க்கை முழுவதையுமோ அல்லது தம் வாழ்நாளின் ஒரு பகுதியையோ கழிக்கலாம். பெண்கள் சமயக்குழுக்களுக்குத் தலைமை தாங்குவது இஸ்லாம் சமயத்தில் அறியாத ஒன்றல்ல. அவற்றில் ஆண்களும் இருந்திருக்கின்றார்கள். அல்லது அவை முழுமையாக ஆண்களைக் கொண்டவையாகவே கூட இருந்திருக்கின்றன. மத்திய கால எகிப்து போன்ற இடங்களில் சில சாய்காஸின் பெயர்களை நாங்கள் அறிவோம். ஓர் அனடோலியப் பெண்ணின் பெயரை நாங்கள் அறிவோம். அவர் ஒரு முகமதியத் துறவிகள் குழுவுக்குத் தலைமை தாங்கி ஆண்களுக்கு வழிகாட்டினர். (மறைபுதிரான இஸ்லாம் சமுதாயத்தில் பெண்கள் அல்ஹிப்ரி என்ற நூல் பக். 146, மற்றும் பக். 148)

7. டைனர், பக்.6, கொண்டுடேவிஸ் பக்.140. பௌல்டிங், பக். 193-4.

8. இந்தப் பெண்கள் பெற்று வந்த வியக்கத்தக்க வகைப்பட்ட சலுகைகளைப் பற்றிய விவாதத்திற்கு ஹோல்டன் என்ற ஜுலியா லெஸ்லியின் நூலைக் காண்க. பக்.91-93.

9. லெகார்ன் மற்றும் பார்க்கர், பக். 204-5.

10. ஆம்ஸ்ட்ராங், பக்.122.

11. மாக்கர்டெய்ன் மற்றும் ஒ கொர்ரெய்ன், பக். 10-11.

12. ஆன் ஜே.லேன் (பதிப்பித்தது) மேரி ரிட்டர் பியர்டு: ஓர் ஆதாரப் புத்தகம் (நியூயார்க், 1977) பக்.223.

13. ரஸ்ஸல், பக். 362.

14. ஜுடித் சி.பிரௌன், நாணமற்ற செயல்கள்: மறுமலர்ச்சி பெற்ற இத்தாலியில் ஒருபாற் புணர்ச்சியில் ஈடுபட்ட ஒரு பெண் துறவியின் வாழ்க்கை (ஆக்ஸ்போர்டு. 1986)

15. அஞ்ஜெலா எம்.லூகாஸ், மத்தியகாலங்களில் பெண்கள்: மதம், திருமணம் மற்றும் கடிதங்கள் (1983) பக். 38-42.

16. லூகாஸ், பக்.141.

17. டி ரீயின்கோர்ட், பக்.167

18. பெண்களின் உரிமைகள் பற்றிய லாஸ் தீர்மானம் (1632), டி.இ. என்ற பெயர் குறிப்பிடாதவர் எழுதியது பக்.141.

19. இழந்த சொர்க்கம், புத்தகம் 4, 635-8.

20. பென்னெட்ஹார்ன் ஹியூஸ், பில்லிசூனியம், (1965) பக்.54.

21. ஜீன் போடின், டிலா டிமோனோமனி டெஸ் சோர்ஸியர்ஸ் (பாரிஸ், 1580) பக்.225.

22. ரெஜினால்டு ஸ்காட், பில்லி சூனியத்தின் கண்டுபிடிப்பு, பதிப்பித்தது பி.நிக்கல்ஸன் (1886) பக்.227

23. ஓஃபாவோலெய்ன், பக்.220-1 மற்றும் பக்.224.

24. அன்டோனியா ஃபிரேஸர், பலவீனமான பாத்திரம்: பதினேழாம் நூற்றாண்டு இங்கிலாந்தில் பெண்ணின் பரிதாப நிலை (1984) பக்.143 மற்றும் பக்.53, இந்தக் கவர்ச்சியான மற்றும் தாராள மனம் படைத்த பிரமுகரின் வரலாற்றை பக்.51-5ல் காண்க.

25. ஹியூஸ், பக்.94

26. மார்க்கரெட் வாடே லபார்ஜ், மத்திய கால வாழ்க்கையில் பெண்கள் (1986) பக்.3-4

27. ரோமாண்ட் ஹில் மற்றும் தாமஸ் ஜி. பர்கின் (ஆசிரியர்கள்) புரோவென்கல் ட்ரௌபடோர்கள் பற்றிய நூல்திரட்டு (1941), பக்.96.

28. டெனிஸ் டி ரூஜ்மோண்ட், மனவெழுச்சியும் சமுதாயமும் (1956). பக்.96. அரசு குலக் காதல் தீவிரமாகத் தன்னை வெளிப்படுத்திக் கொண்டது. பெண்களின் காதல் நிச்சயமாக ஆண்களின் காதலைப் போல் அவ்வளவு வலிமையானது வழக்கமாக அதைக் காட்டிலும் வலிமையானது என்பது பத்தொன்பதாம் நூற்றாண்டில் இன்னும் ஓர் உயிரோட்டமுள்ள பிரச்சினையாகவே இருந்தது. ஜேன் ஆஸ்டெனின் ஏற்றுக் கொள்ளச் செய்தல் (1818) என்று நூலின் உணர்ச்சி ஏற்றமுடைய 23வது அத்தியாயத்தையும், ஹென்றி ஜேம்ஸ் லார்டு வார்பர்டனின் ஒரு சீமாட்டியின் வரலாறு (1881) என்ற நூலையும் காண்க: ஒரு வாழ்க்கை முழுமைக்குமே மிஸ் ஆர்ச்சர். இது வாழ்க்கை முழுமைக்குமே!

29. வியோலா க்ளீன், பெண் கதாபாத்திரம்: ஒரு சித்தாந்தத்தின் வரலாறு (1946) பக்.91

30. ஓஃபாவோலின். பக்.202.

31. முதலாவது மேற்கோள், பிரெஞ்சு மொழியில் முதலாவது உளவியல் புதினத்தின் ஆசிரியரான ஹெலி செனி டி கிரென்னி 1538ல் எழுதியதாகும். (காதலினால் ஏற்பட்ட வேதனையான இன்னல்கள்- மூன்று பாகங்களைக் கொண்ட இந்தப் புதினத்தில் சீமாட்டி ஹெலிசெனி டி கிரென்னி, காதல் பைத்தியத்தில் உழல வேண்டாம் என்று ஒவ்வொருவரையும் அறிவுறுத்துகிறார். இரண்டாவது மேற்கோள், ஜீன்டி ஃப்ளோர் (புனைப்பெயர் ஜீன் கல்லியார்ட்) எழுதிய புத்தகத்திலிருந்து (மெய்யான காதலைக் கண்டனம் செய்கிற மற்றும் பரிகசிக்கின்றவர்களுக்கு வீனஸ் (காதல் தேவதை) தண்டனை அளித்தது பற்றிய காதற்கதைகள்) எடுத்தாளப்பட்டது. இது 1541ல் ‘காதல் வயப்பட்ட உயர்குடி

சீமாட்டிகளுக்கு' எழுதப்பட்டதாகும். மூன்றாவது மேற்கோள், லூயிலாபே எழுதிய முட்டாள்தனமும் காதலும் பற்றிய விவாதம் என்ற புத்தகத்திலிருந்து எடுத்தாளப்பட்டதாகும். இவையாவற்றையும் எவ்லென் சுல்லெராட், தான் எழுதிய காதலைப் பற்றிப் பெண்கள்: எட்டு நூற்றாண்டுக்காலப் பெண்களின் எழுத்தோவியங்கள் *(1980)* என்ற நூலில் எடுத்தாண்டிருக்கிறார். பக். *92-3*

32. கிறிஸ்டைன் டி பிஸான், சீமாட்டிகள் நகரத்தின் கருவூலம், பி.அன்ஸ்லே ஆங்கிலத்தில் மொழியாக்கம் செய்தது *(*லண்டன் *1985)* புத்தகம் *1,* அத்தியாயம். *2*

33. இதுவும், இதுபோன்ற ஏராளமான கருத்துக்களும் பெண்கள் கல்வி சம்பந்தமான பிற்போக்காக மற்றும் முற்போக்கான கண்ணோட்டங்கள் பற்றி எராஸ்மனின் உரையாடலில் அப்போட் அன்டரோனியஸினால் வெளிப்படுத்தப்பட்டுள்ளன. எராஸ்மஸின் உரையாடலைக் காண்க. என்.பெய்லி மொழிபெயர்த்தது *(3* தொகுதிகள் *1900) 2. 114-19.*

34. அக்ரிப்பா டி ஆபிக்னி, ஓவ்ரெஸ் கம்பிளீட்டஸ், இ. ராவ்மி, மற்றும் எஃப், டி காஸேட் *(*பாரிஸ், *1873) 1445.*

35. ஜோஸப் பெஸ்ஸே, குவாக்கர்கள் என்றழைக்கப்பட்ட மக்களின் துன்ப துயரங்கள் பற்றிய ஒரு தொகுப்பு *(2* தொகுதிகள், *1753)* I. *84.*

III

ஆட்சி மண்டலமும் ஆதிக்கமும்

'ஓ வாராய் என்னுடைய இணை துணையாக இருப்பாயாக!'

என்று கூறியது கழுகு, பெட்டைக் கோழியிடம்: 'நான் உயரப் பறக்க விரும்புகிறேன், ஆனால் என்னுடைய துணை எப்போதும் கூட்டினிலே ஓய்வெடுத்துக் கொள்வதையே விரும்புகிறேன் நான்!' இதற்கு பதில் கூறியது கோழி,

'என்னால் பறக்க முடியாது, அவ்வாறு முயற்சி செய்யவும் எனக்கு விருப்பமில்லை, ஆனால் என்னுடைய துணை வானில் உயர உயரப் பறப்பதைக் காண நான் பரவசமடைகிறேன் அவர்கள் மணம் புரிந்து கொண்டனர்.

'ஆ, இதுதான் காதல், என் அன்பே! என்று கூவினர்

கோழி அமர்ந்தது, கழுகு உயரப் பறந்தது, ஒண்டியாக'

சார்லெட் பெர்கின்ஸ் எழுதிய

மணவாழ்க்கையின் பேரின்பம் என்ற கவிதையிலிருந்து.

7. பெண்ணின் பணி

மெய்யான சிறப்பு நிரம்பிய வரலாற்றில் நான் அக்கறை கொள்ள முடியாது... ஒவ்வொரு பக்கத்திலும் போப்பாண்டவர்களுக்கும் அரசர்களுக்கும் இடையிலான சச்சரவுகள், போர்கள் அல்லது கொள்ளை நோய்கள், எல்லா ஆண்களும் மிகவும் பயனற்றவர்கள், இவற்றில் பெண்கள் யாருமில்லை.

ஜேன் ஆஸ்டென்,

நார்தேஞ்சர் அப்பே, என்ற நூலில்

மானிடர்களின் காலம் தொடங்கியது தொட்டு, உலகின் ஒவ்வொரு பகுதியிலும் ஒவ்வொரு வகையான சமுதாயத்திலும் எல்லா இடங்களிலும் எப்போதும் பெண்கள் இடைவிடாதும், தொடர்ச்சி யாகவும் பணியாற்றியுள்ளனர்.

ஹீதெர் கோர்டன் கிரிமோனெஸி,

ஓர் ஆப்பிரிக்கப் பெண்ணிடம், எல்லாச் சுமையையும் அவள் தாங்கிச் செல்ல, அவளுடைய கணவன் ஒரு சுமையும் எடுத்துக் கொள்ளாமல் கையை வீசிக் கொண்டு நடப்பதேன், என்று கேட்டபோது, 'அவர்

சுமையைத் தாங்கிக் கொண்டு செல்லும் போது, நாங்கள் ஒரு சிங்கத்தை எதிர்ப்பட நேர்ந்தால், நான் என்ன செய்ய முடியும்?' என்று பதிலளித்தாள். அவர் எவ்வளவு தடவை ஒரு சிங்கத்தை எதிரிட்டிருக்கிறார், அவள் எவ்வளவு தடவை சுமையைத் தாங்கிச் சென்றிருக்கிறாள் என்று நாங்கள் கேட்டோம். தன் சுமையைத் தாங்கிச் சென்று கொண்டிருக்கும்போது - அவள் ஒரு சிங்கத்தை சந்தித்தால் என்ன செய்வாள்?

ஓர் ஆங்கிலேய மதபோதகரின் டைரியிலிருந்து,

1431ல் ஆண்களின் உடைகளை அணிந்ததற்காக மட்டுமே ஜோன் ஆப் ஆர்க், பிரான்சில் தண்டிக்கப்பட்டு, தீ வைத்து எரிக்கப்பட்டாள். அடுத்த பத்தாண்டு களில், ஜிம்பாப்வேயின் பெருஞ்சுவற்றின் மீது வியத்நாமிய மற்றும் ஆப்பிரிக்க மனைச் சிற்பிகள் மற்றும் கொத்தனார்களின் கால குண்டு செயல்படத் தொடங்கிய போது சீனர்கள் தீர்மானமாக வெளியேற்றப் பட்டார்கள். அந்த நூற்றாண்டின் மத்தியில் ஆங்கிலேயர்கள் பிரான்சி லிருந்து துரத்தப்பட்டு விட்டார்கள். முதலாவது அச்சிட்ட புத்தகத்தை குடென்பர்க் ஐரோப்பாவுக்கு அளித்தார். சர்வதேச அறிஞர்கள் சோங்காய் சாம்ராஜ்யத்தின் பெருமிதத்திற்குரிய டிம்பக் டூ பல்கலைக் கழகத்தைக் கண்டு அக மகிழ்ந்தார்கள். ஆனால் போர்த்துக்கீஸியர்கள் ஏற்கெனவே ஆப்பிரிக்கச் செல்வச் செழிப்பின் மீது பேராசைப் பார்வையைச் செலுத்தினர். பொறாமை கொண்டனர். பிற இடங்களிலும் கூட ஏகாதிபத்திய நாடு பிடித்தல்தான் அப்போதைய நடைமுறையாக இருந்தது; தென் அமெரிக்காவில் இன்காஸ் ஆட்சியினர் தமது பசியெடுக்கும் பலி பீடங்களைத் திருப்தி செய்வதற்காக சிறிய ராஜ்யங்களைக் கபளீகரம் செய்தனர். அதே பொழுதில் ஆட்டோமான் துருக்கியர்கள் பைஸாண்டியன் சாம்ராஜ்யத்திற்கு முடிவுகட்டி தமது சொந்த சாம்ராஜ்யத்தை நிறுவினர். மூன்றாவது ஐவான் மங்கோலிய அடிமைத் தளையை நொறுக்கியெறிந்து ரஷ்யா முழுமைக்குமான முதலாவது ஜாராகத் தன்னைப் பிரகடனப்படுத்திக் கொண்டார்.[1]

அந்த நூற்றாண்டின் முடிவில் புது உலகத்தைக் கொலம்பஸ் கண்டுபிடித்ததை உலகம் அறிந்தது. பின்னர் இருபது ஆண்டுகளுக்குள் முதலாவது கறுப்பர்-அடிமைகள் அமெரிக்காவுக்கு எடுத்துச் செல்லப்பட்டனர். பிற கண்டுபிடிப்புப் பயணங்களும் (வாஸ்கோட காமா, மாகெல்லன்) தரைப்பகுதியில் நாட்டின் எல்லைகளைக் கடந்து மேற்கொள்ளப்பட்ட ஆய்வுப் பயணங்கள் நாட்டில் எதிரொலித்தன. (மறுமலர்ச்சி கத்தோலிக்க மதத்திலிருந்து பிரிந்து புராட்டெஸ் டெண்டுகள் தனி சமய அமைப்பை நிறுவின). இவையெல்லாம் கூட்டாக, முதலாவது நிரந்தரக் காலனிக் குடியிருப்பை வர்ஜீனியாவில் ஜேம்ஸ் டவுனில் தோற்றுவித்தது. தலைகீழ் மாற்றங்கள் ஏற்பட்டு

வந்த உலகில் இது நிலையான அம்சமாகும். வேறோரிடத்தில் - போர்த்துக்கீஸியர்கள் ஆப்பிரிக்காவில் காட்டுத் தீ போல் ஊடுருவிப் பரவினர். தமது பாதையில் எதிரிட்ட ஒவ்வொரு நாகரிகத்தையும் அழித்தொழித்தனர். அதேபொழுதில் இங்கிலாந்து பியூரிட்டன்ஸ் மற்றும் லெவலர்களுக்கு (சமப்படுத்துபவர்களுக்கு) அடிபணிந்து, அதனுடைய மன்னர் கொல்லப்பட்டார். இந்தியாவில் மற்றொரு பெரும் சாம்ராஜ்யம் முகல் (மொகலாய) வம்சம், 1707ல் அவுரங்கசீப் மரணமடைந்ததோடு, தனது சமகால ஆப்பிரிக்க சாம்ராஜ்யங்களைப் போன்றே நொறுங்கியது. அதே பொழுதில் இன்னும் தொலைக் கிழக்கில் மஞ்சு வம்சத்தின் வலிமை, சீனாவின் வரலாற்றில் கடைசி புகழ்பெற்ற வம்சத்தின் ஆட்சியை நிலைநிறுத்துவதில் வெற்றி கண்டது.

இவை அனைத்தின் போதும், எல்லா இடங்களிலும் பெண்கள் தமது குழந்தைகளைப் பராமரித்தனர். கால்நடைகளில் பால் கறந்தனர். வயல்களில் உழவுவேலை செய்தனர், துணிகளை வெளுத்தனர், ரொட்டி சுட்டனர், வீட்டைச் சுத்தம் செய்தனர், துணிகளைத் தைத்தனர், நோயுற்றவர்களைப் பராமரித்தனர், மரணப்படுக்கையி லிருந்தவர்களின் அருகில் உட்கார்ந்து கண்ணீர் வடித்தனர், செத்தவர்களைப் புதைத்தனர் - இதே தருணத்தில் இன்றும் கூட எங்கோ ஓரிடத்தில் சில பெண்கள் இவ்வாறே செய்து கொண்டிருக் கின்றனர். நாட்டுக்கு நாடும், காலத்திற்குக் காலமும் பெண்களது வேலையின் அசாதாரணமான தொடர்ச்சியானது அது கண்ணுக்குத் தென்படாமலிருப்பதன் காரணங்களில் ஒன்றாகும். ஒரு பெண் ஒரு குழந்தைக்குப் பாலூட்டி சீராட்டிக் கொண்டிருப்பது சமையல் பானையைக் கிளறிக் கொண்டிருப்பது அல்லது தரையைப் பெருக்கி சுத்தப்படுத்தும் காட்சியானது நாம் சுவாசிக்கின்ற காற்றைப்போல் அவ்வளவு இயற்கையானதாகும். எனவே, காற்றைப்போன்று, அது நவீன காலத்திற்கு முன்பு எத்தகைய விஞ்ஞானரீதியான ஆய்வையும் ஈர்க்கவில்லை. வேலை செய்யப்பட வேண்டியிருந்தபோது, பெண்கள் அதைச் செய்தார்கள். முன் அரங்கத்தில் காணப்பட்ட போப் ஆண்டவர்கள் மன்னர்களின் முனைப்பான நடவடிக்கைகள், போர்கள், கண்டுபிடிப்புகள், கொடுங்கோலாட்சி, தோல்வி ஆகியவற்றின் பின்னணியில் உழைக்கும் பெண்கள், இன்னும் உரிய மரியாதையைப் பெறாத வகைப்பட்ட வரலாற்றின் மெய்யான இழைகளைப் பின்னிக் கொண்டிருந்தார்கள்.

ஏனெனில், பெண்களின் வேலை சம்பந்தமான போற்றப்படாத அவர்கள் செய்து தீரவேண்டியது என்ற தன்மையானது அவர்களின்

வாழ்க்கைக்கும் அதே அளவு பொருந்தியது. இரண்டும் ஒன்றாகச் சேர்ந்து பெண்கள் செய்த பணி பெரும்பாலும் வரலாற்று ஆவணத்தில் இடம் பெறாமல் செய்வதை உறுதி செய்தன. ஒரு விவசாயியின் வருடாந்திர உற்பத்தியை உதாரணமாக அவருடைய மொத்தப் பால் உற்பத்தி, இறைச்சி, முட்டைகள் அல்லது தானிய உற்பத்தியை அதிகாரபூர்வமான ஆவணங்கள் கவனமாகக் குறிப்பிடக்கூடும். ஆனால் அதே சமயத்தில் அவற்றில் எந்த அளவு அவனுடைய மனைவியின் உழைப்பால் உற்பத்தி செய்யப்பட்டது என்பதை அவை கேட்பதேயில்லை. இந்தக் கேள்வியே எழாது - ஏனெனில், மனைவி யானவள் நாட்டின் ஒவ்வொரு சட்டத்தின்படியும் தனது கணவனுக்குச் சொந்தமானவள், அவளுடைய சம்மதத்தின்படி கூட இதுதான் நிலைமை. எனவே அவளுடைய உழைப்பும் அதனுடைய பயன்களும் கூட அவனுடையதேயாகும். எனவே, அதன் விளைவாகத் தனியாகக் கணக்கிடும் கருத்தே நகைக்கத்தக்கதாக இருந்திருக்கும். எனவே, அப்போதைய வரையறையின்படி, அவ்வாறு ஆவணத்தில் பதியப்பட்ட நடவடிக்கைகளைப் புரிந்த ஒருசில பெண்களும் உழைக்கும் பெரும்பான்மைப் பெண்களின் குறியடையாளமானதாக இருக்கவில்லை. உதாரணமாக, தமது காலஞ்சென்ற கணவன்மார் களின் தொழிலை நடத்திச் செல்வதற்கு சட்டப்படியான அனுமதியைக் கோரும் விதவைகள், அல்லது கணவனால் கைவிடப்பட்ட அல்லது கணவனை விட்டு ஓடிவந்த பெண்கள் தங்களுக்குத் தாங்களே சமாளித்துக் கொள்ளும் படியான நிர்ப்பந்தத்திற்குள்ளாயினர். பெண்களைப் பற்றிய வரலாற்றில் மகிழ்ச்சி கொள்ளத்தக்க சில அரிய தருணங்கள் உள்ளன. உதாரணமாக, ஒரு பிஷப்பின் (கிறிஸ்துவ தலைமைக் குருவின்) பெயரில் உள்ள சொத்துக்களை ஆய்வு செய்த போது **1290**ல் பார்னெல்போர்ட் ஜோயி போன்ற செல்வங் கொழிக்கும் ஒரு விபசார-விடுதி உரிமையாளரின் பெயர் வெளிவந்தது. நிக்கொலாஸ் பிளக்ரோஸ், அவளுடைய வாடிக்கையாளராக இருந்தார். அல்லது இது போன்ற வாட்டர் போர்டின் முயற்சியார்வம் மிக்க இவா கிஃப்போர்டை எடுத்துக் கொள்ளலாம் - பதினான்காம் நூற்றாண்டைச் சேர்ந்த இந்த ஐரிஷ் மாது ஓர் இரவில் செம்மறியாட்டுக் கிடையினுள் பிரவேசித்து இருபது ஆடுகளின் ரோமத்தை வெறும் கைகளாலேயே பிய்த்தெடுத்தாள். அதை விற்பதற்கோ அல்லது தன் கையாலேயே நூற்பதற்கோ இவ்வாறு செய்தாள் - ஆனால் இந்தப் பெண்களெல்லாம் விதிவிலக்கானவர்கள்?

அதிகாரப்பூர்வமான பட்டியல்களில் தமது பெயர்கள் இடம் பெறச் செய்த அளவில் மட்டுமே விதிவிலக்கானவர்கள், ஆயினும் -

அவர்களது ஆற்றல் காரணமாக அல்லவே அல்ல, அல்லது மரபுப்படியல்லாத அவர்களுடைய தொழில்களின் காரணமாகக் கூட அல்ல. ஏனெனில், பெண்களின் வேலையைப் பற்றிய மிகவும் மேம்போக்கான ஆய்வுங்கூட அதனுடைய செயல் எல்லை, அளவு மற்றும் முக்கியத்துவம் பெருமளவு குறைத்து மதிப்பிடப்பட்டுள்ளது. பெண்களாலேயே கூட அவ்வாறு செய்யப்பட்டுள்ளது என்பதை வெளிப்படுத்துகிறது. ஏனெனில் ஒவ்வொரு யுகத்திலும் அவர்கள் என்ன வேலையாக இருந்தாலும் அதை செய்து கொண்டே வந்துள்ளனர். பெண்கள் மறுத்துப் பேசியதேயில்லை. உதாரணமாக மனித இனத்தைப் பெருக்கும் பணியில் ஏற்கனவே சமத்துவமற்ற பங்கைச் சுமந்து கொள்ள அவர்கள் வயல்களிலும் ஆலைகளிலும் கூட வேலை செய்ய வேண்டியுள்ளது. அதுபோன்றே மனைவியர், தாய்மார்கள் மற்றும் வீட்டைப் பராமரிப்பவர்கள் என்ற அவர்களது பாத்திரமும் விகிதாசார அளவுக்கு அதிகமான மற்றும் பலவகைப்பட்ட பிற வேலைகளையும் வீட்டுவேலை, சமூக, மருத்துவ, கல்வி, மனஉணர்ச்சி மற்றும் பாலியல் சம்பந்தப்பட்டவை அவர்கள் மீது சுமத்துகிறது. நிலைமைகள் எவ்வளவு மோசமாக இருக்கின்றனவோ அதற்கேற்ப தமது குடும்பங்களைப் பராமரிப்பதற்கும் அவற்றுக்குத் தங்களால் முடிந்த அளவு சிறந்த சுற்றுச் சூழலை உருவாக்குவதற்கும் அவர்கள் கூடுதல் கடுமையாக உழைக்க வேண்டியுள்ளது. உதாரணமாக அமெரிக்கக் காலனிகளின் பெண்கள், தமது கணவன் செய்யும் வேலையைக் காட்டிலும் மிக மிக நுட்பமான வேலைகளையும், நெளிவு சுளிவுடனும் செய்ய வேண்டியுள்ளது. ஆண்களின் வேலை கடினமானதும் இடைவிடாமலும் செய்ய வேண்டியவைகளாக உள்ளன. நிலத்தைப் பண்படுத்துவது, மரங்களை வெட்டுவது, கற்பாறைகளைப் போன்ற வேர்களை மிகவும் கஷ்டப்பட்டு இறுகிப் போன தரையிலிருந்து வெட்டியெடுக்கின்றனர். ஆனால் பெரும் பாலான ஆண்கள் இந்த வேலையினால் ஏற்படும் களைப்பை, துணிகளைத் துவைப்பது, நூல் நூற்பது, துணி நெசவு செய்வது, தைப்பது, நெருப்பின் மீது சூட்டப்பம் சுடுவது (இந்தியப்பாணி), மீனுக்கு உப்பிடுவது, தரையைத் தேய்த்துத் துப்புரவாக்குவது, இங்கிலாந்திலிருந்தான பழைய மூலிகைகளை மூலிகைத் தோட்டத்தில் நட்டுவைத்து எவை நன்கு முளைக்கின்றன என்று பார்ப்பது, காடுகளிலிருந்து ஆண்கள் கொண்டுவந்த வான்கோழிகளைச் சுட்டு அவற்றைச் சுவையூட்டுவதற்காக வெங்காயத்தையும் பூண்டுகளையும் சேர்ப்பது; நச்சுக்களைகளின் அருகில் போக வேண்டாம் என்று

குழந்தைகளை எச்சரிப்பது, வேலைக்காரியின் வினா - விடைகளைக் கேட்பது, மகனுக்குப் படிக்கக் கற்றுக் கொடுப்பது, தாயாருக்கு இங்கிலாந்துக்குக் கடிதம் எழுதி இங்கு நாங்கள் எவ்வாறு நன்றாக இருக்கிறோம் என்று கூறுவது போன்ற வேலைகளிலிருந்து விடுதலை பெற்றிருப்பதற்கு கொடுக்கும் நியாயமான விலையாகக் கருதுவார்கள்.

ஆங்கிலேயத் தோட்டங்களில், பரிச்சயமான அனைத்து மூலிகை களையும் பூச்செடிகளையும் நட்டு நிரப்புவதற்கு முன்னோடியான பெண்கள் செய்த அரு முயற்சிகளில், மானிட நடவடிக்கைகளின் எந்தச் சாயல்களும் தோன்றிய காலம் முதற் கொண்டே புது உலகில் செய்யப்பட்ட முடிவில்லாத வேலையையும் பழைய உலகத்தில் செய்யப் பட்ட வேலையையும் இணைத்த தொடர்ச்சியை நாம் காண்கிறோம். சம்பந்தப்பட்ட பெண்களுக்கு ரகசியமாக இல்லாத ஒன்றை வரலாற்றா சிரியர்களும் மனித இன வரலாற்றாய்வாளர்களும் சமீபத்தில் கண்டுபிடித்துள்ளனர்.

ஆதிகாலப் பெண்களின் பிரசவ வேதனை வலிந்து பெறுவதாக, தொடர்ச்சியானதாக, பலவகைப்பட்டதாக, கடினமானதாக இருந்தது. பிரசவத்தின் பண்டைக்கால முறைகளைப் பட்டியலிடுவதெனில், ஆண்கள் ஒரு காரியம் செய்யுமிடத்தில் பெண்கள் ஐந்து காரியங்களைச் செய்ததைக் காண முடியும்.[3]

ஒரு வேளை, பெண்களின் பிரசவத்தை நேரில் கவனித்ததனால் இதைக் கண்டனரோ?

இந்த வெளிச்சத்தில் பார்க்கும்போது, 'உழைக்கும் பெண்கள்' இருபதாம் நூற்றாண்டுக்குப் பிரத்யேகமான ஒரு பிரச்சினை என்று விடாப்பிடியாகக் கூறப்படும் கட்டுக்கதைக்கு ஆதாரம் காட்டுவது கடினம். உதாரணமாக மிகவும் ஆதிகால ஆவணங்கள் மற்றும் கல்லறைக் கல்வெட்டுக்கள் ரோமானிய உலகம் முழுமையிலும் இருந்த துணிகளை சலவை செய்யும் பெண்கள், பெண் நூலகர்கள், பெண் மருத்துவர்கள், மருத்துவச்சிகள், பெண் ஆடை தயாரிப் பாளர்கள், சிகை அலங்காரம் செய்யும் பெண்கள் முதலியவர்களைப் பற்றிக் கூறுகின்றன. அவர்களில் கிரேக்க சகோதரிகள் மிகவும் கட்டுப் பாட்டுக்கு உட்படுத்தப்பட்டனர். குறிப்பாகத் திருமணமான பெண்கள் நடைமுறையில் கைனாசியம்களில் (பெண்களுக்கென்று இருக்கும் குடியிருப்புப் பகுதிகளில்) சிறை வைக்கப்பட்டனர். துயரார்ந்த திருமணச் சடங்கு (விழா) இதை உறுதிப்படுத்துவதற்காகத் திட்டமிட்ட தாகும். அப்பொழுது, அவளுடைய தந்தையின் வீட்டிலிருந்து,

கணவனின் வீட்டுக்குப் புதிய மனைவியைத் தாங்கிச் செல்லும் ரதத்தின் சக்கரத்தின் இருசு முறிக்கப்பட்டு ரதம் எரிக்கப்பட்டது. ஆனால் அங்கும் கூட பெண்கள் செவிலியர்களாக, மூலிகைகள் விற்பவர்களாக, மாலைகள் தயாரிப்பாளர்களாக - இத்தியாதி - பணி புரிந்துள்ளனர். கி.பி. முதலாவது நூற்றாண்டில் எழுத்தாளர் அதினாயுஸ், 3000 பெண்கள் காமக்கிழத்தி இசைவாணர்களாகப் பணிபுரிந்து வந்தனர் என்று எழுதி வைத்துள்ளார். அதே பொழுதில் ஏதென்ஸில் நான்காம் நூற்றாண்டின் போது நாதசுரம் போன்ற இசைக்கருவிகளை வாசிக்கும் பெண்கள் மற்றும் பாடகிகளின் பற்றாக்குறையின் விளைவாக அவர்களின் சேவைகளைப் பெறுவதற்காக அவர்களின் ஆண் புரவலர்கள் தெருக்களில் சண்டையிட்டுக் கொண்டனர் என்றும் அதினாயுஸ் குறிப்பிடுகிறார்.[4]

அதனுடைய நிர்ப்பந்தங்கள் எதுவாயிருந்தாலும், இது தனிச்சலுகை பெற்ற பணியாகும். வேறு இடங்களில், பெண்கள் உலகு தழுவிய ரீதியில் தமது சமுதாயத்தின் மிகவும் இழிவான மற்றும் அருவருப்பை ஏற்படுத்தும் பணிகளில் ஈடுபடுத்தப்பட்டார்கள் என்பதே பொதுவான காட்சியாக இருந்துள்ளது. உதாரணமாக ஆர்க்டிக் பிரதேசத்தில் பெண்கள், இறந்துபோன பறவைகளின் பதப்படுத்தாத தோல்களை - அணிவதற்கு முன் அவற்றை மென்மைப் படுத்துவதற்காக வாயிலிட்டு மென்றார்கள். பெரிய தோல்களை அவற்றில் ஒட்டிக் கொண்டிருக்கும் அழுகிய கொழுப்பும் உரோமமும் எளிதில் சுரண்டத்தக்கதாக்குவதற்காகப் பெண்கள் அவற்றைக் காயவைத்தனர். அவற்றைச் சுத்தப்படுத்துவதற்காகச் சிறுநீரில் ஊற வைத்தனர், பின்னர் பிராணிகளின் மூளைகளைக் கொண்டு அவற்றைப் பதப்படுத்தினர். இது 'படைப்பில் மிகவும் நாற்றம் பிடித்த வேலை யாகும்' என்று நோக்கர்களுக்குத் தோன்றியது. அதே அளவுக்குப் 'பெண்கள் மட்டுமே செய்த வேலையாகும்[5] என்றும் பார்க்கப்பட்டது.

ஆயினும் இந்தப் பணி குலம் நீடித்து உயிர் வாழ்வதற்கு ஜீவாதாரமானதாக இருந்தது. தோல்கள் இன்றி பூட்ஸுகள் இல்லை. (எஸ்கிமோக்கள் அணியும்) தலைக் கவிகையோடு கூடிய தோல் மேலாடை இல்லை. ட்ரவுசர்களும் உணவும் தண்ணீரும் கொண்டு செல்வதற்கான கொள்கலன்களும் இல்லை, தோல்படகுகளோ, கூடாரங்களோ இல்லை. இவற்றைச் செய்வதற்குப் படைப்பாற்றலும், நுட்பத்திறமும், பரந்த வகைப்பட்ட தேர்ச்சிகளும் தேவைப்பட்டன. ஆயினும், இவற்றில் எதுவும் பெண்களால் செய்யப்பட்ட பணிக்குத் தகுதியையும், மரியாதையையும் தேடித்தரவில்லை. அதுபோன்ற

கடினமான வேலைகளிலிருந்து எப்பொழுதும் அவர்களுக்கு விலக்கு அளிக்கப்படவும் இல்லை. 'பலவீனமான பாலினம்' என்று கூறப்பட்ட காதல்வயப்பட்டதற்குப் பிந்திய கற்பனையும் மற்றொரு கட்டுக்கதையாகும் - எகிப்தின் கூர்ங்கோபுரங்களை (பிரமிடுகளை)க் கட்டுவதில் ஈடுபட்ட எண்ணற்ற பெண்கள், ஹெரோடோடஸ் கண்ணுற்றவாறு லிடியாவின் கோயில்களைக் கட்டுவதில் ஈடுபட்ட பெண்கள் (கல்தச்சர்கள்) பர்மாவில் கால்வாய் அகழ்வுத்துறைப் பெண் பணியாளர்கள், சீனாவில் மண்ணை வெட்டி மேடுபள்ளங்களைச் சமப்படுத்திய பெண்கள் ஆகியவர்களால் அந்தக் கட்டுக்கதை நொறுக்கப்பட்டது. மிகவும் அசாதாரணமான பாரங்களைத் தூக்குவதும் கூட (ஓர் எஸ்கிமோ பெண் தனது முதுகில் 300 ராத்தல் எடையுள்ள கற்பாறையை சுமந்து சென்றது காணப்பட்டுள்ளது). உண்மையில் பெண்களின் வேலையென்று ஐரோப்பாவின் ரஷ்ய எல்லையிலும், கிழக்குலகம் முழுவதிலும் கருதப்பட்டது. குர்த் இனமக்களிடம் சென்ற ஒரு மதப் பிரசாரகர், ஒரு முட்டுச் சந்தில் சுமை தாங்கிய ஒரு கழுதையையும் ஒரு பெண்ணையும் கண்டார். அந்தப் பெண், கழுதையின் முதுகின்மேலிருந்த சுமையை எடுத்துத் தன் முதுகில் சுமந்து கொண்டு, அக்கழுதையை நடத்திச் சென்று கொண்டிருந்ததைப் பார்த்து ஆச்சரியமடைந்தார்; ஆனால் அவள் அந்த சமயத்தில் ஏற்கனவே 100 ராத்தல் (பவுண்டு) எடையுள்ள ஒரு பாரத்தை சுமந்து கொண்டிருந்தாள். அதே சமயத்தில் சுமையில்லாதிருந்த (?) தனது கைகளினால் ஒரு நூற்புக் கதிரைத் தாங்கி நூற்றுக்கொண்டும் நடந்தாள்:

சுமை தாங்கிய விலங்குகளைப் போல் காணப்படும்
பெண்கள் செங்குத்தான மலைப்பாதையில் ஒருவருக்குப்பின்
மற்றொருவராக, பாடிக்கொண்டும் நூல்நூற்றுக் கொண்டும்
நடந்து வருவதை நான் அடிக்கடி பார்த்திருக்கிறேன்...

அவர்களது முதுகில் பெரிய சுமை கூடைகள் இருக்கும்
அவற்றிலோ, அல்லது அவர்களது இடுப்பிலோ குழந்தையும்
இருக்கும், இவ்வாறு அச்சமேற்படுத்தும் இஷ்டாஸின்
கணவாய்வழியாக, விற்பனைக்குத் திராட்சைப் பழங்களை
சுமந்து கொண்டும், பின்னர் திரும்ப தானியத்தை சுமந்து
கொண்டும் நான்கு நாட்கள் நடப்பார்கள்.[6]

பழைய ஆங்கிலக் கவிதைவரிகளில் அடங்கியுள்ள சாரம் பெண்களின் பணி பற்றிய மற்றொரு இடைவிடாத மற்றும் உலகு தழுவிய அம்சத்தை ஒளியிட்டுக் காட்டுகிறது:

சூரியன் மறையத் தொடங்கும்போது ஆணின் வேலை முடிகிறது. ஆயினும் பெண்ணின் பணி என்றுமே முடிவதில்லை.

சூரியோதயத்தில் தொடங்கியபோதிலும்கூட, ஆண்களின் வெளிவேலை, இருள் கவிந்ததும் முடிவடைந்து விடுகிறது. ஆனால் பெண்களுக்கோ, முதலாவது, வரலாற்றுக்கு முந்திய குகையில் முதலாவது செயற்கையான வெளிச்சம் கண்டுபிடிக்கப்பட்டதானது. அவர்களின் வேலை நாளைக் காலவரம்பின்றி நீடிக்கும் விளைவை ஏற்படுத்தியது. எனவே, இதன் பயனாக, உழைப்பின் இறுதியில் அடைய வேண்டிய மெய்யான ஓய்வானது, ஆணின் ஒரு தனிச் சிறப்புரிமையாகியது. பெருமளவு அது இன்றளவும் தொடர்ந்து அவ்வாறே நீடிக்கிறது. குறிப்பாக நூல் நூற்பதானது - நூற்புப் பொறிக்கு முந்திய காலத்தில் (ஆண்களால்) செய்யப்படவேயில்லை. அது பொதுவாக 'பெண்களின் வேலை' என்று கருதப்பட்ட முடிவற்ற திரும்பத் திரும்பச் செய்யப்படுவதான இடைவிடாத மற்றும் பயன்தராத உழைப்பாக இருந்து வந்தது. நூல் நூற்பதுடன் எத்தகைய தொடர்பும் கொள்ளும் கருத்து ஓர் ஆணுக்கு நிச்சயமாக பயங்கர மானதாக இருந்தது. அக்காலத்தில் வலுக்கட்டாயமாகப் பாலினம் மாற்றப்படுவதற்கு சமமானதாக அது கருதப்பட்டது. அறிவொளி பெற்ற எராஸ்மஸ் கூட, 'நூற்புக்கிழியும், நூற்புக்கதிரும் உண்மையில் எல்லாப் பெண்களின் கருவிகளாகும் என்றும், நோய்வராமல் தடுப்பதற்கு அவர்களுக்குப் பொருத்தமானது என்றும்'[7] உறுதியான கருத்துக் கொண்டிருந்தார்... ஆனால் சில பெண்கள், அவர்களின் ஓய்வு நேரங்களுக்கு (திருத்தம், 'சோம்பேறித்தனம்') சிந்தனையுடன் கூடிய இந்த ஏற்பாட்டுக்குப் போதுமான அளவு நன்றி உள்ளவர்களாக இல்லை. வீட்டில் கழிக்கப்படும் ஓய்வு நேரங்களில் தொழில் வளர்ச்சியின் ஆரம்பகால ஐரோப்பாவில் தொழிற்சாலை நிலைமை களின்படி வேலை வாங்கப்பட்டால், கழிசடைகள் புகார் செய்யத் தொடங்கின, மத்தியகால பிரான்சில் பட்டு - நூற்பாளர்களின் இந்தக் கசப்பான சிறிய வேலை நேரப்பாடு இதைத் தெளிவாக்குகிறது.

பட்டுநூலை சுற்றுகிறோம் எப்போதும் நாங்கள்
ஆயினும் ஒரு போதும் நல்ல ஆடைகள் இல்லை எங்களுக்கு
ஏழையாகவும் போதிய உடையின்றியும் இருக்கிறோம்
எப்போதும் நாங்கள்,
பசியும் தாகமுமே எப்போதும் வாட்டுகிறது எங்களை
சொற்ப ரொட்டியை அவர்கள் வழங்குகிறார்கள் எங்களுக்கு
காலையில் கொஞ்சமும், அதைவிடக் குறைவாக இரவிலும்[8]

நாட்டின் உள்ளூர் கிராமப்பகுதிகளில் லட்சோப லட்சக்கணக்கான பெண்கள் பிறக்கிறார்கள், வேலை செய்கிறார்கள். கால்நடைகளைக் காட்டிலும் சற்றே அதிகமான காலம் வாழ்ந்து பின்னர் மரிக்கிறார்கள். அல்லது ஒரு வேளை, அவர்களது உணர்ச்சிகளைப் பதிவு செய்வதற்கு யாரும் இல்லை போலும். இவர்களைக் காட்டிலும் நகரத்துச் சிறுமிகள் அதிகம் கல்வி கற்றிருக்கக்கூடும்.

விவசாயப் பெண்களின் நிலைமையைப் பற்றிய இது போன்ற வர்ணனைகள், வாழ்க்கை தோற்றுவித்த பயப்படத்தக்க ஜீவன்களைப் பற்றித் தொலைவிலிருந்து செய்யப்பட்டவை என்பது தெளிவு:

> இந்த அழகிய பிரதேசத்தில் பெண் இனம், மிகவும் கொடுமை யான முறையில் நடத்தப்படுகிறது என்று கூறுவதற்கு நாங்கள் கடமைப்பட்டுள்ளோம். பெண்கள் நிலத்தைப் பண்படுத்தி, விவசாயத் தொழிலாளர்களாக வேலை செய்ய வேண்டிய நிர்ப்பந்தம் உள்ளது. இதனால் அவர்களது தோற்றம் பாதிக்கப் படுகிறது. அவர்களில் பெரும்பாலானவர்கள் அழகுடையவர் களாக இல்லை. வெயிலில் வேலை செய்து கறுத்துப் போனார்கள். வியர்வையும், கடுமையான உழைப்பும் அவர்களது உருவங் களையும் தோற்றங்களையும் பாழடித்திருந்தன. பதினெட்டு வயதாவதற்கு முன்பே சிறு பெண்களின் முகங்களில் சுருக்கம் விழுந்திருந்தது. அவர்களது மார்பகங்கள் தொங்கலாகி விட்டன. கைகள் மரத்துப் போயிருந்தன, முதுகு வளைந்து விட்டிருந்தது.[9]

ஒவ்வொரு சமுதாயத்திலும் நிலமற்ற விவசாயிகளின் வாழ்க்கை மிகவும் கொடூரமான முறையில் கடினமாக இருந்தது. ஆண்களும் கூட உழைத்து, உழைத்து விலங்கைப் போன்ற அன்றாட வாழ்க்கை நடத்த வேண்டியிருந்தது. புரட்சிக்கு முந்திய பிரான்சில் பிரயாணம் செய்த தத்துவஞானி லா புரூயெரை 'கிராமப்புறம் முழுவதிலும் அவர் கண்ட காட்சிகள் அதிர்ச்சியுறச் செய்தன...' 'ஆண், பெண் காட்டு விலங்குகள், கறுமை நிறத்தவர்கள், கன்றிப் போனவர்கள், சூரிய வெப்பத்தால் வாட்டமுற்றவர்கள்...' 'நிலத்துடன் பிணைந்தவர்கள், அதை உழுதார்கள், தோண்டினார்கள்'. இந்த ஜீவன்கள் ஏதோ 'ஒரு ஒலியைப் போன்று பேசினார்கள்' என்று முரண்நகைச்சுவையாகக் குறிப்பிட்டார்.' 'ஆனால் இரவில் அவர்கள் தங்கள் குகைகளுக்குள் பதுங்கிக் கொண்டனர். அங்கு கறுப்பு ரொட்டி, தண்ணீர், கிழங்குகள் ஆகியவற்றையே உண்டு வாழ்ந்தனர்.'[10]

லாபுரூயெரின் இந்த வர்ணனைகள் இருபதாம் நூற்றாண்டைப் பற்றிய மற்றொரு ஆழமான தவறான கண்ணோட்டத்திற்கும் முடிவு

கட்டுவதற்கு நமக்கு உதவுகிறது. அதாவது இன்று நாம் அறிந்துள்ளதைப் போன்று, எப்போதுமே பாலின அடிப்படையில் தனியாக ஒதுக்கிவைக்கப்பட்ட தொழிலாளர்கள் இருந்தனர். ‘ஆண்களின் வேலை’ என்றும் ‘பெண்களின் வேலை’ என்றும் பிரிவினை இருந்தது என்பதேயாகும். யதார்த்தத்தில், நூற்பது போன்ற வேலையை ஆண்கள் எப்போதும் மேற்கொள்ளாதிருந்தபோதிலும், அவர்களது மனைவி மார்கள், புதல்விகள் ஆகியோர் சம்பந்தமாக இவ்வாறு கூறுவதற்கு ஒன்றுமேயிருக்கவில்லை.

ஒரு நவீன காலப் பொருளாதார ஆய்வுரை இவ்வாறு கூறுகிறது.

> விவசாய மற்றும் தொழிற்துறைப் புரட்சிக்கு முன்னால் பெண்களும் செய்யாதவேலை அனேகமாக எதுவுமே இருக்க வில்லை. மிகக் கடினமான வேலை என்று எதுவும் இருக்க வில்லை. எந்த உழைப்பும் மிகவும் தளர்ச்சி ஏற்படுத்தக் கூடிய தாக இல்லை. எனவே எதுவும் விலக்கக் கூடியதாக இருக்க வில்லை. வயல்களிலும், சந்தைகளிலும், சாலைகளிலும் அது போன்றே பட்டறைகளிலும் அவர்களது வீடுகளிலும் பெண்கள் தமது ஆண்களுக்கு உதவுவதில் சுறுசுறுப்பாக ஈடுபட்டிருந்தனர். ஆண்கள் இல்லாத போது, அல்லது அவர்கள் மரணத்திற்குப்பின் அவர்களது வேலையைப் பெண்களே செய்தனர், அல்லது தமது உழைப்பின் மூலம் குடும்ப வருவாயைக் கூட்டினர்.[11]

நடைமுறையில் இதன் பொருள் மறுப்புக்கிடமற்ற, உள்ளூரப் பதிந்து போயிருந்த ஒத்துழைப்புப் பழக்கமாகும். ஆண், பெண், குழந்தைகள் எல்லோரும் ஒன்றாக வேலை செய்தனர். இந்த முறைகள், பின்னர் சமுதாயங்கள் கூடுதல் ‘முன்னேற்றமடைந்தபோது’ அழிந்து போயின, அல்லது கைவிடப்பட்டன. ஃபினிஸ்டெரேக்கு சென்ற ஓர் ஆரம்பகாலப் பிரயாணி, ஒரு சமூகம் பற்றிய கீழ்வரும் பரபரப்பான வர்ணனையை எழுதி வைத்துள்ளார். அங்கு அவர்கள் எல்லோரும் உயிர்வாழ வேண்டுமானால், எல்லோரும் செய்ய வேண்டிய தேவையிருந்த வேலையில் எல்லோரும் அது பற்றிய உணர்வில்லாமலேயே ஈடுபட்டிருந்தனர்.

புயல்களையும் ஆழ்ந்த இருளையும் கடல் கொந்தளிப்பையும் பொருட்படுத்தாது அந்தப் பிராந்தியத்தின் எல்லா மக்களும் ஆண்கள், பெண்கள், சிறுமிகள் மற்றும் குழந்தைகள் யாவரும் மிகவும் சுறுசுறுப்பாகப் பணியிலீடுபட்டிருந்தனர்... ஆடை அணியாத நிலையில், காலணியில்லாது, வழுக்கும் பாறைகளின் கூர்முனைகளின் மீதும், கம்புகளுடனும் நீண்ட வறண்டிகளுடனும் கடலில் சென்று அக்கடல்

வழங்கும் கொடையைப் பிடித்துக் கரைசேர்க்கின்றனர். மீன்கள் கிடைக்காவிட்டால் மீண்டும் கடலினுள் சென்றனர்.[12]

இந்தப் பண்டைய சமுதாயங்கள், சில வகைகளில் இருபதாம் நூற்றாண்டுக்கு, மெய்யான சமத்துவ, செயல்நடைமுறைகள் பற்றி ஓரளவு போதித்திருக்க முடியும். ஆனால் இங்கு கடல் தாவரங்களை அறுவடை செய்யும் பெண்கள் அனுபவித்த சமத்துவம் அபாயகரமான பாறைகளின் மீது நள்ளிரவில் ஆடையின்றி பணியாற்றும் குழுக்களில் கூத்தாடுவதற்கு மட்டுமே விரிவுபடுத்தப்பட்டிருக்கிறது - அவர்களுக்கு வேடிக்கை, களியாட்டம் இருந்திருக்கலாம். ஆனால், அவர்கள் கூடுதல் கணிசமான பண வெகுமதியைப் பெறமுடியவில்லை. ஏனெனில், உழைக்கும் மக்களின் சம்பளம் சம்பந்தமான ஆவணங்கள் எங்கெங்கு கிடைத்துள்ளனவோ, அவற்றில் பெண்கள் ஆண்களைக் காட்டிலும் குறைவாகவே பெற்றுள்ளனர். அல்லது, அவர்கள் எதுவுமே பெறவில்லை என்று அவை காட்டுகின்றன. குடும்பத் தலைவன்தான் சம்பாதித்து குடும்பத்திற்கு வழங்குபவன் என்ற கருத்து அவ்வளவு வலுவாக நிலை பெற்றிருந்தது. எனவே, பதினேழாம் நூற்றாண்டு இங்கிலாந்தில் ஆண் தொழிலாளிகளுக்கு இறைச்சியும் பானமும் இல்லாது 8 பென்ஸ் வழங்கப்பட்டது. ஆனால் பெண் களுக்கு அதில் முக்கால்பங்காகிய 6 பென்ஸ் மட்டுமே தரப்பட்டது. அறுவடை செய்யும் ஆண்களுக்கு 5 பென்ஸும் 'இறைச்சியும் பானமும் தரப்பட்டன. பெண்களுக்கு 3 பென்ஸ் மட்டுமே தரப்பட்டது. திட்ட வட்டமாக ஆண்களுக்கும் பெண்களுக்குமான வருமானத்தின் சதமானம் இன்றும் உலகம் முழுவதிலும் இவ்வாறே இருந்து வருகிறது.[13]

இந்த அடிப்படையான ஏற்றத்தாழ்வானது இந்த அரைப்பட்டினித் தொகைகளைக் கொண்டு உயிர்வாழ்வதற்கான போராட்டத்தில் ஒரு குடும்பம் தோல்வியுறும்போது அனேகமாக எப்போதும் குழந்தைகள் பெண்களின் கவனிப்பில் விடப்படும் காரணத்தால் நிலைமை மேலும் மோசமாகிறது. ஆணுக்கு பெரும்பாலும் வேலை கிடைக்கும் சாத்தியப்பாடு இருக்கிறது. இந்நிலையில் சம்பாதிக்கும் கணவனால் கைவிடப்பட்ட பெண் தனியாக திக்கற்ற வாழ்க்கைப் போராட் டத்தைத் தொடர்ந்து நடத்த வேண்டியேற்படுகிறது. திருச்சபை வட்டாரப் பதிவேடுகளில் ஐரோப்பா முழுவதிலும், மத்திய காலத்திலிருந்து 'ஏழையான, நிராதரவான, பெண் ஜீவன்களிடமிருந்து, 'சம்பாதிக்க முடியாத' குழந்தைகளைக் கொண்டுள்ள இத்தகைய பெண்களிடமிருந்து வேதனையுடன் கூடிய அபயக்குரல்கள் நிறையக் காணப்பட்டன. ஏனெனில் அவர்களின் குடியிருப்பு பெரும்பாலும்

ஆணின் உழைப்புடன் பிணைந்திருந்தது. அவன் கைவிட்டுப் போனால் அவர்களின் தலைக்கு மீதிருந்த கூரையும் போய்விடுகிறது. இங்கிலாந்தில், வொர்செஸ்டரைச் சேர்ந்த, வீடற்ற எலியனார் வில்லியம்ஸ், ஒரு குழந்தை மட்டுமே இருந்ததால், அதிர்ஷ்டம் செய்தவளானாள். 'அவளுடைய கணவன், அவளைக் கைவிட்டுக் கண்காணாத இடத்திற்குச் சென்று விட்டான்.' 'வேதனைமிக்க உழைப்பின் மூலம் தனது குழந்தையைக் காப்பாற்றுவதற்கு'த் தான் விருப்பமாக இருப்பதாகவும், அவ்வாறு செய்யத் தன்னால் முடியுமென்றும் எலியனால் அறிவித்திருந்தாள். ஆனால் அவள் வசிப்பதற்கு 'வீடு - அறை' கிடைக்கவேண்டுமே![14] 'பெற்றவள் மட்டுமே இருக்கும் குடும்ப'மாக உள்ள நிலையில் எலியனார் ஏற்கனவே குடியிருப்புக் கிடைப்பதற்காகப் போராட வேண்டியிருந்தது. பொறுப்புச் சுமை முழுவதையும் அவள் மட்டுமே தாங்க வேண்டியிருந்தது. யாவற்றுக்கும் மேலாக, முடிவற்ற, மிகையாகச் சுரண்டப்பட்ட, குறைவான சம்பளத்துடன் கூடியவேலை - இதுவே இன்னும் கணவனால் கைவிடப்பட்ட சராசரிப் பெண்ணின் நிலைமையாக உள்ளது.

இந்நிலையில், திருமணமாகாத பெண்கள், வீட்டுக்கு வெளியில் வேலை செய்வதற்கு அனுமதிக்கப்பட்டுள்ள நாடுகளில், திருமணப் பாதுகாப்பைப் பெறுவதற்காக அதைப் பயன்படுத்திக் கொண்டனர். இந்தப் பாதுகாப்பு எலியனாருக்குக் கிட்டவில்லை. ஒரு கிராமப்புற விபசார விடுதி சம்பந்தமான ஆயத்துறைப் பதிவாளரின் ஓர் உடன்பாட்டில், எலியனாரைப் போன்ற ஒரு பிரெஞ்சுப் பெண், தனது உழைப்பு வாழ்க்கையின் மூலம் கிடைக்கும் பலன்களில் தனது பெருமிதத்தைக் குறித்திருந்தாள். ஒரு பணிப் பெண்ணுக்குக் கிடைக்கும் சொற்ப சம்பளமாக இருந்தபோதிலும், அது அவளுக்குப் பெருமளவானதாக இருந்தது.

'ஒரு பண்ணைத் தொழிலாளியின் மகளான ஜீன் வாலென்ஸ், புரியூட் நகரத்தில் சேவையில் தான் கழித்த ஆண்டுகளில் தனக்குக் கிடைத்த ஊதியமாகிய 30 பவுண்டு தொகையைத் தன் வரதட்சணையாக அவளே கொடுத்தாள். மேலும் ஒரு கம்பளி ஆடை, ஒரு விவசாயியின் பாணியிலான ஒரு மென்மையான கம்பளி உள்சட்டை, ஒரு வைக்கோல் மெத்தை, ஒரு கம்பளிப் போர்வை, பூட்டு சாவியுடன் கூடிய பைன் மரத்தாலான ஒரு பெட்டி ஆகியவற்றையும் பெற்றிருந்தாள்.[15] வேலைக்காரியாக வேலை செய்வது ஒரு பெண்ணுக்கு இறகுகளாலான மெத்தை போன்றதல்ல. வைக்கோல் மெத்தை போன்றது கூட அல்ல. பெபிஸ் வேலைக்காரப் பெண்களின் அவமான

கரமான கதை இதைத் தெளிவாக்குகிறது. டைரி என்னும் புகழ் பெற்ற புதினத்தில் மிகவும் சுய நேசத்துடன் நிலையாகச் சித்திரிக்கப் பட்டுள்ளபடி, எஜமானன் பசபசப்பான வாயும் தடவும் கைகளும் கொண்டிருந்தான் என்பது மட்டுமன்றி, விகாரமான முகத்தையும் கொண்டிருந்தான். உதாரணமாக, வேலைக்காரி ஜேன், வீட்டில் சில பொருள்களை எவ்வாறு வைத்திருக்க வேண்டுமோ அவ்வாறு வைக்க வில்லை என்பதற்காக கடற்படைத் தளபதி 'ஒரு துடைப்பக்கட்டையால், அவள் பலமாகக் கதறியழுகின்ற வரையில் அடித்தார், அது எனக்குத் துன்பமளித்தது'. மற்றொரு சந்தர்ப்பத்தில், பெபிஸின் சகோதரர், வேலைக்காரியின் கவனத்தைத் திருப்பியதனால், துணி துவைப்பது தாமதப்பட்டபோது, பெபிஸ் தனது மனைவியைக் கொண்டு வேலைக் காரியை நையப் புடைக்கச் செய்தார், இதனால் அவள் கூக்குரலிட்டு அழுதபோது, அக்கம்பக்கத்திலுள்ளவர்கள் அனைவரும் தொந்தரவுக் குள்ளானார்கள். பின்னர் அவள் 'ஒரு சிறு அறையில் தள்ளப்பட்டு, இரவு முழுவதும் அவள் அங்கேயே அடைபட்டுக்கிடக்கும்படி நேரிட்டது.'[16]

அவனுடைய சொந்தக் கூற்றுப்படியே பெபிஸ் ஒரு கொடுமை யான மற்றும் அதிகார மமதை பிடித்த கணவனாக இருந்தான். அவனுடைய இரக்கமற்ற நச்சரிப்புத் தன்மையை டைரி எடுத்துக் கூறுகிறது. ஏனெனில், வீட்டை ஒழுங்கு முறையிலும் அசுத்தமாகவும் வைத்திருந்ததற்காக, இடைவிடாது மனைவியைக் குறை கூறிக் கொண்டேயிருந்தான். வான்கோழியை சுடும்போது அவள் தன் கையைச் சுட்டுக்கொண்டாலோ, அடுப்பின் அளவைக் காட்டிலும் மிகப் பெரிய கோழியை வாங்கினாலோ அல்லது, விருந்தாளிகள் வந்திருக்கும்போது உணவைச் சரியாகப் பக்குவப்படுத்தாவிட்டாலோ அவன் மிகவும் கோபம் கொள்வான். கால் இறைச்சிக் குழம்பு மிகவும் இனிப்பாயிருந்ததற்காக மனைவியிடம் கோபித்துக் கொண்டான். எந்தக் காரணத்தினாலும் தன் மனைவியிடம் தான் கோபித்துக் கொண்டு திட்டுவதுண்டு என்று பெபிஸ் ஒளிவுமறைவின்றி ஒப்புக் கொள்கிறான். ஆனால் திக்கற்ற எலிஸபெத், வீட்டைப் பராமரிப்பதை எவ்வாறு கற்றுக் கொண்டிருக்க முடியும்? தாயற்ற குழந்தையாக அவள் தனது குழந்தைப் பிராயத்தில் தனது தகப்பனாருடன் பிரான்சில் திரிந்து கொண்டிருந்தாள். பதினைந்தாவது வயதில் திருமணம் செய்து கொண்ட அவள் வீட்டுச் செலவுகளுக்காக மிகவும் குறைவான பணத்தையே பெற்றாள். ஆனால் அதே சமயத்தில், பெபிஸ், தனது சொந்த சுகபோகங்களுக்காகத் தங்கு தடையின்றி செலவு செய்தான். அவளும் அவளுடைய வேலைக்காரப் பெண்ணும் இரவு சாப்பாட்டுக்கு

ஒரு குவளை மாத்தேறலையும் (ஒரு வகை மது) ஒரு துண்டு பன்றி இறைச்சியையும் பகிர்ந்து கொள்வார்கள். ஆனால், அதேபொழுதில் பெபிஸூம் அவனுடைய உற்ற நண்பர்களும் எட்டு தொகுதி உணவை, மூக்கு முட்ட சாப்பிட்டு அகமகிழ்வார்கள். வீட்டுக்குள்ளேயே அடைபட்டுக் கிடப்பதினாலும், நவநாகரிகமான லண்டனில் தனது கணவனின் இன்பப் பயணங்களில் அவள் விலக்கப்பட்டிருந்த தனாலும் மனம் வெதும்பி தான் சலிப்படைந்திருப்பதாக எலிஸபெத் புகார் செய்தபோது, பெபிஸ், திட்டமிட்டு வீட்டில் அவள் என்னென்ன வேலைகளைச் செய்யவேண்டும் என்று பட்டியல் போட்டுக் கொடுத்தான். 'அவளுக்கு வேலை கொடுப்பதற்காக வீட்டை அசுத்தப்படுத்துவது, மற்றும் சகலவற்றையும் செய்தான்.' அவளுடைய பிரச்சினைக்கு அவன் உருவாக்கிக் கொடுத்த தீர்வு குறித்து எலிஸபெத் அதிருப்தி அடைந்திருப்பதைக் கண்ட அவன் கோபமடைந்தான். பெண்களை அவர்களது வீடுகளுக்குள்ளேயே அடைந்திருக்கும்படி செய்வது, வெளிஉலகத்தில் அவர்கள் பிரவேசிப் பதற்கான வாய்ப்புகளைக் கவனமாகக் கட்டுப்பாடு செய்வது என்ற யூத-கிறிஸ்துவக் கட்டாயத்தின் சுமையின் கீழ் இன்னும் மூச்சுத் திணறிக் கொண்டிருந்த மேலைய சமுதாயங்கள் பெண்கள் வீட்டினுள்ளேயே செய்வதற்கான அல்லது வீட்டு வேலைகளை அதிக அளவில் உருவாக்கிக் கொடுத்தன. நகர்ப்புறங்களிலிருந்து மிகவும் தொலைவிலுள்ள பிரதேசங்களில் பெண்கள் கூடுதல் விரிவான வகைப்பட்ட நடவடிக்கைகளில் ஈடுபட்டு வந்தனர். அவற்றில் பல வேடிக்கையாக இல்லாதிருந்தபோது, அவர்களது நண்பர்களும், குழந்தைகளும் சேர்ந்து கொண்ட அலுவல்-குழுக்களாக மாறின. உதாரணமாக, ஹவாயைச் சுற்றியுள்ள தீவுகளில், கடற்கரைக்கு அப்பால் அணைகளைக் கட்டும் வேலை பாலிஸீனியப் பெண் களுடையதாக இருந்தது. அவை பவழப் பாறைகளினுள் மீன்களைத் தேக்கி வைத்தன. இதனால் இடைவிடாத உணவு சப்ளை உறுதி செய்யப்பட்டது. ஒரு பார்வையாளர் வர்ணித்தபடி, 'உங்களைப் பூரணமாக ஈடுபடுத்தினாலொழிய வேலை செய்வதில் அர்த்தமில்லை. முழு கவனத்தையும் ஈர்க்கும் ஒரு விளையாட்டைப் போல' என்ற டி.எச். லாரென்ஸின் கூற்றுக்கு இது முழுநிறைவாகப் பொருந்துகிறது.

> சூரியோதயத்திற்கு முன்பாகவே, நுரைபொங்கும் பலமான அலைகளினூடே பெண்கள் தங்கள் படகுகளில் கடலில் இறங்கிப் புறப்பட்டு விடுவார்கள். அவர்கள் குறுகிய புகுவழி களினூடே சென்று தமது படகுகளைக் கரையில் சேர்த்துவிட்டு, மென்மையான மணற்பகுதியில் தென்னை, பனை மரங்களின்

நிழலில் தமது குழந்தைகளைப் படுக்க வைத்து விட்டு, சிறிய காயல்களின் (கடற்கழிகளின்) அமைதியான நீர்ப்பரப்பில் வேலையின் மீது புறப்பட்டு விடுவார்கள். சிறிய பவழப்பாறைக் கட்டிகளை வெட்டி அவற்றைக் குறுகிய புகுவழிகளுக்குக் கொண்டு செல்வார்கள். தங்கள் மீது கூர்மையான பாறை விளிம்புகள் கீறாமல் பார்த்துக் கொள்வார்கள். ஏனெனில் சில பவழப் பாறைகள் விஷத்தன்மை வாய்ந்தவை. தங்களைக் குளுமைப் படுத்திக் கொள்வதற்காக, அவர்கள் மூழ்கி நீந்துவார்கள், மீன்களையும் தேங்காய்களையும் சாப்பிட்டு அக மகிழ்வார்கள்.[17]

தட்ப வெப்ப நிலை சாதகமாக இருந்ததால் இவ்வாறு வீட்டுக்கு வெளியில் வாழ்ந்தவர்கள் பாலிஸீனியப் பெண்கள் மட்டுமல்ல என்றபோதும் பல மேலைய நாடுகளின் பெண்கள் ஒரு போதும் பெற்றிராத அடிப்படை சுதந்திரமாகும் இது. ஆஸ்திரேலியாவில் ஆதிவாசிப் பெண்களும், சிறுமிகளும் கடுமையான கோடைக்காலத்தில் பகல் பூராவும் தண்ணீரிலேயே கழிப்பார்கள். மீன்பிடித்துக் கொண்டும், தண்ணீருக் கடியிலுள்ள வேர்களை, களைகளைப் பிடுங்கிக் கொண்டுமிருப்பார்கள். அதே சமயத்தில் ஓய்வெடுக்கவும் விளையாடவும் கூடச் செய்வார்கள். இது போன்றே பர்மாவிலும், பெண்கள் தமது கணவன் மார்களுடனோ அல்லது தனியாகவோ தமது நெல் வயல்களில் கடுமையாக உழைக்க வேண்டியிருந்தபோதிலும், அவர்களின் உழைப்பு கணக்கில் சேர்க்கப்படுவதில்லை. இருந்த போதிலும், அவர்கள் வாழ்ந்த கதகதப்பான செழிப்பான உலகை அனுபவித்து மகிழ்வதற்கும் இடமிருந்தது, பிற பெண்களுடன் பொழுதுபோக்கு வதற்கும், தங்களது வேலை மதிப்பு வாய்ந்தது என்று உணர்வதற்கும், அதனுடைய இறுதிப் பயன்களைக் கண்ணால் பார்ப்பதற்கும் தமது உழைப்பின் பலன்களைத் தாம் பொருத்தமான தெனக் கருதும் முறையில் கையாளுவதற்கும் இடமிருந்தது.

ஆயினும், ஒரு பெண்ணின் வாழ்க்கையின் மெய்யான பணி அவளுடைய கணவனுக்கும் குழந்தைகளுக்கும் பணி செய்வதே என்று பெண்களும் ஆண்களும் கருதினார்கள் என்பதில் ஐயமிருக்க முடியாது. தொன்முதற்காலம் தொட்டே இதில் வெவ்வேறு பல்வகைப்பட்ட திறமைகள் அடங்கியிருந்தன. இத்துடன் கூட, எப்பொழுதும் முடிவடையாத உழைப்பும், எல்லைவரம்பின்றி நீளும் வேலை நேரமும் ஏற்கனவே காணப்பட்டது. ஒரு சிறந்த யூத மனைவியைப் பற்றிய கீழ்வரும் சித்திரம் இதைத் தெளிவாக்குகிறது.

அவள் கம்பளி உரோமத்தையும் மென்சணலையும் எடுக்கப் பாடு படுகிறாள். விருப்பமுடன் தன் கைகளைக் கொண்டே வேலை

செய்கிறாள்... இன்னும் இரவாக இருக்கும்போதே படுக்கையை விட்டு எழுந்து விடுகிறாள். தன் வீட்டிலுள்ளோருக்கு இறைச்சியை சமைத்துக் கொடுக்கிறாள்... அவள் ஒரு வயலைப் பார்வையிட்டு அதை விலைக்கு வாங்குகிறாள். தன் கைகளாலேயே அங்கு ஒரு திராட்சை தோட்டத்தைப் பயிரிடுகிறாள்... இரவிலும் அவளுடைய விளக்கு அணைவதில்லை... அவளுடைய கணவன் வாயிலருகில் காணப்படுகிறான். அங்கு ஊரின் மூத்தோர்களோடு சேர்ந்து உட்கார்ந்து உரையாடுகிறான். அவள் மெல்லிய கம்பளி ஆடையைத் தயாரித்து விற்கிறாள்; வியாபாரிக்கு அரைக் கச்சைகளை விற்பனை செய்கிறாள்... வீட்டின் நடைமுறைகளை நன்கு கவனிக்கிறாள், ஒரு பொழுதும் சோம்பேறித்தனமாக இருப்பதில்லை.[18]

நூல் நூற்பது, துணி நெய்வது, விவசாயம், ஒரு சிறிதளவு வியாபாரம், வீட்டைப் பராமரிப்பது, முதியோர்களுடன் உட்கார்ந்து உரையாடும் கட்டாயப் பணியில் தனது கணவனுக்கு உதவுவது, சோம்பேறித்தனத்தை வெற்றிகரமாகத் தவிர்ப்பது, அதிகம் தூங்காமலிருப்பது இந்த யூத இல்லத்தரசி, 3000 ஆண்டுகளுக்குப் பிந்திய ஆங்கிலேயே இல்லத்தரசியுடன் வியக்கத்தக்க வகையிலான தொடர்ச்சியை வெளிப்படுத்துகிறாள். அவளுடைய கடமைகளை 1555ம் ஆண்டு கைப்புத்தகத்தில் சர் அந்தோணி ஃபிட்ஜெர்பெர்ட் வரையறுத்துக் கூறினார். 'வேளாண்மை குறித்த புத்தகம்' என்ற, வேண்டுமென்றே செய்யப்படாத முரண்நகைச்சுவையை வெளிப் படுத்தும் இப்புத்தகத்தில் 'ஒரு மனைவி என்ன வேலைகளையெல்லாம் செய்ய வேண்டும்' என்பதை அவர் இப்புத்தகத்தில் விவரிக்கிறார்.

முதலில் உன்னுடைய வீட்டினுள் எல்லாவற்றையும் ஒழுங்கு படுத்தி வை, பசுக்களிலிருந்து பாலைக் கற, கன்றுக் குட்டிகள் பாலை உறிஞ்சிக் குடிப்பதற்கு விடு, பாலை வடிகட்டு... ரொட்டி சுடுவதற்கும், சாராயம் காய்ச்சுவதற்கும் மக்காச் சோளத்தையும் மாவூறலையும் மில்லுக்குக் கொடுப்பதற்குத் தயாராக வை... உன்னால் முடியும்போது வெண்ணெயையும், பாலாடைக் கட்டியையும் தயார் செய்து வை. பன்றிகளைக் காலையிலும் மாலையிலும் பராமரி... கோழிகளும், வாத்துகளும் முட்டை யிடுவதற்கு அடைகாக்க வை... அவை தமது குஞ்சுகளைப் பொரித்தபின், அவற்றைக் காக்கைகளிடமிருந்தும் பிற பகைவர் களிடமிருந்தும் காப்பதற்குப் பாதுகாப்புச் செய்...[19]

இது முதல் சுற்று வேலைகள் மட்டுமே. பின்னர் பருவகால வேலைகள் உள்ளன. 'மனைவி வீட்டுத் தோட்டத்தை உருவாக்குவதற்கு மார்ச் மாதம்தான் பொருத்தமான காலம்... மார்ச் மாதத்தில்தான் மென் சணலும், சணலும் விதைக்க வேண்டும்'. பின்னர் அவைகளை பறித்து, நாத்து நட வேண்டும். நீர் பாய்ச்ச வேண்டும். கழுவ வேண்டும். காய வைக்க வேண்டும். அடித்து சுத்தம் செய்து நொய் தாக்கப்பட வேண்டும். நூலாக்கி பின்னர் நெசவு செய்யப்பட வேண்டும். பின்னர் மனைவி அதிலிருந்து விரிப்புகள், மேஜைத் துணிகள், துவாலைகள், சட்டைகள், தொழிலாளியின் மேலாடை மற்றும் பிற இத்தகைய அவசியப் பொருள்களைச் செய்ய வேண்டும். அவளுடைய கணவனிடம் செம்மறியாடுகள் இருந்தால், அவற்றின் உரோமத்தைக் கொண்டு சணலுக்குச் செய்த எல்லா வேலைகளையும் மீண்டும் செய்ய வேண்டும். அப்பொழுதும்கூட அவளுடைய அன்றாட வேலைகள் முடிவடைந்திருக்காது. பெண்கள் 'சோம்பேறித் தனமாக இருந்துவிடும் அபாயத்துக் கெதிராக 'இதற்கிடையில் பிற வேலைகளைச் செய்' என்று கடுமையான உத்தரவு பிறப்பிக்கப் படுவதை நூலாசிரியர் வெளிப்படுத்துகிறார். பின் வருவனவும் பெண்ணின் பொறுப்பாகும் என்பதை அவர் தொடர்ந்து கூறுகிறார்:

எல்லா வகையான தானியங்களையும் தூற்றி, தூசி புடைத்து மாவாக்க வேண்டும். துணிகளைத் துவைத்துப் பிழிந்து காய வைக்க வேண்டும். வைக்கோல் அடிக்க வேண்டும். தானியத்தைக் கத்தரித்து எடுக்க வேண்டும். எருவண்டி அல்லது சாண வண்டியை நிரப்புவதற்கு தேவைப்படும்போது கணவனுக்கு உதவி செய்ய வேண்டும். ஏர் ஓட்ட வேண்டும். வைக்கோல், தானியம் போன்ற வற்றை வண்டியில் ஏற்ற வேண்டும். வெண்ணெய், பாலாடைக் கட்டி, பால், முட்டைகள், கோழிகள், கோழிக்குஞ்சு, விதை யடித்த சேவல், பன்றி, வாத்து, சகலவகைப்பட்ட தானியங்கள் ஆகியவற்றை விற்பதற்குச் சந்தைக்குச் செல்லவும் வேண்டும். வீட்டுக்குத் தேவையான சகலவிதமான பொருள் களை வாங்கவும் வேண்டும். இவை பற்றியெல்லாம் சரியாகக் கணக்கு வைத்து எவற்றை விற்றாள், எவற்றை வாங்கினாள் என்ற விவரத்தைக் கணவனுக்குத் தெரிவிக்க வேண்டும்.

இவ்வேலைகளையெல்லாம் நிறைவேற்றிய மனைவி இரவில் வெகுநேரம் கண்விழித்திருக்கவேண்டும். எதார்த்தமாகப் பார்க்கும் போது ஒவ்வொரு ட்யூடர் மேதாவிப் பெண்ணுக்கும் பல பலவீன மான பெண்கள் இருந்திருக்கக்கூடும். அவர்கள் செய்ய வேண்டிய

வேலைகளின் பட்டியலைப் பார்த்த மாத்திரத்திலேயே அவர்கள் அஞ்சி நடுங்கியிருப்பார்கள். சாணவண்டியை நிரப்புவதற்கு வாழ்வு அவ்வளவு நீண்டதாக இல்லை என்று முடிவு செய்யும் அவர்களுடைய சாமர்த்தியமான சகோதரிகளைப் பற்றி கூறவே வேண்டாம். சர் அந்தோணியினுடைய மிகச் சிறந்த எடுத்துக்காட்டு, பிரம்மச்சாரிகளின் மனைவிகள், முதிய வேலைக்காரியின் குழந்தைகள் போன்று அதே பிராந்தியத்தைச் சேர்ந்தவராக இருக்கும் என்பது தெட்டத் தெளிவு. அவர்களில் யாரையும் போன்றே மெய்யான வாழ்க்கை பற்றி அற்பமாகவே தெரிந்திருப்பார் என்று தோன்றுகிறது.

ஆனால், தனிப்பட்ட பெண்கள் எவ்வளவு கீழ்நிலையைச் சார்ந்தவர்களாக இருந்தபோதிலும், இவர்கள்தான் அளவுகோல் களாகும். இந்தக் கடின உழைப்பிற்கான பயிற்சி மிகவும் முன்ன தாகவே தொடங்கியது. ஒரு நன்கு-கல்விகற்ற பெண்ணால் - அவள் பதினைந்து வயது அடைவதற்கு முன்பே - நூற்கவும், நெய்யவும், தைக்கவும், சகலவகைப்பட்ட ஆடைகளைத் தயார் செய்யவும் முடிந்தது. படிப்பதற்குப் பெண்களுக்கு போதனை செய்வதை மிகவும் கண்டிப்பாகத் தடை செய்யும் கையேடுகளும்கூட, அவர்கள் தமது கணவனின் பணத்திற்குக் கணக்கு வைத்துக் கொள்ளத் தெரிந்திருப் பதற்கு அவர்கள் கணிதத்தின் நான்கு விதிகளைக் கற்க வேண்டும் என்று அடிக்கடி வாதித்தது. மறுமலர்ச்சிக்காலத்தின் ஓர் இத்தாலியத் தகப்பனார் தன்னுடைய மகள் ஒரு துறவியாவதற்கு நிர்ணயிக்கப் பட்டிருந்தாலொழிய, அவளுக்குப் படிப்பு வீணானதாகும் என்ற பழைய கருத்தையே மீண்டும் கூறிய அதே சமயத்தில் வரையறுக்கப் பட்ட பயிற்சிக்கான ஒரு நீண்ட பட்டியலைக் கொடுத்திருந்தார். இதனால் அவள் ஒரு புத்தகத்தைக் கையிலெடுப்பதற்கு அவளுக்கு ஒரு நொடியும் அவகாசம் கிடைத்திருக்காது. 'வீட்டைப் பற்றி எல்லாம் செய்வதற்கும், ரொட்டி தயாரிப்பதற்கும் விதையடித்து சேவல்களைக் கழுவி சுத்தம் செய்வதற்கும் தரம் வாரியாகப் பிரித்தெடுப்பதற்கும் (சலிப்பதற்கும்) சமையல் செய்வதற்கும், துணி வெளுப்பதற்கும், படுக்கைகளை ஒழுங்குபடுத்துவதற்கும், நூற்பதற்கும், பிரெஞ்சு பணப்பைகளைத் தயாரிப்பதற்கும், பூத்தையல் போடுவதற்கும், கம்பளி மற்றும் நார்த்துணிகளை வெட்டுவதற்கும், காலுறைகளைப் பின்னுவதற்கும் இத்தியாதி வேலைகளைச் செய்வதற்கு அவளுக்குப் போதிக்க வேண்டும்; அப்பொழுதுதான் அவளைத் திருமணம் செய்து கொடுக்கும் போது, அவள், காட்டி லிருந்து புதிதாக வந்தவளைப் போன்று ஒன்றும் தெரியாத முட்டாளாக

இல்லாமலிருக்க முடியும்[20] ஐரோப்பா முழுவதிலும் ஒரு பெண்ணின் திருமண வயது பன்னிரண்டாக சட்டபூர்வமாக நிர்ணயம் செய்யப் பட்டிருந்ததனால் (பத்தொன்பதாம் நூற்றாண்டு வரை இப்படித்தான் இருந்தது) இந்தச் சிறுமிகளின் குழந்தைப் பருவம் இடைவிடாத வேலை நிரம்பியதாக இருந்திருக்கும்.

ஆயினும் எதிர்காலத்திற்குத் தங்களைத் தயார்படுத்திக் கொள்வதற்கு, அவர்களுக்குக் கிடைக்கும் எல்லாப் பயிற்சியும் தேவையாயிருந்திருக்கும். ஏனெனில், தொழில் வளர்ச்சிக் கால கட்டத்திற்கு முந்திய காலத்தில் ஒவ்வொரு மனைவியும் தாயாரும் திறமை தேவைப்படும் பல செயல்பாடுகளை இணைத்துச் செய்ய வேண்டியிருந்தது, அதற்குப் பின்னர் அவை (அடிக்கடி ஆண்களின் மறைபுதிர்களும் கூட) அவற்றின் சொந்த உரிமையின் காரணமாகவே தனித் தேர்ச்சிக் கூறுகளாயுள்ளன:

உணவுக்கும் பானத்திற்கும் ஏற்பாடு செய்வது

ஓர் இல்லத்தரசி தனக்கு வேண்டிய பன்றியைத் தானே கொல்வதற்கு வல்லவளாக இருக்க வேண்டும். உப்புக் கண்டமிடும் தொட்டியில் போடுவதற்கு ஏதுவாக, அந்தப் பன்றியின் எலும்பு இணைப்புகளைச் சீராக வெட்டுவதற்குத் தெரிந்திருக்க வேண்டும். விதைப்பதிலிருந்து அறுவடை செய்கின்றவரையிலும், கதிர்மணி களைப் பொறுக்கிச் சேகரித்தல், புடைத்து தூசியைப் போக்குதல், மாவு அரைத்தல், சேமித்து வைத்தல், சுடுதல் முதலிய நிகழ்வுப் போக்கின் ஒவ்வொரு கட்டத்தையும் அவள் தெரிந்து வைத்திருந்து, அவற்றையெல்லாம் சரியாக நிறைவேற்றினால் மட்டுமே அவளுடைய குடும்பத்திற்கு ரொட்டி கிடைக்கும். ஒவ்வொரு நாட்டிலும் பெண்கள் தான் மதுபானம் தயாரிப்பவர்களாகவும் இருந்திருக்கிறார்கள். வடக்கு உலகில் மத்தேறல் ('ஏல்') சிடர் (ஆப்பிள் பழச்சாற்றினாலான குடிவகை) அதற்கும் தெற்கில் ஒயின் (திராட்சை ரசம்) ஆப்பிரிக்காவில் அங்கோலாவின் குயிஸ்ஸோமா பெண்கள் பனை/தென்னை மரங்களின் மீதேறி, மதிப்புமிக்க பீர் மதுவை இறக்கினர்.

வீட்டுக்குத் தேவையான பொருள்களைச் செய்தல்

கடைகள் தோன்றுவதற்கு முன்னால், சந்தைகள் அடிக்கடி தொலைதூரத்தில் இருந்த நிலைமையில், அல்லது பொருள்களின் விலைகள் மிகவும் அதிகமாயிருந்தபோது, பெண்கள் தங்களுக்கும் தங்கள் வீட்டுக்கும் தேவையான அனேகமாக எல்லாப் பொருள்

களையும் செய்ய வல்லவர்களாக இருக்க வேண்டியிருந்தது. பானைகள், திரைச்சீலைகள், படுக்கைகள், கித்தான்படுக்கைகள், தரைவிரிப்புகள், மெழுகுவர்த்திகள், கொள்கலன்கள் முதலியன. உடைகளையும் அவர்கள் தயார் செய்தார்கள் - சிசுவுக்கு வயிற்றைச் சுற்றிக் கட்டும் துணியிலிருந்து, ஓர் ஆணுக்கான பெரிய மேலங்கி (கோட்டு) வரையிலும். பின்னர் 'தைப்பது' ஆணின் வேலை என்று அதன் தரம் உயர்த்தப்பட்டது. ஆயினும் ஆண்கள் தையல் வேலையில் அவ்வளவு உற்சாகம் காட்டவில்லை.

மருத்துவம், செவிலிப்பணி, பிரசவம் பார்த்தல்

வயதானவர்களும் இளம் பிராயத்தினரும் ஒன்றாகச் சேர்ந்து வாழ்ந்தபோது, பெண்கள் அடிக்கடி கருவுற்றனர் அல்லது பால் கொடுக்கும் நிலையிலிருந்தனர். குறைப் பிரசவம் அல்லது கருச்சிதைவுக்குப் பின்னர் குணமடைந்து வந்த நிலையில், பெரும் பாலான சமயத்தில் யாராவது ஒருவர் நோயுற்றிருந்தது நிச்சயம். ஆரம்ப காலத்திலிருந்தே இவை ஒவ்வொன்றுக்கும் அதனுடைய தனித்தேர்ச்சி யாளர்கள் இருந்த போதிலும், அந்த நிபுணருக்கு ஒன்று, அதிகப் பணம் கொடுக்க வேண்டியிருந்தது. அவர் வேறு எங்காவது வேலை பார்த்துக் கொண்டிருப்பார். அல்லது நெருக்கடியான நேரத்தில் வரமாட்டார். எனவே, இந்தத் துறைகளில் சாதாரணமாகவே ஆயினும் வாழ்வா மரணமா என்ற நிலையில், ஏதாவது திறமைகளோடு வளர்ச்சி பெற்றிருந்தனர். நிலைமைகளுக்கு ஏற்பத் தங்களைத் தக அமைத்துக் கொண்டனர்.

இந்தப் பணிகளைப் பெண்கள் தமது அன்றாட வாழ்க்கையின் ஒரு பகுதியாகச் செய்து கொண்ட முறை ஆனி ஹட்சின்சனின் வாழ்க்கையிலிருந்து தெளிவாகிறது. ஆரம்பகால அமெரிக்க சமய வாதிகளின் அதிகாரத்திற்கு சவால்விட்ட ஒரு சமய தீவிரவாதி என்று வரலாற்றில் அறியப்பட்டிருந்த ஆனி, தனது பணியை பாஸ்டன் நகரில் பதினேழாம் நூற்றாண்டில்தான் தொடங்கினார். ஏனெனில், ஏராளமான பெண்கள், அவர்களின் வேலைப்பளு காரணமாக, ஞாயிற்றுக்கிழமை தொழுகைகளில் கலந்து கொள்ளமுடியாமலி ருந்ததைக் கண்டு ஆனி மனம் வெதும்பினாள். மத போதனைகளைத் தொகுத்துக் கூறிய அவர், 'கடவுளின் குரலை அவர்களின் வீடுகளுக்கே எடுத்துச் சென்றார்'. அங்கு குடியேறியிருந்த பெண்கள் செவிலியர் பணியிலும் மகப்பேற்றை கவனிப்பதிலும் அவருடைய திறமையினால் ஏற்கனவே அவரை அறிந்திருந்தனர். அக் காலனியில் அதற்கே உரிய

அதிகாரப்பூர்வமான மருத்துவச்சி இருந்தாள். அவள் உரமிக்க உழைக்கும் பெண்ணின் ஒரு மெய்ப்பபடியான மாதிரியாக இருந்தாள். அவள் 1630 ஆம் ஆண்டில் வந்த கப்பல்களின் அணியுடன் வந்தாள், அங்கு வந்த எட்டுக் கப்பல்களில் எந்தக் கப்பலில் தனது சேவை தேவைப்படும் என்பது அவளுக்கு முன்கூட்டியே ஒரு போதும் தெரியாது. ஆர்பெல்லா என்ற கப்பலில் ஒரு பெண்ணுக்குப் பிரசவ வேதனை ஏற்பட்டால் மருத்துவச்சியுடன் மிகவும் முன்னே சென்று கொண்டிருக்கும் ஜுவல் கப்பலைப் பிடித்து விட்டதும், அஞ்சா நெஞ்சம் படைத்த அந்த மருத்துவச்சி, தன்னைத் தயார்படுத்திக் கொண்டு கப்பலின் ஒரு பக்கத்திலிருந்து கீழே இறங்கி, ஒரு நீண்ட படகின் மூலம் கொந்தளிக்கும் அட்லாண்டிக்கடலில் சென்று மயிர்க்கூச்செறியும் வண்ணம் துணிச்சலாக மற்றொரு கப்பலின் மேலே ஏறிச் சென்று, அங்கு வேதனையிலிருந்த பெண், குழந்தையைப் பிரசவிப்பதற்கு உதவினாள். இந்தப் பெண்ணின் (மருத்துவச்சியின்) திறமை அவளுடைய தைரியத்திற்கு ஈடுகொடுப்பதாயிருந்தது என்பது தெளிவு. ஏனெனில் தாயும் சேயும் நலமாக உயிர் பிழைத்தார்கள். ஆனால், பதினெட்டு வயதுக்கு மேல் திருமணமாகாத பெண் அக் காலனியில் அறியாத ஒன்றாக இருந்த நிலையில், மேலும் ‘திருமணமான எந்தப் பெண்ணும் வயிற்றில் ஒரு குழந்தையும் மடியில் ஒரு குழந்தையும்’ இல்லாமலிருந்ததில்லை என்ற நிலையை ஒரு பார்வையாளர் குறிப்பிட்டது போன்று குழந்தை பிறப்புகள் எல்லா வற்றையும் சமாளிப்பதற்கு ஒன்றுக்கு மேற்பட்ட மருத்துவச்சிகள் தேவைப்படு வார்கள்.

ஒப்பற்ற ஆன்மீகத் தனிச்சிறப்புகளும், அதே சமயத்தில் ஆழமாக நடைமுறை வாழ்க்கைக்கு ஏற்றதாகவும் மற்றும் பயனுறுதியான வளாகவும் இருந்த ஆனியின் வாழ்க்கை, இல்லம் மற்றும் வீடு என்ற கருத்து தோன்றிய காலம் முதற்கொண்டு, இல்லத்தை உருவாக்கு கின்றவர்கள் என்ற முறையில் பெண்களின் வேலையை குணாம்சப் படுத்தியவற்றில் உயர்ந்த நிலைமையும் தாழ்ந்த நிலைமையும் இடைவிடாது மாறி மாறி வந்தன என்பதையும் சித்தரிக்கிறது. இந்தியாவைப் போன்ற பல கலாசாரங்கள் முறையே தமது சமயப் பழக்கவழக்கங்கள் அல்லது நடைமுறைகளின் புனிதமான கடவுள் களின் காப்பாளர் பொறுப்பை அல்லது பராமரிப்பைப் பெண்களின் வசம் ஒப்படைத்தன; சப்பாத் எனப்படும் யூத வார ஓய்வுத்திருநாள் விருந்தில் யூதத் தாய் கௌரவிக்கப்பட்டாள். சமய விதிகளைப் புனிதமாகக் கடைப்பிடித்து அவள் அந்த விருந்தைத் தயாரித்தி ருந்தாள்; அதுபோன்றே ஆங்கிலேயப் பெண்மணி, எப்போதும்

மிகவும் தாழ்மையாக இருந்தபோதிலும், தமது சொந்த அறுவடையை வீட்டுக்குக் கொண்டுவந்தபோது, அவளே 'விருந்தின் அரசி'யாக கௌரவிக்கப்பட்டாள். இதே பெண்கள்தான் முன்பு மிகமிகத் தாழ்ந்த வகையிலான நடவடிக்கைகளுக்குத் தலைமை தாங்கிப் பங்கெடுத்துக் கொண்டிருந்திருக்கிறார்கள். உதாரணமாகத் துணி வெளுக்கும் வேலை ஒரு வருத்தும் சுமையாக இருந்திருக்கின்றது. ஏனெனில், ஆண்கள், பெண்கள், குழந்தைகள் அணிந்த துணிகள் ஏராளமாக இருந்தன. சட்டைகள், தொப்பிகள், கழுத்தைச் சுற்றி அணியும் துண்டுகள், ஆண்களின் கழுத்துப் பட்டைகள் (பிரிட்டிஷ் பாரிஸ்டர்கள் இன்றும் இவற்றை அணிகின்றனர்) பெண்களுக்கான கழுத்துப் பட்டைகள், மார்கச்சைகள், மேலங்கிகள், மாதர் தோளாடைகள், பெண்டிர் உள்ளங்கிகள், பாவாடைகள், பாதுகாப்பு மேலாடைகள், இவற்றுக்கும் மேலாக படுக்கை விரிப்புகள், துவாளைகள், கழுவிய பாத்திரங்களைத் துடைக்கும் துணிகள் முதலியன. இது மட்டுமல்ல, அமெரிக்காவில் குடியேறியபோது உடன் வந்து சேர்ந்த தூய்மை கெட்ட துணிகளைப் பெண்கள் உடனே கடலில் வீசி மூழ்கச் செய்ய வேண்டும் - அப்பொழுது ஆண்கள் துப்பாக்கிகளை ஏந்திய வண்ணம் அவர்களைச் சூழ்ந்து நிற்பார்கள். இது அமெரிக்க சுதேசிகளின் பகைத் தாக்குதல் களுக்கு எதிரான பாதுகாப்புக்கா அல்லது மாதக்கணக்கிலான தூய்மை கெட்ட துணிகளிலிருந்து ஏதேனும் ஊர்ந்து வந்தால் அவற்றை நசுக்கவா என்பது பதிவு செய்யப்படவில்லை.

குடும்பத்தைப் பராமரிக்கும் பெண்கள், தமது வீட்டையும் வீட்டிலுள்ள பொருள்களையும் சுத்தமாகவும் சுகாதாரமாகவும் வைத்துக் கொள்ளும் பொறுப்புடையவர்களாயிருந்ததால், அவர்கள் எளிதில் கோபித்துக் கொள்பவர்களாக இருக்க முடியாது. இதனுடைய மகிழ்ச்சிகரமான பக்கமும் இருந்திருக்க வேண்டும். உலகெங்கும் பெண்கள் சகலவகைப்பட்ட வாசனை சோப்புகளையும், தூய்மைப் படுத்தும் பவுடர்களையும் செய்ததாக அறிமுகமாகியுள்ளனர். அமெரிக்கப் பெண்கள், பிறவற்றோடு, சதுப்பு உவர் நிலப் புதர்ச் செடியின் வேர்களைக் கொண்டு ஒரு வகைப்பட்ட பற்குச்சி (டூத்பிரஷ்) யையும், தண்டங்கிழங்குப் பொடி, சுண்ணாம்பு, எலுமிச்சை கிச்சிலி இனமரத்திலிருந்து வடித்தெடுக்கப்படும் எண்ணெய் அல்லது லாவெண்டர் எனும் நறுமணச் செடியிலிருந்து எடுக்கப்படும் எண்ணெய் ஆகியவற்றைக் கொண்டு ஒரு பற்பசை தயாரிப்பதிலும் முன்னோடியாக இருந்திருக்கிறார்கள். ஒட்டு மொத்தமாகப் பார்க்கும் போது, விரும்பாதவை, மகிழ்ச்சிகரமானவற்றைக் காட்டிலும் அதிகமாக இருந்துள்ளன. நறுமணச் செடி, இனிப்புள்ள மணப்பூண்டுச்

செடி ஆகியவற்றுடன் கலந்த நாணற்புல்களைத் தரையின் மீது தூவுவது (பரப்புவது) மத்திய கால வழக்கமாக இருந்துள்ளது என்பதை அனைவரும் அறிவர். ஆனால், நாணற்புல் கம்பளத்தின் அடியில் மறைக்கப் படும் (ஒதுக்கப்படும்) யாவற்றையும் நாம் மறந்து விடுகிறோம். பண்டைய சேகரிப்பு பீர் (ஒருவகை சாராயம்) எண்ணெய்ப் பசை, துண்டு துக்காணிகள், எலும்புகள், உமிழ்ந்த எச்சில், நாய்கள் மற்றும் பூனைகளின் மலக்கழிவுகள், நாற்றமெடுக்கும் யாவும்[21] என்று எராஸ்மஸ் இதை வர்ணித்தார்.

வீட்டில் உள்ளவர்களின் உடல் ரீதியான கழிவுப் பொருள்களை சமாளிக்கும் இடைவிடாத பணி இதைக் காட்டிலும் மோசமாக இருந்திருக்கும். இது இயற்கையாகவே தொடர்ந்து உற்பத்தியாகும் ஒன்றாகும். மனிதக் கழிவைச் சேகரிக்கும் வண்டிகளை இழுத்துச் செல்பவர்கள் ஆண்களாக இருக்கலாம். (இந்தியாவில் 'தீண்டத் தகாதவர்கள்' எனப்படுவோர்) ஆனால், ஒவ்வொரு வீட்டிலும், குடிசை யிலிருந்து மாளிகை வரையிலும், கழிவை சேகரிக்கும் பானைகளைக் காலி செய்து, கழிப்பிடங்களைத் தண்ணீர் ஊற்றிக் கழுவி சுத்தம் செய்பவர்கள் பெண்களே. பெண்கள் இயற்கையாகவே, தமது சொந்த உடல் ரீதியான செயல்பாடுகளின் விளைவுகளையும் சமாளிக்கிறார்கள். மாதவிலக்கு துடைப்புக் குட்டைகளை அல்லது 'துணிகளை'த் தண்ணீரில் கொதிக்க வைப்பது இருபதாம் நூற்றாண்டிலும் தொடர்ந்து நடைபெறுகிறது. பெண்களில் பெரும்பாலோர் நாற்பது வயதுக்கு மேல் உயிர்வாழாத வீடுகளில், இது மீண்டும் மீண்டும் நிகழ்கிற தவிர்க்க முடியாத ஒரு வேலையாகும்.

வீட்டுவேலையினுள் அடங்காத வகைப்பட்ட வேலைக்கு இவையெல்லாம் மதிப்புமிக்கப் பயிற்சி வகைப்பட்டதாக இருக்கும். ஆனால், கூடுதல் சரியாக, இது மனைவியின் வேலை மட்டுமே என்று வகைப்படுத்தப்படும். தமது கணவன்மார்களுக்குப் பெண்கள் செய்ய வேண்டியிருந்த எல்லா வேலைகளும் உடல் ரீதியான பாலியல் மற்றும் அடிக்கடி வெறுப்பூட்டுகிற தன்மைவாய்ந்தவை - மனைவியின் வேலைகளில் அடங்கும். உச்சநிலையில், மனைவியின் வேலை என்றால் திருமணமான பின் பெண்களுக்கு ஏற்படும் வேலைகளே என்று பொருள்படும். ஏனெனில், கணவன்மார்கள் எவ்வளவு ஏழை களாக இருந்தபோதிலும், அவர்களுக்குக் கீழானவர்களாக இருப்பதற்கு யாராவது தேவைப்பட்டது. பண்டைக் கால சமூகத்தில் தத்தளித்துக் கொண்டிருந்த ஒரு விவசாய சமூகத்தைப் பற்றிய வர்ணனையில் இதைக் காணலாம்.

> *(மனைவிகள்)* ஆண்களைக் காட்டிலும் நேரங்கழித்தே படுக்கப் போகின்றனர். ஆனால் காலையில் அவர்களுக்கு முன்பாகவே எழுந்து விடுகின்றனர். உறைபனி பெய்திருந்தால் நீர் ஊற்றுக்குச் செல்வதற்குப் பாதையைச் செப்பனிடுவது அவர்களில் ஒருவருடைய வேலையாகும். சில சமயங்களில் அவளுடைய இடுப்பு அளவுக்கும் கூட உறைபனி பெய்திருக்கும். அவள் மேலும் கீழும் நடந்து சென்று பனியை அப்புறப்படுத்திப் பிற பெண்களுக்குப் பாதையை சரி செய்ய வேண்டும். ஓர் ஆண், தண்ணீருக்காக அவனே சென்றால் அது அகௌரவம் என்று கருதுவான்; அவன் கிராமத்தின் நகைப்புக்கிடமாகி விடுவான். இந்த மலைவாழ் நாகரிகமற்ற மக்கள் பெண்களிடம் ஆழமான இகழ்ச்சி மனப்பான்மை கொண்டுள்ளனர். அனைத்து காடுவாழ் அரை அநாகரிகமான பழங்குடிகளும் கொடுங்கோன்மையான வெறுப்புணர்ச்சி கொண்டவர்கள். அவர்கள் பெண்களை கீழ்த்தரமான தங்களுடைய தகுதிக்குக் கீழானவை என்று கருதும் எல்லா வேலைகளையும் செய்யப்பிறந்த அடிமைகள் என்று காண்கின்றனர்.[22]

இந்த மனைவி வேலை ஒரு குழுவின் தேவையைப் பூர்த்தி செய்தது - பெண்களுக்கு - அவர்களது குழந்தைகளுக்கும் அவர்களுக்கும் தண்ணீர் தேவைப்பட்டது. அவர்களது கணவன்மார்களின் மூக்குகளை சுத்தமாக வைத்துக் கொள்வதற்கு மட்டுமல்ல. சமுதாயத்தின் கீழ்மட்டத்தில் மனைவியின் வேலை இன்னும் தாழ்ந்த நிலைமையில் இருந்தது மெய்யே. காளானிலிருந்து அப்பிவில் வரையிலும், ஜப்பானிலிருந்து பெருவரையிலும், மரபாக, மனைவி வேலை குறிப்பிடத்தக்க முறையில், இயேசு கிறிஸ்துக்கு மேரி மாக்தலேன் புரிந்த சடங்காக, பின்னர் கிறிஸ்து தன்னுடைய முறைக்கு தன்னைத் தாழ்த்திக் கொள்ளும் ஒரு நடவடிக்கையாக இருந்தது. பல நூற்றாண்டுகளுக்கு ஐரோப்பா முழுவதிலும் பரவலாக செல்வாக்குப் பெற்றிருந்த டூர் லேண்டிரியின் வீரனுடைய புத்தகம், என்ற பிரெஞ்சுப் புத்தகம் *(1371)* பாதங்களைக் கழுவுவதை கணவன் என்ற நபரைப் போற்றிக் கொண்டாடுவதன் ஓர் அடையாளமென வலியுறுத்துகிறது. பூமிப் பந்தின் மறுபக்கத்தில், இது போன்றே ஜப்பானிய தலையணை மந்திரப் புத்தகங்கள், திரும்பிவரும் தனது எஜமானனுக்கு ஒரு மனைவி முறையாக வரவேற்று வாழ்த்துக் கூறுவதற்கு அவனுடைய பாதங்களைக் கழுவுவது அவசியம் என்று வலியுறுத்துகின்றன. இந்த வேலையை ஒரு மனைவி ஒரு வேலைக்காரப் பெண்ணைச் செய்யும் படி சொல்லலாம். ஆனால் அவள் தனது தலைவனை நிச்சயமாகத் திருப்தி செய்ய விரும்பினால் அதை அவளே செய்வாள்.

கால் விரலிலிருந்து உச்சந் தலைவரை: ஒரு கடமையுணர்வுடன் கூடிய மனைவி தன் கணவனின் உடலை (தசை) பிடித்துவிடுவதும் தலைவாரி விடுவதும், கணவனின் தலைமுடியை சுத்தம் செய்வதும் எதிர்பார்க்கப்பட்டது. அத்தகைய ஒரு நடவடிக்கையின் போது எலிஸபெத் பெபிஸ், 16 பேன்களை வெளியே எடுத்தார். அவளுடைய கணவன் சாமுவேல், தனது நாகரிகமான தொப்பியின் அடியில் போர் களையும், ஒழுக்கங்கெட்ட தன்மையையும் தவிர வேறொன்றையும் வைத்துக் கொண்டிருந்தார் என்பதற்கு இது சான்றாகும். முகத்தை மழித்துவிடுவது, கழுவுவது, தசை பிடித்து விடுவது, செயற்கைச் சிற்றின்பத்தைத் தூண்டுதல் (தற்பொழுது பதிலி மனைவிகளின் கைகளில் உள்ளது) ஆகியவையும் ஒப்பந்தத்தின் பாகமாகும் - ஆனால், ஒருவேளை, சிறிதும் பொறாமைப்படுவதற்கு இடமில்லாதவர்கள் இந்திய மைசூர் ராஜ்யத்தைச் சேர்ந்த பெண்களாவர் என்று கூறலாம். அங்கு:

> பெண்கள் வழக்கமாகத் தமது கணவன்மார்கள் ஆண் குழந்தைகள், உறவினர்கள் மற்றும் காதலர்களின் இயற்கை உபாதைகளின் போது உடனிருந்து உதவினர். அவர்களின் மலக் கழிவு முடிந்த பின் கழுவிவிட்டனர். சம்பந்தப்பட்ட நபர் நான் கழியப் போகிறேன் என்று மட்டும் கூறுவார். உடனே வீட்டிலுள்ள பெண்களில் ஒருத்தி உடனிருந்து அவனுக்கு ஊழியம் செய்யக் கடமைப்பட்டவளாவாள்.[23]

ஒரு மனைவியின் எல்லாப் பணிகளும் இவ்வாறு நெருக்கமான மற்றும் தனிப்பட்ட தன்மையதாக இருக்கவில்லை என்பது மகிழ்ச்சிக்குரியதே. உண்மையில் பலருக்கு மனைவித் தன்மையானது வெளி உலகில் வர்த்தகம் புரிவதற்கான ஓர் அனுமதியின் வடிவத்தில் ஓரளவு சுதந்திரத்தைக் கொணர முடியும். ஒரு வாரத்தில் தனது கோழிகள் அதிக முட்டைகளை இட்டதைக் காணும் பெண், அவற்றைச் சந்தைக்கு எடுத்துச் சென்று, தனது (கோழி) முட்டைகளைக் காக்கைக்கோ குள்ளநரிக்கோ அல்லது திருட்டுக்கோ பறி கொடுத்த வேறொரு பெண்ணுக்கு விற்றால்தான், அவள் நல்ல மனைவியாகக் கருதப்படுவாள். சில பெண்கள், தனிப்பட்ட விருப்பத்தின் காரண மாக, அல்லது சூழ்நிலையின் நிர்ப்பந்தத்தால் வியாபாரம் செய்வதைத் தமது வாழ்க்கை முறையாகக் கொண்டனர். இது உலகெங்கும் நடைபெற்றது. பண்டைக் காலத்திய அமைப்பில் பெண்கள் வாங்குதல், விற்பனை செய்தல் மற்றும் வியாபாரத்தில் ஒவ்வொரு அம்சத்தையும் கையாண்டது மிகவும் முனைப்பாகக் காணப்பட்டதானது. நவீனகாலப்

பெண்கள்தான் வீட்டுக்கு வெளியில் முதல் முதலாக அதிக எண்ணிக்கையில் பணியாற்றினர் என்ற மற்றொரு இருபதாம் நூற்றாண்டுக் கட்டுக் கதையையும் பொய்யாக்கியது.

> பெண்கள் வர்த்தகத்திற்குரிய பெரும்பாலான பொருள்களைத் தயார் செய்து, அமைப்பில் பெண்கள் பண்டமாற்று செய்து அவற்றைப் பண்டமாற்று செய்து கொள்வதற்கு அவர்கள்தான் பொருத்தமான நிலையில் இருந்தனர். நிகரகுவா போன்ற சில இடங்களில், பெண்கள் வர்த்தகத்தை நடத்திச் சென்றது மட்டுமல்ல. அவர்களே முழுமையாக அதைத் தம் கட்டுப்பாட்டின் கீழ் வைத்திருந்தனர்... திபெத்தில், வர்த்தகம் பெண்கள் கவுன்சில் ஒன்றினால் முறைப்படுத்தப்பட்டது... வட அமெரிக்காவின் மென்உரோம வர்த்தகம் பத்தொன்பதாம் நூற்றாண்டு வரையிலும் முற்றிலும் பெண்களின் கைகளிலேயே இருந்தது. மெலனீஸியாவில், நியூ பிரிட்டன் மற்றும் நியூஹனோவரில்... அஸ்ஸாமில், மணிப்புரியில்... மலாய் தீபகற்பத்தில்... லுச்சூதீவுகளில்... பர்மாவில் 1960 ஆம் ஆண்டுகளிலும் கூட பெண்கள்தான் பெரும்பாலான சில்லறை வர்த்தகத்தை நடத்தி வந்தனர், பெருமளவு மொத்த வர்த்தகத்தையும் நடத்தி வந்தனர்...[24]

யாவற்றுக்கும் மேலாக, வர்த்தகம் புரிந்த பெண்கள் ஆதிக்கம் வகித்த நாடு ஆப்பிரிக்கக் கண்டமாகும். ஆப்பிரிக்காவில் காங்கோவிலும், காமரூன் நாட்டிலும் வர்த்தக நிலையங்களும் சந்தைகளும் பெண்களின் பொறுப்பில் இருந்தன. நைஜீரிய இபோவின் சந்தைகள் ஓர் "அரசி"யின் தலைமையின் கீழான ஒரு பெண்கள் கவுன்சிலினால் நடத்தப்பட்டு வந்தன. தாய்-வழி ஆட்சிக் கால நாட்களிலிருந்து சொல்லளவில் தொடரும் இந்த வழக்கமானது, பெண்கள் ஒன்றாகக் கூடுவதற்கும், செய்திகளையும், வம்புப் பேச்சுக்களையும், பரிமாறிக் கொள்வதற்கும், பழைய தொடர்புகளைப் புதுப்பித்துக் கொள்வதற்கும் ஒரு காரணமாக இருந்த சந்தையின் முக்கியத்துவத்தையும் சுட்டிக் காட்டுகிறது. 'சந்தையில் நான் இதைப் பேசுவேன்' என்று உளமார்ந்த ரீதியில் வாக்களிப்பதன் மூலமாக, சந்தையிலிருந்து நூற்றுக்கணக்கான மைல்கள் தூரத்திற்குச் செய்திகள் பரப்பப்பட்டன.

அவ்வளவு சுமுகமான நிலைமையில்லாத மேலை நாடுகளில் பல பெண்கள் தமது ஆற்றல்களை வீட்டுக்குள்ளேயே செய்யும் பணிகளிலேயே ஈடுபடுத்தினர். மென்மையான கையுறைகள் தயார் செய்வது அல்லது பதினாறாம் நூற்றாண்டில் பிராங்காய் வில்லோன்

என்ற கவிஞர் இயற்றிய 'கேட்' என்னும் காதல் சார்ந்த கவிதையின் பெயர் கொண்ட குதிமுள் தயாரிப்பது போன்ற பலவகைப்பட்ட உயர் தனித்தேர்ச்சி வாய்ந்த கைத் தொழில்களில் பாண்டித்தியம் பெற்றனர். பொதுவாகத் தடைக்கட்டுகள் இருந்த இந்தத் தொழில்களில் பெண்கள் பிரவேசிப்பதற்கான மரபான வழி அவர்களது ஆண்கள் மூலமாக நடைபெற்றது. கீழ்வரும் தொழில்களை நடத்துவதற்கு உரிமம் பெற்ற பதினாறாம் நூற்றாண்டைய ஜெர்மன் பெண்களின் இந்தப் பட்டியல் இதைத் தெளிவாக சுட்டிக் காட்டுகிறது:

> ஃப்ரா நெசே லான்ட் மென்னின், கருமான்: காலஞ்சென்ற ஆண்ட்ரியாஸ் க்ரெமரின் மனைவி காதரைன், தோட்ட வேலை; காதரைன் ரெபெஸ் டோய்ஸ்கின், பொற்கொல்லர்; அக்னெஸ் பிரேளமாட்டின் (காலஞ் சென்ற ஹான்ஸ் ஹிர்டிங் ஹீயம்) வாகன் தயாரிப்பாளர்; காலஞ்சென்ற ஹெல்லி ஹென்செனின் மனைவி காதரைன், தானிய வியாபாரி; எல்ஸ்வான் ஓர்டெம் பர்க், ஓபெர்லின் ரூலினின் மகள், தையல்காரர்; காலஞ் சென்ற ஹீயன்ரிச் ஹூசென் போல்ஸின் மனைவி; கூடை மிடா செய்பவர்.[25]

ஆயினும், இத்தகைய உரிமங்கள், அடிக்கடி அவை எழுதப்பட்ட தாளின் மதிப்புக்கூட பெறாதவையாயின. ஏனெனில், அதிகபட்சம் அவை, அத்தொழிலின் விளிம்புக்கு வேண்டா வெறுப்பாக அனுமதிக்கப் படுவதாக அமைந்தன. மிகவும் முக்கியத்துவம் வாய்ந்த ஒரு கில்டின்[26] (தொழில் புரிவோரின் கழகம்) முழு உறுப்பினராக ஒரு போதும் அனுமதிக்கப்பட்டதில்லை. இதில்லாமல் பெண்கள் கில்டின் எந்தப் பதவியையும் பெண்கள் வகிக்க முடியாது. அது போன்றே, அவர்களது தொழிலை முறைப்படுத்தும் கில்டின் முடிவுகளை உருவாக்குவதிலும் அவர்களுக்கு எந்த உரிமையும் இல்லை. நன்மதிப்புக் குறிகள் சம்பந்தமாக, இடைவிடாது வேலை செய்து கொண்டிருக்கும் பெண் பொறுமையிழக்கும் நிலையில், முதன்முதலாக, உரிமை பறிக்கப்பட்டதை அவர்கள் அமைதியாகத் தாங்கிக் கொண்டிருந்திருக்கலாம். ஆனால் இரண்டாவது தடவையாக உரிமை பறிக்கப்பட்டதை அவர்கள் பலமாக எதிர்த்தனர். பெண்களின் சட்டப்படியான நடவடிக்கைகள் மற்றும் மனுக்கள் சமர்ப்பித்ததன் நீண்ட வரலாறு இதை எடுத்துக்காட்டுகிறது. பெண் வர்த்தகர்கள் பிற முறைகளிலும் பாரபட்சம் காட்டப்பட்டனர். இப்பொழுது போன்றே அப்பொழுதும் உழைக்கும் பெண், மெய்யாகவே தேவைப்பட்ட ஆண்களின் வேலையைப் பறிப்பதாக அடிக்கடி குற்றம் சாட்டப் பட்டார். இன்னும் கூடுதலாக பாதிப்பு ஏற்படுத்தியது. என்னவெனில்,

திட்டவட்டமாக அதே வேலைக்கு பெண்களுக்கு எப்போதும் ஆண்களைவிடக் குறைவாக சம்பளம் கொடுக்கப்பட்டது தான், இதற்குக் கூறப்பட்ட காரணம். பெண்கள் என்ற முறையில் அவர்களுக்கு ஒரு வேலை தேவையில்லை. ஆனால் ஆண்களுக்கு அது தேவைப் படுகிறது என்பதே. மேலும், பெண்கள் மிக மெதுவாக வேலை செய்கிறார்கள். குறைவாக உற்பத்தி செய்கிறார்கள். சாப்பிடுவதும் குறைவே, எனவே அதன் விளைவாக வாழ்வதற்கு அவர்களுக்குத் தேவைப்படுவதும் குறைவே என்றும் கூறப்பட்டது.

ஆயினும், பெண்கள் தமது இயற்கையான ஆற்றல்களையும், அறிவையும் பயனுள்ள பணியில் ஈடுபடுத்துவதை எதுவும் நடை முறையில் தடுக்க முடியவில்லை. எல்லா இடங்களிலும் வரலாற்று ஆவணங்களில் ஏராளமான உழைக்கும் பெண்கள் பற்றிய தகவல்கள் காணப்படுவதானது, காலங்காலமாக பெண்கள் சம்பந்தமாக ஒரு சமுதாயம் சொல்வதற்கும் நடைமுறையில் அது செய்வதற்கும் இடையில் உள்ள முக்கியமான இடைவெளியை மீண்டும் எடுத்துக் காட்டுகிறது. ஏனெனில், உண்மையில், மனைவிமார், மகள்கள், கைம்பெண்கள் மற்றும் வேலைக்காரிகளின் நடவடிக்கைகளைக் கட்டுப்படுத்துவதற்கு முயன்ற நகரத் தந்தைகள் மற்றும் கில்டின் உறுப்பினர்கள், அவர்களுக்கு யாதும் தெரியாத ஒரு சக்திக்கு எதிராகத் தங்கள் சக்தியை செலவழித்து வந்தார்கள். பொருளாதாரத்திற்குப் பெண்களின் முக்கியத்துவத்தை அவர்கள் அறியவில்லை. எப்போதும் அற்பமானதாகக் கருதப்பட்ட, தனிப்பட்ட பெண்களின் வாழ்விலும், பொதுவாக அவர்களது சமுதாயத்தின் வாழ்விலும் (பெண்கள் 'கையடைப் பணத்திற்காக' வேலை செய்கிறார்கள் என்ற கருத்து நீண்டகாலமாகவே நிலவி வருகிறது) உண்மையில், மையமானதும் அத்தியாவசியமானதுமாகும். பெண்களது நேரடியான உற்பத்தியின் அளவிலும் சரி (நெசவுத் தொழில் ஒரு சிறந்த உதாரணமாகும்). வீட்டு வேலை, மனைவி - வேலை என்ற மறைமுகமான உழைப்பிலும் சரி. இவை ஆண்களை விடுவித்து, உற்பத்தி சார்ந்த உழைப்புக்கு அவர்களை ஆயத்தம் செய்கின்றன.

கைம்பெண்களாக இருக்கும் பெண்கள், கணவனுக்கு உழைக்கும் இரண்டாவது சுமையினின்றும் விடுபட்டவர்கள் - அடிக்கடி தமது முயற்சியில் பெரும் வெற்றி பெற்றுள்ளனர். அப்பொழுது அவர்கள் தங்களுக்காக, தாங்களாகவே செயல்பட்டுள்ளனர். ஏராளமான எண்ணிக்கையிலான மதி நுட்பமும், ஆற்றலும் வாய்ந்த, வர்த்தக தொழில்துறையில் ஈடுபட்ட பெண்கள், முந்திய நூற்றாண்டுகளிலான

அவர்களது சமயச் சார்பான சகோதரிகளைப் போன்றே பெண்களின் தாழ்வு நிலை என்று அடிக்கடி கூறப்பட்ட கதையை ஏற்றுக் கொள்ளவில்லை. மேலும், தங்களைச் சுற்றியுள்ள பெரும்பாலான ஆண்களைக் காட்டிலும் மேம்பட்டவர்கள் என்பதை ஒத்துக்கொள்ளச் செய்வதில் வெற்றி பெற்றுள்ளனர். உதாரணமாக, பதினைந்தாம் நூற்றாண்டின் இறுதியில் ஆலிஸ் செஸ்டர் என்ற ஓர் ஒப்பற்ற ஆங்கிலேயத் தொழில் முனைவர், ஃபிளாண்டர்ஸ் மற்றும் ஸ்பெயின் வரையிலும் கம்பளி, ஒயின், இரும்பு, எண்ணெய் முதலியவற்றில் வர்த்தகம் செய்து வந்தவள். கடவுளைத் தவிர வேறு யாருக்கும் கீழ்ப்படியவில்லை. அவளுக்கு விருப்பமான மாதாகோயிலில், ஒரு புதிய உயரமான திருப்பலி மேடையையும், சிலுவை அடுக்கு மேடையையும் கட்டியமைத்தபோது, அதுவும் வருங்காலத்திற்கு ஒரு விவேகமான முதலீடு செய்யும் தன்மையில் அமைந்தது. எல்லாப் பெண் வர்த்தகர்களும் ஆலிஸைப் போன்று அவ்வளவு வெற்றியடைய வில்லை. இங்கிலாந்தின் மையத்தில் அமைந்துள்ள கவெண்ட்ரி நகரைச் சேர்ந்த மார்கெரி ரஸ்ஸல், எண்ணூறு பவுண்டுகள் மதிப்புள்ள பொருள்களைப் பறிகொடுத்தாள். ஸ்பெயினில் சண்டாண்டரைச் சேர்ந்த ஆட்கள் இந்தக் கொள்ளையை நடத்தினர். இது அவளுக்கு ஒரு பேரிழப்பாகும். ஷ்ரூஸ்பரியைச் சேர்ந்த ஆன்னெஸ் டி ஹஜிபோன் என்ற மதுபானம் தயாரிக்கும் பெண்ணுக்கு ஏற்பட்ட கதி இன்னும் மோசமானதாயிருந்தது; அவள், ஒரு தொட்டி சாராயத்தை, சூடான கூழ் நிறைந்த ஒரு பெரிய அண்டாவில் ஊற்றும்போது, கால்வழுக்கி, அதில் வீழ்ந்தாள். இதனால் உடலில் மிகக் கடுமையான வெம்புண்கள் ஏற்பட்டு, பின்னர் அவள் மரணமடைந்தாள். **1296** நவம்பரில் பிண ஆய்வாளரின் பதிவு ஆவணங்களில் ஆக்னெசுக்கு ஏற்பட்ட விபத்து பதிவு செய்யப்பட்டுள்ளது. ஒரு கோரமான பின் குறிப்பு என்ற வகையில், ஆக்னெஸின் தோல், சதை மற்றும் முடியைக் கொண்டி ருந்திருக்கக்கூடிய அந்த மதுபானம் (பீர்) விற்பனை செய்யப் பட்டு, ஒரு கிரௌனுக்கு **2.5** பென்ஸ் வீதம் லாபம் கிட்டியது.[27]

இந்த இரண்டு சம்பவங்களும் வெளி உலகில் பெண்கள் பிரவேசிப்பதில் உள்ள அபாயத்தின் கூறுகளையும் சித்தரிக்கின்றன. இது பொதுவாகப் பெண்கள், தமது பாதுகாப்புக்கு உட்பட்ட வீட்டின் சூழ்நிலையிலிருந்து வெளி உலகில் துணிந்து பிரவேசிப்பதைத் தடைசெய்து வந்தது. இருந்தபோதிலும் பலர் துணிந்து இறங்கினர். வியாபாரத்திலும், வாணிபத்திலும் மட்டுமல்ல. இந்த நூற்றாண்டு களில்தான் தனித்தொழில்களிலும் முதல்முதலாகப் பெண்கள் ஈடுபட்டனர். பதினொன்றாம் நூற்றாண்டில் மருத்துவரும் பெண்

நோய் மருத்துவக்கலை நிபுணருமான டுரோடுலாவின் முன்னோடிப் பணியைத் தொடர்ந்து மருத்துவத்துறையில் மிகவும் ஆர்வம் ஏற்பட்டது. தனது சக மருத்துவர்களுடன் சாலெர்னோவின் பெண்களுடன் சேர்ந்து, டுரோ டுலா முதலாவது மருத்துவ, விஞ்ஞானக் கல்வி மையத்தை ஏற்படுத்தினார். இது திருச்சபையின் கட்டுப்பாட்டின் கீழ் அல்ல என்பதும் குறிப்பிடத்தக்கது. அவருடைய சில கருத்துக்களும் மிகவும் தீவிரமானவையாயிருந்தன. மலட்டுத் தன்மைக்குப் பெண்களைப் போல் ஆண்களும் காரணமாக இருக்கக் கூடும் என்று அவர் கூறினார். உதாரணமாக, பெண்களின் நோய்கள் என்ற அவருடைய நூல் பல தலைமுறைகளுக்கு ஆதாரபூர்வமான நூலாக இருந்தது. ஆயினும், இந்த நூலுக்கு ஓர் ஆண்தான் நூலாசிரியராக இருந்திருப்பார். டுரோ டுலாவின் கணவர், அல்லது வேறு ஆண் மருத்துவர் - என்று பொதுவாகக் கருதப்பட்டது. மருத்துவத் துறையில் ஈடுபட்ட பெண்களுக்கு இடைவிடாமல் இத்தகைய இடர்ப்பாடுகளும் தடங்கல்களும் ஏற்பட்டன. உதாரணமாக, 1220ல் உலகின் முன்னணி மருத்துவப் பள்ளிகளில் ஒன்றாக இருந்த பாரிஸ் பல்கலைக்கழகம் பெண்களை அனுமதிப்பதைத் தடை செய்யும் விதிகளை அமலாக்கி, தமது பல்கலைக்கழகத்தில் ஆண்களைத்தவிர வேறு யாரும் மருத்துவராகத் தொழில் நடத்தக்கூடாதென்றும் தடைவிதித்தது. 1485-ல் பிரான்சின் எட்டாவது சார்லஸ் மன்னர், பெண்கள் அறுவை சிகிச்சை மருத்துவர்களாக (சர்ஜன்கள்) பணிபுரியும் உரிமையை வாபஸ் பெறுவதாக ஓர் ஆணையை வெளியிட்டார். இந்த இரு நடவடிக்கைகளும் ஏராளமான பெண்கள் மருத்துவர்களாகத் தொழில் புரிந்து கொண்டும், பயிற்சி பெற்றுக் கொண்டிருந்ததையும் அவர்களின் எண்ணிக்கை மிகவும் அதிகமாக இருந்ததால் அது ஒரு பிரச்சினையாகி, அதற்குத் தீர்வு காண்பதற்கு ஒரு சட்டம் தேவைப் பட்டது என்பதையும் எடுத்துக்காட்டுகிறது.

ஆயினும் இதைப் புறக்கணிப்பதற்கான வழிகளும் இருந்தன. பெண்கள் தனிப்பட்ட முறையில் உரிமம் பெறுவதற்கு விண்ணப்பிக்க முடிந்தது, டுரோடுலாவின் ‘சாலெர்னோ பெண்கள் குழு’ போன்று அவர்கள் ஒருவர் மற்றொருவரிடமிருந்து, அல்லது, பல்கலைக்கழகக் கட்டுப்பாடின்றி அறுவை சிகிச்சை செய்த நாவிதர் - சர்ஜன்களிடமிருந்து கற்றுக் கொள்ள முடிந்தது. அல்லது கூடுதல் சுமுகமான வேறு இடத்திற்கு அவர்கள் மாறிச் செல்ல முடிந்தது. இந்த உத்திகளை சாமர்த்தியமாக இணைப்பதன் மூலமாகவும், மற்றும் பெண்களுக்கே உரித்தான மனவுறுதி மற்றும் திறத்தைப் பிடிவாதமாக

கடைப்பிடிப்பதன் மூலமாகவும் சில பெண்கள் மிகவும் கடினமான காலங்களிலும், மருத்துவத்துறையானது ஒரு போதும் முற்றாக ஆண்களின் ஏகபோகமாக இருந்ததில்லை என்பதை உறுதிப்படுத்து வதில் வெற்றியடைந்தனர்.

1389ஆம் ஆண்டுக்கும் 1497ஆம் ஆண்டுக்கும் இடையில் உதாரணமாக, ஃப்ராங்க்பர்ட் நகரில் மட்டுமே மூன்று யூதப் பெண்கள் உள்ளிட்ட உரிமம் பெற்ற பதினைந்து பெண் டாக்டர்கள் தொழில் புரிந்து வந்தனர். இந்த யூதப் பெண் டாக்டர்கள் அராபியக் கண் மருத்துவத்தில் தனித் தேர்ச்சி பெற்றிருந்தனர். பதினைந்தாம் நூற்றாண்டில் ஜெர்மன் பெண்கள், பல்கலைக்கழகங்களில் உயர் பட்டங்களுக்கான மருத்துவ ஆய்வுரைகளை சமர்ப்பித்தனர். பதினாறாம் நூற்றாண்டில், ஸ்விட்ஜர்லாந்தைச் சேர்ந்த மருத்துவச்சி-சர்ஜன், சிசேரியன் (வயிற்றை அறுத்துக் குழந்தைப் பிரசவம் நிகழ்த்துதல்) பிரிவில் புதிய உத்திகளை செம்மைப்படுத்தினார். இந்தப் பிரிவில் ஆண் சர்ஜன்கள் ஏகபோகம் செலுத்திய காலத்தில், ஜுலியஸ்கள் காலத்திலிருந்து நடைமுறையில் எத்தகைய முன்னேற்றமும் ஏற்பட வில்லை.

பெர்ன் நகரைச் சேர்ந்த மேரி கோலினெட் என்ற பெண்ணும் ஒரு நோயாளியின் கண்ணிலிருந்து ஓர் உலோகத்துண்டை வெளியே எடுப்பதற்கு முதல்முதலில் காந்தத்தைப் பயன்படுத்தியவராவார். இது ஒரு புதுமையான உத்தியாகும். இன்றுவரை அமலில் இருந்து வருகிறது. (இந்த வெற்றிகரமான புதுமைக் கண்டுபிடிப்பானது பின்னர், மேரியின் கணவர் கண்டுபிடித்ததாக அவருக்குப் பாராட்டுத் தெரிவிக்கப்பட்டது. ஆனால், உண்மையில், தன் மனைவி அறுவை சிகிச்சை செய்யும்போது அருகிலிருந்து அவர் அதைக் கவனித்ததாகக் கூறப்பட்டிருப்பதுதான் பதிவு செய்யப்பட்டுள்ள ஒரே ஆவணமாகும்). இத்தாலியிலும் கூட, சில பல்கலைக்கழகங்கள் பிரான்சின் முதல் உதாரணத்தைப் பின்பற்றி, பெண்கள் அவற்றில் சேரமுடியாமல் தடை செய்தபோதிலும், பதினான்காம் நூற்றாண்டில் பொலோக்னா நகரில் டோரொடீ போச்சி என்பவர், அவருடைய தகப்பனாருக்குப்பின், மருத்துவம் மற்றும் ஆன்மீகத் தத்துவவியலின் பேராசிரியராக நியமிக்கப்பட்டார். மேலும் 25 வயதான மரியா டி நொவெல்லா என்பவரை அதே சமயத்தில் கணிதவியல் துறையின் பேராசிரிய ராகவும் தலைவராகவும் நியமித்ததன் மூலம் பொலோக்னா, பெண்களுக்கு ஆதரவாக ஒரு புகழ்மிக்க நடவடிக்கையும் மேற் கொண்டது. இந்தப் பல்கலைக்கழகம் மருத்துவத்துறையில் பெண்

களை நியமிக்கும் தொடர்ச்சியான மரபை, அங்கு 1526ல் அறியப்பட்ட முதலாவது நோய்க்கூறு பெண் மருத்துவர் காலமானது எடுத்துக் காட்டுகிறது. ஓய்வொழிவற்ற பரிசோதனைகளின் மூலம், இந்த முன்னோடி ரத்தத்தை வெளியேற்றி, அதற்குப் பதிலாக வண்ண மேற்றிய சாயத்தை உள்ளே ஏற்றுவதற்கு ஒரு புரட்சிகரமான உத்தியைக் கண்டுபிடித்தார். இதன்மூலம், ரத்த ஓட்ட அமைப்பைக் கூடுதல் விவரமாக ஆராய்வதற்கு முடிந்தது. 'தனது உழைப்பினாலேயே அவள் விழுங்கப்பட்டாள் என்று அவளுடைய காதலன் வர்ணித்த அவள் தனது பத்தொன்பதாவது வயதிலேயே மரணமடைந்தாள்.[28]'

ஆயினும் மருத்துவத்துறைக்குப் பெண்களின் பங்களிப்பு நடுங்கும் அசைவுடன் கூடிய வெளிச்சமாகவே இருந்தது. அதனுடைய விட்டுவிட்டுத்தோன்றும் சுடரொளி எப்போதும் பகைத் தாக்குதலுக்கு உள்ளாகும் அபாயம் இருக்கவே செய்தது. நவீன உலகம் உருவான போது பெண்கள் கணிசமான மற்றும் அன்னியப்படுத்த முடியாத உரிமை கொண்டாடக்கூடிய ஒரே வேலை, ஆண்களால் செய்யப்பட முடியாத வேலையாகும். ஒப்பந்தத்தின் நிபந்தனைகளை நிறைவேற்று வதற்கு ஒரு பெண் உடம்பு, மார்பகங்கள், கருவாய் (பெண்உறுப்பு) ஆகியவற்றை உடைமையாகக் கொண்டிருக்க வேண்டும் என்று கோரிய வேலையாகும். நடைமுறையில் இதன் பொருள் நடிப்பும் சோரம் போவதுமாகும். அவர்களது வரலாறு முழுவதிலும் இந்த இரண்டும் அவ்வப்போது ஒன்று மற்றொன்றாகக் குழப்பிக் கொள்ளப்பட்டது தற்செயல் நிகழ்ச்சி அல்ல.

இந்த இரண்டில், நடிப்பானது, ஆரம்பத்தில் பெண்களுக்கு ஒரு பெரும் வெற்றியைப் பிரதிநிதித்துவப்படுத்தியது. ஏனெனில் பல நாடுகளில் அவர்கள் நடிப்பதற்குச் சேர்த்துக் கொள்ளப்பட்டதானது, நாடகத்தில் பெண் பாத்திரங்களை எப்போதும் ஆண்களே நடித்து வந்த இறுகிப்போன வரலாற்றுப் பூர்வமான மரபை உடைத்தெறிந்தது. இந்தப் பழக்கம் கிரேக்கர்களிடத்தில் புனிதமான நாடகம் தோன்றிய காலம் முதல் இருந்து வந்ததாகும். ஆனால் நாடகத்தில் பெண்கள் பங்கேற்று நடிக்கும் மாற்றமும் வேதனையில்லாமல் நடைபெற வில்லை. லண்டன் நாடகமேடையில் முதலில் தோன்றிய பெண்கள், பிரெஞ்சு நடிகைகளின் ஒரு பயணக்குழுவாகும். இது (லண்டன்) நகரத்தில் ஒரு பெரும் பரபரப்பை ஏற்படுத்தியது. தேச அளவிலான ஓர் அவதூறைக் கிளப்பிவிட்டது. ஒரு முன்னணி தூய்மைவாதி, வில்லியம்பிரைன், வாயில் நுரைதள்ள இந்த சம்பவத்தைப் பற்றி இவ்வாறு எழுதியுள்ளார்.

> சில பிரெஞ்சுப் பெண்கள் அல்லது பேய்கள் என்று கூறலாம். 1629ல் மைக்கெள்மஸ் விடுமுறை நாட்களில், பிளாக்ஃபிரயர்ஸ், நாடகக் கொட்டகையில் ஒரு பிரெஞ்சு நாடகத்தை நடிக்க முயன்றனர். இது ஓர் ஆணவமான, வெட்ககரமான, பெண் தன்மையற்ற, நயமற்ற, இன்னும் சொல்லப்போனால் வேசித் தனமான முயற்சியாகவே பெருமளவில் கையாளப்பட்டது.[29]

இத்தகைய கருத்தைக் கொண்டிருந்தவர் பிரையன் ஒருவர் மட்டுமல்ல. பிரெஞ்சு நடிகைகள், லண்டனில் சர்வதேச நாடக விமர்சகர்களின் பாராட்டைப் பெறுவதற்கும் தவறினர்; ரசிகர்கள், அவர்களுக்கு எதிராகக் கண்டன ஒலி எழுப்பினர். கூப்பாடு போட்டனர்; அழுகிய ஆப்பிள் பழங்களை அவர்கள் மீது வீசி, மேடையிலிருந்து வெளியேற்றினர்.

ஆயினும், ஒரு சில ஆப்பிள்களை வீசியதைக் காட்டிலும் கூடுதல் பாதிப்பை ஏற்படுத்தியது என்னவெனில், பெண்களின் இந்தப் புதிய வாழ்க்கைத் தொழிலை, மிகவும் பழமையான தொழில் என்று மரபாகக் கூறப்பட்டு வந்த தொழிலுடன் - அதாவது விபச்சாரத்துடன் உடனடியாகவும் நிலையாகவும் தொடர்புபடுத்தியதாகும்.[30] சுதந்திரமாக, தனியாக வாழும் பெண்கள், தங்களுக்குப் பொருத்த மில்லாவிட்டால் திருமணம் செய்து கொள்ளாமல் வாழ்பவர்கள், சுயமாக சம்பாதித்துத் தங்கள் சொந்தப் பணத்தைச் செலவு செய்பவர்கள், தங்கள் உடல்களை பணம் கொடுக்கும் எந்த ஒரு முடைநாற்றம் வீசுபவனுக்கும் காட்டக்கூடியவர்கள் - இவர்கள் வேசிகளைத் தவிர வேறு யாராக இருக்க முடியும்? அந்த நடிகையும் காம உணர்ச்சிமிக்கவளாகவும், மனோதிடம் உள்ளவளாகவும், எதேச்சாதிகார மனப்பான்மை உள்ளவளாகவும் இருந்தால், அவள் ரோசெஸ்டர் கோமானின் காமக்கிழத்தியாக இருப்பதாகவும் ஊரார் அறிந்திருந்தால் அவள் தானாகவே அவ்வாறு இருப்பதானால், அப்பொழுது அவள் வேசி என்று கூறப்படுவது நிச்சயம். ரோசெஸ்டரின் 'காமக்கிழத்தி', புகழ் பெற்ற எலிஸபெத் பார்ரி, தனது நாடக வாழ்வின்போது நூற்றுக்கு மேற்பட்ட முன்னணிப் பாத்திரங்களில் நடித்திருக்கிறாள். அதே போன்று தீவிரமான மற்றும் பல்வேறு பாலியல் உறவுகளையும் கொண்டிருந்திருக்கிறாள். எப்போதும் பொதுமக்களின் கவனத்தைக் கவர்ந்தவளாகவே இருந்திருக்கிறாள்; போட்டி அரசிகள் என்ற ஒரு நாடகத்தில் நடிக்கும் போது திருமதி பார்ரி, மிகவும் உணர்ச்சிவசப்பட்டவளாய் வாழ்க்கையில் தனது மெய்யான போட்டியாளர் ஒருவரின் திருமதி.

பௌடெலின் முதுகில் குத்திப் படுகாயம் ஏற்படுத்திவிட்டாள். இரண்டு விலைமகள்களிடையில் ஒரு வாடிக்கையாளரின் நிமித்தம் விபசார விடுதியில் நடைபெற்ற சண்டையாகவே பொதுமக்கள் அதைக் கருதினர். எலிஸபெத் பார்ரியும், பிற முதல் தலைமுறை நடிகைகளும் ஓர் எல்லையில் நின்ற பெண்களாவர். அவர்கள் எல்லா அம்சங்களிலும் தமது அமெரிக்கச் சகோதரிகளைப் போன்றே இருந்தனர். இரு நூற்றாண்டுகளுக்குப் பின்னர், 'மேற்கு நோக்கிச் செல்வதற்கு' அவர்கள் துணிவு பெற்றனர். இங்கிலாந்தில் மறுமலர்ச்சிக் காலத்தில், பார்ரியுடன் கூட, கலை எல்லைகளைப் பின்னுக்குத் தள்ளிய இதர பெண்கள் அவளுடைய போட்டியாளர்களும், சகாக்களும், முன்பு எப்பொழுதும் பெண்கள் ஊதியம் பெறாமல் செய்த வேலைக்கு அதாவது அறிவுத்துறைப்பணிக்கு முதல் தடவையாக ஊதியம் பெறுவதில் வெற்றியடைந்த பெண்களாவர். எப்போதாவது எழுதிய, அல்லது எழுதவிரும்பிய லட்சக்கணக்கான பெண்களில் அப்ரா பெஹனுடைய பெயர் உச்சத்தில் நிற்கிறது. நவீன காலத்தின் 'முதலாவது பெண் எழுத்தாளர்' அல்லவாயினும், இணையற்ற அமெரிக்கக் கவிஞர் ஆன்பிராட்ஸ்டிரீட், குடியேற்றத்தின் மிகவும் கடினமான சூழ்நிலைமைகள் மற்றும் எட்டுக் குழந்தைகளைப் பெற்றிருந்த நிலைமையில் இவர் முன்னர் அப்ரா என்று அழைக்கப் பட்டவர். மற்றவர்களைப் போன்றே - ஆனால் எழுதுவதையே வாழ்க்கைத் தொழிலாகக் கொண்டு சம்பாதித்து வாழ்ந்த எழுத்தாளர் என்று அறியப்பட்ட முதலாவது பெண் ஆவார். தனது படைப்புக்களை விற்று, அதிலிருந்து கிடைத்த ஊதியத்தைக் கொண்டு வாழ்ந்தாள். அனேகமாக இருபது ஆண்டுகள் இவ்வாறு இலக்கியப் படைப்புத் தொழிலில் ஈடுபட்ட இந்தத் துணிச்சலான, அறிவாற்றல் மிக்கப் பெண், முன்னாள் குடும்பப் பராமரிப்பாளர். முன்னாள் ஒற்றர், உலக யாத்திரீகர், முன்பு முழுமையாக ஆண்களின் ஆதிக்கத்திற்குட் பட்டிருந்த நாடகத்துறையை வென்றாள். 1680ல் மட்டும் அவர் பத்து நாடகங்களை எழுதினார். பிரெஞ்சு மொழியிலிருந்து ஐந்து மொழி பெயர்ப்புகளைச் செய்தார். ஐந்து புதினங்களை எழுதினார். இதன் மூலம் மற்றொரு 'முதலாவது' தகுதியையும் பெற்றார். ஆங்கிலத்தில் முதலாவது புதினத்தை எழுதியவர் இவரே. ஆனால், அவள் ஒரு விலைமகள் என்றுதான் சொன்னார்கள்.

தமது உடல்களைப் பணத்திற்கு விற்காத பெண்களுக்கு எதிராகவும் 'விலைமகள்' என்ற சொல் மிகவும் சர்வசாதாரணமாகப் பயன்படுத்தப்பட்டதால், உண்மையாகவே இந்த 'விளையாட்டில்

ஈடுபட்ட மகளிரை அவமானப்படுத்துவதற்கு இந்த சொல்லுக்கு சக்தியே இல்லாமற் போய்விட்டது - இரண்டாவது சார்லஸ் அரசனின் மற்றொரு காமக்கிழத்தியால் இவ்வாறு பழிதூற்றப்பட்ட போர்ட்ஸ் மவுத் கோமாட்டி நெல் குவைன், ‘என்னைப் பொறுத்தமட்டிலும், அது என்னுடைய வாழ்க்கைத் தொழில், நான் அதைக் காட்டிலும் மேம்பட்ட வேறெதுவாகவும் இருப்பதாகப் பாசாங்கு செய்யவில்லை[31] என்று உறுதியாகப் பதிலளித்தாள். நல்லொழுக்கக் கொள்கையாளர் களின் கூக்குரல் கெக்லிகளைப் பொருட்படுத்தாமல் உலகெங்கும் பல பெண்கள் நெல்லின் கருத்தை எதிரொலித்தார்கள். வரலாறு முழுவதிலும் லட்சக்கணக்கான பெண்கள் விபச்சார சேவையில் செயலூக்கமாக இருந்துள்ளனர். ‘ஏழ்மையான கேடுகெட்ட காலாட்படையினராக மட்டுமல்ல, மாறாக, படைத் தளபதிகளாகவும் இருந்துள்ளனர்; 1505ல் ஒரு சமய நீதிமன்றத்தினால் அபராதம் விதிக்கப்பட்ட லண்டன் வங்கிப்புறத்தின் பத்து விபசார விடுதி உடைமையாளர்களில் நான்குபேர் பெண்களாவர். இவர்கள் ‘லிஹெர்ட்’, ‘லிஹெர்டி ஹோர்ன்’, ‘லி கிராஸ் கெய்ஸ்’, லிஃப்ளவர் டெலிஸ்’[32] என்ற விபசார விடுதிகளை நடத்தி வந்தனர். ஏனெனில் இது அவர்களுக்கு உயிர் வாழ்வதற்கான ஒரு தொழிலாக இருந்தது. அதற்கு எதிராக அடிக்கடி அபராதம், தடை நடவடிக்கைகள் எடுக்கப் பட்ட போதிலும், அதனுடைய அனுகூலங்கள் தொடர்ந்து லாபகரமாகவே இருந்துவந்தன. அந்த அனுகூலங்களில் ஒன்று, ஐயத்திற்கிடமின்றி, நன்மதிப்பு வாய்ந்த திருமணம் செய்து கொண்ட பெண்களைக் கட்டுப்படுத்திய அவலங்களற்ற சுதந்திரமாகும். ஆயினும் எந்த மனைவிமார்களும் அவ்வாறு அதைப்பார்க்கவில்லை - உண்மையில் இரு தரப்பினரும் - ஒருவர் மற்றவரிடம் சுரண்டல்கார ஆண்களிடம் அடிமைப்பட்டுக் கிடக்கும் கேவலமான வாழ்க்கை குறித்து வெறுப்புத் தெரிவித்தனர், பரிதாபப்பட்டனர்.

பாலியல் சமத்துவம், பொருளாதார சமநிலைக்கான கோரிக்கை களின் தாக்கத்தினால் தத்தளித்துக் கொண்டிருக்கும் ஒரு யுகத்தைப் பற்றிய பின்னோக்குப் பார்வையுடன் பார்த்தால், தொழில் வளர்ச்சிக்கு முந்திய காலக்கட்டத்தில் பெண்களின் வேலையினது அனுபவத்தைத் தவறாக மதிப்பிடுவது எளிது. அடிக்கடி, கடினமானதாக, நீண்டதான, வருந்தி உழைக்க வேண்டியதாக இருந்த போதிலும் அது உள்ளார்ந்த ரீதியில் எப்போதும் கொடுமையானதாக இருந்திருக்கவில்லை. பெண்கள் செயலூக்கமாக பல்வேறு துறைகளில் செயல்பட்டது, அவர்களது உறுதியும், திறமையும் விடாமுயற்சி ஆகியவற்றின் சான்றுகள் மிகப்பெருமளவு இதற்கு ஆதாரம் கூறுகிறது. உண்மையில், சட்டப்படி உரிமைகளற்றவர்களாகவும், ஒரு தனித் தன்மைகூட இல்லாதவர்களாகவும் இருந்த பெண்களுக்கு, அவர்களது திறமைக்கு

வடிகால்களும், பெருமளவுக்கு வெளியில் செல்வதற்கான வாய்ப்புகளும் அதிகரித்து வந்த நிலைமையில் வேலையென்பது அவர்களுக்கான சுயமாகச் செயல்படும் வாய்ப்பு, சமத்துவம், பொருளாதார சுதந்திரம் ஆகியவற்றை அளித்தது. மொத்தத்தில் ஆண்கள் நிலத்தின் மீது கட்டுப்பாடு செலுத்திய அதே சமயத்தில் அவர்களது கட்டுப்பாடானது உழுதல், நாற்று நடுதல், மற்றும் பயிர் வளர்த்தலில் பெண்களுக்கு இருந்த முக்கிய பங்கு மறுக்கப்பட வில்லை. வீட்டு அளவிலும் சரி, வர்த்தகம் அல்லது வாணிபத்தின் மூலம் உபரி தானியங்களை விற்பனை செய்வதிலும் சரி பெண்கள் தங்கள் பங்குக்கு உற்பத்தியின் (விளைச்சலின்) மீது கட்டுப்பாடு செலுத்தினர். எனவே, மிகவும் மெய்யான அர்த்தத்தில், ஒரு சிறிய நிலத்தில் பணியாற்றும் கணவனும் மனைவியும், சட்டத்தின் அர்த்தமற்ற சொற்களினால் அங்கீகரிக்கப்படாவிடினும் ஒரு வகையில் பங்காளிகளாக இருந்தனர். தனது வீடு, குடும்பம், வேலை ஆகியவற்றை மையமாகக் கொண்டு செயல்பட்ட ஒரு பெண் - இந்தக் கட்டத்தில் இன்னும் ஒரு புனிதமான முக்கூட்டாக, ஒன்றில் மூன்றாக இது இருந்தது. பெருமிதத்துடனும், சுயதேவைப் பூர்த்தியுடனும், வலுவாகவும், சுதந்திரமாகவும் இருக்க முடிந்தது. இது உண்மையா என்று ஐயப்படக்கூடிய அளவுக்கு நல்லதாகத் தோன்றுகிறது. ஆம், உண்மையே! இயந்திர வளர்ச்சி யுகம் தோன்றியதோடு, அது ஒரு போதும் இல்லாதிருந்தது போன்று துடைத்தெறியப்பட்டது.

அடிக்குறிப்புகள்

1. ஜோன் ஆப் ஆர்க் பற்றித் தெரிந்து கொள்ள மரீனா வார்னர் எழுதிய ஜோன் ஆப் ஆர்க்: பெண்ணின் வீராவேசத்தின் பிம்பம் (1982) என்ற உன்னதமான நூலைக் காண்க. பிற தேதிகளும் சம்பவங்களும் டைம்ஸின் உலக வரலாற்றுப் பாடச்சுவடியிலிருந்து எடுத்தாளப்பட்டவை.

2. பார்னெலைப் பற்றித் தெரிந்து கொள்வதற்கு பாஃபோர்டின் நூலைக் காண்க. பக்.74, இது ஒரு புனைப் பெயரேயாகும். 'பார்னெல்' என்பது ஒரு விபசாரிக்கு அங்கீகரிக்கப்பட்ட பெயராகும். 'போர்ட்ஜோய்' என்பவள் 'இன்பத்தை ஏற்படுத்துவதற்கு'த் தனக்குள்ள தொழில் ரீதியான திறமை குறித்துத் தற்பெருமையடித்துக் கொண்டாள். இவர் பற்றி அறிந்து கொள்வதற்கு மாக் கர்டெய்ன் மற்றும் ஓ' கொர்ரெய்ன் எழுதிய நூலைக் காண்க. பக்.22

3. டபிள்யூ. ஐ.தாமஸ். பக்.124.

4. ஹோமர், அரிஸ்டோடல், பிளேட்டோ, டெமாஸ்தெனிஸ், ஷெனோபோன் மற்றும் பலர் கிரீஸின் உழைக்கும் பெண்களைப் பற்றி வர்ணித்திருக்கின்றனர். ரோமாபுரியின் உழைக்கும் பெண்களைப் பற்றி ஓவிட், ஹொரேஸ், பிளாட்டஸ், மார்ஷியல் முதலியவர்கள் வர்ணித்திருக்கிறார்கள். பயனுள்ள நூல் திரட்டுக்கும், ஆதார நூல்களின் பட்டியலுக்கும் ஆக்ஸ்போர்டு கிளாஸிகல் அகராதியைப் பார்க்கவும், பக். 1139-40. பண்டைய கிரேக்கத்தின் பெண் இசைவாணர்களைப் பற்றிய ஓர் ஆர்வமூட்டும் விவாதம் ஐவ்ஸ் பெஸ்ஸியர்ஸ்

மற்றும் பாட்ரீஸியா நீய்ட்ஸ் விக்கியின் பெண்களும் இசையும், ஐரோப்பாவின் பெண்கள் என்ற கட்டுரையில் காணக்கிடக்கிறது. சப்ளிமெண்ட் 22 (ஐரோப்பிய சமூகங்கள் பற்றிய கமிஷன், அக்டோபர் 1985) புள்ளி விவரங்கள் பக்கம் 9-ல் இருந்து எடுக்கப்பட்டவை.

5. லெவென்ஹாக், பக்.33

6. இந்த மூட்டை சுமந்த சம்பவம் உள்ளிட்டு, பெண்கள் புரியும் கடினமான வேலை குறித்து லொவன்ஹாக்கின் நூலில் காண்க. பக்.49,77,88 மற்றும் 122-3.

7. எராஸ்மஸ், கிரிஸ்டியானி மேட்ரிமோனி இன்ஸ்டிடியூஷியோ (1526) ஓ ஃபாவோலெய்ன் பக்.194.

8. லெவென்ஹாக் பக்.111

9. ஓ,. ஃபாவோலெய்ன் பக்.272.

10. ஜீன் டி லா ப்ரூயர், ஓவெர்ஸ் கம்ப்ளீட்டல், பதிப்பு ஜே.பெண்டா (1951) பக்.333.

11. க்ளீய்ன் பக்.9.

12. மூக்கே டி காம்ப்ரி, வாயேஜ்டான்ஸ் லாஃபினிஸ்டெரே (1799); ஓ ஃபாவோலெய்ன், பக்.272, தொழிலாளர்களின் சம்பளம் பற்றிய புள்ளிவிவரங்கள் பக்.266-7.

13. பெண்களின் மிகக் குறைவான சம்பளங்கள் பற்றி ஏ.ஏப்ரம் எழுதிய பதினைந்தாம் நூற்றாண்டில் சமூக இங்கிலாந்து என்ற நூலைக் காண்க (1909) பக்.131, மற்றும் ஆலிஸ் கிளார்க்கின் நீதிபதியின் சர்வே, பதினேழாம் நூற்றாண்டில் உழைக்கும் பெண்களின் வாழ்க்கை (1919) பக். 65-6 காண்க.

14. ஜே.டபிள்யூ. வில்லிஸ் பண்டின் வொர்செஸ்டர் கவுண்டி ரிகார்ட்ஸ் (வொர்செஸ்டர், 1900) I. 337.

15. ஓ, ஃபாவோன். பக். 273

16. எம்.பிலிப்ஸ், மற்றும் டபிள்யூ. எஸ்.டாம்கின் சன், வாழ்க்கையிலும் கடிதங்களிலும் ஆங்கிலேயப் பெண்கள் (ஆக்ஸ் போர்டு 1927) பக்.76.

17. லெவென்ஹாக். பக். 42-3.

18. பழமொழிகள். 31, 13-27.

19. ஓ, ஃபோவோலெய்ன் பக். 265-6

20. லிப்ரோ டி புயோனி காஸ்ட்யூமி (சிறந்த பழக்கவழக்கங்கள் பற்றிய புத்தகம்) பதிப்பு ஏ.ஸ்சியாஃபினி (ஃப்ளோரென்ஸ், 1956) பக்.126-8.

21. கைஸ், பக்.60. பட்ரீஷியா ஃபிராங்க்லின் பாட்டி ஒரு முன்னோடி (கனடா 1977) என்ற நூலையும் காண்க. பக்.25.

22. லி கிராண்ட் ஆஸி, வாயேஜ் டி அவர்கென் (பாரிஸ்.1788) பக்.281.

23. எட்வார்டெஸ், பக்.250.

24. லெவென்ஹாக் பக்.124.

25. லி விவ்ரே டிலா பூர்ஷ்வானி டிலா வில்லே டி ஸ்ட்ராங் பர்க். *1440-1530.* பதிப்பு சி.விட்மெர் மற்றும் சி.ஜே.மெயெர். *(3* தொகுதிகள், ஸ்ட்ராஸ்பர்க் மற்றும் ஜுரிச், *1948-61)* I *443, 499, 504, 822, 857, 862, 1071.*

26. அரிதான விதிவிலக்குகள்: இங்கிலாந்தின் வடக்குப் பகுதியைச் சேர்ந்த ஒரு பெண் மரியோனாகெண்ட் *1474-5*ல் யார்க் வியாபாரிகள் அட்வென்ச்சரர்ஸ் என்ற ஒரு கில்ட் கவுன்சிலின் உறுப்பினராக உயர்ந்தார். பிற கில்டுகளில் பெண்கள், எப்போதாவது இறந்து போன கணவனுக்கு பதிலாக உறுப்பினர் பதவியைப் பெற்றனர். இன்னும் சுவையான செய்தி என்னவெனில், அந்தப் பெருமைமிக்க உறுப்பினர் பதவியை இரண்டாவது கணவனுக்கு மாற்றிக் கொடுத்துள்ளனர். ஆனால் அத்தகைய உறுப்பினர் பதவி பெண்களுக்கு ஆண்கள் அனுபவித்த முழு உரிமைகளுக்கு தனிச் சலுகைகளும் ஒரு போதும் வழங்கியதில்லை. பிரான்ஸும் இத்தாலியும் எல்லா உறுப்பினர்களையும் பெண்களாகவே கொண்ட தொழில் கில்டுகளைக் கொண்டிருந்ததாகப் பெருமைப் பட்டுக் கொண்டன. ஆனால் அவற்றின் செல்வாக்கு மிகவும் எல்லை வரம்புக் குட்பட்டதே.

27. டியானே ஹட்டன், பதினான்காம் நூற்றாண்டு ஷ்ரூஸ்பரியில் பெண்கள் லிண்ட்சே சார்லஸும் லோர்னா டஃப்பினும் எழுதிய தொழிற்புரட்சிக்கு முந்திய இங்கிலாந்தில் பெண்களும் வேலையும் *(1985)*

28. மார்க்கரெட் ஆலிஸ், ஹைபாஷியாவின் பாரம்பரியம் தொல்பழங்காலத்தி லிருந்து பத்தொன்பதாம் நூற்றாண்டின் இறுதி வரையிலும் விஞ்ஞானத்தில் பெண்கள் ஈடுபட்டதன் வரலாறு *(1986)*, பக்.*54-7*

29. ஜே.கி.யூ.ஆடம்ஸ், சர்ஹென்ரி ஹெர்பர்ட்டின் பரபரப்பான ஆவணங்கள் (நியூஹேவன், ஆக்ஸ்போர்டு மற்றும் லண்டன், *1917)* பக்.*69.*

30. சமுதாயம் குறிப்பாக விபசாரம் பற்றிய புத்தகங்களை எழுதும் அந்தப் பகுதி மிகப் பழமையான வாழ்க்கைத் தொழில்: விபசாரம் பற்றிய வரலாறு லூஜோ பாஸ்ஸர்மோன் எழுதியது. *1974* மிகப் பழமையான தொழில் படங்களுடன் கூடிய விபசாரத்தின் வரலாறு, *1979* ஹில்லரி இவான்ஸ் எழுதியது. மற்றும் பிற நூல்களையும் காண்க) இதை பெண்களின் மிகப் பழமையான வாழ்க்கைத் தொழில் என்று அழைப்பதை வலியுறுத்துகின்றனர். இது பெண்களை இழிவு படுத்தும் ஒரு முழுநிறைவான பாணியாகும். ஆனால் இதன் நேர் எதிர்நிலையே உண்மையாகும். பெண்களின் மிகவும் பழமையான வாழ்க்கைத் தொழில் கோயில் பூசாரிகளாகப் பணியாற்றியதாகும். அவர்கள் அப்பொழுது ஆற்றல் மிகு பெண் தெய்வத்திற்கு சேவை புரிந்தனர். உண்மையில் நகர வாழ்க்கை ஒழுங்கமைக்கப்படும் கட்டம் வரையிலும் விபசாரம் தோன்றவில்லை. ஆயினும் ஆண்களின் தேவைகளுக்கு சேவை புரிவதற்குப் பெண்கள் ஈடுபடுத்தப்பட்டதுதான் பெண்கள் முதல்முதலாக மெய்யாகத் தொழில்புரிய ஆரம்பித்தது என்ற கருத்து ஒரு மிகவும் திருப்திகரமான வரலாற்று நாவலாக விரிகிறது.

31. ஹில்லரி இவான்ஸ் பக்.*73.*

32. பார்ஃபோர்டு பக்.*115.*

8. புரட்சி, மகத்தான இயந்திரம்
(என்ஜின்)

ஒவ்வொரு புரட்சியும் தன்னுள்ளே ஓரளவு தீங்கையும் கொண்டுள்ளது.

- எட்மண்ட் பர்க்

...ஒவ்வொரு வீட்டிலும் பெண்களும் குழந்தைகளும் துப்பாக்கி களையும் தோட்டாக்களையும் செய்து கொண்டிருந்தனர். தோல் பைகளைச் செய்து கொண்டிருந்தனர். பிஸ்கெட்டுகளைத் தயாரித்துக் கொண்டிருந்தனர். அழுது கொண்டும், துயரத்தால் வருந்திக் கொண்டுமிருந்தனர், அதே சமயத்தில் தமது கணவன் மார்களையும், மகன்களையும் - அவர்களை எப்போதாவது மீண்டும் காண்போமா என்பது தெரியாமலிருந்த போதிலும் - தமது சுதந்திர உரிமை களுக்காகப் போராடும்படி எழுச்சியூட்டிக் கொண்டிருந்தனர்...

- 1774ல் லெக்ஸிங்டனில் அமெரிக்கப் புரட்சியின் முதலாவது போர் நடவடிக்கையை நேரில் கண்டவரின் வர்ணனை

எங்களுக்கு வெப்பமும் பணியும் எப்போதும் தெரிந்தவையே வியர்வை மட்டுமல்ல, ரத்தமும் வழிந்தோடுகிறது. எமது மணிக்கட்டுகளிலும் விரல்களிலும்: ஆயினும் எமது பணி எமது உழைக்கும் கரங்களின் இடைவிடாத செயலைக் கோருகிறது.

- மேரி கோலியர், பெண்ணின் உழைப்பு என்ற இதழில்,

புரட்சிகளைத் தவிர்க்கக்கூடாது.

(1739) - பெஞ்ஜமின் டிஸ்ரேலி.

கணவன், வீடு, குடும்பம் - பல நூற்றாண்டுகளாக, ஆயிரமாண்டு களாக பெண்களின் வாழ்க்கை இந்தப் புனிதமான முக்கூட்டைச் சுற்றியே சுழன்று வந்திருக்கிறது. உடனடியாக, நிலையாக, சகலத்தையும் ஈடுபடுத்திக் கொண்டு, ஒரு பாதுகாப்பான, தொடர்ச்சி யான பாணியில், அனேகமாக மாற்றமில்லாத வீட்டுப் பண்பில் இயங்கி வந்துள்ளது. ஆயினும் சிலர் காலத்தின் சோதனைகளுக்கு ஆட்படவே பிறந்துள்ளனர். அப்பொழுது வாழ்க்கைப்பாணிகள் மாற்றமடைவது மட்டுமன்றி ஊழிவெள்ளம் போன்ற பயங்கர வன்முறையில் நொறுங்கிப் போயுள்ளன. நிரந்தரமானவை என்று கருதப்பட்ட அமைப்புகள் உருகி காற்றோடு போய்விட்டன. அதோடு அவற்றின் புனிதமான கோயில்களும் ஆடம்பரமான மாளிகைகளும் மறைந்தன. அவற்றின் அழிபாடு எதுவும்கூட மிஞ்சவில்லை. அத்தகைய காலங்களில் பெண்கள் இரட்டைச் சுமையை எதிரிட நேருகிறது. பழைய காலத்தின் துண்டு துக்காணிகளையும் உடைந்த

சில்லுகளையும் இன்னும் ஒன்றாகச் சேர்த்துப் பிடித்துக் கொண்டிருக்கும்போதே புதிய காலத்தின் அதிர்ச்சியைத் தாங்கிக் கொள்ள வேண்டியிருக்கிறது. ஒரு புறத்தில் மேலே தூக்கப்பட்ட ஒரு கை புதிய விடியலை வாழ்த்தி வரவேற்கும் அதேபொழுதில், மற்றொரு கை ஒரு குழந்தையைத் தொட்டிலில் இட்டு இன்னும் ஆட்டிக் கொண்டிருக்கிறது அல்லது ஒரு வயலில் உழுது கொண்டிருக்கிறது; ஒரு புரட்சியின் நடுவிலும் கூட, உணவும், காதலும், அன்பும், ஒதுங்குவதற்கு இடமும், வெளிச்சமும் வாழ்க்கையும், அல்லது ஒரு பெண் போராளியால் வீட்டு அரங்கத்தில் அவற்றில் ஒவ்வொன்றிலும் திரட்ட முடிகின்ற அளவுக்கு தேவைப்படுகின்றன.

ஆயினும் வீட்டுக் கடமைகள், புரட்சிகர நடவடிக்கைகளுக்கு பெண்களின் இதயங்களும் மனங்களும் அந்த லட்சியத்தில் ஈடுபாடு கொண்டிருந்தால் - தடையாக இருந்ததில்லை என்று பொதுவாக நிரூபணமாகியிருக்கிறது. அதன்பின்னர், போரிலும், பணியைப் போன்றே, பெண்களால் எவ்வளவு செய்ய முடிந்திருக்கிறது என்பதும், உடல் ரீதியான பலவீனம் அல்லது மனோரீதியான இயலாமை போன்ற கருத்துக் கூறுகள் எதுவும் அவர்களைப் பின்னுக்கு இழுக்கவில்லை என்பதும் குறிப்பிடத்தக்கதாகும். அமெரிக்காவில் புரட்சிகர உணர்வின் முதல் அலைவுகள் தோன்றிய காலத்திலிருந்து பெண்கள் நன்கு முன்னணியில் இருந்து வந்துள்ளனர். செயலூக்கமான நடவடிக்கைகளிலும் சரி, அவற்றுக்குத் தூண்டுகோலாக இருந்த சுதந்திரமான சிந்தனைத் துணிவிலும் சரி அவர்கள் முன்னணியில் இருந்துள்ளனர்; 1676 ஆம் ஆண்டில் பேக்கன் தலைமையில் நடைபெற்ற புரட்சியில் ஒரு பெண் லெப்டினென்ட் தான் முதல்முதலாக அவருடைய ஆதரவாளர்களை ஒன்றுதிரட்டி, அவருடைய தனிப்பட்ட தூதுவராக நாட்டில் மேலும் கீழும் பயணித்து வந்தாள்; இரண்டாவது பெண் சாரா கிரெண்டன், அதற்குப் பின்னர் நடைபெற்ற சுதந்திரமான மன்னிப்பில் - பெயர் குறிப்பிடப்பட்டு தனிப்பட்ட முறையில் விலக்களிக்கப் பட்டாள். ஏனெனில் 'முன்னர் நடைபெற்ற பயங்கரமான கலகத்தில் அவள் மிகவும் ஊக்கமூட்டுபவளாகவும் உதவியாளராகவும் இருந்தார், மற்றொரு சாரா, வர்ஜீனியாவில் ஜேம்ஸ்டவுனைச் சேர்ந்த திருமதி ட்ராம்மாண்ட். பெண்கள் எல்லோரும் கொண்டிருந்த ஆவேச உணர்ச்சியைக் காட்டினாள். புரட்சி நடவடிக்கைகளில் அவளுடைய பங்குக்காக அவளுக்கு மரண தண்டனை விதிக்கப் போவதாக கவர்னர் அச்சுறுத்தியபோது, அவள் அவருடைய முகத்திற்கு நேராக ஒரு குச்சியை முறித்து, 'ஒரு முறிந்த வைக்கோலைக் காட்டிலும் அதிகமாக இங்கிலாந்தின் அதிகாரத்தைக் கண்டு நான் பயப்படப் போவதில்லை'[1]

என்று ஏளனமாகக் கூறினாள். கலகம் தோல்வியடைந்ததற்குப் பின்னால், சாராவின் போர் ஆர்வமுள்ள உறுதி தொடர்ந்து அவளுடைய குடும்பத்தின் வாழ்க்கை நெறியாக இருந்தது; அவள் மூர்க்கத்துடனும், விடாப்பிடியாகவும் மனுப்போட்டு வந்ததன் பயனாக, இறுதியில், ஆங்கில அரசால் பறிமுதல் செய்யப்பட்ட ட்ரம்மாண்ட்டின் எஸ்டேட்டுகளை திரும்பப் பெறுவதில் வெற்றி யடைந்தாள். அதற்குப்பின், 100 ஆண்டுகளுக்குள் நிலைமைகள் தலைகீழாக மாறின, பிரிட்டிஷ் ஆட்சியாளர்கள் தோற்கடிக்கப்பட்டு விரட்டப்பட்டனர்.

அமெரிக்கப் புரட்சி முறைப்படி வெடித்தபோது, பெண்கள் போராடுவதற்கு மிகவும் ஆவலாக இருந்தது குறித்து மிக முக்கியத்துவம் கொடுக்கப்பட்டது. எல்லா ஆண்களும் ஆயுதமேந்திப் போராட வேண்டுமென்று அங்குக் குடியேறிய ஒவ்வொரு மணப் பருவம் எய்திய பெண்ணும் மிகவும் ஆர்வம் காட்டியதாகவும், போரிடத் தயங்கியவர்கள் பரிகசிக்கப்பட்டார்கள் என்றும் கூறப்பட்டது. 1775, அக்டோபர் 2ம் தேதி நியூயார்க் கெஜட், பின்வரும் ஒரு செய்தியை வெளியிட்டிருந்தது. இளம் பெண்களின் ஒரு குழு ஒரு வேடிக்கை விளையாட்டின்போது, ஓர் இளம் 'டோரியின்' (பிரிட்டிஷ் ஆதரவாளனை) - இடுப்பு வரையிலும் உடையைக் கழற்றி, தார்பூசி, கருப்பஞ்சாறு தடவி, செடி கொடிகளை அவனுடைய இடுப்பைச் சுற்றிக் கட்டி ஏளனம் செய்தார்கள் என்று அந்தச் செய்தி கூறியது. பல ஆதாரமில்லாத செய்திகளும் வெளியிடப்பட்டன - பெண்கள் ராணுவச் சீருடை அணிந்து, படைகளாகத் திரண்டு, அணிவகுக்கின்றனர் என்றும், அல்லது பெண்கள் நெருக்கடியான தருணங்களில் 'ஆண்களைப் போன்ற வீரத்தை'க் காட்டுகின்றனர் என்றும் கூறப்பட்டது. பெண்களே, தேவைப்பட்ட வீர உரைகளை நிகழ்த்தினர்: எலிஸா வில்கின்ஸன் என்ற பெண், பல வீரம்மிக்க விதவைப் பெண்களுக்கு ஆதரவாகப் பேசினாள். எல்லா மனைவி மார்களும் தமது கணவன்மார்களைப் போர்க்களம் செல்லுமாறு உசுப்பிவிட வேண்டுமென்று வலியுறுத்தினாள்; 'தனது நாட்டின் லட்சியத்திற்காகப் போர்க்களத்தில் இறங்குவதற்கு மறுக்கும் ஓர் ஆண் என் கணவராக இருந்தால், நான் என் உள்ளத்தின் அடியாழத்திலிருந்து அவனை வெறுத்து ஒதுக்கித் தள்ளுவேன்' என்றும் அவள் கூறினாள்.[2]

இத்தகைய அதிர்வெடிகளுக்கு வெளிப்படையான பிரசார மதிப்பு இருந்தபோதிலும், இவை எல்லோரையும் திருப்தி செய்து, அவர்களை

ஏற்றுக் கொள்ளும்படி செய்ய முடியவில்லை. 25 வயதான சாரா ஹட்கின்ஸ், இரு குழந்தைகளுக்குத் தாயாக இருந்தாள் - அவளுடைய இரண்டாவது குழந்தை அப்பொழுதுதான் பிறந்திருந்தது. அப்பொழுது 1775ல் பாஸ்டன் நகரைச் சுற்றி வளைத்திருந்த மக்கள் ராணுவப் படையில் அவளுடைய கணவன் சேர்ந்திருந்தார். தனது கணவன் தன் அருகில் இல்லாமலிருப்பது அவளுக்கு நிம்மதியளிக்கவில்லை. ‘நான் அன்றாடம் உங்களை எதிர்பார்க்கிறேன். ஆனால் நான் எதன்மீதும் சார்ந்திருக்க என்னை அனுமதிப்பதில்லை. ஏனெனில் இங்கு எதுவுமில்லை. கஷ்டங்களும் ஏமாற்றங்களும் தான் உள்ளன’ என்று அவர் எழுதினாள். அவளுடைய தலைமை அதிகாரிக்கு நாகரிகமான மரியாதையைத் தெரிவித்துக் கொண்ட அவள், இந்தக் குளிர்மிகுந்த இரவுகளில் ‘அவருடைய படுக்கைத் தோழருக்கு அவர் மிகவும் தேவைப்படுகிறார் என்று அவரிடம் சொல்லவும்’ என்று எழுதினாள்: தனது மனைவியையும் குழந்தைகளையும் விட்டுச் சென்றிருப்பதற்காக அவரை அவள் கடிந்து கொண்டாள்: ‘சுமார் ஆறு மாதமுள்ள ஓர் இனிய குழந்தையை நான் கொண்டிருக்கிறேன். ஆனால் அதற்குத் தகப்பனார் இல்லை[3] என்று எழுதினாள். யாவற்றுக்கும் மேலாக, சாரா, தனது கணவர் மேலும் மூன்றாண்டு களுக்கு ராணுவ சேவையில் சேராமல் தடுப்பதற்குத் தன்னால் முடிந்த எல்லா நிர்ப்பந்தத்தையும் அளித்தாள், இதற்கான காரணங்கள் 1977 செப்டம்பர் 8ம் தேதிய கன்னெக்டிகட் கொராண்ட் என்ற இதழில் வெளியாகியிருந்த வினாக்களிலிருந்து தெளிவாகத் தெரிந்தன:

> நமது பல நகரங்களில் படைவீரர்களின் பரிதாபத்துக்குரிய மனைவிமார்கள், வீட்டுக்கு வீடு கையேந்திச் சென்று, வாழ்க்கையின் அன்றாடத் தேவைகளை யாசகம் கேட்கும் நிலைமை ஏன் ஏற்பட்டது... ஆனால் அவர்கள் விரட்டி யடிக்கப்படுகிறார்கள். அத்தகைய தேவைகளை நகரங்கள் வழங்கவேண்டுமென்று மனப்பூர்வமாக உடன்பாடுகள் செய்து கொண்டிருந்த போதிலும் ஏன் இந்த நிலைமை?

ஒரு விசுவாசமான படைவீரனுக்கு முடிவாக இவ்வாறு நிகழக்கூடாது. 1779-ல் சார்ஜென்ட் சாமுவேல் க்ளோவர், ஜெர்மன் நகரமாகிய பிராண்டிவைனிலும், ஸ்டோனிபாயிண்டிலும் பல போர்களில் பங்கெடுத்த முதுபெரும் வீரருக்குப் பதினைந்து மாத காலத்திற்கு சம்பளமே கொடுக்கப்படவில்லை. அவர் ‘தனது சகோதரப் படை வீரர்களுக்காக’ ஒரு கலகத்திற்குத் தலைமை தாங்கினார். ஆனால் அவர் சுட்டுக் கொல்லப்பட்டார். கணவனை இழந்த அவரது

மனைவி அமெரிக்க சட்டமன்றத்திற்கு மனு அனுப்பித் தனக்கு நிவாரணம் தரப்பட வேண்டுமென்று விண்ணப்பித்தாள். ‘உங்களைக் கேட்கிறேன், வறுமை வாட்ட, அநீதி அவனையும் அவன் குடும்பத் தையும் ஒடுக்கும் நிலையில்... அந்த மனிதனின் உணர்வு எப்படி யிருக்கும்?[4] என்று கேட்டாள்.

இத்தகைய மனைவிமார்கள், தமது கணவன்மார்களை இழந்தால், அவர்கள் தங்களுடைய வாழ்க்கைத் துணைவர், காதலர் மற்றும் நண்பனை இழக்கவில்லை. தங்களுடைய வாழ்க்கை ஆதாரத்தையும், ஊன்றுகோலையும் இழக்கிறார்கள் என்பதை அறிந்திருந்தனர். ஆயினும் சிலர், இதை, மீண்டும் திருமணம் செய்து கொள்வதற்கான ஒரு வாய்ப்பு என்று கருதுகின்றனர். மற்றும் அங்கு குடியேறி தமது அருமை மனைவியை இழந்தவர்கள், தமது படுக்கைகள் சில்லிட்டுப் போவதற்கு முன்னால், புதிய மனைவியைப் பெறுவதற்குச் சுறுசுறுப்பாக முயன்று வந்தனர். ஆனால், ராணுவத்தில் சேரும் வயதுடைய மகன்களைக் கொண்டிருக்கும் அளவு வயதடைந்த ஒரு தாய்க்குத் தன் அன்பு மகனை இழந்தால், அதற்கு எதுவும் ஈடுசெய்ய முடியாது. இதன் நிமித்தம் பலத்த சச்சரவும் நிகழ்ந்ததுண்டு. புகழ் பெற்ற லிவிங்ஸ்டன் குடும்பத்தில் ஓர் அத்தை, ‘கனவான்கள் தமது மகன்களை ராணுவத்தில் சேரும்படி உத்தரவிடாத காரணத்தால், திருவாளர் வாஷிங்டன் மிகவும் பலவீனமாக இருப்பதில் ஆச்சரியம் ஏதுமில்லை’ என்று கருத்துத் தெரிவித்து தனது மருமகனிடம், அவனுடைய தாயின் முன்னிலையிலேயே, ‘உன்னுடைய பெற்றோர்கள் சம்மதிக்கிறார்களோ, இல்லையோ, நீ இராணுவத்தில் பதிவு செய்து கொள்ள வேண்டும்’ என்று கூறியபோது ‘பெண்களுக்கு இடையில் ஓரளவு மன முறிவு ஏற்பட்டது’ என்று ஒரு பார்வையாளர் மிகவும் மென்மையாகக் கூறினார். திருமதி லிவிங்ஸ்டன் எது குறித்து அச்சமடைந்தார் என்பது 1776 செப்டம்பர் 13ல் நடந்த சண்டைக்குப்பிறகு ‘தனக்கு ஏற்பட்ட காயங்களினால் மரணமடையும் தருணத்திலிருந்த ஓர் இளைஞனின் வார்த்தைகளை இந்த இராணுவ அதிகாரி எழுதி வைத்திருந்ததிலிருந்து மிகவும் தெளிவாயிற்று:

> என்னுடைய தாயாரை அழைத்துவரும்படி செய்ய மாட்டீர்களா? எனக்குப் பணிவிடை செய்வதற்கு அவள் இங்கிருந்தால் நான் நன்கு குணமடைவேன்? ஓ, என் தாயே, அவளைக் காண வேண்டு மென்று நான் எவ்வளவு விழைகிறேன், நான் ராணுவத்தில் சேருவதை அவள் எதிர்த்தாள், நான் இப்பொழுது மிகவும் வருத்தப்படுகிறேன். நான் வருத்தப்படுவதை அவளுக்குத் தெரிவியுங்கள்.[5]

'புகழ்மிக்க லட்சியத்தின்பால்' அமெரிக்கப் பெண்கள் கொண்டிருந்த பலமான ஈடுபாட்டைக் குறைத்து மதிப்பிடுவதற்காக இதைக் கூறவில்லை. அந்த லட்சியம் நிறைவேறுவது பல வழிகளில் அவர்களது செயலூக்கமான ஆதரவைச் சார்ந்திருந்தது. 1769ல் இங்கிலாந்திலிருந்து வரும் தேயிலை, ஆடம்பரப் பொருள்கள், பட்டுத் துணிகள், ஒரு பக்கம் பளபளப்பான சாட்டின் துணிகள், கம்பளித் துணிவகை முதலிய எல்லாவற்றையும் பகிஷ்காரம் செய்வதற்கு அவர்களுடைய உடன்பாடு ஆரம்பகால எதிர்ப்புக்கு மிகவும் கேந்திரமானதாயிருந்தது. ஒரு கட்டத்தில், அவர்களுடைய எதிர்ப்பும், அவர்களுடைய முயற்சிகளும் மட்டுமே, பகிஷ்காரத்தின் விளைவாக ஏற்பட்ட பொருள்களின் பற்றாக்குறையை சரி கட்டுவதற்கு உதவியது. மஸாச்சுசெட்ஸ் மிடில் டவுனைச் சேர்ந்த பெண்கள், 1769ல் 20,522 கெஜம் துணியை நெய்தார்கள். அதே பொழுதில், பென்சில் வேனியாவின் லங்காஸ்டரைச் சேர்ந்த பெண்கள் அதே காலகட்டத்தின் போது, 35,000 கெஜம் துணியை நெய்து முன்னணி இடத்தை வகித்தனர். 'பெண் பீரங்கிப் படை'யின் வலிமையை அமெரிக்க ஆண்கள் நன்கு உணர்ந்திருந்தனர். பின்னர் ஏற்பட்ட ஒரு பகிஷ்கார அலையின் போது வடக்குக் கரோலினாவில் எடென்டனைச் சேர்ந்த 'நல்மனைவிமார்கள்' காங்கிரசின் முடிவை அமலாக்குவதற்கு ஒரு முறையான தீர்மானத்தை நிறைவேற்றியதன் மூலம் 'அமெரிக்கக் காலனிகளில் அமெரிக்கப் பெண்களின் அறியப்பட்ட மிக ஆரம்பகால அரசியல் நடவடிக்கையை' மேற்கொண்டபோது, அவர்களின் நடவடிக்கை பரவலாகப் பாராட்டப்பட்டு, விளம்பரப்படுத்தப்பட்டது.[6]

மேலும், பெண்களின் நடவடிக்கைகள் யாவும் துணி நெய்வதும், தேநீர் விருந்து பொழுதுபோக்கும் வகைப்பட்டதுமல்ல. போர் தொடங்கிய போது, இருதரப்பிலும் பெண்களின் வீராவேசமான நடவடிக்கை களுக்கு ஏராளமான உதாரணங்கள் உள்ளன. பிரிட்டிஷ்காரர்களின் பக்கத்தில், 1777ஆம் ஆண்டு கோடைக்காலத்தில் பர்கோய்னெஸ் தாக்குதலின்போது எறிகுண்டுகளை வீசும் படையினரின் தளபதியின் மனைவி லேடி ஹேரியஸ் ஆக்லெண்ட் என்பவர், அவளுடைய கணவன் போரில் காயமடைந்து, சிறைபிடிக்கப்பட்டபோது, வீரத்துடன் போரில் பங்கேற்று அழியாப் புகழைப் பெற்றாள். ஒரு சிறிய படகைத் தன் வசம் எடுத்துக் கொண்டு இரவில், பகைத் துருப்புகள் மறைந்திருந்து சுடுவதையும் பொருட்படுத்தாமல் ஹட்ஸன் நதியில் பயணம் செய்து, விரோதியின் தற்காப்புகளை ஊடுருவிச் சென்றாள், பொழுது விடியும்போது, அமெரிக்க பீரங்கி முழக்கங்களினூடே சென்று, சிறை

பிடிக்கப்பட்ட தனது கணவனை ஒப்படைக்கும்படி கோரினாள். இன்னும் அதிக வியப்புக்குரியது என்னவெனில், அவளுடைய கணவன் பயங்கரமாகக் காயமடைந்திருந்த நிலையில், (ஜான்டைக் ஆக்லண்ட் வயிற்றிலும், இருகால்களிலும் சுடப்பட்டு காயமடைந்திருந்தார்) திரும்பி வரும் பயணத்தின் தொல்லைகளின் போது ஹேரியட் தனது கணவனை உயிருடன் பத்திரமாகப் பாதுகாத்து வந்தது மட்டுமன்றி, அவருக்கு உரிய சிகிச்சை அளித்துப் பராமரித்து, மீண்டும் நல்ல ஆரோக்கியம் பெறச் செய்தாள்.

மற்றொரு பிரிட்டிஷ் தளபதியின் மனைவி ரீய்ட் செல்லும், இதற்குச் சிறிதும் குறைவில்லாத உறுதியுடன் செயலாற்றினாள். ஐந்து வயதிற்குக் குறைவான மூன்று புதல்விகளுடன் அமெரிக்கா விற்கு வந்த இந்தப் பெருமாட்டி எல்லாத் தோல்விகளையும் பொருட்படுத்தாது தனது கணவன் பக்கத்திலேயே உறுதியாக இருந்து வந்தாள். ஒரு சமயம் நேரடியான பீரங்கித் தாக்குதல்களின் முன்னே, தனது உடலால் தனது புதல்விகளை மறைத்து அவர்களின் உயிர்களைக் காப்பாற்றினாள்; மற்றொரு சமயத்தில் அவர்களையும், உயிர் பிழைத்திருந்த பிற பிரிட்டிஷ் பிரஜைகளையும் மனிதக் கழிவுகள் நிறைந்த ஓர் அறையில் உணவின்றி ஆறுநாட்கள், நிவாரண உதவி வருகின்ற வரையில், உயிருடன் காப்பாற்றினாள். போரில் பெண்கள் நேரடியாக ஈடுபடவும் செய்தனர். குடியரசுவாதிகளைச் சேர்ந்த வீராங்கனை மேரிலுட்விக் ஹேய்ஸ், போரின் உச்சத்தில், பீரங்கிப் படையினருக்குத் தண்ணீர் கொண்டு வந்து வழங்கிய அவளுடைய வீரத்திற்காக 'பிட்சர்மோலி' என்ற செல்லப்பெயரை ஏற்கெனவே பெற்றிருந்தாள். அவளுடைய கணவன் பீரங்கிப் படை சார்ஜெண்டாக மாறிய நாவிதர் - சர்ஜன் போரில் தாக்குண்டு வீழ்ந்தபோது, அவள், கணவனுடைய இடத்தில் நின்று பீரங்கியை இயக்கினாள். அவளுடைய பதற்றமடையாத வீரம் காவியப் புகழ் பெற்றது. ஒரு பீரங்கிக் குண்டு அவளுடைய கால்களுக்கு இடையில் பாய்ந்து, அவளுடைய பாவாடையைப் பிய்த்துக் கொண்டு சென்றபோது, அவள் பதற்றமடையாமல் குனிந்து பார்த்து, 'சிறிதும் கவலைப்படாமல், அந்தக் குண்டு இன்னும் உயர்வாகப் பாயாமல் போனது எனது அதிர்ஷ்டமே. ஏனெனில் அவ்வாறு போயிருந்தால் அது வேறொன்றைப் பிய்த்துக் கொண்டு போயிருக்கும், என்று கூறி அவள் தனது பணியைத் தொடர்ந்தாள்.'[7]

அமெரிக்கப் போரில், எல்லா மட்டங்களிலும் இருதரப்பிலும் சம அளவில் பெண்கள் செயலூக்கமாகப் பங்கெடுத்துக் கொண்டதானது, முந்திய நூற்றாண்டில், ஆங்கிலேய உள் நாட்டுப் போரின்

போது அவர்களின் முன்னோர்கள் ஆற்றிய பங்குடன் ஒப்பிட்டுப் பார்க்கும்போது, ஆர்வம் ஏற்படுத்தக்கூடிய வகையில் வேறுபட்டு நிற்பதைக் காண முடியும். எந்த வகையில் ஒப்பீடு செய்து பார்த்தாலும், புதிய உலகில் இருந்த அதிகமான சுதந்திரங்களும், சில அமைப்புகளும் பரம்பரைகளும் முறிந்து போனதும், காலனி வாழ்க்கையின் அவசியமான ஒருமைப்பாடும் ஆகிய இவையாவும் ஒன்றாக இணைந்து உருவாக்கிய நிலைமைகளில் தனிப்பட்ட நபர்கள் என்ற முறையிலும் ஓர் இனம் என்ற முறையிலும் புகழ் பெறுவதற்கு மிக அதிகமான வாய்ப்பு ஏற்பட்டது. ஆயினும், ஏறுமாறான மற்றும் வேதனையான ஆங்கிலேய மோதலில், தேசமே தேசத்திற்கு எதிராகத் திரும்பியது: வலைப்பின்னல் போன்ற ஆழமான மற்றும் அடிக்கடி முரண்பாடான விசுவாசங்கள் 'மன்னருக்காக' அல்லது 'நாடாளு மன்றத்திற்காக' என்பதை நிர்ணயம் செய்தன. போர் அணிகள் நிர்ணயிக்கப் பட்டபோது, அடிக்கடி பெற்றோர்களைக் குழந்தைகளிடமிருந்து பிரித்தது. நண்பனை ஒருவருடைய அருமை நண்பனிடமிருந்து பிரித்தது.

இந்த நிலைமைகளில் பெண்கள் - நலனின் ஒருமைப்பாடு தோன்றுவதற்கு நம்பிக்கை ஏதும் இருக்கவில்லை. பெண்களின் ஒன்றுபட்ட நடவடிக்கை சம்பந்தமான ஒரு மிகவும் விதிவிலக்கான உதாரணம், மிகவும் மோசமானதாக இருந்தது. எனவே அது மற்றவர்களுக்கு உதாரணமாகத் திகழ்வதற்கு மாறாக, ஊக்கத்தைக் கெடுப்பதாகவே அமைந்தது. அது 'மனுக்கொடுப்பதற்கு ஆண்கள் மேற்கொண்டு துணியாதபோது' 'பெண்கள் அதை மேற்கொண்ட' சந்தர்ப்பமாகும். 1649ல் நான்கு நாடாளுமன்ற தீவிரவாதிகள் கைது செய்யப்பட்ட அபாயகரமான பிரச்சினையாகும். தொடர்ச்சியாக மூன்று நாட்கள் நூற்றுக்கணக்கான பெண்கள் அடங்கிய ஒரு கூட்டம், அவர்களது விடுதலைக்காக நாடாளுமன்றத்திற்கு மனுச் செய்து கொண்டது. ஆனால் மீண்டும் மீண்டும் ஆயுதமேந்திய படைவீரர்கள் கைத்துப்பாக்கிகளுடன் பெண்களின் கூட்டத்தைத் தாக்கி விரட்டினர். கடைசியில் நாடாளுமன்றங்களின் தாயகமான பிரிட்டிஷ் நாடாளுமன்றம், பின்வரும் ஏராளமான கண்டனத்துடன் பெண்களின் மனுவை நிராகரித்தது.

அவர்கள் மனுச் செய்து கொண்ட விஷயம் அவர்கள் புரிந்து கொண்டதைக் காட்டிலும் மேலான கவலைதரும் ஒரு விஷய மாகும். நாடாளுமன்றம் அவர்களது கணவன்மார்களுக்கு பதிலளித்தது (அதாவது நாடாளுமன்றம் ஆண்களுக்கு மட்டுமே

பதில் சொல்லக் கடமைப்பட்டுள்ளது). எனவே பெண்கள் வீடுகளுக்குத் திரும்பிச் சென்று அவர்களுடைய சொந்த வேலை களை, வீட்டு வேலைகளைக் கவனிக்கும்படி விரும்புகிறது.[8]

'கடவுளின் வடிவத்தில் நாங்கள் படைக்கப்பட்டிருக்கிறோம் என்பதை உறுதியாக நம்பும் நாங்கள் ஆண்களைப் போல் அதே அளவு கிறிஸ்துவிடம் ஆர்வம் காட்டும் நாங்கள்... உங்களுடைய பார்வையில் மிகவும் வெறுப்புக்குரியவர்களாகத் தோன்றுவது குறித்து நாங்கள் வியப்படைகிறோம், துயரமடைகிறோம்' என்று பின்னர் அவர்கள் எழுதினர். ஆனால் உலகம் தற்போது பிரவேசித்துக் கொண்டி ருக்கும் புரட்சிகளின் யுகத்தில், ஒவ்வொரு புதிய புரட்சிகரக் கூட்டமைப் பிலும் எல்லோரும் சமமாகப் பாவிக்கப்பட வேண்டும் என்ற போதிலும், சிலர் மற்றவர்களைக் காட்டிலும் கூடுதல் சமமானவர் களாக்கும் ஏதோ ஒன்றைப் பெற்றுப் பிறந்துள்ளனர், என்பது பெண்களுக்கு நினைவுபடுத்த வேண்டிய ஒன்றாகும்.

பெண்களின் கூட்டு நடவடிக்கை முறியடிக்கப்பட்டிருக்கலாம்; ஆயினும் தனிநபர்களென்ற முறையில் அவர்கள் இன்றியமையா தவர்கள், குறிப்பாக நாடு கடத்தப்பட்ட ஓர் அரச குடும்பத்தினருக்கு. 'உண்மையில் பெண்கள் முன்னெப்போதையும் விட இப்பொழுது மிகவும் உபயோகமானவர்கள்' என்று பாதிப்புக்குள்ளான ஒருவர் சர் ரால்ப்வெர்னேயிக்கு எழுதினார்.[9] தமது எஜமானர்களின் சார்பில், மேற்குடிப் பெண்கள், அவர்களது நலன்களுக்காகப் போராடவும், அவர்களது சொத்துக்களைப் பாதுகாக்கவும் வீரம் மிக்கப் பெண் படைவீரர்களாக மாறினர். எண்ணற்ற மனதைக் கவரும் உதாரணங் களில் லேடிமேரி பேங்க்ஸ், மிகவும் வீரம் செறிந்த பெண்களில் ஒருவராவார். இவர் 1643-ல் நாடாளுமன்றப் படைகளுக்கு எதிராக, கோர்ஃபி கோட்டையின் மேல்பகுதி முழுவதையும் பாதுகாத்தார். தனது மகள்களையும், தனது பணிப்பெண்களையும், ஐந்து ஆண்களையும் மட்டுமே கொண்டு, தனிப்பட்ட முறையில் அவள் வீராவேசமாகக் கோட்டையைப் பாதுகாத்து நின்றாள். ஆயினும் அவர்கள் மிகவும் வெற்றிகரமாகக் கற்களை வீசியெறிந்தும், தீக் கங்குகளை வீசியும், கீழே கோட்டையை முற்றுகையிட்டிருந் தவர்களை அலறி ஓடும்படி செய்தனர்.[10] உயர்குடி வீராங்கனைகளின் பெயர்கள் வரலாற்றில் பொறிக்கப்படுவது கூடுதல் சாத்தியமென்ற போதிலும் இத்தகைய வீரம் மேல்தட்டு வர்க்கங்களின் ஏகபோகமாக இருக்கவில்லை. பல பாராட்டப்படாத 'பெண் படைவீரர்களும்' உள்நாட்டுப் போரில் பங்கெடுத்தார்கள், டோர்செட் நகரின் லேடி

பேங்க்ஸ் மாவட்டத்தில் லைம் என்ற ஒரு சிறிய துறைமுகத்தில் நடைபெற்ற முற்றுகையில் அவர்களது பங்கு மிகவும் குறிப்பிடத் தக்கதாகும். அங்குத் துறைமுகத்தின் பாதுகாப்பில் பகல் நேரத்தில் பெண்கள் போராடும் ஆண்களுக்குத் துணை நின்றனர். போரின் உச்சத்தில் அவர்களது தோளைச் சுற்றி அணியும் தோல்வார்களில் குண்டுகளை நிரப்பிக் கொடுத்தனர். இடைப்பட்ட நேரங்களில் கற்களையும் இதர கை குண்டுகளையும் எறிந்தனர். இரவு நேரங்களில் பெண்கள் காவல் காத்தனர். ஆண்கள் மறுநாளைய தாக்குதலுக்குத் தங்களைத் தயார்படுத்திக் கொள்வதற்கு சிறிது நேரம் தூங்குவதற்கு உதவினர். உள்ளூர்க் கவிஞர் ஒருவர் அவர்களின் முயற்சிகளை உளமாரப் பாராட்டினார்.

ஆண்களுடன் கூடவே அக்கம்பக்கமாக இருந்து போராடும் சமத்துவம் என்பது, ஆண்களைப் போன்றே துன்பங்களை அனுபவிப்பதற்கும் அதே உரிமை உண்டு என்று பொருளாகும். ஒன்பது ஆண்டுக்காலம் நடைபெற்ற இந்த மிகவும் கடுமையான போர்களில் பல பெண்கள் அவ்வாறு செய்தனர். ஆயினும், லைம் துறைமுகத்தின் தற்காப்புப் போராட்டத்தின்போது, ஒரு துப்பாக்கிக் குண்டினால் கை ஊனமடைந்த ஒரு வேலைக்காரப் பெண்ணின் உணர்வுடன் எல்லோரும் ஈடுபடவில்லை என்பது மெய்யே. அவளுடைய வாழ்க்கையில் எதிர்காலத்தில் ஏற்படப் போகும் இழப்புக்கு மற்றவர்களின் அனுதாபத்தை அவள் ஏற்றுக் கொள்ள மறுத்தாள். அதற்கு அவள் இவ்வாறு உறுதியாக பதிலளித்தாள்.

"இயேசு கிறிஸ்துவுக்காக நான் ஒரு கையை இழக்க வேண்டி நேரிட்டதற்காக, மெய்யாகவே, நான் மனமார மகிழ்ச்சி அடைகிறேன். அவருடைய லட்சியத்திற்காக நான் என்னுடைய மற்றொரு கையை மட்டுமன்றி, என்னுடைய உயிரையே இழப்பதற்குத் தயாராயிருக் கிறேன்[12] என்று கூறினாள். பதினேழாம் நூற்றாண்டைய ஆங்கிலேயப் பெண்கள் ஒரு போதும் பெற்றிருக்காத விஷயம் என்னவெனில், நிகழ்ச்சிகளின் போக்கின் மீது எத்தகைய செல்வாக்கையும் அவர்கள் பெற்றிருக்கவில்லை; அவை அவர்களை இந்தக் கஷ்டங்களை அனுபவிப்பதில் போலித்தனமான சமத்துவத்திற்கு உயர்த்தியிருந்தன. உயர் மட்டத்திலோ, கீழ் மட்டத்திலோ அவர்களுக்கு ஆட்சிக் கவுன்சில்களில் எத்தகைய உரிமையும் இருக்கவில்லை. உயர்தீர்ப்பு மன்றம் சம்பந்தமாகவாயினும் சரி, தெருக்குழாய் சம்பந்தமாக வாயினும் சரி - கொள்கையை உருவாக்குவதினின்றும் விலக்கப்பட்டு அவர்கள் எவ்வளவு செயலாற்றல் உள்ளவர்களாகவும் திறமை

உள்ளவர்களாகவும் இருந்தபோதிலும் எதிர்வினை பாத்திரங்களுக்கும் உத்திகளுக்கும் மட்டுமே ஒதுக்கப்பட்ட ஆங்கிலேய உள்நாட்டுப் போர் காலத்தியப் பெண்கள் ஏராளமானவர்கள் தங்கள் கணவன்மார்களையும் புதல்வர்களையும் இழந்த நிலையிலும், வீடு வாசல்களையும், நண்பர்களையும் இழந்த நிலையிலும் மற்றவர்களின் புரட்சிகர உத்வேகத்திற்கு இரையாக்கப்பட்டவர்களாக இருந்தார்களே யன்றி, தமது எந்த சொந்த லட்சியத்தின் வெற்றியாளர்களாகவும் இருக்கவில்லை.

ஒரு மன்னரின் மரணத்திலிருந்து மற்றொரு மன்னரின் மரணம் வரையிலும் புரட்சியின் ரத்தக்களறியான நடவடிக்கையில் இளைய பங்காளிகளாகக் கூட பெண்கள் அனுமதிக்கப்படுவதற்கு முன்னால் மேற்கொண்டு ஒன்றரை நூற்றாண்டுக் காலம் கடக்க வேண்டியிருந்தது. மன்னர்களின் தெய்வீக உரிமையின் மீது உலகத்தைக் குலுக்கும் மற்றொரு தாக்குதல் நடைபெற வேண்டியிருந்தது. 1780 ஆம் ஆண்டுகளில் நடைபெற்ற கொந்தளிப்பிலிருந்து அவற்றைத் தொடர்ந்து நடைபெற்ற பயங்கரமான நிகழ்ச்சிகள் வரையில் பிரான்சில் நடைபெற்ற சம்பவங்கள் எட்வர்டு புல்வர் லிட்டனின் கடுமையான முரண் நகைச்சுவையைத் தெளிவாக எடுத்துக் காட்டியது. 'புரட்சிகள் பன்னீருடன் நடத்தப்படுவதில்லை'[13] என்று அவர் கூறினார். பிரெஞ்சுப் புரட்சியில் பங்கெடுத்துக் கொண்ட பெண்கள் உண்மையில் இங்குக் கூறப்பட்ட சிங்காரமான பெண்மைத் தன்மையிலிருந்து வெகுதூரம் அப்பாலிருந்தனர். அரேபியாவின் அனைத்து நறுமணப் பொருள்களும் முழங்கை வரையிலும் முன்னாள் வழக்கின்படியான ரத்தத்தில் தோய்ந்திருந்த கைகளை மென்மைப்படுத்தவில்லை. உதாரணமாக பிரான்சின் வரலாற்றில் முதல் தடவையாகப் பெண்கள் ஒரு புரட்சிகர சக்தியாயினர். இதனுடைய தாக்கமானது அந்த வேதனைக்குட்படுத்திய காலம் மற்றும் இடம் ஏற்படுத்திய இடைவிடாத அதிர்ச்சிகளில் மிகவும் குறைவான அதிர்ச்சியல்ல.

பிரெஞ்சுப் புரட்சியில் பெண்களின் முக்கிய பாத்திரம், புதிய உலகில் நடைபெற்ற வெற்றிகரமான அமெரிக்கப் போராட்டத்திலிருந்து ஓரளவு உத்வேகம் பெற்றதாகும். கீழ்மட்டத்தில், பிரெஞ்சு மக்களின் நிலைமைகள், பண்டைய ஆட்சியின் கீழ் ஆணுக்கும் பெண்ணுக்கும் இடையிலான பல கேந்திரமான வேறுபாடுகளை பணக்கார வர்க்கத்தினருக்கும் தீவிரப் புரட்சியாளருக்குமிடையிலான முக்கிய வேறுபாடுகள் நுண்ணாய்வு செய்யப்படுவதன்கீழ் வருவதற்கு நீண்ட காலத்திற்கு முன்பே அரித்துவிட்டிருந்த போதிலும் பட்டினி

கிடக்கும் மக்களுக்கு நிவாரணம் கிடைக்கும் அளவுக்கு சமமான ஜனநாயகம் இருக்கவில்லை. பசி, விரக்தி, நம்பிக்கையற்ற நிலைமை ஆகியவற்றால் தமது ஆண்கள் எந்த அளவுக்கு வெறியடைந்தார்களோ அதே அளவு வெறி உணர்ச்சி அடைந்த பாரிஸ் மாநகரப் பெண்கள், 'புரட்சி என்ற மகத்தான எஞ்சினை' இயக்கி வைத்த சக்தியில் பெரும் பகுதியாகப் பங்காற்றினர். அதைத் தொடர்ந்து அந்த சக்தி ரத்தக் கடலைக் கடைந்து கழிவிரக்கம் கொள்ளாத வகையில் முன்னேற்றத்தைச் சாதித்தது.

ஏனெனில், அங்கிருந்த பெண்கள் பதிவு செய்யும் தேவதைகளாகப் பணியாற்றினர், பார்வையாளரின் பார்வையைப் பொறுத்து, அவர்கள் போராட்டத்தின் ஆரம்பத்திலிருந்தே பெண் கடவுள்களை அல்லது சீற்றத்துடன் கூடிய பேய்களைப் பழிவாங்கினர். ஓர் ஆண்டகைப் பெண்ணாக உடையணிந்த ஒரு பெண்தான் பாஸ்தில் சிறைக் கோட்டத்தின் கதவுகளைத் திறந்து தாக்குதலுக்குத் தலைமை தாங்கி நடத்தினாள். இது ஒரு பொருளற்ற வெற்றியெனில், காலியாயிருந்த கோட்டையானது அது பிரதிநிதித்துவப்படுத்தி, முட்டுக் கொடுத்து நிறுத்திவந்த திவாலாகிப் போன ஆட்சியை அடையாள பூர்வமாகக் குறிப்பிடுவதாகுமெனில் 'சந்தைப் பெண்களின் தினத்தில்' மேற் கொண்ட நடவடிக்கை, நிச்சயமாக அவ்வாறு அல்ல. கோபமடைந்த பெண்கள், உணவை (ரொட்டியைத்) தேடி பாரிஸின் சந்தைகளை வீணில் துளாவியபோது கலகம் உச்ச நிலையை அடைந்தது. நெருக்கடி நேரத்தில் தனது நகரத்தில் அரசர் இல்லாததில் அதனுடைய அதிருப்திகளுக்கு அதற்கு ஒரு குவிமையம் கிடைத்தது. இவ்வாறு தான் 1789 அக்டோபர் 5 ஆம் தேதியன்று வெர்சேல்ஸ் நகரத்தை நோக்கிய ஆர்ப்பாட்ட அணிவகுப்பு ஆரம்பமாகியது. இதனுடைய விளைவு பதினாறாவது லூயி மன்னன், மேரி அன்டோய்னெட், பிரெஞ்சு நாட்டு இளவரசன் டாஃபின், மற்றும் அழிவை எதிர்நோக்கி யிருந்த காபெட் வம்சத்தின் இதரப் பிரமுகர்கள் அனைவரின் கதியையும் முடித்து வைத்தது.

அந்தப் புகழ்பெற்ற அணிவகுப்பில் (பவனியில்) கலந்து கொண்ட 8000க்கு மேற்பட்ட பெண்கள் அனைவரும் புகழ் மிக்க லட்சியத்திற்காக எல்லாவற்றுக்கும் துணிந்த ஈவிரக்கமற்ற புரட்சி யாளர்கள் அல்ல. ஜீன்மாரின் என்ற ஒரு செவிலியர், சுமார் நாற்பது பெண்களைக் கொண்ட ஒரு குழு தன்னைக் கட்டாயப்படுத்தி அவர்களுடன் அழைத்துச் சென்றதாகப் பின்னர் சாட்சியம் கூறினாள். அவர்கள் ஒரு குட்டையான தடியைத் தன் கையில் பலவந்தமாகத்

திணித்ததாகவும், அவள் அதை மறுத்தால் அவளுக்கெதிராகவே அது பயன்படுத்தப்படும் என்று பயமுறுத்தியதாகவும் அவள் மேலும் கூறினாள். அவளுடைய எதிர்ப்புகள் மற்றும் தட்டிக்கழித்தல்கள் யாவும் (அவள் அன்று காலைச் சிற்றுண்டி அருந்தியிருக்கவில்லை, அவள் கையில் பணமில்லை, ஒரு காசு கூட இல்லை) பயனளிக்க வில்லை. 'அணிவகுப்பில் சேர்ந்து முன்னே செல், முன்னே செல்! உனக்கு ஒன்றும் தேவையிருக்காது[14] என்று மீண்டும் மீண்டும் கூறி அவள் வாயடைக்கப்பட்டாள். திடீரென்று தற்காலிகமாக உருவாக்கப் பட்ட பலசாலிகளான பெண்களைக் கொண்ட இந்தப் படையணியில் அனைவரும் பெண்கள் கூட அல்ல; எண்ணிக்கை தெரியாத ஆண்களின் கூட்டம் ஒன்று பெண்களைப் போல் மாறுவேடமணிந்து இந்தப் படையணியில் வந்து சேர்ந்து கொண்டனர். அதேபொழுதில் கேள்விக்கிடமற்ற சில ஆண்கள், தலைவர்களாகவும் அல்லது படையதிகாரிகளாகவும் இருந்து வழிநடத்திச் செல்ல வேண்டுமென்று பெண்கள் வலியுறுத்தி ஈர்க்கப்பட்டனர். பெண்களின் அணியில் பல படைப்பிரிவுகள் இருந்தன. மீன் விற்கும் பெண்கள் சந்தை வியாபாரிகள் மற்றும் மிகவும் கீழ்மட்டத்திலுள்ள மனித சதையில் வியாபாரம் செய்பவர்கள், பாரிஸ் விலை மகளிர் முதலியோர், மிடுக்காக உடையணிந்து பெண்கள் கூட்டத்துடனும் சரளமாகப் பேசுகின்ற பூர்ஷுவாக்களுடனும் பொதுலட்சியத்திற்காக ஒன்றாகத் திரண்டனர். ஆயினும் அவர்கள், சந்தையில் வியாபாரம் செய்யும் தமது சகோதரிகளைப் போல் அவ்வளவு வாயாடிகளாகவும் தீவிரவாதி களாகவும் இருந்தனர்.

ஏனெனில், ஒரு தடவை கட்டவிழ்த்துவிட்டு விட்டால், பெண்கள் கூட்டத்தின் சீற்றம் பயங்கரமானதாக இருந்தது. வெர்சேல்ஸ் நகரத்தை அவர்கள் பிடித்தடக்கினர். அவர்கள் அணிவகுத்துச் செல்லும் போது, கடைகளையும், சாராய விடுதிகளையும் சூறையாடுவதற்கு மட்டுமே நின்றனர், முதலில் அவர்கள் தேசிய சட்டமன்றக் கட்டடத்தைத் தாக்கிப் பிடித்தனர். அங்கு உறுப்பினர்கள், சக்திவாய்ந்த சட்டமன்றத் தலைவர் காம்டி டீ மிராபூ என்பவரும் தாக்குதலில் முன்னே செய்வதறி யாது திகைத்தார். ஆவேசத்துடன் உள்ள குழுத் தலைவர்களைத் திருப்திப்படுத்துவதற்காக, அவசர அவசரமாக மன்னரைப் பேட்டி காண்பதற்கு ஒரு தூதுக் குழு உருவாக்கப்பட்டது. அக்குழுவின் பிரதிநிதியான பலேஸ் ராயலைச் சேர்ந்த பூவிற்கும் பெண் ஒருத்தி, மன்னரின் முன்னே தலைசுற்றி மயக்கமடைவதற்கு முன்னால், 'ஐயோ, எங்களுக்கு ரொட்டி வேண்டும்' என்று மட்டுமே கூறினாள். அவளை அரண்மனையின் தண்டவாள வேலியில் சக தோழர்களால் கட்டப்

படுவதனின்றும் தடுக்கவேண்டியிருந்தது. இரவு கவியத் தொடங்கியது. கனமழை இடைவிடாது பெய்யலாயிற்று. இதனால் வீராவேசமாக வந்திருந்த பெண்களின் பழிவாங்கும் வேகம் தணிந்து போகவிருப்பதாகத் தோன்றியது. அது ஒரு பிரமையே. காலை உதயமாவதற்குள் அவர்கள் அரண்மனையைப் பிடித்து விட்டார்கள். காவலாளிகளைத் தகர்த்தெறிந்தார்கள், அரசியைத் தேடி மாளிகையின் அந்தப்புரத்தை துவம்சம் செய்தார்கள், வெறுப்புக்குள்ளாகியிருந்த ஆஸ்டிரிய வம்சத்தைச் சேர்ந்த ராணியின் கடைசித் துளி ரத்தம் வரையிலும் பழி வாங்குவதற்கு அவர்கள் ஆவேசக் குரலெழுப்பி வந்தார்கள். பகல் முடிவதற்குள் மேரி அன்டோய்னெட்டும் அவளுடைய குடும்பம் முழுமையும் பாரிசுக்குத் திரும்பிக் கொண்டிருந்தார்கள். மக்களின் கைதிகளாக அதுதான் அவர்களுடைய கடைசிப் பயணமாக இருந்தது. பெண்களின் சீற்றத்தினால் அவர்களது கதி முடிவு செய்யப் பட்டுவிட்டிருந்தது.

பின்னோக்கிப் பார்த்தால், இந்தக் கோபம் மிகவும் மட்டுமீறிய தாக இருந்ததால், அதை அமைதிப்படுத்துவதற்கு அரசியல் நடவடிக்கை மட்டுமே போதுமானதாக இருக்கவில்லை. பெண்ணின் புனிதத்தன்மையின் ஒவ்வொரு விதியும், பெண்தன்மையே கூட சாத்தியமானவரை தங்குதடையின்றியும், பகிரங்கமாகவும் மீறப்பட வேண்டியிருந்தது. தேசிய சட்டசபை தாக்கப்பட்டபோது 'நிறுத்துங்கள்!' என்று ஒரு பிஷப் கோரிய போது, 'உங்களுடைய உத்தரவு எங்களுக்கு ஒரு பொருட்டல்ல' என்று அவர்கள் பதிலளித்ததுடன், அருகிலுள்ள திருச்சபைத் தலைவரைப் பந்தாடுவதற்குத் தயாராயிருப்பதாக அவர்கள் அச்சுறுத்தினர்[15]. இது மீன் விற்கும் பெண்களிடமிருந்து எப்படிப் பேச வேண்டுமென்று மரியாதைக்குரிய பூர்ஷுவாக்கள் பாடங்கற்றுக் கொள்ளத் தேவையிருக்கவில்லை என்று சமகால விமர்சகர்கள் வியப்புடனும் அதிர்ச்சியுடனும் குறிப்பிட்டனர்.

இதற்கிடையில், புகழ்மிக்க லட்சியத்திற்காகத் தியாகம் செய்வதற்கு எத்தகைய மரியாதைத் தன்மையும் பெற்றிருக்காத விலைமகளிர் இதுபோன்றே அத்துமீறிய செயல்களில் தமது சொந்த உணர்வுகளை வெளிப்படுத்தத் தள்ளப்பட்டிருந்தனர்; அந்தத் தருணத்தின் அராஜகத்தில் அனைவரும் வெறி பிடித்த நிலையில், கட்டுப்பாடு செய்யும் நியதிகளிலிருந்து விடுதலை அளித்த கீழ்த்தரப்பண்புகளின் புதிய கடைக்கோடி நிலைகளின் வழியே சென்றனர். பின்னாளில் புகழ்பெற்ற ஒரு விநோதமான சம்பவம், பாரிஸ் விலைமகளிர்களுக்கு புரட்சியின் அதிரடிப்படை - அந்த

சொல்லின் எல்லா அர்த்தத்திலும் - என்ற மதிப்பைப் பெற்றுத் தந்தது. 1790 ஜூலையில் கைத்துப்பாக்கிகளுடன் கூடிய விபசாரிகளின் ஒரு குழு முடியாட்சியின் குதிரைப்படையின் ஒரு பகுதியைத் தடுத்து நிறுத்தி 'மன்னர் ஒழிக!' என்று கோஷமிடும்படி படைவீரர்களுக்கு உத்தரவிட்டது. 'நீங்கள் புரட்சியில் சேர்ந்தால், நாங்கள் அனைவரும் உங்களுடையவர்களாவோம்' என்று பெருமையுடன் கூறியுள்ளனர். படைவீரர்கள் மறுக்கவே, ஓர் எழில் மிக்க, வனப்பு வாய்ந்த இளம் பெண் பதினாறு வயதுக்கு மேற்படாதவள், படைவீரர்களுக்கு முன்னால் தெருவில் நடனமாடத் தொடங்கினாள். இது பற்றி, நேரில் கண்ட ஒருவர் பின்வருமாறு கூறுகிறார்:

> அவள் தனது சட்டையைக் கழற்றிவிட்டு தனது மார்பகங்களைத் தனது உள்ளங்கைகளில் தாங்கிய வண்ணம் ஒரு வாத்தைப் போன்று தனது பிட்டங்களை அசைத்து அசைத்து ஆடினாள். இதர பெண்கள் உடனே அவளருகில் ஓடிச் சென்று அவளுடைய பாவாடையை மேலே தூக்கினர். இதைக் கண்டு நாணத்தால் முகம் சிவந்த குதிரைப் படை வீரர்களிடம் "இதை நீங்கள் சுவைக்க விரும்பினால், முதலில் 'மன்னர் ஒழிக' என்று கோஷமிடுங்கள்" என்று அவர்கள் உரத்துக் கூவினர்.[16]

இதுவும் இதைப் போன்ற பிற சம்பவங்களும், புரட்சியைப் பற்றிய எட்மண்ட் பர்க்கின் கடுமையான பிரதிபலிப்புகளைக் கொண்ட நூலில் கண்டவற்றைப் போல் அமைந்துள்ளன. இருபது ஆண்டு களுக்கு முந்திய அமெரிக்க அனுபவத்தின் வெளிச்சத்தில் அவை கூறப்பட்டன. 'சட்டங்களினால் நசுக்கப்பட்ட மக்களுக்கு அதிகாரத்தின் மூலமாக அல்லாது வேறு நம்பிக்கையில்லை. சட்டங்கள் அவர்களது விரோதிகள் எனில், அவர்கள் சட்டங்களுக்கு விரோதிகளாக இருப்பார்கள். இழப்பதற்கு ஒன்றுமில்லாமல், ஆனால் அதிக நம்பிக்கையைக் கொண்டிருப்பவர்கள் எப்போதும் அபாயகரமானவர்கள்.[17]

இந்த சுருக்கமான மீண்டும் எப்போதும் ஏற்படக்கூடாத கால கட்டத்தில் புரட்சிகர பிரான்சில், இத்தகைய அபாயகரமான பெண்கள் நிறைய இருந்தார்கள். கட்டுப்பாடற்ற ஒரு சமுதாயம் என்ற முறையில் அது, மரபான கட்டுப்படுத்தும் கோட்பாடுகளைக் கைவிட்டு விட்டது. அவற்றை இன்றும் மீண்டும் நிலைநாட்டவில்லை. அல்லது அவற்றுக்கு பதிலாக வேறு கோட்பாடுகளை உருவாக்கவில்லை. அது, மேலிருந்து கீழ் வரையில் பாதிப்புக்கு உள்ளாகியிருந்த நிலையில், எல்லைக்கோட்டில் அமைந்த ஒரு சமுதாயமாக இருந்தது. பேராசைமிக்க அச்சமற்ற மற்றும் முரட்டுத்தனமானவர்களுக்கு அகலத்

திறந்துவிட்ட சமுதாயமாக இருந்தது. திடீரென்று தோன்றி, ஒரு பெண் முன்பு கற்பனை செய்து பார்க்கமுடியாத சிகரங்களுக்கு உயர்ந்த மிகவும் ஆரம்பகாலப் பெண்களில் ஒருவர் தெரோயின் டி மெரிகோர்ட் என்னும் ஒரு சிக்கலான வகைப்பட்ட பெண் ஆவார். லண்டனிலும், நேபிள்ஸிலும் பாடுவதற்குப் பயிற்சி பெற்ற ஒரு சிறப்புத் தகுதி பெற்ற பாடகர், ஒரு வெற்றிகரமான அரசவைப் பெண், புரட்சிக்கு முந்திய பாரீஸில் பெரும் பொருளீட்டியவர், ஒரு வீராங்கனையைப் போல் உடையணிந்து, பாஸ்தில் சிறைக்கோட்டத்திற்கு எதிராக நடத்தப்பட்ட தாக்குதலுக்குத் தலைமை தாங்கிச் சென்றவர் இவர்தான். அதே ஆண்டில் பின்னர், வெர்சேல்ஸ் நகரை நோக்கிச் சென்ற பெண்களின் ஆர்ப்பாட்ட அணிவகுப்புக்கும் தலைமை தாங்கினார். மூன்றாண்டு களுக்குப் பின்னர் 1792ல் துய்லெரிஸ் மீது நடைபெற்ற தாக்குதலில், வீராங்கனைகளின் படை ஒன்றுக்கும் தலைமை தாங்கிச் சென்றார்.

ஆயினும், டி மெரிகோர்ட் ஒரு பெண் படை வீரர் மட்டுமல்ல. அரசியல் கழகங்களின் வழிபாட்டுக்குரிய ஒரு தேவதையாக விளங்கிய அவர், புரட்சிகர விவாதங்களுக்குப் பெரும் பங்களிப்புச் செய்தார். பெண்களின் பல அரசியல் கழகங்களைத் தோற்றுவித்ததன் மூலம், முன்பு புறக்கணிக்கப்பட்டிருந்த பெண் 'பிரஜைகளை' தர்க்கவாதத் தினுள் அவள் ஈர்த்தாள். ஆயினும் இறுதியில், அவள், தனது செல்வத் தையும் தியாகம் செய்து, ஒரு லட்சியத்திற்காகத் தனது உயிரையே பணயம் வைத்த போதிலும் அது அவளுக்குத் துரோகம் செய்து விட்டது. வன்முறைச் செயல்களின் உச்சக்கட்டத்தில், மிதவாதக்குழுவுக்கு ஆதரவாக இருந்து செயல்பட்ட அவள் தனது செல்வாக்கை இழந்தாள். அவள் பேணிப் போற்றிய பாரீஸ் நகரப் புரட்சிகரப் பெண்களால் அவள் தாக்கப்பட்டு, கடுமையாகப் புடைக்கப்பட்டாள். இதனால் ஏற்பட்ட அதிர்ச்சி அவளுடைய பகுத்தறிவைத் தகர்த்தது. தனது வாழ்க்கையின் எஞ்சிய நாட்களை அவள் ஒரு மனநோயாளிகள் விடுதியில் கழித்தாள்.

டி மெர்ரிகோர்ட்டின் நடவடிக்கைகள் - அவளுடைய புகழ் கொடி கட்டிப் பறந்த நாட்களிலும் கூட - மதிப்பீடு செய்வதற்கு எளிதாக இருக்கவில்லை. அந்தக் காலத்தின் அளவுகோல்களைக் கொண்டு பார்த்தாலும் கூட அவளது சமகாலத்தவர்களுக்கு அவள் அடிக்கடி கூட்டம், பழக்கவழக்கங்கள் மற்றும் மனிதநேயத்தின் அனைத்துக் கட்டுதிட்டங்களினின்றும் விடுபட்டவளாகத் தோன்றினாள். டூய்லெரிஸ் மீது நடத்தப்பட்ட தாக்குதல்களின் போது அவள் தன்னைப் பரிகசித்த ஒரு பத்திரிகையாளரைத் தனது செல்வாக்கைப்

பயன்படுத்தி ஒரு கும்பலால் தாக்கச் செய்து அவள் கண் முன்னாலேயே, வதைத்துக் கொல்லச் செய்தாள். ரத்தத்தை உறிஞ்சுபவள் என்று அவளுக்கு ஏற்பட்டிருந்த பெயர் இறுதிவரை அவளை இட்டுச் சென்றது. அவள் செய்த கடைசிக் கொலைகளில் ஒன்று, ஒரு ஃபிளெமிங் இளைஞனைக் கொன்றதாகும். முதல்முதலில் அவளுடன் உடலுறவு கொண்டவனென்று கூறப்படுகிறது. அவள்... தன் கையாலேயே அவனுடைய தலையை வெட்டி எறிந்தாள்... பின்னர் ஒருவகை பழிவெறிப் பரவசமடைந்தாள். ஒரு புரட்சிகரப் பாட்டைப் பாடிய வண்ணம் ரத்தக் குவியல்களின் மீது நடனமாடினாள்.[18]

பண்டைய ஆட்சிமுறைக்கு எதிராக மூர்க்கமான பகைமை பாராட்டியதிலோ, அல்லது அதை ஒழித்துக் கட்டுவதில் தீவிர ஆர்வம் காட்டியதிலோ டி மெர்ரிகோர்ட் விதிவிலக்காக இருக்கவில்லை. சமாதானம் நம்மைப் பின்னுக்குத் தள்ளிவிடும் என்று மனோன்ரோலண்டு ஆர்வத்துடன் எழுதினார். ‘ரத்தத்தின் மூலமாக மட்டுமே நாம் மறுமலர்ச்சி பெற முடியும்.[19] சிறப்புத் தகுதி வாய்ந்த சுய முயற்சியில் முன்னுக்கு வந்த அறிவுஜீவியான திருமதி ரோலண்டு, அறிஞர்கள் கூடும் மண்டபங்கள், கலைக் கண்காட்சிக் கூடங்களுக் கெல்லாம் சென்று - டிமெர்ரி கோர்ட் தெருக்களில் பிரசாரம் செய்தது போல் - புரட்சிகரக் கொள்கை மற்றும் ஜனநாயகத் தத்துவத்தை உருவாக்கினாள். அவற்றின் மீது செல்வாக்குச் செலுத்தினாள். தனது எழுத்தாற்றலின் மூலமாக மட்டுமின்றி, நேரடியான வாதத்தின் வலிமையின் மூலமும் அவள் இதைச் செய்தாள். தனது ஆண் சகாக்களுடன் பூரண சமத்துவத்தின் அடிப்படையில் அவள் செயல் படாவிடினும், அவளுடைய முதலாவது தீவிரமான கட்டுரைகள் அவளுடைய கணவனின் பெயரில் வெளிவந்தன. 1792ல் அவள் உள்துறை அமைச்சரான போது அவளுடைய செல்வாக்கு உச்ச நிலையை எட்டியது - கிரோன்டின் மிதவாதக் கட்சியின் அங்கீகரிக்கப் பட்ட விசைக் கேந்திரமாக ரோலண்டு திகழ்ந்தாள். இவ்வாறு, அவளுடைய வாழ்க்கையானது வரலாற்றில் மிகவும் ஆரம்பகால மையங்களில் ஒன்றைப் பிரதிநிதித்துவப்படுத்தியது, ஒரு பெண் தகுதியின் அடிப்படையிலும் அவளுடைய சொந்த உரிமையின் பேரிலும் ஒரு முக்கிய அரசியல் நிறுவனத்தின் கேந்திரமான இடத்தில் ஓர் அச்சாணியான இடத்தைக் கோரியதையும் அது கிடைக்கப் பெற்றதையும் இது குறிக்கிறது.

மேலும் இந்தப் பெண்கள், பெண்களுக்கே உரிய முயற்சியின் மரபான பாணியின் அடிப்படையில் ஆண்களின் லட்சியத்திற்கு சேவை

செய்பவர்களாக மட்டும் இருக்கவில்லை. அத்தகைய வன்முறையுடன் கூடிய ஒரு கொந்தளிப்புக்கு ஏற்ப, பெண்களின் உயர்வு குறித்த, அதே அளவு புரட்சிகரமான கருத்துக்கள் இப்போது வேர்விட்டு வளர்ச்சியடையத் தொடங்கின. இதற்கு முன்பாக, இவையெல்லாம், மானிடச் சிந்தனையின் மேற்பரப்பில், எப்போதாவது அடிக்கும் காற்றுகளினால் தோற்றுவிக்கப்பட்ட சிதறலான புறத்தூண்டுதல்களின் விதைகளைத் தவிர வேறு எதுவாகவும் இருக்கவில்லை. பிரான்சில் மட்டுமே பெண்களின் பிரச்சினை பல ஆண்டுகளாக விவாதத்திலிருந்து வந்திருக்கிறது. தனிச் சிறப்பு வாய்ந்த கோர்னேயின் மேரி லி ஜார்ஸ் போன்ற பெண்களினால் அதுபற்றிய விவாதத்தின் ஷரத்துகள் நிர்ணயிக்கப்பட்டிருந்தன. மோன்டெய்க்னியின் வளர்ப்பு மகளாகிய மேரி, கல்வி பெறுவதற்கான பெண்களின் உரிமைக்கு உறுதியான ஆதரவு கொடுத்து வந்தார், பெண்களின் 'இயற்கையான' தாழ்வுநிலை பற்றிய எந்தக் கருத்துக்களையும் எதிர்த்து கழிவிரக்கமற்ற இயக்கம் நடத்தி வந்தார். அவருடைய சுதந்திரமான போக்கும், 'பெண் இனத்தின்' பகட்டுக் குஞ்சங்களையும், பகட்டு அணிமணிகளையும் கைக் கொள்வதற்கும், அல்லது பணிந்து போவதற்கும், நல்லெண்ணத்தைப் பெறுவதற்கான முறையில் நடந்து கொள்வதற்கும் அவர் மறுத்ததும், அவரை ஒரு முன்மாதிரியான பெண் இயக்கவாதியாகப் பிரித்துக் காட்டியது. அவருடைய ஈகேலிட்டே டெஸ் ஹோம்ஸ் யெட்டெஸ் பெம்மிஸ் *(1622)* என்ற நூலும், கிரிஃப் டெஸ் டேம்ஸ் *(1626)* என்ற நூலும் இவரைத் தனிச் சிறப்பானவராகப் பிரித்துக் காட்டுகின்றன. ஆனால் இப்பொழுது, பெண் இனச் சவால்களும் கண்டனங்களும், கோரிக்கைகளும் ஒன்றாகத் திரண்டு, ஒரு செயலூக்கமான அரசியல் வடிவத்தைப் பெற்றன - மன்னருக்கு மூன்றாவது எஸ்டேட்டின் பெண்களின் விண்ணப்பத்தில் இதைக் காணலாம்.

> .... மூன்றாவது எஸ்டேட்டின் அனைத்துப் பெண்களும் ஏழை யாகவே பிறந்துள்ளனர். அவர்களது கல்வி புறக்கணிக்கப் பட்டது. அல்லது தவறாகக் கருதப்பட்டது... பதினைந்து அல்லது பதினாறாவது வயதில் பெண்கள் ஒரு நாளைக்கு ஐந்து அல்லது ஆறு சௌகளை (பிரான்ஸ் நாட்டு குறை மதிப்பு நாணயம்) சம்பாதிக்க முடியும்... அவர்கள், வரதட்சணை இல்லாமல், துரதிர்ஷ்டமான கைவினைத் தொழிலாளர்களுடன் திருமணம் செய்து கொள்கின்றனர், பின்னர் மிகுந்த சோர்வைத்தருகின்ற வாழ்க்கை நடத்த வேண்டியுள்ளது. அவர்கள் பெறும் குழந்தை களை அவர்களால் பேணி வளர்க்க முடியவில்லை... திருமணம் செய்து கொள்ளாத பெண்கள் முதியவயது அடைந்தால்,

அவர்கள் கண்ணீரும் கம்பலையுமாக அவர்களது நெருங்கிய உறவினர்களால் வெறுப்புக்குரிய ஐந்துக்களாக வாழ் நாட்களைக் கழிக்க வேண்டியுள்ளது. இத்தகைய துரதிருஷ்டங்களை எதிர்த்துப் போராடுவதற்கு, பெண்களின் தனியுரிமையாக உள்ள கைவினைத் தொழில்களைச் செயற்படுத்துவதனின்றும் ஆண்களை விலக்க வேண்டும்... ஐயா, என்று நாங்கள் கேட்டுக் கொள்கிறோம்.[20]

ஏற்கெனவே அன்றாடம் சராசரி முப்பது சௌகள் சம்பளம் (வருமானம்) பெற்று வந்த ஆண்கள், பெண்களின் மரபான கைவினைத் தொழில்களினுள் பெரும் அளவில் படையெடுத்த தினால், அப்பெண்கள் மிகவும் பாதிக்கப்பட்டார்கள். ஏற்கெனவே அவர்கள் நாளொன்றுக்குப் பதினான்கு அல்லது பதினைந்து சௌகள் மட்டுமே எதிர்பார்க்க முடியும். இந்நிலையில் அவர்களது கண்டனம் மிகவும் மிதமாக இருப்பதாகவே தோன்றியது. அந்த விண்ணப்பத்தில் அவர்களின் அடக்கமான இறுதி வேண்டுகோளும் இந்த மனப் பகுதியை ஊர்ஜிதம் செய்தது. 'ஐயா, எங்களுக்கு வேலை கொடுக்கு மாறு உத்தரவிடும்படிக் கேட்டுக்கொள்கிறோம். ஆண்களின் அதிகாரத்தை நாங்கள் பறித்துவிடுவோமோ என்று இதற்குப் பொருளல்ல, எங்களுக்கு வாழ்க்கைக்கான ஒரு வழி கிடைக்கவேண்டுமென் பதற்காகவே இதைக் கேட்கிறோம், மார்குவிஸ் டி கண்டோர்செட் போன்ற ஆண் புத்தக வெளியீட்டாளர்கள், பெண் இனத்தை 'மூன்றாவது எஸ்டேட்டின் மூன்றாவது எஸ்டேட்' ஆக்கிய பெண்களுக்கு இழைக்கப்பட்ட தவறுகள் மற்றும் அவர்களின் குறைகளைப் பற்றி கவனத்தை ஈர்க்கும்போது கூடுதல் வெளிப்படையாகவே எடுத்துரைத்தனர்:

சம உரிமைகள் என்ற கோட்பாடு 300 அல்லது 400 ஆண்களுக்கு ஆதரவாக அமல் நடத்தப்படுகிறது... அதே பொழுதில், 12,000 பெண்கள் விஷயத்தில் அது மறக்கப்படுகிறது. பழக்கம் என்பது அறிவார்ந்த ஆண்கள் விஷயத்திலும்கூட எவ்வளவு வலுவாகப் படர்ந்துள்ளது என்பதற்கு இதைக் காட்டிலும் வேறு பலமான சான்று வேண்டுமா?[21]

ஆயினும், 'ஆண்மகனே, நீ நீதி வழங்குவதற்குத் தகுதியுடை யவனா? ஒரு பெண்தான் இந்தக் கேள்வியைக் கேட்கிறாள்' என்ற உணர்ச்சியூட்டும் போர் முழக்கத்துடன் பிரான்சில் பெண் இனச் சார்புக் கொள்கையின் முழுக் கொடியைப் பறக்கவிட்ட பெருமை பெண்ணுக்கே போய்ச் சேருகிறது. புரட்சி தொடங்கியவுடனே, பிரெஞ்சு அரசியல் நிர்ணய சபை மனிதனின் உரிமைகளைப் பிரகடனம் செய்தது. 1791 செப்டம்பரில் ஒலிம்பி டி கௌஜெஸ் ஒரு முழு அளவிலான பெண் இனத்தின் எதிரடியை, 'பெண்ணின் உரிமைப் பிரகடனத்தை வெளியிட்டது.'

> பெண் சுதந்திரமாகவே பிறந்தாள். அவளுடைய உரிமைகள் ஓர் ஆணின் உரிமைகளைப் போன்றதே... சட்டமானது பொதுவான மனோ உறுதியின் (சித்தத்தின்) ஒரு வடிவமாக இருக்கவேண்டும். எல்லாப் பிரஜைகளும் - ஆண்களும் பெண்களும் - ஒன்றுபோல், அதை உருவாக்குவதில் பங்கெடுத்துக் கொள்ள வேண்டும்... அது எல்லோருக்கும் பொதுவானதாக இருக்க வேண்டும்... எல்லாப் பிரஜைகளும் - அவர்கள் ஆண்களாக இருந்தாலும், பெண்களாக இருந்தாலும் சரி - அதனுடைய பார்வையில் சமமானவர்களாக உள்ள நிலையில் - எல்லாப் பொதுப் பதவிகளுக்கும், நிலைகளுக்கும், வேலைகளுக்கும் அவர்களது திறமையைப் பொறுத்து, சம அளவில் தகுதி உடையவர்களாகக் கருதப்பட வேண்டும். அவர்களது நற்குணங்கள் மற்றும் திறமை களைத் தவிர வேறு எந்த அளவுகோல்களும் கடைப்பிடிக்கப் படக் கூடாது...[22]

காலத்தின் பக்குவநிலை எப்படியிருந்தபோதிலும் இது புரட்சி கரமான கருத்தாக இருந்தது. இதற்கு அதிகமாகவும் வரவிருந்தது. மானன்ரோலண்டைக் காட்டிலும் கூடுதலான முறைப்படியான அறிவுத் துறைப்பயிற்சி இல்லாமலிருந்தபோதிலும் டி கௌஜஸ், பிரெஞ்சுப் பெண்களின் உடனடியான பொருளாதாரக் கோரிக்கைகளுக்கு அப்பால் பார்த்து, அவர்களது பிரச்சினையின் மையமான அம்சத்தைக் காண்பதில் வெற்றியடைந்தார். அவர்களது இயலாமைகளெல்லாம் எவ்வாறு புறக்கணிக்கப்பட்டு விஷவட்டம் போல் சுற்றிச் சுற்றி வந்து அவர்களது உரிமைகள் பறிக்கப்பட்டன என்பதை அவர் அம்பலப்படுத்தினார். பெண்களின் குறைவான சம்பளங்களும் அவர் களுக்கு வேலை வாய்ப்புகள் இல்லாமல் இருப்பதும் பெண்களின் கல்வியின்மையிலிருந்து எழுந்தன என்றும், அது அவர்களை இளவயதிலேயே திருமணம் செய்து கொள்ளும் நிர்ப்பந்தத்திற்கு உள்ளாகின்றது அல்லது தெருவில் இறங்கச் செய்கிறது என்றும் அவர் வாதிட்டார். பெண்களுக்கு அரசியல் உரிமைகளைத் தருவதற்கு ஆண்கள் மறுப்பதற்கு அவர்களுடைய கல்வியின்மை ஒரு காரணமாக அமைந்து விடுகிறது; அதைத் தொடர்ந்து அரசியல் உரிமைகள் இல்லாமையானது, பெண்கள் எந்தச் சீர்திருத்தங்களுக்கும் சட்டங்களை இயற்றுவதற்கு அவர்களுக்குச் சாத்தியமில்லாமல் செய்கிறது. அல்லது கல்வி பெறுவதற்கான உரிமையை சம்பளத்தில் சமத்துவம் அல்லது சட்டத்தின் முன்னால் சமத்துவம் ஆகியவற்றை அடை வதையும் அசாத்தியமாக்கியது. பெண் இன இயக்கத்தின் பிந்திய

வரலாறு டி கௌஜஸின் அடிப்படையான பகுப்பாய்வு பெருமளவு சரியாக இருப்பதை ஊர்ஜிதம் செய்துள்ளது.

இது தத்துவ விளக்கம் செய்யும் பயனற்ற ஒரு விஷயமுமல்ல. 'பெண்களே விழித்தெழுங்கள், உங்களுடைய உரிமைகளை உணருங்கள்' என்று டி கௌஜஸ் அறைகூவல் விடுத்தார். சுயநலப் புரட்சிகர ஆண்களினால் கையாளப்பட்ட அப்பட்டமான புதிய ஒடுக்குமுறை களை அவர் ஏளனத்துடன் அம்பலப்படுத்தினார். 'அடிமையாயிருந்த ஆண், தனது பலத்தைப் பெருக்கிக் கொண்டான்... தான் விடுதலை யடைந்தவுடனே அவன், தனது வாழ்க்கைத் துணைவியிடம் நீதியற்ற முறையில் நடந்துகொண்டான்... புரட்சியினால் உங்களுக்கு (பெண்களுக்கு) என்ன நன்மைகள் கிடைத்தன? ஒரு கூடுதல் வெளிப்படையான இகழ்ச்சி நமது விவேகமான சட்டமன்ற உறுப்பினர்களைப் பற்றிய ஏளனமான மனோபாவத்துடனும் டி கௌஜஸ், 'தான் மேலானவன் என்ற ஆணின் வெற்றுப் பாசாங்கைப் பகுத்தறிவின் துணை கொண்டு எதிர்க்கவும்' என்று எல்லாப் பெண்களுக்கும் அறைகூவல் விடுத்தார்.

ஆயினும் பகுத்தறிவானது, புரட்சி அரிதாகவே வழங்குகிற ஓர் உயர்விலைப் பொருளாகும். மேலும், எவ்வளவு பொருளற்றதாக இருந்தபோதிலும், ஆணின் உயர்தன்மை வெறும் பாசாங்கு அல்ல. பெண்களின் நிலையைச் சீர் செய்வதற்கும், அவர்களது தனிப்பட்ட உரிமைகளை அங்கீகரிப்பதற்கும்கூட, புரட்சியாளர்களிடம் ஒரு போதும் எண்ணம் இருந்ததில்லை. போரின் துவக்கத்தில் செய்த தனது புகழ்பெற்ற பிரகடனத்தில், மிராபூ, 'இப்பொழுது நாம் மனிதனின் வரலாற்றைத் தொடங்குகிறோம்[23]' என்று அறிவித்தார். அவ்வாறே அது நிரூபணமாயிற்று. பெண்கள் சம்பந்தப்பட்ட பிரச்சினைகள் எழுப்பப்பட்டன. ஆனால் அவை திட்டமிட்ட முறையிலும் முறைப் படியாகவும் உடனேயே அமுக்கப்பட்டன.

புரட்சிகரப் பெண் இயக்கவாதிகளில் யாராவது புரட்சிக்குப் பின்னர் உயிர் பிழைத்திருந்தால் என்ன ஏற்பட்டிருக்கும் என்று யார் கூற முடியும்? ஆனால் அவர்களது சமுதாயத்தின் (கழகத்தின்) முழு உறுப்பினராகும் தகுதியை இழக்கச் செய்த அவர்களது பாலினம், அதிலிருந்து அவர்கள் பலாத்காரமாக வெளியேற்றப்பட்டதற்கு எதிராக அவர்களுக்கு எவ்விதப் பாதுகாப்பும் அளிக்கவில்லை. ஒலிம்பிடி கௌஜஸ் 1793 ஜனவரியில் கில்லட்டின் கொலைக் கருவியின் மூலம் பதினாறாவது லூயி மன்னர் கொல்லப்பட்டதற்குத் துணிவுடன் கண்டனம் தெரிவிப்பதற்காகத் தனது இறுதி முடிவை விரைவாக்கிக்

கொண்டார். ஒரு போலி விசாரணையில் குற்றம் சாட்டப்பட்ட மனோன்ரோலண்டு - இதில் தன் சார்பில் தானே ஆஜராகி வழக்காடும் உரிமை இவருக்கு மறுக்கப்பட்டது. வீரம் செறிந்த உறுதியுடனும் தன் மதிப்புடனும் தனது சாவை எதிர்கொண்டனர்.

'நீங்கள் படுகொலை புரிந்த மகத்தான மனிதர்களின் கதியைப் பகிர்ந்து கொள்வதற்கு நான் தகுதியுடையவள் என்று நீங்கள் மதிப்பிடு கிறீர்கள், அவர்கள் வெளிப்படுத்திய வீரத்துடன் தூக்குமேடை செல்வதற்கு நானும் முயற்சி செய்கிறேன்' என்று அவர் நீதிபதிகளைப் பார்த்துக் கூறினார்.

உறுதிவாய்ந்த புரட்சியாளர்களாக இருந்தபோதிலும், இழிபுகழ் வாய்ந்த டிரிகோடியூசெஸ் கழகத்தைத் தோற்றுவித்த டி கௌஜஸுும், வால்டேர் மற்றும் ரூஸோவின் சிஷ்யையும், மேரி அன்டோய் னெட்டின் ஆவேசமான விரோதியுமாகிய ரோலண்டும், இந்த இரு பெண்களும் - சமரஸப்படுத்த முடியாத பதற்றங்கள் பிரெஞ்சு புரட்சிகர சட்டமன்றத்தில் பிளவு ஏற்படுத்தியபோது, மிதவாத கிரோன்டின்களுடன் கூட்டுச் சேர்ந்து நின்றனர். தனது பிரகடனத்தில் ஒரு தீர்க்க தரிசனத்துடன் கூடிய முரண் நகைச்சுவையில், டி கௌஜஸ், பெண்களுக்குத் தூக்குமேடைக்குச் செல்வதற்கு உரிமையிருக்கிற தென்றால், நாடாளுமன்றத்திற்கான தேர்தலில் நிற்பதற்கும் அவர்களுக்கு உரிமை வேண்டும் என்று கோரியிருந்தார். அகாலமாக முடிவுக்குக் கொண்டுவரப்பட்ட அவர்களது வாழ்க்கைகளில் இது மட்டுமே மெய்யான சமத்துவமாகும் என்று பிரான்சின் பெண் இயக்க முன்னோடிகள் கண்டனர். ஜாகோபின் அதிதீவிரவாதிகளின் தீய மேதையான ராபெஸ்பிர்ரியை எதிர்த்ததற்காக இந்த இரு பெண்களும் அதே 1793 நவம்பர் மாதத்தில் கில்லட்டின் கொலைக்கருவியில் ஏற்றிக் கொல்லப்பட்டனர்.

ஆயினும் பயங்கர அடக்குமுறைக்கு இரையாகிய பெரும்பாலான பெண்கள் எவ்விதப் புரட்சிகர நடவடிக்கையிலும் பங்கெடுக்கா தவர்கள் என்பது வரலாற்றின் ஒரு வேதனை தரும் உண்மையாகும். இளம் லூசில் டெஸ்மோலின்ஸின் வாழ்க்கை பறிக்கப்பட்டதற்குக் காரணம் அவள் ஒரு கிரோன்டின் தலைவரின் மனைவி என்பதுதான். லூசிலினின் குழந்தை மகனுக்குத் திருத்தந்தையாகிய ராபெஸ் பிர்ரியிடம் அவளுடைய தாயார் வெறியார்வத்துடன் விண்ணப்பம் செய்து கொண்ட போதிலும் லூசிலின் உயிர் தப்பவில்லை. 'பொய்டோவைச் சேர்ந்த இருபது விவசாயப் பெண்கள்' போன்ற எண்ணற்ற பெயர் தெரியாத பெண்கள் பலியானதற்கு எவ்விதக்

காரணமும் கூற முடியாது. இவர்கள் அனைவரும் கில்லட்டின் கருவியில் ஒன்றாகக் கொல்லப்படுவதற்காக பாரீசுக்குக் கொண்டு வரப்பட்டார்கள் - என்ன குற்றத்திற்காக என்று தெரியவில்லை. அவர்களில் ஒருத்தி தூக்கு மேடையேறும்போது, அவளுடைய மார்பில் பால் குடிக்கும் குழந்தையைக் கையில் ஏந்தியிருந்தாள். அக்காலத்தில் இது பொதுவாக நிகழும் ஒரு நிகழ்ச்சியாக இருந்தது. மானிட உயிரின் மகத்துவத்தை மதிக்காத போக்கையே இது காட்டுகிறது. அரச பரம்பரையைச் சேர்ந்தவர்கள், சாதாரணப் பொது மக்கள், ஆண்கள், பெண்கள், முதியவர்கள், இளையவர்கள், எல்லோ ருடைய தலைகளும் கூடையில் விழுந்து ஒன்றுடன் ஒன்று முத்த மிட்டன என்று டான்டன் தனது கடைசி இருண்மையான நகைச்சுவையில் கூறினார்.

அரசியல் பெண்களாவது குறைந்தபட்சம் விரோதியின் முகத்தைத் தெரிந்து கொண்டனர். டி கௌஜஸையும் ரோலண்டையும் மரணத்திற்கு இட்டுச் சென்ற ராபஸ்பிர்ரிக்கு எதிரான உணர்வு ரீதியான எதிர்ப்பு மிகவும் ஆதாரபூர்வமானதாகும். சர்வஜன - வயது வந்தோருக்கான ஓட்டுரிமை அந்த ஆண்டில் அமலுக்குக் கொண்டு வந்தபோது, பெண்கள் குறிப்பாக அதிலிருந்து விலக்கப்பட்டனர். டிமெர்ரி கோர்ட்டின் மகளிர் கழகங்களில் மிகவும் செயலூக்கமான புரட்சிகரக் குடியரசு சார்புப் பெண்கள் ஒரு விண்ணப்பத்தைத் தயாரித்து நாடாளுமன்றத்திற்கு அனுப்பினர். அதில் பெண்களுக்கு வாக்குரிமை கோரியிருந்தனர். ஆனால் இந்த மனுவை எடுத்துச் சென்ற பெண்கள் கலைத்து விரட்டப்பட்டனர். பின்னர் ராபெஸ்பிர்ரியும் அவருடைய ஜாகோபின்களும் பெண்களை அரசியலிலிருந்து வெளியேற்றி அவரவர்களுடைய வீடுகளிலேயே அவர்களை அடக்கும் பணியைத் தொடங்கினர். டி கௌஜெஸ் மற்றும் ரோலண்டின் உயிர்களைக் காவு கொண்ட துரதிருஷ்டமான நவம்பரில், பெண்களின் அனைத்து அரசியல் கழகங்களும் ஒடுக்கப்பட்டன. இந்த சமயத்தி லிருந்து பிரெஞ்சு அரசியல் வாழ்வில் பெண்கள் செயலூக்கமாகப் பங்கெடுத்துக் கொள்வதும் முற்றாக கில்லட்டின் (படுகொலை) செய்யப்பட்டது. அதற்கப்புறம் பல தலைமுறைகளுக்கு உயிருடனிருப் பதும் அதுவும் பெண்ணாக இருப்பதும் பேரின்பமாக இருந்த அந்த விடியலின் சுதந்திரம் ஒரு மங்கி மறையும் நினைவைத் தவிர வேறொன்றும் அல்லாததாயிற்று. மனோன் ரோலண்டு தூக்கு மேடையில் 'ஓ, சுதந்திரமே! உன்னுடைய பெயரால் எவ்வளவு குற்றங்கள் இழைக்கப்படுகின்றன!' என்று கதறினார். இந்தப் புரட்சிகரமான கோஷத்தை வணங்கி வழிபடுவதில் அடங்கி உள்ள

நுண்ணிய முரண் நகைச்சுவையை உணர ஆங்கிலம் பேசுபவர்கள் தவறுவார்கள்: ஏனெனில், டெலாக்ரோயிக்ஸினால் அமரத்துவம் வாய்ந்ததாக்கப்பட்ட 'சுதந்திரம்' என்ற சொல்லை உருவாக்கிய மரியான் ஒரு பெண்ணேயாவார். ஆனால் எவ்வாறோ, 'சமத்துவத் திற்கு' செல்லும் வழியில், முத்தொகுதியின் மெய்யான எஜமானனுக்கு, அழியாத, மாற்றமடையாத ஆணின் 'சகோதரத்துவத்தில்' அவள் இழந்து விட்டாள்.

புதிய அரசுரிமை படைத்த அமெரிக்க நாட்டில் ஏற்பட்ட ஆயுதமேந்திய மோதலைப் போன்று, பிரான்சில் ஏற்பட்ட பயங்கர அடக்குமுறை ஆட்சிக்கும் ஒரு நிர்ணயிக்கப்பட்ட வரலாற்றுக் காலகட்டம் இருந்தது. அந்தக் காலத்தின் கொடிய அடக்குமுறையின் கீழ் பாதிக்கப்பட்டவர்கள் குறைந்தபட்சம் நெருக்கடியினின்றும் மீண்டு இழப்பீடும் மறுமலர்ச்சியும் அடையும் உலகத்தைக் காணும் நம்பிக்கை கொண்டு இருக்க முடிந்தது. பழைய உலகத்தை அனேகமாக எச்சரிக்கையின்றி சூழ்ந்து கொண்ட பெருவிபத்து மிகமிக பயங்கர மானதாக இருந்தது, அது பிணைக் கைதிகளை மேற்கொள்ளவில்லை, யாரும் உயிருடன் மீளவில்லை. அது உலகங்களுக்கு இடையிலான ஒரு மெய்யான போர் ஆகும் - அதுதான் தொழிற் துறைப்புரட்சி. கிராமப்புற சமுதாயங்களில் வசித்த மக்களுக்கு ரோமானியர் காலத்திலிருந்து அமைதிபூர்வமாக வசித்து வந்தவர்களுக்கு அது பெரு விபத்தாகும். அதனுடைய விளைவுகள் உடனடியாக ஏற்பட்டன. அவை வியக்கத்தக்கதாகவும், நிரந்தரமானவையாகவும் அமைந்தன:

> பதினெட்டாம் நூற்றாண்டின் முதல் பகுதியில் இங்கிலாந்து நடைமுறையில் ஒரு மத்தியகால இங்கிலாந்தாக இருந்தது. அமைதியாக, தொடக்க காலத்திய இங்கிலாந்தாக இருந்தது, வர்த்தகம் மற்றும் வாணிபத்தின் இரைச்சலினால் பாதிக்கப் படாமல் இருந்தது. திடீரென்று, அனேகமாக, ஒரு நிர்மலமான வானத்திலிருந்து ஏற்பட்ட ஒரு பேரிடி போன்று தொழிற் புரட்சியின் சூறாவளியும் கொந்தளிப்பும் ஏற்பட்டன.[24]

இருபதாம் நூற்றாண்டின் வரலாற்றாசிரியர்கள், பின் நோக்கிப் பார்க்கும் அனுகூலத்துடன் இயந்திர யுகத்தைத் தோற்றுவிப்பதற்கு ஐக்கியப்பட்ட சக்திகளின் சங்கிலித் தொடரானது முன்கூட்டியே சில காலமாக மறைபொருளாக ஒன்றுபட்டு வந்து கொண்டிருந்தன. அதற்கான அடையாளங்கள் இருக்கவே செய்தன. இந்த மோதலில் தன்னையறியாமல் இழுத்துவிடப்பட்ட சக்திகளைத் தவிர, சமகால சமூக மற்றும் பொருளாதாரப் போக்குகளைப் பற்றிய முன்னெச்சரிக்கை

எதுவும் இருக்கவில்லை. தவிர்க்கும் நடவடிக்கை எடுத்துக் கொள்வதற்குரிய வாய்ப்பு எதுவும் இருக்கவில்லை. பிற போர்களைப் போல் அல்லாது, இதில் உடல்வலுக்கொண்ட ஆண் வீரர்கள் மட்டு மல்லாது, பெண்களும் குழந்தைகளும் கூட இதில் பலியானார்கள்.

இரங்கத்தக்க பீரங்கித் தீனியாளர்கள் அவர்கள், அவர்கள் இதில் இழுத்துவிடப்பட்டது ஒரு நிலையான அவக்கேடாக இருந்து வருகிறது.

பதினெட்டாம் நூற்றாண்டு பிரிட்டனில் அபிவிருத்தி செய்யப் பட்ட விசையாற்றலின் புதிய ஆதாரங்களான இரும்பு, நிலக்கரி, நீராவி ஆகியவை பொருளுற்பத்தி செய்யும் தொழில் நுட்பத்தைக் காட்டிலும் அதிகமாக புரட்சிகர மாற்றத்தை ஏற்படுத்தின. வியக்கத்தக்க முறையில் ஒரு குறுகிய காலத்தில் அவற்றின் விளைவு, முன்பு கணவன், வீடு, குடும்பம் என்று பிரிக்கப்பட முடியாத முழுமையாக இருந்த ஒன்றைப் பிளவுபடுத்தித் தனித்தனியாக்கியதன் மூலம் பெண்களது வாழ்க்கையின் மரபான கட்டமைப்பைச் சிதறடித்தது. தொழிற்புரட்சிக்கு முந்திய இல்லத்தரசியின் பணி இந்தக்கூறுகள் அனைத்தையும் சிரமமின்றி ஒன்றிணைத்தது, மற்றும் அவளுடைய சொந்த உலகிலும், ஓரளவு முக்கியத்துவம் உள்ள ஒரு நபர் என்ற வகையில் வெளி உலகிலும் அவளை வலுவாக மையமான இடத்தை வகிக்கச் செய்தது:

> விவசாயத்தில் ஈடுபட்டிருந்தவர்கள் என்ற அவர்களது பாத்திரத்தில் பெண்கள் நாட்டின் உணவு விநியோகிப்பதில் பெரும்பகுதியை உற்பத்தி செய்தனர். பசுக்களிலிருந்து பால் கறப்பது, வெண்ணெயையும் பாலாடைக் கட்டியையும் தயாரிப்பது உள்ளிட்ட பால்பண்ணை நிர்வாகம் முழுமையும் பெண்களின் கைகளில் இருந்தன. தானியத்தை அரைத்து மாவாக்குவதற்கும், கோழிஇனம், பன்றிகள், பழத்தோட்டங்கள், காய்கறி மற்றும் பூந்தோட்டங்களின் பராமரிப்புக்கும் பெண்களே பொறுப்பாக இருந்தார்கள்.[25]

விவசாயத்திலிருந்து தொழிற்துறைப் பொருளாதாரத்திற்கும், நாட்டுப்புறத்திலிருந்து நகரத்திற்கும் வீட்டிலிருந்து தொழிற்சாலைக்கு மாக ஏற்பட்ட மாற்றத்தில் பெண்கள் தமது முந்திய நெளிவு சுழிவுத் தன்மையையும், அந்தஸ்தையும் தமது வேலையின் மீதான கட்டுப் பாட்டையும் இழந்தனர். அதற்குபதிலாக, கீழ்நிலையான சுரண்டல் மிக்க வேலைகள் அவர்களுக்கு அளிக்கப்பட்டன. சம்பளத்திற்கு

உழைப்பது, வீட்டுவேலை என்ற இரட்டைச் சுமையும், மற்றும் ஆரம்பகாலம் முதற்கொண்டு அவர்களை உருக்குலைத்த குழந்தைப் பராமரிப்புக்கான முழுப் பொறுப்பும் அவர்களுக்கு ஏற்பட்டன. தொழிற்புரட்சியினால் ஏற்பட்ட ஒவ்வொரு மாற்றமும் பெண்களின் வாழ்க்கையின் மீது பாதகமான தாக்கத்தை ஏற்படுத்தின, ஒன்று சேர்ந்து ஏற்பட்ட இதன் விளைவு பெரிய நாசத்தை ஏற்படுத்தியது. ஒரு போதும் முன்கூட்டியே அறிந்திராத முறைகளில் இது ஏற்பட்டது. மிகவும் எளிய மட்டத்தில் வீட்டிலிருந்து தொழிற் சாலை உற்பத்திக்கு மாறிச் சென்றதானது பெண் தொழிலாளர்களுக்குப் பல பாதகமான விளைவுகளை ஏற்படுத்தியது. இவற்றில் முதலாவதாக, முன்பு இருந்த பங்காளித்துவத் தகுதி இழக்கப்பட்டதாகும். தனது கணவனின் வேலையைப் பகிர்ந்து கொள்ளும் வாய்ப்பு மனைவிக்கு மறுக்கப்பட்டது. தொழில் மயமாவதற்கு முன்னால், பெண்கள் அடிக்கடி தமது ஆண்களுடன் சேர்ந்து அக்கம் பக்கமாக வேலை செய்தனர். அல்லது அவர்களுடன் நெருக்கமான இணக்கத் துடன் கதிர் அறுத்தல், பதர் அடித்தல், கதிர்களை ஒன்றாகச் சேர்த்துக் கட்டுதல், போரடித்தல், குழிதோண்டுதல் போன்ற வேலைகளைச் செய்தனர். கணவன் உழும்போது மனைவி அவனுக்குப் பின்னால் விதைகளை தூவிக்கொண்டு வருவது கணவனும் மனைவியும் ஒருவருக்கொருவர் இணைந்து வேலை செய்வதன் பரஸ்பர சார்பு நிலையின் ஓர் உருவகமாகவும் மத்திய காலங்களின் ஒரு மையமான தோற்றமாகவும் இது திகழ்ந்தது. மிகப் பல ஆயிரக்கணக்கான ஆண்டுகளாக இருந்து வந்த இந்தப் புராதன நாட்டுப்புற வாழ்வு புரட்சியின் பிரசவவேதனையில் அழிந்துவிட்ட முதலாவது அம்சங்களில் ஒன்றாகும்.

அழிந்துபட்ட மற்றோர் அம்சம், தமது சொந்த வீட்டு உற்பத்தி யூனிட்டுகளின் தலைவி என்ற முறையில் பெண்கள் கைகளில் இருந்த கட்டுப்பாடு ஆகும். அத்துடன் கூடவே, முன்பு பெண்கள் அடிக்கடி ஏராளமான தொகைகளை (பணத்தை) தம் வசம் வைத்திருந்த நிலைமையும் அடிபட்டுப் போயிற்று. தொழிற்புரட்சிக்கு முந்திய இல்லத்தரசி வீடு சம்பந்தமான வேலைகளுக்கும் வாணிப நடவடிக்கை களுக்கும் இடையில் எவ்வித வேறுபாட்டையும் காணவில்லை. அவள் மது தயாரித்தாள், ரொட்டி சுட்டாள், துணி நெய்தாள், முட்டைகளை சேகரித்தாள், அல்லது பன்றிகளைப் பராமரித்து தனது சொந்த வீட்டு உபயோகத்திற்கு போக மீதமிருந்தவற்றை விற்பனை செய்தாள். அவள் எவ்வளவு கடினமாக உழைத்தாளோ, எவ்வளவு வெற்றி கரமாகத் துணைப் பணிகளைச் செய்தாளோ அதற்கேற்ப

அவள் கைகளில் அதிகப்பணம் புழங்கியது. வெளியில் செய்த பகிர்ந்து கொண்ட விவசாய வேலைகளைப் பொறுத்தமட்டில் வேலைப் பிரிவினை பரஸ்பரத் தன்மை வாய்ந்ததாக இருந்தது. மேலும் ஒரே நபர் பிரதானமான ஆண் சம்பாதித்து மனைவியையும் குழந்தை களையும் காப்பாற்றுவது என்ற நிலைமையும் இல்லாமலிருந்தது - எல்லோரும் உற்பத்தியில் ஈடுபட்டனர். மனைவி இருமடங்கு வேலை செய்தாள். சம்பளத்திற்கு வேலை செய்யும் தொழிலாளி என்ற முறையில் ஒரு பெண் நிலையான வாராந்திரச் சம்பளத்தைப் பெற்று வந்தாள். ஆனால் அடிக்கடி இது குழந்தைகளுக்குக் கிடைக்கும் சம்பளவிகிதத்தைக் காட்டிலும் கூட குறைவாகவே இருந்தது. ஆண்களின் சம்பளத்துடன் ஒப்பிடவே தேவையில்லை. இதற்கான காரணம் தொழில் எஜமானர்களுக்கே தெட்டத் தெளிவாகத் தெரியும்.

> பெண் தொழிலாளர்களின் உழைப்புக்குக் கொடுக்கப்படும் மிகவும் குறைவான சம்பளமானது அத்தொழிலுக்கு மிகவும் லாபகரமாக இருக்கிறது. மேலும் ஒரு பெண்ணுக்குத் தனது சொந்த வீட்டு வேலைகளை மேற்பார்வை செய்வதற்கு அதுவே மிகவும் ஏற்றுக்கொள்ளத்தக்க வேலையாகும்; அவளுடைய குறைவான சம்பளமானது அவளுடைய சொந்தக் குழந்தைகளைப் பராமரிப்பதை விட்டுவிட்டு வருவதற்கு அவளுக்கு ஆசை ஏற்படுத்துவதில்லை. (அதாவது அவளால் முடியாததற்கு அவளுக்கு ஆசைகாட்ட முடியாததுதான் காரணம். அதாவது ஒரு செவிலியர் அல்லது ஒரு தாய்க்குப் பதிலியாக செயல்படுவது) திருவாளர் எக்ஸ் ஒரு பொருளுற்பத்தியாளர். முற்றிலும் பெண்களையே வேலைக்கு வைத்துக் கொண்டிருக்கிறார்... குறிப்பாகத் திருமணமான பெண்களையே அவர் விரும்புகிறார். அதிலும் குறிப்பாக, இவர்களை சார்ந்துள்ள குடும்பங்கள் உள்ள நிலைமையை உடைய பெண்களை, ஏனெனில் அவர்கள், திருமணமாகாத பெண்களைக் காட்டிலும் கூடுதல் சாதுவாக, கவனத்துடன் வேலை செய்கிறார்கள். மற்றும் அவர்கள் வாழ்க்கையின் தேவை களைப் பெறுவதற்காக அதிகபட்சம் கஷ்டப்பட்டு வேலை செய்பவர்களாகவும் இருக்கிறார்கள்.[26]

தொழிற்சாலை அமைப்பானது அதில் வேலை செய்பவர்களைக் கீழ்நிலைக்குத் தாழ்த்தி, மனிதத் தன்மையற்றவர்களாக்குகிறது என்பதை இது காட்டுகிறது. அவர்களை ‘கூலிக்கு அமர்த்திக் கொள்ளும் கருவிகளாக மட்டுமே கருதுகிறது. மேலும் அது ஆரம்பம் முதற்கொண்டே சுரண்டப்படுபவர்களிடையிலும் கூட ஒரு படியமைப்பை உருவாக்குகிறது. ஏனெனில் பெண்கள்தான் உலகெங்கும்

தமது சக ஆண் தொழிலாளிகளைக் காட்டிலும் கூடுதல் கடினமாக உழைக்கின்றனர். குறைந்த சம்பளத்தைப் பெறுகின்றனர். 'ஆண்களைக் காட்டிலும் உடல் ரீதியாகக் கூடுதலான களைப்பைத் தாங்கிக் கொள்ளும்படி பெண்களை எளிதில் தூண்ட முடியும்' என்று எல்லா இடத்திலும் முதலாளிகள் ஒப்புக் கொள்கின்றனர். எனவே 'முதலாளிக்கு ஒரு மேம்பட்ட முதலீடு ஆகும். மேலும் அவள் தனக்கு ஒரு கூடுதல் கீழ்ப்படிதலுள்ள வேலையாளாகவும், தனது இயந்திரத் திற்கு அதே அளவு திறமையான அடிமையாகவும் இருக்கிறாள்' - 'அவள் விருப்பப் பூர்வமாக வேலை செய்வதாயிருந்தாலும் - கடவுள் அவர்களைக் காப்பாற்றுவாராக - இது 'கொடூரமானதாகும்' - வேலை செய்வதற்கு மறுப்பதற்குத் துணிவு கொள்வதில்லை[27] என்று ஒரு சீர்திருத்தவாதி உணர்ச்சியுடன் எழுதினார்.

எனவே, முன்பு சுயேச்சையாக இருந்த பெண்கள், இப்பொழுது பொருளாதார ரீதியில் நசுக்கப்பட்டு விட்டார்கள். ஆண்களைச் சார்ந்திருக்கும்படி நிர்ப்பந்திக்கப்பட்டுள்ளார்கள். இது அதனுடைய பங்குக்கு, நவீன உலகத்திற்கு, பெண்கள் இயற்கையாகவே தாழ்ந்த நிலையிலிருப்பவர்கள் என்பதைப் பற்றிய புதிய கருத்துக்களை பலப் படுத்தியுள்ளது. உண்மையில் புதிதாக உருவாக்கியுள்ளது. ஆண் களுக்குப் பெண்கள் அடங்கி நடப்பதானது வீட்டிலிருந்து தொழிற் சாலைக்குப் பெண்களின் வேலை மாற்றியமைக்கப்பட்டிருப்பதோடு ஒரு புதிய திருப்பத்தை அடைந்துள்ளது. குலத் தலைவன் உங்களுடைய சொந்தக் கணவனாகவோ அல்லது தந்தையாகவோ இருக்கும்போது ஆண்களின் அதிகாரத்திற்கு அடங்கி நடப்பது என்பது ஒன்று. தொழிற்சாலை ஒழுங்கமைப்பின் கீழ், நேரில் இல்லாமலிருக்கும் உடமையாளனின் அதிகாரம் ஒரு மூர்க்கமான மற்றும் மிரட்டிப் பணிய வைக்க முயலும் மேற்பார்வையாளரின் அன்றாடக் கொடுங்கோல் தர்பாரின் மூலம் வெளிப்படும் போது முற்றிலும் வேறு விஷயமாகும். அமெரிக்காவின் ஆரம்பகாலத் தொழிற்சாலைகள் பற்றிய அறிக்கையில் தண்டனை முறைகளைக் கண்டித்துக் கூறப்பட்டிருப்பதில் இதைக் காணலாம்.

பல பெண்களின் மீது உடலை பாதிக்கும் தண்டனை விதிக்கப் பட்டிருந்ததைக் காண முடிந்தது. 11 வயதுடைய ஒரு பெண்ணின் கால் ஒரு மரக்கட்டையால் அடிக்கப்பட்டு முறிந்து போயிருந்தது. மற்றொரு பெண்ணின் தலைமீது ஒரு பருத்தி ஆலையின் மேற்பார்வையாளர், இருதயமற்ற மிருகம்போல் தாக்கிக் காயமேற்படுத்தியிருந்தான்... அடிக்கடி அன்னிய ஓவர்சியர்கள்

அமெரிக்கப் பெண்கள் மற்றும் குழந்தைகளுக்கு மேற்பார்வை யாளர்களாக நியமிக்கப்படுகின்றனர், சில சமயங்களில், இந்த நாட்டில் அந்நியர்கள் அமெரிக்க ஓவர்சியர்களை நியமித்து இந்த ஆலைகளில் தமது கொடுங்கோலாட்சியை அமலாக்கச் செய்வது பற்றிக் கூற நாங்கள் வருந்துகிறோம்.[28]

வீட்டிலேயே வேலை செய்து வாழ்க்கை நடத்தி வந்த பெண்கள் தொழிற்சாலையின் வேலை நியதிக்கு மாற்றப்படுவதில், அங்குச் சுமத்தப்படும் கடுமையான கட்டுப்பாடு, பல அதிர்ச்சிகளில் ஒன்றாகும். முதலில், பல மணி நேரம் இடைவிடாத உழைப்பு: காலை 5 மணியிலிருந்து இரவு 8 மணி வரை வேலை வாங்கப்படுவது சர்வ சாதாரணமாயிருந்தது. சில சமயங்களில் விடியற்காலை 3 மணிக்கே வேலை தொடங்கப்படும். இரவு 10 மணி வரையில் நடக்கும், இவ்வாறு அதிக மணி நேரம் வேலை செய்வதற்குக் கூடுதல் கூலி எதுவும் கிடையாது. வீட்டிலேயே வேலை செய்யும் ஒரு பெண்ணின் வேலைப் பளுவுடன் ஒப்பிட்டால் இது அவ்வளவு வித்தியாசமானதாக இல்லாமலிருக்கலாம். ஆனால், நிர்ப்பந்தமாக வேலை விரைவு படுத்தப்படுவது, இடைவேளை இல்லாமலிருப்பது, ஓய்வு எடுப்பதற்கோ, வேலை மாற்றத்திற்கோ வழியில்லாமலிருப்பது ஆகியவை மன ரீதியாகவும், உடல் ரீதியாகவும் வேதனையளிப்பதாக இருந்தது.

மிகவும் எளிய வீடுகளும் கூட தொழிற்சாலைகளைக் காட்டிலும் சௌகரியமானவையாக இருந்தன. தொழிற்சாலைகளில் இயந்திரங்கள் ஓடுவதனால் ஏற்படுகின்ற வெப்பம், சீதோஷ்ண நிலையை எப்போதும் எண்பது அல்லது எண்பத்திநான்கு டிகிரியில் வைத்திருந்தது; அங்கு தொழிலாளர்கள் சிறிது பானம் அருந்துவதற்குக் கூட வெளியில் போக முடியாது. அத்தகைய சபலம் ஏதும் ஏற்படுவதைத் தடுப்பதற்காக மழை நீரைக்கூட அவர்கள் கண்ணால் பார்க்க முடியாதவாறு பூட்டி வைக்கப்பட்டனர். அங்கு எல்லாக் கதவுகளும் ஜன்னல்களும் மூடி வைக்கப்பட்டன. அவற்றை யாராவது திறப்பதற்கு முயன்றால் அவர் களுக்கு ஒரு ஷில்லிங் அபராதம் விதிக்கப்படும். (தொழிற்சாலைக் கழிப்பறையில் ஓரினச் சேர்க்கையில் ஈடுபடுபவர்களுக்கும் இதே தண்டனை தான் விதிக்கப்பட்டது என்பது சுவையானதாகும். 'எந்த இரு ஸ்பின்னர்களாவது ஒன்றாக இருப்பது கண்டுபிடிக்கப்பட்டால், ஒவ்வொரு நபருக்கும்... 1 ஷில்லிங் விதிக்கப்படும்). இந்த வேலை நிலைமைகள் தொழிலாளிகளை எவ்வாறு பாதித்தன என்பதை நேரில் கண்ட ஒருவர் இவ்வாறு கூறுகிறார்:

> ...மூச்சு விடுவதற்குக்கூட சுத்தமான காற்று கிடையாது... எரிவாயுவின் அபாயகரமான, தூய்மைகெட்ட நாற்றம் வெப்பத்தின் கொடிய விளைவுகளுக்குத் துணைபோயிற்று... நீராவியுடன் கலந்த கெடுதலான வாடை... தூசி, பஞ்சிலிருந்து பறக்கும் தூசிகள் - இவற்றைத்தான் துரதிருஷ்டமான ஜந்துக்கள் சுவாசிக்க வேண்டும்...[29]

எனவே, எல்லா ஆலைத் தொழிலாளிகளும் சுவாசப் பையின் நோய்களுக்கு வழக்கமாக 'எலும்புருக்கிநோய்' என்று கூறப்படும் நோய்க்கு இரையாகின்றனர். ஆனால் நோயின் தன்மை அல்லது ஏற்படும் பாதிப்பு மிகவும் குறிப்பாக அவர்கள் செய்யும் தொழிலுடன் சம்பந்தப்பட்டதேயாகும். கத்தி முதலிய கருவிகளைச் செய்பவர்கள், அரவை இயந்திரத்தில் வேலை செய்பவர்கள் மூச்சுத்திணறலாலும், இருமல், தூசியையும் சளியையும் வாந்தியெடுத்தல், இரவு நேரங்களில் வியர்த்தல், வயிற்றுப்போக்கு, மிகமிக வாட்டமடைதல், நுரையீரலுக்குரிய க்ஷயம் முதலிய வியாதிகளால் பாதிக்கப்பட்டார்கள். பலவீனமடைந்த உடலைக் கவ்விப்பிடிப்பதற்கு காசநோய் எப்போதும் காத்துக் கொண்டிருக்கும். பூத்தையல் மற்றும் பின்னலாடை வேலையில் ஈடுபடும் தொழிலாளிக்கு இது குறிப்பான பகைவனாகும். பலமணி நேரம் குனிந்து வேலை செய்யும்போது அவர்களின் முதுகுகள் வளைந்து போய் வலி எடுக்காமலிருப்பதற்காக, இவர்கள் இளம் பிராயத்திலிருந்தே உறுதியான மரக்கட்டைகளைத் தமது முதுகுடன் சேர்த்துக் கட்டிக் கொள்கிறார்கள். இது அவர்களின் மார்பெலும்பு, விலா எலும்புகள், மார்புக்கூடு ஆகியவற்றை உருச்சிதைத்து, குறிப்பாக இளம் பெண்களை அனைத்துவகை மூச்சு சம்பந்தப்பட்ட நோய்களுக்கு குறிப்பாக, நுரையீரல் பாதிப்புக்கு இரையாக்குகிறது.

இதுபோன்று, நீண்டகாலம் இயந்திரத் தொழிலில் வேலை செய்வதனால் ஏற்படும் பாதிப்பு இளம்பெண்களை முதியவர்களாக்கு கிறது. தளர்ச்சியடையச் செய்து, உருக்குலைத்து, நாற்பதாவது வயதிலேயே, வேலை செய்ய இயலாதவர்களாக்குகிறது: இது, தொழிற்சாலையில் வேலை செய்யும் பெண்களுக்கு ஏற்படும் பாதிப்புகளில் ஒன்றாகும். ஆரம்பகாலத் தொழிற்சாலைகளில் காயம் ஏற்படுவது அடிக்கடி ஏற்படும் ஒன்றாக இருந்தது. காற்றில் பறக்கும் ஆடைகள், பாவாடை, மேலுடுப்பு, நீண்ட தலைமுடி ஆகியவற்றின் விளைவாக பெண்கள்தான் தொழிற்சாலைகளினுள் அதிகமாக விபத்துகளுக்கு உள்ளாகின்றனர். ஆலைகளின் பதிவேடுகளில் இதை நிறையக் காணலாம். ஒரு விசைத் தறியின் 'ட்ராயிங் பிரேமின் கீழுள்ள

வாரில் சிக்கிக் கொண்டு மேரி ரிச்சர்ட்ஸ் ஊனமடைந்தாள்[30]. இது போன்று பல சம்பவங்கள் ஆயினும் இவையெல்லாம் இருந்த போதிலும், அந்தக் காலத்தில் பெண்கள் ஈடுபடுத்தப்பட்ட ஐயத்திற்கிட மின்றி மிகவும் அபாயகரமான மற்றும் இழிவுபடுத்தப்பட்ட உழைப்பு வகையாகிய நிலக்கரி சுரங்க வேலைக்குப் பதிலாக ஆலைத் தொழிலே விரும்பப்பட்டது. நிலக்கரி சுரங்க வேலையைப் பற்றி முன்பின் தெரியாமல் அங்கு செல்லும் பார்வையாளர்களுக்கு சுரங்கத்தில் வேலை செய்யும் பெண்களின் தோற்றம் ஒரு நரகக் காட்சியாகவே தென்பட்டது. 'சங்கிலியால் பூட்டப்பெற்று தோல் வாரினால் கட்டப் பெற்று, ஒரு வண்டியில் பூட்டப் பெற்ற நாய்களைப் போன்று கரியால் பூசப்பட்டு வியர்வை வழிய, பாதிக்கும் குறைவான உடம்பையே ஆடை மூடிய அரைநிர்வாணத் தோற்றத்துடன் தங்கள் கைகளாலும் கால்களாலும் ஊர்ந்து, கனமான சுமைகளை இழுத்துச் சென்ற அவர்கள் வர்ணிக்க முடியாத அளவு அருவருப்பான இயற்கைக்கு மாறான தோற்றத்துடன் காணப்பட்டனர் என்று அதிர்ச்சியடைந்த ஒரு பிரமுகர் கூறினார்.

சுரங்கத்தில் வேலை செய்யும் பெண்களுக்குத், தங்களுடைய தோற்றத்தைப் பற்றிக் கவலைப்படுவதற்கு நேரமோ, சந்தர்ப்பமோ, இல்லை என்பது மெய்யே. ஒரு பெண் மிகவும் கொடூரமான முறையில் வேலை வாங்கப்படுவதால், அவள் தனது ஷிப்டின் முடிவில் மேலே இழுக்கப்படுவதற்காகக் கூடையில் ஏறி உட்கார்ந்ததும் சோர்வினாலும் களைப்பினாலும் அசந்து மயக்கமுறுவது அசாதாரணமான ஒன்று அல்ல. இவ்வாறு ஏற்பட்டால், வழக்கமாக அவள், அந்தக் கூடையி லிருந்து வெளியேற்றப்பட்டு அடுக்கின் கீழே கொண்டு போகப்படு கிறாள், அங்கு அவள் தன் மரணத்தைத் தழுவுகிறாள். பெண்கள் இழுத்துச் செல்ல வேண்டிய நிலக்கரி ஏற்றப்பட்ட டிரக்குகளின் பளுவின் விளைவாக இதர மரணங்கள் ஏற்படுகின்றன. 12.5 அந்தர் (ஓர் அந்தர் = 100 பவுண்டு) எடையுள்ள ஒரு வேகன் கட்டுப்பாட்டை மீறி ஓடும்போது அதை இழுப்பவரை எளிதில் நசுக்கி விடுகிறது. அல்லது உருக்குலைத்து விடுகிறது. மாமூலான வேலை நிலைமை களே கூட பயங்கரக் கடுமையாக இருந்தன: மிகவும் இளவயதான சிறுமிகள் 16 முதல் 18 அங்குலம் வரை தாழ்வான வழிகளின் மூலமாக ஊர்ந்து செல்ல வேண்டியிருந்தது. அதேபொழுதில் வயதடைந்த பெண்கள் 30 அங்குலம் உயரத்திற்கு அதிகமில்லாத சுரங்கப்பாதை களில் குனிந்து செல்ல வேண்டியிருந்தது. 14 மணி நேர வேளை நாளில் அவர்கள் 10 முதல் 20 மைல் தூரம் ஊர்ந்து செல்வார்கள். இந்த நேரத்தில் எந்த சமயத்திலும் அவர்கள் எழுந்து நிற்பதற்கோ

அல்லது கை கால்களை நீட்டி சடவு முறிப்பதற்கோ அவர்களுக்கு வாய்ப்புக் கிடையாது. குளிர்காலத்தில் ஆறு மாதங்கள் முழங்கால் வரையிலான தண்ணீரில் தான் வேலை செய்ததாக யார்க்ஷையர் சுரங்கப் பெண் தொழிலாளி ஃபேன்னி டிரேக் கூறினாள். இது அவளுடைய பாதங்களிலிருந்து 'தோலை உரித்து எடுத்தது' போன்று ஆக்கியது. லங்காஷயருக்கு அடுத்த லிட்டில் போல்டன் மாவட்டத்தைச் சேர்ந்த பெட்டி ஹாரி என்பவள் தனது டிரக்கை இழுப்பதற்கு தன் இடுப்பில் தான் பூட்டிக் கொண்டுள்ள வளையம் மற்றும் சங்கிலிதான் தனக்கு மிகுந்த பாதிப்பை ஏற்படுத்தியது என்று கூறினாள். அவை தனது இடுப்பின் இரண்டு பக்கங்களிலும் கடுமையாக உராய்ந்து, தோலை வெட்டிப் புண்ணாக்குகின்றன. 'என் தோலையே அரித்து எடுத்து விடுகின்றன', 'நான் கருவுற்றிருக்கும்போதுதான் இது என்னை மிகவும் பாதிக்கிறது[31] என்று அவள் கூறினாள்.

பெட்டி இதைக்கூறும்போது, அவளுக்கு வயது முப்பத்தியேழு, பெண்கள் வயதடையும்போது இந்த வேலை மேலும் கடுமையாகிறது. குறிப்பாக, அவர்கள் அதிக தடவைகள் கருவுறும்போது இது மிகவும் கொடுமையாக அவர்களை வாட்டுகிறது. தனக்கு அடிக்கடி கருச்சிதைவு ஏற்படுகிறதென்றும், மிகவும் அபாயகரமான நிலைமை ஏற்படுகிறதென்றும், இஸபெல்ஹாக் என்ற ஸ்காட்லாந்து நிலக்கரிச் சுரங்கப் பெண் தொழிலாளி கூறினாள். கிழக்கு லோதியன் நிலக்கரி சுரங்கத்தைச் சேர்ந்த இஸபெல்வில்ஸன், ஐந்து முறை கருச்சிதைவுக்கு உள்ளானாள். தனது கடைசிக் குழந்தையை வெள்ளிக்கிழமை இரவு ஷிப்ட் வேலையை முடித்து வீட்டுக்கு வந்தபின், சனிக்கிழமை காலையில் பெற்றெடுத்தாள். மற்றொரு நிலக்கரி சுரங்கப் பெண் தொழிலாளி பெட்டி வார்டுலுக்கு சுரங்கத்திலிருக்கும்போதே பிரசவமாகிவிட்டது. அவள் தனது பாவாடையால் குழந்தையை மூடி, சுரங்கக் குழியிலிருந்து மேலே வந்தாள். தன் இடுப்பைச் சுற்றிக் கட்டப்பட்ட அரைக் கச்சையும் சங்கிலியும் எனக்குப் பிரசவ வேதனையை ஏற்படுத்தின என்று அவள் கூறினாள்.

இன்னும் இந்தப் பெண்கள் உழைத்தார்கள். சுரங்கங்களில் நிலக்கரியை மேலே கொண்டு போவதற்கான 'லிப்ட்' சாதன மில்லாமல் பெண்கள் தமது முதுகுகளில் சுமந்து மேலே கொண்டு வந்தார்கள். 'நான் ஒரு நாளைக்கு 40 முதல் 50 தடவை குழியிலிருந்து மேலே வருகிறேன்' என்று ஸ்காட்லாந்து பெண் தொழிலாளி மேரிடங்கன் கூறினாள். 'நான் என்னுடைய சுமையாக 2 அந்தர் நிலக்கரியை மேலே கொண்டு வருகிறேன். சில பெண்கள் இரண்டரை

முதல் மூன்று அந்தர் வரை கொண்டு வருகிறார்கள். ஆனால் இது அளவுக்கு மீறித் தங்களை வருத்திக் கொள்வதாகும்' என்று அவள் கூறினாள். இவ்வாறு ஒவ்வொரு பெண்ணும் ஒரு நாள் வேலையின் போது ஒன்றரை முதல் இரண்டு டன்கள் வரையிலான நிலக்கரியை மேலே கொண்டு வருகிறார்கள். இதற்குச் சம்பளம் 8 பென்ஸுக்கு மேல் இல்லை. குழியிலிருந்து மேலே வரும் பெண்களைப் பார்த்த ஸ்காட்ஸ் சிவில் இஞ்சினியர் ராபர்ட் பால்ட் இவ்வாறு எழுதியதில் வியப்பில்லை. 'அவர்கள் தமது உழைப்பின் கடுமையினால் மிகவும் வருத்தத்துடன் அழுதனர். ஒரு திருமணமான பெண்... அதிகமான நிலக்கரிச் சுமையால் முனகிக் கொண்டு வந்தாள், அவளுடைய ஒவ்வொரு நரம்பும் வேதனையால் துடித்துக் கொண்டிருந்தது. அவளுடைய முழங்கால்கள் நிற்கமுடியாமல் அனேகமாகக் கீழே சரிந்து கொண்டிருந்தன; அவள் எல்லோருக்காகவும் பேசினாள். அவளுடைய குரல் அதற்குப் பின்னர் அவருடைய மனதில் ஊடாடிக் கொண்டேயிருந்தது. 'ஓ ஐயா, இது வேதனை, வேதனையான வேலை, நிலக்கரியைச் சுமந்து முதுகை முறித்துக் கொண்ட முதலாவது பெண் நான், இது மேற்கொண்டு யாருக்கும் ஏற்படக்கூடாது' என்று அவள் கடவுளை வேண்டிக் கொண்டாள்.[32]

தொழிற்புரட்சியின் விளைவாகப் பெண் தொழிலாளிகளின் வாழ்க்கையைப் பரிவுடன் கவனிக்கவேண்டுமென்பது, பதினேழாம் நூற்றாண்டில் நியூகேஸிலின் கோமாட்டி மார்கரெட், கடுமையாகத் தாக்கிப் பேசியது பூரணமாக நிரூபணம் செய்கிறது. 'பெண்கள் வௌவால்களைப் போலவும் ஆந்தைகளைப் போலவும் வாழ்கின்றனர். விலங்குகளைப் போல் உழைக்கின்றனர். புழுக்களைப் போல் மடிகின்றனர். மிகவும் மோசமான வேலை, எதிர்காலத்தைப் பற்றி எத்தகைய நம்பிக்கையும் இல்லை. நொடிந்து போன வாழ்க்கை ஆயினும் இன்றும் பெண்கள் அதிகக் கஷ்டங்களை அனுபவிக்க வேண்டியிருந்தது. அவர்கள் பெருமளவு சுரண்டப்பட்ட குழந்தை அடிமை களாக இருந்தனர். சிறு பெண்கள் சுரங்கக் குழியில் வேலையைத் தொடங்குகின்றனர். நிலக்கரி வாகின்கள் கடந்து செல்வதற்காகக் கதவுகளை திறந்து விடுகின்றனர். ஐந்து வயதாக இருக்கும்போதே இவ்வாறு வேலையைத் தொடங்குகின்றனர். 'எப்போதும் பையன் களைவிடக் குறைந்த வயதிலேயே வேலையில் சேருகின்றனர்... பையன்களைக் காட்டிலும் குறைந்த வயதிலேயே பெண்கள் மிகவும் கடுமையாக உழைப்பவர்களாகவும் கூடுதல் பயனுள்ளவர்களாகவும் இருக்கிறார்கள் என்று பொதுவாகப் பெற்றோர்களிடம் நிலவிய ஒரு

கருத்திலிருந்து இது ஏற்படுகிறது.[33] இவ்வாறு தங்களுடைய சொந்தக் குழந்தைகளின் வாழ்க்கையே சீரழிந்து போவதை அவர்கள் காண்பதைத்தவிர அவர்களுக்கு வேறு மாற்றுவழி இருக்கவில்லை. தாய்க்கும் குழந்தைக்கும் இதனால் என்ன ஏற்படுகிறது என்பதை, பதினேழு வயதான பஞ்சாலைத் தொழிலாளியை ஆய்வு செய்ததி லிருந்து இதைக் காணலாம். அத்தொழிலாளி வடக்கு இங்கிலாந்தில் ஒரு தொழிற்சாலையில் பத்தாண்டு காலம் வரை செய்திருந்தாள்.

சுமார் அரையாண்டு வேலை செய்ததற்குப் பின்னால், ‘என் முழங்கால்களிலும் கணுக்காலிலும் ஒரு வித பலவீனம் ஏற்பட்டது. அது தொடர்ந்து நீடித்து, நிலைமை மேலும் மேலும் மோசமாயிற்று. காலையில் என்னால் நடக்கவே முடியவில்லை. என்னுடைய சகோதரனும், சகோதரியும் என் மேல் அன்புகாட்டி, என்னை இரு பக்கத்திலும் கைத்தாங்கலாக, என்னுடன் ஒரு மைல் தூரம் மில்லுக்கு ஓடிவருவார்கள். வலியால் என்னுடைய கால்கள் பூமியில் இழுத்துச் சென்றன. என்னால் நடக்க முடியவில்லை. நாங்கள் ஐந்து நிமிடம் தாமதமாகச் சென்றாலும், ஒரு மேஸ்திரி ஒரு தோல்வாரினால் எங்களை நையப்புடைப்பார், நாங்கள் அடிதாங்காமல் கன்னிப்போய் கறுப்பாகவும் நீல நிறமாகவும் மாறிப் போகின்றவரை எங்கள் மீது சரமாரியாக அடிவிழும்... நான் ஏழுவருடம் மூன்று மாத வயதினனாக இருக்கும்போது நான் வேறு யாரைப் போலவும் நிமிர்ந்த உடம்புடன், ஆரோக்கியமாக இருந்தேன்...

உன்னுடைய தாயார், ஒரு விதவையாக இருந்ததினால்... உன்னை வெளியே அழைத்துச் செல்ல முடியவில்லையா? - இல்லை.

நீ முதுகுவளைந்தும் உருக்குலைந்தும் போவதைக் கண்டு அவள் மிகவும் மனவருத்தமடைந்தாளா? - அவள் சில சமயங்களில் அழுவதை நான் பார்த்திருக்கிறேன். அவள் ஏன் அழுகிறாள் என்று நான் கேட்டிருக்கிறேன், ஆனால் அப்பொழுது அவள் அதற்கு பதில் சொல்லமாட்டாள், ஆனால் அதற்கப்புறம் அவள் என்னிடம் அதன் காரணத்தைக் கூறியிருக்கிறாள்...[34] தமது பெற்றோர்களைப் போலவே அதே அளவுநேரம் வேலை செய்ய வேண்டிய நிர்ப்பந்தம், ஒரு வயது வந்தவர் தாங்கக்கூடிய, அனேகமாக சாத்தியமான அதே அளவு வேலைப்பளுவை சுமக்கின்ற (ஒரு முழுவளர்ச்சியடைந்த ஆண் சுரங்கத் தொழிலாளி, தனது குழந்தையின் நிலக்கரிச் சுமையைத் தனது முதுகில் ஏற்றிக் கொண்டதால் முதுகு ஒடிந்துபோனது பற்றிய பல சம்பவங்கள் அறிவிக்கப்பட்டுள்ளன) ‘உழைக்கும் ஏழை மக்களின் வாரிசுகள்’ பெயரளவில் தான் குழந்தைகளாக இருந்தனர். அநியாய

மான உத்தரவுகளைத் தாங்க முடியாமல் அவர்கள் தடுமாறினால், அவர்களுக்கு மிருகத்தனமான, குரூரமான தண்டனைகள் கிடைக்கும். ஒரு 'கெட்ட' பையன், ஆணி உற்பத்தி செய்பவனுடைய காது, அவன் வேலை செய்யும் பெஞ்சுடன் சேர்த்து ஆணி அறையப்படும். ஒரு 'கீழ்ப்படியாத' பெண் அவளுடைய தலைமுடியைப் பிடித்து தொழிற்சாலையின் நீளம் முழுக்க இழுத்துச் செல்லப்படும் ஆபத்துக்குள்ளாவாள். தண்டனை மீண்டும் கிடைப்பதைப்பற்றிய பயத்துக்கும், 'வேலை' இழந்து, அதோடு குழந்தையின் வருமானமும் இழக்கப்படும் ஆபத்துக்கும் இடையில் பெரும்பாலான குடும்பங்கள், தமது குழந்தைகளை வதைப்பவர்களைத் தட்டிக் கேட்பதற்கு சக்தியற்றவர்களாக இருந்தன. ஆயினும் ஒரு பெண்ணால் அவளுடைய இளம் மகன் ஒரு ரோலர் கட்டையால் (இரண்டுக்கும் மூன்று கெஜங்களுக்கும் இடைப்பட்ட நீளமும், ஐந்து அங்குலக் குறுக்கு விட்டமும் உடைய மரத்தாலான ஒரு தறியின் தண்டு) அவன் ரத்தம் கக்கும் வரையில் அடிக்கப்பட்டதை, சகித்துக் கொள்ள முடிய வில்லை. அதைப்பற்றி அந்தப் பையனே இவ்வாறு கூறுகிறான்.

இது பற்றிப் புகார் செய்யவேண்டாமென்று நானே என் தாயாரை மன்றாடிக் கேட்டுக்கொண்டேன். ஏனெனில், அவ்வாறு செய்தால், எனக்கு மேலும் அடிகள் விழும். அடுத்த நாள் காலையில் நான் வேலைக்குச் சென்றபிறகு என் தாய் என்னைப் பின்தொடர்ந்தாள். என்னை அடித்தவனிடம் வந்து ஒரு காரசாரமான சொற்பொழிவு நிகழ்த்தினாள்... அவள் சென்றவுடனே, அவன் என் தாயிடம் முந்தின நாள் சம்பவத்தைப் பற்றி ஏன் கூறினேன் என்று கேட்டு மறுபடியும் என்னைக் கடுமையாகப் புடைத்தான்; அப்பொழுது ஓர் இளவயதினன்... வெளியில் சென்று, என் தாயாரைக் கண்டுபிடித்து நடந்ததைக் கூற, என் தாயார் கோபத்துடன் திரும்ப வந்து, எந்தக் கருவியால் நான் தாக்கப்பட்டேன் என்று என்னைக் கேட்டாள். நான் அதைக்கூறத் துணிவு கொள்ளவில்லை. அருகிலிருந்த சிலர் அந்தக் கருவியைக் காட்டினார்கள். 'பில்லிரோலர்' அவள் உடனே அதைத் தன் கைகளால் பற்றி, என்னை அடித்தவனைத் தேடி அக்கட்டையால் அவன் தலையில் மொத்து மொத்தென்று மொத்தினாள்...[35]

இது போன்ற சம்பவங்கள், தொழிற்புரட்சியின் அனுபவமானது, குரூரத்திற்கும், துன்பதுயரங்களுக்கும், ஒடுக்கப் படுவதற்கும் பெண்கள் எதிர்ப்புக் காட்டாமல் அடங்கிப் போகாதது வரவேற்கத்தக்க சான்றுகளாகும். ஆனால் தொழிற்புரட்சிக்கு முந்திய வாழ்க்கையும் அது அடிக்கடி தோற்றமளித்ததைப்போல் மென்மையானதாக

இருக்கவில்லை, விவசாயக் கற்பனை உலகிலிருந்து, ஊமைக்கூத்தில் காட்சி மாற்றம் ஏற்படுவதைப் போன்று, கோரமான சாத்தானைப் போன்ற ஆலைகளுக்குத் திடீரென்று மாற்றம் ஏற்படவில்லை. லாபுரூயெர் வர்ணித்ததைப் போன்று, நாட்டுப்புறப் பெண்கள், 'காட்டு விலங்குகளைப் போல், பூமியில் வளைகளில் வாழ்ந்து, உழைத்து மரணமடைந்து வந்தவர்கள், தங்களுடைய சொர்க்கம் இழக்கப்படப் போகிறது என்பதை அறிய மிகவும் வியப்புக்குள்ளாகியிருப்பார்கள். மேலும் இந்த நெரிசல் மிகுந்த நூற்றாண்டின் தீமைகள் யாவற்றிற்கும் தொழிற்சாலை ஸ்தாபனத்தின் மீதே பழி போட்டு விட முடியாது. உதாரணமாக வரைமுறையின்றி அதிகரித்து வரும் மக்கட்தொகை - அதிக எண்ணிக்கையிலான குழந்தைகள் உயிர் பிழைத்து, அதிக எண்ணிக்கையிலான பெண்கள் பிரசவத்தின் போது உயிர் பிழைத்து, குழந்தை பெறும் வயதுக்காலத்தைப் பூர்த்தி செய்ய வாழ்ந்தது - நிச்சயமாக, நகர்ப்புறங்களில் ஜனநெருக்கம் பெருகியது மற்றும் கொடும் வறுமை ஆகிய சமகாலத் தீமைகளுக்குக் காரணமாகியுள்ளன; ஆனால் இதுவே இயற்கையில் ஏற்பட்டுத் தீரவேண்டிய ஒரு நிலைமை யேயாகும். அதிகாரத்தின் மிகவும் பழமையான ஆதாரத்தினால் ஏற்படுவதாகும். புதிய கண்டுபிடிப்புகளின் கோரத்தன்மையினால் ஏற்பட்டவையல்ல.

இயந்திரத்துக்கு எதிரான போராட்டத்தில் உயிரிழந்தவர்கள் அடைந்த துன்ப துயரங்கள் ஒரு பக்கமிருந்தபோதிலும், தொழிற் புரட்சியானது, சமுதாயம் உயிர்பிழைத்து வாழ்வதற்குத் தவிர்க்க முடியாமல் அவசியமாகிய ஒரு பெரும் மாற்றமாகும் என்றும் வாதிடப்பட்டுள்ளது. 'புதிய பரிகாரங்களைக் கடைப்பிடிக்காதவன், புதிய தீமைகளை எதிர்பார்க்க வேண்டியவனே' என்று நவீன யுகத்தின் ஆரம்பகால சமூகத் தத்துவஞானிகளில் ஒருவரான பிரான்சிஸ் பேக்கன் எச்சரிக்கை விடுத்தார். இதற்கு மாற்றுக் காட்சியைப் பார்ப்போ மானால், ஏற்பட்ட விபத்தைக் காட்டிலும் பேராபத்து தவிர்க்கப் பட்டது என்பதே யதார்த்தமாகும் என்று பிரபல வரலாற்றாசிரியர் டி.எஸ். ஆஷ்டோன் மிகவும் சக்திகரமான முறையில் விவரித்துள்ளார்.

> முந்திய எந்தக் காலத்தைக் காட்டிலும் மிகவும் அதிக எண்ணிக்கை யாக உள்ள தலைமுறை தலைமுறையான குழந்தைகளுக்கு உணவளிப்பதும், உடையளிப்பதும், வேலையளிப்பதுமே இந்த யுகத்தின் மையமான பிரச்சினையாகும். அயர்லாந்துக்கு இதே பிரச்சினைதான் ஏற்பட்டது. இதற்குத் தீர்வு காண்பதில் தோல்வி யுற்றதனால், அந்நாடு நாற்பதாம் ஆண்டுகளில், வெளிநாடு

களுக்குச் சென்றது, அல்லது பட்டினி, நோய் நொடிகளாலும் தனது மக்களில் ஐந்தில் ஒரு பகுதியினரை இழந்தது. இங்கிலாந்து விவசாயிகளையும், கைவினைஞர்களையும் கொண்ட ஒரு நாடாக மட்டுமே இருந்திருக்குமேயானால், அந்த நாடும் இதே கதியிலிருந்து தப்பித்திருக்க முடியாது... இன்று இந்தியா, சீனா ஆகிய நாடுகளில் ஆண்களும், பெண்களும் நோய் நொடிகளால் பாதிக்கப்பட்டும் பசி, பட்டினியாலும் அன்றாடம் பகல் நேரத்தில் தங்களோடு சேர்ந்து உழைத்தும், இரவில் தாங்கள் தூங்குமிடங்களைப் பகிர்ந்து கொள்ளவும் செய்யும் கால்நடை களின் வாழ்க்கையைக் காட்டிலும் - வெளித் தோற்றத்தில் சிறிதும் மேம்பட்ட வாழ்க்கையை வாழவில்லை. இத்தகைய ஆசியத் தரங்களும், இயந்திரமயமாகாததினால் ஏற்பட்டுள்ள இத்தகைய பயங்கர நிலைமைகளும் தொழிற் புரட்சி வழி செல்லாமல், தமது எண்ணிக்கையை அதிகரித்துக் கொண்டவர்களுக்கு ஏற்பட்டுள்ளன.[36]

இந்த வரலாற்று ரீதியான சம்பவங்களின் நம்பிக்கையற்ற கண்ணோட்டத்திற்கு பதிலடியாக, இந்த வாதம் மிகவும் போற்று தற்குரியதாகும். ஆயினும் முன்னேற்றத்தின் பவனி, அது தனது காலடியில் போட்டு மிதிக்கப்படுபவர்களால் அரிதாகவே வரவேற்கப் படுகிறது. மனிதனின் தங்கு தடையற்ற புதுமைக் கண்டுபிடிப்புகளால் தோற்றுவிக்கப்பட்ட இயந்திரங்களுக்குத் தீனிபோடுவதை எதிர்நோக்கும் பெண்களுக்கு ஒரு கேவலமான பிச்சைக்காசுக்காகப் புதிய அதிகாரக் கடவுள்களுக்குச் சேவை செய்வதைத் தவிர வேறு வழியில்லாத பெண் களுக்கு, புதுமைக் கண்டுபிடிப்புகள் உண்மையில் அவசியத்தின் ஆதாரமாக அமைந்தது. இந்த சம்பளங்களைக் கொண்டு இந்த வேலை யினால் பெண்களினால் வாழ முடியவில்லை. எனவே, திருமணமான அல்லது திருமண வயதிலுள்ள பெண்கள் உயிர்வாழ வேண்டிய கட்டாயத்தில் உருக்குப் போன்ற வலிமையுள்ள தலையினால் குடும்ப வாழ்வுடன் பிணைக்கப்பட்டிருந்தனர். அதே பொழுதில் தனிமை யாக, உயிர் வாழ்ந்த பெண்கள் தமது விசித்திரமான நிலைமைக்கு - தங்களிடமிருந்த எல்லாவற்றையும் அல்லது எதுவுமே இல்லாத நிலைமையிலும் பெரும் விலை கொடுக்க வேண்டியிருந்தது. பெண் நாடோடிகள், முன்னென்றும் கண்டிராத எண்ணிக்கையில் தெருவில் இறங்கினர். 1817 ஜூனில் ஒரு மாதத்தில் மட்டுமே இங்கிலாந்தின் மத்திய பாகத்தில் ரக்பி வட்டார மதகுருவின் பிரிவு பதினெட்டு நாடோடிப் பெண்களை விடுவித்தது. அவர்களில் ஒருத்தி எட்டு ஆண்களுக்கு சோரம் போயிருந்தாள். பெண்கள் தற்கொலை புரிந்து கொள்வது தொடர்ந்து அதிகரித்து வருவதை லண்டன் மாஜிஸ்ட் ரேட்டுகள் பதிவு செய்திருந்தனர். இதர பெண்கள் அநாதைகளாகக் கண்ட இடங்களில் படுத்து உயிர் நீத்தனர். செயின்ட் பால் தேவாலயத்

திற்கு அருகில் ஒரு வீட்டை விலைக்கு வாங்கத் திட்டமிட்டிருந்த ஒருவர் அந்த வீட்டைத் திறந்து உள்ளே பார்த்தபோது அதில் மிகவும் மெலிந்த நிலையில் மூன்று பெண் பிரேதங்களைக் கண்டு அதிர்ச்சியடைந்தார். மச்சு அறையில் மேலும் இரு பெண்களும், பதினாறு வயதுடைய ஒரு பெண்ணும் பட்டினியால் சாகும் நிலையிலிருந்ததைக் கண்டார்.[37] வாழ்வதற்குக் கொடுக்க வேண்டிய விலையாகப் பெண்கள் பிறரைச் சார்ந்து வாழும் நிலைக்குத் தள்ளப்படும் அதே சமயத்தில், ஆண்கள், இயற்கையின் மீதும் இயந்திரங்களின் மீதும் தமது ஆதிக்கத்தை ஊர்ஜிதம் செய்தனர். விரிவான வகைப்பட்ட மற்றும் சங்கிலிக் கோர்வை போன்ற ஆதிக்கத் திட்டத்தில் அவர்கள் திளைத்தனர், அது இன்னும் களையப்பட வில்லை.

ஒவ்வொரு புரட்சியும், கருத்துக்களின் ஒரு புரட்சியாகும். ஆயினும் புதுமை புனைவது சீர்திருத்தம் செய்வதற்கல்ல. பதினெட்டாம் நூற்றாண்டின் புரட்சிகள் அவற்றின் மிகவும் ஆழமான விவரங்களில் ஒன்று மற்றொன்றிலிருந்து மிகவும் வேறுபட்டிருந்தன. ஆயினும் ஓர் எளிய உண்மை பொதுவானதாக இருந்தது. ஒவ்வொன்றும் சிலருக்கான புரட்சியாக இருந்தது, எல்லோருக்குமான புரட்சியாக இருக்கவில்லை. பொதுவான புரட்சியில் சில கருத்துக்கள் மட்டுமே தலைகீழாக மாற்றப்பட்டன. விஞ்சி நின்ற கருத்துக்களில் மிகவும் நிலையானவை, ஆணின் இயற்கையான மேம்பட்ட தன்மை சம்பந்தப்பட்ட கருத்துக்களே என்று நிரூபணமாகியுள்ளது. சாகஸப் பயணிகளும் சாம்ராஜ்ய நிர்மாணிகளும் அந்நிய நாடுகளுக்குச் சென்ற போது, மாபெரும் விஸ்தரிப்பு ஆலையின் மீது இது சுமத்தப்பட்ட போது, இந்தப் பண்டைய நாளையப் போலி மருந்தும், ஒரு பிளேக் கிருமியைப் போன்று, ஆய்வு செய்யப்படாமல், தங்குதடையின்றி அவர்களுடனேயே பயணம் செய்தது. இது வெள்ளையரின் அவர் களது புதிய குடியேற்றப் பிரதேசங்களில் விநியோகம் செய்யப்படு வதற்கான, சுமையின் முதல் இனமாக இருந்தது.

அடிக்குறிப்புகள்

1. *ரோஜர் தாம்ஸன், ஸ்டூவர்ட்டுகள் கால இங்கிலாந்திலும் அமெரிக்காவிலும் பெண்கள்: ஓர் ஒப்பாய்வு (1974) பக்.106.*

2. *சார்லஸ் ரோய்ஸ்டர், போரில் ஒரு புரட்சிகரமான மக்கள்: கண்டத்தைச் சேர்ந்த ராணுவமும் அமெரிக்க குணாதிசயமும் 1775-1883 (சேபல் ஹில், வடக்கு கரோலினா 1979) பக்.30-1. மற்றும் பக்.35-6*

3. *புகழ்மிக்க லட்சியம்: அமெரிக்கப் புரட்சி 1763-89 நியூயார்க் மற்றும் ஆக்ஸ்போர்டு, 1982) பக்.537 என்ற ராபர்ட் மிடில் காஃப் எழுதிய நூலில் சாராவின் உள்ளத்தை உலுக்கும் மற்றும் வெளிப்படையான கடிதங்கள்*

விவாதிக்கப்படுகின்றன. பல பெண்களைக் காட்டிலும் சாரா அதிர்ஷ்டம் வாய்ந்தவள் என்றுதான் கூற வேண்டும் - அவள் உயிரையே வைத்திருந்த அவளுடைய கணவன். இறுதியாக வீடு திரும்பி, தன் மனைவியுடனும், குழந்தைகளுடனும் சேர்ந்து ஐக்கியப்பட்ட குடும்பம் நடத்தலானான்.

4. ரோயிஸ்டர் பக்.296-7

5. ரோயிஸ்டர் பக். 166

6. பெண்களின் நடவடிக்கைகள் மற்றும் அவை பற்றிய விவாதத்திற்கு வில்லியம் பி.கம்மிங்கும் ஹியூ ரேங்கினும் எழுதிய நாட்டின் தலைவிதி: அமெரிக்கப் புரட்சி பற்றி சமகால எழுத்தாளர்கள் என்ற நூலைக் காண்க. (1975) பக்.28-9

7. சீமாட்டி ஹேரியட் ஆக்லண்டு பற்றி அறிந்து கொள்வதற்கு மார்க் எம்.போட்னரின் அமெரிக்கப் புரட்சி பற்றிய கலைக்களஞ்சியம் (நியூயார்க் 1973) பக்.4 பார்க்கவும். கோமகன் ரீய்ட்செல், தனது சொந்த வரலாற்றை அமெரிக்காவுக்குக் கண்டுபிடிப்புப் பயணம் (1800) என்ற நூலை எழுதினார். அது மதிப்பிடற்கரிய ஆதாரப் புத்தகமாகியுள்ளது. கம்மிங் மற்றும் ரேங்கினின் புத்தகத்தில் பிட்ச்சர் மோலி ஹேய்ஸ் பற்றி விவரிக்கப்பட்டுள்ளது- பக்.215.

8. பி.ஒயிட்லாக், ஆங்கிலேய விவகாரங்கள் பற்றிய பதிவேடுகள் (1732) பக்.398 பெண்களின் விண்ணப்பம் இறுதியாகக் காமன்ஸ் சபையிடம் 1649, மே 5ல் சமர்ப்பிக்கப்பட்டது. இது ஒரு நேர்த்தியான மதிப்புமிக்க ஆவணம், சட்டம் மற்றும் இயற்கை நீதியின் அடிப்படையில் பெண்களின் உரிமைகளுக்காக இது பொருத்தமான முறையில் மறுக்கவொண்ணாதவாறு வாதிட்டது. இது பின்னர் பெண்களின் உரிமைகள் சமுதாயத்தின் ஒவ்வொரு உறுப்பினருக்கும் உரிய மனித உரிமைகள் மட்டுமேயாகும் என்று பெண்களின் இயக்கம் வலியுறுத்தும் என்று எதிர்பார்த்தது.

9. சீமாட்டி எஃப்பி, வெர்னி உள்நாட்டுப் போரின்போது வெர்னி குடும்பத்தின் நினைவலைகள் (2 தொகுதிகள். 1892) II பக்.20

10. அந்தோணியா ஃபிரேஸர், பக்.192-7.

11. ஜேம்ஸ் ஸ்ட்ராங், ஜோனெரிடோஸ் அல்லது மேலையப் பெண்களிடம் பெண்ணிய வீரம் சிறப்பாகக் கண்டுபிடிக்கப்பட்டது பற்றி (1645)

12. ஜான் விக்கர்ஸ், கடவுள்களின் மரக்கலம் உலகின் அலைகளுக்கு மேலாகச் செல்கிறது, அல்லது, நாடாளுமன்ற வரலாற்றின் மூன்றாவது பாகம் (1646) பக்.259.

13. எட்வர்டு லிட்டன் புல்வெர் - லிட்டன் பாரிஸ் மக்கள் (1873) புத்தகம் 5. அத்தியாயம் 7.

14. கிறிஸ்டோபர் ஹிப்பர்ட், பிரெஞ்சுப் புரட்சி (1980) பக்.96-105.

15. ஹிப்பர்ட் பக்.99.

16. பேஸர்மேன், பக்.213

17. எட்மண்ட் பர்க், மதிப்புக்குரிய சி.ஜே.ஃபாக்ஸுக்குக் கடிதம் அக்டோபர், 8 1777.

18. பேஸர்மேன், பக்.215

19. ஹிப்பர்ட், பக்.139.

20. ஏ.லி.ஃபெளரே, லி சோஷியலிஸ் மே பென்டென்ட் லா ரெவல் யூஷன் ஃபிராங்காய்ஸ் (பாரிஸ், 1863) பக்.120-ஹ

21. மேரி-ஜீன் டி காரிடாட், மார்குவிஸ் டி கண்டோர் செட், எஸ்ஸாய் கர் எல் அட்மிஷன் டெஸ் ஃபெம்மஸ் அவ் ட்ராய்ட் டிலா சிட்டி (பாரிஸ், 1790)

22. ஒலிம்பி டிகௌஜெஸ், டிக்ளரேஷன் டெஸ் ட்ராய்ட்ஸ் டி லா ஃபெம்மி யெட் லா சிடோயென் (1791)

23. மீராபூவின் பொருளின் முற்றிலும் ஆண் ஆதிக்கப் போக்கானது 1789 ஜூனில் வெளியிடப்பட்ட இந்த அறிக்கையின் பின்னணியில் தெளிவாகிறது. வரலாறானது மிகவும் அடிக்கடி காட்டு விலங்குகளின் செயல்களையே பதிவு செய்துள்ளது. அதற்கு மேல் வேறொன்றுமில்லை, அவற்றினிடையே நீண்ட கால இடைவெளிகளில் சில வீரர்களை நாம் பொறுக்கியெடுக்கலாம்... (ஹிப்பெர்ட், பக்.63)

24. சி.பியார்டு தொழிற்புரட்சி (1901) பக்.23.

25. ஆன் ஒக்ளே, இல்லத்தரசி (1974) பக்.14.

26. இந்தக் குறிப்புகள் வேலை நிலைமைகளைப் பற்றிய ஒரு தொழிற்சாலைக் கமிஷனரின் அறிக்கையிலிருந்தும் நாடாளுமன்றத்தில் நடைபெறும் விவாதம் பற்றிய ஹன்சார்ட் ஆவணத்திலிருந்தும் எடுக்கப்பட்டவை. பெண் தொழிலாளிகளும் தொழிற்புரட்சியும் 1750-1850 (1930) பக்.94- என்ற ஐவி பின்ச்பெக் எழுதிய முன்னோடி ஆராய்ச்சி நூலைக் காண்க.

27. பின்ச்பெக். பக்.195, 188 மற்றும் 189.

28. ஜே.எல்.ஹம்மாண்ட் மற்றும் பர்பாரா ஹம் மாண்ட் நவீனத் தொழில்துறையின் எழுச்சி (1939), பக்.209.

29. இ.ரோய்ஸ்டன் பைக், பிரிட்டனில் தொழில்புரட்சி பற்றிய மனித நேய ஆவணங்கள் (1966) பக்.60-1, பக்.192-3 மற்றும் 194.

30. பைக், பக்.80 மற்றும் பக்.133.

31. தொழிற்புரட்சியின் காலத்தில் பிரிட்டிஷ் பெண்கள் ஆற்றிய சுரங்கப் பணியின் பயங்கரங்கள் மிகவும் நன்றாகப் பதிவு செய்யப்பட்டுள்ளன. இங்கு கூறப்பட்ட விபரஙகளுக்கு பின்ச்பெக், பக்.240-81, மற்றும் பைக், 245-78 காண்க.

32. பைக், பக்.257-8

33. நாடாளுமன்றக் கமிஷனர்களின் அறிக்கை சாராகூடரின் வாக்குமூலத்தைக் காண்க வயது எட்டு: நான் காபெர் சுரங்கத்தில் டிராப்பராக வேலை செய்கிறேன்... வெளிச்சமில்லாத நிலையில் நான் வேலை செய்ய வேண்டியுள்ளது. எனக்கு பயமாக இருக்கிறது... சுரங்கத்தில் இருப்பதற்கே நான் விரும்பவில்லை... நான் பள்ளிக்குச் செல்லவே விரும்புகிறேன்.. அது எனக்கு மிகவும் நல்லது... (பின்ச்பெக். பக்.248)

34. பைக், பக். 124

35. பைக்,பக். 129-30

36. டி.எஸ்.அஷ்டான், தொழிற்புரட்சி 1760-1830 (1948) பக்.161.

37. பின்ச்பெக். பக்.2-3

9. சாம்ராஜ்யத்தின் செங்கோல்

வர்ஜீனியாவை யார் கண்டாலும்
இதை அவர் நிச்சயமாகக் கண்டுபிடிப்பார்
மனிதர்களுக்கான நிலம்...

- மைக்கேல் டிரேய்டன்

வர்ஜீனியக் கடற்பயணத்திற்குப் பாராட்டு - 1605

எனவே, ஆண்களைப் போன்றே பெண்களும் காலனிகளுக்குள் செல்ல வேண்டும், குடியேற்றங்கள் தலைமுறைகளாகப் பரவ வேண்டும். என்றென்றைக்கும் வெளியிலிருந்து ஒட்டுப்போடுவதாக இருக்கக் கூடாது.
- பிரான்சிஸ் பேக்கன் 1609-ல் வர்ஜீனியாவுக்கான ஆங்கிலேய ராயல்கவுன்சிலில் உரை நிகழ்த்தும்போது, வேண்டாம், வேண்டாம் - நிச்சயமாக வேண்டாம்! கடவுளே அந்தக் கேடுகெட்ட விபசாரிகள் இனி வேண்டவே வேண்டாம்!
- முதலாவது கடற்படையின் லெப்டினன்ட் கிளார்க், சிட்னி துறைமுகத்தினுள் பெண் கைதிகளைக் கொண்ட ஒரு போக்குவரத்துக் கப்பல் நுழைவதைக் கண்டதும் கூறியது

- ஷுன், 1790

பெண்கள் என்றால் உலகெங்கும் ஒரே மாதிரியே, அவர்களின் நிறம் எதுவாக இருந்தாலும் சரி.

- ரைடர் ஹோக்கார்ட்,

“மன்னர் சாலமனின் சுரங்கங்கள்” (1886)

தொழிற்புரட்சி இயற்கையை நாசம் செய்ததென்றால், அதனுடைய வளர்ச்சியை ஊக்குவித்து அதற்கு சந்தையை வழங்கிய சாம்ராஜ்ய விஸ்தரிப்பு உலகத்தை நாசம் செய்தது. 1796க்கும் 1818க்கும் இடைப்பட்ட காலத்தில் பிரிட்டன், இலங்கை, தென்ஆப்பிரிக்கா, இந்தியா, பர்மா, அஸ்ஸாம் ஆகியவற்றைப் பிடித்துத் தன்வசமாக்கியது. 1842 ஆம் வருடத்திய அபினியுத்தத்தின் மூலம் ஹாங்காங்கையும் பிரிட்டன் பிடித்துக் கொண்டது. பஞ்சாப், காஷ்மீர், ஆப்கானிஸ்தான், சிங்கப்பூர் ஆகியவற்றையும் பிரிட்டன் கபளீகரம் செய்தது. இவ்வாறு சாம்ராஜ்யத்தை உருவாக்கியது பிரிட்டன் மட்டுமேயல்ல - டச்சு, ஸ்பானிஷ், பிரெஞ்சு, போர்த்துகீஸியர்கள் ஆகியோரும் உலகத்தைப் பங்கு போட்டுக் கொள்வதில் ஒருவருடன் ஒருவர் சண்டையில் இறங்கினர். அதேபொழுதில் மேற்குதிசையை நோக்கிய அமெரிக்க விஸ்தரிப்பு, அந்நாட்டை முதலில் உருவாக்கியவர்களின் ஏகாதி

பத்தியக் கண்ணோட்டத்தை எதிரொலித்தது. அதனுடைய கரைகளுக் குள்ளேயே அவற்றுக்கு அப்பாற்பட்ட சாம்ராஜ்யங்களைக் காட்டிலும் கூடுதல் பெரிய உள்நாட்டு சாம்ராஜ்யத்தை அளித்தும் இந்த நிகழ்ச்சி களின் ஒட்டு மொத்த விளைவு நவீன உலகத்தை உருவாக்கியதில் ஒரு நிர்ணயகரமான மரபுரிமை நிரூபணம் செய்தது. தென் ஆப்பிரிக்காவில் இன ஒதுக்கலிலிருந்து அமெரிக்காவின் துப்பாக்கிகள் வேட்டை முதல் மாபெரும் ஏகாதிபத்திய ஆண், கையில் துப்பாக்கி யுடன், காலப்பரப்பில் மோப்பம் பிடித்துக் கொண்டு பதுங்கிச் செல்வதை இன்றைய தினமும் கூடக் காணலாம்.

பாட்டிலும், கதையிலும், கட்டுக்கதையிலும், நினைவிலும், யாவற்றுக்கும் மேலாக, அதிகாரபூர்வமான வரலாற்றில் சாம்ராஜ்ய மானது எப்போதும் இவ்வழியில், ஒரு வீரம் செறிந்த ஆணின் முயற்சியாகவே காணப்பட்டது. மகா அலெக்ஸாண்டர் அறியப் பட்டிருந்த கடைசி எல்லையின் வரம்பு வரையிலும் முன்னேறிச் சென்றபின், அழுதார். ஏனெனில், அதற்கப்பால் படையெடுத்துப் பிடிப்பதற்கு வேறு உலகங்களில்லை, வரலாற்று ஏடுகளில் பெண்கள் காணப்படவில்லை. 1620ஆம் ஆண்டில் வரலாற்றுப்புகழ் பெற்ற மேஃபிளவர் கப்பலில் பயணம் செய்தவர்களில் பிளைமவுத் துறைமுகத்தில் ‘பில்கிரிம் ஃபாதர்ஸ்’ஸின் வெளியேறிய மூத்தோர் களின் பெயர்கள் கல்லில் வடிக்கப்பட்டுள்ளன. ஆனால் அவர்களுட னேயே பயணம் செய்த பதினெட்டுப் பெண்களைப் பற்றி ஒரு குறிப்பும் இல்லை. சாம்ராஜ்யத்தில் எல்லைகள் இன்னும் பரவலாக, மேலும் மேலும் விரிவடைந்தபோது, கிப்ளிங் குறிப்பிட்ட ஈவு இரக்கமற்ற சாகஸப் பயணிகள் ‘புகையிலை மற்றும் ரத்தத்தின் வாசனையை’ வெளியில் பரப்பியபோது, மன்னர் சாலமனின் சுரங்கங்கள் என்ற காவியத்தில் ரைடர்ஹேக்கார்ட், கதாநாயகனின் வாய்ச்சவடாலின் மூலம், ஏனைய அனைவருக்கும் எதிராக ஆண்கள் என்ற அப்பட்டமான கட்டுக்கதையில்: ‘வரலாறு முழுமையிலும் ஒரு ‘பாவாடை’ கூட இல்லை என்று நான் உறுதியாகக் கூற முடியும்’ என்று எழுதினார்.

ஆயினும், போர்ட் எலிஸபெத்திலிருந்து மேரிலாண்ட் வரையிலும் உள்ள இடங்களின் பெயர்கள் சுட்டிக்காட்டுவது போல், பெண்களின் செல்வாக்கு மறுக்க முடியாததாகும். ஏனெனில், கிரேக்கர்களின் காலத்திலிருந்து பிற நாடுகளில் போய் குடியேறி சுறுசுறுப்பாகக் காலனிகளை அமைத்தவர்களில் எப்போதும் பெண்கள் இருந்து வந்துள்ளனர். ஆரம்பத்திலேயே பேக்கன் வலியுறுத்தியது போன்று

சாம்ராஜ்யம் நீடித்து உயிர் வாழ்வதற்குப் பெண்கள் அத்தியாவசியமானவர்களாக இருந்து வந்துள்ளனர். வட அமெரிக்க சாகஸப் பயணத்தின் போது முதல் முதலாகப் பிறந்தது ஒரு பெண் குழந்தையாகும். இதற்குப் பொருத்தமாக 'வர்ஜீனியா டோர்' என்று பெயரிட்டனர். 1587 ஆம் ஆண்டு 'இயேசு பிரான் உயிர்த்தெழுந்த நாளன்று' ரோனாக் தீவில் இக்குழந்தை சுகப் பிரசவமாயிற்று.

இதுபோன்றே, முதலாவது வெள்ளை ஆஸ்திரேலியக் குழந்தை ரெபாக்காஸ்மால் ஒரு பெண்ணாகும். 1788ல் முதலாவது கப்பல் தொகுதி ஆஸ்திரேலியாவைச் சென்றடைந்த சிறிது நேரத்திற்கெல்லாம் இது பிறந்தது; இது 'வெறுக்கத்தக்க விலைமகளிர்' ஒருத்திக்குப் பிறந்தபோதிலும் - லெப்டினென்ட் ரால்ப் கிளார்க்குக்கு இது மிகவும் மனவெறுப்பை ஏற்படுத்தியது - ரெபெக்கா வளர்ந்து, பருவமடைந்த போது ஒரு கிறிஸ்துவ மதபோதகரைத் திருமணம் செய்து கொண்டு, தனது புதிய நாட்டுக்குப் பதினான்கு சிறிய ஆஸ்திரேலியக் குடிமக்களைத் தந்தாள்.

சாம்ராஜ்யத்தின் வரலாற்றில், பெண்கள் எப்போதும் இருந்தார்கள். ஏனெனில், எளிதாகக் கூறுவதெனில், அவர்களின்றி ஆண்களால் சமாளிக்க முடியவில்லை. உலகெங்கும், பெண் தொழிலாளிகள் இல்லாமல், பாதுகாப்பான, நீண்ட - காலக் குடியேற்றம் நடைமுறையில் அசாத்தியமாக இருந்தது. கேப் காலனியின் முதலாவது கவர்னர், டச்சுகர்னல் வான் ரீய்பெக், கால்நடைகளைப் பராமரிக்கவோ, வெண்ணெயும், பாலாடைக் கட்டியும் செய்யவோ, அல்லது அவர்களுக்காக எதுவும் செய்து கொள்ளவோ தனது ஆட்களால் (ஆண்களால்) இயலாததைக் கண்டு அதிர்ச்சியடைந்தார். இந்தக் குறைபாட்டைப் போக்குவதற்காக, ஆம்ஸ்டர்டாமிலும் ராட்டர்டாமிலும் உள்ள அநாதை இல்லங்களிலிருந்து பெண்களை உடனே அனுப்பிவைக்குமாறு உத்தரவு அனுப்பப்பட்டது. பேக்கனால் உஷார் படுத்தப்பட்ட இங்கிலாந்து ஆரம்பத்திலிருந்தே இப்பிரச்சினையை உணர்ந்திருந்தது - வர்ஜீனியாவில் ஜேம்ஸ்டவுன் குடியேற்றம் வெற்றிகரமாக நிறுவப்படுவதற்குப் பொறுப்பான லண்டன் கம்பெனி, "மனைவிகளாவதற்கும்", ஆண்களுடன் கூட இருந்து "செயல் படுவதற்கும்" இளம் பெண்களை, முறையாகப் புதிய உலகத்திற்கு அனுப்பி வைத்தது.

இவர்கள் 'அழகானவர்களாகவும், உண்மையாகவே கல்வி கற்ற இளம் பெண்களாகவும் இருக்க வேண்டியிருந்தது. 'அவர்களது நல்ல வளர்ப்பின் காரணமாக அவர்கள் காலனிக்குள் அனுப்பப்படுவதற்கு

விசேஷமாகப் பரிந்துரை செய்யப்பட்டிருந்தனர்'. ஆனால் அவர்களுடைய அழகோ, கல்வியோ, அல்லது வளர்ப்போ, அவர்கள் வர்த்தகச் சரக்குகளாகக் கருதப்படுவதனின்றும் அவர்களைக் காப்பாற்றவில்லை. வர்ஜீனியாவில் வந்திறங்கியதும் 120 ராத்தல் தரமான புகையிலைக்கு அவர்கள் விற்கப்பட்டனர்.' ஒவ்வொரு பெண்ணும் 500 டாலர் விலைக்கு இது சமமாகும். அதன்பின்னர், அவர்கள் காலனிவாசிகளின் வேலைக்காரிகளாகவோ அல்லது மனைவிகளாகவோ வாழ்நாள் முழுவதும் சேவை செய்பவர்களாயினர்.

இதர இளம் பெண்களுக்கு ஏற்பட்ட கதிக்கு, அவர்களாகத் தேர்ந்தெடுத்துக் கொள்வதற்கு எவ்வித உரிமையும் இருக்கவில்லை. வறுமையில் வாடிய மற்றும் அநாதைப் பெண்கள் லண்டன் தெருக்களிலிருந்து பிடிக்கப்பட்டு, அவர்கள் கேட்டறியாத நாட்டுக்கு அவர்கள் ஒரு போதும் கண்டறியாத எஜமானர்களின் கீழ் ஊழியம் புரிவதற்கான கொத்தடிமைகளாக, அசாதாரணமான சுறுசுறுப்புடன் அனுப்பப்பட்டனர். இவ்வாறு வேண்டா வெறுப்பாக, அவர்களின் விருப்பத்திற்கு மாறாகத் திரட்டி அனுப்பப்பட்டவர்கள், கப்பல் அங்குப் போய்ச் சேர்ந்ததும் வழக்கமாக துறைமுகத்தில் ஒவ்வொரு ஆறுபேர்களில் எந்த ஐந்து பேர் முதலில் மரணமடைவார்கள் என்ற பேச்சு அடிபடும். ஏனெனில், அமெரிக்காவில் இவர்கள் போய்த் தங்குவதற்கான இடம் - ஜேம்ஸ் டவுனில் சுற்றிலும் சதுப்பு நிலங்கள், கொசுக்கடிக்கும் மலேரியாவுக்கும் எவ்வளவு வேகமாக அவர்கள் இரையாவார்கள் என்று ஊகிக்க வேண்டியிருக்கும். அங்கு, உடல் வலுமிக்கவர்களும்கூட, குருதிப் போக்குடன் சேர்ந்த வயிற்றளைச்சல், வெப்பமண்டலக் கப்பற் குளிர் காய்ச்சல் முதலிய நோய்களுக்கு இரையாகி ஈக்களைப் போல் மடிந்தனர். அல்லது 'குளிரினாலும், பசியினாலும் மாண்டனர்.'

நாட்டின் இயற்கை நிலைமை எவ்வளவு கடுமையாக இருந்ததோ, அதற்கேற்ப பெண்களின் பஞ்சத்தைப் போக்கிக் கொள்வதற்குத் தேவைப்பட்ட துர்நடத்தைகளும் அதிகமாயிருந்தன. ஆஸ்திரேலியாவின் சிறைக்காலனியில், ஆண்களைக் காட்டிலும் மிகவும் சாதாரணமான குற்றங்களுக்காகக் கூட, கப்பலில் ஏற்றி அனுப்பப்பட்ட பெண்கள் தங்க வைக்கப்பட்டனர். ஆனால், ஆண்களைப் பொறுத்தமட்டிலும் கொலைக்குற்றம், அல்லது மிகவும் கொடுமையான மற்றும் மீண்டும் மீண்டும் செய்யப்பட்ட குற்றங்களுக்காக மட்டுமே இங்கு அனுப்பப்பட்டனர். பெண் குற்றவாளிகளில் இப்பொழுது போன்றே அப்போதும் மிகமிகக்

குறைவாகவே இருந்தனர். பத்துக் குற்றவாளிகளில் ஒருவரே பெண்ணாக இருந்தார். இதன் விளைவாக பெண்களின் எண்ணிக்கை உயர்வாக இருக்கும்படி பார்த்துக் கொள்ளவேண்டுமென்ற அரசு ஆணையினால் மன உளைச்சலுக்கு உள்ளான ஆங்கிலேய நீதிபதிகள், மிகமிக அற்பமான பிழைகளுக்காகக் கூட ஒரு பெண் 'குற்றவாளி'யைக் கப்பலேற்றி அனுப்பும் தண்டனை விதிக்கப்பட்டது - தனது எஜமானியின் செருகு சீப்பை அல்லது கையுறைகளை கடன் வாங்கிய வேலைக்காரி கூட மிகவும் மிருகத்தனமான வழிப்பறித் திருடன் அல்லது கொலைகாரனுக்குச் சமமாகப் பாவிக்கப்பட்டாள்.

'நேர்மையான' பெண்களைக் கொண்டு வருவதற்கான திட்டங்கள் வகுக்கப்படுவது எளிதாக இருந்தது. ஆனால் நிறைவேற்றப்படுவது கடினமாக இருந்தது. ஆரம்பம் முதற்கொண்டே நிலைமை சுரண்டலுக்குப் பக்குவமாக இருந்தது. லண்டன் கம்பெனியைச் சேர்ந்த ஒரு குமாஸ்தா வர்ஜீனியாவில் இனப் பெருக்கத்தில் ஈடுபட்டிருப்பவர்களுக்காக, மேன்மை தாங்கிய மன்னருக்கு சேவை புரிவதற்குச் சிறு நிலக்கிழார்களின் புதல்விகளை அனுப்புவதற்கான அதிகாரியாகத் தன்னையே நியமித்துக் கொண்டார். அங்கு ஒரு பெண்ணின் விலை, இரண்டாண்டுகளுக்குள் 120 ராத்தல் புகையிலையிலிருந்து, 150 ராத்தல் புகையிலையாக ஏறிவிட்டது. மற்றொரு பெண் தரகர், ஆர் எஃப் பிரிட் என்று பொருத்தமான பெயரைக் கொண்டவர். 'இருபத்தி மூன்றுக்கும் குறைவான வயதுடைய பதினாறு மதிப்புமிக்க இளம் பெண்களை' ஹோபார்ட்டுக்குக் கப்பலில் ஏற்றி அனுப்புவதற்கு தலா 150 கினி★ (தங்கநாணயம்)களுக்கு பிரிட்டிஷ் அரசிடமிருந்து அனுமதி பெற்றார். லண்டன் எமிகிரேஷன் (வெளியேறுபவர்) கமிட்டியின் ஆணையின் கீழ் அறச் சிந்தனை நிலையங்கள், காண்ட்ராக்டர் ஜான் மார்ஷலின் பாதுகாப்பில் அரசு உதவியுடன் கப்பலில் ஏற்றி அனுப்புவதற்கு 'தகுதியுள்ளவர்களை'த் தேர்ந்தெடுத்தன. ஆயினும், கப்பலில் வந்து இறங்கியவுடனே, மிகவும் ஆவலாக எதிர்பார்க்கப்பட்டிருந்த சரக்கில் அதிக எண்ணிக்கையில் தகுதியற்றவர்கள் ('விபசாரிகளும் ஏழைகளும் என்று குறை கூறுபவர்கள் கூறினர்) இருந்ததாக நிரூபணமாயிற்று, இவர்களை மார்ஷல், தனது பயணிகளின் எண்ணிக்கையைப் பூர்த்தி செய்வதற்காக 'லண்டன் தெருக்களிலிருந்து கூட்டியனுப்பியுள்ளார்' என்று கூறப்பட்டது. கப்பலில் ஏறியவுடனே, தகுதியானவர்களையும்

★ செலாவணியற்றுப்போன 21 வெள்ளி மதிப்புடைய ஆங்கில நாட்டுத் தங்க நாணயம்.

தங்களுடைய சிந்தனைப் போக்குக்கு ஆதரவாகத் திருப்புவதில் தகுதியற்றவர்கள் சிறிதும் காலந் தாழ்த்தவில்லை.

கப்பல் தளத்தில் நிர்வாகம் மெத்தனமாக இருந்தது. இதனால் குடிபோதையில் தள்ளாட்டம், காமவெறிச் செயல்கள் மிகுந்த கலகக் காட்சிகள் காணப்பட்டன. பெண்கள் வெறுக்கத்தக்க சம்பவங்களைத் தோற்றுவித்தனர். காலனியிலுள்ள விலை மகளிரின் எண்ணிக்கையை அதிகரித்தனர், இது ஆஸ்திரேலியாவை நாகரிகப்படுத்துவதற்குப் பதிலாக, சீர்கேடடையச் செய்தது...[1]

பெண்கள் குடியேற்ற சங்கங்கள் தமது நடவடிக்கையை தீவிரப்படுத்திய போதும் கூட, பெண்கள் பஞ்சம் தீர்க்கப்படவில்லை. 1879 ஆம் ஆண்டில்கூட, ஆஸ்திரேலிய ஆண்கள், பெண்களின் பற்றாக் குறையை உணர்ந்தனர். திருமணத்தை நாடுகின்றவர்களுக்காகவே முழுமையாக ஈடுபட்டிருந்த 'மேட்ரிமோனியல் கிரானிகிள்' என்ற பத்திரிகையில் வெளியாகியிருந்த விளம்பரங்கள் இதை சுட்டிக் காட்டுகின்றன.

- ஓர் இளம் ஆணுக்கு ஒரு மனைவி தேவை, அவருக்கு ஒரு சொந்த வீடும், ஆண்டுக்கு 500 பவுண்டு வருமானமும் உண்டு.

- மனோரா மாவட்டத்தில் ஒருவருக்கு, வேலை செய்யக் கூடிய ஒரு மனைவி தேவை. அவருக்கு ஏராளமான நிலமும் செம்மறி யாடுகளும் உண்டு.

- குவின்ஸ்லாந்தில் ஓர் இளம் வாலிபருக்கு ஒரு மனைவி தேவை... பெண்ணுக்கு நன்கு எழுதவும் படிக்கவும் தெரிந்திருக்க வேண்டும். அவள் அவருடைய வியாபாரத்தில் அவருக்கு உதவி செய்ய வல்லவளாயிருக்க வேண்டும்.[2]

ஆயினும் சாராம்சத்தில், பெண்கள், அவர்களுடைய வேலை செய்யும் திறனுக்கு அப்பால் மிகமிக அதிகமாகத் தேவைப்பட்டனர். அரச குடும்பத்தைச் சேர்ந்த பெண்களின் அடிப்படைப் பணி குழந்தைகளைப் பிறப்பிப்பதேயாகும். பாதகமான தட்ப வெப்ப நிலைமைகள், நோய்நொடிகள் மற்றும் ஆபத்துக்கள் எல்லா இடங்களிலும் சிசு மரணத்தை அதிகப்படுத்துவதால் அரச குடும்பப் பெண்களுக்கு இது மிகவும் அவசியமாகும். மஸ்ஸாச்சூஸெட்ஸைச் சேர்ந்த ரெவரெண்டு சாமுவேல் செவாலின் மனைவி நாற்பதாண்டுக் கால இல்லற வாழ்வில் பதினான்கு குழந்தைகளைப் பெற்றெடுத்தாள். ஆயினும் அவள் மரணமடைந்த நான்கு மாதங்களுக்குள் இந்த

குலத்தலைவர் 'குழந்தைகளைப் பெற்றுக் கொடுப்பதற்குப் போதிய இளமையான' ஒரு புதிய மணப் பெண்ணைத் தேடலானார். பெண்கள், அவ்வளவு வெளியில் தெரியாத பாலியல் கடமைகளை நிறைவேற்றுவதற்கும் அதே அளவு எதிர்பார்க்கப்பட்டனர். அதாவது ஒரு வாழ்க்கைப் பாணியை ஏற்படுத்துவது தரங்களை நிலைநாட்டுவது மற்றும் ஆண்களை நாகரிகப்படுத்துவது ஆகிய கடமைகளை நிலை நாட்டுவது ஆகிய கடமைகளை நிறைவேற்றுவதும் பெண்களிடம் எதிர்பார்க்கப்பட்டது. சுதேசிப் பெண்களிடம் மனதைப் பறிகொடுத்த காலனி நிர்வாகிகளின் எண்ணிக்கையைக் கண்டு கிலி அடைந்த பிரிட்டிஷ் அரசு, கப்பல் நிறைய 'ஆங்கிலேய ரோஜாக்களை' ஏற்றுமதி செய்தது. இவர்கள் விரைவில் சுதேசி காமக்கிழத்திகளைத் துரத்தியடித்தனர். இது குறித்து உல்லாசப் பயணி பேரன் வான் ஹுப்னர், பின்வருமாறு வெளிப்படையாகத் தன் பாராட்டைத் தெரிவித்தார். 'துணிவுமிக்க, விசுவாசமுள்ள, நன்கு கல்வி பயின்ற, நன்கு பயிற்சி பெற்ற இல்லத்தின் கிறிஸ்துவப் பாதுகாப்பாளரான ஆங்கிலேயப் பெண்தான் - தனது மந்திரக் கோலினால் இந்த ஆரோக்கியமான மாற்றத்தை ஏற்படுத்தியது.[3]

எஜமான் - இனத்தை இனக் கலப்பற்றதாக வைத்துக் கொள்வதற்கும் 'பாலினக் கலப்பு' என்ற சமகால பூச்சாண்டியைத் தவிர்ப்பதற்கும் ஆங்கிலேயப் பெண்கள் உணர்வுபூர்வமாக ஓர் ஆயுதமாக உபயோகப் படுத்தப்பட்டார்கள் என்பதை இது காட்டுகிறது. ஒருவருடைய சகோதரி இருந்ததும்கூட, 'பல இளைஞர்களைக் குடியிலிருந்தும் அழிவிலிருந்தும் (சுதேசிப் பெண்களுடன் உடலுறவு கொள்ளுதல்) காப்பாற்றியது என்று முதிய ஏகாதிபத்தியவாதிகள் உணர்ந்தனர். மிக நேர்த்தியான முறையில் இளஞ்சிவப்பு மற்றும் வெண்மையான அன்றலர்ந்த மற்றும் ஒல்லியான தோற்றமுடைய, சூதுவாதற்ற மற்றும் வனப்புமிக்க ஆங்கிலேயப் பெண் 'இங்கிலாந்து, இல்லம் மற்றும் அழகு' ஆகியவற்றின் எல்லா மதிப்புக்களையும் தன்னகத்தே கொண்டிருந்தாள். இவற்றுக்காகப் பல மக்கள் துன்பதுயரங்களை அனுபவித்தனர். மடிந்தனர். ஆனால், இனத்தின் தார்மீக மனச் சாட்சியைப் பேணிப் போற்றும் கடமையானது, பல இன ஏகாதி பத்தியக் காவலர்களின் முழுக்கவனத்தையும் ஈர்க்கின்ற பணி மட்டு மல்ல, குலத் தலைவர்களாக உள்ள ஆண்களின் முழுக்கவனத்தையும் தேவைப்படுத்துகிற பணி மட்டுமல்ல. 1847ல் மனித இனப்பற்றாளர் கரோலின் சிஸ்ஹோம் - பெண்களின் நலவாழ்வுக்கு இவருடைய ஈடுபாடு ஐயத்திற்கு அப்பாற்பட்டது. ஆஸ்திரேலியாவில் 'ஒரு சிறந்த

மற்றும் மகத்தான மக்கள் உருவாவதற்கு ஓர் உபாயமாகப் பின்வரும் ஆணையை வெளியிட்டார். 'நீங்கள் எவ்வளவு பாதிரியார்களை அனுப்பியபோதிலும், எவ்வளவு பள்ளி ஆசிரியர்களை நியமித்த போதிலும், எவ்வளவு கிறிஸ்துவ தேவாலயங்களைக் கட்டிய போதிலும், எவ்வளவு புத்தகங்களை ஏற்றுமதி செய்த போதிலும், அந்தக் காலனியில் ஒரு பிரமுகர் மிகவும் பொருத்தமாக "கடவுளின் காவலர்கள்" என்று கூறிய பண்பு நலமிக்க மற்றும் நன்னெறியில் வாழ்கிற பெண்கள் இல்லாமல் உங்களால் அதிக நன்மை செய்ய முடியாது[4]. சொந்த அன்னைமார்களாலேயே நல்லவர்கள் என்றோ, நன்னெறியில் வாழ்பவர்கள் என்றோ அழைக்கப்பட முடியாத பெண்களுக்கும் கூட ஆண்களை நல்வழியில் நடத்திட ஒரு கேந்திர மான பாத்திரம் உண்டு. 'பழமையான நாகரிகமற்ற மேலை நாட்டு' வரலாற்றாசிரியர் ஒருவர் இவ்வாறு கூறுகிறார்: 'பேரளவுக்கு ஆண்களின் சமுதாயத்தினது கொச்சையான தன்மையை ஒருவர் கவனத்தில் எடுத்துக் கொள்ளும்போது, மெல்லியலாரின் நல்ல சிவப்பான பிரதிநிதிகள் மேலை நாட்டினரைப் பக்குவப்படுத்துவதில் முக்கிய பங்காற்றியுள்ளனர். மொன்டானாவைச் சேர்ந்த ஒரு முதியவர் கூறியதைப் போன்று, 'ஒரு போதும் தனது முகத்தைக் கழுவாத அல்லது தலைமுடியைச் சீவாத பல சுரங்கத் தொழிலாளிகள், சலூன்களில் தாங்கள் சந்திக்கப் போகும் ஆரணங்குகளுக்காகவே முகத்தைக் கழுவிக் கொண்டு தலையைச் சீவிக் கொண்டு செல்வார்கள்.[5]

அப்படியெனில், ஆரம்பம் முதற்கொண்டே பெண்கள் ஆண்களின் முடிவுகளின் பேரிலேயே சாம்ராஜ்ய சாகஸ நடவடிக்கையில் இறங்கினர், குலத்தலைவரின் மேலுரிமைக் கட்டாயத்தில் கருவிகளாக குடியேறிக் காலனி அமைப்பதற்கும் ஆதிக்கம் செலுத்துவதற்குமான கருவி களாகப் பயன்படுத்தப்பட்டனர். அவர்களின் இருப்பே, பலம் வாய்ந்த அமைப்புகள் அவர்கள் அங்கு இருப்பதன் நோக்கத்தைத் தொடர்ந்து நினைவுபடுத்தி வந்தன, நிரந்தரமாகக் கீழ்ப்பட்ட வர்க்கம் என்ற அவர்களது நிலையை வலுப்படுத்தி வந்தன. அமெரிக்காவில் ஆரம்பகாலச் சட்டங்கள், தனிப் பெண்களுக்கு நிலம் வழங்குவதைத் தடை செய்தன; அவர்கள் 'குடும்ப அரசின்' கீழ் வாழ்வதற்கு எதிர்பார்க்கப்பட்டார்கள். மேரிலாந்தில், 1634 ஆம் வருடத்திய ஒரு சட்டம், நிலத்தைப் பெற்றுக் கொண்ட ஏழாண்டுகளுக்குள் பெண்கள் திருமணம் செய்து கொள்ள வேண்டுமென்று விதித்தது. இல்லா விட்டால், அவளுக்கு அடுத்த ஆண் உறவினனுக்கு அந்த நிலம் மாற்றப்பட்டு விடும். சேலம் பகுதியைச் சேர்ந்த ஒரு பெண்

'மாஜிஸ்ட்ரேட்டுகளை அவமதித்ததற்காக' கசையடி தண்டனை கொடுக்கப்பட்டது. அதற்குப்பின்னர், 'பெரியவர்களை அவமதித்ததற்காக' 'ஒரு பிளவுண்ட கம்பு அவளுடைய நாக்கின்மேல் அரைமணி நேரம் வைக்கப்படும்' தண்டனை வழங்கப்பட்டது. குறைந்தபட்சம் அவள் உயிர் பிழைத்தாள் - மேரிடையர் என்னும் மதபோதனை செய்யும் ஒரு பெண் 'மிகவும் பெருமித உணர்வு கொண்டவள், தனக்குக் கடவுளின் அருள் இருப்பதாக அடிக்கடி கூறிக் கொள்பவள்' பாஸ்டனிலிருந்து வெளியேற்றப்பட்டாள், ஆனால் அவள் திரும்பி வந்த போது பிடித்துத் தூக்கிலிடப்பட்டாள்.[6]

இரண்டாவது சுற்று சாம்ராஜ்ய விஸ்தரிப்பின்போது, பெண்களைப் பயன்படுத்திக் கொள்வதும், அவமதிப்புக்குள்ளாக்கப் படுவதும் பெருவாரி தொற்றுநோயைப் போன்ற அளவுகளை எட்டியது. ஆஸ்திரேலிய அனுபவத்தின் தன்மையிலிருந்த இது ஓரளவு ஏற்பட்டது. இது ஆரம்பத்திலிருந்தே, குற்றவாளிகளை அனுப்பி வைப்பதற்கான ஓர் இடமாக (ஒரு காலனியாக) அமைக்கப் பட்டது. இந்தநாடு, அடக்கு முறையினின்று பாதுகாப்பான இடமாக ஒரு போதும் திட்டமிடப்படவில்லை. இங்கிலாந்தில் சொந்த நாட்டில் - இருந்த சமகால வாழ்க்கையின் ஒரு கண்ணாடி - பிம்பமாகக் கூடத் திட்டமிடப்படவில்லை. ஆனால் இந்த சூழ்நிலைகளின் ஒட்டுமொத்த விளைவாக நாடு கடத்தப்பட்டு அனுப்பப்படுவது - அதுவே கொடுமை வாய்ந்ததாகும். பெண்களுக்கு ஓர் இரட்டை தண்டனை யாக அமைந்தது, தமக்கு விதிக்கப்பட்ட தண்டனையோடு கூட, தங்கள் பாலினத்தின் காரணமாகவும் அவர்கள் அவதிப்பட்டனர். தண்டிக்கப் பட்ட குற்றவாளிகள் என்ற அவர்களின் நிலையால், தனிப்பட்ட சுயேச்சைத் தன்மையில் எல்லா மனித உரிமைகளும் பறிக்கப்பட்டன. தண்டனை விதிக்கப்பட்ட தருணத்திலிருந்தே அவர்களை எதுவும் செய்யலாம் என்ற நிலைமை ஏற்பட்டது. பெண் குற்றவாளிகள் கப்பலின் மாலுமிகளால், ஊழியர்களால் பாலியல் தாக்குதலுக்கு உள்ளாக்கப்படுவது தொடங்கியது. சிறைகளின் நிலைமை பற்றி மனம் வெதும்பிய ஒரு பார்வையாளர் நாடாளுமன்ற செலக்ட் கமிட்டிக்கு 1819ல் இவ்வாறு தெரிவித்தார்.

> கப்பலின் தலைவனாலும், மாலுமிகளாலும் தாங்கள் எல்லா விதமான அவமதிப்புக்கும் உள்ளாக்கப்பட்டதாக... இந்தப் பெண்கள் என்னிடம் கூறினார்கள். கப்பல் தலைவன், அவர்களில் பலரை நிர்வாணமாக்கி சவுக்கால் அடித்தான்; ஓர் இளம் பெண், மோசமாக நடத்தப்பட்டதைப் பொறுக்க மாட்டாதவளாய்

கடலில் குதித்து மூழ்கி இறந்து போனாள்; கப்பலின் கேப்டன், தன்னுடைய கைகளாலேயே ஒரு முரட்டுக் கயிற்றால் ஒரு பெண்ணை அடித்து நொறுக்கினான். அதனால் புஜங்களிலும், மார்பகங்களிலும் அவளுடைய உடலின் இதர பாகங்களிலும் கடுமையான ரத்தக் காயங்கள் ஏற்பட்டன...[7]

கப்பல் தலைவனின் உத்தரவின்பேரில்... 'மிகவும் இளமை யான, மற்றும் அழகான பெண்கள், இதர குற்றவாளிகளிடையிலிருந்து மிகவும் தீய நோக்கங்களுக்காக... தனியே பிரிக்கப்பட்டனர்' என்று அதே சாட்சியாளர் கூறினார். கப்பலில் வேறு பணிகளில் ஈடுபட்டி ருந்த ஆண்களும் கூட, தங்களது பொறுப்பின் கீழிருந்த பெண்களை ஈவிரக்கமின்றி அவமானப்படுத்தினர். எலிஸபெத் பார்பர் என்ற ஒரு பெண் கைதி, தான் ஏற்றி அனுப்பப்பட்ட கப்பலிலிருந்த துணை சர்ஜனை 'ஜுரத்திற்காக சிகிச்சை பெறுவதற்கு வரும் அப்பாவிப் பெண்களைக் கற்பழிப்பவன்' என்றும், 'தனது மருத்துவ அறையை மிதக்கும் விபசார விடுதியாகப் பயன்படுத்துபவன்[8]' என்றும் குற்றம்சாட்டிக் கண்டனம் செய்தாள்.

சரியாகச் சிந்தனை செய்யும் எந்த ஆணின் பார்வையிலும் ஒரு பெண் கைதியாகத் தோற்றமளிப்பது அகற்றப்படவேண்டும். அகற்றப்படுவது என்றால், ஒரு விபசாரியாக இருக்க வேண்டும் என்பதாகும். பெண்கள் அனைவரும் மோசமானவர்கள் என்று முன்கூட்டியே நிர்ணயம் செய்யப்பட்டு இழிவாகக் கருதப்பட்டார்கள். காலனியின் முதலாவது மாஜிஸ்திரேட்டுகளில் ஒருவர் - இவரே ஒரு முன்னாள் கைதி என்பது முரண்நகைச்சுவையானதாகும் - அப்பெண்களை 'பெண் உருவத்தை இழிவுக்குள்ளாக்கும் மிகவும் அருவருப்புக்குரிய ஜடங்களாகும்' என்று வர்ணித்தார். மற்றொரு விமர்சகர் இன்னும் கூடுதல் அப்பட்டமாக, பெண்கள் 'மிக மிகக் கீழானவர்கள்... அவர்கள் அனைவரும் புகைப் பிடிக்கிறார்கள். மதுபானம் அருந்துகிறார்கள். உண்மையில் தெளிவாகக் கூற வேண்டு மானால், அவர்கள் அனைவரும் விபசாரிகள் என்று நான் கருதுகிறேன்[9]' என்று கூறினார்.

ஆஸ்திரேலியாவுக்கு நாடுகடத்தி அனுப்பப்பட்ட பெண் கைதிகளில் சிலர் (1788ல் அனுப்பப்பட்ட முதலாவது கப்பல் தொகுதியில் 586 ஆண்களும், 192 பெண்களும் இருந்தனர்) விபசாரிகளாக இருந்தனர் என்பது மெய்யே. ஆனால் அவர்கள் அவ்வாறு இருந்திருந்தாலும் அல்லது இல்லாவிட்டாலும் இது எத்தகைய வேறுபாட்டையும் ஏற்படுத்தவில்லை. ஏனெனில் கப்பலில் வந்து இறங்கியவுடனேயே

எல்லோரும் அவ்வாறே கருதி நடத்தப்பட்டார்கள், உடனேயே, எந்த ஆண்கள் விரும்புகிறார்களோ, அவர்களுக்கு அந்தப் பெண்கள் ஒதுக்கிக் கொடுக்கப்பட்டார்கள். இந்தப் பழக்கம் நாண வெட்கமற்ற மிருகத்தனம், மற்றும் மடத்தனத்தில் மூச்சு முட்ட வைக்கிறது என்று நேர்மையான பார்வையாளர்களாகக் கருதுபவர்களிடம் பலத்த விமர்சனமும் எழுந்தது. சுதந்திரமாக அங்குக் குடியேறிய ஒருவர் இது பற்றி சொந்த நாட்டுக்கு இவ்வாறு எழுதினார்:

பெண் கைதிகளைக் கொண்ட ஒரு கப்பல் வந்தவுடனே அங்கு காலனியிலுள்ள ஒவ்வொரு ஆணும், தன் விருப்பப்படி, அந்தப் பெண்களில் ஒருத்தியைத் தேர்ந்தெடுத்துக் கொள்ளும் வழக்கம் இருந்தது என்பது நம்புவதற்கு அரிதான விஷயமாக இருக்கிறது. அவ்வாறு தேர்ந்தெடுத்துக் கொள்ளப்படும் பெண், வேலைக் காரியாகப் பணிபுரிவதற்கு மட்டுமல்ல, உடலுறவு கொள்வதற் குரிய கருவிகளாகவே பிரதானமாகக் கருதப்பட்டனர். இது அக்காலனி முழுமையையும் ஒரு பரந்த விபசார விடுதியாக்கியது என்று கூறினால் மிகையாகாது.[10]

ஒரு நபர் தன் சொந்த உபயோகத்திற்காக அமர்த்திக் கொள்ளும் பெண் கைதிகளின் எண்ணிக்கைக்கு ஒரு வரம்புகூட இருக்கவில்லை. தண்டனை பெறப்பட்ட பெண்கள், உண்மையில், ஆண்களுக்குக் கப்பலில் வந்த பண்டங்களில் அவர்களுக்குக் கொடுக்கப்படும் பங்கோடு சேர்த்துக் கொடுக்கப்பட்டனர். ராணுவத்தினருக்குப் பெண்கள் கொடுக்கப்படும் ஒரு தனி ஏற்பாடும் இருந்தது. 1803ல் நாற்பது பெண்கள் 'நியூசவுத் வேல்ஸ் படைப்பிரிவுக்கு அனுமதிக்கப்பட்டுள்ள பெண்கள்' என்று மானவெட்கமின்றி நிர்ணயித்து அனுப்பப்பட்டனர்.[11]

விபசாரத்தில் ஈடுபடுவதற்குப் பெண்கள் ஒதுக்கப்படுவதானது அவர்கள் தங்கள் குற்றத்திற்காக இருமுறை தண்டிக்கப்படுவதை உறுதி செய்தது, நாடு கடத்தப்பட்டு இங்குக் கொண்டுவரப்படுவதன் மூலம் ஒரு தடவையும் நிர்ப்பந்தமாக விபசாரத்தில் ஈடுபடும்படி விடப்படுவதன் மூலம் மற்றொரு தடவையும் தண்டிக்கப்பட்டனர். இந்த நிலைமையில் ஒரு பெண்ணுக்கு சிறந்த நம்பிக்கையளிக்கும் விஷயம், ஒரே ஒரு ஆண் பாதுகாவலருடன் தன்னை உறுதியாக இணைத்துக் கொள்வதேயாகும். ஆயினும், அங்கிருந்த நியதி என்னவெனில், அடுத்த கப்பல்கள் 'புதிய இறைச்சி' சரக்குடன் துறைமுகத்தில் வந்து இறங்கும்போது 'கடந்த கப்பலில் வந்த பெண்'ணைத் தெருவில் தள்ளிவிடுவதேயாகும்.

ஆயினும், சமுதாயத்தின் சலுகைகளைப் பெண்கள் அணுக முடியாதபடி மறுக்கப்படும் அதே விதிகளின் கீழ், அவர்கள் முழு தண்டனைகளும் விதிக்கப்பட்டார்கள். ஆனால் அரச வம்சத்தைச் சேர்ந்த பெண்கள் அவர்களின் தகுதி எவ்வளவு கீழானதாக இருந்தபோதிலும், தமது ஆண்களுடன் தோளோடு தோள் சேர்ந்து சாம்ராஜ்யத்தின் எல்லாச் சுமைகளையும் சம அளவில் பகிர்ந்து கொண்டனர். பாலின அடிப்படையில் விதிவிலக்கு ஏதும் கிடையாது. உதாரணமாக, மிகவும் கடுமையான வெப்பத்தின் கொடுமைகளி லிருந்து அவர்களுக்கு விதிவிலக்கு இல்லை. 'நரகம் போன்ற வெப்பம்!' - கடலில் மூழ்குபவர் போன்று நாங்கள் "வேதனையில் இருக்கிறோம்" என்று இந்தியாவின் 'ஆறுமாத வெப்ப-அலை களினால்' பாதிக்கப்பட்ட ஒருவர் எழுதிவைத்தார். அப்பொழுது நிழலில் வெப்பம் 114 டிகிரி பாரன்ஹீட்டுக்கு உயரும், நள்ளிரவில் கூட வெப்பம் ஒருபோதும் 95 டிகிரிக்குக் கீழே இறங்குவதில்லை. நாள் முழுவதும் முகத்திற்கு எதிராக சூடான இரும்பு இருப்பதைப் போன்று காற்று அனல் வீசிக் கொண்டிருக்கும். தூக்கத்திலிருந்து விழிப்பு ஏற்பட்டுப் பார்த்தால் படுக்கையில் சிவப்பு எறும்புகள் ஊர்ந்து கொண்டிருக்கும். அஸ்ஸாமிலிருந்து அரிஸோனா வரையிலும் இதற்குச் சரியான நிவாரணம் கட்டிலின் ஒவ்வொரு காலுக்கு அடியிலும் நீர் நிரம்பிய தகர டப்பாக்களை வைப்பதேயாகும். அல்லது அருகிலுள்ள இயற்கை எழில் நிரம்பிய ஓர் இடத்திற்குக் காலாற நடந்து சென்று வருவதற்குள் கால்நிறைய அட்டைகள் ஒட்டிக் கொள்ளும் - இதர சோதனைகளில் இவையும் அடங்கும். அந்த இடம் எவ்வளவு எழில் கொஞ்சுவதாக இருந்தது என்பதை என்னால் வர்ணிக்க இயலாது. கரைகளில் இருந்த செடிகளில் அழகான பூக்கள் நிறைந்து காணப்பட்டன. கீழே தெளிவான நீர் பழுப்பு நிறக்கதிர்களின் மீது பாய்ந்து சென்று கொண்டிருந்தது... கும்பலான அட்டைகள் என் கால்களைக் கடித்து ரத்தத்தை உறிஞ்சிக் கொண்டிருந்தன. அருவருப்பான, தடித்த, கறுமையான ஜந்துக்கள்... இருபத்தைந்து இடத்தில் கடித்திருந்தன, பெருமளவு ரத்தத்தைக் குடித்திருந்த போதிலும் இவை பாதிப்பை ஏற்படுத்தவேயில்லை... என்று ஒரு பெரிய இடத்து எஜமானி அமைதியாக எழுதினாள்.[12]

மிக உயர்ந்த அந்தஸ்தும் கூட நபர்களைப் பாதுகாப்பதில்லை என்பதை இது காட்டுகிறது. தனது கடமைகளினால் மிகவும் களைத்துப் போன நிலைமையிலும், ஒரு கடுமையான பிரயாணத்திற்குப் பின்னர் தனது கட்டுப்படுத்த முடியாத வியர்வையைத் துடைத்துக்

கொள்வதற்குத் துவாலைகளைக் கொண்டு உடம்பை மூடிக் கொண்டும் சிம்லாவுக்கு வந்து சேர்ந்த இந்திய வைஸ்ராயின் மனைவி, தனது படுக்கையில் ரத்தத்தை உறிஞ்சும் பெரிய ஐம்பது பூச்சிகளை எண்ணினாள், அவற்றை ஒழிப்பதற்காக இரவு முழுவதும் விழித்துக் கொள்ள வேண்டியிருந்தது: 'விடியற்காலையில் நான் நான்கு பூச்சிகளைக் கொன்றேன்... திரும்ப வந்து சேர்ந்தது குறித்து நான் மகிழ்ச்சியடைந்தேன்', என்று அவர் தன் மகளுக்கு சுருக்கமாக எழுதினார்[13] பசியால் வெறிபிடித்துள்ள கொள்ளைக்காரர்கள் ஓநாய்களாக இருக்கும்போது, மேலைய அமெரிக்காவில் இருப்பதைப் போன்று அல்லது இன்னும் அபாயகரமானவையாயிருக்கும் போது, இத்தகைய திடமான முடிவு மேலும் கூடுதல் அவசியமாகிறது. ஆப்பிரிக்காவில் புகழ்பெற்ற ஸ்காட்லாந்து சமயபோதகர் குடும்பத்தைச் சேர்ந்த ஆன்மொஃபாட், ஒரு தடவை பாய்ந்து வரும் ஒரு சிங்கத்திடமிருந்து, தனது மாட்டு-வண்டியில் நேராகக் குதித்துத் தப்பித்துக் கொண்டார். மூடப்பட்ட தனது வண்டியின் கதவைத் தாளிட்டுக் கொண்டு அவர் இரவு முழுவதும் வண்டியில் தன்னை அடைத்துக் கொண்டார். ஆனால் இவரைத் தப்பவிட்ட சிங்கம் இவரது வண்டியின் மாட்டின் மீது பாய்ந்து, அதைக் கடித்துத் தின்றது. வண்டிக்குள் இருந்த மொஃபாட், தன் எருதின் எலும்புகளைச் சிங்கம் கடித்து நொறுக்கும் சத்தத்தைக் கேட்க வேண்டிய துர்பாக்கிய நிலையில் இருந்தார்.

ஆயினும் எல்லாப் பெரிய கொள்ளைக்காரர்களிலும் மிகவும் அபாயகரமானவர் இரண்டுகால் பிராணிதான் என்பதில் ஐயமில்லை. முன்னோடியான பெண்கள் எல்லாக் காலங்களிலும் தங்களைத் தற்காத்துக் கொள்வதற்குத் தயாராயிருக்க வேண்டியிருந்தது. சமய போதகர் டாக்டர் அன்னை ஷா, ஒரு தொலைதூர எல்லைப் பிரதேசம் வழியாகச் செல்வதற்குக் காரை ஓட்டுவதற்கு வாடகைக்கு அமர்த்தப் பட்ட ஓர் ஓட்டுநர் தன்னைக் கற்பழிக்கப் போவதாக பயமுறுத்திய சம்பவம் சம்பந்தமாக இவ்வாறு எழுதுகிறார்:

> என்னுடைய மடியின் மீதிருந்த கைப்பையினுள் என்னுடைய கையை நுழைத்தேன், அது என் கைத்துப்பாக்கியைத் தொட்டது. மனித விரல்களுக்கு ஏற்பட்ட அந்த ஸ்பரிச உணர்ச்சி, முன்பு எப்போதும் அத்தகைய நிம்மதியை ஏற்படுத்தியிருக்க முடியாது. ஆழ்ந்த நன்றி உணர்வுடன் அதை நான் வெளியில் எடுத்து அவனுக்கு நேராகக் குறிபார்த்தேன்... க்ஷணநேரத்தில் நான் விசையை அழுத்துவதை அவன் உணர்ந்தான் 'கடவுளே' என்று

> அவன் குரலெழுப்பினான். 'அம்மா, சுடாதீர்கள், சுடாதீர்கள்' என்றான்... அந்த பயங்கர சந்தர்ப்பத்தினால் என் உச்சந்தலையில் முடிகள் குத்திட்டு நிற்பதாக நான் உணர்ந்தேன், ஒரு பெண் அனுபவிக்கும் எந்த கொடுங்கனவைக் காட்டிலும் அது பயங்கரமானதாகத் தோன்றியது...[14]

இருள் சூழ்ந்த காட்டின் வழியே இரவு முழுவதும் அந்த ஓட்டுநர் காரை ஓட்டிச் சென்றபோது, தன்னைக் கற்பழிக்க முயன்ற அவனை நோக்கியே அவள் தன் கைத்துப்பாக்கியை நீட்டிய வண்ணம் இருந்தாள். இவ்வாறு இறுதியில் பயணம் மகிழ்ச்சிகரமான முடிவுக்கு வந்தது. ஒதுக்குப்புறத்தில் இருந்த மரத்தொட்டியை அவர் அடைந்தபோது மரம் வெட்டுகிறவர்கள் அனைவரும் கும்பலாகக் கூடி விட்டனர். ஒரு கையில் பைபிளும் மறுகையில் கைத்துப்பாக்கி யுடனும் வந்த பெண் மதபோதகரை அவர்கள் வியப்புடன் பார்த்தனர். அன்று சமயப் பிரசாரத்தின் இறுதியில் அங்கு கூடியிருந்த கூட்டம், அந்தக் குடியிருப்பின் வரலாற்றிலேயே மிகப் பெரிய கூட்டமாகும். அன்னாவின் மதபோதனை பெரும் வெற்றியளித்தது. ஆனால் அது முழுவதும் அவர் எடுத்துக்கூறிய விஷயங்களுக்காக என்று கூறிவிட முடியாது. அங்குக் கூடியிருந்தவர்களில் ஒருவர் பின்னர் இவ்வாறு கூறினார். 'அவருடைய போதனையைப் பொறுத்தமட்டிலும் அவர் என்ன போதித்தார் என்பது எனக்குத் தெரியும்' - ஆனால் இந்தச் சிறிய அம்மையார் நிச்சயமாகத் தைரியசாலிதான்!

அன்னாவுக்கு ஏற்பட்டதைப் போன்ற அனுபவம் சாம்ராஜ்யத்தில் பொதுவான அனுபவமே. எங்கெல்லாம் ஆண்கள் ஆண்களாக இருந்தார்களோ அங்கெல்லாம் பெண்கள் அதைக் கணக்கில் எடுத்துக் கொள்ள வேண்டியிருந்தது. அதே சமயத்தில் காமவெறி பிடித்த தனிப்பட்ட ஆண் மட்டுமே ஒரே அச்சுறுத்தல் அல்ல. சாம்ராஜ்ய வாழ்க்கை எல்லா இடங்களிலும் அபாயத்தின் விளிம்பில் இருந்தது. பழைய உலகில் பெண்கள் தையல் வேலையையும், வீட்டு நிர்வாகத் தையும் கற்றுக் கொண்டது போல், இப்பொழுது சகலவகைப்பட்ட புதிய தொழில்களை இயற்கையாகவே கற்றுக் கொண்டனர், அவர்கள் நீண்டதூரம், நான்கு கால்களுடன் கூடிய எதன் மீதும் - எருது, கோவேரிக் கழுதை, ஒட்டகம் அல்லது யானை ஆகியவற்றின் மீது பயணம் செய்யவும், வழிகாட்டி, இரவில் திருடனைப் போல் நழுவிவிட்டால் வழி தெரிந்து பிரயாணம் செய்வதற்கும் கற்றுக் கொண்டனர். சகல வகைப்பட்ட நெருக்கடிகளையும் சமாளிப்பதற்குத் தத்துவஞான மார்கரெட் கேரிங்டனைப் போன்று அவர்கள் கற்றுக்

கொண்டனர். அமெரிக்காவின் வடக்கு சமவெளிப் பிரதேசத்தைச் சேர்ந்த அவர், அன்றாடம் அவருக்கு ஏற்பட்ட துன்பங்களைக் கண்டு மனம் துவளவில்லை. 'நடு இரவில் மூன்று அடி உயரம் வரைக்கும் உறைபனி பொழிந்திருந்த நிலையில், கூடாரத்தின் நடுக்கம்பம் முறிந்து போவது, எரிந்து கொண்டிருந்த அடுப்பின் தீப்பொறிபட்டு கூடாரத்தின் கித்தான் தீப்பற்றி எரிந்தது. சிறிது திறந்திருந்த வாயிற் கதவுவழியாக பனித்துளிகள் பறந்து வந்து படுக்கையில் படர்ந்தது. வாளிகளில் தண்ணீர் உறைந்து போனது... சமவெளிப் பிரதேச சூறைக் காற்றுகள்... படுக்கை விரிப்புகளையும், மேஜை விரிப்புகளையும் நாடா நாடாவாகக் கிழித்தது, அல்லது அவற்றைப் புல்வெளியில் பறந்தோடச் செய்தது... போன்றவற்றை எவ்விதக் குறைகூறுதலும் இன்றி அவர்கள் சகித்துக் கொண்டிருந்துள்ளனர்...[15]

துணிகளைத் துவைக்கும் நாட்கள் மார்க்கரெட்டுக்கு மிகவும் சோதனையான நாட்களாக இருந்திருக்கின்றன. ஆனால் மேஜை விரிப்புகளைப் போன்ற சில்லறை நுட்பமான விஷயங்களின் பால் இல்லத்தரசியின் அக்கறை, தவிர்க்க முடியாத 'பெண்களின் பணி' என்ற சுமையுடன் கூடவே, இந்தப் பெண்கள் வழக்கமாக ஆண்கள் செய்யும் வேலைகளையும் கற்றுத் தேர்ச்சி பெற வேண்டியிருந்த யதார்த்தத்தை மறைக்கிறது. 'ஒரு துப்பாக்கியைக் கையாள்வதை நான் மிக நன்றாகத் தெரிந்து கொண்டேன்' என்று கறுப்பு இனப் பெண்ணும், முன்னாள் அடிமையுமான சூஸி கிங் டெய்லர் கூறினாள். 'நான் நேராகச் சுட முடியும், அடிக்கடி இலக்கின் மீது சரியாகச் சுட்டிருக்கிறேன்.' சுடுவதற்கு முன்னால் துப்பாக்கியில் குண்டுகளைப் போட்டு நிரப்பவும், சுட்டபின் மீண்டும் நிரப்பவும், துப்பாக்கியை சுத்தம் செய்யவும், அதைப் பிரித்து மீண்டும் ஒன்றிணைக்கவும் கூட சூஸி தெரிந்து கொண்டிருந்தார். உள்நாட்டுப் போரின்போது நான்காண்டுகள் ஒரு யூனியனிஸ்டு படையில் சேவை செய்த போது துப்பாக்கிகளை நன்கு கையாள்வதற்கு அவள் தேர்ச்சி பெற்றாள். 'ஒரு டாலர் கூட ஊதியம் பெறாமல்... படையுடன் செல்வதற்கு அனுமதிக்கப்பட்டதற்காக அவள் மிகவும் மகிழ்ச்சியடைந்தாள்[16]. செவிலியர் பணியும் போர் புரிவதும் ஆகிய இரண்டு வேலைகளும் சூஸியின் கடமைகளில் அடங்கியிருந்தன, இவ்வாறு ராணுவம், செலவில்லாமல் இருவிதங்களில் பயனை அடைந்து வந்தது.

அடிக்கடி இந்தப் பெண்களின் தகுதியும் திறமையும் சுற்றியுள்ள ஆண்களைக் கடுமையாக அசரவைத்தன. ஆனி பிளாஞ்சி சொகால்ஸ்கி, விதவையான பின் ராணுவத்தில் சேர்ந்தார். அன்றாட

வாழ்க்கையில் துணிச்சல் மிக்கவர், குறி தவறாமல் சுடுபவர், சாமர்த்தியமாக குதிரை சவாரி செய்வார். தான் கொன்ற ஓநாய்களின் தோலையே அவள் எப்பொழுதும் ஆடையாக அணிந்து கொள்வாள். எங்கும் தனது பதின்மூன்று நாய்கள் புடைசூழச் செல்வாள். 'அமெரிக்கக் கொடியிலுள்ள பட்டைகளின் எண்ணிக்கைக்கு' இணையாக நாய்களை வைத்திருந்தார். ஓநாய்களின் - வால்களை அணிந்த இந்தப் பெண் படைவீரர்களின் தலைமையில் ஜெனரல் ஷெர்மன்ன நோக்கிய வண்ணம் அணிவகுத்துச் சென்றதைக் கண்டு வியப்படைந்த தளபதியினால் உடனே புரிந்து கொள்வது சிரமமாக இருந்தது. 'இது என்ன பிசாசைப் போன்ற ஒரு ஜீவன்? காட்டுப் பெண்ணா, சியோக்ஸா (வடஅமெரிக்க செவ்விந்திய பழங்குடிமரபுக் குழுவைச் சேர்ந்தவர்) அல்லது வேறு யார்?[17]' என்று கேட்டார்.

சாம்ராஜ்யத்தின் சுதந்திரத்தையும் அதோடு கூடவே உயர் தகுதியையும், சமூக அந்தஸ்தையும் பெற்ற அதிர்ஷ்டம் வாய்ந்த பெண்களுக்கு உண்மையிலேயே உயர்வான சன்மானங்களும் கிடைத்தன. உச்சநிலையில் ஏகாதிபத்திய வாழ்க்கையானது கிப்ளிங் கூறியது போன்று 'ஒரு கனவின் நிழலில்' வாழ்ந்த வாழ்க்கையானது ஒரு மதிமயக்கமுற்ற வாழ்வாகும். ஒரு மகாராஜாவின் அரண்மனைக்கு ஒரு விஜயத்தின் போது தான் தங்கியிருந்த விருந்தினர் ஜாகையைப் பற்றி இந்திய வைஸ்ராயின் மனைவி இவ்வாறு கூறுகிறார்:

> ...எங்கு பார்த்தாலும் வெளிரிய நீலப் பட்டு திரைச் சீலைகள், வனப்புமிக்க ஒப்பனைகள், குளியல் அறைகளில் ரூடீ பெய்க்ஸிலிருந்து வரவழைக்கப்பட்ட குளியல் உப்புக்களும் நறுமணப் பொருள்களும் காணப்படுகின்றன. அடுத்தநாள் நாங்கள் கோட்டைக்குச் சென்றோம். அங்கு சிவப்பு வெல்வெட் மற்றும் தங்கத்தாலான நாற்காலிகள் அணி செய்தன... முற்றத்தை நீங்கள் பார்க்க வேண்டுமே, வழவழப்பான வெண்ணிற சலவைக் கற்களால் பாவப்பட்டுள்ளன...[18]

இவையெல்லாம் பகல் நேரக் களியாட்டங்களேயாகும். இரவில் 'நிலா வெளிச்சக் களியாட்டங்கள்' நடந்தன. 500 அல்லது 1000 பேர்கள் கொண்ட கோஷ்டிகள், விதவிதமான பகட்டு ஆடைகளில் வெள்ளை நிற மெழுகு பூசப்பட்ட கம்பளங்களின் மீது இரவு முழுக்க நடனமாடிக் கொண்டே இருப்பார்கள். அவர்களைச் சுற்றிலும், வெள்ளை நீலக் கருஞ்சிவப்பு நிறங்களை உடைய உருள் பூங்கொத்துக்களைக் கொண்ட குறுஞ்செடிவகைகள் இருந்தன. அவற்றுக்கு மேலே மரங்களில் சிவப்பு, வெள்ளை, மற்றும் நீலநிற விளக்குத் தோரணங்கள் ஒளியைச்

சிந்தின. இந்தியாவுக்கு அடிக்கடி வந்து போய்ப் பழக்கமான முதியவர்களும் கூட இதுபோன்ற காலங்களில் மீண்டும் இந்தியாவின் மாயக் கவர்ச்சியினால் கட்டுண்டார்கள். ‘ஒரு முழுநிலா, தோட்டம் முழுவதும், சுவர்கள் போல் அமைந்திருந்த டோரதி பெர்கின்ஸ் பூச் செடிகளில் மலர்கள் பூத்துக் குலுங்கிக் கொண்டிருந்தன’ - மாயா உலகம் என்று வைஸ்ராயின் மனைவி ஆழ்ந்த மனத்திருப்தியுடன் கூறினாள். உயர் - குடியில் பிறந்தவர்களோ அல்லது தாழ்ந்தவர்களோ யாவற்றுக்கும் மேலாக, இந்தியா அவர்களை அழைத்தது. ‘நான் எவ்வளவு மகிழ்ச்சியுடனிருக்கிறேன். இங்குள்ள உவகைமிக்க மரபற்ற வாழ்க்கையை நான் எவ்வளவு முழுமையாக அனுபவித்து மகிழ்ச்சியடைகிறேன் என்பதை என்னால் ஒரு போதும் சொற்களால் வெளிப்படுத்த முடியாது’ என்று ஓர் இளம் கீழ்நிலைப் பணியாளரின் தாயார், முதல் முதலாக இந்தியாவுக்கு விஜயம் செய்தபோது இவ்வாறு எழுதி வைத்தார். ‘மேலும் மக்கள் எவ்வளவு அழகாக இருக்கிறார்கள், கண் கவரும் வனப்புமிக்க சேலைகள், அணிகலன்கள், மிகவும் எழில் கொஞ்சும் முகங்கள்...’[19]

ஆயினும் பொதுவாக சாம்ராஜ்யத்தைச் சேர்ந்த பெண்களுக்கு வாழ்க்கை உல்லாசக் களியாட்டமாக இருக்கவில்லை. அதனுடைய மறைந்துவிட்ட புகழ்பற்றிய பழைய நினைவுகள், பெண்கள் அடிக்கடி எதிர்ப்பட்ட திடுக்கிடச் செய்யும் சோதனைகளின் எதார்த்தத்தை மறுக்கிறது. மதப் பிரசாரகர் மனைவி மேரி எட்வார்ட்ஸுக்கு, டாக்டர் லிவிங்ஸ்டன் பல மாதங்கள் வேண்டா விருந்தாளியாக அவர்களின் குடும்பத்தில் தங்கியிருந்தபோது, வாழ்க்கை எளிதாக இருக்கவில்லை. ஆனால் ஒரு சிங்கம் அவரைத் தாக்கும்படியாக அவர் அதை, முன்பின் பாராமல் ஆத்திரமூட்டிய போதும் சீழ்பிடித்து, புழுக்கள் நெளியும் அவருடைய புண்ணுக்கு சிகிச்சை செய்ய வேண்டியிருந்தபோதும், வெடுவெடுப்பான, ஆணவம் பிடித்த, தேவதூதராகத் தன்னைக் கருதிக் கொண்ட லிவிங்ஸ்டனைப் பராமரிக்க நேர்ந்தபோதும் திருமதி. எட்வர்ட்ஸின் பொறுமை எல்லை மீறியது[20]. அந்த டாக்டர் கடைசியாகக் குணமடைந்தார், தங்களுடைய அருமையாக நேசிக்கப்பட்டவர்களைப் பராமரிக்க நேர்ந்தது. ஆனால் அவர்களை இழக்க நேர்ந்தபோது சர்தாமஸ் மெட்காஃபின் மனைவியைப் போன்று மிகவும் அடக்கவொண்ணாத துயரம் எட்வர்ட்ஸ் தம்பதிகளுக்கு ஏற்பட்டது. டில்லியில் பிரிட்டிஷ் ரெஸிடெண்டாக (பிரதிநிதியாக) இருந்த இவருக்கு அதனுடைய மன்னரின் பட்டப் பெயரையும் தனி உரிமையையும் முடித்துவைக்கும் ஓர் அரசு முடிவின் கருவியாக இருக்கும் துரதிருஷ்டம் ஏற்பட்டது. அரசி ஒரு பண்டைய முகலாயப்

பழிவாங்கலை அமலுக்குக் கொண்டு வந்து அவருக்கு விஷமிட்டுக் கொன்று விட்டாள். அவ்வளவு புகழ் பெறாத பல உயிர்களையும் சாம்ராஜ்யம் காவு கொண்டது. அவர்களில் ஒருவர் பதினேழு வயதுடைய ஜீனிகோல்டி, இந்திய பிரிட்டிஷ் அரசாங்கத்தின் உத்யோகத்திலிருந்த ஒருவரை அவள் திருமணம் செய்து கொண்டாள். ஒரு குழந்தையைப் பெற்றாள். அது இறந்துவிட்டது. ஒரு பேறுகால நோய்த்தொற்றினால் அவளும் இறந்துவிட்டாள். எல்லாம் பதினெட்டு மாதங்களுக்குள் முடிந்துவிட்டது. மனம் உடைந்துபோன அவளுடைய கணவன் 'நான் ஒரு கொலைகாரனைப் போன்ற உணர்வை அடைந்தேன்'[21] என்று கூறினார்.

இந்தத் தனிப்பட்ட சோக நிகழ்ச்சிகள், ஆயிரக்கணக்கான சம்பவங்களின் மாதிரியேயாகும். உண்மையில், அமெரிக்காவில் முதலாவது ஏகாதிபத்தியக் குடியேற்றங்கள் தொடங்கிய காலத்திலிருந்து இவை ஆரம்பமாயின - அப்பொழுது வெளியிலிருந்து விரோதியின் தாக்குதல்களின் பயங்கரத்தின் கோரமான புயல்கள் முழுக் காலனி களையும் துடைத்தெறிந்தன. இறந்து போனவர்களின் எண்ணிக் கையை யாரும் அறியாமலிருக்கச் செய்வதற்காக அவர்களைப் புதைத்திருந்த இடங்களில் தானிய விதைகளை விதைத்தனர், சாம்ராஜ்யத்தின் வீர சாகஸத்தில் இழப்பினால் ஏற்பட்ட தொடர்ந்த புலம்பல், தோல்வி, மரணம் ஆகியவையும் அடங்கியிருந்தன. அடிக்கடி இது ஒரு மிகவும் வேதனைதரத்தக்க வகைப்பட்டதாய் இருந்தது. பெஷாவரிலிருந்த ஒரு கிறிஸ்துவ மருத்துவமனையின் செவிலியர் தலைவியின் கணவர் - அங்கு டாக்டராயிருந்தவர் - ஒரு நபரின் மகளைக் குணப்படுத்தத் தவறியதால், அந்த நபரால் சுட்டுக் கொல்லப்பட்டார். இதனால் மனந்தளராத திருமதி. ஸ்டார், அவர் கொல்லப்பட்ட மருத்துவமனைக்கே திரும்பிவந்து, அவருடைய கணவன் கொல்லப்பட்டதற்குக் காரணமான மக்களுக்கு சேவை செய்வதிலேயே தன் வாழ்க்கையை ஈடுபடுத்தினார். பின்னர் அவள் மிக மிகத் துணிச்சலான ஒரு செயலைப் புரிந்தாள். தனது கணவனைக் கொன்றவரின் பழங்குடிமரபைச் சார்ந்த பழங்குடியினர் ஒரு பிரிட்டிஷ் ராணுவ அதிகாரியின் மனைவியைக் கொன்று அவருடைய மகளையும் கடத்தினார். திருமதி. ஸ்டார், புஷ்டு மொழியில் சரளமாகப் பேசக்கூடியவர். அந்தப் பெண்ணின் உயிரைக் காப்பதற்காக விரோதியின் பிரதேசத்தில் தனியாகப் பிரவேசிக்கத் துணிவு கொண்டாள். அந்தப் பிணையாள் பெண்ணை, அவளுக்கு எந்தவிதப் பாதிப்புமின்றி, பதிலுக்கு எத்தகைய சலுகையும் அளிக்காமல், திரும்ப மீட்டுக் கொண்டு வருவதில் வெற்றியடைந்தாள்.

ஆனால், பல பெண்களுக்கு வாழ்க்கை மகிழ்ச்சிகரமாக முடிய வில்லை. சிலர் கடைசியில் ரத்த வெள்ளத்தில் ஆழ்ந்து போயினர், திருமதி பெரஸ்ஃபோர்டைப் போன்று மரணமடையும் வரை போராடினார்... 1857இல் நடைபெற்ற இந்தியக் கலகத்தின் போது (முதலாவது இந்திய விடுதலைப் போராட்டத்தின் போது - மொ-ர்) நடைபெற்ற பயங்கரப் படுகொலைகளில் இரையான வீராங்கனைகளில் ஒருவர் மட்டுமேயாவார் இவர். டில்லி வங்கி தாக்கப்பட்டபோது இவருடைய கணவர் இதில் மேலாளராக இருந்தார். தான் அருமையாக நேசித்த அனைவருக்கும் ஆதரவாக அவர் சிறிதும் தளராமல் நின்றதை நேரில் கண்ட ஒருவர் இவ்வாறு கூறினார்.

திரு. பெரஸ்ஃபோர்டு... அவருடைய மனைவியுடனும் குடும்பத்துடனும் ஒரு கட்டிடத்தின் கூரையின்மீது அடைக்கலம் புகுந்தார். அங்கு அவர்கள் சிறிதுநேரம் நின்றனர். அவர் தனது கையில் ஒரு வாளுடன் நின்றார். அவருடைய துணிவுமிக்க மனைவி ஓர் ஈட்டியை ஏந்தியிருந்தார். இவ்வாறு வீராவேசத் துடன் அவர்கள் மாடிப்படியின் ஒடுக்கமான வழியைத் தற்காத்து, உறுதியான எதிர்ப்பைக் கொடுத்தனர்... ஒரு நபர் அப்பெண்ணின் ஈட்டிக்கு இரையாகி வீழ்ந்தான்...[22]

ஆனால் இவ்வாறு தற்காத்து நின்றவர்களின் எண்ணிக்கையை விட விரோதிகளின் எண்ணிக்கை மிகவும் அதிகமாயிருந்தது. 'தொடர்ந்து எதிர்ப்பது மரணத்தின் வேதனையை நீடிப்பதாக இருந்தது'. அவர்களை வீழ்த்தி, கலகக்காரர்கள் துண்டுதுண்டாக வெட்டினர். திருமதி பெரஸ்ஃபோர்டு மிகச் சிறந்த வீரத்தின் மற்றோர் உதாரணமாகத் திகழ்ந்தாள். காதல் ஒரு போதும் தடுமாறுவதில்லை. காதல் அதற்குரிய விலையைச் செலுத்துகிறது, காதல் உறுதி தளராத உச்சகட்ட தியாகத்தைப் புரிகிறது.[23]

சண்டையின் உச்சகட்டத்தில் விரோதியின் கைகளில் கடைசி தியாகத்தைப் புரிவது ஆண்கள் விஷயத்தில் மிக அதிகமாகப் பொது வாக ஏற்படும் நிகழ்ச்சியே. ஆனால் போர் அரங்கில் படைவீரர்கள் எதிர்நோக்கும் அபாயங்கள், சாம்ராஜ்ய மனைவிக்கு ஏற்படும் வழக்கமான இருகண்களைக் காட்டிலும் ஒருபோதும் அதிகமானவை யல்ல - அனேகமாக எந்த சூழ்நிலையிலும் குழந்தை பிரசவமாவது தவிர்க்க முடியாததாகும். பெரஸ்ஃபோர்டு தம்பதிகள் தங்களுடைய உயிர்களைக் காப்பாற்றிக் கொள்வதாகப் போராடிக் கொண்டிருந்த போதும், ஓர் அதிகாரியின் மனைவி, ஹாரியேட் டைட்லர், அவரைக் காப்பாற்றுவதற்காக டில்லியை விட்டு வெளியில் எடுத்துச் சென்று

கொண்டிருந்த ஒரு ஆயுதசாதன வண்டியின் பின்புறத்தில், யாருடைய உதவியும் இன்றி, தன்னந்தனியாகப் பிரசவித்துக் கொண்டிருந்தாள். இதற்கு மாறான முறையில் மேரிலிவிங்ஸ்டன், பரபரப்பான டேவிட்டினால் ஆப்பிரிக்க முழுவதிலும் இழுத்துச் செல்லப்பட்ட நிலைமையில், 'ஒரு வயலில் பிரசவிக்கும்' பேறு பெற்றாள். ஆயினும் அவருடைய தாயார் அவ்வாறு அதைப் பார்க்கவில்லை. ஆவேசமாக, ஆனால் பயனற்ற முறையில், அவர் லிவிங்ஸ்டனிடம் கடிந்து கொண்டது இதைத் தெளிவாக்குகிறது.

> ஓர் அழகான குழந்தையை நீங்கள் இழந்ததும், மற்றவைகளைக் காப்பாற்ற முடியாமல் போனதும் போதாதா?... கர்ப்பந்தரித்திருந்த பெண்ணையும் மூன்று சிறிய குழந்தைகளையும் அலைய வைத்தீர்... ஆப்பிரிக்காவின் காடுகளில், காட்டுமிராண்டித்தனமான ஆண்கள் மற்றும் மிருகங்களிடையில்! மதபோதனை நடவடிக்கைகளைத் தொடங்குவதற்காக நீங்கள் ஓர் இடத்தைத் தேடிக் கண்டுபிடித்து அங்கு செல்வதற்கு நீங்கள் விரும்பியிருந்தால் நிலைமை வேறுவிதமாக இருந்திருக்கும். அது சந்திரமண்டலத்திலுள்ள மலைகளாயிருந்தாலும் கூட நான் ஒரு வார்த்தை கூறியிருக்க மாட்டேன். ஆனால் ஓர் ஆய்வுப் பயணக் குழுவுடன் செல்வது, கேலிக்கூத்தாக இருக்கிறது...[24]

கேலிக்கூத்தோ, இல்லையோ, அது நடந்தது. ஜௌகா நதிக் கரையில், ஒரு மறைவிடம் கூட இல்லாமல், முட்கள் நிறைந்த ஒரு மரத்தின் அருகில் மேரி பிரசவித்தாள். 'ஒரு போதும் இதைக் காட்டிலும் அநாயாசமான அல்லது மேம்பட்ட சமயம் வாய்த்ததில்லை' என்று ஐந்தாவது முறையாகத் தந்தையான அனுபவத்தைப் பற்றி லிவிங்ஸ்டன் கூறினார்.

குறைந்தபட்சம் எதை எதிர்பார்ப்பது என்பதை மேரிலிவிங்ஸ்டன் அறிந்திருந்தாள். ஆனால் பெண்கள் மிகவும் சிறுவயதிலேயே திருமணம் செய்விக்கப்பட்டு, சாம்ராஜ்யத்தின் எல்லை நிலைகளுக்குக் கப்பலில் ஏற்றி அனுப்பப்படும் பொழுது, திருமண வாழ்க்கையின் புதிர்களைப் பற்றி அவர்களுக்கு வழிகாட்டுவதற்குத் தாயாரோ அல்லது பெண் உறவினரோ யாரும் இல்லாத நிலையில், அவர்களது வாழ்க்கை எவ்வளவு கடினமாக இருக்கும் என்பதைக் கற்பனை செய்து பார்க்கக்கூட முடியாது. எமிலி பெய்லேய் என்ற ஓர் இளம் மணமகள், மார்ச் மாதத்தில் டில்லியில் திருமணம் செய்து கொண்டவள் சிம்லாவிற்குத் தனது நீண்ட தேன் நிலவுப் பயணத்தை இன்னும் பூர்த்தி செய்யாத நிலையில், அக்டோபர் மாதத்தில் 'மிகவும்

நோய்வாய்ப்பட்ட' நிலையில், இங்கிலாந்துக்குத் திரும்பிச் செல்லுமாறு டாக்டர் ஆணையிட்டார். அவளுடைய சாமான்கள் யாவும் பெட்டிகளில் அடைக்கப்பட்டு முன்பாகவே அனுப்பப்பட்டுவிட்டன. அவள் கப்பலில் புறப்படுவதற்கு முந்தின நாள் இரவில் 'எங்களுடைய முதலாவது குழந்தை பிறந்தது எங்களை திடுக்கிடச் செய்தது.'[25] என்று அவள் நினைவு கூர்ந்தாள். இந்தத் தாய், சேயுடன் கூட, டாக்டர் விரைவில் மற்றொரு நோயாளியையும் சேர்த்தார். குழந்தை பிறந்துள்ள நிகழ்ச்சியைக் கேட்டதும் புதிய தந்தை மயக்கமுற்று கீழே சாய்ந்தார். அவர் மயக்கம் தெளிந்து, எதிர்பாராமல் வந்துள்ள புதிய வரவுக்குத் துணிமணிகள் வாங்குவதற்கு வெளியில் விரைந்தார். அவர் வெற்றிமுகத்துடன், நுட்பமாகப் பூத்தையல் போடப்பட்ட பிரெஞ்சு கேம்பிரிக் மேலாடையையும் இளஞ்சிவப்பு நிறத்தில் ஒரு நேர்த்தியான ஆடையையும் வாங்கிக் கொண்டு திரும்பினார். புதிதாய்ப் பிறந்த சிசுவுக்குப் பொருத்தமான ஆடைகளல்ல இவை. ஆனால் உடலுறவின் விளைவாகக் குழந்தை பிறக்கும் என்பதையும், தன் மனைவி கர்ப்பத்தின் முன்னேறிய கட்டத்தில் இருக்கிறாள் என்பதையும் அறியாத ஒரு மனிதன் சிசுக்களுக்கு உடலைப் போர்த்தும் சிறிய சட்டைகள்தான் தேவை என்பதை உணர்வான் என்று எதிர்பார்க்கமுடியாது என்பது தெளிவு.'

ஆனால் அனுபவம் பெற்றிருந்தாலும் ஒரு சாம்ராஜ்ய மனைவியின் வாழ்க்கை எளிதானதல்ல. அதனுடைய மிகவும் துயரளிக்கும் விஷயங்களில் ஒன்று என்னவெனில், குடிசைகளிலும், நெடுஞ்சாலைகளிலும், பீரங்கி வண்டிகளின் கீழும் கஷ்டங்களைச் சமாளித்து அவர்கள் பெற்றெடுத்த குழந்தைகளிலிருந்து நிர்ப்பந்தமாகத் தனிமைப் படுத்தப்பட்டு வாழ்வதும், அதுவும் முன்பின் அறிமுகமில்லாத, கடல் கடந்து போய் வாழ்வதுமாகும். ஒரு வெப்பமான சீதோஷ்ண நிலையில் குழந்தைகளை வளர்க்கமுடியாது. வளர்க்கக்கூடாது என்பது பிரிட்டிஷ் சாம்ராஜ்யம் முழுவதிலுமிருந்த ஒரு புனிதமான ஆணையாகும். ஆயினும் ஒரு மனைவியின் கடமை எப்பொழுதும் தனது கணவனின் அருகிலேயே இருக்க வேண்டுமென்பதாகும். இதன் விளைவாக, ஆண்டுக்குப்பின், ஆண்டாக கண்ணீர் விட்டழும் தாய்மார்கள் தமது குழந்தைகளைப் பெரிய வர்த்தகத் துறைமுகங்களுக்குத் தங்களுடன் கூடவே எடுத்துச் சென்றனர்... அவர்களை நண்பர்கள் அல்லது செவிலியர்கள் வசம் ஒப்படைத்து, அவர்களை "வீட்டுக்கு" எடுத்துச்செல்ல வைத்து, உறவினர்களால் வளர்க்கச் செய்ய வைத்தனர். பல சந்தர்ப்பங்களில் அந்நியர்களால் (அவர்களில் ரட்யார்டு கிப்ளிங்கும் அவரது சகோதரி டிரிக்ஸூம் அடங்குவர்)

அவர்கள் வளர்க்கப்பட நேர்ந்தது என்று ஆங்கிலோ-இந்திய நாவலாசிரியர் எம்.எம்.கேய், நினைவு கூர்கிறார். வீட்டு எஜமானி, அட்டைக் கடிகளைப் பற்றி முன்பு அவ்வளவு அசட்டையாயிருந்தவர். குழந்தைகள் தன்னுடன் இல்லாமலிருப்பது குறித்து இவ்வாறு புலம்பினாள். 'என்னுடைய பிரிந்துபோன குடும்பத்திற்கு இடையில் தொங்கவிடப்பட்ட மஹோமெட்டின் சவப்பெட்டியைப் போல் நான் உணர்ந்தேன்.' ஆனால் அவர்கள் ஒருவகையில் தங்கள் குழந்தைகளை இழக்காவிடில், மற்றொரு வகையில் அவர்களை இழந்தார்கள். இந்தியாவில் இறந்த குழந்தைகளின் கல்லறைகள் எங்கும் காணப்பட்டன. ஒவ்வொரு தாயும் அவள் பெற்ற ஒவ்வொரு ஐந்து குழந்தைகளிலும் குறைந்தபட்சம் மூன்று வரை அவள் இழப்பாள் என்று எதிர்பார்க்கப்பட்டது.[26]

திருமணமான பெண்களின் மீது இத்தகைய உடல்ரீதியான மற்றும் உணர்ச்சிவயப்படும் சுமைகள் இருந்த நிலையில் சாம்ராஜ்யத்தின் வாய்ப்பைப் பயன்படுத்திக் கொள்ளும் தயார்நிலையில் இருந்தவர்கள் வழக்கமாகத் திருமணமாகாமல் ஒற்றையாக இருந்த பெண்களே என்பதில் வியப்பேதுமில்லை. பெண்களின் கட்டுப்படுத்தப்பட்ட வாழ்க்கைகளைக் கொண்ட முந்திய வரலாற்றில் அனேகமாக முன்னென்றும் இல்லாதவாறு வாய்ப்புகள், ஏற்ற சூழ்நிலை மற்றும் சாத்தியப்பாடுகள் இருந்தன. தொழிற்சாலையில் வேலை செய்து கொண்டிருந்த பெண் மேரிஸ்லெஸ்ஸருக்கு ஆப்பிரிக்காவுக்கு ஒரு மதபோதகராகச் செல்வதற்கான ஆவலை நிறைவேற்றிக் கொள்வதற்குப் பணத்தைச் சேமித்து வைப்பதற்கும் படிப்பதற்குமாகப் பத்தாண்டுகளும் அதற்கு மேலும் தேவைப்பட்டது. ஆனால் அங்கு அவள் வந்து சேர்ந்தபோது நரபலி, இரட்டைக்கொலை போன்ற கொடுமைகளை மிகவும் உறுதியுடனும், வெற்றிகரமாகவும் தடுத்து நிறுத்தியதைக் கண்டு, அரசு அவளை ஒரு மாஜிஸ்ட்ரேட்டாக நியமித்தது. அவள் திருமணமாகாத ஒற்றை - நபராக இருந்தபோதிலும் பன்னிரண்டு ஜோடி இரட்டைக் குழந்தைகளுக்குத் தாயுமானவள்-நரபலியினின்றும் அவர்களை அவள் காப்பாற்றியிருந்தாள். ஸ்காட்லாந்துக்குத் திரும்பிச் சென்றிருந்தால் அவள் ஆலையில் நெசவுத் தறியில்தான் இன்னும் வேலை செய்து கொண்டிருந்திருப்பாள்.

நீண்ட வரிசையான பெண் யாத்திரீகர்கள் மற்றும் புதிய இடங்களைத் தேடிச் செல்பவர்களின் ஓர் உண்மையான புதல்வியாக மேரி ஸ்லெஸ்ஸர் விளங்கினார். தனிச் சிறப்புக்குரிய ஜேன் திக்பி. தன்னுடைய நாற்பத்தியாறாவது வயதில் ஒரு சிரியன்ஷேய்க்கை

அடிமைப்படுத்தி, அவருடைய குலத்தின் ராணியானாள். ஆள் பிளண்ட், அராபிய தீபகற்பத்தில் நுழைந்த முதலாவது பெண்மணி யாவார். இந்த வரிசையில் மேரி ஸ்லெஸ்ஸரும் புகழ்பெற்றார். சில அதிருஷ்டசாலிகளான பெண்களுக்கு, வீட்டில் தமது வாழ்க்கையின் கடுவேதனை தருகின்ற சலிப்பினின்றும் தப்பிக்கும் வாய்ப்பை வெளிநாட்டுப் பயணம் எந்த அளவுக்கு அளிக்கிறது என்பதை, மிகைப்படுத்திக் கூறுவது அசாத்தியம். இஸபெல்லா பேர்டு மிகவும் 'மென்மையானவள்'. 'லண்டனில் மிகவும் அமைதியான வாழ்க்கை' அவளுக்கு 'நரம்புத் தளர்ச்சியை' ஏற்படுத்திவிட்டது. வேறு எங்காவது அவள் ஒரு நாளில் 30 மைல் குதிரை சவாரி செய்வாள். பனிப்புயலிலும் கடினமான தரையில் படுத்துறங்குவாள். கொடிய வட அமெரிக்கப் பெருங்கரடிகளையும், கூச்சலிடும் சீனக் கும்பலையும் சமாளித்து நிற்பாள்.

துணிவுப் பயணம் மேற்கொள்ளும் பெண்களும் விக்டோரியா காலத்துப் பாலியல் கொடுமைகளினின்றும் தப்பித்துக் கொள்ள முடியும். பேராற்றல் வாய்ந்த பேர்டு, ஆஸ்திரேலியா, பசிபிக், சீனா, ஈராக், திபேத் ஆகியவற்றின் ஆண்களைப் புலனாய்வு செய்தபின், இப்பொழுது பிரிட்டிஷ் புவியியல் கழகத்தின் முதலாவது பெண் ஆட்சி உறுப்பினரான பின், மேற்கு அமெரிக்காவில், 'ராக்கி மலை ஜிம்' என்னும் ஓர் 'அருமைத் துணிச்சல்காரனிடம் தன் மனதைப் பறிகொடுத்துவிட்டாள். புகழ்மிக்க பூச்சியியல் நிபுணர் மார்கரெட் ஃபவுண்டேய்ன், தனது பயணங்களில் சுறுசுறுப்பாக, வண்ணத்துப் பூச்சிகளை மட்டும் சேகரிக்கவில்லை. அதற்கும் மேலாக, சிரியாவில் அழகிய பல்வரிசையுடைய ஓர் இளம் மொழிபெயர்ப்புத் துணைவரை அவள் திகைக்க வைத்து, இந்த அழகிய இளைஞனைத் தனது பொதுவான சட்டப்படிக் கணவனாக்கிக் கொண்டாள். லூய்ஸா ஜெப் பேச்சுத் துணைக்காக மற்றொரு பெண்ணையும் உடன் அழைத்துக் கொண்டு துருக்கி, ஈராக், நாடுகள் முழுமையும் சுற்றுப் பயணம் செய்தாள். கூச்சலிடும் இஸ்லாமிய மதவெறியர்களின் கைகளில் அகப்பட்டு மயிரிழையில் உயிர் தப்பினாள். 'ஒரு சமயம், வரவேற்பு அறைகளில் பின்னல் வேலையில் நான் ஈடுபட்டிருந்தேன்!' என்று அவள் நினைவு கூர்ந்தாள். இவ்வாறு கூறுவதற்கு லூய்ஸா தயங்கவில்லை.

ஒரு முரட்டுத்தனமான கலக உணர்ச்சி என்னை ஆட்கொண்டது. அந்தக் கும்பலினுள் நான் பாய்ந்து சென்றேன். 'என்னைப் பைத்திய மாக்குங்கள்' என்று நான் கூக்குரலிட்டேன். 'நான் பைத்தியமாகவும் விரும்புகிறேன்'. அந்த நபர்கள் என்னைப் பற்றிக் கொண்டார்கள்.

நாங்கள் சென்று கொண்டேயிருந்தோம். அந்த ஆண்கள் கால்களைப் பலமாகத் தரையில் தட்டிக் கொண்டும், குதித்துக் கொண்டும் சென்றனர். விரைவில் நானும் ஒரு காட்டுமிராண்டி ஆனேன், முழு நிலவின் கீழ் ஒரு புகழ்மிக்க சுதந்திரமான காட்டுமிராண்டி.[27]

செல்வம் திரட்டுவதற்காக வெளிநாட்டுப் பிரயாணம் மேற்கொண்ட பெண்களும் இதுபோன்றே துணிச்சல் மிக்கவர்களாக இருந்தனர். ஜமைக்காவைச் சேர்ந்த வணிகப் பெண், பயணி, தங்கத்தைத் தேடிக் கண்டுபிடிப்பவர். எழுத்தாளர் மற்றும் டாக்டரான மேரிஸீகோல் இத்தகைய ஒரு பெண்மணியே. அடிமை கால்வழிவந்த, மேற்கிந்தியத் தீவுகள் அல்லது மோரிஸ் தீவுகளில் குடியேறிய நீக்ரோவர் இனத்தைச் சேர்ந்தவர். ஸ்காட்லாந்து இனத்தில் கலப்புத் திருமணம் செய்தவர். கிங்ஸ்டனில் நல்ல வியாபாரத்தைக் கைவிட்டு, பிரிட்டிஷ் ராணுவத்துடன் கிரீமியாவுக்குச் சென்றார். அங்கு படை வீரர்களுக்கு வேண்டிய பொருள்களைத் திரட்டித் தருவதில் பற்றுறுதியுடன் பணியாற்றியதன் மூலம் புகழ் பெற்றார். ஒரு கைம்பெண் என்ற முறையில் திருமதி சீகோல், இதுதான் தமது விருப்பமான தொழில் என்றும், தம் விருப்பத்திற்கு மாறாகத் தம் மீது திணிக்கப்படும் எதையும் தான் விரும்பவில்லை என்றும் அவர் வலியுறுத்தினார். ‘என்னுடைய சொந்தத் திறமையில் தன்னம்பிக்கையுடன் இதை நான் செய்கிறேன். நான் பாதுகாப்பற்ற ஓர் ஒற்றைப் பெண்ணாக இருக்கும் காரணத்தினால், தேவையின் காரணமாக அல்ல.’[28] சீகோலைப் போன்றே மேரிரீபேயும் தன்னுடைய சொந்த சக்தியில் தன்னம்பிக்கை யுடன் இருப்பதற்கு எல்லா முகாந்திரமும் உண்டு. 1790ல் ஆஸ்திரேலியாவுக்குக் கப்பலில் ஏற்றி அனுப்பப்பட்ட இவர் தனது பதிமூன்றாவது வயதில் ஒரு குதிரையைத் திருடியதற்காக நாடு கடத்தப்பட்ட இந்த மேரி, சிறிது காலத்தில் ஓர் ஓட்டல் அதிபரானார், தானிய வர்த்தகர். இறக்குமதி யாளர், கப்பல் அதிபர், மற்றும் சொத்துக்களைப் பெருக்குபவரானார். அந்தத் தீவின் வரலாற்றிலேயே (ஆஸ்திரேலியாவின்) மிகவும் வெற்றிகரமான வர்த்தகப் பெண் ஆனார்.

ஆயினும் சாம்ராஜ்யத்தின் பெரும்பாலான வர்த்தகப் பெண்கள் ஒரு கூடுதல் கைவசமுள்ள சரக்கில்-அதாவது சதை வியாபாரத்தில் இறங்கினர். இவர்களில் முரட்டுத்தனமான மேலை நாட்டின், விபசாரத் தொழிலில் இறங்கிய இவர்களின் மெய்யான வாழ்க்கைக் கதைகளுக்கு மெருகூட்டவேண்டிய அவசியமில்லாவிட்டாலும் அவர்களின் வரலாறு புராணக் கதைகளாகிவிட்டன. ‘ஷட்டி, லிட்டில் இவா மற்றும் அந்த வரிசையில் வந்த பெண்களுக்கு அர்ப்பணிக்கப் பட்ட கலிபோர்னியாவில் ஜோஹன்னஸ்பர்க்கிலுள்ள பயனற்றுப்

போன ஒரு வெள்ளிச் சுரங்கத்திற்கு வழங்கப்பட்ட ஒரு சிறிய பாராட்டு வருத்தத்துடன் இவ்வாறு கூறுகிறது. 'ஆண்கள் வெள்ளிக்காகத் தோண்டியபோது அவர்கள் தங்கத்திற்காகத் தோண்டினார்கள்.'[29] ஓர் அதிர்ச்சியுற்ற யாத்திரீகர் 'சுமார் எழுபத்தைந்து' நடன-அரங்கப் பெண்கள் தன்னைச் சூழ்ந்து கொண்ட அனுபவத்தை இவ்வாறு வர்ணித்தார்:

> அவர்கள் அனைவரும் வர்ஜின் சீக்காக்கோவில், பண்ட்டி, ஒரிகான்மேர், உட்டாஃபில்லி, பஞ்ச்கிராஸ், பிளாக்பேர், அவளுடைய சகோதரி 'பேர்' மற்றொருவர் விக்கிள்ஸ் போன்ற செல்லப் பெயர்களை வைத்துக் கொண்டிருந்தனர். நீங்கள் உங்கள் பணத்தைக் கொடுத்து உங்களுக்கு விருப்பமானவளை தேர்ந்தெடுத்துக் கொள்ளலாம். நீங்கள் உஷாராயில்லாவிட்டால், அவர்களாகவே உங்கள் பணத்தை எடுத்துக் கொள்வார்கள்!... எல்லாவற்றுக்குமே டாலர்களை வழங்க வேண்டியிருந்த, மற்றும் கன்னங்களில் வர்ணந்தீட்டிய அழகிகள் ஒவ்வொரு தெரு முனையிலும் உங்களை மயக்கி ஈர்த்த அந்த இடத்தை விட்டு அப்பால் செல்ல நாங்கள் ஆவலுடனிருந்தோம் என்று நீங்கள் வியப்படைகிறீர்களா?[30]

பூமிக்கடியில் தோண்டியெடுப்பதற்கு மிகவும் கடினமான ஆதாரங்களிலிருந்து வெட்டியெடுப்பதில் நீண்டகாலம், கடினமான, ஆண்டுகளைக் கடந்திருந்த ஆண்களின் சட்டைப் பைகளிலிருந்து நிச்சயமாகத் தங்கத்தைத் தோண்டியெடுக்கலாம். டெக்ஸாஸின் டாசெனைச் சேர்ந்த உயிருடனுள்ள கடைசி 'நடன அரங்குப் பேரழகி' 'வைரப்-பல்லில்' என்று அழைக்கப்படும் ஹைனோரா ஓர்ன்ஸ்டீன், மிகவும் எளிதாகத் தனது முதலாவது செல்வத்தைப் பெற்றபின், அதைப் போன்றே இரண்டாவது செல்வத்தையும் அடைந்தாள். இந்த விளையாட்டில் ஈடுபட்டு கொடிகட்டிப் பறந்து கொண்டிருந்த ராணிகளில் ஒருத்தியான ஜூலியாபுலெட், 1859ல் செல்வம் கொழிக்கும் கம்ஸ்டாக் சுரங்கம் கண்டுபிடிக்கப்பட்டபின் வர்ஜீனியா நகருக்கு வந்தவள், தங்கம் தோண்டியெடுக்க வந்தவர்களிடம் தனது சேவைக்கு ஒரு மணி நேரத்திற்கு 1000 டாலர் கட்டணம் விதித்தாள். இதன் மூலம் ஏராளமான விலைமதிப்பற்ற ரத்தினக் கற்களையும் ஆபரணங்களையும் குவித்தாள். ஒரு ஜாரினா அல்லது ராணியும் கூட இதைக் கண்டு பொறாமைப்பட்டிருப்பாள். ஆனால் இந்தப் பெண்களைக் கனவுலகக் கன்னிகளாகப் புகழும்போது ('ரிவர் ஆஃப் நோ ரிடர்ன்' என்ற திரைப்படத்தில் அத்தகைய கற்பனைக் கன்னியாகக் காட்சியளிக்கிறாள் மாரிலின் மன்றோ) அவர்கள் எத்தகைய அபாய

நிலையில் உள்ளனர் என்பதை வழக்கமாகக் காணத் தவறுகின்றனர். ஆர்ன்ஸ்டீயன், தனது செல்வம் அனைத்தையும் இழந்தாள். அத்துடன் தனது மனதையும் இழந்தாள். தனது வாழ்க்கையின் கடைசி நாற்பது ஆண்டுகளை வாஷிங்டன் மாநிலத்தில் மனநலக் காப்பகங்களில் கழித்தாள். அதேபொழுதில், பியூலெட், அவளுடைய சொந்த மாளிகையின் ஆடம்பரமான படுக்கை அறையில் ஓர் அடையாளந் தெரியாத கொலைகாரனால் கழுத்தைத் திருகிப் படுகொலை செய்யப்பட்டாள். பின்னர் அங்கிருந்த அவளுடைய அனைத்து ஆபரணங்களும், மதிப்புமிக்கப் பொருள்களும் கொள்ளை யிடப்பட்டன. சாம்ராஜ்யம் அதற்கே உரிய முறையில் பாதுகாப்பற்ற, ஏன் பாதுகாப்பு தேவைப்படுகிறது என்பதை நினைவுபடுத்தியது. சாராம்சத்தில் இது ஆண்களின் ஒரு தனிப்பட்ட சாம்ராஜ்யமாகும். ஆண்களின் சாகஸச் செயலுக்கு உரியதாகும். பெண்கள் இதில் ஈடுபடும் போது, ஆண்களின் சாம்ராஜ்யம், மற்றும் ஆதிக்கக் களன் என்பதை உயர்ந்த நிலையில் நினைவுபடுத்தும் ஆபத்துக்குள்ளாகின்றனர். தமது சொந்த அழிவைத் தேடிக்கொள்கின்றனர்.

தங்கம் வெட்டியெடுப்பவர்கள், தொழில்முறைப் பெண்கள் பெண்யாத்ரீகர்கள், வர்த்தகர்கள், வெறும் சந்தர்ப்பவாதிகள் ஆகிய இந்தப் பெண் காலனியவாதிகள் அவர்களது சொந்த வாழ்க்கையில் குறைந்தபட்சம் ஓரளவு விருப்பத் தேர்வைக் கொண்டிருந்தனர். சாம்ராஜ்யத்தின் எல்லாப் பெண்களிலும், மிகவும் அநாதைகளாக, சிறிதும் தயாரற்ற நிலையில் இருந்தவர்கள் காலனியாதிக்கத்திற் குட்பட்ட பெண்களேயாவர். இவர்கள் ஒரு குறிப்பிட்ட நாட்டில் பிறந்ததன் காரணமாக, தமது சொந்த ஆண்களின் ஆதிக்கத்தின் கீழ் உழலவேண்டியிருந்தது மட்டுமின்றி, வெள்ளைக்கார ஆண்களின் ஆதிக்கத்திற்கும் இரையானார்கள். ஏனெனில், காலனியாதிக்கத்தின் கண்ணுக்குத் தெரியாத ஏற்றுமதிகளில் ஒன்று, பழங்காலத் தந்தை வழிச் சமுதாய முறைப்படி பெண்களைக் கன்னித்தாய் என்றும் விலை மகளிர் என்றும் பிரிவினை செய்வதாகும் என்றும் வேசித்தொழிலில் ஈடுபட்ட பெண்கள் நமக்கு நினைவு கூர்கின்றனர். இது புதிய உலகங் களில் பெண்களின் மீது பழைய உலகின் அனைத்து மதிப்புக்களையும் ஒடுக்குமுறைகளையும் திணிக்கிறது. தவிரவும், சாம்ராஜ்ய கற்பனையின்படியான இந்த ‘கன்னிநிலங்கள்’ தமது தொடக்ககாலத் தூக்கத்திலிருந்து தட்டியெழுப்பப்படுவதற்கு மாபெரும் வெள்ளைக் கார ஆண்களின் உந்து விசையை எதிர்பார்த்து மல்லாந்து கிடக்கவும் இல்லை. எல்லா நாடுகளும் அவற்றுக்கே உரிய சமூக, அரசியல் அமைப்புகளைக் கொண்டிருந்தன. அவற்றில் பெரும்பாலானவற்றில்

பெண்கள் ஆண்களுக்குக் கீழ்ப்பட்டவர்களாகவே இருந்தனர். இந்நிலையில் காலனியாதிக்கம் ஏற்பட்டபோது, கொடூரமான முறையிலும், தவிர்க்க முடியாமலும் நலன்கள் சங்கிலித் தொடராகப் பின்னிப் பிணைந்த நிலையில், வெள்ளைக்கார ஆணாதிக்கம், ஏற்கெனவே இருந்துவந்த ஆணாதிக்கத்துடன் ஒன்றாகக் கலந்து, சுதேசிப் பெண்கள் பாலின வெறி மற்றும் நிறவெறியின் அனைத்து மாற்றுக் கோவைகளும் பூர்த்தியான போது, அடுக்கின் அடிமட்டத்தில், கீழ்நிலையிலும் கீழாக இருக்கும்படி உறுதி செய்யப்பட்டது.

ஏனெனில் தமது சொந்த மக்களிடையிலேயே கூட, சுதேசிப் பெண்களின் நிலை, அதிர்ச்சியேற்படுத்தக்கூடிய முறையில் இழிவுபடுத்தப்பட்டிருந்தது. புதிய ஹெப்ரைட்ஸுக்கு வந்த ஒரு மதபோதகர், டாக்டர் காட்ரிங்டன் என்பவர் ஒரு பெண்ணுக்கு ஏற்பட்ட கதியைப் பற்றி இவ்வாறு குறிப்பிட்டுள்ளார். அவள், மதபோதனைப் பள்ளியில் புதிதாக சேர்க்கப்பட்ட ஓர் இளைஞன் தூய்மைப் படுத்தப்படும் துப்புரவுப் பணியில் ஈடுபடுத்தப்பட்டிருந்தபோது, அதைத் தற்செயலாகப் பார்த்துவிட்டாள். அவள் உடனேயே மதபோதனைப் பள்ளிக்கு ஓடிச் சென்று, தனது 'பாவத்திற்காக' தன்னை மன்னிக்கும்படி கேட்டுக் கொண்டாள். ஆனால் அவளுடைய குலத்தைச் சேர்ந்த ஆண்கள் அவளைத் தேடிவந்தபோது அவள் எத்தகைய முணுமுணுப்புமின்றி அவர்களிடம் சரணடைந்தாள், அவர்கள் அவளை உயிருடன் புதைத்தனர்.

அனேகமாக ஒவ்வொரு சாம்ராஜ்யப் பிரதேசத்திலும் பெண்களின் உயிருக்குரிய மதிப்பு எவ்வளவு உதாசீனமாகக் கருதப்பட்டது என்பதை எடுத்துக் காட்ட முடியும். பெண்களிடம் உள்ள புதைமறைவான உண்மையைப் புகழ்வதன் எதிர்நிலையை மக்கள் மேற்கொண்டது போன்று, பெண்களின் யதார்த்தநிலையைச் சொந்த நாட்டு ஆண்களே மறுத்தபோது, 'அடிமைப்பட்ட இனங்களை' வெள்ளை எஜமானர்கள் புரிந்து கொள்வதற்கான எத்தகைய நம்பிக்கைக்கும் அது ஐயத்திற்கிடமின்றி ஒரு பிரதான தடையாக விளங்கியது. கடின சித்தம் படைத்த ஏகாதிபத்திய சாகஸக்காரர்களுக்கும் காலனியாதிக்க நிர்வாகிகளின் இளமையான பகட்டுக்காரர்களுக்கும் சரி. 1838ல் ஓர் இளம் பெண் செய்த தியாகத்தைப் போன்றே நிகழ்ச்சிகள், உள்நாட்டு (சுதேசி) ஆண்களைப் பற்றிய, உதவாக்கரை, மாற்றப்பட முடியாத காட்டு மிராண்டிகள் என்ற அவர்களுடைய மதிப்பீட்டை ஊர்ஜிதம் செய்யவே செய்தது.

...அவள் மீது பாதி சிவப்பாகவும், பாதி கறுப்பாகவும் சாயம் பூசப்பட்டது, ஒரு வகையான ஏணியுடன் சேர்த்து அவள்

கட்டப்பட்டாள், மெதுவாக எரிந்து கொண்டிருந்த ஒரு நெருப்பின் மேலே அவள் தொங்கவிடப்பட்டு மெதுவாக எரித்து வாட்டப்பட்டாள். பின்னர் அவளை நோக்கி அம்புகள் எய்யப் பட்டன. இவ்வாறு நரபலியிட்ட பிரதான நபர், அந்தப் பெண்ணின் மார்பைப் பிளந்து, அவளுடைய இருதயத்தைப் பிய்த்தெடுத்து, வாயில் போட்டு விழுங்கினான். பின்னர் அவளுடைய உடல் சிறு துண்டுகளாக வெட்டப்பட்டுக் கூடைகளில் வைத்து, அருகிலுள்ள ஒரு வயலுக்கு எடுத்துச் செல்லப்பட்டது. அங்கு, தானியப் பயிர்களின் மீது அவற்றை வீரியமாக்குவதற்காக, அவளின் சதைத் துண்டங்களிலிருந்து ரத்தம் பிழியப்பட்டது. அந்த சதைத் துண்டங்கள் ஒரு வகைப் பசையாகப் பிசையப்பட்டு, உருளைக்கிழங்கு, அவரைச் செடிகள் மற்றும் விதைகளின் மீது பூசப்பட்டு உரமாக்கப்பட்டது...[31]

பெண்களைத் தீயிலிட்டு வாட்டிக் கொல்வதற்கு ஆங்கிலேய ஆண்கள் தயங்கியிருக்கக்கூடும். குறிப்பாக, அவர்கள் வனப்பு மிக்கவர்களாக இருந்தால், அவர்களை வேறுவகையில் பயன்படுத்த லாம் என்று அவர்கள் எண்ணியிருந்திருக்கக்கூடும். ஆனால் பிற அனைத்து அம்சங்களிலும் சுதேசிப் பெண்களிடம் சாம்ராஜ்ய ஆண்களின் நடத்தையானது, ஏற்கெனவே தங்கள் சொந்த ஆண்களிடம் அடிமையாயிருந்த இந்தப் பெண்கள் நடைமுறையில் இரண்டாம் முறையாக அடிமைப்படுத்தப்பட்டனர். சாம்ராஜ்யத்தின் பிரதானமான உருவகம் - கன்னி நிலம் கற்பழிக்கப்பட்டதானது. இயற்கையாகவே விஸ்தரிக்கப்பட்டது. எனவே அந்த நாட்டின் எல்லாப் பெண்களும் ஆக்கிரமிப்பாளனின் விருப்பத்திற்கு இரையாக வேண்டியவர்களாயினர். எனவே ஒவ்வொரு நாட்டிலும் படை வீரர்கள் ஓய்வெடுப்பதற்கும் பொழுதுபோக்குக்கும் வரம்பற்ற எண்ணிக்கையிலான காமக் கிழத்திகள் உருவாக்கப்பட்டனர். இவ்வாறு நடத்தப்பட்ட பெண்கள் அவர்கள் மிகவும் உயர்வாகக் கருதப்பட்டதாக உணர வேண்டும் என்று எதிர்பார்க்கப்பட்டது.

ஆயினும் இவ்வாறு கௌரவிக்கப்பட்ட பெண்கள் இரு உலகங்களின் மோசமான இழிவுகளுக்கு உள்ளாக்கப்பட்டதாக அடிக்கடி உணர்ந்தனர். லா மலிஞ்சே என்ற மெக்சிகன் பெண்ணுக்கு ஏற்பட்ட அனுபவம் இதற்குப் பொதுவான உதாரணமாக அமைகிறது. 1519ஆம் கோர்டெஸ் என்ற ஆக்கிரமிப்பாளன் மெக்சிகோ மீது படையெடுத்தபோது, அவளைத் திருப்தி செய்வதற்காக அந்த ஆஸ்டெக் உயர் குடிப் பெண் அவனுடைய இச்சைகளைப் பூர்த்தி செய்வதற்கு வழங்கப்பட்டாள். அவள், அவனுடைய மொழி பெயர்ப்

பாளராகவும் ஆலோசகராகவும், காமக்கிழத்தியாகவும் செயல்பட்டாள். அவளுடைய நாட்டின் பாலும் மக்களின் பாலும் அவனுடைய கொள்கைகளைத் தொடர்ந்து மென்மைப்படுத்துவதற்கு அவள் உதவினாள் என்று கூறப்பட்டது. ஆயினும் அவளுடைய சமகாலத் தவர்கள் அவளை விலைமகள் என்றும் விபசாரி என்றும்தான் கருதினர்.[32]

சில பெண்களுக்கு இந்த நிலைமை முன்னேற்றத்திற்கும் செல் வாக்குக்குமான படிக்கல்லாக அமைய முடிந்தது. அமெரிக்காவின் வடக்கத்தியக் காலனிகளின் பிரிட்டிஷ் சேனாதிபதியும், மேலும் பொருத்தமாக, சிவப்பு இந்தியர் சம்பந்தப்பட்ட விவகாரங்களின் மேலாண்மை அதிகாரியுமான சர் வில்லியம் ஜான்ஸன், ஓர் இளம் மோஹாக் பெண்ணைத் தனது காமக்கிழத்தியாக்கிக் கொண்டபோது, ஸ்தல வரலாற்றின் போக்கை மாற்றுவதற்கு அவர் எண்ணியிருந் திருக்க மாட்டார். ஆனால் 'மோலி பிரான்ட்' என்று அழைக்கப்பட்ட அவள், ஸ்தலப் பழங்குடிகளுடனான உறவுகள், எல்லைகளைப் பேசி நிர்ணயித்தல், மேலும் இன்றுவரையில் அமலில் இருந்து வருகின்ற பிற முடிவுகள் ஆகியவை சம்பந்தமாக ஜான்ஸனுக்கு அரிய உதவியாளராக இருந்தாள். ஜான்ஸன் மோலியைப் பெருமளவு மதித்து அவளைத் தனது அதிகாரபூர்வமான இல்லத்தரசியாக்கிக் கொண்டார். அவள் ஒன்பது குழந்தைகளைப் பெற்றெடுத்தாள். அவள், அவனுடைய மனைவியாக, அதிகாரபூர்வமான இல்லத்தில், அவனுடைய மரணம் வரையிலும் வசித்து வந்தாள். பின்னர் நன்றி பாராட்டிய பிரிட்டிஷ் அரசாங்கத்தால், அவளுடைய சேவைகளுக்காக அவளுக்குப் பென்ஷன் வழங்க உத்தரவிடப்பட்டது.

சில நபர்களுக்கு இந்தப் பெண்கள் மனைவிமார்களாகவே இருந்தனர். பலர் தமது சுதேசிப் பெண்களின் பால் அன்பும் மரியாதையும் காண்பித்தனர். உதாரணமாகக் கனடாவில் ஹட்ஸன்பே கம்பெனியின் இந்த அதிகாரி, வீட்டுக்கு எழுதிய கடிதத்தில் ஒஜிப்வா பழங்குடியைச் சேர்ந்த பெண்ணைத் தன் காமக்கிழத்தி என்று வர்ணிப்பதற்கு உறுதியாக மறுக்கிறார்.

> என்னுடைய மனைவியைப் பற்றி இன்னும் நான் ஏதும் கூறவில்லை. எனவே நான் அவளைப் பற்றிக் கூறுவதற்கு வெட்கப்படுவதாக நீ ஒருக்கால் கருதலாம். ஆனால் நீ அவ்வாறு கருதினால் அது தவறாகும். ஓர் உயர்குடிப் பிறந்தவனின் வீட்டில் பிரகாசிப்பதற்கு அவள் அவ்வளவு பொருத்தமானவள் அல்ல, ஆனால், அவள் செயல்படவிருக்கும் துறையில் அத்தகைய எந்த பொம்மையைக் காட்டிலும், அவள் மேலான முறையில் பொருத்தமாக இருக்கிறாள்... அழகைப் பொறுத்த

மட்டிலும் அவளுடைய கணவனைப் போன்ற அளவு அவள் அழகாக இருக்கிறாள்...[33]

ஆயினும் சாம்ராஜ்ய நபர்களின் ‘காலனி மனைவிகள்’ - உலகெங்கும் தங்களைப் பற்றி ‘ஓரளவு பழுப்பு’ ஒரு ‘செவ்விந்தியன்’ அல்லது ‘மாநிறக்குடுவை’ கின்னாரின் ‘சுழலும் செம்புப் பாத்திரம்’ என்னும், இன்னும் மிக மிக மோசமாகவும் வர்ணிப்பதைக் கேட்டு பழகியிருக்கிறார்கள். பல ஆண்டுகள் காதல் இன்பத்தைத் துய்த்த உறவுகள், குழந்தைகளுடன் கூடிய குடும்பத்திலும் கூட, ஆண்மகனைத் திருப்பி அழைக்கப்பட்டதை அல்லது மீண்டும் ‘வெள்ளையர் சமுதாயத்திற்கே’ மாற்றப்பட்டதை சமாளித்து நிற்பதற்கு அனேகமாக எப்போதும் தவறியது (தோல்வியுற்றது) என்பது முன்னறிந்தும் கூறக் கூடிய விஷயமேயாகும்.

அடிக்கடி சுதேசிப் பெண்களை உடலுறவுக்கு மட்டும் பயன்படுத்துவது அதிர்ச்சியடையத்தக்க கொடூரங்களின் அளவை எட்டியது. ஆஸ்திரேலியாவைக் காட்டிலும் வேறு எங்கும் நிலைமை அவ்வளவு மோசமாக இருக்கவில்லை. அங்கு வெள்ளையர்கள் பழங்குடிப் பெண்களை, மனித உயிர்களின் கீழ்த்தரமான வடிவமாக நடத்தினார்கள் என்பது மட்டுமின்றி, கீழ்த்தரமான விலங்கு வடிவமாகக் கருதினார்கள். அவர்களைத் தங்களுடைய குதிரைகள் அல்லது நாய்களைக் காட்டிலும் மோசமாக நடத்தினார்கள். ‘சுமார் இருபது வயதுடைய... ஒரு பழங்குடிப் பெண் சாரா’ பூர்வகுடிகளுடன் சமரஸம் ஏற்படுத்துபவராகிய ஜார்ஜ் அகஸ்டஸ் ராபின்சனால் காப்பாற்றப்பட்டவள் 1837ல் இவ்வாறு புனைந்துரையற்ற சான்று கூறினாள்.

கேள்வி : உன்னை யார் அழைத்துச் சென்றார்?

பதில் : ஜேம்ஸ் ஆலன் என்ற கடல்நாய் வேட்டையாடுபவர், பில் ஜான்சன் என்பவரும் அவருடன் வந்தார்.

கே : உனக்கு அப்பொழுது என்ன வயது?

ப : என்னை அவர்கள் இட்டுச் சென்றபொழுது நான் பெரிய பெண்ணாக இருந்தேன்.

கே : அவர்கள் உன்னை எவ்வாறு இட்டுச் சென்றார்கள்?

ப : என் கழுத்தைச் சுற்றி கட்டி, ஒரு நாயைப் போல் என்னை அழைத்துச் சென்றார்கள்.

கே : அப்பொழுது நீ எங்குச் சென்றாய்?

ப : ஒரு புதர் அருகில் ஓர் இரவு தங்கினோம், அப்பொழுது அவர்கள் என் கைகளையும் கால்களையும் கட்டிப் போட்டனர்.

கே : கடல்நாய் வேட்டையாடுபவர்கள் பெண்களை அடிப்பார்களா?

ப : ஆம், நிறைய அடிப்பார்கள்- கடல்நாய் வேட்டைக் காரர்கள் ஒரு சிறுவனின் காதைத் துண்டித்தனர். அந்தப் பையன் இறந்துவிட்டான். அவர்கள் ஒரு பெண்ணின் பிட்டத்தி லிருந்து ஒரு துண்டை வெட்டியெடுத்தனர்.

கே : டட்டன் எப்பொழுதாவது உன்னை அடித்ததுண்டா?

ப : கயிற்றினால் என்னை அடித்தார்...

பழங்குடிப் பெண்களை சவுக்கால் அடிப்பதும் உணவு பற்றாக் குறையாக இருக்கும்போது அவர்களது பிட்டங்களிலிருந்து சதையை வெட்டியெடுப்பதும் எப்பொழுதும் நடைபெறும் பழக்கங்களாக இருந்து வந்துள்ளன என்றும், தமது வலையில் சிக்கியவர்களின் - மீதான இந்த 'உரிமைகளை'க் கட்டுப்படுத்துவதற்குச் செய்யப்பட்ட எந்த முயற்சிகளையும் கடல் - நாய் வேட்டையாளர்கள் மூர்க்கமாக எதிர்த்தனர் என்பதையும் ராபின்ஸன் கண்டறிந்தார். பழங்குடிப் பெண்கள் பொதுவாகக் கருதப்பட்டதுபோல் - தமது வெள்ளைக்கார எஜமானர்களுடன் மகிழ்ச்சிகரமாக இருக்கவில்லை. அவர்களை விட்டுப் பிரிவதற்கு விரும்பவில்லை என்பதும் உண்மையல்ல என்பதை வெள்ளை அதிகாரிகள் நம்பும்படி செய்வதற்கு ராபின்ஸன், இதுபோன்ற ஏராளமான சான்றுகளைச் சேகரிக்க வேண்டியிருந்தது.

சாம்ராஜ்யவாதிகளுக்கும், அடிமைப்படுத்தப்பட்டவர்களுக்கும் இடையிலான உறவுகள் எப்பொழுதும் மிகவும் மோசமானதாக இருக்கவில்லை. சில நன்மைகளும் ஏற்பட்டதுண்டு. சாம்ராஜ்யப் பெண்கள், குறிப்பாக, பல சந்தர்ப்பங்களில் மத சம்பந்தமான அல்லது மனிதநேயக் கோட்பாடுகளால் மிகவும் பலமாக உந்தப்பட்டு, சாவதற்கு முன்னால் நிச்சயமாக வேறு எந்த உதவியும் பெற முடியா தவர்களுக்கு உதவியுள்ளனர். இந்த நூற்றாண்டின் தொடக்கத்தில் லாகூரில் ஒரு பொது சுகாதார போதனையாளர், ஒரு கடினமான பிரசவத்திற்கு உதவி செய்ய வேண்டியிருந்தது:

> குளிர் மிகுந்த பனிக்காலத்தில் ஒரு நாள் விடியற்காலை மூன்றுமணி... ஒரு கீழ்சாதியினரின் வீடு, ஒரு சிறிய மண்குடிசை, அது எட்டு அடி அகலமும் பனிரெண்டு அடி நீளமும் கொண்ட தாக இருக்கலாம். அந்தச் சிறிய அறையில் குடும்பத்தின் மூன்று தலைமுறைகளைச் சேர்ந்த பத்துப் பேர் படுத்திருந்தனர். உடல்நலம் பாதிக்கப்பட்டிருந்தவரைத் தவிர மீதி அனைவரும்

நன்கு உறங்கிக் கொண்டிருந்தனர். ஒரு செம்மறியாடும், இரண்டு வெள்ளாடுகளும், சில கோழிக்குஞ்சுகளும் ஒரு பசுமாடும் கூட உள்ளேயிருந்தன. ஏனெனில் அவற்றின் உடைமையாளர் அண்டை அயலாரை நம்பவில்லை. ஒரு மண் குடுவையில் மினுக்மினுக் எனும் ஒரு சிறிய விளக்கொளியைத் தவிர வேறு வெளிச்சமில்லை. மனித ஜீவன்கள் மற்றும் பிராணிகளின் உடலி லிருந்து வெளிப்பட்ட உஷ்ணத்தைத் தவிர வேறு வெப்ப மில்லை. மூடியிருந்த கதவைத் தவிர வேறு ஜன்னல் எதுவும் கிடையாது. அந்த அறையின் பின்புறத்தில் நான்கு கட்டில் படுக்கைகள் ஒன்றின் மீது ஒன்றாக அடுக்கிவைக்கப்பட்டிருந்தன. அவற்றில் அக்குடும்பத்தின் உறுப்பினர்கள் படுத்துக் கொண்டி ருந்தனர். தரையிலிருந்து மேலே மூன்றாவதாக இருந்த கட்டிலில், பிரசவ வேதனையுடனிருந்த ஒரு பெண் படுத்திருந்தாள்.[34]

ஆனால், மருத்துவச்சி - போதனையாளர், ஒரு நிமிடம் கூட தாமதிப்பதற்கு அவகாசம் இல்லாவிட்டாலும், பிரசவவேதனை அனுபவித்துக் கொண்டிருந்த அந்தப் பெண் படுத்திருந்த மூன்றாவது அடுக்குக் கட்டிலை எட்டும் அளவுக்கு உயரமாக இருக்கவில்லை. ஆனால் அதிருஷ்டவசமாக அந்த அறையிலிருந்து பசு கட்டில் அடுக்கின் அடிப்பாகத்தில் ஒட்டினாற்போல் படுத்திருந்தது. எனவே முணுமுணுக்காத அந்தப் பிராணியின் முதுகின் மீது ஏறி நின்று, அந்த மருத்துவச்சி, ஒரு நீடித்த போராட்டத்தின் பின்னர், ஒரு ஜோடி பிஞ்சு இந்துக்களை - ஒரு பெண் குழந்தையையும் ஓர் ஆண் குழந்தையையும் வெற்றிகரமாகப் பிரசவிக்கச் செய்தாள்!

ஆனால், சாம்ராஜ்யப் பெண்களிடையேயான பரிமாற்றமானது எப்போதும் காலனியாதிக்கக்காரர்களிடமிருந்து அடிமைப்படுத்தப் பட்டவர்களுக்கு அனுகூலங்கள் வழங்கப்படும் ஒருவழிப்பாதையாக இருந்ததில்லை. ஸ்காட்லாந்து கிறிஸ்துவ மதபோதகர் மேரி மொஃப்பாத், காலஹாரி பாலைவனத்தின் குருமான் பள்ளத்தாக்கில் எவ்வாறு வீட்டைப் பராமரிப்பது என்பதைத் தனது ஆப்பிரிக்க அண்டை வீட்டாரிடமிருந்து கற்றுக் கொண்டார் என்பது குறித்து மிகவும் அன்பாகக் கீழ் வருமாறு எழுதியுள்ளார். நாங்கள் ஒரு தடவையாவது பசுமாட்டுச் சாணத்தினால் மெழுகுகிறோம் என்பது உங்களுக்கு வியப்பாகத் தோன்றலாம். அவரே ஒத்துக் கொண்டது போல, அந்த அசிங்கமான தந்திரத்தைச் செய்யாமல் மேரியால் சமாளிக்க முடியவில்லை. அவர் இவ்வாறு ஒப்புதல் வாக்குமூலம் கொடுக்கிறார்.

நான் இங்கு நீண்ட காலம் இருக்கவில்லை. ஆனால் சிறிதுகாலம் இருக்க முடிந்ததற்கு மகிழ்ச்சி அடைகிறேன். சனிக்கிழமை

வரையிலும் காத்திருப்பதற்கு எனக்குப் பொறுமை இல்லை. அது வேறு எதைக் காட்டிலும் தூசியை அடக்குகிறது. தெள்ளுப் பூச்சிகளைக் கொல்கிறது. இல்லாவிட்டால் அவை பெரிய அளவில் பெருகிவிடும். இது சுத்தமாகவும் தெளிவான பச்சை நிறத்துடனும் காட்சியளிக்கிறது... இது (சாணம்) தண்ணீருடன் கலக்கப்பட்டு சாத்தியமானவரை லேசாக மெழுகப்படுகிறது. என்னுடைய தரை பசு மாட்டுச் சாணத்தினால் மெழுகப்பட்டிருப்பதை இப்பொழுது நான், துப்புரவாக்கப்பட்ட நம்முடைய சிறந்த அறைகளைப் பார்க்கும் போது ஏற்படுவதைப் போன்ற மனநிறைவுடன் பார்க்கிறேன்.[35]

ஆயினும், மொத்தத்தில், சாம்ராஜ்யத்தின் முன்னேற்றமானது. சுதேசி மக்களுடன் ஒத்துழைப்பைப் பொருட்படுத்தவில்லை. மாறாக அவர்கள் மீது எஜமானத்துவத்தை நிறுவுவதைப் பொருட்படுத்தியது. காலம் செல்லச் செல்ல, இந்தக் குறிக்கோள் கெட்டிப்பட்டதே தவிர குறையவில்லை. உதாரணமாக, தென் ஆப்பிரிக்காவில் வெள்ளைக் காரக் குடியேறிகள், சமத்துவத்தை நோக்கிக் கறுப்பு இன மக்கள் அடைந்த எந்த முன்னேற்றத்தையும் கண்டு கடுமையான எதிர்ப்பை வெளிப்படுத்தினர், அவர்கள் அதுவரையிலும் மெய்யான தந்தை வழிச் சமுதாயப் பாணியில் அவர்களைச் சார்ந்து இருப்பவர்களாக இருந்தனர். அவர்கள் விடுதலை செய்யப்பட்டால் நிலத்திற்காகத் தமது சொந்தப் புதல்வர்களுடனேயே போட்டியிடுவர்.

*1835-48*ல் ஏற்பட்ட மாபெரும் நெடும்பயணத்தைத் தூண்டிவிட்ட பிரதான காரணங்களில் இது ஒன்றாகும். அப்பொழுது, கறுப்பர்களின் விடுதலையை ஜீரணிக்க முடியாதவர்கள், தென் ஆப்பிரிக்காவின் முனைப்பகுதியை விட்டு வெளியேறினர். நேட்டால், டிரான்ஸ்வால், ஆரஞ்சு சுதந்திர அரசு ஆகிய புதிய குடியரசுகளில் இனவேற்றுமைக்கு தாய்க் காலனியில் அது மங்கத் தொடங்கியிருந்ததற்கு மாறாக மீண்டும் புத்துயிர் அளிக்கப்பட்டது. இந்தக் கொள்கை மிகவும் தீவிரமாகக் கடைப்பிடிக்கப்பட்டதால், புதிய பிரதேசங்கள் *1910*ல் கேப்புடன் ஒன்றாக இணைந்ததற்குப் பின்னர், அவர்களின் சந்ததியினர் தமது சொந்தத் தாயகத்தில் தாராளக் கொள்கையின் எந்த மீத மிச்சத்தையும் உறுதியாக ஒழித்துக் கட்டவும் கொடுங்கோன்மையைப் புகுத்தவும் வலுவுள்ளவர்களாக இருந்தனர். இது பின்னர் மிகவும் அழிவுகரமானதாகவும் நிலையானதாகவும் ஆயிற்று.

இனங்களைப் போன்றே தனிநபர்களும் கொடுங்கோன்மைக்கு இரையாயினர், வெள்ளைக்கார ஆணின் அன்னிய மதிப்புகள் திணிப்பினால் எல்லோரும் வெவ்வேறு விதங்களில் அல்லறுற்றனர். காலனி நிர்வாகிகள், மரபான போக்குகளை, அடிக்கடி பெண்களை

மிருகத்தனமாகக் கொடுமைப்படுத்தும் போக்குகளை முடிவுக்குக் கொண்டு வருவதற்குச் சக்தியற்றவர்களாக இருந்தனர் அல்லது விருப்பமில்லாதவர்களாக இருந்தனர். அதேபொழுதில், பெண்களுக்கு ஓரளவு அதிகாரத்தை அல்லது பொருளாதாரக் கட்டுப்பாட்டை வழங்கிய நிலையான வழக்கங்களை மனச்சாட்சியின்றித் தாக்கினர். உதாரணமாக மேற்கு ஆப்பிரிக்காவில், பெண்கள் எப்போதும் சந்தைப் பொருளாதாரத்தில் ஆதிக்கம் வகித்து வந்தனர். அடிக்கடி பிரதான தொழில் முனைவர்களாகவும் முன்னுக்கு வந்தனர். வெள்ளைக்காரக் காலனியாதிக்கவாதிகள் இந்தக் கட்டமைப்பை நிராகரித்து, அதை மேற்கத்தியப் பாணிகளுக்கு இசைவான முறையில் மாற்றுவதற்கு விரும்பினர். எனவே சந்தை வர்க்கத்தில் ஈடுபட்டிருந்த பெண்களை ஒடுக்குவதற்குத் திட்டமிட்ட முறையில் செயல்பட்டனர். இதை எதிர்த்துப் பெண்கள் கிளர்ச்சி செய்தனர். ஆர்ப்பாட்டம் நடத்தினர். இருந்தபோதிலும் இந்த அதிகாரத்தை ஆண்களின் கைகளுக்கு மாற்றுவதில் அவர்கள் இறுதியில் வெற்றியடைந்தனர். எனவே, ஒமு ஓக்வே என்ற பெண்மணிதான் கடைசி 'சந்தை ராணி'யாக இருந்தாள். தாய்வழிச் சமுதாயத்தின் மீதமிச்சமாகிய பண்டைய அன்னையர்களின் கவுன்சிலின் தலைவியாக அவள் தேர்ந்தெடுக்கப்பட்டிருந்தாள். 1943ல் ஓக்வேயின் மரணத்திற்குப் பின்னர், பிரிட்டிஷ்காரர்கள் அனைத்து சில்லரை வியாபாரத்தையும் மேற்பார்வையிடுவதைப் பெண்களின் கவுன்சிலிடமிருந்து ஸ்தல நகர ஆட்சி அமைப்பினிடம் மாற்றியபொழுது, அந்தக் கவுன்சில் இறுதியாக ஒழிக்கப்பட்டது.[36]

இதுதான் சாம்ராஜ்யத்தின் முரண் புதிராகும். சில பெண்கள் புதிய, முன்பு அறிந்திராத உலகங்களைக் கண்டுபிடித்தபோது, குறிப்பாக, 'பிரிட்டானியாவின் புதல்விகள்' வீட்டின் திக்குமுக்காடச் செய்யும் குறுகிய போக்கிலிருந்து விடுதலை பெறும் நம்பிக்கையைக் கைக்கொண்டவர்கள் டாக்டர்களாகவும், ஆசிரியர்களாகவும், தலைவர்களாகவும், போராட்ட வீரர்கள் அல்லது வயல்களில் சாகுபடி செய்யும் விவசாயிகளாகவும் ஆயினர். அதேபொழுதில் ஏனைய பெண்கள் பழைய இழிவுகளின் சுழற்சியிலேயே அல்லல்படும் நிர்ப்பந்தத்திற் குள்ளாயினர். அதிலிருந்து விடுபடுவதற்குப் பெண்கள் இன்னும் போராடிக் கொண்டிருக்கின்றனர். பெண்கள் தங்களுடைய உள்ளார்ந்த தாழ்ந்த நிலையுடன் கூடவே மிகுந்த திறமை துணிவு மற்றும் தகுவழி காணும் திறத்துடன் செயல்பட்டுள்ளனர். இளம் சமுதாயங்களுக்கு அவர்களின் சேவை ஜீவாதாரமான அவசியமாக இருந்துள்ளது என்பதை ஆரம்ப கால முன்னோடிகள் பற்றிய வரலாறுகள் காட்டு கின்றன. ஆனால் காலப் போக்கில் சாம்ராஜ்யத்தின் செயல்பாடுகள், மிகவும் கடுமையடைந்தன. பெண்களின் புதிதாகப் பிறந்த சுதந்திரத்

தையும் முன் முயற்சியையும் அவை வளர்ச்சியடைந்து வேரூன்று வதற்கு முன்பாகவே கழுத்தை நெரித்துக் கொல்வதாக இருந்தன.

சாம்ராஜ்யம் பற்றிய கதைகளெல்லாம் வீறாப்புடன் கூடிய தற்புகழ்ச்சி நிரம்பியதாக இருந்தன. ஆனால் இதற்கு நேர் முரணான முறையில் வரலாறு முழுவதையும் திரும்பிப் பார்த்தால் அது பெருமளவு வாய்ப்புகள் குளறுபடி செய்யப்பட்டு தவறவிடப்பட்டன என்பதைத் தவிர வேறு எதையும் காட்டவில்லை. ஒவ்வொரு உதாரணத்திலும் உலகம் இறுதியில் வாரிசு உரிமையாகப் பெற்றது என்ன என்பதைப் பார்க்கும்போது, வெள்ளைக்கார ஆண் ஆதிக்கத்தின் மற்றொரு படிவத்தையே ஏகாதிபத்தியவாதிகள் விட்டுவைத்துச் சென்றுள்ளனர் என்பதையே, மேலும் 'தாய்' நாடு என்று பறித்துக் கொண்ட பெயரால் ஆரம்பகாலம் முதற்கொண்டு தகப்பனார் விரும்பிய அவருக்குத் தேவையாயிருந்த, அவர் ஆதாயமடைந்த யாவும் மீண்டும் எடுத்துக் கூறப்பட்டன. அமெரிக்காவில் ஜனநாயகத்தின் உதய காலத்திலேயே இந்தப் பாணி நிறுவப்பட்டுவிட்டது. ஆரம்ப கர்த்தாக்கள், இரு-அடுக்கு அமைப்பை மறு நிர்மாணம் செய்வதென்று தீர்மானித்தார்கள். அபிகெய்ல் ஆடம்ஸ் என்ற பெண்மணி தனது கணவர் ஜானிடம் இது குறித்துக் கடுமையாக எதிர்ப்புத் தெரிவித்தாள். நீங்கள் உங்களுடைய முன்னோர்களைக் காட்டிலும் பெண்களை நினைவில் வைத்துக் கொள்ள வேண்டுமென்றும், அவர்களுக்குக் கூடுதல் ஆதரவாக இருக்க வேண்டுமென்றும் விரும்புகிறேன்... இத்தகைய அதிகாரத்தைக் கணவன்மார்களின் வசம் ஒப்படைக்கா தீர்கள்... முடிந்தால் எல்லா ஆண்களும் கொடுங்கோலர்களாக இருப்பார்கள் என்பதை நினைவில் கொள்ளுங்கள்.[37] என்று அவள் கூறினாள்.

அவர்களால் முடிந்தது, அவ்வாறு செய்யவும் செய்தார்கள். ஆண் ஆதிக்க சமுதாயத்தின் இயந்திரம் பெண்களையும் குழந்தைகளையும், சுதேசி இனங்களையும் நசுக்கிக் கொண்டு முன் சென்றது. அதனுடைய அருமையான இளைய தலைமுறையை அவர்களின் தாயகத்திலிருந்து தொலை தூரத்தில் கொன்றுகுவித்து மண்ணோடு மண்ணாக்கியது. அதனுடைய சொந்த சுயநல, தன்னையே ஏமாற்றிக் கொள்ளும் கருத்து வெறிகளுக்கு அதே பெண்களையும், குழந்தைகளையும் இளம் பிராயத்தினரையும் சுதேசிகளையும் சாக்கிட்டுக் கொள்கிறது. மேலாதிக்கம் எனும் விஷவட்டத்தில் பாலின ஒடுக்குமுறை இனவெறியுடன் இணையும்போது இருதரப்பிலும் பெண்கள் பலிகடாக்களாக்கப்பட்டனர். இந்தியாவில் ஏற்பட்ட கலகத்தில் நடைபெற்ற படுமோசமான அட்டூழியத்தில் இவ்வாறு ஏற்பட்டது. அப்பொழுது, கான்பூரின் வீழ்ச்சிக்குப் பின்னர், கலகத்தில் இறங்கியிருந்த சிப்பாய்கள் 'பீபிகர்' எனும் பெண்கள் விடுதியில்

பிரிட்டிஷ் பெண்களை சிறைப் பிடித்து அடைத்து வைத்தனர். இங்குதான் முன்பு வெள்ளைக்கார அதிகாரிகள் தமது இந்திய வைப்பாட்டிகளை அடைத்து வைத்திருந்தனர். பெண்களைக் கொன்று ரணகளமாக்குவதற்குப் படைவீரர்கள் மறுத்தபோது, ஆடுகளை இறைச்சிக்காக வெட்டுபவர்கள் உள்ளே அனுப்பப்பட்டனர்.

பிரிட்டிஷ் ராணுவம் கான்பூரைத் திரும்பப் பிடித்தபோது, பீபிகரில் ரத்தவெள்ளம் ஓடிக்கொண்டிருந்ததையே கண்டனர். அந்த விடுதியில் பெண்களின் உள்ளாடைகளும், தலைமுடியும். வெட்டப்பட்ட அங்கங்களும், நிர்வாணமான, உருச்சிதைக்கப்பட்ட உடல்களும் சிதறிக் கிடந்தன. படைவீரர்கள் இளம் பெண் ஒருத்தியின் கூந்தல் சுருளைப் பகிர்ந்து கொண்டு ஒவ்வொரு தலைமுடிக்கும் ஒரு சிப்பாய் கொல்லப்பட வேண்டும் என்று சபதமேற்றனர். கலகக்காரர்களுக்குக் கொடுக்கப்படும் தண்டனை 'மிகவும் கடுந்தண்டனையாக இருக்க வேண்டும். அவர்களின் உணர்வுகளுக்கு மிகவும் வெறுப்பூட்டுவதாக அவர்கள் என்றென்றைக்கும் நினைவில் கொள்ளத்தக்கதாக இருக்க வேண்டும்' என்று பிரிட்டிஷ் தளபதி ஜெனரல் னல் உத்தரவிட்டார். எனவே அதன்படி, கைது செய்யப்பட்ட கலகக்காரர்கள் பீபிகரின் தரையிலுள்ள ரத்தக் கறையை நக்கி சுத்தப்படுத்த வேண்டும் என்று நிர்ப்பந்திக்கப்பட்டனர். இதன் மூலம் அவர்களின் மதத்தின் பழிகேட்டுக்கு ஆளாக்கப்பட்டு நிரந்தரமாக அவர்கள் நரகவேதனை அனுபவிக்கச் செய்யப்பட்டனர். பின்னர் அவர்களுக்குக் கசையடி கொடுக்கப்பட்டு, தூக்கிலேற்றப்பட்டனர். இந்த வெறித்தனமான பழிவாங்கும் காட்டுமிராண்டித்தனம் பிரிட்டிஷ் வரலாற்றின் மிகவும் அவமானகரமான வரலாற்றுச் சம்பவங்களில் ஒன்றாகியது.[35]

இந்த அதிர்ச்சியேற்படுத்தும் படுகொலையிலும் அதன் பின் விளைவிலும் ஏகாதிபத்தியத் திட்டம் - அனைத்து சமகாலப் பாசாங்குக்கும் கீழே தெளிவாக வெளிப்படுகிறது - நாட்டைப் பிடிப்பது ஆதிக்கம் செலுத்துவது - என்பதே அவர்களின் திட்டம். அவர்கள் வழங்குவதற்கு நோக்கம் கொண்டுள்ளதாகக் கூறப்படும் அனைத்துப் புதிய சுதந்திரங்களுக்கும் எதிரான முறையில் சாம்ராஜ்ய இயக்கங் களானவை பெண்களை உலகின் தாழ்ந்த வர்க்கம் என்ற நிரந்தரமாக அடிமைப்பட்ட இனம் என்பதையும் ஊர்ஜிதம் செய்வதற்கே பயன்பட்டன. ஆனால் அந்தப் பொன்னான அமைதியின் மென்மை யான பூரிப்புக்குக் கீழே ஏதோ ஒன்று கிளர்ந்து கொண்டிருந்தது. ஆயிரக்கணக்கான ஆண்டுகள் மானிடப் போராட்டத்தின் பின்னர், நிலைமை மாற்றமடையத் தொடங்கியது.

அடிக்குறிப்புகள்

1. ஏ.ஜேம்ஸ் ஹாம்மர்டன், குடிபெயர்ந்து வந்த பண்பு நிறைந்த பெண்கள் *(1979)* பக்.*54*, மற்றும் பக்.*57*

2. கேய்டேனியல்ஸ் மற்றும் மேரி முர்னேன், வழியெங்கும் எதிர் நீச்சல்: ஆஸ்ட்ரேலியாவில் பெண்களின் வரலாறு பற்றிய ஓர் ஆவணம் (குவீன்ஸ்லாந்து *1980)* பக்.*74*

4. ஆன் சம்மர்ஸ், கேடு கெட்ட விபசாரிகளும் கடவுளின் போலீசும்: ஆஸ்ட்ரேலியாவில் பெண்கள் குடியேறுதல் (ரீங்வுட் விக்.*1975)* பக்.*12*.

5. டீ பிரௌன், பண்புடன் பழக்குபவர்கள்: பழைய காட்டுத்தனமான மேலையப் பகுதியின் பெண்கள் (நியூயார்க் *1958)* பக்.*81*.

6. தாம்ப்ஸன், பக்.*84*, மற்றும் பக்.*88*.

7. சி.எம்.எச். கிளார்க் ஆஸ்ட்ரேலிய வரலாற்றில் தேர்வு ஆவணங்கள் *1788-1850* (சிட்னி, *1965)* பக்.*48*

8. ஃபிரெடரிக் சி ஃபோக்ஹார்டு, அரிதான பாலினம் (முர்ரே சிட்னி, *1965)* பக்.*69*.

9. மைக்கேல் கேனன், யார் எஜமானர்? மனிதன் யார்? (மெல்போர்ன், *1971)* பக்.*55*, ஏற்றி அனுப்புவது பற்றிய செலக்ட் கமிட்டியின் அறிக்கை *(1837)*, ஜேம்ஸ் மூடியின் சான்று.

10. டி.டபிள்யூ. ப்ளம்மரிலிருந்து கர்னல் மக்குவாரிவரை, மே*4*. *1809* நியூ சௌத் வேல்ஸின் வரலாற்றுப் பதிவேடுகள் VII. *120*.

11. பிரியன் ஃபிட்ஸ்பாட்க் ஆஸ்ட்ரேலிய மக்கள், *1788-1945* (மெல்போர்ன் *1946)* பக்.*108*

12. 'வேதனையில்' பாதிக்கப்பட்ட சர். மால்கம் டார்லிங் அதிகாரத்திற்கு ஒத்திகை: இந்தியா *1904-1908 (1966)* பக்.*26*. இதில் குறிப்பிடப்பட்ட சீமாட்டி அன்னெட் பெவரிட்ஜ். அவருடைய மகன் வில்லியம் பெவரிட்ஜின் இந்தியா அவர்களை அழைத்தது *(1941)* என்ற நூலில் விவரிக்கப்பட்டவர் பக்.*201*.

13. ஐரிஷ்பட்லர், வைஸ்ராயின் மனைவி *(1969)* பக்.*164*.

14. ஈவ்மெரியம், அமெரிக்காவில் வளரும் பெண்: பத்து வாழ்க்கைகள் (நியூயார்க் *1971)* பக்.*179-81*.

15. டீ பிரௌன். பக்.*41-2*

16. மெரியம், பக்.*195*

17. பிரௌன், பக்.*51-2*

18. பட்லர், பக்.*101*

19. பட்லர், பக்.*111*. டார்லிங், பக்.*129*

20. எட்னா ஹீலி, புகழ்பெற்ற மனைவிகள்: மேரி லிவிங்ஸ்டன் ஜென்னி மார்க்ஸ், எம்மா டார்வின் *(1986)* பக்.*14*

21. பெவரிட்ஜ், பக்.*60*

22. எம்.எம்.கேயி (பதிப்பித்தது) பொன்னான அமைதி: டில்லியில் முகலாய ஆட்சியின்போது ஓர் ஆங்கிலேய சீமாட்டியின் வாழ்க்கை எமிலியின் நினைவலைகள் லேடி கிளைவ் பெய்லி, மற்றும் அவருடைய தகப்பனார் சர் தாமஸ் மெட்காஃப் எழுதியது. (எக்ஸிடெர், *1980)* பக்.*213*.

23. இந்த வாக்கியங்கள் 'என்னுடைய நாடே உனக்காக நான் சபதமேற்கிறேன்' என்ற புகழ்பெற்ற பாடலிலிருந்து எடுத்தாளப் பட்டவை. எழுதியவர் சிசில் ஸ்பிரிங்ரைஸ் சாம்ராஜ்யத்தை உருவாக்கும் போதும் முதலாவது உலகப் போரின் போதும் இளைஞர்களை விருப்பப்பூர்வமாக போரில் ஈடுபட்டு உயிர்த்தியாகம் செய்வதற்குத் தூண்டியதில் இவை மதிப்பிடற்கரிய சேவை புரிந்தன. அதனுடைய இரண்டாவது பகுதி பின்னர் மற்றொரு நாடு என்ற திரைப்படத் திற்குத் தலைப்பை வழங்கியது.

24. ஹீலி பக்.24. மேரிலிவிங்ஸ்டன் அவருடைய தொந்தரவு செய்யும் கணவனுக்குப் பூரணமாக இணங்கிப் போகவில்லை என்பது குறிப்பிடத்தக்கது. தமக்குப் பிறந்த குழந்தைக்கு அவன் பிறந்த இடத்திற்கு அருகிலிருந்து நதியின் பெயரால் ஜௌகா என்று பெயரிட வேண்டுமென்று கணவன் கோரியபோது மேரி, திட்டவட்டமாக மறுத்துவிட்டார்.

25. கேயி. பக்கம். 215

26. கேயி, பக்.49, பெவரிட்ஜ் பக்.240

27. ஜோவன்னா திரோல்லோப், பிரிட்டானியாவின் புதல்விகள்: பிரிட்டிஷ் சாம்ராஜ்யத்தின் பெண்கள் (1983) பக்.148. டி. மிடில்டனின் விக்டோரியா காலத்துப் பெண் பயணிகள் என்ற நூலையும் காண்க (1965)

28. ஜிக்கி அலெக்சாண்டர் ஆட்ரே தெவ்ஜீ (ஆசிரியர்கள்) பல நாடுகளில் திருமதி சீகோலின் வியக்கத்தக்க துணிகரச் செயல்கள் (1984) பக். 15

29. தெற்குக் கலிபோர்னியாவுக்குத் தெளிவான வழிகாட்டி (1984) பக்.243

30. வில்லியம் பிரான்ஸன், கடைசி மகத்தானது துணிகரச் செயல் (நியூயார்க், 1977) பக்.166

31. ஜேம்ஸ் (1962) பக்.85

32. லா மலிஞ்சே பற்றிய விவாதத்திற்கும் அவளைப் பற்றிய புதிரைப் பெண்ணிய மறுஉருவாக்கத்திற்கும் செரிஸ் கிராமரேயும் பௌலா ஏ.டிரீய்ச்லரும் எழுதிய ஒரு பெண்ணிய அகராதி (1985) காண்க. பக்.245

33. டிரால்லோப், பக்.52

34. மேயோ, பக்.103-4

35. ஹீலி, பக்.8

36. எஃப், ஈகிஜியூபா, 'ஓமு ஒக்வேய்: ஒரு வாழ்க்கை வரலாற்றுக் குறிப்பு, நைஜீரியாவின் வரலாற்றுக் கழகத்தின் சஞ்சிகை III (1967)

37. ஆர்.மைல்ஸ், பெண்களும் அதிகாரமும் (1985) பக்.82, சூஸன் ரேவன், மற்றும் அலிஸன் வெயிர், வரலாற்றில் பெண்கள்: முப்பத்தைந்து நூற்றாண்டுகாலப் பெண்களின் சாதனை (1981) பக்.14

38. ரொனால்டுஹையாம் பிரிட்டனின் சாம்ராஜ்ய நூற்றாண்டு 1815-1914: சாம்ராஜ்யம் மற்றும் விஸ்தரிப்பு பற்றிய ஓர் ஆய்வு (1976) பக்.224-5

IV

நிலைமை மாற்றமடைகிறது

சார்ட்டர் ஹவுஸில் ஒவ்வொரு மனிதனையும் நான் கூர்ந்து கவனித்துக் கொண்டிருந்த பொழுது, ஒவ்வொரு பெண்ணும் ஏன் முன்னேறக் கூடாது, என்று எனக்கு நானே கூறிக் கொண்டேன்.

— ஜார்ஜ் பெர்னார்ட்ஷா.

10. பெண்களின் உரிமைகள்

பாலினத்திலும், முயன்று பெறுகின்றவற்றிலும், இயற்கையான பேறுகளின் அளவிலும் தன்மையிலும், உணர்ச்சியிலோ அல்லது அறிவாற்றலிலோ நீ தாழ்ந்தவள்.

-தனது மனைவி சாராவிடம் கவிஞர் கொலெரிட்ஜ்.

கணவனும் மனைவியும் ஒன்றே. அந்த ஒருவர் கணவன்.

'மிகப் பெரிய ஆங்கிலேய சட்ட வல்லுனர்' என்ற நூலில் சர் வில்லியம் பிளாக் ஸ்டோன்.

மனித குலத்தின் வரலாறானது, ஆண், பெண்ணுக்கு மீண்டும் மீண்டும் காயங்களேற்படுத்திய, அவளுடைய உரிமைகளைப் பறித்துக் கொண்ட வரலாறாகும். அவள் மீது முழுமுற்றான கொடுங்கோன்மையை நிறுவுவதை நேரடியான நோக்கமாகக் கொண்டு செயல்பட்ட வரலாறாகும்.

- அமெரிக்காவில் செனிகாஃபால்ஸ் என்ற இடத்தில் நடைபெற்ற முதலாவது மாதர் உரிமைகள் மாநாட்டின் 'மன உணர்ச்சிகள் மற்றும் முடிவுகளின் பிரகடனம்' 1848.

'பெண்களின் உரிமைகள்' என்ற பைத்தியக்காரத்தனமான, அவக்கேடான மடமையைத் தடுத்து நிறுத்துவதில் ஒவ்வொருவரையும் சேர்ப்பதில், சேரச் செய்வதில் ராணி மிகவும் ஆர்வத்துடனிருக்கிறார்கள்.

சர்தியோடார் மார்டினுக்கு விக்டோரியா மகாராணி எழுதியது. 1870.

1848ல், திருமதி டாசன் என்ற ஓர் ஆங்கிலேயப் பெண்மணி, விவாகரத்துக்கு விண்ணப்பித்தாள். அவளுடைய கணவன் பகிரங்க மாகவே பல பெண்களுடன் சல்லாபம் செய்பவனாக இருந்தான். தனது மனைவியை குதிரைச் சவுக்கால் அடிப்பது, உலோகமுனைகளைக் கொண்ட மயிர்க்குச்சியினால் அவளைக் குத்திப்புண்ணாக்குவது ஆகியவற்றின் மூலம் தனது தனிப்பட்ட வாழ்க்கையில் இன்பம் கண்டு வந்தான். அவளுடைய மனு நிராகரிக்கப்பட்டது. எட்டு ஆண்டு களுக்கு முன்னதாக, சிஸிலியா மரியா கொஹ்ரேன் என்ற மற்றொரு மகிழ்ச்சியற்ற மனைவியின் வழக்கில் வழங்கப்பட்ட தீர்ப்பைத் தொடர்ந்து இந்த முடிவு எடுக்கப்பட்டது. மகிழ்ச்சியற்ற மணவாழ்க்கையிலிருந்து தப்பி, பிரான்சில் தனது தாயாருடன் வசிக்கச் சென்ற சிஸிலியா, அவளுடைய கணவனின் சூழ்ச்சியால் இங்கிலாந்துக்குத் திரும்பி வரச் செய்யப்பட்டாள். அவன் அவளை, இனி ஒருபோதும் தன்னை விட்டு விலகிப் போகாமலிருக்கச் செய்வதற்கு, ஓர் அறையில் தள்ளிக் கதவைப் பூட்டிவிட்டான். சிஸிலியாவின் விடுதலையைப் பெறுவதற்காக, அவளுடைய தாயார் ஒரு ஹேபியஸ் கார்பஸ் ரிட் மனுத் தாக்கல் செய்தபோது, ராணியின் நீதிமன்றம், சட்டப்படியான நிலைமையை மீண்டும் எடுத்துக் கூறுவதற்கு முன்வந்தது. பெண்கள் நிரந்தரமாகத் தமது தகப்பனார் அல்லது கணவனின் பாதுகாப்பின் கீழ் வாழ்வதற்காகப் பிறந்துள்ளனர். திருமணம் செய்து கொள்ளும் பொழுது அவர்கள் சிவில் மரண நிலைக்கு ஆட்படுவதற்குத் தமது சம்மதத்தை அளிக்கின்றனர். எனவே, 'இங்கிலாந்தின் சட்டம் மனைவியின் மீது கணவனுக்குப் பொதுவான ஆதிக்க உரிமையை வழங்குகிறது என்பதில் ஐயமிருக்க முடியாது... அவன் அவளைக் கட்டாயப்படுத்தி தன்னுடன் வைத்துக் கொள்ளலாம்... அவளை அவன் அடிக்கவும் செய்யலாம்.' அவளுடைய சுதந்திரம் பறி போனாலும்கூட தனது மனைவியை அடைத்துப் பூட்டி வைத்துக் கொள்வதற்குக் கொஹ்ரேனுக்கு உள்ள உரிமை ஊர்ஜிதம் செய்யப்பட்டது. இதை நீதிபதியின் தீர்ப்பு அப்பட்டமாகக் கூறுகிறது.

சிஸிலியா கொஹ்ரேனுக்கு விடுதலை அளிப்பதற்கு மறுப்பதன் மூலம் நான் அவளுக்கு நிரந்தரமான சிறைத் தண்டனை அளிக்கிறேன். ஆனால் மண வாழ்க்கையில் பரஸ்பரம் விட்டுக் கொடுப்பதிலிருந்தும், சகிப்புத் தன்மையிலிருந்தும் கூடுதல் மகிழ்ச்சி ஏற்படுகிறது என்பதில் ஐயமில்லை. மணவாழ்க்கை பந்தம் முறிக்கப்பட முடியாதது என்ற உணர்வு இதனால் ஏற்படுகிறது. அந்தப் பந்தம் உறுதியற்றதாக இருந்தால் இந்த மகிழ்ச்சியை அனுபவிக்க முடியாது.

இவை தனிப்பட்ட நிகழ்ச்சிகளல்ல. திருமதி அடிஸன் என்பவர், தனது காமவெறிபிடித்த கணவன் தனது சகோதரியின் காதலனாகவும் இருந்தான் என்பதை நிரூபித்த போதிலும் அவளுக்கு விவாகரத்து மறுக்கப்பட்டது. திருமதி டியூஷ் என்பவருக்கு 'பொது ஒழுக்கம் சம்பந்தமான காரணங்களினால்' விவாகரத்து மறுக்கப்பட்டது. 'எந்தப் பெண்ணும் இதைக் காட்டிலும் ஓர் அசைக்க முடியாத சாட்சியத்தை முன்வைத்ததாக எனக்கு நினைவில்லை' என்று நீதிபதி கூறிய போதிலும் அவளுக்கு விவாகரத்து மறுக்கப்பட்டது. ஏனெனில், உண்மையில், புனிதமான மணவாழ்க்கையின் 'பந்தம்' - இதர யாவும் முறிந்து வந்தபோதிலும் - என்றுமே இதைக் காட்டிலும் உறுதியான தாக இருந்ததில்லை. 1700க்கும் 1850க்கும் இடைப்பட்ட காலத்தில் பல தலைகளைக் கொண்ட பூதமாகிய புரட்சி ஐரோப்பாவையும் அமெரிக்க நாடுகளையும் பகை நாடுகளாக்கிப் பிரித்தது. ஆயிரக்கணக் கான ஆண்டுகளாக மானிட இனத்தை அடிமைப்படுத்தி வைத்திருந்த தளைகளைத் தகர்த்தெறிந்தது. ஆப்பிரிக்காவிலும், இந்தியாவிலும், அரேபியாவிலும் மற்றும் கிழக்குலகிலும் ஏகாதிபத்திய துணிச்சலான பயணம் மேற்கொண்டவர்கள் - ஆண்களும் சரி, பெண்களும் சரி - பூகோள அறிவின் எல்லைகளை முறித்து, உலகின் வரைபடத்தையே மாற்றியமைத்தனர். உள்நாட்டிலேயே இருந்தவர்களும் சாதனை புரிந்தனர். சட்டைப்பையில் போட்டுக் கொள்ளும் கடிகாரம், கைத்துப்பாக்கி, பருத்தி ஜின் (விதையைப் பிரித்தெடுக்கும்) இயந்திரம், கம்பியில்லாத் தந்தி, மின்சார ஜெனரேட்டர், பிட்மனின் சுருக்கெழுத்து ஆகியவற்றை உலகுக்கு வழங்கினர். அறியாமை மற்றும் தொலைவுத் தடுப்பு அரண்கள் - அவை ஒருபோதும் இல்லாதது போன்று - நொறுங்கி வீழ்ந்த அதே சமயத்தில் ஒரு பெரிய முரண்பாடு இருந்தது. பெண்கள் எல்லா இடங்களிலும் இன்னும் பாலியல் அடிமைத் தனத்திலேயே மாட்டி வைக்கப்பட்டிருந்தனர். மனிதனால் தோற்றுவிக்கப்பட்ட நாகரிகம் தோன்றிய காலம் முதற்கொண்டு நடைமுறையில் மாறாமல் அப்படியே இருந்து வந்தது.

ஏனெனில் மானிட இனம் கிறிஸ்துவ உலகத்தில் இருபதாம் நூற்றாண்டு வரையிலும் முன்னேறி வந்துள்ளது. வேறு கலாசாரத்தின் ஆண்டுக் குறிப்பேட்டின்படி மேலும் அதிகக் காலம் முன்னேறி வந்துள்ளது. ஆயினும், ஆண்களின் மேலாண்மை என்ற உலகு தழுவிய நம்பிக்கையில் எந்த மெய்யான வடுவையும் ஏற்படுத்தவில்லை. ஆண்கள் கூடுதல் முக்கியமானவர்கள் என்று ஒவ்வொரு பெண்ணும் இன்னும் தன்னுடைய தாயிடமிருந்து அறிவுரை பெற்று வருகிறாள். உதாரணமாக, நூற்றாண்டின் தொடக்கத்தில், புரட்சிக்குப் பிந்திய

பிரான்ஸில், உணவு அருந்தும் வேளைகளில் 'வீட்டின் எஜமானர்க்கு தான் முதலில் உணவு படைக்கப்படுகிறது. பின்னர் இதர ஆண்களுக்கு அவர்களுடைய வயது மற்றும் பதவியின் அடிப்படையில் உணவு பரிமாறப்படுகிறது. கடைசி பண்ணையாளும் சாப்பிட்ட பிறகுதான் வீட்டின் எஜமானியும் அவளுடைய பெண்களும், பெண் நண்பர்களும் உணவருந்தும் இடத்திற்கு வருகின்றனர்,[2] என்று ஒரு பார்வையாளர் எழுதி வைத்துள்ளார். பத்தொன்பதாம் நூற்றாண்டின் மத்தியில் இந்த ஆண்களின் இந்தத் தனிஉரிமைத் தொகுதி தனிச் சலுகைகளாக இறுக்கமடைந்தது. ஆண்கள் தங்களுக்குத் தாங்களே வழங்கிக் கொண்ட யாவற்றையும் பெண்களுக்கு மறுப்பதன் மூலம் மட்டுமே பராமரிக்கப்பட்டு வந்தன. அமெரிக்காவில் செனிகா ஃபால்ஸ் என்ற இடத்தில் *1848*ல் நடைபெற்ற பெண் உரிமைகள் மாநாட்டுக்காக எலிஸபெத் காடிஸ்டான்டன் எழுதிய இந்தப் பிரகடனம் ஆண்களால் பெண்களுக்கு விளைக்கப்பட்ட அநீதிகளை வகுத்துக் கூறியது.

ஓட்டு அளிப்பதற்கும் தேர்ந்தெடுக்கப்படுவதற்கும் அவளுக்கு உள்ள மறுக்கப்பட முடியாத உரிமையை செயல்படுத்துவதற்கு அவளை அவன் ஒரு போதும் அனுமதித்ததில்லை.

திருமணம் செய்து கொண்டுவிட்டால், அவன் அவளை நயமாக மரணமடையச் செய்கிறான்.

அவன் அவளிடமிருந்து சொத்துரிமை முழுவதையும் அவள் சம்பாதிக்கும் சம்பளத்தையும் கூட எடுத்துக்கொண்டு விட்டான்... நடைமுறையில் அவன், அவளுடைய எஜமானனாகிவிட்டான்.

பெண்களின் மகிழ்ச்சிகரமான வாழ்வைப்பற்றிச் சிறிதும் கவலைப் படாத வகையில்... அவன் விவாகரத்து சட்டங்களை வகுத்துக் கொண்டான்.

அனேகமாக அனைத்து லாபகரமான வேலைவாய்ப்பையும் அவன் தனது ஏகபோகமாக்கிக் கொண்டான்.

ஒரு முழுமையான கல்வியைப் பெறுவதற்குள்ள வசதிகளை அவளுக்கு கிடைக்காமல் செய்துவிட்டான்.

ஆண்களுக்கும் பெண்களுக்கும் வெவ்வேறு ஒழுக்க நியதிகளை அவன் உலகுக்கு அளித்ததன் மூலம் பொதுமக்களிடையே போலியான மனோபாவத்தை உருவாக்கிவிட்டான்...[3]

இயற்கையாகவே, ஆண்கள் இதை இந்தக் கண்ணோட்டத்தில் பார்க்கவில்லை. இந்த ஏற்பாட்டினால் நன்மை அடைந்தவர்கள்,

ஏற்கெனவே உள்ள நிலைமையுடன் திருப்தி அடைந்தவர்கள் இவர்கள் மட்டுமல்ல, பெரும்பாலான பெண்களும் இதை ஆர்வத்துடன் ஆதரித்தனர். கரோலின் நார்ட்டன் - அவளுடைய பாரிஸ்டர் கணவன், அவள் இன்னொரு ஆணுடன் சோரம் போனாள் என்று குற்றம் சாட்டுவதற்குத் தனது சட்டப்படியான உரிமைகளைப் பிரயோகித்த போது, ஆணின் மேலாதிக்கக் கொடுங்கோன்மையை உணர்ந்தாள். அவன் குழந்தைகளையும் அவளிடமிருந்து பறித்துக் கொண்டான், அவளுக்கு எத்தகைய ஆதரவும் கிடைக்கவொண்ணாமல் தடுத்தான். பின்னர் அவள் தனது எழுத்துப் படைப்புகளின் மூலம் சிறிது பணம் சம்பாதித்த போது, அவளுடைய வருமானத்தைப் பறிப்பதற்கும் முயன்றான். அவளுடைய படைப்புகளுக்கெல்லாம் காப்புரிமை தன்னைச் சேர்ந்தது என்று உரிமை கொண்டாடினான். இந்தச் சட்டங்களைச் சீர்திருத்துவதற்கான இயக்கத்தை அவள் தலைமை தாங்கி நடத்திய போதும்கூட. கரோலின் கீழ்வருமாறு பிரகடனம் செய்தாள்.

'கடவுள் இருப்பதை நான் நம்புகின்றபடியே, ஆணின் இயற்கையான மேலாண்மையை நான் நம்புகிறேன். பெண்ணின் இயற்கையான நிலை ஆணுக்குக் கீழ்ப்பட்ட நிலையே'[4]. தன்னோடு சேர்த்து, 'கோடிக்கணக்கான இதரர்களுக்காவும்' தான் பேசுவதாகக் கரோலின் நார்ட்டன் தன்னம்பிக்கை கொண்டிருந்தான். 'சம உரிமைகள்' 'சம அறிவு' உடையவர்கள் என்று சில பெண்கள் முன்வைக்கும் மூர்க்க மான மற்றும் முட்டாள்தனமான கொள்கைகள் அவர்களது பாலினத்தின் கருத்தல்ல' என்று அவள் கூறினாள்.

இந்தக் கருத்துக்கு ஒவ்வொரு மட்டத்திலும் சர்வதேச ரீதியான ஆதரவு இருந்தது. பிரிட்டனிலிருந்து விக்டோரியா ராணி, 'இந்தப் பைத்தியக்காரத்தனமான பெண்களின் உரிமைகள்' என்று பழியார்ந்த மடமையைக் கடுமையாக எதிர்த்தார். இதில் அவர் எல்லா இடங் களிலுமுள்ள ஆட்சிக் குழுக்களின் உணர்ச்சியையே பிரதிபலித்தார். அவளுடைய அறிவற்ற பாலினம் பிடிவாதமாகக் கொண்டுள்ள இந்தக் கொள்கை 'தீமைகள் நிறைந்தது' என்று அவர் கூறினார்.[5] பெண் தன் பாலினத்தன்மைக்கு மாறாகச் செல்வதற்கு அனுமதிக்கப்பட்டால். அவள் மனிதப் பிறவிகளில் மிகவும் வெறுக்கத்தக்க, இதயமற்ற - அருவருக்கத்தக்கவளாகிவிடுவாள்! என்று விக்டோரியா கொண்டிருந்த அச்சத்தை உலகம் முழுவதிலும் ஒவ்வொரு வயதையும் வர்க்கத்தையும் சேர்ந்த பெண்கள் கொண்டிருந்தார்கள். அமெரிக்காவில் அந்நாட்டின் வரலாற்றிலேயே பெண்கள் தான் தங்களுக்கு ஓட்டுரிமை கொடுக்கப் படுவதை எதிர்த்து தீவிரமாகப் போராடிய ஒரே பிரிவினர் ஆவர். வேறிடங்களிலும் எங்கெல்லாம் ஒரு சில சீர்திருத்தவாதிகள் பெண்

களின் உரிமைகளைத் தேசியப் பிரச்சினையாக்குவதில் வெற்றியடைந்த இடங்களிலும்கூட, ஆணின் இயற்கையான ஆதிக்கத்தை நிலைநிறுத்து வதில் உறுதிபூண்ட இரு பாலினத்தைச் சேர்ந்த எதிர்ப்பாளிகளாலும் பயங்கரமாகத் தாக்கப்பட்டனர். அடிக்கடி உடல் ரீதியாக அவர்கள் காயப்படுத்தப்பட்டனர்.

உண்மையில், 'இயற்கையானது' என்பதற்கு நேர்மாறாக, இப்பொழுது ஆணாதிக்கம் மீண்டும் புதிதாக, அவசர அவசரமாகப் புனையப்படுகிறது. பல நூற்றாண்டுகளாக, ஆண்கள், அவர்களின் பிறப்புக் கருவிகளுக்கு வெளிப்படையாக எத்தகைய தீங்கும் ஏற்படாமல் அனுபவித்து வந்த அனுகூலங்கள் சிலவற்றைப் பெறுவதற்கான வாய்ப்புக்குத் தங்களுடைய 'பாலினத் தன்மையை மாற்றும்' அபாயத்திற்குத் தயாராயிருக்கும் பெண்களினால் ஏற்பட்டுள்ள அச்சுறுத்தலை சமாளிப்பதற்கு சட்டபூர்வமாக ஒதுக்கி வைப்பதிலிருந்து சமூகத் தீட்டு வரையிலுமான தந்தைவழிச் சமுதாயத் தடைகள் எண்ணற்ற அளவில் உருவாக்கப்பட்டன. சோஷலிச சீர்திருத்தவாதி பியாட்ரிஸ் வெப், தன்னுடைய புதிய ஆராய்ச்சித் திட்டத்தை விவாதிப்பதற்காக, 1889 மார்ச்சில் லண்டன் பல்கலைக் கழகத்தைச் சேர்ந்த மார்ஷல் என்னும் ஒரு பேராசிரியரை சந்திக்கப் போனபோது, இதை நேரடியாகவே அவர் அனுபவித்தார். ஏற்கெனவே, அனுபவம் வாய்ந்த ஆராய்ச்சியாளர், பெருமளவு ஆராய்ச்சிப் பணி புரிந்துள்ள இந்த அம்மையாருக்கு, தன்னைத் தானே மேலானவள் என்று எண்ணிக் கொண்டிருந்த அந்தப் பேராசிரியர் கீழ்வரும் புத்திமதியைக் கூறினார்.

> பெண் ஒரு தாழ்ந்த பிறவி, அவள் அவ்வாறு இருப்பதினின்றும் மாறிப்போனால், ஓர் ஆண் திருமணம் செய்துகொள்ள வேறு ஒரு பொருளும் இருக்காது. திருமணம் என்பது ஆணின் சுதந்திரத்தைத் தியாகம் செய்வதாகும். எனவே, பெண்ணும் ஆணும் உடலாலும், உள்ளத்தாலும் ஈடுபாட்டுடன் இருக்கும் வரையில்தான் ஆண் பிறவிகள் அதைச் சகித்துக் கொண்டிருப் பார்கள். எனவே, பெண், ஆண்களுக்கு எந்த வகையிலும் மனக் கசப்பு ஏற்படும் வகையில் தனது திறமைகளை வளர்த்துக் கொள்ளக்கூடாது. வலிமை, மனத்திண்மை, சுதந்திரம் முதலியவை பெண்களிடம் கவர்ச்சிகரமானவை அல்ல. ஆண்களின் நடவடிக்கை களுக்குப் போட்டியாக வருவது மிகவும் மனக்கசப்பை ஏற்படுத்துவதாகும். 'நீங்கள் எங்களுடன் போட்டியிட்டால், உங்களை நாங்கள் திருமணம் செய்துகொள்ள மாட்டோம்', என்று அவர் சிரிப்புடன் சொல்லி முடித்தார்.[6]

ஆயினும் பெண்களின் தாழ்ந்த தன்மை மீண்டும் எடுத்துக் கூறப்படுவதானது முற்றிலும் தனிப்பட்ட முன் முயற்சியின் வாயிலாக ஏற்படுவதல்ல. ஒவ்வொரு பீதியடையும் குடும்பத் தலைவனின் பின்னாலும் பெண்களை ஒடுக்குவதற்கான புதிய நிலைமைகளை உருவாக்குவதற்கு வரலாற்று ரீதியான காரணங்கள் இணைந்து வந்தன. துணிச்சலான புதிய நவீன உலகத்தைத் தோற்றுவிப்பதை நோக்கமாகக் கொண்ட கட்டமைப்புகளோடும் கூட புதிய தளைகள், பொறிகள், சவுக்குகள் மற்றும் தார்க்குச்சிகளும் தோன்றின. பொதுவாக, இவை மூன்றும் தனித்தனி. ஆனால் ஒன்றுடன் ஒன்று தொடர்புடைய நிகழ்ச்சிகளாக அமைந்தன.

- தொழில்துறை ஒழுங்கமைப்பும் முதலாளித்துவத்தின் எழுச்சியும்
- நவீன விஞ்ஞானத்தின் தோற்றமும் 'பெண்ணின் இயற்கை' என்பதற்கு மறுவிளக்கம் அளிப்பதும்.
- சமூக மாற்றத்திற்கு சட்டங்களை உருவாக்குகின்றவர்களின் ஆதரவும்.

இந்த மூன்றில் தொழில்வளர்ச்சியின் பயனாகப் பரவும் தீமையினால் ஏற்பட்ட பாதிப்பை எளிதில் இனம் காணலாம். தென் ஆப்பிரிக்கப் பெண்ணின இயக்கத் தலைவி ஆலிவ்ஷ்ரீனர் சுட்டிக் காட்டியது போன்று ஆலை உற்பத்தியானது, 'உற்பத்தி சார்ந்த மற்றும் சமூக உழைப்பு எனும் பண்டைய ஆட்சிப் பகுதியைப் பெண்ணிட மிருந்து பறித்துவிட்டது.'

நூற்பு ராட்டைகளெல்லாம் உடைக்கப்பட்டுவிட்டன. நாம், நாம் மட்டுமே நமது மக்களுக்குத் தேவையான உடைகளை வழங்குகிறோம் என்று பண்டைக் காலத்தில் கூறியது போல் இனி ஒரு போதும் நாம் பெருமிதத்துடன் கூறுவதில்லை... ஒரு காலத்தில் நாம் மாவு பிசைவதற்கான தொட்டியையும், மதுவைத் தயாரிப்பதற்கான அண்டாவையும் உடைமையாகக் கொண்டிருந்தோம்; ஆனால் இன்று நீராவி நமது ரொட்டியை உருவாக்குகிறது. ரொட்டிகள் நமது வாசலிலேயே நமக்குக் கொண்டு வந்து கொடுக்கப்படுகின்றன.[7]

பழைய - பாணியிலான குடும்பப் பொருளாதாரத்தின் வீழ்ச்சி பெண்களை அவர்களுக்கு அந்தஸ்தையும் மனநிறைவையும் அளித்த ஒரு கட்டமைப்பின் மையத்திலிருந்து அகற்றிவிட்டது. அதற்குப் பதிலாக, முதல்முறையாக, அவர்கள், வேலை சம்பந்தமாக பாலின ரீதியாக தனித்து ஒதுக்கப்பட்டனர்; அது, ஆண்தான் குடும்பத்திற்கு 'உணவளிப்பவன்' என்ற வீரம் செறிந்த புதுமையான ஆணை பிறப்பித்தது. இது தானாகவே, பெண்களை, அவர்கள் முன்பு அறிந்திராத ஒரு தாழ்ந்த நிலைக்கு, குறைந்த முக்கியத்துவம் உள்ள மட்டத்திற்குத்

தாக்கியது. உண்மையில் புதிய வேலை நிலைமைகள், பெண்களை, ரொட்டி சுடுவது, மது தயாரிப்பது போன்ற அவர்களது முந்திய உற்பத்திகரமான உழைப்பிலிருந்து மட்டுமன்றி அவர்களது ஆண்களினின்றும் பிரிப்பதற்காக செய்யப்பட்ட சூழ்ச்சியேயாகும். முன்பு இருவரும் குடும்பத்தில் அவசியமான, மதிப்புக்குரிய பங்காளிகளாக இருந்த நிலைமைக்கு மாறாக, இப்பொழுது மனைவிமார்கள், நவீன தொழில்துறைப் பணிகளை ஆற்றுவதற்காகத் தங்களுடைய கணவன்மார்களுக்கு மட்டும் விசேஷப் பயிற்சி கொடுக்கப்படுவதைக் காண வேண்டியேற்பட்டது. அதே பொழுதில், அவர்கள் (பெண்கள்) மேலும் மேலும் அதிகமாகத் தாழ்ந்த, தற்காலிகமான, மற்றும் குறைவான சம்பளம் கொடுக்கப்படும் உழைப்புக்குத் தாழ்த்தப்பட்டனர். ஒட்டுமொத்தப் பொருளாதாரத் திற்கு இப்பொழுது அவர்களுடைய பங்களிப்பு குறைவாக இருப்பதிலிருந்து அவர்களுடைய அந்தஸ்தும் தாழ்ந்த நிலைக்குச் சரிந்தது.

இந்தப் புதிய கட்டமைப்பு ரீதியான பாலின ஒதுக்கி வைத்த லானது எழுச்சியுற்றுவரும் 'தொழிலாளி வர்க்கங்களை' மட்டுமல் லாது எல்லாப் பெண்களையும் பாதித்தது. தொழில் வளர்ச்சிக்கு முந்திய காலத்தில் பெரும்பாலான பெண்கள் குடும்ப அமைப்பு களிலேயே வாழ்ந்தனர். உழைத்தனர். அவை ஓரளவு குடும்பம் சார்ந்ததாகவும், ஓரளவு வர்த்தகம் சார்ந்ததாகவும் இருந்தது. அவற்றை அவர்கள் குழந்தைகளுடனும், விதவைகள் அல்லது அநாதை உறவினர்கள், முதிய சொந்தக்காரர்கள், பணிப் பெண்கள், வேலை யாட்கள், மற்றும் பயிற்சி பெறுபவர்கள் ஆகியோருடன் பகிர்ந்து கொண்டனர்.

வீடும் உழைப்பும் பிரிக்கப்பட்டதானது பெண்களை அவர் களுடைய பயனுள்ள வேலையிலிருந்தும் அவர்களுடைய ஆண்களி லிருந்தும் பிரித்தது மட்டுமன்றி, குழந்தைகள் இனத்திலிருந்தும், பிற பெண்களிடமிருந்தும், தமது சொந்த வாழ்க்கையின் மீதான கட்டுப்பாட்டினின்றும், வெளிஉலகத் தொடர்பினின்றும் பிரித்தது. 'உழைக்கும் ஏழைகளின்' கீழே அமுக்கப்பட்ட மனைவிகளும் சரி, பணக்காரர்களின் சோம்பேறியான மனைவிகளும் சரி, சம்பவங்களின் மீது எத்தகைய குறிப்பிடத்தக்க செல்வாக்கை ஏற்படுத்தவோ, அல்லது அவற்றை நிர்வகிப்பதில் எந்தப் பங்கை ஆற்றுவதற்கோ முடிய வில்லை. பெரும்பாலான உதாரணங்களில் தொடர்ந்து வேலை செய்யும்படி அவர்கள் நிர்ப்பந்திக்கப்பட்ட அதே சமயத்தில் வேலை சம்பந்தமாக எந்தக் கருத்தையும் சொல்ல முடியாமல் முற்றாக அடக்கி ஒடுக்கப்பட்டனர். பத்தொன்பதாம் நூற்றாண்டின் போது, முன்னேற்ற

மான எல்லாப் பொருளாதாரங்களிலிருந்து பெண்கள் - முன்பு அவர்கள் திறமைக்கும் சூழ்நிலைகளுக்கும் ஏற்ப ஆண்களைப் போன்றே வேலை செய்து கொண்டிருந்த இடங்களிலிருந்து - வெளியே தள்ளப்பட்டனர்.

பெண்கள் சமுதாயத்தின் ஒரு தனிப்பகுதியாக உருவாக்கப்பட்ட தோடு, ஒரு புதிய கீழ்ப்பட்ட வர்க்கம் தோன்றியது. அவர்கள் ஒரு தனித்தன்மை வாய்ந்த, மற்றும் முன்னென்றும் கண்டிராத சிக்கலான பிரச்சினையை முன் வைக்கின்றனர் என்ற உணர்வு வளரலாயிற்று. இவ்வாறு 'பெண்கள் பிரச்சினை' தோன்றியது. புதிய இக்கட்டான நிலைமைகளுக்குப் புதிய தீர்வுகள் தேவைப்பட்டன. பத்தொன்பதாம் நூற்றாண்டில் தோன்றி வளரத் தொடங்கிய எல்லா அறிவுத் துறைப் பிரிவுகளிலும், அதனுடைய சங்கடத்திற்குள்ளாக்கிய அபிப்பிராயங்களை உருவாக்குகின்றவர்களுக்கு விஞ்ஞானத்தைப் போன்று வேறு எதுவும் அவ்வளவு உதவிகரமாக இருக்கவில்லை. இந்தப் புதிய அறிவுத்துறை, முழுமுற்றான நிச்சயத் தன்மையின் மகிழ்ச்சியை வழங்கியது. மனிதனது மூளையை இப்பொழுது மிகவும் துல்லியமான மிக நுண்ணிய அளவான மில்லிகிராம் வரையிலும் அளவிட்டுக் கூற முடியும் - எனவே 'மண்டையோட்டு ஆராய்ச்சி' என்னும் புதிய விஞ்ஞானம் பிறந்தது.[8] அறிவாற்றலானது மூளையின் அளவுடன் நேரடியாகச் சம்பந்தப்பட்டதாகும் என்ற கேள்விக்கிடமற்ற அனுமானத்தை மண்டையோட்டு ஆராய்ச்சி முன் வைத்தது. பின்னர், வெள்ளைக்கார ஆணின் மூளையானது கறுப்புநிற ஆண்கள், கிழக்கு நாடுகளைச் சேர்ந்தவர்கள், சுதேசி அமெரிக்கர்கள், அல்லது எந்த அடிமைப்பட்ட இனங்களின் மூளைகளைக் காட்டிலும் அளவில் பெரிதானது என்பதை நிரூபிக்க முன்சென்றது.

'பெண்களின் பிரச்சினைக்கு' மண்டையோட்டு ஆராய்ச்சியின் பங்குப் பணியானது, ஓர் ஆணின் மூளை அனேகமாக எப்போதும் பெண்ணின் மூளையைக் காட்டிலும் பெரியது என்ற கேள்விக்கிடமற்ற நிரூபணமாகும். ஆயினும் ஆணின் மேலாண்மை லட்சியத்திற்கு இது அளித்த மகிழ்ச்சியானது அற்பாயுஸாக இருந்தது. மூளையின் அளவில் மட்டும் பெண்கள் ஆண்களிடம் தோற்றுப் போனார்கள். ஆனால், உடம்பின் அளவுக்கும் மூளையின் அளவிற்கும் உள்ள தகவில், எப்போதும் பெண்கள் ஆண்களைக் காட்டிலும் முன்னணியில் இருந்தனர். ஆணின் மேலாண்மையை நியாயப்படுத்துவதற்கு ஆணின் மேலான அறிவுத்திறன் என்ற கருத்து ஜீவாதாரமானதாக இருந்ததால், இது ஒரு கடும் சிக்கலைத் தோற்றுவித்தது. மண்டையோட்டு ஆராய்ச்சி இதற்குத் தீர்வுகாண முன் வந்தது. அறிவாற்றலானது மூளையின் தொங்கும் முன்பகுதி, உச்சிப்பகுதி, பின்பகுதி ஆகியவற்றில்தான்

அமைந்துள்ளது. உண்மையில், பெண்ணின் மூளையைக் காட்டிலும் ஆணின் மூளை பெரியது என்று காட்டப்படும் எங்கும் இது அமைந்துள்ளது என்று கண்டுபிடிக்கப்பட்டது. போலியான விஞ்ஞானப் போக்கின் பரபரப்பில், மையமான பிரச்சினைக்கு பதில் காணாமல் விடப்பட்டது. ஓர் ஆண்குறியும், பெரிய மூளையும்தான் படைப்பின் அதிபதிகளின் சிறப்பு அடையாளங்கள் என்றால், இந்த உலகம் ஏன் திமிங்கிலங்களால் ஆளப்படவில்லை?

ஆயினும், இந்த உலகின் ஆட்சியாளர்கள் பெரிதாக வளர்ச்சி யடைந்த குரங்குகளைக் காட்டிலும் ஓரளவு மேலானவர்கள் என்று தங்களை நிரூபித்துக் கொள்வதில் சுறுசுறுப்பாக ஈடுபட்டிருந்த பொழுது திமிங்கிலங்கள் பிரச்சினையாக இருக்கவில்லை. பரிணாம வளர்ச்சி, மண்டையோட்டு ஆராய்ச்சியின் உதவிக்கு வந்தபொழுது, பெண்களின் அறிவாற்றலுக்கு எதிரான வாதம் பூரணமடைந்தது. குறைவானதாக உருவாகியுள்ள பெண்களின் மூளை 'தாழ்ந்த இனங்களின் குணாம்சம் என்றும், எனவே அது கடந்த காலத்திய மற்றும் தாழ்ந்த நிலையிலான நாகரிகத்தின் குணாம்சமுமாகும்[9] என்பதை நிராகரித்தார். எனவே, வளர்ந்து வந்த நவீனகால உலகின் ஒரு குறிப்பிடத்தக்க இயல்பாக இருந்துவந்த, செருக்குமிக்க விஞ்ஞானப் போக்கு புதிய உண்மைகளைக் கண்டுபிடிப்பதற்காகப் பயன்படுத்தப்படவில்லை. மாறாகப் பழைய பொய்களைப் பிடிவாதமாகப் புதுமைப்படுத்துவதற்குப் பயன்படுத்தப்பட்டது. இதோடுகூட, விஞ்ஞானமே அதிகாரத்தின் ஒரு புதிய கருவியாயிற்று. இந்த மாபெரும் மற்றும் புதிய அறிவுத்துறையைச் சேர்ந்தவர்கள் விரைவாகக் காலனிகளைப் பிடித்ததானது, 'மாமூலானதை', 'இயற்கையானதை' - அது என்ன என்றும், எவ்வாறிருக்க வேண்டுமென்றும் வியாக்கியானம் செய்யும் உரிமையை அவர்களுக்கு அளித்தது. விஞ்ஞானத்தின் வெற்றியானது மனித வர்க்கத்தின் உதய காலத்திலிருந்து ஏற்பட்டு வந்திருக்கிற ஒரு நிகழ்ச்சிப்போக்கை முழுமையாக்கியது. சக்தியின் இறுதியான ஆதாரம், முக்கியத்துவம், மற்றும் படைப்புவலிமை, ஒரு காலத்தில் வியக்கத்தக்க பெண்ணின் கருப்பை, பின்னர் புனிதமான ஆண்குறி, தற்பொழுது ஆணின் மூளையாயிற்று. மகத்தான அன்னையின் தலையாய செயல்பாடு இறுதியாக வக்கிரப்படுத்தப்பட்டதனால், மனிதனின் விஞ்ஞான ரீதியான மனம் இப்பொழுது பெண்ணின் வளர்ச்சி தடைசெய்யப்பட்ட குறுகிய பதிப்பைத் தோற்றுவித்துள்ளது. அது இன்றும் நம்மை முடமாக்கி வருகிறது.

ஏனெனில், தொழில் மயமாக்கலைப் போன்றே, நவீன கால விஞ்ஞானம், பெண்ணுக்கு அவளுடைய பாத்திரம் மற்றும் நோக்கம்

பற்றிய ஒரு புதிய விளக்கத்தைக் கொடுப்பதற்குச் சதி செய்துள்ளது. உண்மையில் இது, அவளுடைய இரண்டாந்தர நிலையை ஊர்ஜிதம் செய்து, முன்பு இருந்ததைக் காட்டிலும் அவளுடைய நிலைமையை மோசமாக்கியது. டாக்டர்கள், உடற்கூறு வல்லுநர்கள், உயிரிய லாளர்கள், பெண் - நோய் மருத்துவ வல்லுநர்கள், மண்டை அமைப்பு ஆராய்ச்சியாளர்கள், போலி மருத்துவர்கள் முதலியவர்கள் - 'பெண்கள் பிரச்சினைக்குத்' தமது பங்களிப்பைச் செய்தவர்கள். பெண்ணின் இயல்பைப் பற்றி எண்ணற்ற 'விஞ்ஞான ரீதியான பகுத்தறிவுக் கோட்பாடுகளை வழங்கியவர்கள். முதலாவதாக க்ளாஃபாம் பேருந்தில் உள்ள மனிதன் அவர்களுக்கு என்ன கூறினானோ அதையே கண்டுபிடித்ததாக அப்படியே கூறினர்: அதாவது, பெண்கள் பலவீனமானவர்கள், ஆண்கள் வலிமை வாய்ந்தவர்கள்; எனவே ஆணாதிக்கமானது சரியானது மட்டுமன்றி அவசியமுமாகும் என்று கூறினர். சிறந்த டாக்டர்கள் வழங்கிய தனிச்சிறப்பான பங்களிப்பு - உண்மையில் அவர்கள் இதை நிறையவே வழங்கினர். பெண்கள் 'அவர்களது ஒழுங்கமைப்பின் கொடுங்கோன்மை'க்கு ஆயுள்பரியந்தம் தியாகிகளாக இருந்து வந்துள்ளனர் என்பதற்கு 'விஞ்ஞான ரீதியான ஆதாரம்' வழங்கினர். ஒரு பெண்ணுக்கு இதன் பொருளென்ன என்பதை அமெரிக்கப் பெண்-நோய் மருத்துவ வல்லுநர் கழகத்தின் தலைவர் டாக்டர் ஜார்ஜ் ஜே இங்கின்மேன், உருக்கமாக வர்ணித்தார். திடீர் வேகத்தில் அவர் இதைக் கூறினார் என்று மட்டுமே இதை எடுத்துக் கொள்ளமுடியும்.

பல இளம் பெண்களின் வாழ்க்கை பூப்பெய்தலினால் சிதறடிக்கப்பட்டு அவர்கள் நிரந்தரமாக முடமாக்கப்பட்டனர். அவர்கள் எவ்விதத் தீங்குமின்றி இந்த நிலைமையைத் தாண்டிச் சென்று, குழந்தை பிறப்பு என்ற பாறையில் மோதி சிதைந்து போகாமல் இருந்தார்களேயானால், அவர்கள், மீண்டும் மீண்டும் ஏற்படும் மாதவிலக்கு எனும் ஆழமற்ற குட்டைகளில் விழுந்து பாதிக்கப்படுவார்கள்; கடைசியாக, இறுதி மாதவிலக்குக்குப் பின், பாலியல் புயல்கள் எட்டமுடியாத, கொந்தளிப்பு அற்ற நீரைக் கொண்ட துறைமுகத்தில் பாதுகாப்பைப் பெறுகிறார்கள்.[10]

பெண்ணினுடைய ஒவ்வொரு இயல்பான செயல்பாட்டையும் உயிருக்கு அச்சுறுத்தல் ஏற்படுத்தும் ஒரு நெருக்கடியாகக் காணும் பகுத்தறிவு சார்ந்த, விஞ்ஞான ரீதியான ஆணினால் இத்தகைய ஓர் ஒடிசலான பாத்திரத்தில் நம்பிக்கை வைக்க முடியவில்லை. தற்பொழுது போலி-உயிரியலின் கண்காணிப்பின் கீழ் தோன்றியுள்ள பெண், உடல் ரீதியாக மட்டுமன்றி, யாவற்றுக்கும் மேலாக,

மண்டையோட்டு ஆராய்ச்சியாளர்கள், அவளுக்கு இருப்பதாக வேண்டா வெறுப்பாக ஒத்துக்கொண்டுள்ள மனத்திலும் மிகவும் மோசமாக நொய்மையாக உள்ள ஒரு பிறவியாகும். நரம்பியல் கோளாறுகளும், ஸ்திரமற்ற மனமும் அவளுடைய குணாம்சமாக இருந்து வந்துள்ளன. ஆனால், கல்வியின் மூலம் அவளுடைய இயற்கையான குறைபாட்டைப் போக்குவதற்கு எவ்வித நம்பிக்கையும் இருக்க முடியாது. இளம் பெண்களுக்கு எத்தகைய கல்வியும் அவர்களுடைய பலவீனமான மூளைக்கு 'மிகையான தூண்டுதல்' அளிக்கும் அபாயத்தை ஏற்படுத்தும். இது கணக்கிட முடியாத அளவுக்கு ஆபத்தானதாகும். முன்பு பரிணாம வளர்ச்சி பற்றிய விவாதத்தில் அவருடைய பங்குக்காக, 'கிறிஸ்துவ உலகில் மிகப் பெரிய கழுதை' என்று கார்லைலினால் நாகரிகமற்ற முறையில் குற்றம் சாட்டப்பட்ட தத்துவஞானி ஹெர்பர்ட் ஸ்பென்ஸர், இளம் பெண் களுக்கு 'நிர்ப்பந்தமாகக் கல்வி அளிப்பதன்' தீய விளைவுகளைப் பற்றிப் பறைசாற்றியவர்களில் முதன்மையாளராக இருந்தார்: அவர்கள் கல்வியளிக்கும் புத்தகத்தைத் தொட்டால், அவர்களுக்கு நரம்புக் கோளாறு (நடுக்கம்) ரத்தசோகை, வலிப்புநோய், வளர்ச்சியின்மை, மிகவும் ஒல்லியாகப் போவது ஆகியவை குறைந்தபட்சம் அவர்கள் எதிர்பார்க்கக் கூடியவையாகும். இத்துடன் முடிந்துவிடவில்லை. மூளைக்கு அதிக வேலை கொடுப்பது 'தட்டையான மார்பகங்கள் உடைய பெண்களைத் தோற்றுவிக்கும்' என்று ஸ்பென்ஸர் எச்சரிக்கை செய்தார். இதன் விளைவாக 'தமது உயர் அழுத்தக் கல்வி கற்று மீள்பவர்கள்' ஒரு போதும் நன்கு வளர்ச்சியடைந்த ஒரு சிசுவைப் பெற்றெடுக்க மாட்டார்கள்[11] என்று அவர் கூறினார்.

பெண்களை அவர்களது 'இயற்கையான' அறியாமையிலிருந்து மீட்டெடுப்பதன் விலையானது 'ஒரு வளர்ச்சியற்ற, பலவீனமான மற்றும் ஆரோக்கியமற்ற இனத்தை'த் தோற்றுவிப்பதாகும் என்று அஞ்சியவர்கள் அவருடைய காலத்தில் ஸ்பென்ஸர் மட்டுமேயல்ல. ஆயினும், கல்வி போதிக்கப்பட்டு மீட்கப்படுவதற்குக்கூட முடியாத மிகவும் பலவீனமான மனத்தை உடைய பிறவி. வேறு எதற்கும் பொருத்தமானவளல்ல என்று கருதப்பட்டது. எனவே இவ்வாறு பெண் உடல் ரீதியாகவும் மன ரீதியாகவும் நொய்மையானவள் என்று குற்றம் சாட்டப்பட்டதே, அவளுக்கு எத்தகைய சிவில் அல்லது சட்டபூர்வமான உரிமைகள் மறுக்கப்படுவதற்கும், உண்மையில், அவளது வாழ்க்கையின் 'இயற்கைத் தன்மை'யிலிருந்து எத்தகைய மாற்றத்தையும் மறுப்பதற்கும் ஆதாரமாகக் கருதப்பட்டன. 1907ஆம் ஆண்டிலேயே கூட, பெண்களுக்கு வரம்புக்குட்பட்ட மற்றும் ஸ்தல

வாக்குரிமை வழங்கும் மசோதாவுக்கு எதிர்ப்புத் தெரிவித்து ஓர் ஆங்கிலேயப் பிரபு இவ்வாறு கூறினார்.

> அவர்கள் மிகவும் நரம்புத் தளர்ச்சியடைவார்கள் என்று நான் கருதுகிறேன். அவர்கள் பகுத்தறிவால் அன்றி, உணர்ச்சி யினாலேயே மிகவும் வழிகாட்டப்படுபவர்களாக இருக்கிறார்கள். மேலும், எத்தகைய சமரஸத்தையும் மறுப்பவர்களாக இருக்கிறார்கள். அரசு விஷயங்களில் அவர்கள் (பெண்கள்) சரியான வழிகாட்டி களாக இருக்க முடியாது. அவர்கள் மிகவும் ஆபத்தான வழிகாட்டிகள்.[12]

பிரிட்டிஷ் பிரபுக்களின் மற்றொரு முக்கியமான புள்ளி, அப்பட்டமான ஆண் இனத்தின் சுயநலத்தின் அடிப்படையில் இவரை ஆதரித்துப் பேசினார். 'பெண்கள் இதுவரையிலும் இருந்து வந்த நிலையிலிருந்து, அதாவது செயற்கையான கல்வியிலிருந்து அன்றி இயற்கையிலிருந்து அவள் பெற்றுள்ள நிலையிலிருந்து அவளை மாற்றினால், அவளை வீட்டு வேலைகளிலிருந்து அரசியல் வாழ்க்கைக்கு மாற்றினால்... இந்த மாற்றத்தினால் இல்லங்களும், சமுதாயத்தின் ஒவ்வொரு உறுப்பினரின் மகிழ்ச்சியும் மோசமாக பாதிக்கப்படும்', என்று அவர் கூறினார். 'செயற்கையான' அல்லது வேறு எவ்வகைப்பட்ட கல்வியின் சுமையையும் தன் மீது ஏற்றிக் கொள்ளாத போதிலும், தாவாவிலுள்ள மையமான பிரச்சினையைப் பற்றி அவர் மிகவும் தெளிவாகக் கூறினார். 'பெண்கள் அவர்களுடைய கட்டாயமான தாழ்ந்த நிலைமையிலிருந்து தப்பிப்பதற்காகச் செய்யப் படும் எந்த முயற்சியும் சமுதாயத்தின் கட்டுமானத்தை பாதிக்கவே செய்யும். எனவே அது எதிர்க்கப்பட்டாக வேண்டும், என்று அவர் கூறினார்.

ஆயினும், ஓர் இயற்கையான நிலையை, பெண்களின் தாழ்ந்த நிலைமையையும் சமூக மரணத்தையும் பராமரிப்பதற்குப் பெருமளவான சமூக மற்றும் கலாசார நிர்ப்பந்தம் தேவைப்பட்டது. தொழில் வளர்ச்சி எனும் புரட்சி, மற்றும் பொது அறிவு, பகுத்தறிவு ஆகியவற்றுக்கு எதிராக விஞ்ஞானத்தின் வெற்றி ஆகியவற்றோடு கூட பத்தொன்பதாம் நூற்றாண்டின் சட்டமானது பெண்கள் விடுதலையின் விரோதிகளில் மூன்றாவதான மற்றும் மிகவும் வெளிப்படையாகவே கொடுமையானதாகியது. இந்த நிகழ்வுப் போக்கு வேறு எந்த இடத்தைக் காட்டிலும் பிரான்சில்தான் கூடுதல் முனைப்பாகக் காணப்பட்டது. அங்கு நெப்போலியனின் சட்டம், அந்தக் காலத்தின் மிகவும் முன்னேற்றமான சட்ட நினைவுச் சின்னம் என்று போற்றப் பட்டது. ஆனால் இந்த உற்சாகமானது, இது எல்லாக் காலத்திலும்

பெண்களுக்கு எதிரான மிகவும் சர்வாம்ச ரீதியில் கொடுமையான சட்டத் தொகுதி என்ற உண்மையை அறியாததினால் ஏற்பட்டதா அல்லது அதை அங்கீகரிக்கும் முறையில் ஏற்பட்டதா என்பதை வரலாறு பதிவு செய்யவில்லை. பண்டைக்காலத்திய விடுமுறையின்படி, திருமணமான பெண்கள் பரந்த சுதந்திரங்களை அனுபவித்தனர். தமது உடைமைகளின் மீது அவர்களுக்குக் கட்டுப்பாடு இருந்தது. அவர்களது சமூகத்தில் அவர்களுக்குச் செல்வாக்கான நிலை இருந்தது. இந்த உரிமைகளை புரட்சி, உதாரணமாக விவாகரத்துக்கு வகை செய்ததன் மூலம் விரிவுபடுத்தியது. இப்பொழுது பிரான்சின் சட்டங்களை ரோமானிய அல்லது கார்ஸிகன் தார்மிக அடிப்படையில் மறுநிர்மாணம் செய்வதற்காக உறுதிபூண்ட நெப்போலியன், பெண்கள் ஆண்களுக்கு முற்றிலும் கீழ்ப்பட்டவர்களாக அடிமை என்ற முறையில் பூர்த்தி செய்வதையும் உறுதிப்படுத்தும் வகையில் கடுமையான சட்டத்தை இயற்றினான்.

நெப்போலியன் சட்டக் கத்தியில் அவருடைய தனிப்பட்ட கூர்முனை அமைந்திருந்தது என்பதில் சிறிதும் ஐயமில்லை. ‘பெண்கள் பின்னல் வேலையில் மட்டுமே கவனம் செலுத்த வேண்டும்’ என்று அவர் திருமதி ஸ்டேய்ஸ் என்பவரின் மகனிடம் கூறினார். அந்தப் பெண்ணரசி, வேறு எதுவாக இருந்தாலும், பின்னல் வேலையில் தேர்ச்சி பெற்றவளல்ல என்பது வேறுவிஷயம். பெண்கள் சம்பந்தமான நெப்போலியனின் கண்ணோட்டம், அவருடைய இத்தகைய குறுகிய, பிற்போக்கான, கொச்சையான, பாலியல் கருத்துக்களைத் தொடர்ந்து வெளிப்படுத்தியது. அரசாங்கத்தில் எவ்வாறு அவர் சகல அதிகாரமும் படைத்த சர்வாதிகாரியாக இருந்தாரோ, அதேபோன்று, ஒவ்வோர் ஆணும் தனது குடும்பத்தின் மீது முழுக் கட்டுப்பாடு உடையவராக விளங்க வேண்டும் என்றும் அவர் கருதினார். அரசாங்கக் கவுன்சிலின் மூலம் தனது ‘சீர்திருத்தங்களை’ முன்கொண்டு சென்ற நெப்போலியன் இவ்வாறு பிரகடனம் செய்தார்: ‘கணவன் சர்வ அதிகாரமும் படைத்தவனாக இருக்க வேண்டும்; தனது மனைவியிடத்தில் நீ தியேட்டருக்குப் போகக்கூடாது. ஒரு குறிப்பிட்ட நபரை நீ வரவேற்று உரையாடக் கூடாது; நீ பெற்றெடுக்கும் குழந்தைகள் என்னுடைய குழந்தைகளாவர் என்று கூறும் உரிமை பெற்றிருக்க வேண்டும்.’ இதுபோன்றே, ஒவ்வொரு பெண்ணும் ‘தனது குடும்பத்தின் பாதுகாப்பிலிருந்து வெளியேறும் போது அவள் தனது கணவனின் பாதுகாப்பின் கீழ் வருகிறாள் என்பதை உணரச் செய்ய வேண்டும்.’[13]

இந்த அளவுக்கு நெப்போலியனின் சட்டம் ஒவ்வொரு கணவனுக்கும் அசாதாரணமான, முன்னென்றும் கண்டிராத,

உண்மையில், கொடுங்கோல் அதிகாரங்களை வழங்கியது. அவன் தனது மனைவியைத் தன்னுடனேயே வாழும்படி அல்லது அவன் உத்தரவிடுகிற வேறு எந்த இடத்திலும் போய் வசிக்கும்படி கட்டாயப்படுத்த முடியும்; அவள் உடைமையாகக் கொண்டிருந்த அல்லது சம்பாதித்த யாவும் அவனுடையதாயிற்று. விவாகரத்து நடைபெற்றால், குழந்தைகளை அவன் தன்வசம் வைத்துக்கொள்வான். வீடும் எல்லாப் பொருள்களும் அவனுக்கே சொந்தமாகும். ஏனெனில் இருவருக்கும் பொதுவான சொத்துக்களில் அவளுக்கு உரிமை யில்லை. பிற ஆணுடன் உறவு கொண்டால் அவளுக்கு இரண்டு ஆண்டுகள் வரையில் சிறைத் தண்டனை கிடைக்கும். ஆனால் ஆண் எந்தத் தண்டனையுமின்றி தப்பித்துக் கொள்வான். 1804ல் நெப்போலியனின் சிவில் சட்டம் அமலுக்கு வந்ததற்குப் பின்னால் இருந்ததைக் காட்டிலும் பிரெஞ்சுப் பெண்கள், இருண்ட காலங்களில் மேலான நிலைமையிலிருந்தார்கள். அவர்களின் நவீனகாலத் துன்பியலானது, கிரேக்க நாட்டின் தவிர்க்க முடியாத தன்மையுடன் மெட்ரிக் முறையோடு கூட புதிய மாதிரி சட்டம் நாகரிகமடைந்த உலகின் பெரும்பகுதியில் சுழன்றடித்தபோது உலகின் எண்ணற்ற இதர இடங்களில் மீண்டும் ஏற்பட்டது.

தந்தைவழிச் சமுதாய சக்திகள் தீவிரமாக மீண்டும் ஒன்றுபட்டு வந்தபோதே, ஒடுக்குமுறையின் இந்தக் கட்டுமானங்களுக்குள்ளேயே, அவற்றின் இறுதித் தோல்விக்கான விதைகளும் விதைக்கப்பட்டன. தொழில் மயமாக்கல் புரட்சியானது, ஒரு புதிய தனித்தன்மைக்கும், லட்சியத்திற்குமான பெண்களின் தேடலை மிகவும் அவசரமான தாக்கியது. தவிர்க்க முடியாததாக்கியது. அதை அடைவதற்கான வழிமுறைகளையும் அது, கருதாமலேயே அவளுடைய கைகளில் விட்டுவைத்தது. செல்வத்தை உருவாக்குவதில் தொழில்புரட்சி அடைந்த வெற்றியே, தனது கணவனின் சமூக வெற்றியின் அடையாளச் சின்னம் என்ற வகையில் சோம்பேறியான மனைவியையும் உருவாக்கியது. உபரிப் பண்டங்கள், மற்றும் உபரிப் பணத்தின் உற்பத்தியானது தவிர்க்க முடியாமல் உபரிப் பெண்களின் உற்பத்திக்கும் இட்டுச் சென்றது. அது, பெண்கள் முற்றிலும் ஆண்களின் ஆதரவின் கீழ்தான் வாழ வேண்டும் என்ற கருத்தை வரலாற்று ரீதியில் முற்றிலும் புதிய ஒரு கருத்தமைப்பையும் தோற்றுவித்தது. இவ்வாறு எழுச்சியடைந்து வந்த பூர்ஷ்வாக்களின் பெரும் எண்ணிக்கையிலான பெண்கள் ஒரு சீன பொம்மைக்கும் வீட்டின் செல்லக் குழந்தைக்கும் இடைப்பட்ட ஏதோ ஓரிடத்தில் சிறையிலடைக்கப்பட்டுள்ளதாக உணர்ந்தனர். இன்றும் கூட உணரப்படக்கூடிய ‘சிறியபெண்’ பாத்திரத்திற்குப் புறம் தள்ளப்பட்டனர். வேலையும் முக்கியத்துவமும்

பறிக்கப்பட்ட நிலையில், அதற்கு பதிலாக, சோம்பேறியான மனைவிக்கு 'இல்லறக் கலைகள்' என்ற புதிதாக வழக்காற்றில் புகுந்துள்ள முகமன், 'மலர்களின் மொழி' என வழங்கப்பட்டது.

ஆயினும் காலப்போக்கில் வரலாற்றாசிரியர் அமௌரிடி ரீயின்கோர்ட் கூறியதுபோன்று, 'பெண்களை உபயோகமற்றவர்களாக வைத்திருந்த இந்த வினோதமான ஆணினத்தின் வக்கிரம், ஒரு மிகப் பெரிய தவறு என்பது நிரூபணமாயிற்று. 'பெண்கள் ஏதாவது ஒரு வகையில், எப்போதும் விவகாரங்களின் மையமாக இருக்க வேண்டியிருந்துள்ளது என்பதையும் சோம்பேறியாக வைத்திருப்பதை, அல்லது செயலற்றவர்களாக வைக்கப்பட்டிருப்பதை நீண்ட காலத்திற்கு அவர்கள் பொறுத்துக் கொண்டிருக்க மாட்டார்கள் என்பதை வரலாற்று ஆவணம் காட்டுகிறது'[14]. இந்த நிர்ப்பந்தமான செயலற்ற நிலை, 'ஓய்வுப் பெண்'ணுக்கு அவளுடைய வலுவிழக்கச் செய்கிற மற்றும் மனச்சோர்வடையச் செய்கிற வாழ்க்கைப் பாணியைப் பற்றி, பணத்திற்கும், அந்தஸ்துக்கும், வாழ்க்கையின் பொருளுக்கும் சார்ந்திருக்கும் நிலைமையைப் பற்றிக் கேள்வி கேட்டுக்கொள்வதற்கு அவகாசத்தை அளித்தது. இந்த அப்பட்டமான முட்டாள்தனமான மற்றும் இயற்கைக்கு மாறான வாழ்க்கை முறைதான் எந்தப் பெண்ணும் அடைவதற்கு எதிர்பார்க்கக்கூடிய உயிர் வாழ்வதன் மிக உயர்ந்த வடிவம் என்று பெண்கள் மீது திணிக்கப்பட்ட போது, வாழ்க்கை என்ன என்பதற்கும், அது எவ்வாறு இருக்க வேண்டும் என்பதற்கும் இடையிலான முரண்பாடு இறுதியில் சமாளிக்க முடியாததாகியது.

தராசின் மறுமுனையில் உழைக்கும் பெண்ணுக்குத் தன் நிலைமையைப் பற்றிக் கேள்வி கேட்டுக் கொள்வதற்கு அவகாசமில்லாது போயிற்று. தனது கணவனுக்கும், எஜமானனுக்கும் முற்றிலும் அடிமைப்பட்டிருந்த அவள், பகல் நேரம் முழுவதும் உழைப்பது, இரவில் எவ்வளவு அவகாசம் கிடைக்கிறதோ அந்த நேரத்தில் வீட்டுவேலைகள் முழுவதையும் செய்வது என்று புதிதாக ஏற்பட்டு வந்த 'இரட்டைச் சுமையின்' கீழ் புலம்பிக் கொண்டிருந்தாள். ஆனால், திருமணத்திற்கு முன்னால், இந்தப் பெண்கள் ஒரு புதிய இனத்தின் ஒரு பாகம் என்ற அனுபவத்தை - அது எவ்வளவு சுருங்கியதாக இருந்தபோதிலும் - பெற்றிருந்தனர். தொழிற்துறை ஒழுங்கமைப்பின் வாயிலாக முதலாளித்துவத்திற்கு மாறிச் சென்றதானது, முன்பு ஒரு போதும் இல்லாத ஏராளமான வகைப்பட்ட வேலைகளை வங்கித்துறையிலும், நிதி, வியாபாரத்திலும் சில்லறை வர்க்கத்திலும் தந்தித்துறையிலும், தட்டெழுத்துத் துறையிலும் உருவாக்கியது. சுருக்கெழுத்தாளர்கள், தொலைபேசித் துறையினர், காசாளர்கள்,

செயலாளர்கள், பண்டகசாலை உதவியாளர்கள் என்ற வகையில் லட்சக்கணக்கான இளம் பெண்கள் 'உழைக்கும் பெண்கள்' என்ற ஒரு புதிய படையைப் பெருக்கினர். இந்தப் புதிய அனுபவங்கள், தவிர்க்க முடியாமல் அவர்களுக்கு, 'பள்ளியில் பிரெஞ்சு மொழி கற்பதும், இசை, நடனம், பூக்களுக்கு வண்ணந் தீட்டுவது, பின்னல் வேலை, கரும்பலகையை விடாமுயற்சியுடன் பயன்படுத்துவது போன்ற ஊதியம் தரத்தக்க வேலையை மேற்கொள்வதற்கு அவர்களைத் தகுதியானவர்களாக்கும் என்பது அவசியமில்லை' என்று போதித்தன, என்று சம்பந்தப்பட்ட ஒரு விமர்சகர் குறிப்பிட்டார்[15]. இதோடு கூட, இளம் பெண்கள், அவர்களது திருமணம் வரையில்தான் வேலை செய்வார்கள் என்ற கருத்தும் பிரிட்டிஷ் சீர்திருத்தவாதி குமாரி ரை போன்ற சமூக ஊழியர்களின் அனுபவத்தினால் தகர்க்கப்படுகிறது. அவர். 1861ல் 'உழைக்கும் இளம் பெண்களின்' நிலைமை பற்றிக் கீழ்வரும் மதிப்பீட்டை அளித்தார்.

> வேலைக்காக விண்ணப்பம் கொடுப்பவர்களால் என்னுடைய அலுவலகம் அன்றாடம் முற்றுகையிடப்படுகிறது. இங்கிலாந்தில், ஆவலுடன் ஏதாவது விசாரணைகள் எனக்கு அனுப்பாத ஒரு மாவட்டமோ அல்லது நகரமோ இல்லை என்று கூறலாம். துரதிருஷ்டவசமாக, இந்த அம்சத்தில் என்னுடைய அனுபவம் சிறப்பானதாக இல்லை... ஏற்கெனவே கூறப்பட்டதைப் போன்ற ஓர் அலுவலகத்தில் ஒரு நாளில் 120 பெண்கள் வேலைக்கு மனு அளித்தனர். ஆனால் நடைமுறையில் அவர்களில் எவருக்கும் பொருத்தமான ஒரு வேலையும் இருக்கவில்லை[16].

இந்தச் சூழ்நிலையில் அனைத்தையும் வழங்கும் 'வேலை வாய்ப்பு' என்ற கட்டுக்கதையை உழைக்கும் பெண்கள் நிராகரிக்கும் நிர்ப்பந்தத்திற்கு உள்ளாயினர். மேலும் சோம்பேறியான மனைவி களைப் போன்றே, தமது வாழ்க்கையும் நலன்களும் ஆண்களுடைய வாழ்க்கையினின்றும் நலன்களினின்றும் பிரிந்திருப்பதை அங்கீகரிக்கும் நிர்ப்பந்தத்திற்கும் உள்ளாயினர். இதோடுகூட, தனித்த பெண்கள் என்ற முறையில் அவர்கள், பொருளாதார சுதந்திரத்தின் பயனை அனுப வித்தனர். ஆனால் திருமணத்திற்குப் பின் அது அவர்களிடமிருந்து பறிக்கப்பட்டது. இந்தப் பொருளாதார சுதந்திரத்தில், பெண்களின் சம்பளங்கள் சராசரியாக, ஆண்களின் சம்பளங்களில் பயனற்ற நிலையை அவமானகரமான முறையில் இடைவிடாது நினைவு படுத்துவதாக இருந்தது.

பிற யதார்த்த நிலைமைகளும்கூட, அன்று நிலவிய ஆணின் மதிப்பீட்டுக்கு ஈடுகொடுப்பதைப் பெண்களுக்கு மேலும் மேலும்

சாத்தியமற்றதாக்கின. இரத்தம் சிந்துதல், மரணம், நெருப்பு, பஞ்சம் ஆகிய சாம்ராஜ்யத்தின் சாகஸப் பயணங்களைத் தாக்குப் பிடித்த பெண்கள், பெண்களின் பலவீனம் என்ற விஞ்ஞானிகளின் புதிய கண்டுபிடிப்பை ஜீரணிக்க முடியவில்லை. 'ஒளி விளக்கு ஏந்திய பெண்' என்று ஃப்ளாரென்ஸ் நைட்டிங்கேல், வரலாற்றில் புகழ் பெற்றாள். கிரீமியாவில், அவளுக்கு மருத்துவப் பொருள்கள் தேவைப் பட்ட போது, பூட்டப்பெற்ற ஒரு பண்டக அறையின் மீது மூர்க்கமான தாக்குதல் நடத்தப்பட்டதைத் தொடர்ந்து 'சம்மட்டியுடன் கூடிய பெண்' என்று அவள் அறியப்பட்டாள்[17]. அவளுக்கு ஏற்பட்ட பிற அனைத்துத் தடைகள் மற்றும் அவமானங்களின் இடையில், அவள், தனது 'கீழ்நிலையிலான ஒழுங்கமைப்பு'க்கு ஒரு பலி-கடா ஆனாள் என்று யாரும் அவளிடம் சொல்வதற்குத் துணிவு கொள்ளவில்லை. இதுபோன்றே, ஹேரியெட், 'ஜெனரல்' டப்மேன், அமெரிக்காவின் தெற்குப் பகுதியிலிருந்து வடக்கு மாநிலங்களுக்கு 'ரகசியமான ரயில்வே'யில் கறுப்பு இன அமெரிக்க அடிமைகளை ஏற்றி அனுப்பி விடுதலை செய்ததில் அவளுடைய பணிக்காக நன்கு அறிமுகமானவள், உள்நாட்டுப்போரின் போது ஒரு சண்டைக்கு தலைமையேற்று நடத்தினாள். இதன் பயனாக 750க்கு மேற்பட்ட கறுப்பர்கள் விடுதலை பெற்றனர். இது மட்டுமே அமெரிக்காவின் வரலாற்றில் ஒரு பெண்ணால் திட்டமிடப்பட்டு, தலைமைதாங்கி நடத்தப்பட்ட ஒரே ராணுவ நடவடிக்கையாகும்[18].

இவர்களைப் போன்ற பெண்கள், தமது சாகஸச் செயல்களால் புல்லரிப்பை ஏற்படுத்திய பெண்கள், அவர்கள் காலத்திய ஆண்களால் இன்னும் ஆர்வத்துடன் பிரசாரம் செய்யப்பட்ட பெண்களைப் பற்றிய குறுகிய மற்றும் அவமதிக்கும் பெண்ணின் வட்டத்தினுள் அவர்களால் நிம்மதியுடன் வாழ முடியவில்லை. அவர்களுடைய கண்டனம், டப்மேனின் சக- அடிமை, சோஜர்னர் ட்ரூத் என்பவரால் 1851ல் பெண் உரிமை மாநாட்டில் பேசும்போது வெளிப்படுத்திய ஆவேசத்தைக் காட்டிலும் வேறு எங்கும் (இதைவிட) மேம்பட்ட முறையில் வெளிப்படுத்தப்படவில்லை.

> வண்டிகளில் ஏறுவதற்கும், குழிகளைத் தாண்டிச் செல்வதற்கும் பெண்களுக்கு உதவி தேவைப்படுகிறது என்று அங்குள்ள ஆண் கூறுகிறான், எல்லா இடங்களிலும் அவளுக்குச் சிறந்த இடத்தைக் கொடுக்க வேண்டும் என்றும் கூறுகிறான். வண்டிகளில் ஏறுவதற்கும், குளம் குட்டைகளைத் தாண்டுவதற்கும் யாரும் ஒரு போதும் எனக்கு உதவியதில்லை, எனக்குச் சிறந்த இடத்தையும் வழங்கியதில்லை. நான் ஒரு பெண்ணாக இருக்கவில்லையா?

இந்தக் கையைப் பாருங்கள்! நான் உழுது பயிரிட்டிருக்கிறேன். தானியத்தை அறுவடை செய்து களஞ்சியத்தில் சேர்த்திருக் கிறேன். எந்த ஆணும் என்னை விஞ்ச முடியாது. நான் ஒரு பெண்ணாக இருக்கவில்லையா?

ஓர் ஆணைப் போன்று என்னால் வேலை செய்ய முடியும். ஓர் ஆண் சாப்பிடும் அளவு-எனக்குக் கிடைத்தால் என்னால் சாப்பிட முடியும். அதே போன்று கசையடியையும் என்னால் தாங்கிக் கொள்ள முடியும். நான் ஒரு பெண்ணல்லவா?

நான் பதிமூன்று குழந்தைகளைப் பெற்றிருக்கிறேன், அவர்களில் பெரும்பாலோர் அடிமைகளாக விற்கப்பட்டிருப்பதையும் கண்டிருக் கிறேன். ஒரு தாயென்ற வகையில் இதனால் துயரம் மேலிட்டு நான் கதறியபோது இயேசுவைத் தவிர வேறு யாரும் அதைக் காதுகொடுத்துக் கேட்கவில்லை. நான் ஒரு பெண்ணாக இருக்க வில்லையா?

இறுதியில், சட்டமியற்றுபவர்கள் - விஞ்ஞானிகளல்ல - தந்தை - வழிச் சமுதாய அதிகாரத்தின் அடித்தளங்கள் கரைந்து வருவதைத் தடுத்து நிறுத்துவதற்கு மிருகத்தனமாக மற்றும் முட்டாள்தனமாக முயற்சிகள் செய்தபோதிலும் அவை வெற்றியடையவில்லை, மாறாக அவை பெண்களின் கலகத்தையே தூண்டிவிட்டன. சாராம்சத்தில், நீதிக்காகவும் தனிப்பட்ட சுதந்திரத்திற்காகவும், முழுமனித அந்தஸ்துக்காகவுமான பெண்களின் உரிமைகளுக்கான கிளர்ச்சியானது 'புரட்சி நூற்றாண்டின்' மாபெரும் அரசியல் கொந்தளிப்புகளின் கடைசிப் பேரவையைப் பிரதிநிதித்துவப்படுத்தியது. தங்களுடைய உரிமைகளுக்காகப் போராடுவதில் ஆண்களின் அடிச்சுவட்டையே பெண்கள் பின்பற்றினார்கள். அவர்கள் தொழில் மயமாகிவந்த உலகில், அனேகமாக எல்லா இடங்களிலும் சமூகப் பங்கெடுப்பு குறித்த ஒரு புதிய கண்ணோட்டத்தை உருவாக்குவதில் வெற்றி பெற்றார்கள். ஜனநாயகம் என்ற லட்சியத்தின் இயற்கையான தன்மையினாலேயே, மக்களின் ஒரு பகுதிக்கு வழங்கப்பட்ட உரிமையை நியாயமாகவே மற்றொரு பகுதிக்கு இல்லாமற் செய்ய முடியாது. ஆனால் அதிகாரத்தைக் கையில் வைத்திருப்பவர்கள் அவ்வாறு செய்ய முயலமாட்டார்கள் என்பது இதன் பொருளல்ல. ஜனநாயகக் கோரிக்கைகளுக்கு ஏற்ப, பழைய சட்டங்களைத் திருத்த வேண்டிய நிர்ப்பந்தம் அரசுகளுக்கு ஏற்படும்போது, வரலாற்றில் முதல் தடவையாக, ஆண்கள் புதிதாக வென்ற உரிமைகள் ஒவ்வொன்றும் திட்டமிட்ட முறையிலும், திட்டவட்டமாகவும் பெண்களுக்கு மறுக்கப்படுவதற்கு அந்த வாய்ப்பு பயன்படுத்திக் கொள்ளப்பட்டது.

அட்லாண்டிக்கின் இருபுறங்களிலும் 'மனிதனின் உரிமைகள்' என்பது துல்லியமாகவும் அந்தச் சொல்லின் நேரடியான அர்த்தத்தின் படியும் ஆணின் உரிமைகளே என்று வியாக்கியானப்படுத்தும் யதார்த்தத்தைப் பெண்கள் எதிரிட வேண்டிய நிர்ப்பந்தம் ஏற்பட்டது.

இதை குறைந்தபட்சம், ஆங்கிலேயப் பெண்களுக்கு, குறிப்பாக அவமதிப்பை ஏற்படுத்தியதாக்கியது என்னவெனில், ஆண்கள் புதிய உரிமைகளை உதாரணமாக, 'ஒரு நபருக்கு ஒரு வாக்கு'- என்று வரும்போதே, பெண்கள் முன்பு எப்போதும் இருந்திராத தடைகளுக்கு உள்ளாக்கப்படுகிறார்கள் என்று அறிந்ததுதான். பெண்களுக்கு எதிராகப் பாரபட்சம் காட்டுவதற்கு முன்பு சட்டபூர்வமாக எந்தக் காரணமும் இருக்கவில்லை. பெண்கள் நாடாளுமன்றத்தில் அமரக்கூடாது என்று சட்டம் ஒருபோதும் தடை செய்ததில்லை. பல நூற்றாண்டுகளாக, ஷேப்ட்ஸ்பரி, பார்கிங், வில்டன் மற்றும் செயின்ட்மேரி வின்செஸ்டர் ஆகிய குருமட முதல்விகள் நிச்சயமாக அவ்வாறுதான் செய்தனர். ஸ்டூவர்ட்டுகளின் ஆட்சிக் காலத்தில் கூட, நாடாளுமன்ற வேட்பாளர்களைத் தேர்ந்தெடுக்கவும், தேர்தல்களை முடிவு செய்யவுமான உரிமையை மேட்டுக் குடிப் பெண்கள் பெற்றிருந்தனர். இந்தப் பெண்கள், அவர்களது அரசியல் சலுகைகளில் கை வைப்பதை அனுமதித்ததில்லை, டோர்சேட் கோமாட்டி இதை, தன் மீது ஓர் ராஜவம்சத்தின் பிரதிநிதியை மன்னரின் ஓர் அதிகாரி திணிக்க முயன்றபோது வலுவாக இவ்வாறு நினைவுபடுத்தினாள்: 'ஆட்சியை சட்ட விரோதமாகக் கைப்பற்றிக் கொண்ட ஒருவனால் (கிராம்வெல்) நான் அச்சுறுத்தப்பட்டேன். மன்னரின் தர்பாரினால் நான் மோசமாக நடத்தப்பட்டேன். (மன்னர் 2 ஆம் சார்லஸின் போக்குக்கு இக்கோமாட்டி எதிர்ப்புத் தெரிவித்தாள்) ஆனால், ஒரு குடிமகன் எனக்கு உத்தரவு போட முடியாது. உங்களுடைய ஆண் தேர்தலுக்கு நிற்கக் கூடாது'[20] இந்த உரிமைகள் நடைமுறையில், மேல்தட்டு வர்க்கங்களுக்கு எவ்வளவு வரையறைக்குட்பட்டதாக இருந்தபோதிலும், இவை, ஆண்களுக்கு மட்டுமே ஆட்சிபுரிவதற்கு உரிமையுண்டு என்ற முற்ற முழுமையான வறட்டுக் கோட்பாட்டில் ஓட்டையை ஏற்படுத்தின என்ற வகையில் கோட்பாடு ரீதியில் முக்கியத்துவம் வாய்ந்தவையாகும். தற்பொழுது, 'நாடாளுமன்றங்களின் தாயின்' வரலாற்றில் முன்னென்றும் காணாத சட்டங்களால், பெண்கள் அரசு முறையாகவும் சட்டத்தின்படியும் தடை செய்யப்பட்டனர். அதன்படி, எல்லா உத்தேச சீர்திருத்தங்களும்/ நன்மைகளும் மனித இனத்தின் 'ஆண் குடிமகனுக்கு மட்டுமே கிடைத்தன. இதுதான் கடைசியாக, பெண்களின் இயக்கம் தோன்றுவதற்கான தீப்பொறியாக அமைந்தது.'

சில காலமாகப் பற்றியெரிவதற்குத் தயாராயிருந்த நிலத்தின் மீது தீப்பொறிகள் விழுந்தன. பத்தொன்பதாம் நூற்றாண்டின் மத்தியில் திடீரென்று தோன்றியதாகக் காணப்பட்ட இயக்கம், உண்மையில் பதினெட்டாம் நூற்றாண்டின் இறுதியிலேயே வேரோடியிருந்தது. அப்பொழுது பெண்களின் குரல்கள், கடைசியாக, ஆயிரக்கணக்கான ஆண்டுகளாக இருந்துவந்த மௌனத்தை உடைப்பதற்கு எழுப்பப் பட்டன. ஆணின் மேலாண்மை என்ற கருத்துடன் முடிவற்ற ஆண்டுகளாக உடன்பட்டிருந்ததற்குப் பின்னர், பெண்கள், இந்தத் தொல்பழமையான மாயையை உணரத் தலைப்பட்டனர். ஒவ்வொரு தீய நடைமுறைகளையும் அது பேணி வளர்த்த சம்பிரதாயங்களையும் உடைக்கவும் அவற்றை அம்பலப்படுத்தவும் தொடங்கினர். தன்னைப் பெண்களாதரவுக் கொள்கை என்று இன்னும் அழைக்கக் கற்றுக் கொள்ளாத சிந்தனையில் முதல்முதலில் புரட்சியை ஏற்படுத்தியவர் மேரி வோல்ஸ்டன் கிராப்ட் ஆவார். மேரியின் அனுபவமானது, வேறு எந்த ஏழையான மற்றும் நண்பர்களற்ற பெண்ணுக்கும் ஏற்பட்டிருக்கக் கூடும்: 'ஒரு கோமாட்டிக்குத் தோழியாக' வேலைக்கமர்த்திக் கொள்ளப்பட்டது. ஒரு பள்ளியைத் துவக்குவதற்கு முயன்று வெற்றி அடையாமற் போனது, பிரான்சில் பிரயாணங்கள் மேற்கொண்டது. ஓர் ஆணுடன் ஏற்பட்ட காதல் விவகாரம், அவன், இவள் ஒரு குழந்தையைப் பெற்றெடுக்கச் செய்துவிட்டு, பின்னர் கைவிட்டது - முதலியன அவளுடைய அனுபவத்தில் அடங்கும். ஆனால் இந்த ஓரளவு பயங்கரமான காதல் விவகாரத்தை அடிப்படையாகக் கொண்டு மேரி வோல்ஸ்டன் கிராஃப்ட், 1792ல், மிகவும் உருக்கமான, பெண்ணினத் திறனாய்வை, 'பெண்களது உரிமைகளின் ஆதாரம்' என்ற நூலை உருவாக்கினார்.

'பெண்ணுக்கு எதிராக ஆணின் கொடுங்கோன்மை' என்ற 'பழிகேடான மறைந்திருக்கும் அழுகல் புண்'ணுக்கு எதிரான கட்டுப் படுத்த முடியாத சீற்றம்தான் மேரியின் தொடக்க நிலையாகும்.[21] இதிலிருந்து அவள், தானே அனுபவித்த அனைத்து சமூகத் தீமைகள், கல்வியற்ற நிலை, வேலையை நிறைவேற்றும் உரிமை மறுக்கப் படுதல், ஓர் ஆணுக்கு ஓர் ஆடம்பரமான ராட்சதன், அல்லது 'எளிதில் திருப்தி அடையாத சிற்றின்ப ஆர்வலன்' ஆக இருப்பதற்காக அவனைப் பாராட்டும் பாலியல் இரட்டை அளவுகோல்கள் தன்னுடைய மடத்தனத்தினால், ஓர் ஆண் ஒரு பெண்ணை வேசி யாக்குவது முதலியவற்றை அவள் இந்த நூலில் ஆராய்ந்து விளக்கி யிருக்கிறாள். ஆண்களுக்கும் பெண்களுக்கும் இடையில் அப்பொழுது இருந்து வந்த உறவுகள் மோசமானவை யாகவும், சுரண்டல் தன்மை வாய்ந்தவையாகவும் இருப்பதாக அவள் கண்டாள். 'ஆண் அவளுடைய உடம்பை எடுத்துக்கொள்கிறான். அவளுடைய மனம்

துருப்பிடிப்பதற்கு விட்டு வைக்கப்படுகிறது' - எனவே பெண்ணின் நடத்தை என்ற மரபான லட்சியத்தை அவள் அருவருப்புடன் நிராகரித்தாள்: 'எவ்வளவு கொச்சையாக அவர்கள் நம்மை அவமதிக்கிறார்கள். இதன் மூலம் அவர்கள், நாம் மென்மையாக இருக்க வேண்டுமென்று மட்டுமே நமக்குப் புத்திமதி கூறுகிறார்கள், வீட்டிலுள்ள மிருகங்கள்'! கல்வி, வேலை, ஆண்களுடன் சமமான தோழமை ஆகியவற்றை உறுதியாகக் கோரியதன் மூலம் பெண்களின் உரிமைகளுக்கான ஆதாரம் என்ற நூலானது, பெண்ணினத்தில் தொடர்ச்சியாக இருந்து வந்த சில கவலைகளை வெளிப்படுத்தி, புறக்கணிக்கப்பட முடியாத வகையில் சவால் விட்டது; ஏனெனில், பெண்கள் பயங்கரமான முறையில் அல்லலுற்று வந்த வஞ்சகமான முட்டாள்தனம் மற்றும் வக்கிரமான குழந்தைத்தனம் ஆகியவற்றைப் பரபரப்பான முறையில் அம்பலப்படுத்திய பிறகு, 'கடவுளாலும் ஆண் வர்க்கத்தாலும் வழங்கப்பட்ட நிலைமையினால் 'அழகிய பெண் இனத்தின் உறுப்பினர்கள்' மகிழ்ச்சியாக இருக்கிறார்கள்' என்ற கட்டுக்கதையை யாரும் தொடர்ந்து கூற முடியவில்லை.

ஆண் இனத்தின் அதிகாரத்தின் மீதும் தனி உரிமைகள் மீதும் இவ்வாறு முழுமையான தாக்குதல் தொடுக்கப்பட்ட நிலைமையில் அவர்களும் மகிழ்ச்சியாக இருப்பார்கள் என்று எதிர்பார்க்க முடியாதுதான் - அவர்களின் நடத்தை, ஒழுக்கங்கள், இருண்ட மனம் ஆகியவையும் தாக்குதலுக்கு உள்ளாயின என்பதைக் கூறத் தேவை யில்லை. எந்த ஆணும் தனக்குத்தானே கொடுங்கோலனாக இல்லை. மேரி வோல்ஸ்டன் கிராஃப்ட், இந்தக் கல்லைப் புரட்டியபோது, அதன் கீழ் இருந்ததைக் கண்டு கடுமையான அடிக்கடி வெறித்தனமான பிரதிபலிப்பு ஏற்பட்டது. பெண்களைப் பொறுத்தமட்டிலும் இந்தப் பிரச்சினையைப் பரிசீலிக்காமலேயே அவதூறு என்று கூக்குரலிட்ட ஆண்களின் போக்கு அவர்களுக்குப் பெருமளவு வேடிக்கையாக இருந்தது. 'வோல்ஸ்டன் கிராஃப்டின் பிரெஞ்சு சீடர்களில் ஒருவரான ஃப்ளோரா டிரிஸ்டனின் சொந்த வாழ்க்கையே, பெண்ணினத்தின் போராட்டத்தின் ஒரு கையேடாகத் திகழ்கிறது: அவளுடைய தந்தை இறந்தபோது, குழந்தைப் பருவத்திலேயே அவள் வறுமையில் உழல நேர்ந்தது. அவளுடைய திருமண வாழ்க்கை சொற்ப காலமே நீடித்தது. அது மகிழ்ச்சியற்றதாக இருந்தது. அதன் விளைவுகள் அவளுடைய வாலிப வாழ்க்கையை இருள் சூழ்ந்ததாக்கியது. நெப்போலியனின் சட்டத்தின் கீழ் அவளால் விவாகரத்து பெற முடியவில்லை, அல்லது தனது குழந்தைகளைத் தன்னிடம் வைத்துக்கொள்ளவும் அனுமதிக்கப் படவில்லை. அவள் தனது சுயசரிதத்தை வெளியிட்டபோது அவளுடைய கணவன் அவளைக் கொலை செய்ய முயற்சி செய்தான்.

விரும்பத்தகாதவள் என்று போலீசினால் தொல்லைகளுக்கு உட்படுத்தப்பட்ட போது, 1844-ல், தனது 41வது வயதிலேயே அவள் அகால மரணமடைந்தாள். டிரிஸ்டன், ஒரு சோஷலிஸ்டு என்ற வகையில், கல்விக்கும், வேலை உரிமைக்குமான வோல்ஸ்டன்கிராஃப்டின் கோரிக்கையை முழு மனதாக ஆதரித்தார். 'ஆண்களுக்கும் பெண்களுக்கும் இடையில் சட்டப்படியான சமத்துவ உரிமையே, மனித சமுதாயத்தின் ஒற்றுமையை அடைவதற்கான ஒரே வழி முறையாகும்'[22] என்று அவர் வலியுறுத்தியதே அவருடைய கூடுதல் பங்களிப்பாகும். எப்போதும் தான் மட்டுமே மனித சமுதாயம் என்றும், தான் முழுநிறைவாக ஒருங்கிணைந்த மனிதன் என்றும் கருதிவந்த ஆணுக்கு இந்த ஆலோசனை புரிந்துகொள்ள முடியாததாக இருந்தது.

தங்களுடைய நலன்களை ஆண்களின் நலன்களினின்றும் வேறுபடுத்திப் பார்க்கக் கற்றுக்கொள்ளத் தொடங்கியது போன்றே, சில ஆண்கள் தமது இனத்தின் மற்ற நபர்களினின்றும் தம்மை வேறுபடுத்திக்கொள்ளத் தொடங்கினர். அவர்கள் பெண்களுக்கு பாதகமான முறையில் (ஆண்கள்) தனிச் சலுகைகளை அனுபவிப்பதை மறுத்தனர். 1825ல் மறக்கப்பட்டுவிட்ட சுயேச்சையான சிந்தனையாளர் திருமதி, வீலரால் உத்வேகம் பெற்ற சோஷலிச தத்துவஞானி வில்லியம் தாம்ஸன், தனது மனித இனத்தின் மற்றையப் பாதியான ஆண்களின் பாசாங்குகளுக்கு எதிரான் பெண்களின் வேண்டுகோள் என்ற நூலை வெளியிட்டார்... இந்த அசாதாரணமான, அனேகமாக, தீர்க்கதரிசனமான ஆவணம், பாலியல் ரீதியான மற்றும் இனவெறி ஒடுக்குமுறைக்கும் இடையிலான வெளிப்படையான தொடர்பை எடுத்துக்காட்டியது. பெண்கள் "சுயவிருப்பமற்ற பிள்ளை பெறும் இயந்திரங்களும் வீட்டுவேலை செய்யும் அடிமைகளுமாவர்." ஆண்களின் கொடுங்கோலினால் 'மேற்கிந்தியத் தீவுகளிலுள்ள நீக்ரோக்களின் நிலைமைக்குத் தாழ்த்தப்பட்டுவிட்டனர்' என்று அந்த ஆவணத்தில் சுட்டிக்காட்டப்பட்டுள்ளது.

திருமண வாழ்க்கையின் அடிமைத்தனம் என்ற இந்தக் கருப்பொருள் இந்தப் புத்தகத்தில் மீண்டும் மீண்டும் வலியுறுத்தப் பட்டுள்ளது. 'இல்லம் மனைவியின் சிறைச் சாலையாகும்' என்று தாம்சன் எழுதினார். 'அதை அமைதியான இன்பவாழ்க்கையின் இல்லமாகக் கணவன் மேல் பூச்சுப் பூசுகிறார். ஆனால் வீட்டுக்கு வெளியில், தன் சொந்த உபயோகத்திற்காக, அவ்வளவு அமைதியாக இல்லாத, இன்ப நுகர்ச்சிக்கான ஒரு பிறவியை உஷாராகத் தேர்ந்தெடுத்துக் கொள்கிறார்... இந்த வீடு அவருடைய வீடு, அதில் எல்லாம் இருக்கின்றன. எல்லாப் பொருள்களும் இருக்கின்றன; அவனுக்கு மிகவும்

கீழ்ப்படிதலுள்ளதாக அடிமையாக இருப்பது அவருடைய பிள்ளை பெறும் இயந்திரம், அதாவது, மனைவி'. அரசியல் சமத்துவம் வழங்கப்படுவதன் மூலமாக மட்டுமே பெண்களை விடுதலை பெறச் செய்ய முடியும். பெண்களுக்கு வாக்குரிமை வழங்கப்பட வேண்டும் என்ற ஒன்று திரட்டும் முழக்கத்துடன் தனது நூலை முடிக்கிறார், உலகம் முழுவதிலும் ஒவ்வொரு பெண்ணின் நெஞ்சத்திலும் இது எதிரொலியை ஏற்படுத்தும் என்று அவர் கருதினார்.

> இங்கிலாந்தின் பெண்களே, விழித்தெழுவீர்! எந்த நாட்டில் இழிவுபடுத்தப்பட்டுள்ள பெண்களே - விழித்தெழுவீர். உங்களுக்குக் காத்திருக்கும் இன்ப வாழ்க்கையைப் பற்றி சிந்திப்பதற்கு விழித்தெழுவீர். அப்பொழுது உங்களுடைய மனதின் மற்றும் உடலின் அனைத்துத் திறமைகளும் பூரணமாகப் பேணி வளர்க்கப்படும். உங்களுடைய அடிமைத்தனம் மனிதனை அறியாமை மற்றும் கொடுங்கோலின் தீமைகளுடன் கட்டிப் போட்டது. எனவே உங்களுடைய விடுதலை அவனுக்கு அறிவையும், சுதந்திரத்தையும், மகிழ்ச்சியையும் அளிக்கும்.[23]

பெண்களின் லட்சியத்திற்கு ஆதரவு அளித்ததற்காக தாம்சனை அவருடைய சமுதாயம் பரிகாசம் செய்தது. ஒதுக்கி வைத்தது. நாற்பதாண்டுகளுக்குப் பின்னர், 1869ல் ஜான் ஸ்டூவர்ட் மில் என்பவர், பெண்களின் அடிமைத்தனம் என்ற ஒரு விரிவான, மற்றும் தர்க்க ரீதியான வாதங்களைக் கொண்டு அம்பலப்படுத்தும் ஒரு கட்டுரையை எழுதினார். ஆயினும், பரிவுகொண்ட சக-தோழர்கள் எவ்வளவு ஆதரவு அளித்தபோதிலும், சுதந்திரத்திற்கும், நீதிக்கும், முழு மானிடத் தகுதிக்குமான போராட்டம் பெண்கள் தாங்களே நடத்த வேண்டிய ஒன்றாக அமைந்தது. மற்றொரு திருப்புமுனையான, வரலாற்றுப் புகழ்பெறும் மாற்றம் என்னவெனில், பெண்களின் உரிமைகளுக்கான இயக்கம் வரலாற்றில் முதல்முறையாகப் பெண்களாலேயே திட்ட மிடப்பட்டு, அவர்களாலேயே நடத்தப்பட்ட இயக்கமாக அமைந்த தாகும். லட்சியத்தின் வெற்றிக்கு அவர்களுடைய அரசியல் நடவடிக்கைகள் எந்த அளவுக்குப் பொறுப்பாயிருந்தனவோ அந்த அளவுக்கு அவர்களது கோரிக்கைகளின் வலிமையும் மதிப்பும் நியாயமும் இந்தத் தலைவர்களிடம் பிரதிபலித்தது. அவர்களுடைய அசாதாரணமான தனிப்பட்ட பண்புகளில் எதிரொலித்தது. அது உத்வேகத்திற்கும் உறுதிப்பாட்டுக்குமான ஒரு சர்வதேச வீரகாவியமாகும். இங்கிலாந்தில், திருமதி பாங்குர்ஸ்டுக்காகப் பெண்கள் உயிர்த்தியாகம் செய்வதற்குத் தயாராயிருந்தார்கள் என்று உள்துறை அமைச்சருக்கு அறிவிக்கப்பட்டது. பயபீதியடைந்த ஒரு பெண் வாக்குரிமைப் போராட்ட அணங்கிடம் 'என் அருமைப்

பெண்ணே கடவுளை வழிபடு. அந்தப் பெண் தெய்வம் உன் கோரிக்கையை செவிமடுப்பாள்!' என்று அவர் கூறிய ஏற்கப்படாத அறிவுரையானது அவருடைய சுய உணர்வற்ற இறை நம்பிக்கையின் சக்தியை தொகுத்துக் கூறுகிறது. மற்ற பெண்கள் அவர்களது லட்சியத்தின் விழுமிய எளிமைத் தன்மையிலிருந்து தமது வலிமையைப் பெற்றனர்: 'பல ஆண்களுக்கு, அவர்களது உரிமைகள், வேறு எதைப் பற்றியும் அவர்களுக்குக் கவலையில்லை; பெண் களுக்கு, அவர்களது உரிமைகள், அதற்குக் குறைவாக எதையும் அவர்கள் ஏற்றுக் கொள்ள மாட்டார்கள்'. என்று சூஸன் பி. அந்தோணி கூறினார்.

யாவற்றுக்கும் மேலாக, அவர்கள் பொறுமையுடன் செயலாற்றினர். 1866ல் பெண்களின் உரிமைகளுக்காக முதலாவது பிரெஞ்சுக் கழகத்தைத் தோற்றுவித்த மரியா தெஸ்ரெய்ஸ்மஸ், 1860ஆம் ஆண்டிலேயே பிரபல பெண்ணுரிமை இயக்கத் தலைவியாகவும், மத ஆதிக்கத்தின் எதிர்ப்பாளராகவும் விளங்கினார்; மனித சமுதாயத்தில் பெண்கள் என்ற அவருடைய கடைசி நூல் 1891இல் வெளிவந்தது. எலிஸபெத் கேடி ஸ்டான்டன், தேசிய அமெரிக்கப் பெண்கள் வாக்குரிமைக் கழகத்தின் தலைவர் பதவியிலிருந்து, 1892இல் தனது எழுபத்தியேழாவது வயதில் ஓய்வு பெற்றார். சூஸன் பி. அந்தோணி அடுத்த எட்டு ஆண்டுகளுக்கு அதனுடைய தலைமைப் பதவியை வகித்தார். தனது எண்பதாவது வயதில்தான் அவர் அப்பதவியிலிருந்து ஓய்வு பெற்றார். ஒவ்வொரு மாநிலத்திலும், ஒவ்வொரு நாட்டிலும் தமது பாலினத்திற்கு உரிய உரிமைகளுக்காகப் போராடிய பெண்கள் இறுதிவரையிலும் போராடினார்கள். ஒன்று அந்தப் போராட்டத்தில் அவர்கள் தங்களையே தியாகம் செய்துகொண்டார்கள். அல்லது எதிராளிகளைத் தங்களுக்கு ஆதரவாக மாற்றினார்கள்.

ஆனால் இங்கிலாந்தில் அப்படியொரு சூழல் வந்தபோது, பெண்கள் ஏற்கெனவே அமெரிக்காவில் அதிக அதிகாரத்தைப் பெற்றிருந்தனர். தமது நாட்டின் ஜனநாயக லட்சியமும் ஆண்களுடன் சக முன்னோடிகள் என்ற வகையில் - குறிப்பாக மேற்குப் பகுதியில் அவர்களது செயலூக்கமான பாத்திரமும் ஒன்றிணைந்ததன் வாயிலாக அவர்கள் இதைப் பெற்றனர். உலகின் முதல்முதலாக ஏற்பட்ட மற்றும் மிகவும் வெற்றிகரமான தொழில்துறைப் புரட்சியின் காரணமாகவும், சூரியன் அஸ்தமனமாகாத சாம்ராஜ்யத்தின் புகழினாலும் கோலோச்சி வந்த பிரிட்டிஷ் அரசு, ஏற்கெனவே, இந்தக் கேந்திரமான தேசிய நிறுவனங்களிலிருந்து பெண்களை முற்றாக ஒதுக்கிவைத்த ஓர் அமைப்புக்குத் தலைமை தாங்கி வந்தது. 1832இல், முதலாவது சீர்திருத்த மசோதா கொண்டு வரப்பட்டதோடு அது, பெண்களை

இவ்வாறு ஒதுக்கி வைத்ததைச் சட்டபூர்வமாக்கவும், நிரந்தரமாக்கவும் முயன்றது. முன்பு வாக்குரிமையில்லாதிருந்த ஏராளமானவர்களுக்கு வாக்குரிமை வழங்கிய இந்தச் சட்டம், முதல்முதலாக, ஆங்கிலேய சட்டத்தில் 'ஆண்களுக்கு மட்டுமே' இந்த வாக்குரிமை என்று கட்டுப்படுத்தியது.

உடனேயே இதற்கு எதிர்ப்புக் கிளம்பியது. இதற்கு ஆண்களின் ஆதரவும் கிடைத்தது: இது இல்லாமலிருந்திருந்தால், பெண்களின் போராட்டம் மிகவும் நீண்ட நெடியதாக இருந்திருக்கும். 1832ஆம் ஆண்டு ஆகஸ்டு 3ஆம் தேதியன்று, புகழ்பெற்ற தீவிரவாதி, 'நாவலர்' ஹண்ட், நாடாளுமன்றத்திற்கு ஒரு விண்ணப்பத்தை சமர்ப்பித்தார். அதில், ஆண்களைப் போன்று அதே சொத்துத் தகுதிகளை உடைய பெண்களுக்கும் ஓட்டுரிமை வழங்கப்பட வேண்டும் என்று அவர் கோரியிருந்தார். அமெரிக்காவிலும், பிரான்சிலும் முன்பு ஏற்பட்ட புரட்சிகளின் வாதங்களின் எதிரொலியாக பிரதிநிதித்துவம் தரப்படாமல் வரிவிதிக்கக்கூடாது என்றும் ஆண்களைப் போன்று அதே கறாரான சமத்துவத்துடன் பெண்களும் சிரச்சேதம் செய்யப்படும் நிலைமையில், வாழ்க்கையிலும் கூட அவர்கள் அதே சமத்துவத்தை அனுபவிக்க வேண்டும் என்றும் அவர் வற்புறுத்தினார்.

ஹண்டினுடைய விண்ணப்பம் மடத்தனமான ஆபாசமான எதிர்ப்புக் கூச்சலுக்கிடையில் நிராகரிக்கப்பட்டது. இந்த நிகழ்ச்சி பெண்களின் பிரச்சினைகள் முன்னணிக்கு வந்துள்ள இன்று வரையிலும் நாடாளுமன்றங்களின் தாய் எனப்படும் பிரிட்டிஷ் நாடாளுமன்றத்திற்கு ஒரு களங்கமாக இருந்து வருகிறது. ஆனால் இப்பொழுது இதற்கான போராட்டம் அதிகாரபூர்வமாகவே எல்லா முனைகளிலும் நடத்தப்பட்டு வருகிறது. 1840இல் நடைபெற்ற உலக அடிமைத்தன எதிர்ப்பு மாநாட்டில், ஆங்கிலேயப் போராளிகள் தமது பெண்ணினச் சார்புப் பார்வையைத் தமது அமெரிக்க சகோதரிகளுக்கு வழங்கினர். இதன் விளைவாக, 1848இல் செனேகா நீழ்வீழ்ச்சி என்ற இடத்தில் நடைபெற்ற கன்வென்ஷனில் 'பெண்களின் வாக்குரிமைக் கான, போராட்டத்தை, அட்லாண்டிக் மகா கடலின் மறுபக்கத்தில் முறைப்படி தொடங்கிவைத்தது. 1869-இல் எலிஸபெத் கேடி ஸ்டான்டனும் சூஸன் பி அந்தோணியும் புரட்சி என்ற பெயரில் தமது தீவிர பெண்ணியக்க ஆதரவு செய்தித்தாளைத் தொடங்கியபோது பெண்கள் விரும்புகின்ற மாற்றத்தின் தன்மை பற்றி மேற்கொண்டு எத்தகைய ஐயப்பாடுகளுக்கும் இடமில்லாது போயிற்று.

வாக்களிப்பதற்கான உரிமையானது எப்போதும் விடுதலைக்கான ஒவ்வொரு வேலைத் திட்டத்தினுடைய மூலைக்கல்லாக அமைந்தி

ருந்தது. அதை மறுப்பதானது பெண்களது அடிமைத்தனத்தின் மையமான மற்றும் மிகவும் காணத்தக்க சின்னமாகும். ஆனால் பெண்களின் உரிமைகளுக்கான போராட்டத்தில் பிற சுதந்திரங்களுக்கும் போராடுவது அடங்கியிருந்தது. கொடுங்கோன்மைகளில் மிகவும் பழமையானதாகிய மதம் பெண் இயக்கத்தின் தாக்குதல் பட்டியலில் முதலிடம் வகித்தது. இப்பொழுது பெண்கள் அவர்களுடைய போராட்டத்தில் தனியாக இல்லை. 1840ஆம் ஆண்டுகளிலிருந்து ஏராளமான அறிஞர்கள், பெரும்பாலும் ஜெர்மானியர்கள், எழுதிய நூல்கள் வரலாற்று ரீதியான சான்று என்ற முறையில் பைபிளின் மதிப்பைத் தகர்த்தது மட்டுமன்றி, சமயநூல்களின் தகுதியில் ஓர் ஆழமான மாற்றத்தைக் கொண்டு வந்தன. பூகர்ப்பவியல் விஞ்ஞானத்தின் கண்டுபிடிப்புகளும் மரபான கிறிஸ்துவ நம்பிக்கைக்கு அதே அளவு பாதிப்பை ஏற்படுத்தின. இவை, 1830இல் சார்லஸ் லயெலின் பூகர்ப்பவியலின் கோட்பாடுகள் என்ற நூல் வெளியானதிலிருந்து உலகத்தின் படைப்பு சம்பந்தமான விவிலியத்தின் கூற்றானது ஒரு கட்டுக்கதை என்பதற்கு மறுக்கப்பட முடியாத சான்றை எடுத்துக்காட்டி உலகைத் திக்குமுக்காடச் செய்தது. மனிதன் கடவுளால் படைக்கப்பட்டவன் என்ற சிறப்புத் தகுதி பெற்றவன் அல்ல, மாறாக, வேறு எந்தப் பிராணியையும் போன்றே காலப்போக்கில் உருவானவன் தான் என்று 'குரங்கு மனிதனை' சார்லஸ் டார்வின் எடுத்துக் காட்டிய போது, படைப்புக் கதைக்கு மற்றொரு மரண அடி கொடுக்கப்பட்டது. வரலாற்றாசிரியர்கள், மொழிவல்லுநர்கள், பூகர்ப்பவியலாளர்கள் மற்றும் டார்வின் ஆதரவாளர்களின் ஒன்றுபட்ட தாக்குதலின் கீழ் 1850இல் எந்த ஓர் அறிவார்ந்த மனிதனும், பத்து அல்லது இருபது ஆண்டுகளுக்கு முன்னால் சாத்தியமானது போன்று, பைபிளும் ஆணின் மேலாண்மை குறித்து அதில் கூறப்பட்டுள்ளவற்றையும் உண்மையென்று தொடர்ந்து நம்ப முடியாது. போராட்ட வேட்கை கொண்ட பெண்ணியக்க சுதந்திரச் சிந்தனையாளர்கள் வெறியார்வத்துடன் தாக்குவதற்குத் தயாரானார்கள். ஆதாம் பலவீனமானவன், ஏவாளுக்குப் பணிந்து போனான், என்று கட்டிய ஒரு கதையைக் கொண்டு ஆணின் மேலாண்மை என்ற ஒரு தத்துவத்தை மனிதர்கள் எவ்வாறு உருவாக்கினார்கள் என்று அவர்கள் கேட்டனர்.

பெண்களை இழிவுபடுத்தியதற்காக கிறிஸ்துவ சமயத்தின் மீது எல்லாப் பக்கங்களிலிருந்தும் தாக்குதல்கள் வரத் தொடங்கின. இவ்வாறுதான் 1876ல், ரோமன் கத்தோலிக்க மையமாக இருந்த இத்தாலியிலிருந்து கீழ்வருமாறு தாக்குதல் ஏற்பட்டது.

> பெண்கள் திருச்சபையின் செல்வாக்கிலிருந்து தங்களை விடுவித்துக் கொள்ள வேண்டும்; ஒரு புதிய கலாசாரத்துடன்... அவர்கள் மதத்தில் நம்பிக்கை வைப்பதை நிறுத்திக் கொள்ள முடியும். தமது குழந்தைகளையும் மதத்தில் நம்பிக்கை வைக்காமல் செய்ய முடியும் - அதன் மூலம், மழை இயேசு வினால் நமக்கு அனுப்பப்படுகிறது என்றும், இடியானது கடவுளின் கோபத்தின் மற்றும் பேரழிவின் அடையாளம் என்றும், வெற்றிகரமான வெள்ளாமை மற்றும் நல்ல அல்லது மோசமான அறுவடை ஆகியவை கடவுளின் சித்தத்தினால் ஏற்படுகின்றன என்று கருதி தமது அறிவு வளர்ச்சியைத் தடைப்படுத்திக் கொள்வதையும் தடுத்து நிறுத்த முடியும்...[24]

ஆனால் அமெரிக்காவில்தான், 2000 ஆண்டுகளாக பைபிள் பெண்களின் முன்னேற்றத்திற்கு மிகப் பெரிய முட்டுக்கட்டையாக இருந்தது என்ற தமது நம்பிக்கையில் எலிஸபெத் கே. டிஸ்டான்டனும் சூஸன் பி அந்தோணியும் ஒன்றுபட்டு நின்றனர். அங்கிருந்துதான் பைபிளுக்கு எதிராக மிகவும் தீவிரமான தாக்குதல்கள் தொடுக்கப் பட்டன. பழைய ஏற்பாடானது (old testament) 'ஓர் அறிவற்ற, பின்தங்கிய மக்களின் வெறும் வரலாறு மட்டுமே' என்று ஸ்டாண்டன் கருதினார்; அது பின்னர் பெண்களை அடிமைப்படுத்துவதற்கான ஆணின் கோரிக்கைகளுக்குக் 'கடவுளின் அதிகாரம்' இருப்பதாகப் போர்வை போர்த்தப்பட்டது. ஸ்டாண்டன் இறுதியில் *(1895 - 98ல்)* வெளியிட்ட பெண்ணின் பைபிள் என்ற ஒரு மாபெரும் நூல் வெளியாகும் வரையில், ஒரு மெய்யான பதிப்பைப் பெண்கள் படிப்பதற்கும் பெறுகின்ற வரையில் கடவுளின் பெயரால் தாங்கள் எந்த அளவிற்கு வஞ்சிக்கப்பட்டோம் என்பதை உணரத் தொடங்கு வதற்குக் கூட அவர்களால் முடியவில்லை. ஆயிரக்கணக்கான ஆண்டு களாகக் கடவுள் பெண்ணின - எதிர்ப்புக்குத் தனது மதிப்பையும் தெய்வத் தன்மையையும் அளித்திருந்தார். தற்பொழுது வெண் தாடியுடைய முதிய தலைவர் ஆடைகளில்லாத சக்கரவர்த்தியாகக் காட்டப்பட்டார்.

பல நாடுகள் மீது கிறிஸ்துவ மதம் சுமத்திய பெண்களைப் பற்றிய தாழ்வான கருத்தைப் பெண்ணின இயக்கம் நிராகரித்ததானது பெண் உரிமை இயக்கத்தின் மற்றொரு கேந்திரமான பிரச்சினைக்கு அதாவது பெண்கள் கல்வி பெற வேண்டும் என்ற கோரிக்கைகளுக்கு ஒரு முக்கிய விளைவை ஏற்படுத்தியது. பெண்கள் அறிவற்றவர்கள் என்பது கிறிஸ்துவக் கோட்பாட்டுடன் பிணைந்திருந்தது. அறிவு என்னும் விருட்சத்தை அடைவதற்காக முயற்சி செய்ததுதான் ஏவாள் புரிந்த

பாவம் என்று கருதப்பட்டது. எனவே என்றென்றைக்குமாக அது அவளிடம் இல்லாமல் போகக்கடவது என்று அவருக்கு தண்டனை விதிக்கப்பட்டது. பல நூற்றாண்டுகளாக இது தட்டிக் கேட்கப் படாமலிருந்ததால், இந்தக் கண்ணோட்டத்தால் பல தலைமுறை களாகப் பெண்கள் அறிவற்ற இருளில் உழலும்படி தண்டனைக் குள்ளாக்கப்பட்டனர். பின்னர் அவர்கள் முட்டாள்கள் என்று சபிக்கப்பட்டனர். ‘மிகவும் மோசமான அறியாமையில் நாங்கள் உழலச் செய்யப் பட்டோம். எல்லாக் கலைகளும் எங்களுடைய இயற்கையான பகுத்தறிவின் கழுத்தை நெரிப்பதற்குப் பயன்படுத்தப்பட்டன,’ என்று பதினெட்டாம் நூற்றாண்டில் மேரி வோர்ட்லி மாண்டேகு சீமாட்டி மனக்கசப்புடன் கூறினாள்.[25]

இந்த நூற்றாண்டின் முடிவில், பெண்களின் கல்வி என்பதாகக் கூறப்பட்டதற்கு எதிராகப் பரவலான கண்டனங்கள் எழுந்தன. ‘இந்த சீர்கேடுற்ற காலத்தில், ஒரு பெண் தனது கணவனின் படுக்கையை மற்றொருவரின் படுக்கையிலிருந்து வேறுபடுத்திப் பார்ப்பதற்கு முடிந்தால் அவள் கல்வி கற்றவள் என்றும் அறிவுடையவள் என்றும் பெரும்பாலோர் நினைக்கின்றனர்’ என்று முன்னோடிக் கல்வியாளர் ஹன்னா வூல்லி தனக்கே உரிய கடுமையான முறையில் கூறினார். ஆயினும் பெண்களுக்குக் கல்வி கற்பிப்பதற்கான முன்னுதாரணங்கள் ஊக்கமூட்டுவதாக இருக்கவில்லை. ‘கல்வி கற்ற சீமாட்டிகள்’ என்ற நீண்ட மேலைய மரபு இருந்தபோதிலும், அவர்களுடைய வெற்றி தனிப்பட்டதாகவும் துண்டு துண்டாகவும்தான் இருந்தது - கல்வி ஞானத்தில் சிறப்புற்ற ஆந்திரேய சகோதரிகள் - இருவரும் பதினான்காம் நூற்றாண்டு இத்தாலிய வழக்கறிஞர்கள். அவர்களுடைய தகப்பனாரால் கல்வி கற்பிக்கப்பட்டனர். பதினைந்தாம் நூற்றாண்டு சைப்ரஸின் ராணி காதரீனா கார்னர் தனது சகோதரர்களாலும், பதினாறாம் நூற்றாண்டு கவிஞர், ‘மனித நேயத்தின் மதகுரு’ துல்லியா அரகோனா அவளது காதலர்களாலும், கற்பிக்கப்பட்டனர். இங்கு மேற்கொண்டு சொல்வதற்கு ஒன்றுமில்லை. எலிஸபெத் எல்ஸ்டாப் என்கிற சாக்ஸன் ஆரணங்கு போன்ற தனிப்பட்ட கல்வியிற் சிறந்த பெண்களின் வாழ்க்கைகள் சோபிக்கவில்லை. தனது ‘நம்புதற்கரிய விடாமுயற்சி யுடன்’ ஆங்ளோ - சாக்ஸன் ஆராய்ச்சியில் கற்பனை செய்து பார்க்கமுடியாத முன்னேற்றங்களைக் கண்டபோதிலும் எலிஸபெத் எல்ஸ்டாப் தன் இறுதி நாட்களில் கடும் வறுமை வாய்ப்பட்டாள். பெண்களின் பள்ளி ஒன்றை நடத்த முயன்று தோல்வி கண்டாள். உலகில் பெண்களுக்கான முதலாவது உயர்கல்விக் கல்லூரியை நடத்துவதற்கான மேரி ஆஸ்டெலின் முயற்சியும் படுதோல்வி அடைந்தது; இந்த ஆலோசனை முதலில் முன்வைக்கப்பட்டபோது -

பதினேழாம் நூற்றாண்டின் தொடக்கத்தில் அதற்கு 10,000 பவுண்டுகள் நன்கொடை வழங்குவதாக ராணி ஆன் வாக்குறுதி கொடுத்தார். ஆனால், அதற்குக் கடுமையான எதிர்ப்பு ஏற்படவே, மற்றொரு 150 ஆண்டுகளுக்கு அதுபோன்ற எதுவும் பிரேரணை செய்யப்படவில்லை.

ஆயினும், மிகவும் தொல்லை தந்துள்ள 'பெண்கள் பிரச்சினை' பற்றிய புரட்சிகரமான கருத்துக்களின் கொந்தளிப்பானது பெண்களுக்கான கல்வியை என்றென்றைக்குமாக நிகழ்ச்சி நிரலிலிருந்து விலக்கி வைக்க முடியாது என்பதை உறுதிப்படுத்தியது. அறியாமை சூழ்ந்த பெண் இனத்தின் சார்பில் தாம்சன் தனது வேண்டு கோளை வெளியிட்ட அதே ஆண்டில் பிறந்த தாமஸ்ஹக்ஸ்லி என்ற ஒரு விக்டோரியன் தகப்பனார், ஒரு தலைமுறையில் கருத்துக்கள் எந்த அளவிற்கு முன் சென்றுள்ளன என்பதைக் காட்டினார்.

பெண்களில் பத்தில் ஒன்பதுபேர் இருப்பதைப் போன்று மனித இனத்தின் செம்பாதி மதம் சார்ந்த அறியாமை மூட நம்பிக்கைகளில் ஆழ்ந்திருக்கும்போது நாம் எவ்வாறு நிரந்தரமான முன்னேற்றத்தை எய்த முடியும் என்று எனக்குத் தெரியவில்லை; என்னுடைய கருத்துக்கள் நடைமுறை ரீதியானவை என்பதை உங்களுக்குக் காட்டுவதற்கு என்னுடைய புதல்விகளுக்கு, அவர்களுடைய சகோதரர்கள் பெறுவதைப் போன்றே உடற்பயிற்சி விஞ்ஞானத்தில் அதே பயிற்சியை அளிப்பதற்கு நான் என் மனதை முழுமையாகத் திடப்படுத்திக் கொண்டுவிட்டேன்... அவர்கள், எப்படியும், திருமணச் சந்தையில் ஆண்களைப் பிடிப்பதற்கான பொறிகளாக வளர்க்கப்படமாட்டார்கள்.[26]

இத்தகைய ஆண்களின் - இவர்களது அறிவொளி மிக்க கருத்துக் கள் காட்டன் மேதரிலிருந்து சர்தாமஸ் மோர் மற்றும் எராஸ்மஸ் வரையிலானவர்களின் சிறப்பான வரிசையில் அமர்த்தியுள்ளன - தாக்கம் வரையறுத்துக் கூற வொண்ணாததாகும் - உதாரணமாக பர்பாரா போடிசோன், பெண்களுக்கு ஓட்டுரிமை வழங்கப்பட வேண்டுமென்று கோரும் முதலாவது பிரிட்டிஷ் ஆவணத்தைச் சமர்ப்பித்தார். ஐரோப்பாவில் பெண்களுக்கு வாக்குரிமைக்கான போராட்டத்தின் முக்கியமான பிரமுகர்களில் ஒருவராவார் இவர். பெண்கள் இயக்கத்தின் வெளியீடுகளுக்கெல்லாம் இவர் நிதி உதவி அளித்தார். கேம்பிரிட்ஜில் கிர்டன் கல்லூரி தோற்றுவிக்கப்படுவதற்கு உதவினார். ஹக்ஸ்லியைப் போன்று தன்னுடைய மகனுக்குக் கொடுக்கப்படும் திட்டவட்டமான அதே அளவிலான கல்வியைத் தன் மகளும் பெறுவதற்கு முயற்சி எடுத்துக்கொண்ட ஒரு முற்போக்கான கல்வியாளரால் அவர் வளர்க்கப்பட்டதால்தான் இவையெல்லாம் சாத்தியமாயின.

ஆயினும், வாக்குரிமைக்கான போராட்டத்தை மேற்கொண்டதைப் போன்றே, கல்விக்கான இயக்கத்தையும் பெண்கள் தங்கள் கைகளிலேயே எடுத்துக் கொண்டபோதுதான் மெய்யான மாற்றம் ஏற்பட்டது. அமெரிக்காவில் 1821ல் எம்மா எச். வில்லார்டு துணிச்சலாக டிராய் பெண்கள் கல்விச் சாலையைத் துவக்கியதிலிருந்து 1892ல் இங்கிலாந்தில் ஆக்ஸ்போர்டில் செல்வி பியலி செயின்ட் ஹில்டா கல்லூரியைத் துவக்கியது வரையிலுள்ள காலத்தில் நிறைய சாதனைகள் புரியப்பட்டன. சீர்திருத்தவாதிகளுக்கிடையிலேயே அடிக்கடி ஏற்பட்ட கடுமையான வேறுபாடுகளையும் சமாளித்துக் கொண்டுதான் இந்த வெற்றிகள் அடையப்பெற்றன. அமெரிக்காவின் காதரைன் பீச்சரைப் போன்ற சிலர் பெண்களின் பாரம்பரியமான பாத்திரத்தில் ஆர்வத்துடன் நம்பிக்கை கொண்டிருந்தனர். திருமணமான பெண்களின் வாழ்க்கைக்குப் பொருந்தக்கூடிய வகையில் 'வீட்டு விஞ்ஞானம்' தான் அவர்களுக்கு போதிக்கப்பட வேண்டும் என்று கோரினர். இதற்கு மாறாக, கிர்டன் கல்லூரியைத் தோற்றுவித்த எமிலிடேவிஸ் போன்றவர்கள், தமது மாணவிகளுக்கு ஆண்களைப் போன்ற அதே கல்வி கொடுக்கப்படுவதையும், அதே தேவைகள் பூர்த்தி செய்யப்படுவதையும் உறுதி செய்வதற்கு அசைக்க முடியாத உறுதிப் பாட்டுடன் தனது சக ஆசிரியர்களுடன் போராடினர். காலப் போக்கில் வேறுபாடுகள் சமாளிக்கப்பட்டன. கல்வித்துறையில் ஏற்பட்ட இந்தப் பரபரப்பான முன்னேற்றம் இங்கிலாந்திலும் அமெரிக்காவிலும் மட்டுமே ஏற்பட்டதுமல்ல: 1860ஆம் ஆண்டுகளிலிருந்து நியூசிலாந்தில் லியர்மோன்த் வொயிட்டால் ரிம்ப்ளும், கிரீஸில் கல்லியோபி கெஹா ஜியாவும், இந்தியாவில் பண்டித ரமாபாயும், ரஷ்யாவில் மரியா துருப்னிகோவாவும், கிண்டர்கார்டனிலிருந்து பட்டப்படிப்பு வரையிலும் ஒவ்வொரு மட்டத்திலும் பெண்களுக்குக் கல்வி வழங்கப்படுவதை அபிவிருத்தி செய்வதற்கு எண்ணற்ற இதர பெண்களுடன் சேர்ந்து பாடுபட்டனர்.

மாணவிகளுக்கு உயர் கல்வி விஸ்தரிக்கப்பட்டதோடு (ஆண்கள் தமது பல்கலைக்கழகங்களில் பெண்களுக்கு இடமளிக்காவிட்டால், அவர்கள் தமது சொந்தப் பல்கலைக்கழகங்களைத் தோற்றுவிப்பார்கள் என்பதைப் பெண் சீர்திருத்தவாதிகள் நிரூபணம் செய்தனர்) வேலைகளில் (வாழ்க்கைத் தொழில்களில்) பிரவேசிப்பதற்கான உரிமை மேற்கொண்டு ஒரு போதும் தடுக்கப்பட முடியாததாகியது. செவிலியர்களாக இருப்பதை விட்டுவிட்டு டாக்டர்களாவதற்கு ஏன் விரும்புகின்றனர் என்று ஆண் டாக்டர்கள் தங்கள் மூளைகளைக் குடைந்து கொண்டனர். ஆனால் அவர்களுக்குச் சரியான பதில் அளிப்பதற்கு டாக்டர்கள் ஆவதற்கு விரும்பிய பெண்கள் காலம்

தாழ்த்தவில்லை - 'இயற்கையாகவே, ஆண்டுக்கு 20 பவுண்டுகள் பெறுவதை விடவும் 1000 பவுண்டுகள் பெறுவதையே நான் விரும்புவேன்' என்று முதலாவது பிரிட்டிஷ் பெண் டாக்டர் எலிஸபெத் காரெட் ஆண்டர்ஸன் கூறினார்.[27] இந்தக் கறாரான உரையில் ஒரு பலமான பெண்ணியக்க லட்சியக் கொள்கை பொதிந்திருந்தது. அமெரிக்காவின் முதலாவது பெண் டாக்டரான எலிஸபெத் பிளாக்வெல்லின் ஒரு சொற்பொழிவைக் கேட்டதற்குப் பின்னர் கேரட் ஆண்டர்ஸன் மிகவும் உத்வேகமடைந்து, தானும் ஒரு டாக்டராவதைப் பற்றிச் சிந்தித்தார். பிளாக் வெல்லைப் போன்றே இவரும் பெண்களுக்கு எல்லா வகையிலும் உதவுவதற்குத் தனது செல்வாக்கைப் பயன்படுத்தினார். அவர்கள் வாக்குரிமை பெறுவதற்குப் பாடுபட்டார். மருத்துவத் தொழிலில் அவர்கள் ஈடுபடுவதற்குத் துணை செய்தார். இறுதியாக அவர், 1908ல் இங்கிலாந்தின் சஃபோக் மாநிலத்தின் ஆல்டிபெர்க்கில் முதலாவது பெண் மேயராகத் தேர்ந்தெடுக்கப்பட்டார்.

ஒவ்வொரு திருப்பத்திலும் அவர்களுக்கு எதிராகத் தொடுக்கப் பட்ட பின்னணித் தாக்குதலை சமாளித்து நிற்பதற்கு இந்தப் பெண்கள் அவர்களது நம்பிக்கைகளை உறுதியாகப் பற்றி நிற்பதற்கு மிகுந்த துணிச்சல் அவர்களுக்குத் தேவைப்பட்டது. ஆஸ்திரேலிய டாக்டர் ஹேரியெட்கிளிஸ்பி, இறுதியாக 1865ல் தனது முப்பத்தி ஐந்தாவது வயதில் டாக்டராகத் தகுதி பெறுவதற்கு இங்கிலாந்திலும் அமெரிக்காவிலும் பல ஆண்டுகள் போராட வேண்டியிருந்தது. மருத்துவக் கல்வி பெறும் நம்பிக்கை கொண்டிருந்த பெண்களுக்கு அமெரிக்காவானது எப்போதும் இதுபோன்று அனுசரணையாக இருந்ததில்லை. 1850ல் ஹேரியெட் ஹண்ட், கல்லூரித் தலைவர் ஆலிவர் வெண்டல் ஹோம்ஸினால் தனிப்பட்ட முறையில் முயற்சி எடுக்கப்பட்டு ஹார்வர்டு கல்லூரியில் அனுமதிக்கப்பட்டபோது, கலகம் செய்த மாணவர்கள், 'அவளுடைய நாணம் தியாகம் செய்யப் படுவதற்கு' ஆட்சேபம் தெரிவித்து ஒரு போதும் திரும்ப வராமல் அவளைப் பின்வாங்கிச் செல்லும்படி நிர்ப்பந்தித்தார்.

மருத்துவ மாணவிகள் டாக்டராகத் தகுதிபெற்ற பின்னரும்கூட, அவர்களின் மீது சுமத்தப்படும் அவமானங்களும் இடையூறுகளும் நிற்கவில்லை. ஹங்கேரியின் முதலாவது பெண் டாக்டராவதற்கு வில்மாஹூகோன்னாய் - வார்தா, லத்தீன் மொழியிலும் கணிதத்திலும் பல்கலைக்கழக நுழைவுத் தேர்வில் வெற்றிபெற வேண்டியிருந்தது. மருத்துவக் கல்லூரியின் பேராசிரியருக்கு நர்ஸிங் உதவியாளராகப் பணியாற்ற வேண்டியிருந்தது. இரு ஆய்வுக் கட்டுரைகளை வெளியிட

வேண்டியிருந்தது. ஒரு விசேஷ நேர்முகத் தேர்வுக்கு உட்கார வேண்டியிருந்தது. ஆண்களால் பூர்த்தி செய்யப்படும் மாமூலான பாடப் பயிற்சியோடுகூட இவையாவும் கூடுதலாகச் செய்யப்பட வேண்டியிருந்தது. இவை அனைத்திற்கும் பின்னர் 1878ல் ஒரு பெண்ணாக இருப்பதினால் அவளுக்கு மருத்துவச்சி பயிற்சியில் (Midwifery) தேர்வுக்கான சான்றிதழ் மட்டுமே வழங்கப்படும் என்று அறிவிக்கப்பட்டது. அதற்குப்பின்னர் ஜுரிச் பல்கலைக் கழகத்திலும் அவள் பட்டம் பெற்றதற்குப் பின்னரும், ஓர் ஆண் டாக்டரின் கூட்டுறவுடன் மட்டுமே மருத்துவத் தொழிலை நடத்துவதற்குப் பெண்களுக்கு அனுமதியளிக்கும் புதிய சட்டத்தினால் அவள் மீண்டுமொருமுறை தடங்கலுக்கு உள்ளாக்கப்பட்டாள்.

பெண்கள் பிரவேசிக்க முயன்ற ஒவ்வொரு வேலைக்கும் இந்தப் போராட்டங்கள் இரட்டிப்பாயின. ஒவ்வொரு நாடும் பெண்களின் முன்னேற்றத்திற்கு எதிராக விநோதமான சவால்களை விடுத்தன. உலகந் தழுவிய ரீதியில் நடைபெற்ற இந்தப் போராட்டம், நாட்டுக்கு நாடு பொதுவான கோட்பாடுகளின் ஒரு தொகுதியைத் திணிப்பதைக் கொண்டிருக்கவில்லை. மாறாக, ஸ்தல நிலைமைகள் மற்றும் தேசிய சம்பிரதாயங்களிலிருந்து எதை வென்றெடுக்க முடியும் என்பதை வெல்வதில் அடங்கியிருந்தது. இவ்வாறுதான் இந்தியாவில் சரோஜினி நாயுடு, அபலா போஸ் மற்றும் இதர தலைவர்கள் பெண்கள் உடன்கட்டை ஏறுவதற்கு எதிராகவும் ஜாதி அமைப்புக்கு எதிராகவும் இயக்கம் நடத்தினர்; இதில் ஒரு பெண், பெண் என்ற காரணத்தினா லேயே, அவளுடைய ஜாதியையே சேர்ந்த ஆண்களைக் காட்டிலும் எப்பொழுதும் கீழ்ஜாதியைச் சேர்ந்தவளாகவே கருதப்பட்டாள். அதேபொழுதில் ஜப்பானில், ஃபுஸயே இச்சிகாவா, ஆயிரக்கணக்கான ஜப்பானியப் பெண்களை நடைமுறையில் அடிமைத்தனத்தில் வைத்திருந்த முறைப்படுத்தப்பட்ட விபசாரத்திற்கு எதிரொலி போராட்டத்திற்குத் தலைமை தாங்கினார்.

ஐயத்திற்கிடமின்றி, பெண்களின் உரிமைகளுக்கான போராட்டத்தை தூண்டிவிட்ட லட்சியங்களில் மிகவும் முக்கியமானது அமெரிக்காவின் தெற்கு மாநிலங்களில் நிலவிவந்த அடிமை முறைக்கு எதிராக இணையாக நடந்து வந்த போராட்டமாகும். நீக்ரோக்களின் பரிதாப மான நிலைமையின் பயங்கரங்கள் பல பெண்களை விடுதலைக்கான போராட்டத்தில் முழு மூச்சாக இறங்க வைத்தன - பெண்ணுரிமை இயக்கத் தலைவி சாராகிரிம்கே, ஒரு பெண் அடிமை மிருகத்தனமாக சவுக்கால் அடிக்கப்பட்டதைக் கண்டு மனம் உருகியபோது அவளுக்கு நான்கு வயதே ஆகியிருந்தது. அவள் அதை என்றுமே மறக்கவில்லை.

ஓர் அடிமைக்கு யாரும் கல்வி போதிப்பதைத் தடை செய்யும் சட்டத்தை அவள், தான் இன்னும் ஒரு குழந்தையாயிருக்கும் போதே எதிர்த்துப் போராடினாள். தனக்குப் பணிவிடை செய்த அடிமைக்கு படிக்கவும் எழுதவும் அவள் கற்றுக் கொடுத்தாள்; அதனால் அவளுக்கே சவுக்கடி கிடைத்தது. இந்த சூழ்நிலைமைகளில் அடிமை ஒழிப்புக் கோட்பாடு பெண்ணின இயக்கத்தின் தொட்டிலாயிற்று, ஆணாதிக்க சமுதாயத்திற்கு எதிராக ஆக்ரோஷமான மற்றும் சமரஸத்திற்கிடமற்ற பகைமை இந்தப் பெண்களைப் பெண்களின் உரிமைகளுக்கான தீவிரப் பிரசாரகர்களாக மாற்றியது: 'என்னுடைய பாலினத்திற்கு எத்தகைய சலுகைகளையும் நான் கேட்கவில்லை. நான் கேட்பதெல்லாம் எங்களுடைய கழுத்துகளை அமுக்கிக் கொண்டிருக்கும் கால்களை அவர்கள் எடுத்துவிடட்டும் என்பது மட்டுமே' என்று சாரா கிரிம்கே கூறினார். இரண்டு லட்சியங்களுக்கு இடையிலான எந்த மோதலிலும் ஒன்றே ஒன்றைத்தான் தேர்ந்தெடுக்க முடியும். 'அடிமைத்தனம் ஒழிக்கப்பட வேண்டும் என்பதற்கான பிரசாரகனாக மாறுவதற்கு முன்னால் நான் ஒரு பெண்ணாக இருந்தேன். நான் பெண்களுக்காகப் பேசியாக வேண்டும்' என்று லூசிஸ்டோன் மஸாச்சுசெட்ஸ் அடிமை எதிர்ப்புக் கழகத்திடம் கூறினார்.[28]

அவர்கள் எல்லா இடங்களிலும் பேசவே செய்தார்கள், கல்விக்காக, சட்டங்களில் சீர்திருத்தம் செய்யப்பட வேண்டுமென்பதற் காக, வேலைக்காக, சிவில் உரிமைகளுக்காக, யாவற்றுக்கும் மேலாக, 'பெண்களுக்கு வாக்குரிமை!' என்பதற்காக உரக்கவே குரல் எழுப்பினர். கடைசி கோரிக்கையின் அடையாள பூர்வமான சக்தி மிகவும் தெளிவானது. அதனால்தான் பிற கோரிக்கைகள் யாவும் வெல்லப்படுகின்ற வரையிலும் அது வழங்கப்படவில்லை. பெண்கள் செகண்டரி பள்ளிகளிலும் பல்கலைக்கழகங்களிலும், வேலைகளிலும் அனுமதிக்கப்பட்டார்கள். சொத்துரிமை வழங்கப்பட்டன, விவாகரத்து சட்டங்கள் கொண்டு வரப்பட்டன. அதற்குப் பின்னரே முழு பிரஜா உரிமை என்ற புனிதமான அடையாளத்தைப் பெறுவதற்கு அனுமதிக்கப்பட்டனர். 1869ல் வையோமிங் என்ற ஒரு மேற்கத்திய மாநிலம் பெண்களுக்கு ஓட்டுரிமை வழங்கியது. இதன் மூலம், எதிர்பார்த்தபடியே அமெரிக்கா இவ்விஷயத்தில் வழிகாட்டியது. பெண்களுக்கு வாக்குரிமை வழங்கிய முதல் நாடு நியூசிலாந்தாகும். 1893ல் இந்த உரிமை வழங்கப்பட்டது. அதன் மூலம் அது நிரந்தரமான பெருமை தேடிக் கொண்டது. திருமதி பாங்குர்ஸ்ட் மற்றும் பெண்களின் வாக்குரிமைக்கான இயக்கத்தைச் சேர்ந்த அவருடைய சகோதரிகளுக்கும் எதிராக பிரிட்டிஷ் அரசு இழிவான முறையில்

தாமதப்படுத்தும் தந்திரங்களைக் கையாண்டது. 1918ல் தான் பிரிட்டிஷ் பெண்கள் இதில் வெற்றி கண்டனர். ஆனால் இதற்கு முன்னதாகவே ஆஸ்ட்ரேலியா, டென்மார்க், பின்லாந்து, ஐஸ்லாந்து, நார்வே, ரஷ்யா ஆகிய நாடுகளில் பெண்கள் வாக்குரிமை பெற்றுவிட்டனர். ஆனால், கடைசியாக, ஏளனத்திற்கும் எதிர்ப்புக்கும் பின்னர், இது முடிவுக்கு வந்தது. பெண்களுக்கு இழைக்கப்பட்ட அநீதிகள் அகற்றப்பட்டு, இப்பொழுது அவை அவர்களின் உரிமைகளாயின. பெண்கள் வெற்றி பெற்றனர்.

உண்மையில் அவர்கள் வெற்றி பெற்றார்களா? கில்லட்டின் என்ற தூக்குமரத்தில் ஏற்றப்படுவதற்கு முன்னால் ஒலிம்பிடி கௌஜஸ் என்பவர், புரட்சி ஒரு போதும் பெண்களின் நிலைமையை மாற்றுவ தில்லை என்று வாய்விட்டுக் கதறினார். ஒரு நூற்றாண்டுக்கும் மேற்பட்ட காலத்தில் நடத்திய நீண்ட நெடும் போராட்டத்தின் பயனாய் பெண்கள் வென்ற உரிமைகள் சாராம்சத்தில் ஆண்களின் உரிமைகளே யாகும். ஆணின் தனிச் சலுகை என்று காலங்காலமாக இருந்து வந்த கோட்டையினுள் தாக்கி முன்னேறுவதையும், இன்னும் ஆணின் மேலாதிக்கம் கோலோச்சும் கோட்டையைத் தகர்ப்பதையும் தவிர பெண்களுக்கு வேறு வழியில்லை. ஆனால் அதை இறுதி வெற்றியாகக் கருதியவர்கள் ஏமாற்றப்பட்டார்கள். வெற்றி கிடைத்த தருணத்தில் கூட, தங்களுக்கு எதிர்காலத்தில் என்ன ஏற்படப் போகிறது என்பதைத் தெளிவாகக் கண்டவர்கள் இருந்தார்கள்.

> பெண்ணின் இயக்கத்தைப் புரிந்துகொள்பவர்கள் யாரும், அல்லது ஒரு மெய்யான புதுமைப் பெண்ணின் ஆன்மாவை அறிந்தவர் எவரும், நவீனகாலப் பெண் ஓட்டுக்காகவும், கல்விக்காகவும், பொருளாதார சுதந்திரத்திற்காகவும் போராடு வதானது, அவள் ஓர் ஆணாக இருப்பதற்கு விரும்புவதனால்தான் என்று தவறாகக் கருதமாட்டார்கள். அந்தக் கருத்து ஆணின் அறிவுத் திறத்தின் புனைவு ஆகும். பெண்ணானவள், காலங்காலமாகப் போராடி வந்ததைப் போன்றே இன்றும் ஒரு பெண்ணாக இருப்பதற்கான சுதந்திரத்திற்காகவே போராடி வருகிறாள்.[29]

ஒரு பெண்ணாக இருப்பது... அது என்ன? இந்தக் கேள்விக்கான பதிலைக் கண்டுபிடிப்பதில்தான் மற்றொரு போராட்டம் மற்றொரு போர்க்களம் புதைந்திருந்தது. களைப்புடன் ஆயினும் புகார் ஏதுமின்றி, பெண்களின் உலக ராணுவம் ஆயுதமேந்தி மீண்டும் முன்னேறிச் சென்றது.

அடிக்குறிப்புகள்

1. சிசிலீயா கொஹ்ரேனின் வழக்கிற்கு ஏ.டௌலிங்கின் குவீன்ஸ் பெஞ்ச் பிராக்டிஸ் கோர்ட்டுகளில் வாதாடப்பட்டு, முடிவு செய்யப்பட்ட வழக்குகளின் ரிப்போர்ட்டுகளைக் காண்க. *(1841)* VIII பக்.630 டாஸன் அடிஸன் மற்றும் டியூஷுக்கு ஓ ஃபாவோலெயினின் நூலைக் காண்க.பக்.333.

2. டி காம்ப்ரி, II பக்.57

3. லூயி மைக்கேல் நியூமேன் (ஆசிரியர்) ஆண்களின் கருத்துக்கள் பெண்களின் யதார்த்த நிலைமைகள்: ஜனரஞ்சக விஞ்ஞானம் 1870-1915 (நியூயார்க், லண்டன் 1985) பக்.192-3

4. க்ளீன், பக்.24

5. தனது செயலாளருக்கு விக்டோரியா ராணியின் ஆணைகள் ட்ரோல்லோப்பின் நூலில் காணக்கிடக்கின்றன. பக்.29

6. பியாட்ரிஸ்வெப், என்னுடைய பயிற்சி ச(1926) பக்.92.

7. ஆலிவ் ஷ்ரீய்னர், பெண்ணும் உழைப்பும் (1911) பக்.50

8. ஹப்பார்டு மற்றும் லோவே, பக்.48. மற்றும் அவர்களின் 4ஆம் அத்தியாயத்தையும்-உயிரியலும் கலாசாரமும் காண்க. வெள்ளைக்கார ஆண்களின் ஆதிக்கம், மூளையின் மேம்பட்ட தன்மையை நியாயமாகவே அடிப்படையாகக் கொண்டது என்று கருத்துப் பற்றிய முழுமையான விவாதம் இதில் அடங்கியுள்ளது. ‘கடந்த 100 ஆண்டுகளின் மிகவும் விடாப்பிடியான கருத்துக்களின் ஒன்றாகும்’ இது.

9. மனிதனின் பாரம்பரியமும் பாலினம் சம்பந்தமான தேர்வும் (1871) என்ற நூலில் மூளையின் ஆற்றல்களை டார்வின் வரிசைப்படுத்திக் கூறுவது விரிவாக விவாதிக்கப்படுகிறது. இந்தக் கருத்துக்கள் பற்றிய ஒரு விரிவான திறனாய்வுக்கும், நவீனகால பெண்ணியத்துடன் அவற்றின் தொடர்புக்கும் ரோஸலிண்ட் ரோஸன்பர்க் எழுதிய நூலை, குறிப்பாக, பெண்ணின் இயற்கையைத் தேடி 1850-1920 என்ற நூலையும், பெண்ணிய ஆய்வுகள் 3 (இலையுதிர்காலம், 1975) பக்.141-153 மற்றும் தனித்தனி மண்டலங்களுக்கு அப்பால் நவீனகாலப் பெண்ணியத்தின் அறிவுத்துறை வேர்கள் (நியூ ஹேவன், 1982) காண்க.

10. ஜார்ஜ் ஜே.எங்கெல்மான் ‘இன்றைய அமெரிக்கப் பெண்’ ஜனாதிபதியின் உரை அமெரிக்கப் பெண் நோய்க் கழகம் (1900)

11. ஹெர்பர்ட் ஸ்பென்ஸர், கல்வி: அறிவுத்துறை, தார்மிக, மற்றும் உடல் வளர்ச்சி (1861) மற்றும் முழு விவாதத்திற்கு நியூமேனையும் காண்க. பக்.6-7 மற்றும் பக்.12.

12. பிரபுக்கள் சபையின் இந்த வீவாதத்தில் முதலாவது பேச்சாளர் ஹால்ஸ்டெட் பிரபு - ஹன்சார்ட் தொகுதி 175, செப்.4 (1907) பத்தி- 1355 பார்க்கவும். இரண்டாவது பேச்சாளர் ஜேம்ஸ் பிரபு, ஹன்சார்ட் (மேலே குறிப்பிட்டது) பத்தி. 1362.

13. ஜே.கிரிஸ்டோபர் ஹெரால்ட் நெப்போலியன் காலத்து ஹொரைசன் புத்தகம் *(நியூயார்க், 1963)* பக்.*134-7*. ஒழுக்கக்கேடாக நடந்து கொள்ளும் ஓர் ஆணுக்குக் கறாரான தண்டனை. அவர் தனது ஆசை நாயகியை மணப்பதற்குத் தடைவிதித்ததாகும். ஆனால்இது பல ஆண்களுக்கு ஒரு நிம்மதியை ஏற்படுத்தியது என்பதைத் தவிர வேறு எதுவாகவும் இருக்கவில்லை. பெண்களுக்கு எதிராக அந்த சட்டம் வேறு என்ன குறிப்பான தடைகளை விதித்தது என்பதற்கு பிறவற்றோடு அந்த சட்டத்தின் *213, 214, 217, 267* மற்றும் *298*வது விதிகளைப் பார்க்கவும்.

14. டிரீயின்கோர்ட், பக் X மற்றும் பக்.*306*.

15. எட்வின் ஏ.பிராட் விக்டோரியா ராணி ஆட்சிக் காலத்து முன்னோடிப் பெண்கள் *(1897)* பக்.*123*.

16. ‘கல்விகற்ற பெண்களின் இடப் பெயர்ச்சி’ டப்ளினில் சமூக விஞ்ஞானக் காங்கிரஸ், *1861*-கிளீய்ன் பக்.*22*

17. பெண்களுக்கு வாக்குரிமை *(1912)* ஏப்ரல். *9*, பக்.*737*

18. ‘ஜெனரல்’ டப்மேனின் நடவடிக்கை தெற்குக் கரோலினாவின் போர்ட் - ராயல் பிராந்தியத்தில் நடைபெற்றது. *1863* ஜூன் *2*ல் அது நடந்தது - கிராமரே மற்றும் டிரீய்ச்லர், பக்.*31*. இ. கொன்ராட். ஹேரியட்டப் மேன் *(1943)*

19. கேட் மில்லட், பாலியல் அரசியல் *(1969)* அத்தியாயம் *3*, பாலியல் புரட்சி முதலாவது கட்டம் மற்றும் எச்.பாலியின் அவளுடைய பெயர் பயணி உண்மை *(1962)*

20. ரோஜர் ஃபுல்போர்டு, பெண்களுக்கு வாக்குரிமை: ஒரு போராட்டத்தின் வரலாறு *(1958)* பக்.*16*.

21. இங்கு கொடுக்கப்பட்ட மேற்கோள்கள், எர்னஸ்ட் ரைஸ் பதிப்பித்த விண்டிகேஷன் என்ற நூலின் *1929*ஆம் ஆண்டு பதிப்பிலிருந்து எடுத்தாளப்பட்டன. பக்.*21-3*

22. ஃப்ளோரா டிரிஸ்டான், லா யூனியன் அவ்ரியேர் *(பாரிஸ், 1843)* பக்.*108*.

23. ஃபுல்ஃபோர்டு, பக்.*24*.

24. ஏ ஆங்கியூல்லி, லா பெடகோகியா, லோஸ்டேடோ கிலா ஃபேமிக்ளியா *(நேப்பிள்ஸ் 1876)*, பக். *84*

25. பிலிப்ஸ் மற்றும் தோம்கின்சன் பக்.*184*

26. தாமஸ் ஹக்ஸ்லி, தாமஸ் ஹக்ஸ்லியின் வாழ்க்கையும் கடிதங்களும் *(2* தொகுதிகள், நியூயார்க் *1901)* I. பக்.*228*.

27. ரேவன் மற்றும் வீய்ர், பக்.*218*

28. ரேவன் மற்றும் வீய்ர், பக்.*73* மற்றும் *86*.

29. ஆண் பி.ஹம்மன், பேராசிரியர் பேயரும் பெண்கள் பிரச்சினையும் எஜுகேஷனல் ரெவியூ *47 (*மார்ச் *1914)* பக்.*296*.

11. அரசியல் உட்கரு

(Body Politic)

தனது உடம்பை சொந்தமாகக் கொள்ளாத மற்றும் அதன்மீது கட்டுப்பாடு இல்லாத எந்தப் பெண்ணும் தன்னைச் சுதந்திரமாக இருப்பதாகக் கூறிக்கொள்ள முடியாது.

-மார்கரெட் சாங்கர்

எந்தக் காரணத்தினாலும் அல்லது வாக்குறுதியின் பேரிலும் மனைவியின் மன ரீதியான அல்லது உடல் ரீதியான தனித் தன்மையைக் கணவனின் சித்தத்திற்கும் நிர்ப்பந்தத்திற்கும் அடிபணிந்து விட்டுக்கொடுப்பதை அனுமதிக்க முடியாது. மனைவி என்ற வகையிலான செயல்பாடும் தாய்மையும் முற்றாகவும் முழுமையாகவும் மனைவியின் சொந்த விருப்பத்திற்குட்பட்டதாக இருக்க வேண்டும்.

-எலிஸபெத் வோல்ஸ்டென்ஹோல்ம் எல்மி

எப்பொழுது ஓர் ஒப்பீடு செய்யப்பட்டாலும், அது அவர் களுடைய பாலினத்திற்கு பாதகமாக இருப்பதாகத் தோன்றினால், ஆண் பகுப்பாய்வாளர்களாகிய நாம், பெண்களுக்கு எதிரான சில ஆழமான தப்பபிப்ராயங்களை ஒருபோதும் விட்டொழிக்கவில்லை என்று பெண்கள் ஓர் ஐயப்பாட்டை வெளிப்படுத்துகிறார்கள்... 'இது உனக்குப் பொருந்தாது. நீ ஒரு விதிவிலக்கு. இந்த அம்சத்தில் நீ பெண் தன்மையைவிடக் கூடுதல் ஆண் தன்மை உடையவளாக இருக்கிறாய்' என்று மட்டுமே நாம் சொல்ல வேண்டியிருந்தது.

-சிக்மண்ட்ஃபிராய்டு

இவ்வாறு பெண்களுக்கு வாக்குரிமை வெல்லப்பட்டது. பெண்களின் உரிமைகளுக்கான போராட்டத்தின் மகுடமும் மையமான அடையாளச் சின்னமுமாகிய இந்த வெற்றி-கல்வி, குடிஉரிமை, வேலைகளில் சேருவது, சொத்துடைமை ஆகிய பிற அனைத்து புதிய உரிமைகளுக்கும் சுதந்திரங்களுக்கும் கூட வழிவகுத்தது. ஆனால் திருமணமாகாமல் பதினான்கு வயதிலேயே தாயாகிவிட்ட ஒரு பெண்ணுக்கு உயர் கல்விக்கான வாய்ப்பினால் என்ன பயன்? இருபது ஆண்டுகளில் தனது பதினேழாவது குழந்தை பிறந்த பின்னர், கருப்பை இடம் நகர்ந்து போனதால் நடமாட்டம் முடக்கப்பட்டுள்ள ஒரு நடுத்தர வயதுப் பெண்ணுக்கு வாக்குச் சாவடிக்கு நகர்ந்து போக முடியாமலுள்ள நிலைமையில் ஓட்டுப் பெட்டிச் சுதந்திரத்தினால் என்ன பயன்?

பெண்களின் உரிமைகளுக்கான போராட்டம் முழு மூச்சாக நடைபெற்றுக் கொண்டிருக்கும்போதே, பெண்களுக்கு உடல் ரீதியான

விடுதலை இல்லாவிட்டால், அது ஒரு பொருளற்ற வெற்றியாகவே இருக்கும் என்று பலர் உணர்ந்தனர். 1919ல் அமெரிக்க விருப்பப் பூர்வமான தாய்மைக் கழகத்தைச் சேர்ந்த விக்டர் ராபின்சன், கருத்தடைக்கான போராட்டத்தை சுதந்திரத்திற்கான போராட்டத்தின் அடிக்கல் என்னும் சிகரத்தைக் கண்டறிந்தார். மேலும், பெண்களின் முன்னேற்றத்திற்கான ஒவ்வொரு கட்டத்திலும் முன்பு இருந்ததைப் போன்றே இதற்கும் எதிர்ப்பு ஏற்படும் என்று எச்சரிக்கையும் செய்தார்.

உயர்கல்விச் சலுகைகளுக்குப் பெண்கள் முதல்முதலில் அனுமதி கோரியபோது, தாவரங்களுக்கும் பாலின உறுப்புகள் உண்டு என்று தாவரவியல் கற்ற ஒரு பெண் தனது மரியாதைக்குரிய சகோதரிகளுடன் கலந்து உறவாடுவதற்குத் தகுதியற்றவள் என்று ஆண்கள் சுட்டிக்காட்டினர். அவள் மருத்துவக் கல்லூரியின் கதவுகளைத் தட்டியபோது, உடற்கூறு இயலில் ஒரு சொற்பொழிவைக் கூர்ந்து கவனிக்கும் ஒரு பெண் கௌரவமான மனைவியாக இருப்பதற்குத் தகுதியற்றவள் என்று ஆண்கள் கூறினர். பிரசவத்தின் போது ஏற்படும் வலியை மறப்பதற்காக குளோரோபாம் கொடுக்கும்படி அவள் கேட்டபோது, வலியின்றி பெண்கள் குழந்தையைப் பிரசவித்தால், அவர்களால் குழந்தையின் மீது அன்பு செலுத்த முடியாமல் போகும் என்று ஆண்கள் உடனே பதில் கூறினர். திருமணமான பெண் சொத்து டைமைக்கான உரிமையைக் கோரியபோது அத்தகைய தீவிரமான ஒரு நடவடிக்கை பெண்ணின் செல்வாக்கை முற்றாக ஒழித்துவிடும் என்றும், குடும்ப ஐக்கியத்தின் அஸ்திவாரங்களின் கீழ் ஓர் எரிமலையை வெடிக்கச் செய்துவிடுமென்றும், திருமண வாழ்க்கையின் மெய்யான மகிழ்ச்சியை அழித்துவிடுமென்றும் ஆண்கள் கீழ்த்தரமாக சூளுரைத்தனர். அவர்கள் மாற்றத்தை எதிர்ப்பதற்குக் காரணம் தாங்கள் நீதியைக் குறைவாக நேசிப்பதால் அல்ல, மாறாக, தாங்கள் பெண்ணைக் கூடுதலாக நேசிப்பதால்தான் என்று நமக்கு அவர்கள் உறுதி கூறினர். பெண் குடியுரிமைக்காகப் போராடிய நீண்ட காலத்தின் போது, ஆண்கள் சூதாடும் அறைகளிலும் மதுபானம் அருந்தும் ஓட்டல்களிலும் கூடி, பெண் குடும்பத்தை உடைத்து வருகிறாள் என்று ஒருவருக்கொருவர் மனமுருகப் பேசிக் கொண்டனர். இப்பொழுது தனது உடம்பின் மீதான கட்டுப்பாட்டைப் பெண் கோருகிறாள். கர்ப்பம் ஏற்படுவதைத் தடுப்பது எவ்வாறு என்பதைப் பெண்கள் கற்றுக் கொண்டால், அவர்கள் தாய்மைப்பேறு அடைவதையே ஒழித்து விடுவார்கள் என்று கூறும் ஆண்களும் இருக்கிறார்கள். பெண்கள் மனித இனத்தையே இல்லாமல் செய்வதற்குத் திட்டமிட்டு வருகிறார்கள் என்ற அச்சத்தினால் பீதி கொண்டுள்ள சில ஆண்கள் எப்போதும் இருக்கிறார்கள் என்று தோன்றுகிறது. அத்தகைய

ஆண்களுடன் நியாயத்தை எடுத்துக் கூற முயல்வது அறிவுடைமை அல்ல. கருத்தடுப்பு முறைகளைப் பற்றிய ஒரு பொதுவான ஞானத்தைப் பகுத்துணர்வுடன் கடைப்பிடிப்பதே இத்தகைய வகைப்பட்ட அவ நம்பிக்கையை அகற்றும்[1]

உடம்பிற்கான போராட்டத்தில் கருத்தடைதான் பெண்களின் உரிமைகளுக்கான இயக்கத்தில் ஓட்டுரிமை இருந்ததைப் போன்று கேந்திரமான பிரச்சினையாக அதனுடைய மையமான, அச்சாணியான கோரிக்கையாக இருந்தது. ஆனால் இதில், பிறப்பைக் கட்டுப் படுத்துவதன் ஏற்பாட்டைக் காட்டிலும் மிகவும் அதிகமான விஷயம் அடங்கியிருந்தது. பெண் அவளுடைய ஒழுங்கமைப்பின் கொடுங்கோலிலிருந்து ‘விடுதலை செய்யப்பட முடிந்தால், அவள் ஒரு சுயேச்சையான நபராவதற்கான ஒரு வாய்ப்பு இருந்தது. பாலினச் செயல்பாடு, கருத்தரித்தல், குழந்தை பிறப்பு, குழந்தைக்குத் தாய்ப்பாலூட்டுதல், மீண்டும் கருத்தரித்தல் என்று முடிவற்ற சுழற்சி நடவடிக்கையிலிருந்து அவள் தன்னை மீட்க முடிந்தால், அப்பொழுது சொந்த வளர்ச்சியும் சமூக அடையாளமும் சாத்தியமாகும் நிலைமை இருந்தது. பாலுறவின் மூலமாக விருப்பப்படாத கருத்தரிப்பு, சமூகப் பெருங்கேடு, குழந்தை பிறப்பின் போதே மரணமடைதல் ஆகிய பயங்கரமான விளைவுகள் ஏற்படாமல் தடுக்க முடிந்தால், அப்பொழுது பெண்ணை ஒரு போதும் பாவம் செய்பவளாக, பாவம் நிறைந்தவளாகக் கருதமாட்டார்கள். எனவே அதன் காரணமாக தண்டனைக்குட்படுத்த மாட்டார்கள். ஒவ்வொரு பெண்ணும் இந்தக் கருத்துக்களைக் கைவரப் பெற்றால், தனது சொந்த உடம்பின் மீதான கட்டுப்பாடு, ஒழுங்குபடுத்துதல் ஆகியவற்றோடு கூட குலத்தலைவனும் அவனுடைய அதிகாரமும் எம்மாத்திரம்?

அது அவ்வாறே இருந்தது, தொடர்ந்து இருந்து வருகிறது. ஏனெனில் அது இன்னும் முடிந்துவிடவில்லை. ஒரு பயங்கரமான போராட்டம் நடைபெற்று வருகிறது. அவர்களின் (ஆண்களின்) வித்துக்குக் கொள்கலனாக இருப்பதைக் காட்டிலும் அதிகமான உரிமையை ஆண்களிடமிருந்து பறித்துக் கொண்ட நிலையில் பெண்களின் பாலினத்தன்மையைப் பற்றி மறு வரையறுப்புச் செய்ய வேண்டிய கடமை ஏற்பட்டது. உலகின் புதிய தொழில்துறைக் கலாசாரங்கள் பத்தொன்பதாம் நூற்றாண்டு ‘முன்னேற்றத்தை’ குறிப்பாக ‘விஞ்ஞான பூர்வமான’ முன்னறிவிப்புகளைப் பயன் படுத்திக் கொண்டு பெண்ணை பலவீனமானவள், நொய்மையானவள் என்று மறுவிளக்கம் செய்தன. இந்த நிலையிலிருந்து மற்றவர்கள்

மாறவேயில்லை. இந்த நொய்மைத்தன்மையின் மூலாதாரம் பற்றி ஐயமேதுமில்லை - முன்னறிந்து தெரிவிக்க முடியாத கருப்பையே அது, 'அலைபாயும் கருப்பை அறிவோ, உறுதியான சித்தமோ அற்றது'. நவீன கால மருத்துவ நிபுணர்கள், அவர்களுக்கு முந்திய தலைமுறை தலைமுறையான ஆண்களைப் போன்றே பெண் என்பவள் 'இயற்கையின் புதிர்களில் மிகவும் புதிரான மற்றும் விழுமியதான குழந்தை பெறும் நிகழ்வுப் போக்குக்கு வியக்கத்தக்கவாறு அமைக்கப்பட்ட கருவியைத் தவிர வேறல்ல என்று கருதுகிறார்கள். 'பெண்கள் அதற்கானவர்கள் மட்டுமே' என்று லூதர் என்பவர் இழிதகைமையுடன் வசை பொழிந்த 350 ஆண்டுகளுக்குப் பின்னே நாம் சென்றுவிட்டோம். பெண்களை அவர்களது கருப்பைகளின் ஆதிக்கத்திற்கு உட்பட்டவர்கள் என்று கருதப்பட்டால் இது ஓர் ஆயுள் தண்டனை நிலைமையேயாகும். பத்தொன்பதாம் நூற்றாண்டைய பெண் நோய் வல்லுனர்கள் முழு ஷேக்ஸ்பியர் பாணியில் பெண்ணின் ஏழு பருவங்களை வகைப்படுத்திக் கூறினர். ஒரு பெண் என்ற வகையில் அவளுடைய பிறப்பு, பூப்படைதல் (அவளுடைய மாதவிலக்கு) கன்னித்தன்மை அழிதல், கருத்தரித்தல், குழந்தையைப் பெற்றெடுத்தல், குழந்தைக்குத் தாய்ப்பாலூட்டுதல், இறுதி மாதவிலக்கு, (மாதவிலக்கு பூரணமாக நின்று போதல்) இவையாவும் முற்றாக 'ஒரு பெண்ணின் வாழ்க்கையின் மகத்தான மகுடமும் பேருவகையுமான தாய்மை'யைக் குவிமையப்படுத்துகின்றன. 'ஒவ்வொரு பெண்ணின் இயற்கையான தொழில் மனைவியாகவும் பின்னர் தாயாகவும் இருப்பதே' என்பதை மீண்டும் மீண்டும் நினைவுபடுத்துகின்றன. இந்தச் செயல்பாடு பெண்ணின் 'இயற்கை யான விதி'யுடன் மிகவும் ஒன்றிணைந்து இருப்பதால், 'அவள் ஒரு குழந்தையைப் பெற்றெடுக்கின்ற வரையில் அவள் ஒரு நிறைவற்ற, வளர்ச்சி குன்றியவளாக' இருக்கிறாள். ஆயினும் இந்த நிகழ்வுப் போக்கு மிகவும் இயற்கையானதாகப்படவில்லை என்று சிறந்த மருத்துவர்கள் கருதுகின்றனர்.

> எந்தப் பெண்ணும் நோய்வாய்ப்படாமல் வாழ்க்கையைக் கடப்ப தில்லை. அவள் 'பெண்களின் வழக்கத்தால் பாதிக்கப்படுகிறாள், அல்லது பாதிக்கப்படாமலிருக்கலாம். எப்படியிருந்தபோதிலும் அவள் மாமூலாக அல்லது மாமூலற்ற வகையில் நோயுறுகிறாள். இயற்கை, அந்தப் பாலினம் முழுவதையும் பலவீனப்படுத்து கிறது.[3]

பாலினம் முழுவதையுமா? ஆம். நிச்சயமாக, விதிவிலக்கின்றி; ஒரு பிரபல பெண் நோய் வல்லுநர் தன்னிடம் சிகிச்சை பெறும்

நோயாளிகளிடம் 'தனது இடுப்புப் பகுதியிலுள்ள அங்கங்களிலிருந்து தனக்கு என்ன ஆபத்து ஏற்படும் என்பதை ஒரு பெண் அறிந்தால், அவள் தனது வண்டியிலிருந்து கீழே இறங்க மாட்டாள்' என்று கூறினார்.

ஆயினும், பெண்களின் அடங்காத் துடிப்புள்ள இடுப்புப் பகுதியிலுள்ள உள் அங்கங்களின் செயல்பாட்டில் ஒரு நகைச் சுவையான விளைவுக்கும் மேலானது அடங்கியுள்ளது. பெண்கள் குழந்தைகளைப் பெற்றெடுக்கும் உயிரினமாகப் பார்க்கப்பட்டதால், அவர்களுக்கு ஏற்படும் எந்த அல்லது ஒவ்வொரு நோயும் இனப்பெருக்கத்திற்குரிய அங்கங்களுக்குச் சிகிச்சை அளிப்பதன் மூலம் குணப்படுத்த முயற்சி செய்யப்பட்டது. ரத்த சோகை, 'வலிப்புநோய்' மனநோய், 'குற்றம் புரியும் மனப்பாங்கு' முதலியவற்றுக்கு பாலின அங்கங்களுக்கு அறுவை சிகிச்சை செய்யப்பட்டது. பெண்நோய் மருத்துவர்கள், அடிக்கடி ஒரு கருப்பையை அல்லது கருப்பையிலிருந்து கரு வெளியேறும் குழாயை அகற்றினார்கள். அதனால் நோயாளியின் முந்திய நிலை அப்படியே நீடித்தது. அவளுடைய வேதனையும், அவள் மருத்துவரைச் சார்ந்திருக்கும் நிலைமையும் நீடித்தது. கருப்பையை விரியச் செய்வது, அதனுடைய கழுத்துப் பகுதியின் உள்தோலை செதுக்கி எடுப்பது ஆகியவை அதனுடைய தார்மீக விளைவுக்காக சர்வசாதாரணமாகச் செய்யப்பட்டு வந்தது. பெண் தன்மை அற்றவளாக இருக்கும் அல்லது கீழ்ப்படியாது இருக்கும் பெண்களுக்குக் குறிப்பாக இத்தகைய அறுவைக் கற்பழிப்பு பரிந்துரை செய்யப்பட்டது. எல்லாவற்றிலும் மிகக் குரூரமானதும் ஆயினும் 'உன்னதமான வகைப்பட்ட உயிர் அறுவை' என்று ஆதரிக்கப்பட்டதும் என்னவெனில் பிறப்பு உறுப்புச் சிதைவாகும், 'பெண் சுன்னத்து' என்று இது அழைக்கப்பட்டது. அதாவது பெண்ணின் பிறப்பு உறுப்பை வெட்டிச் செதுக்குவதாகும். பத்தொன்பதாம் நூற்றாண்டு முழுவதிலும் இருபதாம் நூற்றாண்டிலும் 'செயற்கைத் தற்புணர்ச்சி (சிற்றின்ப கையாடற் பழக்கம்) மனமாறாட்டம், கருப்பை வாயில் நீர்க்கோப்பு, முதுகெலும்பு அரிப்பு, வலிப்புநோய்' ஆகியவற்றைக் குணப்படுத்துவதற்கு இந்த அறுவைச் சிகிச்சை செய்யப்பட்டது[4]. இந்த தனித் தேர்ச்சி வாய்ந்த அறுவை சிகிச்சைத் துறையில் 'முன்னேற்றமடைந்த' நாடுகளுக்குத் தலைமை தாங்கிய பிரிட்டனும் அமெரிக்காவும் அண்மைக்கிழக்கு மற்றும் மத்திய கிழக்கு நாடுகளின் இருண்ட காலத்தினுள் அகமகிழ்வுடன் பின்னோக்கிச் சென்றன. அந்நாடுகளில் பெண்களின் பிறப்புறுப்பைச் சிதைப்பதானது பெண்கள் பருவமடையும் நிலைமைக்கு ஒரு பரிகாரம் என்ற வகையில் பயனுள்ள நடவடிக்கையாகத் தொடர்ந்து செய்யப்பட்டு வந்தது.

ஆயினும், பெண்கள் தங்கள் பாலினத்திற்குக் காலங்காலமாக இரையாகிறார்கள் என்ற ஒரு சித்திரம் உண்மையல்ல. சிற்றின்பம், மாதவிலக்கு, இனப்பெருக்கம் ஆகிய விவகாரம் முழுமையும் பற்றிய வரலாற்று ரீதியான ஆய்வானது பெண்கள் எவ்வாறு தொடர்ந்து ஓரளவு கட்டுப்பாட்டுக்காக முயன்றனர். அடிக்கடி அதைச் சாதித்தனர் என்பதைக் காட்டுகிறது. இது குறிப்பாகக் கருத்தடை விஷயத்தில் உண்மையாகும்; ஏனெனில், குழந்தை பிறப்பானது பெண்கள் இயற்கையாக மேற்கொள்ளுகிற உயிருக்கு மிகவும் ஆபத்தை ஏற்படுத்துகிற உடலியல் நடவடிக்கையாதலால், எப்போதும் அதைக் குறைப்பதற்கு அல்லது தவிர்ப்பதற்கு ஒரு பலமான ஊக்குவிப்பு இருந்து வந்துள்ளது. வரலாற்றுக்கு முந்திய காலத்திலிருந்து இன்றைய நாள்வரை உலகெங்கும் பெண்கள் தாய்மை அடையாமல் இருப்பதற்காக எல்லா முயற்சியும் செய்வது, அதற்காக வியக்க வைக்கும் வகைப்பட்ட சாதனங்களையும் மருந்துகளையும் அவர்கள் பயன்படுத்துவது ஆகியவையும் ‘தாய்மையடையும் உள்ளுணர்வு’ என்ற கட்டுக்கதையைக் கேலிக்குரியதாக்குகிறது. கருத்தரிக்காமல் இருக்கச் செய்யும் வரப்பிரசாதம் பெறுவதை சாத்தியமாக்கும் எல்லாவற்றையும் கடைப்பிடிக்கப்பட்டதாகத் தோன்றுகிறது.

பெண்களின் பல கருத்தடை சாதனங்கள் மிகவும் பயங்கர மானதாக இருந்தன. அதனால் பரிகாரத்தைக் காட்டிலும் விருப்பத்திற்கு மாறாகக் கருத்தரிப்பது மட்டுமே அதைவிட மோசமானதாக இருக்கும் நிலைமை ஏற்பட்டது. ஜப்பானில், தலையணை மந்திரங்கள் எனப்படும் புத்தகங்கள், பாதரசம், குதிரை ஈ, மற்றும் குருதி உறிஞ்சும் அட்டை ஆகியவற்றின் கலவையை ‘குழம்பாக மாறும்வரை கொதிக்க வைத்துப் பிறகு அதை சாப்பிட வேண்டும்[5] என்று ஆலோசனை கூறினர். ஆஸ்பெஸ்டாஸ் கழுத்து இல்லாதவர்கள் ‘அதிக அளவு டர்னிப் கிழங்குகள்’ ‘குளிர்ந்த நீரில் குரங்கின் மூளை’யைக் கொஞ்சமாக வறுத்த இறைச்சி, முகம் பார்க்கும் கண்ணாடியிலிருந்து செதுக்கிய பாதரசத்தூள் ஆகியவை அடங்கிய ஒரு கலவையை சாப்பிடும்படி பரிந்துரை செய்யப்பட்டனர். பிற நாடுகள் விலங்குகளின் கழிவுகள் மீது விளக்கப்பட முடியாத ஆர்வத்தைக் காட்டின. கி.மு. 1850 தேதிய ஓர் ஓலைச் சுவடியில் எகிப்தியர்கள் கருத்தடை முறையைப் பயன்படுத்திய ஒரு முதலாவது குறிப்பு அடங்கியுள்ளது. அது, தேனும் முதலையின் கழிவும் கலந்து செய்யப்பட்ட ஒரு அடைப்பை கருப்பை வாயினுள் சொருகுவதைக் குறிப்பிடுகிறது. ஆப்பிரிக்காவில் வேறு இடங்களில், உள்ளூரில் கிடைப்பதைப் பொறுத்து, இந்த அடைப்புக்கு யானைகளின் லத்தியை (கழிவை) உபயோகப்படுத்துவது விரும்பப்பட்டது. கி. பி. 900 ஆண்டுவாக்கில், இவ்வாறு கழிவுப்

பொருள் அடைப்பைப் பயன்படுத்துவது இங்கிலாந்துக்கும் பரவியது. அங்கு வெறுப்பு ஏற்படுத்தும் ஒரு பயங்கரமான கருத்தடைமுறை பரிந்துரைக்கப்பட்டது: “குதிரைச் சாணியை நெருப்பில் இட்டு வறுத்து, அதைப் பெண்ணின் இரண்டு தொடைகளும் சேருமிடத்தில் பலமாகப் போட்டு அடைத்துவிட வேண்டும்; அந்தப் பெண் பெரு மளவு வியர்த்து விறுவிறுக்கும்வரை இவ்வாறு செய்ய வேண்டும்[6] என்பதே அந்தக் கருத்தடை முறை.

பிற முன்னெச்சரிக்கைகள் தடுப்புக் கொள்கையை சார்ந்து நின்றன. மிகவும் அவநம்பிக்கை நிறைந்த இந்தத் துறையில் ஜப்பானிய முறை தெளிவாக வெற்றியடைந்தது. இந்த முன்னோடி முறை கருப்பையின் கழுத்துப் பகுதியில் ஒரு மூடி போட்டு அடைத்துவிடுவதாகும். மற்றொரு முறை மூங்கிலிலிருந்து செய்யப்பட்ட ஒரு வழவழப்பான காகிதத்தினால் வட்டமான தகடுபோல செய்து, அதை எண்ணெயில் முக்கி உபயோகப்படுத்துவதாகும்; ஆனால் இது செயல்படும்போது எளிதில் இடம்மாறிப் போகும். அல்லது அழிந்துவிடும். பனாத்தின் ஜெர்மன் - ஹங்கேரியப் பெண்கள் உருக்கப்பட்ட தேன் மெழுகினால் செய்யப்பட்ட செர்விகல் தகடுகளை உபயோகப்படுத்தினர். இது கூடுதல் பயனுள்ளதாக இருந்தது. எண்ணற்ற பிற உபபொருள்கள்- முட்டையின் மஞ்சட்கரு, ஒட்டகத்தின் எச்சில்நுரை, ‘வால்நட்’ மரத்தின் இலைகள், குங்குமப்பூ, வெங்காயம், பெப்பர்மிண்ட் (ஒருவகை மணப்பூண்டு) காய்ந்த வேர்கள், கடற்பாசி, கந்தல்துணி, அபினி மற்றும் புல் முதலியவை உலகின் வெவ்வேறு பகுதிகளில் கருப்பையின் வாயை அடைப்பதற்கான அடைப்புகள் செய்வதற்குப் பயன்படுத்தப்பட்டன. இதன் மூலம் ஆணின் விந்து பெண்ணின் கருப்பையினுள் செல்லாமல் தடுக்கப்பட்டது. இவை யாவற்றிலும் மிகவும் அசாதாரணமானது காஸனோவா சொந்தமாக உபயோகித்த சாதனமாகும் - காடியில் (காரப்பொருளில்) தோய்க்கப்பட்ட ஒரு ‘தங்க நிறமான பந்து’ம் (அளவு குறிப்பிடப்படவில்லை) பாதி எலுமிச்சம் பழமும் கருப்பை வாயினுள் திணிக்கப்படுவது; இது கருப்பை வாயை அடைத்துக்கொள்ளும். ஆண் குறியை எதிரிட்டு நிற்கும் எலுமிச்சம் பழத்தின் வெட்டப்பட்ட பகுதி, உடலுறவின் போது ஆணின் அவயத்திலிருந்து வெளியாகும் விந்துவை பெண்ணின் கருப்பை யினுள் போக விடாமல் தடுத்து வெளியில் போகச் செய்யும். இதனால் இருதரப்பினருக்கும் ஏற்படும் அனுபவத்தின் மறுக்க முடியாத தன்மையானது காஸனோவா வரலாற்றில் எவ்வாறு பெயர் பெற்றான் என்பதைக் காட்டுவதற்கு உதவுகிறது. அதே பொழுதில் வேறு கருத்தடை சாதனங்களைப் பயன்படுத்தி உடலுறவு கொண்ட பல நபர்களின் பெயர்கள் அறியப்படாமல் மறைந்து போயின.

வரலாற்றில் பெண்கள், ஆணின் விருப்பப்படியெல்லாம் உடலுறவுக்கு அனுமதிக்கவில்லை என்பதை இது காட்டுகிறது. அதற்கு மாறாக, கருத்தரிப்பதற்கு எதிராகப் பல செயல்பாடுகள் வேலைத்திட்டங்கள் பரவலாகப் பரிந்துரை செய்யப்பட்டன. கி. பி. இரண்டாம் நூற்றாண்டைச் சேர்ந்த கிரேக்க மகப்பேறு மருத்துவர், எபிஸஸைச் சேர்ந்த சோலனாஸ், சிறிய சடங்கு ஒன்றைப் பரிந்துரைத்தார். பல நூற்றாண்டுகள் தொடர்ந்து அது அமலில் இருந்தது. 'உடலுறவு நடைபெறும் முக்கியமான தருணத்தில், ஆண் தன்னுடைய விந்துவை செலுத்தவிருக்கும் சமயத்தில் பெண் தன் மூச்சைப் பிடித்துக்கொண்டு தன்னை சற்றே அப்பால் நகர்த்திக் கொள்ள வேண்டும். அதன் மூலம் ஆணின் விந்து அவளுடைய கருப்பை வாயினுள் ஆழமாகப் போய் விழுவதினின்றும் தடுக்க வேண்டும்.[7] ரோமானிய விலைமகளிரிலிருந்து ஸ்பானிய சிற்றின்ப ஆரணங்குகள் வரையிலும் உடலுறவு கொள்ளும் போது தீவிரமான செயல்பாடானது விந்துவை அப்புறப்படுத்தும் என்று கூறப்பட்டுள்ளனர் - இந்த ஆலோசனையின் கர்த்தா, பெண்ணானவள், மூச்சைப் பிடித்துக்கொண்டு வெறுமனே படுத்துக் கிடக்காமல், தன்னைப் புணருகின்றவனிடமிருந்து அதிகம் எதிர்பார்க்கிறார் என்பது தெளிவு.

பெண்களிடையிலேயே இதே போன்ற நம்பிக்கைகள் இருந்து வந்தன. ஐஸ்லாந்திலிருந்து பெரு வரையிலும் ஆணின் விந்துவை வெளியில் தள்ளுவதற்கு அல்லது உறையச் செய்வதற்கு பழைய மனைவிமார்களின் சொந்தத் திட்டங்களில் இருமுவது, தும்முவது, அங்குமிங்கும் குதிப்பது, வெளியில் ஓடிச் சென்று உறைபனியில் சிறிது உலாவிவிட்டு வருவது ஆகியவையும் அடங்கியிருந்தன. எல்லாவற்றிலும் மிகவும் சாதாரணமானது 'ஆசுவாசுமாக ஒரு பானையில் சிறுநீர் கழிப்பதாகும்' - இது உலகெங்கும் ஆயிரக் கணக்கான ஆண்டுகளாக விலைமகளிர்க்குத் தெரிந்துள்ள விஷய மாகும். (அவர்களுடைய மதிப்புக்குரிய சகோதரிகளுக்கும்) இன்று வரையிலும் இது உபயோகத்திலிருந்து வருகிறது. இப்பொழுது கூடுதலாக, திராட்சை ரசம் அல்லது காடியையும் ஊற்றிக் கழுவுகிறார்கள். மறைமுகமான தந்திரங்கள் எதுவும் செய்ய முடியாத சூழ்நிலையில், அடக்கமான உத்திகள் கையாளப்பட்டன. கர்ப்பமடையாமல் தவிர்ப்பதற்காகப் பெண்கள் தாயத்துகளைத் தங்கள் கழுத்தில் அணிந்து கொண்டனர். அந்தத் தாயத்துகளில் இறந்துபோன ஒரு குழந்தையின் பல், குரானின் ஒரு கவிதை, அல்லது சந்திரன் மறையும் முன்னர் உயிருடன் உள்ள ஒரு கீரியிடமிருந்து எடுக்கப்பட்ட அதனுடைய இடதுபுற விதை ஆகியவை அடங்கியிருக்கும்.

எளிமையான, ஆண்கள் உபயோகிக்கும் கருத்தடை உறையின் நீண்ட வரலாறு தெளிவாகக் காட்டுவது போல், தவிர்க்க முடியாத

விளைவு ஏற்படாமல் சிற்றின்பத்தை அனுபவிக்கும் முயற்சிகளில் பெண்கள் மட்டுமே ஈடுபடவில்லை என்பது தெளிவு. ‘நாரால் செய்யப்பட்ட துணி, நரம்பு, ஒரு செம்மறியாட்டின் குடல், மீனின் ஜவ்வு (மென்தோல்) தோல், ஆமையின் ஓடு அல்லது கொம்பு ஆகிய எவற்றால் செய்யப்பட்ட போதிலும் இந்த உபகரணங்கள் மகிழ்ச்சிகரமான இன்ப நுகர்வுக்கு துணையாக இருக்கும் சாதனங்கள் என்று கூற முடியாது’. 1650 எருதினுடைய குடலின் புறப்பகுதியில் செய்யப்பட்ட உறையானது முழுமையாக இன்பம் அனுபவிப்பதற்குத் தடை அரணாக இருக்கிறது. இது தொற்று அபாயத்திற்கு எதிராக ஒரு சிலந்தியின் வலை போன்றதே[8] என்று திருமதி டி. செவிக்னி புகார் செய்தாள். கருத்தடை ஆணுறைகள் ஆரம்பத்தில் பெண்ணின் பாதுகாப்புக்கு அன்றி (ஆணின் பாதுகாப்புக்காகத்தான்) புதிய உலகத்திலிருந்து கொலம்பஸூம் அவருடைய கப்பல் மாலுமிகளும் கண்ணுக்குப் புலனாகாமல் இறக்குமதி செய்த, ஐரோப்பாவைப் பாழ்படுத்திய பால்வினை நோய்களுக்கு எதிரான தடுப்பு சாதனமாகத் தான் பயன் படுத்தப்பட்டன. ஒரு பெண்ணுடன் உடலுறவு கொள்ளும்போது, சிற்றின்பத்தின் உச்ச நிலையில் ஆணின் விந்து பெண்ணின் கருப்பையினுள் போய் விழாமல், பெண் கருவுறாமல் தடுப்பதே ஆணின் விருப்பமாக இருந்தது. ஆனால் இந்த சிரமமான செய்கையினால் கலவியில் ஈடுபடும் ஆணும் சரி, பெண்ணும் சரி தாங்கள் என்ன செய்கிறோம் என்பதை உணர்ந்தார்களா என்பதைக் கற்பனை செய்து பார்ப்பது கடினம்.

இந்த செய்கை பெருமளவு இன்ப நுகர்ச்சியின்றி வேதனையான ஒரு காரியமாகவே பட்டது. அனேகமாக நிச்சயமாக அது அவ்வாறுதான் இருந்தது. மிகவும் காலந்தாழ்த்தி திருமணம் செய்துகொள்வது, மற்ற குழந்தை பிறப்பதைத் தடுப்பதற்காகப் பயன்படுத்தப்பட்ட பிற புராதன சாதனங்களும் ஆண், பெண் இருவரும் சங்கடமின்றி இன்பம் துய்ப்பதற்கு உதவி செய்திருக்காது. மிகவும் மோசமான விளைவுகள் கூட ஏற்பட்டிருக்கின்றன. நவீன காலம் வரையிலும் பெண்களால் பயன்படுத்தப்பட்ட கருத்தடை முறைகள் மிகவும் ஆபத்தானவையாக இருந்து வருகின்றன. ஓர் இறந்துபோன கோவேறு கழுதையின் காதுகளிலுள்ள அழுக்கை அல்லது முகம் பார்க்கும் கண்ணாடிகளின் பின்புறம் பூசப்பட்டுள்ள பாதரசத்தை சாப்பிடுவது, கருமான்கள் தங்கள் குருவிகளைப் போட்டு வைக்கும் தண்ணீரை (அதனுடைய ஈய உள்ளடக்கத்திற்காக) குடிப்பது, கருப்பை வாயினுள் செம்மறியாட்டின் உரோமம், மரப்பட்டை, வேர்கள், படிகாரம் அல்லது உறைப்பான அரித்துத் தின்னும் பொருள்களைச் செலுத்துவது போன்றவையும் ஆபத்தான கருத்தடை

முறைகளேயாகும். இவை யாவற்றையும்விட சம்பந்தப்பட்ட பெண்ணைக் கொல்வதன் வாயிலாக, எளிய முறையில் கருத்தரிக்காமல் தடுக்க முடிந்தது.

யாவற்றுக்கும் மேலாக இந்த உத்திகள் பயன்படவில்லை. தேன், அல்லது அரபிக் கோந்து போன்ற, உபயோகப்படுத்தப்பட்ட சில பொருள்கள் விந்துவைத் தடைசெய்கிற அல்லது கருத்தரிக்காமல் செய்கிற விளைவைக் கொண்டிருந்த போதிலும், இனப்பெருக்கம் செய்யும் அமைப்பானது மிகவும் சக்தி வாய்ந்ததாகவும் சிக்கலாகவும் இருந்ததால், இருபதாம் நூற்றாண்டைய விஞ்ஞான அறிவின் முழுத் தாக்குதலினால் அன்றி வேறு எதற்கும் அது பணிந்து போகக் கூடியதாக இருக்கவில்லை. மேலும், குழப்பம் ஏற்படுத்துகிற மற்றும் அடிக்கடி எதிர்ப்பு ஏற்படுகிற துறையில் எத்தகைய ஒத்திகையும், இனப்பெருக்கம் செய்யக்கூடிய வாழ்நாளில் பனிரெண்டிலிருந்து ஐம்பது ஆண்டுகளுக்கு மேல் வரையிலும் இது நீடிக்கும் - ஒரு பெண் ஒரு வலுவான வயிற்றையும் ஓர் உறுதியான கையையும், திடசித்தத் தையும் அனேகமாக எண்ணிப் பார்க்க முடியாத அதிருஷ்டத்தையும் கொண்டவளாக இருக்க வேண்டும் என்று தெரிவிக்கிறது. அப்பொழுது தான் அந்த ஆண்டுகளில் அவள் விரும்பிய எண்ணிக்கையும் விரும்பிய காலத்திலும் மட்டுமே குழந்தைகளைப் பெற்றுக் கொண்டிருப்பாள்.

யதார்த்தத்தில், நம் காலத்திற்கு முன்னால், ஆயிரக்கணக்கான ஆண்டுகளில் பெரும்பாலான பெண்கள் கருத்தரித்ததெல்லாம் அவர்களின் விருப்பப்படியல்ல. குழந்தைகள் கடவுளால் அனுப்பப் பட்டார்கள். ‘கூடுதலான குழந்தைகள் என்றால், கூடுதல் நல்லாசிகள்’ என்பது எலிஸபெத் காலத்திய பக்திபூர்வமான ஒரு வரையறுப்பு ஆகும். தாய்மை என்பது பெண்களின் ஒரு பிரதான பாத்திரமும் தொழிலுமாகும். உண்மையில் முந்தைய நூற்றாண்டுகளில் தனிப்பட்ட முறையில் வேலைக்கு எத்தகைய வாய்ப்பும் இல்லாத போது, அதுதான் அவர்களுடைய சக்தியின் மற்றும் முக்கியத்துவத்தின் பிரதான ஆதாரமாகும். ‘உயிருடனுள்ள அல்லது இறந்து போயுள்ள மிகவும் மகத்தான பெண் யார்?’ என்று திருமதி டிஸ்டேய்ல் நெப்போலியனைக் கேட்டார். ‘அதிகமான குழந்தைகளைப் பெற்றவளே அவள்’ என்று அந்த சிறிய சர்வாதிகாரி உடனே பதிலளித்தார்[10] இது சாதாரணமான பெண்களின் தொழில் மட்டுமல்ல, அமெரிக்காவில் ஆசார ஒழுக்கமுள்ள நன்னெறியும் புதிய உலகின் பரந்த பிரதேசமும் இணைந்து ஏராளமான குழந்தைகளைப் பெறு வதைக் கட்டாயத் தேவையாக்கின. அதேபொழுதில், ரோமானிய திருச்சபையின் ஆதிக்கத்தின் கீழ் இருந்தவர்கள் கத்தோலிக்கர்களை

உருவாக்கும் கடமையினின்றும் அப்பால் செல்வதற்கு ஒருபோதும் அனுமதிக்கப்படவில்லை.

வேறிடங்களில், குறிப்பாக ஏழை நாடுகளில் மிகப் பெருமளவு சிசு மரணமானது. தொடர்ந்து குழந்தைகள் பெற்றெடுக்கப்படும் கொள்கையைத் தேவைப்படுத்தியது. வறுமைக்கும், அதிகமான குழந்தை பிறப்புக்கும், பெற்றோர்களின் அறியாமைக்கும் குழந்தை களின் மரணத்திற்கும் இடையிலான புரியாத தொடர்பு இன்னும் நிலைநாட்டப்படவில்லை. அனேகமாக எல்லா இடங்களிலும் கூட பணக்காரனாக இருந்தாலும் ஏழையாயிருந்தாலும், குழந்தை பிறப்பு நிகழ்வுப் போக்கைத் தடை செய்வதானது, 'இயற்கைக்கும் கடவுளுக்கும் விரோதமானதாகும்' என்று ஓர் ஆழமான, வாதம்புரியாத உணர்வு இருந்தது, என்று விக்டோரியா ராணியின் பிரதம மந்திரி வில்லியம் கிளாட்ஸ்டனின் மகள், அவருக்கு எழுதினார்[11]. பெரும்பாலான சமூகங்களில் குழந்தைகளோ அல்லது தாய்மார்களோ பிரசவத்திற்குப் பின் உயிருடன் இருப்பார்கள் என்று அவசியமாக எதிர்பார்க்கப்படவில்லை. குழந்தையைப் பிரசவித்தபின் பெண்களின் தூய்மைக்கான பிரார்த்தனைகள் பொதுவாக 'மரணத்தின் நிழல் எனும் பள்ளத்தாக்கிலிருந்து' பாதுகாப்பான பிரயாணத்திற்கு நன்றி தெரிவிக்கப்படுவதாகவே இருந்தன. எல்லாச் சமுதாயங்களும் பலதார மணம் மூலம் மனைவியை மாற்றிக்கொள்வதற்கு வகை செய்தன. கிழக்கு உலகில் ஏக காலத்தில் பல பெண்களை மனைவியாகக் கொள்வதும், மேற்கில் ஒன்றுக்குப்பின் மற்றொரு மனைவியைக் கொள்வதும் வழக்கில் இருந்தது.

பெண்களுக்கு இதனால் என்ன விளைவு ஏற்படுகிறது என்பதை மறுமலர்ச்சிக்கால வர்த்தகர் கிரிகோரியோதாத்தி என்பவரின் நாட்குறிப்பிலிருந்து காணலாம். தாத்தியின் 'அன்புக்குரிய முதல் மனைவி, பாந்தெக்கா, கருச்சிதைவினால் பாதிக்கப்பட்டு, ஒன்பது மாத உடல் நலக்குறைவுக்குப் பின்னர் பரலோகம் சென்றாள்,' பிறகு ஒரு 'தார்த்தாரிய அடிமைப் பெண்'ணின் மூலம் தாத்தி சிறிதுகாலம் மன நிம்மதி அடைந்தார். அவள் ஒரு மகனைப் பெற்றுக்கொடுத்தாள். பிறகு சட்டபூர்வமான குழந்தைகளைப் பெறும் நம்பிக்கையில் அவளையே திருமணம் செய்து கொண்டார். ஒன்பது ஆண்டுகளில் எட்டு குழந்தைகளைப் பெற்றுத் தந்த பின்னர் அவருடைய இரண்டாவது மனைவி ஒரு பிரசவத்தின்போது மரணமடைந்தாள். அவருடைய மூன்றாவது மனைவி பதினோரு குழந்தைகளைப் பெற்றுத் தந்தாள். அதன் பின்னர், என்னுடைய மனைவி ஜினெவ்ராவின் புனித ஆத்மாவைக் கடவுள் அழைத்துக்கொண்டார்.

நீண்ட வேதனைக்குப் பின் பிரசவத்தின் போது அவள் மரண மடைந்தாள். இதனால் சிறிதும் தளர்ச்சியடையாத தாத்தி மீண்டும் மணம் புரிந்து கொண்டார். அவருடைய நான்காவது மனைவி ஆறு குழந்தைகளைப் பெற்ற பின் ஒரு கருச்சிதைவு ஏற்பட்டது. முப்பது ஆண்டுகளில் ஐந்து பெண்களினால் இருபத்தெட்டு முறை கருத்தரித்தபின், அவர் பிறக்கும் உடல்களின் எண்ணிக்கையை பதிவு செய்வதைக் கைவிட்டார்.[13]

தந்தைப்பேறு அடைவதற்குத் தணியாத வேட்கையுடனிருந்ததாக தாத்தி தோற்றமளித்தது, அவ்வளவு அசாதாரணமானது ஒன்றுமல்ல. அதுபோன்றே, குழந்தைகளைக் கருத்தரித்ததன் வாயிலாக அவருடைய பெண்கள் (மனைவிகள்) நோய்வாய்ப்படும் அபாயம் ஏற்பட்டதும், மரணமடைந்ததும் கூட அவருடைய அல்லது தொடர்ந்த தலைமுறை களில் சிறிதும் அசாதாரணமானதல்ல. பத்தொன்பதாம் நூற்றாண்டில் தாமஸ் ஜெஃபர்ஸன், அவருடைய மனைவி பிரசவத்தின் போது இறந்தது குறித்து தனது மகளுக்கு எழுதிய கடிதத்தில், குழந்தையைப் பிரசவிப்பதானது 'முழங்கையால் இடித்துத் தள்ளுவதைத் தவிர வேறொன்றுமல்ல' என்று குறிப்பிட்டதில் அவர் வெளிப்படுத்திய தன்னம்பிக்கை குறித்து நாம் வியப்படையவே செய்யலாம். இரண்டு மாதங்களுக்குப் பிறகு அவருடைய அந்த மகளுக்கே இந்த நிலை ஏற்பட்டது. தனது அன்புக்குரிய ஒரே மகள் திருமணமான முதல் இரண்டு ஆண்டுகளில், ஒரு கடுமையான கருச்சிதைவு ஏற்பட்டதோடு மூன்று முறை கருத்தரித்ததால் வேதனையடைந்தபோது, திருமதி டி. செவிக்னி கவலையடைந்தது மிகவும் நேர்மையானதாக இருந்தது. அவள் மிகவும் சினத்துடன் தனது மருமகனுக்கு எழுதிய கடிதத்தில், 'அவள் அடிக்கடி வேதனையை சுமக்கச் செய்வதன் மூலம் நீங்கள் நேசிக்கும் பெண்ணின் அழகு, ஆரோக்கியம், குதூகலம் மற்றும் வாழ்க்கை முதலிய யாவும் அழிக்கப்பட்டுவிடும்' என்று எச்சரித்தாள். 'உங்களுடைய மனைவியை உங்களிடமிருந்து நான் எடுத்துக்கொண்டு விடுவேன்' என்று அச்சுறுத்தினாள். நீங்கள் அவளைக் கொல்வதற் காகவா நான் அவளை உங்களுக்கு அளித்தேன் என்று நினைக்கிறீர்கள்? என்று கேட்டாள். பிராங்கோய் இந்தக் கர்ப்பத்தில் உயிர் பிழைத்தாள். ஆனால் அவள் தாயாரின் அச்சங்கள் முடிந்துவிடவில்லை. குழந்தை பிறந்தவுடனேயே மீண்டும் கருத்தரிப்பதைத் தடுப்பதற்கு குழந்தைக்குத் தாய்ப்பால் கொடுப்பதை மட்டும் நம்பியிருக்க வேண்டாம் என்று அவர் அவசர அவசரமாக ஓர் எச்சரிக்கையை விடுத்தாள்: 'உன்னுடைய மாதவிலக்குகள் மீண்டும் தொடங்கிய பின்னர் எம்.டிகிரிக்னானுடன் மீண்டும் உடலுறவு கொள்வதற்கு நீ நினைக்கும்பட்சத்தில், நீ ஏற்கெனவே கர்ப்பமடைந்துவிட்டதாகக் கருதிக்கொள்ள வேண்டும்.

உன்னுடைய செவிலியர்களில் ஒருவர் அவ்வாறு இல்லையென்று உன்னிடம் கூறினால் உன்னுடைய கணவர் அவளுக்கு லஞ்சம் கொடுத்திருக்க வேண்டும்!.[14]

பொதுவாக ஏற்படுகின்ற இத்தகைய நிலைமையில் இன்ப நுகர்ச்சிக்கான சுயநலம் அல்லது வேண்டா வெறுப்பாக உடலுறவு கொள்ளாதிருப்பது ஆகிய இந்த இருநிலைகளுக்கு இடையில் அகப்பட்டுக் கொள்ளும் கணவனின் நிலைமை மகிழ்ச்சிகரமாக இருக்காது. ஆயினும் அவன் தனது பாலியல் வாழ்க்கையில் வெற்றி பெறுவான். மிகப் பல பெண்கள் தோல்வியடைந்தனர். உயிர் வாழவில்லை. நவீனயுகத்தில் மிகவும் பகட்டாகப் பேசப்பட்ட முன்னேற்றமும், சுபீட்சமும் மேலைய நாடுகளில் பெண்களின் காதுகளுக்கு எட்டிய அதேசமயத்தில், குழந்தையைப் பிரசவிப்பதானது மேம்பாடு அடையவில்லை. மாறாக மோசமடைந்துள்ளது என்ற மன உலைவை ஏற்படுத்தும் அனுபவத்தையே பெற்றனர். ஏனெனில், எல்லாப் பெண்களின் வாழ்க்கைகளையும் பாதித்த மிகவும் தீர்மானகரமான அதிகாரத்திற்கான போராட்டம் ஒன்றில் பிரசவ வேதனையில் உள்ள பெண்களை மேற்பார்வை செய்யும் நீண்ட போராட்டத்தில் ஆண்கள் இறுதியாக வெற்றி பெற்றனர். குணப்படுத்தும் பெண்கள் மீது ஆண்கள் தாக்குதல் தொடுப்பது புதிதொன்றுமல்ல. பெண்களுக்கு எதிரான ஐயுறவு - வேட்டையின் ஒரு பகுதி, பல்கலைக்கழகத்தில் பயிற்சி பெற்ற ஆண் மருத்துவர்கள் பெண்களின் எதிர்ப்பை ஒடுக்குவதற்கு உறுதி பூண்டதாகும். ஆனால் பிரசவத்தின் போது பயன்படுத்தும் இடுக்கி, மயக்கமருந்து கொடுத்தல், முறையான மருத்துவப் பயிற்சி, மருந்துகள் ஆகியவையெல்லாம் தோன்றியதோடு ஆண் மருத்துவர்கள் இறுதியாக பிரசவத்தின் போது உடனிருந்து கவனித்துக் கொள்ளும் செவிலியர் என்ற, காலங்காலமாக இருந்து வரும் பெண்களின் பாத்திரத்தைப் பறித்துக் கொண்டனர். பிரசவத்தின் போது கவனித்துக்கொள்ளும் பிரதான மருத்துவச்சி என்ற நிலையில் அவர்கள் அங்கு (பிரசவ அறையில்) இருக்கலாயினர்.

நிபுணர் என்ற அத்தாட்சி வலுவுடன், இந்தப் புதிய ஆண்கள், அவர்கள் மோசமான முறையில் தவறு செய்தபோதிலும், முதிய பெண்களைச் சிரமமின்றி அடக்கி வைத்தனர். ‘பிரிட்டிஷ் பேறு கால மருத்துவ வல்லுனர்’ என்ற பெயர் பெற்ற ‘மாபெரும் வில்லியம் ஸ்மெல்லி’ தனது தொழிலைக் கற்றுக்கொள்ளும் போது ஒரு சிசுவின் தொப்புள் கொடியை மிகவும் ஏறுமாறாகத் துண்டித்தபோது, அந்தக் குழந்தை ரத்தப் பெருக்கினால் அனேகமாக மரணமடையும் நிலைக்கு வந்தது. இவருடைய வருகையால் அப்புறப்படுத்தப்பட்ட மருத்துவச்சி இவருடைய செயலை ஐயுறவுடன் பார்த்துக் கொண்டிருந்தார்.

ஸ்மெல்லி அவரிடம், இது ஒரு புதிய புரட்சிகரமான உத்தி என்றும், புதிதாகப் பிறக்கும் சிசுவுக்கு வலிப்பு நோய் ஏற்படாமல் தடுப்பதை இது நோக்கமாகக் கொண்டதென்றும் கூறினார். ஆயினும், தனியாகப் பின்னர் அவர், தனது வாழ்நாளில் தான் ஒரு போதும் இவ்வளவு திகிலடைந்ததில்லை என்று கூறினார்.[14]

மயக்க மருந்தும் நச்சுத் தடை மருந்தும் மேலை நாடுகளில் பயன்படுத்தத் தொடங்கியதோடு மருத்துவ விஞ்ஞானமானது, கடைசியாக, தனது சொந்த குரூரமான தப்பெண்ணங்களை எதிர்த்து முன்னேறத் தொடங்கியது. ஏனெனில் அதுவரையிலும், குழந்தை பிறக்கும்போது பெண்களுக்கு ஏற்படும் துன்பமும் மரணமும் ஓர் ‘அவசியமான கேடு’ என்று கருதப்பட்டு வந்தது. 1848ல் ஒரு பிரபல பிரிட்டிஷ் மகப்பேறு மருத்துவர் அதைக் ‘கடவுளின் நல்லாசி என்றும்கூட’ கருதவேண்டும் என்று எழுதினார்.[15] வேறு இடங்களிலும், பெண்கள் மரணமடைவது தவிர்க்க முடியாதது என்ற ஊழ்வழிக் கண்ணோட்டத்தை எதுவும் மாற்ற முடியாது என்றும், அந்த மரணங்களைத் தோற்றுவித்த பழக்கவழக்கங்களை மாற்ற முடியா தென்றும் தோன்றியது. இந்தியாவிலிருந்து டாக்டர் வாகான் என்ற ஒரு பெண் அறுவை சிகிச்சை மருத்துவர், பிரிட்டிஷ் ஆட்சியின் கடைசிக் காலத்தில் நம்பிக்கை இழக்கச் செய்யும் இந்தச் செய்தியை அனுப்பினார்.

> பெண் தரையில் கிடக்கிறாள். அவளருகில் ஒன்றிரண்டு அழுக்குப் பிடித்த வயது முதிர்ந்த பெண்கள் இருக்கிறார்கள். அவர்களின் கைகள் மிகவும் அசுத்தமாக உள்ளது. அவர்களது தலைகளில் பேன்கள் ஊறிக் கொண்டிருக்கின்றன. கீழே படுத்துள்ள கர்ப்பவதியான பெண் மூன்று நாட்களாகப் பிரசவ வேதனை அனுபவித்துக் கொண்டிருக்கிறாள். அவர்களால் குழந்தையை வெளியே எடுக்க முடியவில்லை. நாங்கள் பரிசோதனை செய்து பார்த்ததில், பெண்ணின் பிறப்புறுப்பு வீக்கமடைந்திருப்பதையும் கிழிசல் ஏற்பட்டிருப்பதையும் கண்டோம். இது ஒரு சிரமமான பிரசவம்தான் என்றும், அவளைப் பிரசவிக்கச் செய்யும் முயற்சி களில் அவர்கள் தங்கள் பாதங்களையும் கைகளையும் பயன்படுத்த வேண்டியிருந்ததென்றும் கூறினர். குளோரோபாம் கொடுக்கப் பட்டு இடுக்கியைக் கொண்டு குழந்தை வெளியே எடுக்கப் பட்டது. பூச்செடியின் வேர்களும் கூட தாயின் பிறப்புறுப்புக்குள் செலுத்தப்பட்டிருக்கும், சில சமயங்களில் ஒரு கயிறும் குவின்ஸ் பழவிதைகளை முடிச்சுப் போட்ட அழுக்கான ஒரு கந்தல் துணியும் கருப்பை வாயினுள்ளேயே திணிக்கப்பட்டிருக்கும்...

ஏழைகள் மட்டும்தான் இவ்வாறு வேதனை அனுபவிக்கிறார்கள் என்று நினைக்காதீர்கள். பல்கலைக்கழகப் பட்டங்களைப் பெற்ற பல இந்திய ஆண்களின் வீடுகளிலும் கூட அவர்களின் மனைவிமார்கள் இவ்வாறு அழுக்கடைந்த கந்தல் துணிகளில் அலைக்கழிக்கப்படுவதையும், தெருவிலுள்ள படிப்பறிவில்லாத பெண்கள் மருத்துவம் பார்க்க அழைக்கப்பட்டிருப்பதையும் நான் உங்களுக்குக் காண்பிக்க முடியும்.[16]

இந்த வேதனை, நோய்த்தொற்றல் மற்றும் மரணம் ஆகியவற்றுக்கான மூலகாரணம் பிரசவம் பார்ப்பதற்காகத் தெருவிலிருந்து அழைத்து வரப்படும் பெண்களல்ல. மாறாகக் கணவன்மார்களின் கண்ணோட்டத்தில் தான் அடங்கியுள்ளது என்று வாகன் மிகவும் தெளிவாகக் கண்டார். தொழில் வளர்ச்சி ஏற்பட்ட நாடுகளிலும் இதே ஆய்வு செய்யப்படத் தொடங்கியது. மிகவும் முன்னேற்றமான நிலைமைகளில் வாழ்ந்து வருவதாகக் கருதப்பட்ட மேலை நாட்டுப் பெண்களும் ஆணாதிக்க சமுதாயத்தின் கருத்துக்கள் மற்றும் எதிர்பார்ப்புக்களால் தாங்கள் தலையிடப்பட்டிருப்பதையும் தண்டிக்கப்படுவதையும் கண்டனர். தமது மனித உரிமைகளுக்கான தீவிரமான கோரிக்கைகளைக் கொண்ட வேலைத்திட்டத்தின் ஒரு பகுதியான ஓட்டுரிமைக்கான போராட்டம் மிகுந்த துணிவை வெளிப்படுத்திய மேலை நாடுகளின் பெண்கள், தமது சொந்தப் பாலியல் வாழ்வுக்கான இறுதிப் பொறுப்பை ஏற்றுக்கொள்ளத் தொடங்கினர். இதை சாதிப்பதற்கு அவர்கள் மற்றொரு மாபெரும் பணியை எதிரிட்டனர். பெண்களை இந்த வழியில் பயன்படுத்துவதற்கு அவர்களுக்குள்ள உரிமையை ஒரு போதும் கேள்வி கேட்காத ஆண்களின் கண்ணோட்டங்களை சீர்திருத்துவதைக் காட்டிலும் எந்த வகையிலும் குறைவில்லாத - பாலியல்தன்மை, பெண் மற்றும் ஆணை மறு உருவாக்கம் செய்யும் கடமையை எதிரிட்டனர்.

ஏனெனில், ஆண்கள் தாங்கள்தான் பெண்களது உடம்புகளின் எஜமானர்கள் என்றும் உடைமையாளர்கள் என்றும் இன்னும் கருதிக்கொண்ட அதே சமயத்தில் பெண்கள் ஒரு போதும் தங்களுக்குத் தாங்களே எஜமானியாக இருக்க முடியவில்லை. பத்தொன்பதாம் நூற்றாண்டின் போது ஒரு பகட்டாரவாரமான வன்முறையுடன் கூடிய கொந்தளிப்பு, கிளர்ச்சி மற்றும் புரட்சி ஏற்பட்டது. ஆயினும் பெண்களை பாலியல் தட்டுமுட்டுப் பொருள்களாகக் கருதும் இருண்ட காலத்திற்கும் அதற்கு முன்பிருந்தும் இருந்து வந்த பெரும்பாலான ஆண்களின் கண்ணோட்டத்தில் எவ்வித மாற்றமும் ஏற்படவில்லை. 1844ல் இங்கிலாந்தின் வடக்குப் பகுதியில் சுற்றுப் பிரயாணம்

செய்தபோது பிரெடரிக் எங்கெல்ஸ், தான் விஜயம் செய்த ஒவ்வொரு ஆலையிலும், தொழிற்சாலையிலும் வேறு எங்கும் இருந்தது போன்றே பெண் 'தொழிலாளிகள் எஜமானனின் அடிமைகளாகக் கருதப்படுவதைக் கண்டேன்' என்று குறிப்பிட்டார். மரபான முறையில் இதற்கு 'பெண்களின்' சம்மதமும் கட்டாயமாகப் பெறப்படுகிறது. அதாவது, 'பத்தில் ஒன்பது சம்பவங்களில் வேலையைவிட்டு நீக்கப்படுவார் என்ற அச்சுறுத்தலே அவர்களின் எதிர்ப்பைப் போக்குவதற்குப் போதுமானதாக இருந்தது. சுருங்கக்கூறின், ஆலையின் எஜமானர் 'தனது ஆலையை தனது அந்தப்புரமாக்கிக் கொண்டார்'. அவர் 'தனது ஊழியர்களின் உடலுக்கும் வனப்பு களுக்கும் எஜமானர். அவர்களின் தட்டிக் கேட்க முடியாத ஆட்சி யாளனாக இருந்தார்.[17]

இது ஒரு சில 'துரதிருஷ்டமான' தொழிற்சாலைப் பெண் ஊழியர்கள் சம்பந்தப்பட்ட விஷயம் மட்டுமல்ல. பெண்ணிய ஆதரவாளர்கள் நிலைமையை சுற்றிப் பார்த்தபோது, பிற சுதந்திரங்களுக்காக நடத்திய போராட்டங்களால் ஒடுக்குமுறைக்கு எதிரான அவர்களுடைய உணர்வுகள் கூர்மைப்படுத்தப்பட்டன. 'பெண்களை அவர்களுடைய பாலினம் காரணமாகவே அடிமைகளாக நடத்தப்படும் ஓர் அமைப்பில் தாங்கள் வாழ்வதை அவர்கள் கண்டனர். பெண்களின் பிள்ளை பெறும் செயல்பாடுகளை ஆண்கள் வலியுறுத்தி வந்ததாலும், மற்றும் 'பெண், இன்ப நுகர்ச்சிக்கு உரியவளேயன்றி வேறொன்றுமல்ல' என்ற கோட்பாட்டினாலுமே ஏற்பட்டது என்று கிறிஸ்டாபெல் பாங்குர்ஸ்ட் எழுதினார். தாய்மார்கள் என்ற மரியாதைக்குரிய பாத்திரத்தை அடைவதற்காகவே பெண்கள் பிறந்துள்ளார்கள் என்ற கருத்தைக் கூறி இதற்கு ஒப்பனை செய்ய விரும்பினர். ஆனால் அது வெறும் கண் துடைப்பே. அதைக்கூறும் ஆண் உண்மையில் அர்த்தப்படுத்துவது என்னவெனில் பிரதானமாக ஆண்களின் பாலின உணர்ச்சிகளைத் திருப்திப்படுத்துவதற்காகவே பெண்கள் சிருஷ்டிக்கப்பட்டுள்ளனர். இரண்டாவதாக, அவன் விரும்பினால் குழந்தைகளைப் பெறுவதற்காக ஆனால் அவன் விரும்புவதற்கு அதிகமாகக் குழந்தைகளைப் பெறக்கூடாது.[18]

இந்தத் தீவிரமான கருத்துக்கள், பாங்குர்ஸ்டு தம்பதிகளும் அவர்களது ஆதரவாளர்களான பெண்கள் உரிமை இயக்கத்தின் உருவ வழிபாட்டு எதிர்ப்புப் பிரிவினர் மட்டும் கொண்டிருக்கவில்லை. ஜோஸ்பீன் பட்லர் என்ற சமூக சீர்திருத்தவாதியினால் உத்வேகம் பெற்ற பெண்கள் தேசிய சங்கத்தைச் சேர்ந்த நிதானவாதிகள் பெண் இனம் முழுமையுமே விலைமகளிர் என்று பட்டஞ்சூட்டும் பாலினக் கொடுமையை முழுமனதாக எதிர்த்தனர். பாலினத் தன்மையை

செயல்படுத்துவதற்கான ஆணின் 'சுதந்திரமான உரிமை' என்பது யதார்த்தத்தில் கொச்சையான சுரண்டலாகும். பெண்களைத் 'தூய்மை யானவர்கள்' என்றும் 'சறுக்கி விழுந்தவர்கள்' என்றும் போலியான முறையில் பிரிவினை செய்வதாகும். அதன்மூலம் 'பெண்களின் சகோதரத்துவத்தை' அழிப்பதாகும், என்று அவர்கள் வாதிட்டனர். 'தூய்மையான' மதிப்பிற்குரிய பெண் உண்மையில் அவளுடைய 'கற்பொழுக்கமற்ற' சகோதரியைக் காட்டிலும் எந்த விதத்திலும் குறைவாகச் சுரண்டப்படவில்லை என்பதை பட்லரே மிகவும் கவலையுடன் வலியுறுத்தினார். உண்மையில் அவளுடைய உடம்பு வேறொரு பாலியல் நோக்கத்திற்காகக் குறிக்கப்பட்டிருந்தது. அதாவது, பாலியல் இன்ப நுகர்ச்சிக்காக அல்ல, மாறாக வாரிசுரிமையாக சொத்துக்களைப் பெறுவதற்கான ஒரு 'வழித்துணை'யாக அவளுடைய உடம்பு பயன்படுத்தப்பட்டது.

'ஆண்களின் ஒழுக்க வரம்பற்ற போக்கினை', 'பலவீனமானவர் களுக்கு எதிரான வலுவுள்ளவர்களின் வெறுப்புக்குரிய கொடுங் கோன்மை'யைத் தாக்கியதற்காக ஆத்திரமுள்ள ஆண்கள் பட்லரை, 'விலைமாதைக் காட்டிலும் எந்தவிதத்திலும் மேலானவள் அல்ல' என்று வசைபாடினர். அந்தக் கருத்துக்கு எதிராக, பரபரப்புடன் தங்களைப் பாதுகாத்துக் கொள்வதற்கு பெண்கள் முற்பட்டனர். அத்தகைய பிறவிகளுக்கும் தங்களுக்கும் எவ்வித சம்பந்தமும் இல்லை என்று கூறினர். ஆனால் கடைசியாகப் பெண்களுக்கு திருப்பித் தாக்குவதற்கு விஷயம் கிடைத்துவிட்டது. அமெரிக்காவிலிருந்து எலிஸபெத் கேடிஸ்டான்டன் தனக்கே உரிய பாணியில் கீழ்வருமாறு தாக்குதலைத் தொடுத்தார்:

> மனிதன் தன்னுடைய அடங்காச் சிற்றின்ப அவாவினால் பாலியல் புணர்ச்சி என்ற இந்தப் பிரச்சினை முழுவதையும் ஒழுங்குபடுத்தி விட்டான். நீண்ட காலத்திற்கு முன்பே அவனுடைய காம வெறியாட்டத்தைக் கட்டுப்படுத்துவதற்குத் தனி உரிமை பெற்றுள்ள மனித குலத்தின் தாய், விழித்தெழுந்து, இப்பிரச்சி னையைப் பூரணமாக அச்சமின்றிப் பரிசீலனை செய்யட்டும்.[19]

அவளுடைய சகாக்கள் லூஸிஸ்டோன் மற்றும் சூஸன் பி. அந்தோணியைப் போன்றல்லாது எலிஸபெத் கேடிஸ்டான்டன் பாலியல் போர் என்ற வகையில் ஆண்களுக்கும் பெண்களுக்கும் இடையிலான உறவுகள் குறித்து ஒரு மிகவும் செயலூக்கமான கருத்தமைப்பைக் கொண்டிருந்தார். முழு பிரஜா உரிமை மற்றும் ஓட்டு அளிப்பதற்கான உரிமை பெறுவதற்கான பெண்களின் நம்பிக்கை

குறித்து ஆழமான அக்கறை கொண்டிருந்தபோதிலும், பெண்களின் உடம்புகள் மீது ஆண்களுக்கு உரிமைகளும் ஆதிக்கமும் வழங்கிய ஆண்களினால் உருவாக்கப்பட்ட சட்டங்கள் மற்றும் சம்பிரதாயங் களுக்கு எதிராகத் தனிப்பட்ட முறையில் மனவெழுச்சி மிக்க சினங் கொண்டிருந்தாள். இங்கிலாந்தில் இயக்கம் நடத்தி வந்த செல்டென் ஹாமைச் சேர்ந்த செல்வி ஸ்வைனி ஸ்டான்டனைப் போலவே அடங்காக் கோபம் கொண்டிருந்ததோடு, பெண்களைச் சுரண்டுவது இயற்கையானதோ அல்லது தற்செயலாக நிகழ்வதோ அல்ல, மாறாக முழுமையாக உருவாக்கப்பட்ட ஒரு பாலியல் அமைப்பேயாகும் என்ற ஒரு தெளிவான கருத்தமைப்பைக் கொண்டிருந்தார்.

> ஏனெனில் ஆணின் ஆட்சியும் ஆணினால் உண்டாக்கப்பட்ட மதமும் ஆணின் ஒழுக்கநெறியும் பெண்ணுக்கு என்ன விளைவித்திருக்கின்றன என்பதை எண்ணிப் பாருங்கள். அங்ககப் பரிணாம வளர்ச்சியில் இயற்கையின் மிக உயர்வான வளர்ச்சியாகிய அவளுடைய பெண் குழந்தை தேவையில்லாதது என்று ஈவிரக்கமின்றிக் கொல்லப்படுவதை அவள் கண்டிருக் கிறாள். ஊட்டச்சத்து இல்லாமையாலும் பாதகமான நிலைமை களின் விளைவாகவும் அதனால் முழு நிறைவற்றதுமான உயிரியல் ரீதியில் 'பழுதுடைய மாற்றுப் பிறவியான, அவளுடைய மகன் அவளுக்கு மேலான எஜமானன், அரசன் மற்றும் கொடுங் கோலனாக ஆக்கப்பட்டதையும் அவள் கண்டிருக்கிறாள்... திருச்சபையும் அரசும், சமயமும், சட்டம், தப்பெண்ணம், பழக்க வழக்கம், பேராசை, காமவெறி, வெறுப்பு, அநீதி, சுயநலம், அறியாமை, மற்றும் தன்னகங்காரம் ஆகிய யாவும் மானிட ஆணின் பாலின ஆட்சியின் கீழ் அவளுக்கு எதிராக சதி செய்துள்ளன.[20]

ஸ்வைனியின் கருத்துக்களை குறிப்பாக பெண்களின் மறுத்துக் கூற முடியாத மேலாண்மை குறித்த அவருடைய திட்டவட்டமான பிரகடனத்தை எல்லோரும் ஏற்றுக் கொள்ளவில்லை. ஆனால் தங்களையும் மீறி, பல பெண்கள், ஆண்களின் மீதான அவருடைய நேர்த்தியான பெண்ணிய சீற்றத்தைக் கண்டு சிலிர்ப்புற்றனர். படைப்பின் மேலாட்சி உரிமைகளைப் பறித்துக் கொண்டவர்கள் மனித இன மேம்பாட்டு ஆராய்ச்சியில் ஒரு விபத்தைத் தவிர வேறல்ல. அவர்களது மூளைகள் சிறியதும் பலவீனமானவையுமாகும், அவர்களது உடம்புகள் 'காமவெறியுடையவையும் நோயுற்றவையு மாகும், அவர்களது 'விந்து கொடிய நஞ்சு' ஆகும் - என்று ஸ்வைனி ஆண்களின் மீது தாக்குதல் தொடுத்தாள். தனக்குக் கிடைத்த சுதந்திரத்தினால் துணிச்சல் பெற்ற ஸ்வைனியின் இந்தத் தாக்குதலைக்

கண்ட பெண்கள் எல்லா இடங்களிலும் எலிஸபெத் கேடி ஸ்டான்டன் கோரியிருந்தபடி, 'இந்த விஷயத்தை' பூரணமாகவும் அச்சமின்றியும் ஆய்வு செய்யத் தொடங்கினர்.

விபசாரம் பரவி வந்தது இப்பொழுது பெண்ணியலாளர்களின் ஒரு பிரதான கவலைக்குரிய விஷயமாயிற்று. பத்தொன்பதாம் நூற்றாண்டு முழுமையிலும் பெண்களைச் சுரண்டுபவர்களை அதற்குப் பிரதான காரணகர்த்தாக்களாக ஆண்களைக் கணக்கிலெடுத்துக் கொள்ளாமல், இப்பிரச்சினை சம்பந்தமாக மேற்கொள்ளப்பட்ட ஒவ்வொரு புதிய கட்டத் தாக்குதலும் பெண்களையே கூடுதல் துன்பத்திற்குள்ளாக்கியது. வெவ்வேறு நாடுகளில் வெவ்வேறான நிகழ்ச்சி நிரல் கடைப்பிடிக்கப்பட்டது: சிறுமிகளை விபசாரத்திற்குட் படுத்துவதற்கு எதிரான எல்லா இயக்கங்களுக்கும் பிரான்சில் மெதுவான பிரதிபலிப்பே ஏற்பட்டது. ஏனெனில், ஆங்கிலேய சீர்திருத்தக்காரர்களை மிகவும் வேதனைக்குள்ளாக்கிய 'வெள்ளைக் கார அடிமை வர்த்தக'த்திற்கு இரையான இளம் பெண்களுக்கான தேவையின் பெரும்பகுதி அங்கிருந்துதான் ஏற்பட்டது. இதற்கிடையில், பொதுமக்களை குஷிப்படுத்துவதற்காக போலீசாரால் பெண்கள் அடிக்கடி தெருக்களில் தாக்கப்படுவதற்கு எதிராக நாட்டின் மனச்சாட்சியைத் தட்டி எழுப்புவதற்குப் பிரெஞ்சு பெண்ணியக்க வாதிகள் முயன்றனர். ஆனால் அது பயனளிக்கவில்லை. 'தூசி அல்லது மண்ணால் அழுக்கேறியும், அவர்களது பாவாடைகளும் ஜாக்கெட்டு களும் நார்நாராகக் கிழிந்துள்ள நிலையிலும் இருந்த பெண்கள் எட்டி உதைக்கப்பட்டனர். புடைக்கப்பட்டனர். தலை மயிரைப் பிடித்துத் தரதரவென்று இழுத்துச் செல்லப்பட்டனர்...[21]

இங்கிலாந்தில் விலைமகளிருக்கு எதிரான அரசாங்க வன்முறை, மேகநோய் இருக்கிறதா என்பதைக் கண்டறிவதன் பெயரால், அடிக்கடி வலுக்கட்டாயமாக மிருகத்தனமான மற்றும் இழிவுபடுத்தும் முறையில் அவர்களின் அங்கங்களைப் பரிசோதனை செய்யும் வடிவத்தை மேற்கொண்டது. தொற்றுநோய்கள் தடுப்பு சட்டங்களின் கீழ் இவை மேற்கொள்ளப்பட்டன. இந்தச் சட்டங்கள் பெண்கள் மட்டுமே பாலினத் தொற்று நோய்களைத் தோற்றுவித்தும் பரப்புவார்கள் என்றும் உறுதியாகக் கருதின. ஆனால் உயர் குடியினரோ அல்லது ஒவ்வொருவரும் உரிமை கொண்டாடிய சட்டப்படியான பாலினச் சலுகை உரிமையை ஆண்களிடமிருந்து வாபஸ் பெறுவது என்று எல்லா சீர்திருத்தக்காரர்களும் கொண்டிருந்த லட்சியப்பணி தேசிய வேறுபாடுகளை இணக்கப்படுத்தியது. இந்தப் போராட்டம் வளர்ச்சியடைந்தபோது, இரு முக்கிய கருத்துக்கள் வெளிப்பட்டன.

இவ்விரண்டும் இருபதாம் நூற்றாண்டில் பெண்கள் தாங்களாகவே தங்களுடைய வாழ்க்கைகளை அமைத்துக் கொள்ளும் முறையில் மாற்றங்களை ஏற்படுத்துவதை நோக்கமாகக் கொண்டிருந்தன.

இவற்றில் முதலாவது, அனைவரின் மிகவும் அடிப்படையான உடல் ரீதியான உரிமையிலிருந்து எழுந்தது. அதாவது, மறுப்பதற்குள்ள உரிமையே அது. தொழிற்புரட்சிக்கு முன்னால், 'முதிய கன்னிப் பெண்' தான் மிகவும் பரிதாபத்திற்குரிய, வெறுக்கப்பட்ட பிறவியாக இருந்தாள். அவள் ஓர் ஆணுக்காக ஏங்கிக் கொண்டிருக்கிறாள் என்று பொதுவாகக் கருதப்பட்டது. ஓர் ஆணில்லாமல் அவள் பயனற்றவள். எந்த ஆணாவது அவளிடம் வந்தால், அவன் யாரென்று ஏறிட்டுப் பார்க்காமலேயே கூட ஏற்றுக் கொள்ளப்படுவான். எந்தப் பெண்ணாவது மண வாழ்க்கையின் இன்பத்தை அனுபவிப்பதற்குப் பதிலாக தனியாளாக இருந்து துன்பத்தை அனுபவிப்பதைத் தேர்ந்தெடுப்பாள் என்ற கருத்து முற்றிலும் காலத்திற்கு ஒவ்வாத ஒன்றாக இருந்திருக்கும். தனி ஒற்றையாக நிற்கும் பெண்களுக்கு வாழ்க்கையில் ஒரு நோக்கத்தையும் அதைச் சாதிப்பதற்கான பணியையும் வழங்கியதன் மூலம் பத்தொன்பதாம் நூற்றாண்டில் பெண்கள் இயக்கம் அவர்களது பார்வைகளையும் அவர்களது சுய மதிப்பையும் உயர்த்தின. சட்டச் சீர்திருத்தம், வாக்குரிமை, பெண்களுக்குக் கல்வி, குடியை மட்டுப்படுத்துவது, பெண் அடிமைத்தனத்தை ஒழிப்பது முதலிய பல்வேறு திட்டங்களில் மணமாகாத பெண்கள் தனிப்பட்ட முறையில் பெற்ற சாதனையாக மிகவும் மகிழ்ச்சியடைந்தனர். அத்துடன் கூடவே, திருமணம்தான் எல்லாமே என்ற கருத்தோட்டத்தையும் கேள்வி கேட்கும் தன்னம்பிக்கையையும் பெற்றனர். கிரீமியாவில் தனது வீராவேசமான பணிக்குப் பின்னர் ஃப்ளாரென்ஸ் நைட்டிங்கேல், உலகின் மிகவும் புகழ்பெற்ற பெண்-பிரம்மச்சாரியாகத் திகழ்ந்தாள். திருமணம் செய்து கொள்வதற்கு அவள் மறுத்ததானது, தனது சுயேச்சையின் மீது அவள் வைத்திருந்த மதிப்பு அவளுடைய தனித் தன்மை, அவளது உடம்பின் முழுமைத்தன்மை பற்றிய தெளிவான அறிக்கையாகும்.

பெண்கள் அதை (ஓர் ஆணிடமிருந்து வரும் திருமண ஆலோசனையை) ஏற்றுக் கொண்டால் அவர்கள் தமது வாழ்க்கை முழுவதையும் தியாகம் செய்தாக வேண்டும். அவனுடைய வாழ்க்கையின் பின்னே பெண் தன்னைத் தானே அழித்துக் கொள்ள வேண்டும்[22] என்ற அறிவிப்புடன் அவள் திருமணத்தை நிராகரிப்பதை வெளிப்படையாகக் கூறினாள். எனவே புதிதாக விழிப்படைந்த பெண் பிரம்மச்சாரிக்கு ஆண்கள் தேவைப்படவில்லை. ஆனால் இதனால் அவள் எழுச்சி

யடையாத கன்னிப் பெண்ணாகவே, அல்லது மணஞ்செய்யா உறுதி கொண்ட தனி வாழ்க்கையையே வாழ விரும்பியதாக அர்த்தமல்ல. மறுப்பதற்கான பாலியல் உரிமையோடு கூடவே, தேர்ந்தெடுத்துக் கொள்வதற்கான உரிமையும் வருகிறது. தங்களை மகிழ்வித்துக் கொள்வதற்குத் தேர்ந்தெடுத்துக் கொள்வதற்கான தங்கு தடையற்ற உரிமையுடன் பல பெண்கள் மற்றொரு பெண்ணைத் தேர்தெடுத்துக் கொண்டார்கள். மரபான ஒழுக்க நெறி ஏற்கெனவே பெற்ற அதிர்ச்சிகளோடு கூட, இப்பொழுது ஒரு பாற்புணர்ச்சியிலீடுபடும், பெண்ணே பெண்ணைக் காதலிக்கும் முழுமையான யதார்த்தத்தையும் தாங்க வேண்டியேற்பட்டது. பத்தொன்பதாம் நூற்றாண்டில் இது ஒரு வரலாற்று வழிப்பட்ட புதுமையாகவே கருதப்படவில்லை. கடந்த காலத்தில், பெண்களின் தனிப்பட்ட வீடு சம்பந்தப்பட்ட பிற நடவடிக்கைகளின் பெரும்பகுதியைப் போன்றே இது ‘மெய்யான’ அதாவது ஆண் சமுதாயத்திற்குப் பெருமளவு கண்ணுக்குப் புலனாகாததாகவே இருந்தது. பெண்ணைப் பெண்ணே காதலிக்கும் நடைமுறைகள் தமது சமுதாயத்தில் அறியப்பட்ட ஓர் அம்சமாக அறிந்திருந்த ஆண்கள் பொதுவாகத் தங்களைத் தாங்களே புகழ்ந்து கொள்ளும் சுயதிருப்தி மனப்பான்மையுடன் அதைக் கருதினர்: பதினேழாம் நூற்றாண்டில் இரண்டாவது ஹென்ரியின் அரசவையிலிருந்த பெண்களைப் பற்றி அப்பே டி பிரான்டோம் எழுதுகையில், பெண்களுக்கு இடையிலான பாலியல் உறவுகளை ஆதரித்துக் கூறினார். அது ‘ஆண்களின் மீது கூடுதலாகக் காதல் கொள்வதற்கான ஒரு பயிற்சியே தவிர வேறல்ல’ என்றும் இதைக் கணவன்மார்களும் ஏற்றுக் கொள்கிறார்கள் ஏனெனில், இதில் எந்தவித ஆபத்திற்கும் இடமில்லை என்றும் எழுதினர்.

ஆயினும், ஒரு போலிப்பகட்டான அரசவையினரின் சுய-இன்ப நுகர்ச்சிக் கண்ணோட்டம் திருச்சபையினுடைய கண்ணோட்டமாக நிச்சயமாக இருக்க முடியாது. விவிலியத்தில் பெண்ணைப் பெண்ணே காதலிப்பதைப் பற்றி ஒரே ஒரு குறிப்பு மட்டுமே இருந்தபோதிலும் (பால் முனிவரின் விலக்காணைகளில்தான், வேறு எங்கு காண முடியும்?) கிறிஸ்துவ மதமானது இந்த ‘இயற்கைக்கு மாறான தீய பழக்கத்தை’ கடுமையாக வெறுக்கத் தொடங்கியது. இதற்கு மரணம்தான் தண்டனை என்று அறிவிக்கப்பட்டது. 1721ஆம் ஆண்டில் கூட ஐரோப்பாவில் காதரினா மார்கரெதாலிங்க் எனும் ஒரு ஜெர்மானியப் பெண், ஓர் ஆணென்று பாவனை செய்ய முயன்று, மற்றொரு பெண்ணை மணம் செய்து கொண்டதற்காகக் கழுமரத்தில் தீயிடப்பட்டுக் கொல்லப்பட்டாள். ஆயினும், ஆண் ஆதிக்கத்

தலைமையின் அட்டூழியத்தின் மெய்யான தன்மையை இந்தச் சம்பவம் சித்திரிக்கிறது. ஒப்பிட்டு நோக்கக்கூடிய இதர எல்லா உதாரணங்களிலிருந்தும் இது தெளிவாக வெளிப்படுகிறது. லிங்க் செய்த குற்றம் அவளுடைய 'மனைவி' மீது காதல் கொண்டதல்ல, மாறாக, அவ்வாறு செய்வதற்கு ஆணின் உடையை அணிந்து கொண்டு ஏமாற்றியதுதான். இதுபோன்றே திருச்சபையினுள்ளே கூட, கன்னித் துறவிகள் அல்லது 'தீட்சை' பெறாத பெண்கள், 'ஒரு பால்புணர்ச்சிக் குரிய சாதனங்களை'ப் பயன்படுத்துவதை அதாவது ஆண்களைப் போல் செயல்படுவதைக் கண்டுபிடிக்கப்பட்டால் அவர்கள் எந்தக் கருணையையும் எதிர்பார்க்க முடியாது. திருச்சபையைச் சேர்ந்தவர்கள் பாதிரியார்கள் மற்றும் கணவன்மார்களின் மனதில் பெண்கள் ஒருவருக்கொருவர் முத்தமிடுவது, கட்டியணைத்துக்கொள்வது, ஒரே படுக்கையைப் பகிர்ந்து கொள்வது, ஒருவருக்கொருவர் செயற்கைத் தற்புணர்ச்சிப் பழக்கத்தைக் கையாண்டு பாலுணர்ச்சியின் உச்ச நிலையை அடைவது ஆகியவை அவ்வளவு கேடானவையாகத் தோன்றவில்லை. ஏனெனில், பெண்களின் பாலியல் தன்மைகுறித்த அவர்களுடைய சொந்தக் கருத்துகளுடன் இணக்கமானதாக இருந்தன. அவர்களது பாலியல் உணர்ச்சிகளுக்கு ஊக்கமூட்டி அவற்றை வளர்க்கவும் செய்தனர். 'இரு பெண் ஒருபால் புணர்ச்சியாளர்களும் ஓர் ஆணும்' என்ற காட்சி பண்டைக் காலத்திலிருந்து விபசாரத்தின் பரிச்சயமான ஒன்றாகும் - இன்று வரையிலும் கூட அது இருந்து வருகிறது.

தம்மை அவர்களது சமகால சமுதாயத்தின் பிரதான நீரோட்டத்திலிருந்து தனிமைப்படுத்திக்கொள்வது என்று உணர்வு பூர்வமான அரசியல் முடிவை மேற்கொண்ட பெண்கள் முன்னணிக்கு வந்தபின், பெண்களின் காதல் சம்பந்தப்பட்ட பிரச்சினையை ஒரு புதிய வெளிச்சத்தில் பார்க்க வேண்டியேற்பட்டது. 1892ல் ஓர் இளம் டென்னஸி பிரதேசப் பெண், ஆலிஸ்மிட்செல், தனது காதலி ஃபிரெடாவர்டைக் கொலை செய்துவிட்டாள். 'அவளை வேறு யாரும் அடையாமலிருப்பதை உறுதி செய்வதற்காக' அவள் இவ்வாறு செய்தாள். அப்பொழுது மதிப்புக்குரிய அமெரிக்கர்கள் அத்தகைய நடத்தை பழைய உலகில்தான் நடைபெறுகின்றது என்றும் பிரெஞ்சு நாட்டின் விபசார இலக்கியத்தில்தான் காணப்பெறுகிறது என்றும் மேற்கொண்டு ஒருபோதும் கூறமுடியவில்லை. மேலும் ஐரோப்பியப் பெண் ஒரு பால் புணர்ச்சி ஆதரவாளர்கள் 1900ஆம் ஆண்டிலேயே இந்த நூற்றாண்டின் துவக்க கட்டத்திலான ஜெர்மன் விஞ்ஞானியைப் போன்று ஒன்று திரண்டு காமக்களியாட்டப் பெருமிதத்தின் துவக்கங்களைக் காணத் தொடங்கினர். அவர் இவ்வாறு கூறினார்.

> என்னுடைய சகோதரிகளே, துணிவு கொள்ளுங்கள், மாமூலான உலகைப் போல வாழ்வதற்கு உங்களுக்கு அதே அளவு உரிமை இருக்கிறது என்பதைக் காட்டுங்கள். இந்த உலகை மீறி நடவுங்கள். அப்பொழுது உலகம் உங்களை சகித்துக்கொள்ளும். உங்களை அங்கீகரிக்கும். உங்களைக் கண்டு பொறாமைப்படவும் செய்யும்.[23]

அவளுடைய தன்னம்பிக்கை அவசரப்பட்ட ஒன்றாகும். அனுபவம் இல்லாத நிலையிலும், ஒருபால்புணர்ச்சிப் பெண்களைப் பற்றிய - வக்கிரமான, சுயதற்புணர்ச்சியைப் பாராட்டும் கண்ணோட் டத்துடன் பெண்களின் 'காதல்வயப்பட்ட நட்புறவுகளை', 'மன ரீதியான ஈடுபாடுகளை', 'ஒன்று போன்ற இயல்புள்ளவர்களின் காதலை' 'பாஸ்டன் திருமணத்'தைக் கூட ஐரோப்பாவும் அமெரிக்காவும் தங்கு தடையின்றி சகித்துக்கொண்டன. இவ்வாறு ஒன்றிணைவதன் மெய்யான பாலியல் அடித்தளத்தைப் பெண்கள் மேற்கொண்டு முகமூடியிட்டு மறைத்துக் கொள்ளாத நிலையில், இதற்கு உடனடியாகப் பிரதிபலிப்பு - எதிர்ப்பு ஏற்பட்டது. 'ஓர் ஆண் குறிகூட இல்லாமல் இரண்டு பெண் பிறப்புறுப்புக்கள்' மகிழ்ச்சிகரமான வாழ்க்கை நடத்த முடியுமென்றால் ஆண்குறியின் மேலாதிக்கம் என்ற கற்பிதத்தின் தற்செருக்கின் வேரே அறுக்கப்பட்டு விடுகிறது. ஒரு விரல், ஒரு நாக்கு, ஒரு பெண் தங்களுடைய புனிதமான அவயத்தைக் காட்டிலும் நன்கு செயல்பட முடியும் என்ற கருத்தை ஆண்கள் திடீரென்று எதிரிட வேண்டியேற்பட்டது. பெண்கள் கோரி வருகின்ற பொருளாதார மற்றும் அரசியல் சமத்துவத்தோடு கூட, அவர்கள் ஆண்களை முற்றாக ஒதுக்கித் தள்ளிவிடவும் கூடமுடியும்.

இது, உலகின் ஊழிக்காலத்திலான இறுதிப் போராட்டம். அறையிலிருந்து வெளியே வருவதற்காகப் போராட வந்த பெண்கள் தங்கள் முகத்திற்கு நேரே கதவு மூடப்பட்டது என்பதைக் கண்டது மட்டுமன்றி திறந்திருந்த வழி செங்கல்லால் அடைக்கப்பட்டதையும் கண்டனர். 1928ஆம் ஆண்டு பிரிட்டனில், ரேட்கிளிஃப் ஹால் என்ற பெண் எழுத்தாளர் தனிமைக் கிணறு என்ற சகிப்புத் தன்மை வேண்டும் என்ற உணர்ச்சி ஆர்வத்துடன் கோரிய தனது நூலை வெளியிட்டார். மார்கரெட் என்று ஞானஸ்நானம் செய்யப்பட்டு ஆனால் எப்போதும் ஜான் ரேட்கிளிஃப் ஹால் என்றே அறியப்பட்ட இந்த அம்மையார் பிற காலத்திய பெண். ஒருபால் புணர்ச்சி பெண்ணியவாதிகளின் எதிர்ப்புக்கு ஆளானார். ஏனெனில், அவளுடைய காலத்தில் மனோதத்துவரீதியில் ஏற்பட்ட பெரும் இரைச்சலில் அவள் கண்டதை 'பாலியல் தலைகீழ் போக்கு' என்று பெருமளவு எதிர்மறையான

கருத்தை வெளியிட்டதே இதற்குக் காரணமாகும். 'நெற்றியின் மீது கடவுள் குறியிட்டவர்களில் நானும் ஒருத்தி' என்று அவருடைய கதாநாயகி தனது காதலனிடம் கூறுகிறாள். 'கெயினைப் போன்று நானும் குறியிடப்பட்டு, கறைபடிந்தவள்' என்று கூறுகிறாள். ஆனால் இந்தப் பெண் ஒருபால் புணர்ச்சி ஆதரவாளர், மறக்கப்பட முடியாத ஓர் இறுதி அறைகூவலில் தனது சகோதரிகள் அனைவருக்காகவும் பேசுகிறார். 'ஓ கடவுளே, உலகம் முழுமையின் முன்னால் எங்களை அங்கீகரியுங்கள், நாங்கள் உயிர் வாழ்வதற்கான உரிமையையும் எங்களுக்கு அளியுங்கள்.[24] என்று கேட்டாள். இந்த அபயக்குரல் செவிமடுக்கப்படவில்லை. ஒரு கொடுமையான நீடித்த குற்ற விசாரணையில் ரேட்கிளிஃப்ஹால் சமூக ரீதியிலும் நிதி ரீதியிலும் சீரழிந்தாள். ஏனெனில், ஆணினால் உருவாக்கப்பட்ட அவளுடைய சமுதாயம், தனது அதிகாரத்திற்கு எந்த சவாலாவது ஏற்படுவதை அது உணர்ந்தால், தனது பலம் முழுவதையும் பிரயோகித்து கடுஞ்சினத் துடன் அதைத் தாக்கும் என்பதை நிரூபித்துக் காட்டியது.

இருந்தபோதிலும், சகிப்புத்தன்மையும் ஏற்றுக் கொள்வதும் வேண்டும் என்ற ஒருபாற் புணர்ச்சிப் பெண்களின் கோரிக்கைகளின் பழக்கப்படாத குரலுக்கு ஆணினத் தலைவர்கள் மிகையான கவனம் செலுத்துவதாகக் கூற முடியாது. ஒவ்வொரு தொழில் மயமாக்கப் பட்ட சமுதாயத்திலும் அவர்கள் ஈடுபட வேண்டிய மற்றொரு போராட்டம் கைமேல் இருந்தது. ஆயினும் அவர்கள் மாற்றம் ஏற்பட்டு வரும் காற்று வீசுவதை உணர்ந்தனர். நூற்றாண்டின் மத்தியிலிருந்து ஆண்கள், தங்களுடைய பாலியல் உரிமைகள் ஒன்றுக்குப்பின் மற்றொன்றாகத் தங்களிடமிருந்து பறிபோவதைக் காண நேர்ந்தது - விபசாரம், குழந்தைகளைப் பாலியல் நடவடிக்கைகளில் ஈடுபடுத்துவது, பெண்களுக்கு எதிரான வன்முறை ஆகிய யாவும் பெண்ணியவாதி களின் கடுமையான தணிக்கையின் கீழ் வந்தன. இப்பொழுது பாலியல்தன்மை மீதான எல்லாப் போராட்டங்களும், பெண்களின் உடம்புகளின் மீதான ஆண்களின் அதிகாரத்தை உடைப்பதற்கும் அல்லது குறைப்பதற்கும் கூட பெண்களின் போராட்டமும் கருத்தடைக்கான போராட்டத்தில் உச்ச நிலையை அடைந்தன. மார்கரெட் சாங்கர் பெயரிட்டு அழைத்த நவீனகால 'பிறப்புக் கட்டுப் பாடு' உடலியல் ரீதியில் விடுதலைக்கான இயக்கத்தின் குடியுரிமைக் கான கிளர்ச்சியில் வாக்குரிமை இருந்ததைப் போன்று - அடையாளச் சின்னமும் மையமும் ஆயிற்று. இரண்டும் கடுஞ்சினம், சித்தப்பிரமை மற்றும் எதிர்ப்பு என்ற அதே பிரதிபலிப்புக்களையே ஏற்படுத்தின. இரண்டும் தமது இயக்கங்களில் ஈடுபடுவோரின் அதே தன்னம்பிக்கை யையும் உறுதியையும் கோரின. ஆயினும், அந்த இரண்டில் பிறப்பைக் கட்டுப்படுத்துவது என்ற பிரச்சினையானது ஒவ்வொரு தனி நபரையும் மிகவும் நெருக்கமாகத் தொடுவதற்கான சக்தியை அவர்களது

இருதயத்தின் உள் ஆழத்தில் இடம்பெற்றது. பெண்களுக்கு வாக்குரிமை அவர்களது வாழ்வில் எத்தகைய மாற்றத்தையும் ஏற்படுத்தவில்லை என்று உண்மையில் உணரும் தம்பதிகள் ஒவ்வொருவரின் பாலியல் வாழ்வை நல்ல முறையிலோ அல்லது மோசமான முறையிலோ என்றென்றைக்குமாக மாற்றப் போவதாக அச்சுறுத்திய ஒன்றின் மீது அதே கருத்தைக் கொண்டிருக்கவில்லை.

முதல் தடவையாக, அவை செயல்படும் என்பதுதான் புதிய உத்திகளை அனைத்துப் பழைய வரலாற்று ரீதியான மருந்துகள் மற்றும் சாதனங்களினின்றும் வேறானதாக்கியிருந்தது. இரும்புக் கவசம் ஆண்குறிக்கு எதிரான தடை அரண், மூடி அல்லது உறை ஆகியவை பற்றிய எண்ணங்கள் மனித சமுதாயம் தோன்றிய காலம் முதல் இருந்து வந்துள்ளன. இப்பொழுது முதல் தடவையாக முன்பு ஒரு கற்பனை யாக இருந்ததை ஒரு நம்பகமான, குறைந்த செலவிலான ஒரு சாதனத்தை யதார்த்தத்தில் உற்பத்தி செய்வதற்கான தொழில் நுட்பம் கைவசமாயிற்று. *1840*ஆம் ஆண்டுகளில் ரப்பரை பதப்படுத்தியது கேந்திரமான வளர்ச்சியாகும். இது நவீனகால ஆணுறைகளை உற்பத்தி செய்வதை சாத்தியமாக்கியது. இரும்பினாலும் வெள்ளியினாலும் தொப்பிகளை தயாரிக்கும் வில்டி என்ற ஜெர்மன் மருத்துவரின் புதுப் புனைவை மனித நேயமாக்குவதையும், பரவச் செய்வதையும் சாத்தியமாக்கியது. *1870*ஆம் ஆண்டுகளின் ஊசி மூலம் மருந்தைச் செலுத்தும் பீச்சாங்குழல் (சிரிஞ்ச்) கண்டுபிடிக்கப்பட்டது. இதனால் ஏற்பட்ட கூடுதல் அனுகூலம், இதைப் பெண்கள், 'இயற்கையின் பாதை'யைக் குறுக்கிட்டுத் தடுக்கும் எண்ணம் இல்லாமல் தனிப்பட்ட ஆரோக்கியத்திற்காகவென்று விலைக்கு வாங்கிக் கொள்ள முடிந்தது. இதனால் ஆணின் விந்துவை அழிப்பதை நன்றாகவும் உண்மையாகவும் செயல்படுத்த முடிந்தது.

ஆயினும், இதில் விஞ்ஞானம் அது எந்த மக்களுக்கு நன்மை செய்கிறதோ அவர்களது கருத்தைக் காட்டிலும் வேகமாக முன்னேறிச் சென்றது. நவீன காலத்தில் சீர்திருத்தக்காரர் பிரான்சிஸ் பிளேஸ் சுமார் ஒரு சதுர அங்குலம் அளவுள்ள ஒரு துண்டுக் கடற்பஞ்சை கலவிக்கு முன்னர் கருவாயில் வைப்பது குறித்தும், பின்னர் இரட்டை முறுக்கேறிய ஒரு நூலினால் அது அகற்றப்படுவதையும் போற்றிப் பாடியபோது தோன்றிய விவாதத்தின் ஆரம்ப எழுச்சிகளிலிருந்து அது பற்றிய பிரதிபலிப்பு வெறிக் கூச்சலாக இருந்தது. அட்லாண்டிக் மாகடலின் இருபுறங்களிலும் இருந்த மருத்துவத் துறையினர், தமது தொழிலை மதிக்கத்தக்கதாக்குவதற்கு இணையான போராட்டத்தில் ஆழ்ந்திருந்த நிலையில், 'இயற்கையை வஞ்சகமான முறையில் நெறிகோணச் செய்யும்' இந்த செயலைக் கண்டு திகிலடைந்தனர். கருத்தரிப்பதைத் தவிர்க்கும் திட்டமிட்ட நோக்கத்துடன் உடலுறவுக்

காகவே உடலுறவு என்பது மணவுறவு சார்ந்த தன்னகத் தீமையைத் தவிர வேறல்ல என்றும், 'அழிக்கப்படும் ஒவ்வொரு கருமுட்டையும் மறைமுகமான சிசுக் கொலை, என்றும் கூறப்பட்டது. 'ஆனால் எல்லாக் குற்றங்களைப் போலவே இது, நெஞ்சழுத்தத்துடன் செய்யப் படுவதில்லை. செய்யப்பட முடியாது' என்று பிரிட்டிஷ் மருத்துவ சங்கத்தின் தலைவர் டாக்டர் சி.எச்.எஃப் ரவுத் முழங்கினார்.

> ... முற்றிய கருப்பை அழற்சி...வெள்ளைபடுதல்... மிகையான மாதவிடாய்... மற்றும் ரத்தக் குழிவு... கடுமையான வயிற்று வலி... தீவிரமான வடிவத்தில் புற்றுநோய்... கருப்பை வீக்கமடைதல்... முழுமையான மலட்டுத்தன்மை, மனம் பேதலித்துத் தற்கொலைக்கு இட்டுச் செல்லுதல் மற்றும் மிகவும் மோசமான காமவேட்கை முதலியவையெல்லாம் இதனால் ஏற்படும்.[25]

சீர்திருத்தக்காரர்கள் அச்சமடைந்தது இந்த முற்றிய நோய்களினால் மட்டுமல்ல. 1877ல் பிரிட்டிஷ் பெண் இயக்கவாதி அன்னி பெசண்ட் சிறை தண்டனை விதிக்கப்பட்டார். அவர் சிறையிலிருந்து தப்பினார். ஆனால் அவருடைய மகள் அவரிடமிருந்து பிரிக்கப்பட்டார். அவர் 'தகுதியற்ற' தாய் என்று பழித்துரைக்கப்பட்டார். பத்தாண்டுகளுக்குப் பின்னர் எச்.ஏ. ஆல்பட் என்ற பிரிட்டிஷ் டாக்டர் 'மனைவியின் கையேடு' என்ற புத்தகத்தில் பிறப்புக் கட்டுப்பாடு பற்றி, எழுதியதற்காக மருத்துவர் பட்டியலிலிருந்து நீக்கப்பட்டார். ஆனால் கிளர்ச்சியுற்ற குடும்பத் தலைவர்களின் சீற்றத்திற்குப் பின்னே அலையின் திசை மாறத் தொடங்கியது. 1882ல் ஹாலந்தின் முதலாவது பெண் மருத்துவர் அலெட்டா ஜேக்கப்ஸ், உலகின் முதலாவது குடும்பக் கட்டுப்பாடு மருத்துவமனையைத் திறந்தார். இந்தப் பிரச்சினைக்காக இயக்கம் நடத்திய அடுத்த தலைமுறைப் பெண்கள் - பிரிட்டனில் மேரி ஸ்டோன்ஸூம் அமெரிக்காவில் மார்கரெட் சாங்கரும் மோசமான எதிர்ப்பு சக்தி தளருவதையும், வெற்றி காணக்கூடிய தொலைவில் இருப்பதையும் கண்டனர். பாலியல் உறவுக்கும் குழந்தை பெறுவதற்கும் இடையிலிருந்த தீர்மானகரமான இணைப்பு துண்டிக்கப்பட்டது. இதே குறிக்கோளுடன் ஆனால் வேறு உள்நோக்கங்களுடன் போராட்டத்தில் இறங்கிய சாங்கருக்கும் ஸ்டோப்ஸூக்கும் எதிர்காலம் உத்தரவாதம் செய்யப்பட்டிருந்தது. அளவுக்கு அதிகமாகக் குழந்தைகளைப் பெற்ற தாய் படுமோசமான வறுமையினின்றும் உடல் ரீதியான வேதனையினின்றும் விடுவிக்கப் படுவதைக் கண்டார். அதே பொழுதில், கருத்தடையானது பெண்களை விடுதலை செய்து 'மணவாழ்வின் இன்பத்தை' அனுபவிப்பதை வரவேற்கக் காத்திருந்தார். ஆயினும், இருவரும் பெண்களை வெற்றியாளர்களாகக் கண்டனர். போராட்டத்தின் உச்ச நிலையில்

சாங்கர் தான் நடத்திய பிரசார சஞ்சிகைக்குப் ‘பெண் போராளி’ என்று பெயரிட்டார். புரட்சி முடிவடைந்தது. அதனுடைய குறிக்கோள்கள் எய்தப் பெற்றன. ‘பெண் போராளி’யானவள், உயிர் வாழ்ந்து தனது புதிய நிலைமையின் அனுகூலங்களைப் பயன்படுத்திக் கொள்ள வேண்டியதுதான் அவளுடைய பணி.

அவளால் அதைச் செய்ய முடியும் என்பதில் ஐயமில்லை. வாய்ப்புக் கொடுக்கப்பட்டிருந்தால் அவள் அவ்வாறு செய்திருப்பாள் என்பதில் ஐயமில்லை. ஆனால் அந்த வாய்ப்பு அவளுக்குக் கிடைக்கவில்லை. பத்தொன்பதாம் நூற்றாண்டு பெண்ணியத்தைத் தோற்றுவித்த அதே வரலாற்று ரீதியான சூழ்நிலைகளின் தொகுதி, அதற்கு ஆண்களின் பதில் இயக்கத்தையும் தோற்றுவித்தது. மேலை நாடுகள் முழுமையிலும், எங்கெல்லாம் கடவுளைப் போன்ற ஒரு தந்தை, சட்டவல்லுனர், தொழில் வல்லுநர், குடும்பத் தலைவர் பதவியிலிருந்து அகற்றப்பட்டால், ஆண்கள் உடனே தாங்கள் மிகவும் பாதிக்கப்பட்டதாகவும் தமது பெருமைக்கு இழுக்கு ஏற்பட்டதாகவும் கூக்குரலிட்டு அவர்கள் மீண்டும் அந்தப் பதவியில் அமர்த்தப்பட வேண்டுமென்று கோரி வந்துள்ளனர். வியன்னாவிலிருந்து சிக்மண்ட் ஃப்ராய்ட் என்பவர் பிரபஞ்சத்தின் மையத்தில் ஆணுக்கு உரிய இடத்தை நிலைநாட்டுவதற்காக முக்கிய கலாசாரப் பணியைத் தொடங்கினார்.

பெண்களுக்கு ஏற்பட்ட முதலாவது மிகப் பெரிய துரதிருஷ்டம், பத்தொன்பதாம் நூற்றாண்டின் நடுவில் ஜெர்மன் பூர்ஷுவா சமுதாயத்தில் ஃப்ராய்ட் பிறந்ததாகும். பெண் இனத்தைப் பற்றிய உலகின் கருத்தை மறு உருவாக்கம் செய்வதை நோக்கமாகக் கொண்ட ஓர் ஆண் என்ற நிலையில் ஃப்ராய்டுக்கு, பெண்களை மண்டையில் ஒன்றுமில்லாத (அதாவது அறிவற்ற) பொம்மைகள் என்று சிறுமைப்படுத்திய அல்லது அவர்களை இசிப்பு நோய்க்கு ஆளாக்கி சித்த சுவாதீனர்களாக்கும் பயனற்ற குறுகிய பிற்போக்கான மற்றும் அழிவுகரமான கட்டமைப்பைக் காட்டிலும் வேறு மோசமான சமூக ஒழுங்கமைப்பு மாதிரி கிடைத்திருக்க முடியாது. ஃப்ராய்டினுடைய சொந்தக் கண்ணோட்டங்களே, அவருடைய காலத்தின் மாபெரும் பெண்கள் இயக்கங்கள் எதனாலும் யூதத் தலைவர்களின் பாதைகளிலிருந்து சிறிதும் மாற்றம் பெறாமலிருந்தன. அவருடைய காதலிக்கு அவர் எழுதிய கீழ்வரும் கடிதம் அதனைத் தெளிவாக்குகிறது.

> வாழ்வுக்கான போராட்டத்தினுள், ஆண்களைப் போன்று அதே மாதிரி, பெண்களை அனுப்புவது உண்மையில் ஓர் அரைவேக்காட்டு சிந்தனையேயாகும். உதாரணமாக என்னுடைய அன்புக்குரிய காதலியை ஒரு போட்டியாளனாக நான் கற்பனை செய்து கொண்டால், நான் அவளிடம்... அவளை நேசிப்பதாகவும் போராட்டத்திலிருந்து அவள் விலகிக் கொண்டு என்னுடைய

இல்லத்தின் அமைதியான போட்டியற்ற வேலைகளில் ஈடுபடும்படியும் அவளை நான் வேண்டிக் கொள்வதில்தான் அதுபோய் முடியும்... சட்டத்துறையிலும் கல்வித்துறையிலும் அனைத்து சீர்திருத்த நடவடிக்கைகளும், மனிதன் (ஆண்) சமுதாயத்தில் ஓர் அந்தஸ்தைத் தேடிக் கொள்ளும் வயதிற்கு நீண்ட காலத்திற்கு முன்பாகவே அழகு, வனப்பு, இனிமையின் வாயிலாக ஒரு பெண்ணின் எதிர்காலத்தை இயற்கை நிர்ணயம் செய்து விட்டது என்ற உண்மையின் முன்னே நொறுங்கிப் போகும் என்று நான் கருதுகிறேன். சட்டமும் மரபும், பெண்களிடமிருந்து பறிக்கப்பட்ட பெருமளவு உரிமைகளை அவர்களுக்கு வழங்க வேண்டியிருக்கும். ஆனால் பெண்களின் நிலைமை நிச்சயமாக - இளமைப் பருவத்தில் போற்றப்படும் அன்புக்குரிய கண்மணியாகவும் முதிர்ச்சியடைந்த வயதில் அன்புக்குரிய மனைவியாகவுமே இருக்க முடியும்.[26]

தொடக்கக் காட்சியில் இயற்கை அன்னை மீண்டும் தோன்றி, ஆண்களுக்கும் பெண்களுக்கும் இடையில் அதிகாரத்தை நியாயமான சமநிலையில் நிறுத்தி வைத்துள்ள நிலையில், மற்றொரு முன்னாள் முன்னணி மனிதன், அரங்கின் மத்தியில் தனது பழைய பாத்திரத்தை மீண்டும் ஏற்றுக் கொள்ள முனைந்து வருவதில் வியப்பொன்று மில்லை. விழுமிய தன்னுணர்வு அற்ற நிலையில் கடந்து சென்ற ஆண்டுகளில் பெண்கள் இயக்கத்தின் பணியும் வெற்றிகளும் ஒரு போதும் ஏற்படாதது போன்று ஃப்ராய்ட், மீண்டும் ஆணின் மேலாதிக்கத்தைக் கொண்டு வருகிறார். யதார்த்தத்தில், அந்தப் பெரும் பாம்பு என்றுமே அப்பால் சென்றதில்லை. ஆனால், கடிவாளமற்ற ஆண் இன பாலியல் தனியுரிமையின் மீதான பெண்களின் தாக்குதல்கள் அவரைத் தலைகுனிய வைக்கத் தொடங்கியபோது அவர் தனது தலையை ஒளித்துக் கொள்ளத் தொடங்கினார். இப்பொழுது புதிய ஜெர்மன் நாடகக் குழுவினால் புதிய நாடகம் தொடங்கப்பட்டுள்ள நிலையில் அதில் அவர் பிரதான பாத்திரம் வகிக்கிறார்.

நாடகத்தின் கரு சாதாரணமானதே. ஒரு சிறு பையன் தன் தாயை நேசித்து, வளர்ச்சி அடைகிறான். ஒரு நாள் அவன் ஒரு பெரிய அதிசயத்தைக் கண்டுபிடிக்கிறான். காளைப் பருவ ஆணின் பாலியல் உறுப்பைக் காண்கிறான். ஆனால் வருந்தத்தக்க முறையில், அது அவனுடன் இணைந்திருக்கவில்லை - சிறு பையனுக்குக் குழப்பமேற்பட்டு மயங்கி விழுகிறான். இதற்கிடையில் அவனுடைய சகோதரியும் இந்த அற்புதக் காட்சியைக் காண்கிறாள் - அவளுக்கும் அடங்காத கோபம் வருகிறது. ஏனெனில் அது மாதிரி அவளுக்கு இருக்கவில்லை. சிறிய தம்பி அவனுடைய ஆத்திரத்தையும், விதையடிக்கப்படுவது பற்றிய

பயத்தையும் சமாளித்துக் கொள்வான், ஏனெனில் அவன் பெரிய வனாகும்போது, விளையாடுவதற்கு வளர்ச்சியடைந்த ஆண் உறுப்பைப் பெறுவான். ஆனால் அந்தச் சிறு பெண், எப்போதும் முதிர்ச்சியடையாத பொறாமையுடனேயே இருப்பாள், ஏனெனில், அந்தப் புனிதமான உறுப்பு அவளுக்குக் கிடைக்கப் பெறாது. இந்தப் பாலியல் நாடகத்தின் நீதியும் எளிமையானதே. ஒரு சிறுமியாக இருப்பதைக் காட்டிலும் ஒரு சிறுவனாக (ஓர் ஆணாக) இருப்பதே மேலானதாகும். ஆண் உறுப்பைப் பெற்றிருப்பதைக் காட்டிலும் வேறு அதிசயமான சக்தி வாய்ந்த முக்கியமான மதிப்புமிக்கது வேறொன்றுமில்லை என்பதேயாகும்.

இந்த ஆரம்பநிலையிலிருந்து தொடங்கி அதனுடைய தர்க்க ரீதியான விரிவாக்கத்திற்குச் செல்வதிலிருந்து தப்பிக்கவே முடியாது. ஒரு பால் இனம் என்ற வகையில் பெண் தாழ்ந்தவளேயாவாள். ஏனெனில், 'பிறப்புறுப்புக்கள் அவளுக்கு வெளியில் முனைப்பாக இல்லை': ஒரு பெண்ணாக இருப்பதென்பது குறைபாடு உள்ளவளே. 'உன்னுடையதைக் காட்டிலும் என்னுடையது பெரியது' என்ற வளர்ச்சிக் கட்டத்துடன் உறுதியாகப் பற்றிக் கொண்டிருந்த ஃபிராய்ட், பெண்ணினுடைய பிறப்புறுப்பு, கருப்பை வாய்க்குழாய் போதிய பரிமாணம் உடையதாக இல்லை என்பதைக் காணாமலிருக்க முடியவில்லை. பெண்ணின் பிறப்புறுப்பானது வெளித் தோற்றத்தில் கவர்ச்சி ஏற்படுத்தும் பரிமாணம் உடையதாக இல்லாவிடினும் அது மிகவும் கூருணர்வு உடையது என்பதை அங்கீகரிக்கும் ஃபிராய்ட், அது வளர்ச்சிக் குறைவினால் பாதிக்கப்பட்டுள்ளது என்றும், 'குழந்தைத் தனமான ஆண்தன்மை' உடையதென்றும் முடிவுக்கு வருகிறார். 'உணர்ச்சி ஏற்படுத்தும் தன்மை பெண்ணின் கந்துவிலிருந்து கருப்பை வாயில் குழாய்க்கு மாற்றப்பட்டால்தான் ஒரு பெண் பாலியல் ரீதியில் முதிர்ச்சியடைந்தவளாவாள், என்று அவர் கருதினார். யோனிக் குழாயில் தீவிரக் கிளர்ச்சி (உணர்ச்சியின் உச்சநிலை) ஏற்படுவதுதான் ஒரு மெய்யான பெண்ணின் அடையாளமாகும். பிறப்புறுப்பில் தூண்டுதல் ஏற்படுவதெனில் 'திரும்பிச் சென்று மீண்டும் தொடங்கு' என்று பொருள். இதனுடைய தாக்கத்தை ஒரு நவீனகால அமெரிக்க உயிரியலாளர் பின்வருமாறு தொகுத்துக் கூறுகிறார்.

யோனிக் குழாயில் தூண்டுதல் ஏற்படுவது குறித்த ஃப்ராய்டின் தத்துவத்திற்கு, பெண்கள் தமது சொந்த உணர்வுகளையும் தமது சொந்த சிற்றின்ப உணர்ச்சி பற்றிய அறிவையும் மறுப்பது தேவைப்படுகிறது. அப்பொழுதுதான் அவள் முதிர்ச்சியடைந்தவளாகவும் ஒரு பெண்ணாகவும் இருக்க முடியுமாம். இது மெய்யாகவே வலுவிழக்கச் செய்கின்ற மனச் சோர்வடையச் செய்கின்ற ஒரு முயற்சியாகும்.

இதனுடைய விளைவுகள் ஆழமானவையும், தொலைவீச்சுடையவையுமாகும். பல பெண்களுக்கு இது ஒரு பயனற்ற முயற்சியாகும். இது தாழ்வு மனப்பான்மையையும் போதுமானவர்களாக இல்லை என்ற உணர்வையும் குற்றவுணர்வையுமே ஆழப்படுத்துகிறது. 'உணர்ச்சியற்ற தன்மை'யை விளக்கி அதற்குப் பரிகாரம் காணும் ஒரு தத்துவம் என்ற வகையில், அது பெண்களைத் தூண்டுதல் அடையச் செய்வதற்கு மிகவும் சிரமமாக உள்ள முறையில், திட்டவட்டமாக அதே முறையில் பாலியல் உறவு கொள்ள வேண்டுவது தூண்டுதல் ஏற்படாமலிருப்பதை உறுதி செய்கிறது. இது பெண்ணின் பாலியல் தன்மையை ஆண் உறுப்பின் அடிப்படையில் மட்டுமே விளக்குவதன் மூலம் ஆண் உறுப்பின் ஆதிக்கத் தன்மையை வலுப்படுத்துகிறது?

ஃப்ராய்டின் பிதுரார்ஜிதமானது பெண்களின் மிகவும் தனிப்பட்ட, நெருக்கமான பாகமாகிய அவளுடைய பாலியல், இப்பொழுதிலிருந்து ஆண் 'நிபுணர்களால்' கடத்திச் செல்லப்படுவதை உறுதி செய்தது - இந்த ஆண்கள் பெண்கள் எவ்வாறு சிந்திக்கிறார்கள் அல்லது உணர்கிறார்கள் என்று அவர்களை ஒருபோதும் கேட்டதில்லை, அல்லது பெண்கள் அளித்த சாட்சியத்தையும் காதுகொடுத்துக் கேட்டதில்லை. இருந்தபோதிலும், அவர்களின் பாலியல், ஒவ்வொரு மட்டத்திலும் எப்படியிருந்தது எப்படியிருக்க வேண்டும் என்பது குறித்துப் பெண்களைக் காட்டிலும் அதிகம் தெரிந்திருப்பதற்கு மேலாண்மை உரிமை உடையவர்களாக இருந்தார்கள். ஆண்களுக்கு இது ஒரு வளமான புதிய துறையாகும். இங்கு பழைய இயற்கை அன்னையைப் புதிய விஞ்ஞானத்தின் தகப்பன் சாமிக்கு சேவை செய்வதற்குக் கொண்டு வர முடியும். அவளுடைய மண்டையிலிருந்து தோண்டியெடுத்த பின் அவளால் மீண்டும் அதே கதையை நடிப்பதைத் தவிர வேறு என்ன செய்ய முடியும். ஆண் வலுவுள்ளவன், பெண் பலவீனமானவள். ஆண் செயலூக்கமுடையவன், பெண் மந்தமானவள், ஆண் ஆதிக்கம் வகிப்பவன், பெண் பணிந்து போகின்றவள், மிகவும் நேர்த்தியான முறையிலும்கூட இதுதான் நிலைமை. ஃப்ராய்டின் பெண் உதவியாளர்களில் ஒருவரான இளவரசி மேரி போன பார்ட்டி பெண்ணின் பாலியல் தன்மை என்ற தனது நூலில் உண்மையான பெண் பற்றித் தந்துள்ள வர்ணனை இதைத் தெளிவாக்குகிறது.

கருமுட்டையிலிருந்து அன்புக்குரிய காதலி வரையில் எல்லாமே பெண் என்ற பாத்திரம் காத்திருக்க வேண்டிய ஒன்றாகும். பெண் உறுப்பானது கருமுட்டையானது எவ்வாறு கருத்தரிக்கச் செய்யும் அணுவை எதிர்பார்த்துக் காத்திருக்கும் அதே செயலற்ற மந்தமான, உறங்குகின்ற முறையில் ஆண் உறுப்பு செலுத்தப்படுவதற்குக் காத்திருக்க வேண்டும். உண்மையில் தூங்கும் அழகி

> என்ற நிரந்தரமான பெண்ணியம் புதிரானது. நமது முதலாவது உயிரியல் ரீதியான உறவை மீண்டும் எடுத்துச் செல்வதாகும்.[28]

அது ஒரு நல்ல தந்திரமாகும். அது உரிய காலத்தில் கையாளப் பட்டது. கருத்தடை பற்றிய அறிவும், உத்திகளும் பரவியதோடு, பெண்கள் தமது உடம்புகளின் மீதான கட்டுப்பாட்டை மேற்கொள்ளும் நிலைமைக்கு வந்தனர். இனிமேல், குறிப்பாக மேலைநாடுகளின் ஆண்களுக்கு, அதிகமான குழந்தைகளைப் பெறச் செய்வதன் மூலம் பெண்களை அடக்கி வைத்துக் கொள்வது கடினமாக இருக்கும். அவர்களைக் 'காலணி இல்லாதவர்களாக கருவுற்றவர்களாக, மற்றும் எப்பொழுதும் சமையலறையிலேயே இருக்கச் செய்யவும்' இனி முடியாமற் போகும். ஆனால், பெண்ணியக்க வீராங்கனைகள் எதிர்பார்த்தபடி பாலினத்தின் வாயிலாகப் பெண்கள் ஒடுக்கப்படுவதை இது முடிவுக்குக் கொண்டு வரவில்லை. ஏனெனில், அதற்காக அவர்களை இனி ஒருபோதும் சிறையில் அடைத்து வைக்கவோ அடக்கி ஒடுக்கவோ முடியாத நிலை ஏற்பட்டபோது அளவுக்கதிகமான குழந்தைகளால் அவர்கள் தலையிடப்படாத நிலையில், அதிகாரத்தி லுள்ளவர்கள் சிலவழிகளில் அவர்களுடைய மிகவும் சிறந்த துருப்புச் சீட்டைப் பயன்படுத்தினார்கள். பெண்களை மனோதத்துவ ரீதியில் நிர்ப்பந்தப்படுத்தி இணங்கச் செய்வது மலடாகிவிடுவோம் என்ற ஓர் உண்மையான பெண்ணாக இல்லை, ஒரு 'முதிர்ச்சியற்ற ஆண்' அல்லது முழுமையடையாத ஒரு குழந்தை என்ற அச்சத்தை ஏற்படுத்துவதன் மூலம் பயமுறுத்துவதே அந்தத் தந்திரம். இது பழுதின்றி செய்யப்பட்டது. எல்லா இடங்களிலும் வியன்னாவின் கட்டுக் கதையாளனின் பொய் பரவியது. பெண்கள் கவலைக்குள்ளானார்கள். இணங்கிப் போவதற்குத் தத்தளித்தார்கள். 'தனது சொந்த உடம்பை சொந்தமாகக் கொள்ளாத, அதன் மீது கட்டுப்பாடு இல்லாத எந்தப் பெண்ணும் தன்னை சுதந்திரமானவள் என்று அழைத்துக் கொள்ள முடியாது' என்று மார்கரெட் சாங்கர் கூறினார். தந்தையின் உணர்வு தனது படைப்புகளைப் பார்த்து அவை சிறந்தவை என்று காணும்போது அவர் ஒத்துக் கொள்ளவே செய்வார்.

அடிக்குறிப்புகள்

1. நியூமேன், பக்.105.
2. ஜே.எம்.ஆலன், 'ஆண்கள் மற்றும் பெண்களின் மனதில் உள்ள வேறுபாடுகள் குறித்து, லண்டன் மனிதவியல் வரலாற்றுக் கழகத்தின் சஞ்சிகை 7. (1869) பக்.CXCVI-CXCVIII.
3. டாக்டர் மேரி ஷாலியேப், பெண்ணின் ஏழு பருவங்கள் (1915) பக்.11-12 மற்றும் 51. தாய்மையின் இன்பங்களைப் போற்றுகிறார். ஆலன் (மேலே குறிப்பிட்டவர்) பெண்மை ஒரு நோய் என்று வாதிடுகிறார். டாக்டர் ஹொவார்டு ஏ.கெல்லி, மருத்துவப் பெண் நோய் இயல் (1909) பக்-73-4 என்ற நூலில், 'இடுப்புக்குக் கீழ்உள்ள உறுப்புக்களின்' அபாயத்தைப் பற்றி எச்சரிக்கை செய்கிறார்.

4. நவீனகாலத்தில் பெண்களின் பிறப்புறுப்புக்களை முடமாக்குவதற்கெதிரான எதிர்ப்பின் வரலாற்றைப் பூரணமாக அறிந்து கொள்வதற்கு ஜி.பேக்கர்-பென்ஃபீல்டின் 'பத்தொன்பதாம் நூற்றாண்டின் இறுதிக்கட்ட அமெரிக்காவில் பாலியல் அறுவை சிகிச்சை' என்ற நூலையும் சி.டிரெய்ஃபஸ் (பதித்தது) 'நமது உடம்புகளைப் பறித்துக் கொள்ளல்' (நியூயார்க் 1978) என்ற நூலையும் காண்க. பிரிட்டனில் இவ்வாறு பெண்ணின் பிறப்புறுப்புக்களை முடமாக்குவதை விவாதிக்கும் சமகால ஆவணங்களிலிருந்தான பயனுள்ள பகுதிகள் பாட் ஜாட்லண்ட் மற்றும் ஜான்ஹூப்பரின் (ஆசிரியர்கள்) பெண்கள்-பிறப்பிலிருந்து இறப்பு வரை: பிரிட்டனில் பெண்ணின் வாழ்க்கை சுழற்சி 1830-1914 (1986) பக்.250-65
5. ஜப்பானியப் பரிகாரம் மற்றும் தடைமுறைகள் மாண்டலின் நூலில் இருந்து எடுக்கப்பட்டவை. பக்.44-5. எகிப்தியக் குறிப்புகள் எலிஸபெத் டிரேப்பரின், நவீன உலகில் பிறப்புக் கட்டுப்பாடு (1965) பக்.75 என்ற நூலிலிருந்தும் கஸனோவாவின் குறிப்புகளிலிருந்தும் பக்.77-8 எடுக்கப்பட்டவை.
6. பர்ஃபோர்டு, பக்.34
7. சோரனூஸின் பெண் நோய் மருத்துவம் மொழி பெயர்ப்பாளர் ஓவ்ஸி தெம்கின்ஸ் (ஜான்ஸ் ஹாப்கின்ஸ், 1956) பக்.62-7
8. பர்ஃபோர்டு, பக். 173
9. டிரேப்பர், பக்.69
10. டீ ரீயின் கோர்ட், பக்.281
11. ஜாலண்டு மற்றும் ஹூப்பர், பக்.276
12. ஜி.புரூக்னர் (பதிப்பித்தது) ஃபிளாரென்ஸின் மறுமலர்ச்சி பற்றி இரு நினைவுக் குறிப்புகள் மொழிபெயர்ப்பாளர் ஜே மார்டின்ஸ் (நியூயார்க், 1968) பக்.112.
13. மேடம் டி செவிக்னி, லெட்டர்ஸ் டி மேரி டி ரபூடின் சாண்டல், மார்குவிஸ் டி செவிக்னி, அசா ஃபில்லி யெட் செஸ் அமிஸ் (பாரிஸ், 1861) I, பக்.417 மற்றும் II பக்.17
14. ஹெர்பர்ட் ஆர். ஸ்பென்ஸர், 1650லிருந்து 1800 வரை பிரிட்டிஷ் தாய்மை மருத்துவத் துறையின் வரலாறு (1929) பக்.43 மற்றும் 51. இப்பிரச்சினைகளைப் பற்றிய முழு விவாதத்திற்கு ஆன் ஓக்ளேயின் கைப்பற்றப்பட்ட கருப்பை: கருவுற்ற பெண்களின் மருத்துவப் பராமரிப்பு (ஆக்ஸ்ஃபோர்டு, 1985)
15. ஜாலண்டு மற்றும் ஹூப்பர் பக்.121, மற்றும் பக்.165-86-குளோரோபார்ம் பற்றிய கருத்து வேறுபாடு குறித்து.
16. மேயோ, பக்.97-8
17. எஃப், எங்கெல்ஸ், இங்கிலாந்தில் தொழிலாளி வர்க்கங்களின் நிலைமை (1892) பக்.148
18. கிறிஸ்டாபெல் பாங்குர்ஸ்ட், ஒரு மாபெரும் தீமையைப் பற்றிய தெளிவான உண்மைகள் (மாபெரும் வாதனையும் அதை எவ்வாறு முடிவுக்குக் கொண்டு வருவதும் (பெண்களின் சமூக மற்றும் அரசியல் யூனியன் 1913) பக்.20
19. ஏ.சின்க்ளேர், அமெரிக்கப் பெண்ணின் விடுதலை (நியூயார்க், 1966) பக்.72.
20. பிரான்சிஸ் ஸ்வைனி பெண்களும் இயற்கை விதியும் (தி லீக் ஆஃப் ஐஸிஸ், 1912) பக்.44 மற்றும் ஐஸிஸின் வழக்கறிஞர் கழகம் (1907) பக்.38. பாதுகாப்பற்ற

பாலியல் உடலுறவுக்கும் இடுப்புப் பகுப்பு புற்றுநோய்க்கும் இடையிலான தொடர்பை ஸ்வைனி முன்னறிந்து கூறியது ஆர்வமூட்டுவதாகும்.

21. எல்ஃபியாக்ஸ், லா பொலீஸ் யெட் லெ மோயுர்ஸ் யென் பிரான்ஸ் *(பாரிஸ், 1888)* பக்.129.

22. ஷீலா ஜெஃப்ரேல்ஸ், முதிய கன்னிப் பெண்ணும் அவளுடைய விரோதிகளும் பெண்ணியமும் பாலுறவும் *1880-1930 (1985)* பக்.88.

23. வில்லியன் ஃபேடெர்மான் மற்றும் பிரிகிட்டி யெரிக்ஸன் (மொழி பெயர்ப்பாளர் மற்றும் பதிப்பித்தவர்) ஜெர்மனியில் நூற்றாண்டுத் திருப்பத்தில் பெண்களின் ஒரு பால்புணர்ச்சிப் பெண்ணியம் (வெதர்பி ஏரி, மிஸௌரி 1980) பக்.23-32. ஃபேடெர்மானின் ஆண்களைக் காதலிப்பதற்கும் அப்பால் செல்லுதல்: மறுமலர்ச்சிக் காலத்திலிருந்து இன்று வரையில் பெண்களுக்கு இடையிலேயே உணர்ச்சிவயப்பட்ட நட்புறவும் காதலும் *(1981)* என்ற நூலையும் காண்க.

24. தனிமைக் கிணறு, அத்தியாயம் 56, பகுதி 3.

25. சி.எச்.எஃப் ரௌத், மக்கட் பெருக்கத்தைக் கட்டுப்படுத்துவதற்கென்ற நடைமுறைகளைத் தொடர்ந்து ஏற்படவிருக்கும் ஒழுக்கம் சம்பந்தமான மற்றும் உடல் சம்பந்தமான தீமைகள் *(1879)* பக்.9-17. இவற்றில் பல நோய்கள், பெண்களுக்கு உயர்கல்வி அளிப்பதன் விளைவாகவும் ஏற்படுவதாகக் கூறப்பட்டன என்பது நினைவு கூரத்தக்கது. ஃபிரான்ஸிஸ் பிளேஸ் என்பவர் சம்பந்தமாக டெரிக் லெவ்லின் ஜோன்ஸின் மானிட இனப் பெருக்கமும் சமுதாயமும் என்ற நூலைக் காண்க *(1974)* பக்.228

26. ஈவா ஃபிகெஸ், தந்தைவழிச் சமுதாயக் கண்ணோட்டங்கள் சமுதாயத்தில் பெண்கள் *(1970)* பக்.27-8.

27. ப்ளேயிர், பக்.170-1

28. ஜூலியட் மிட்செல், பெண்ணின் எஸ்டேட் *(1971)* பக்.164

12. காலத்தின் புதல்விகள்

உண்மைதான் காலத்தின் புதல்வி. அதிகாரத்தின் புதல்வியல்ல.
-பிரன்சிஸ் பேக்கன்.

வரலாற்றை நீங்கள் சரியாகப் படித்தால், அது தந்தையை வசப்படுத்துவதற்குச் செய்யப்பட்ட முயற்சிகளின் பதிவேடு என்பது தெரியும்... நாகரிகம் என்று நாம் அழைப்பதன் மிகப் பெரிய வெற்றி, மனித ஆணினத்தை வீட்டுப் பண்பில் பழக்கியதேயாகும்.
-மாக்ஸ் லெர்னர்

நமது பழைய கருத்துக்களில் மிகப் பலவற்றைப் புதியவையாக்க வேண்டிய இந்த இருபதாம் நூற்றாண்டில் ஆண்களும், பெண்களும் தமது ஆண் தன்மை பற்றியும் பெண் தன்மை பற்றியும் எவ்வாறு சிந்திப்பது?
-மார்க்கரெட் மீட்

பிரிட்டனில் அயல்துறை அமைச்சர் சர் எட்வர்டு சிரே, 1914 ஆகஸ்டு 4ஆம் தேதியன்று லண்டனில் இருள் சூழ்ந்து வந்த நேரத்தில் கீழ்நோக்கி வெள்ளை மாளிகையைப் பார்த்தார். 'விளக்குகள் ஐரோப்பா முழுமையிலும் அணைந்து வருகின்றன. நமது வாழ்நாளில் இனி அவை மீண்டும் ஒளிவிடுவதை நாம் காணமாட்டோம்' என்று கூறினார். இது குறித்து வியப்படைய வேண்டிய அவசியமே இருக்கவில்லை - போருக்குப் பின்னர் அதில் ஈடுபட்டிருந்த எந்த நாடும் எரிவாயுக் கட்டணத்தையோ அல்லது மின்சாரக் கட்டணத்தையோ செலுத்தும் நிலையில் இருக்கவில்லை. பிரிட்டனுக்கு மட்டுமே இந்தப் போரில் 5000 கோடி பவுண்டுகளுக்கு மேல் செலவாகியது. அதனால் ஏற்பட்ட அழிவையெல்லாம் சரி செய்வதற்கு மீண்டும் அதைப் போல் 2 மடங்கு செலவு பிடித்தது,[1] வீட்டு வசதியை மேம்படுத்துதல், பொதுசேவைகள், உணவு சப்ளை ஆகியவற்றை மேம்படுத்துவதற்கும் செலவிடப் படக்கூடியதாகயிருந்த பணம் போருக்குச் செலவிடப்பட வேண்டியதாயிற்று. இதனால் ஐரோப்பா முழுமையிலும் கோடிக்கணக்கான மக்கள் வீடிழந்தார்கள், அல்லது ஒரு துண்டு ரொட்டிக்கும் அவர்கள் அல்லல்பட வேண்டியதாயிற்று.

அவர்கள் அதிருஷ்டசாலிகள். நான்கு ஆண்டுகளில் போர் என்னும் இந்தக் கடவுளின் சேவையில் 1 கோடிக்கு மேற்பட்ட மக்கள் உயிரிழந்தனர். இன்றுங்கூட அந்தக் கடவுள் மனித உயிர்களின் பெரும் பலியைக் கோருகிறது. ஒரு பகை நாட்டின் இளைஞர்களைப் படுகொலை செய்வதற்குத் தங்களுடைய சிறந்த இளைஞர்களை

அனுப்புவதற்கு அல்லது அவர்களே கொல்லப்படுவதற்கு அரசாங்கத்திலுள்ள முதியவர்களை எது தூண்டுகிறது. காரணம் எதுவாக இருந்தபோதிலும், தங்களது காதலர்களை கணவன்மார்களை, புதல்வர்களை இழந்த, அல்லது இவ்வாறு இழக்கப்போகும் பெண்களிடம், அவர்களது உன்னதமான போர் - சேவை அவர்களது சமூக அல்லது சட்டரீதியான அந்தஸ்தை உயர்த்தியிருக்கிறது என்று கூறப்பட்டபோது, இதற்காகக் கொடுக்கப்பட்ட விலை மிகவும் அதிகம் என்று அவர்கள் நினைத்திருப்பார்கள். அப்பொழுதும்கூட சுதந்திரம், சமத்துவம் என்ற இரட்டை லட்சியங்கள் எப்போதும்போல் மிகவும் தொலை தூரத்திலேயே இருந்தன. போரின்போது காயமடைந்த படைவீரர்கள் தப்பிச் செல்வதற்கு உதவியதற்காக எடித் காவெல் என்ற பிரிட்டிஷ் செவிலியர் ஜெர்மானியர்களால் சுட்டுத் தள்ளப்பட்டாள். டச்சு நடனமாது மாதாஹரி ஒரு ஜெர்மன் உளவாளி என்ற குற்றச்சாட்டின் பேரில் பிரெஞ்சுக்காரர்களால் சுட்டுத் தள்ளப்பட்டாள்.[2] பிற எல்லா அம்சங்களிலும் பெண்கள், ஆண்கள் தங்களுக்கே உரித்தாக்கிக் கொள்ளும் தனிச் சலுகைகளிலிருந்து இன்னும் ஒதுக்கப்பட்டு வந்தபோது, சுட்டுத் தள்ளும் அணியின் முன்னே சமத்துவம் இவ்வாறு மிருகத்தனமாக விரிவுபடுத்தப்பட்டதானது எவ்வாறு சூழ்நிலைகளோ அல்லது ஆண்களோ சிறிதும் மாறவில்லை என்பதை இரக்கமற்ற முறையில் நினைவுபடுத்துவதாகும்.

முதலாவது உலகப்போரின் இந்தப் படிப்பினை இரண்டாவது உலகப் போரில் மீண்டும் வழங்கப்பட்டது மற்றும் பலப்படுத்தப்பட்டது. அப்பொழுது வீரியத்தையும் மிகைப்படுத்தப்பட்ட ஆண் தன்மையையும் தங்குதடையின்றி வலியுறுத்துவதுடன் பாசிஸம் தோன்றியதானது முந்திய நூற்றாண்டு காலப் போராட்டத்தில் பெண்கள் வென்றெடுத்த அனேகமாக அனைத்து ஆதாயங்களுக்கும் குழி பறித்தது. குறிப்பாக நாஸிஸமானது பெண்மை ஆண்களுக்கு அடங்கி நடக்கக் கடமைப்பட்டது என்ற கொள்கையை உறுதியாகப் பற்றி நின்றது. பெண் விடுதலை எனப்படுவது மனச் சோர்வினாலும் பாலின சுரப்பிகள் சரியாகச் செயல்படாததனாலும் தோற்றுவிக்கப்பட்ட சீர்கேட்டின் ஓர் அடையாளமேயாகும் என்று ஹிட்லர் கூறினான். அதே பொழுதில் கோயபெல்ஸ், ‘பெண் பறவை தனது ஜோடிக்காகத் தனது அலகுகளால் இறகுகளைக் கோதி அழகுபடுத்திக் கொள்கிறது. அதற்காகவே தனது முட்டைகளை இடுகிறது’ என்று அறிவித்தான். பெண்கள் பிரச்சினை சம்பந்தமான நாஜி சிந்தனையின் சாராம்சமானது, பாலினங்களிடையே அசமத்துவத்தைப் பராமரிக்கும்

கோட்பாடேயாகும். ஆரிய இனத்திற்கும் ஆரியர்களல்லாத இனங்களுக்கும் இடையிலான அசமத்துவத்தைப் போன்று இதுவும் மாற்றப்பட முடியாததாகும் என்று அது கருதுகிறது. பெண்களின் வரலாறு முழுவதிலும், எப்போதும் இந்த அசமத்துவத்தை நிலைநிறுத்துவதற்குப் பெருமளவு மிருக பலம் தேவைப்பட்டது. வரலாற்றாசிரியர் ரிச்சர்டு க்ருன்பெர்க்கர் இது குறித்து இவ்வாறு விளக்குகிறார்.

> வெய்மார் அரசியல் சட்டம் பெண்களுக்கு வாக்குரிமையை அளித்தது. இடதுசாரிகளின் கோடியில் ரோஸா லக்ஸம்பர்க் மற்றும் கிளாரா ஜெட்கினிலிருந்து வலதுசாரிகளில் சில தேசிய ரீச்ஸ்டாக் (நாடாளுமன்ற) உறுப்பினர்கள் வரையிலான பெண்ணியப் பொறுக்குமணிகள் யுத்தப் பிற்கால அரசியல் அரங்கை உருவாக்குவதற்கு உதவியிருந்தனர். இந்த அரசியல் பிரமுகர்களுக்கும் உழைக்கும் பெண்கள் படைக்கும் இடையில் இரண்டாவது பாலினத்தின் முன்னணிப் படையாக வாழ்க்கைத் தொழில் புரியும் பெண்கள் இருந்தனர். சுமார் 1 லட்சம் ஆசிரியைகள் 13,000 பெண் இசைவாணர்கள் 3000 மருத்துவர்கள் ஆகியோர்.[3]

இந்தப் பெண்கள் இப்பொழுது பொது வாழ்வினின்றும் வேலை நீக்கம் செய்யப்படுகிறார்கள். 1921 ஜனவரியில் நாஜிக்கட்சியின் ஆரம்பகால அவசரச் சட்டங்களில் ஒன்று, பெண்களை கட்சியில் எந்தப் பதவியை வகிப்பதனின்றும் நிரந்தரமாக விலக்கியது. ஆனால் தமது கட்சிக்கும் போர்ப்பணிக்கும் பெண்கள் செய்ய வேண்டிய கடமை, வருங்காலத்தின் குழந்தையை பெரிய எண்ணிக்கையில் பெற்றுத் தள்ளுவதேயாகும் - இதுவே ஆரியக் கன்வாகும். இவ்வாறு இனப் பெருக்கம் செய்வதற்கு வெகுமதியாகப் பெண்கள் அவர்களுக் குரிய மரியாதை வழங்கப்படும் என்று வாக்குறுதியளிக்கப்பட்டனர்.

ஆயினும் சில பெண்களுக்கே இத்தகைய மரியாதை வழங்கப் பட்டது. பெண்களுக்கு நாஜிகள் எவ்வாறு மரியாதை அளித்தனர் என்பது கீழ்வருவது போன்ற நிகழ்ச்சிகளால் தெளிவாகச் சித்தரிக்கப் பட்டது - இதில் கடைப்பிடிக்கப்பட்ட முறை கட்சியின் சித்தாந்தத் திற்கு உருமாதிரியான நாஜி செயல்திறமைக்குப் பொருத்தமானதாக இருந்தது.

ஆஷ்விட்ஸ் சித்திரவதை முகாமில் 24ஆம் எண் தொகுதியில் கறுப்பு முக்கோணத்தவர்களுக்காகவும், ஜெர்மன் அலுவலர்களுக்காகவும், பச்சை முக்கோணங்களைக் கொண்ட ஒருசில தேர்ந்தெடுக்கப்பட்ட

'ஆமாஞ்சாமிகளுக்காகவும் நாற்பது அறைகளைக் கொண்ட ஒரு வளாகம் இருந்தது. இவற்றில் தங்குவதற்காக 'தேர்ந்தெடுக்கப்பட்ட பெண்களுக்கு' நாஜி அதிரடிப்படையால் (எஸ்.எஸ்) வெகுமதியாக அனுமதிச் சீட்டுகள் வழங்கப்பட்டன. இவர்களின் தலைவிக்கு 'பஃப்மட்டர்' என்று பெயர். இங்கு தங்கிய பெண்கள் நாள் ஒன்றுக்கு இரண்டு மணி நேரம் வாரத்தில் மூன்று நாட்கள் வேலை செய்தனர். 'பஃப்மட்டர்' ஒவ்வொரு இருபது நிமிஷங்களுக்கு ஒரு முறை மணி அடித்தாள் (சிறைப் பிடித்த கைதிகளை எரிந்து கொண்டிருக்கும் அடுப்புகளில் தள்ளி சுட்டு சாம்பலாக்குவதற்கான 'ஷிப்ட்' நேரத்தைப் போன்றதே இது...)[4]

நாஜி ஆட்சி சித்திரவதைக் கொடுமைகள் புரிவதற்குப் புதிய புதிய முறைகளைக் கண்டுபிடித்து இழிபுகழ் பெற்றது. விபசாரிகளை ஒரு புதிய, அதுவரையிலும் முயற்சி செய்யப்படாத முறையில் உபயோகப் படுத்துவதையும்கூட நாஜிகள் கண்டுபிடித்தனர். ஆண் சித்திரவதை காவல் முகாம்களில் உள்ளவர்களின் உடம்புகளோடு அவர்கள் வார்களினால் சேர்த்துக் கட்டப்பட்டனர். அந்த ஆண்கள் ஏற்கெனவே பனிக்கட்டியாக உறைந்து போகும் அளவுக்குக் குளிர்ச்சியான தண்ணீரில் சாகும்வரையில் அமுக்கி வைக்கப்பட்டிருந்தனர். விபசாரிகளின் உடம்பு சூட்டினால் இறந்து போன மனிதனை மீண்டும் உயிர்ப்பிக்க முடியுமா என்பதைக் கண்டறிவதற்காக அவர்கள் அவ்வாறு செய்யப்பட்டனர். டாசௌ முகாமில் ஜெர்மன் விமானப் படை (லுப்ட்வாஃபே)யைச் சேர்ந்த டாக்டர் சிக்மண்ட் ராஸ்செரின் இத்தகைய 'விஞ்ஞானப் பரிசோதனைகளின் நோக்கம், பனி உறையும் கடல்களில் விழும் லுப்டவாஃபே விமானிகள் அந்த சோதனையை சமாளித்து உயிருடன் இருக்க முடியுமா என்பதைக் கண்டறிவதே யாகும். பெண்ணின் உடம்பின் 'விலங்கு வெதுவெதுப்பு'க் கருத்து, பரிசோதனையாளர்களின் மூளைகளில் உதிப்பதற்கு முன்னால், எரியும் விளக்குகளின் சூடு, வெந்நீர் நிரம்பிய புட்டிகளின் சூடு, மின்சார சூட்டை செலுத்துவது முதலியவை யாவும் முயன்று பார்க்கப்பட்டன. ஹிட்லரின் ராணுவ மந்திரி ஹிம்ளர், சித்திரவதைக் காவல் முகாம்களுக்கான தனது உதவியாளர் போஹல்லுக்கு விடுத்த இந்த ஆணையிலிருந்த ஒரே நிபந்தனை பயன்படுத்தப்படும் பெண்கள் ஜெர்மன் விபசாரிகளாக இருக்கக்கூடாது என்பது மட்டுமே.[5]

பெருங்களப் பலியின் தரங்களிலிருந்து பார்க்கும் போது இந்தப் பெண்கள் அதிருஷ்டசாலிகளேயாவர். முகாம்களின் வெளியில் விரல் விட்டெண்ணத்தக்க பெண்கள் ஹிட்லரின் பால்வெறி ஆர்வம் கொண்டிருந்த பெண்களின் பேரலைக்கு எதிராக எதிர்நீச்சல் போட்டு

வந்தனர். ஹிட்லர் ஆட்சியைப் பிடிப்பததற்கு உதவிய கேந்திரமான அம்சங்களில் பெண்களின் வெறியார்வமும் ஒன்றாகும். ஒருசிலர் துணிந்து எதிர்த்துப் போராடினர். ஹில்ட்கண்ட் ஜாஸெஸன்ஹாஸ் என்ற அறிமுகமற்ற ஒரு பள்ளிச் சிறுமி நாஜி வணக்கம் செய்வதைவிடவும் ஒரு கண்ணாடித் தகட்டின் ஊடே தன் கையை செலுத்துவதையே விரும்பினாள். அவள் தொட்டு நாஜி ஆட்சிக்கு எதிராக கொரில்லாப் போராட்டம் நடத்திப் பெயர் பெற்ற வீராங்கனைகளையும் இப்பொழுது நாம் அறிவோம். ராணுவப் படைகளிலிருந்து பெண்கள் விலக்கப் பட்டிருந்ததால், அவர்களது பாசிஸ்டு - எதிர்ப்பு நடவடிக்கைகள் உளவு வேளைகளில் அல்லது கொரில்லாப் போராட்டங்களில் (மறைந்திருந்து இரகசியமாகத் தாக்குதல் நடத்துவது) வெளியீடாக வேண்டியிருந்தது. இது புதிதொன்றுமில்லை. ஏனெனில் டிலைலா மற்றும் ஜாயெல் காலத்திலிருந்தே விரோதியை எதிர்த்து ரகசிய நடவடிக்கைகளை மேற்கொண்ட வரலாறு பெண்களுக்கு உண்டு. போரைப் புராணக் காவியமாக்குவதற்காக, ‘பலவீனமான பாலினத்தைக் காப்பாற்றுவதற்கும் பாதுகாப்பதற்காகவுமே ஆண்கள் போராடுகிறார்கள், என்ற பழைய பொய்யைத் திரும்ப திரும்பக் கூறுவது தேவைப்படும் போது பகிரங்கமான போர்க்காலங்களில் பொதுவாக மறைக்கப் பட்டாலும், உள்நாட்டு மோதல் அல்லது புரட்சிகரக் கொந்தளிப்புக் காலங்களில் பெண்களின் பங்களிப்பை, மறைக்கவோ அல்லது மறுக்கவோ முடியாது. உண்மையில் நவீன காலகட்டத்தின் புரட்சிகள், அவற்றின் வெற்றிக்கு கேந்திரமான முறையில் பெண்களின் மீது சார்ந்து இருந்து வந்துள்ளன. அவர்கள் ஓட்டளிக்கும் பாணிகள் எடுத்துக்காட்டுகின்ற பழைமைப் போக்கைத் தூக்கியெறியும்போது அவை வன்முறையைக் காட்டிலும் பாலின குணாம்சத்தையே கூடுதலாகக் கொண்டுள்ளன. அவர்கள் அடிக்கடி ஃபிடெல் காஸ்ட்ரோவின் சொற்களில் கூறுவதெனில், ‘ஆண்களைக் காட்டிலும் இருமடங்கு புரட்சிகரமானவர்களாக நிரூபணம் செய்துள்ளனர்.

தீவிர நடவடிக்கைகளில் பெண்கள் ஈடுபடுவது அசாதாரணமானது எதுவுமில்லை என்பது மெய்யே. பெரும்பாலான புரட்சிகர இயக்கங்கள் பெண்கள் சார்பான மிக உயர்ந்த லட்சியங்களுடன்தான் ஆரம்பமாகின்றன: 1850க்கும் 1864க்கும் இடைப்பட்ட காலத்தில் சீனாவை அடிபணியவைத்த தைபிங் புரட்சி, ஆரம்பத்தில் எல்லாப் பெண்களுக்கும் முழு சமூக மற்றும் கல்வித் துறை சமத்துவத்தை வழங்குவதற்குத் திட்டமிட்டிருந்தது. இது தொடர்பாக பூர்வீகக் கம்யூனிசத்தைக் காட்டிலும் கூடுதல் புரட்சிகரமான பிரேரணை ஒன்று முன்வைக்கப்பட்டது, அதற்காக அந்த இயக்கம் எப்போதும் நினைவு

கூறப்படுகிறது. ஆனால், போரைப் போன்றே, புரட்சிகள் எந்த அளவு பெண்களுக்காக நடத்தப்பட்டதாகக் கூறப்பட்ட போதிலும், அவர்கள் எப்போதும் அதற்காகவே பாடுபட்டுள்ளனர். ஒவ்வொரு மட்டத்திலும் ஆழமான ஈடுபாட்டுடன் அதில் பங்கெடுத்துள்ளனர். பிரேசிலுக்கு எதிரான பராகுவேயின் போராட்டத்தில் பிரிபிபை என்ற இடத்தில் நடைபெற்ற சண்டையில் 600 பெண்கள் உயிரிழந்தனர். 1864-70ல் நடைபெற்ற பராகுவே போரில், இந்த ரத்தக் களறியான படு கொலையானது பெண்கள் ஈடுபட்ட பல சண்டைகளில் ஒன்று மட்டுமேயாகும். ஆண்களுக்கு ஏற்படுத்திய மிகப் பெரிய உயிர்ச்சேதம் மற்றும் பரிதாபகரமான முறையில் வெடிசாதனங்கள் பற்றாக்குறையாக இருந்ததன் வாயிலாக அந்த சண்டைகள் பிரபலமடைந்தன. பிரிபிபை என்ற இடத்தில் 1868ல் நடைபெற்ற போரில் பெண்கள் - வெடி குண்டுகள் தீர்ந்துபோன காரணத்தால் - கற்களையும், மணலையும் காலிபுட்டிகளையும் விரோதியின் மீது எறிந்து கொண்டே கடைசி வரையில் போராடி உயிர்த் தியாகம் செய்தனர். இது ராணுவ வரலாற்றில் பயனற்றதாக இருந்த போதிலும் மிகவும் உன்னதமான எதிர்ப்பு நடவடிக்கைகளில் ஒன்றாகும்.[6]

புரட்சியின் குழப்பமான நிலைமைகளில் பெண்கள் மீண்டும் போர் முனையில் படை வீரர்களாக சேவை செய்ததையே இவை யெல்லாம் காட்டுகின்றன. கடைசியாக அறியப்பட்ட முறையான பெண் படைவீரர்களின் அணி கி.பி. ஏழாம் நூற்றாண்டில் அயர்லாந்தில் ரத்து செய்யப்பட்டது. ஆயினும், பண்டைய தாய்வழிச் சமூகங்களின் காலத்திலிருந்து மீண்டுவரும் பாரம்பரியம் ஒருபோதும் முழுமையாக மறைந்துவிடவில்லை. உதாரணமாக ஆப்பிரிக்காவில் தாஹோமியைச் சேர்ந்த 'பெண் படைவீரர் அணி'யைக் கண்டு 1863ல் சர் ரிச்சர்டு பர்ட்டன் ஏளனம் செய்தார்.' பெரும்பாலும் வயதானவர்கள், அவர்கள் அனைவருமே கோரமாகக் காட்சியளித்தனர்... அதிகாரிகள், அவர்களது பிட்டங்களின் அளவைக் கொண்டே நிர்ணயம் செய்யப்பட்டி ருந்தனர்... அவர்கள் ஒரு செம்மறியாட்டு மந்தையைப் போன்று துல்லியமாக நகர்ந்தனர்...[7] ஆனால் 2500 பேர்களைக் கொண்ட இந்த ராணுவம் நன்கு ஆயுதபாணியாக இருந்தது. போரில் திறமையாக சேவை புரிந்தது என்றும் பர்ட்டன் எழுதிவைத்துள்ளார். அவர்கள் அனைவரும் வயதானவர்களாகவும், கோரமாகவும் இருந்திருக்க முடியாது. ஏனெனில், அந்த 2500 பேரும் மன்னரின் அதிகார பூர்வமான மனைவிகளாவர்.

போர் அரங்கத்தில் பெண்களைப் பயன்படுத்துவதற்கு அதிகார பூர்வமாக மறுக்கப்பட்ட போதிலும், நவீனகாலத் துவக்கத்திலிருந்து வியக்கத்தக்க முறையில் அதிக எண்ணிக்கையிலான பெண்கள் ஏதாவது ஒரு வகையில் ராணுவ சேவையில் ஈடுபட்டு வந்துள்ளனர்.

பதினாறாம் நூற்றாண்டில் கடாலினா டி ஏரௌஸோ என்ற ஒரு ஸ்பெயின் நாட்டுப் பெண் ஒரு கான்வென்டிலிருந்து பிரமாணம் எடுத்துக்கொள்வதற்கு முந்திய இரவில் தப்பித்துச் சென்று தென் அமெரிக்கா முழுவதிலும் ஸ்பெயின் நாட்டுக்காகப் போரிட்டாள். கட்டாயமாக ராணுவத்தில் சேர்க்கப்பட்டிருந்த தனது கணவனைக் கண்டுபிடிப்பதற்காக 'கிட்' கவநாக் 1693ல் பிரிட்டிஷ் ராணுவத்தில் சேர்ந்து பிரெஞ்சுக்காரர்களை எதிர்த்து மிகவும் வெற்றிகரமாகப் போராடியதால் பதவி உயர்வு பெற்று அவள் குதிரைப் படையில் சேர்க்கப்பட்டாள். 1748ல் பான்டிச்சேரியின் மீது பிரிட்டிஷ் கப்பற்படை தாக்கியபோது நடந்த போரில் பன்னிரெண்டு காயங்களைப் பெற்ற ஹன்னாஸ்னெல், தனது பாலினம் கண்டுபிடிக்கப்படாமலிருப்பதற்காக, தனது அடிவயிறும் தொடையும் சேருமிடத்தில் பதிந்திருந்த ஒரு குண்டைத் தானாகவே வெளியில் எடுத்தாள். கியூபாவின் லோரெட்டா வேலஸ்குவிஸ் என்னும் பெண்மணி தன்னுடைய மூன்று குழந்தைகளும் காய்ச்சலினால் மரணமடைந்தபின், அமெரிக்க உள்நாட்டுப் போரில் போரிடுவதற்காக நேசக் கூட்டணியில் சேர்ந்தார். ஆங்கிலேய மதகுருவின் மகள் ஃபளோரா சாண்டெஸ் முதல் உலகப் போரில் பல்கேரியர்களுக்கு எதிராக ஒரு செம்பியக் காலாட்படைக்குக் கேப்டனாகத் தலைமை தாங்கிப் போரிட்டாள். போர்க்காலத்தில் காயமடைந்தவர்களுக்கு செவிலியர் பணியாற்றுவது, இறந்தவர்களுக்கு துக்கம் அனுசரிப்பது என்ற பெண்களின் சாராம்சத்தில் அமைதியான பாத்திரத்திற்கு நேர்மாறாக மேலும் மேலும் அதிகமான பெண் படைவீரர்கள் நேரடியாகப் போரில் ஈடுபட்டு சேவை செய்துள்ளனர்.

ஏனெனில் ஆண்களோடு தோளோடு தோள் சேர்ந்து போரிட்ட வீரர்கள் என்ற முறையில் பெண்கள் ஒரு வலுவான நிலைமையைப் பெற்றிருந்தனர். அது அவர்களுடைய மரபான பாத்திரங்களில் அவர்களுக்கு மறுக்கப்பட்டிருந்தது - 1895க்குப் பிறகு பிலிப்பைன் புரட்சியின் எல்லா முக்கியமான போர் நிகழ்ச்சிகளிலும் ஸ்பானிஷ்காரர்களை எதிர்த்துப் போரிட்ட டிரினிடாட் டெஸ்கான் என்ற ஒரு ஃபிலிப்பினோ பெண்மணி. போர் வீராங்கனை என்ற தன் மதிப்பைப் பயன்படுத்தி போரில் காயமடைந்தவர்களுக்கு உதவுவதற்கு மருத்துவமனைகளை ஏற்படுத்தினாள். அங்கு அவள் மக்களுக்கு 'இனா' (அன்னை) என்றே அறிமுகமாகியிருந்தாள். அவ்வளவு இளகிய மனமுடையவளாக இல்லாவிட்டாலும் அதே அளவு வீரத்துடன் செயல்பட்டாள் ரஷ்ய போல்ஷிவிக் வீராங்கனை மரியா போச்கரேவா. (சிறுவயதில் விபசாரத்தில் ஈடுபட நேர்ந்தது, மற்றும் இனக் கொலைபுரிந்த

கணவனைக் கொண்டிருந்தது ஆகிய அனுபவங்களால் அவளுடைய மானிடக் கருணை உள்ளம் ஓரளவு உறைந்து போயிருந்தது.) போச்கரேவாவின் உன்னதமான ராணுவ சேவையின் போது காட்டிய அஞ்சாமை அவளுக்குப் பல விருதுகளைப் பெற்றுத் தந்திருந்தது. பின்னர் அவள் 2000 உயர்தரத் தொண்டர்களைக் கொண்ட 'மரணத்திற்கு அஞ்சாத மகளிர் படை' என்ற அனைவரும் பெண்களே கொண்ட ஓர் அதிரடிப்படையை அமைத்தாள். இந்த அதிரடிப்படை மிகவும் வெற்றிகரமாகச் செயல்பட்டது. இதனால் உத்வேகம் பெற்று இதுபோன்ற பெண்களின் படையணிகள் ரஷ்யா முழுவதிலும் அமைக்கப் பட்டன. போர் நடவடிக்கைகளில் ஈடுபடுவதற்கு பெண்களிடம் ஏற்பட்ட மிகுந்த ஆர்வத்தின் பயனாக ஒரே இரவில் 1500 பெண்கள் ராணுவத்தில் சேர்ந்தனர்.[8]

ஆயினும் பொதுவாகப் பெண்கள், விடுதலைக்காகப் போராடும் வீரர்கள் (வீராங்கனைகள்) என்ற முறையில்தான் புரட்சிகர இயக்கங்களுக்குத் தமது சிறந்த பங்குப் பணியாற்றினார்களே தவிர, ஆண்களைப் போன்று ராணுவ வீரர்களாக அல்ல. இந்தப் பாரம்பரிய லத்தீன் அமெரிக்காவில் குறிப்பாகக் காணப்பட்டது அங்கு கொர்ட் ரூடிஸ் பெகானெக்ரா என்ற பெண் மெக்சிகோவின் விடுதலைப் போரின்போது ஒரு பரந்த தலைமறைவு இயக்கத்தை உருவாக்கி நடத்தினாள். 1817ல் அரசாங்கத்தினால் கைது செய்யப்பட்டு சித்திரவதைக்குள்ளாகி பின்னர் அவர் மரணமடைந்தார். சியூசின் என்ற சீனப் புரட்சியாளருக்கும் இதே கதிதான் ஏற்பட்டது. இவர் ஓர் உணர்வுபூர்வமான பெண்ணியவாதியாக இருந்தார். 1898ல் மஞ்சு வம்சத்திற்கு எதிரான போராட்டத்தில் முழு மூச்சாக இறங்கியபோது அவர் ஜோன் ஆஃப் ஆர்க் வீராங்கனையைத் தனக்கு முன்மாதிரியாகக் கொண்டார். தான் திட்டமிட்ட புரட்சி தோல்வியடைந்த பின்னர் சியூசின் 1907ல் தூக்கிலிடப்பட்டதோடு அவருடைய வாழ்க்கைப் பணி ஒழிக்கப்பட்டு விட்டதாகத் தோன்றியது. ஆயினும் அவர் உருவாக்கிய கட்டமைப்பு நீடித்துச் செயல்பட்டது. தனக்கு இழைக்கப்பட்ட சித்திரவதைகளை வீராவேசத்துடன் எதிர்த்து நின்றதும் (அவர் வேறு யாரையும் இதில் சம்பந்தப்பட்டவர்களாகக் கூறுவதற்கு மறுத்தார். 'இலையுதிர்காலக் காற்றும் மழையும் எங்களை வருத்தத்தில் ஆழ்த்துகின்றன' என்பதைக் குறிப்பிடும் ஏழு சீனமொழி எழுத்துக்களை மட்டுமே எழுதினார்.) அவருடைய வீரமும் அவருக்குப் பின்வந்தவர் களுக்கு உத்வேகத்தை ஏற்படுத்தி அவர் எந்த லட்சியத்திற்காக உயிர்த் தியாகம் செய்தாரோ அந்த லட்சியம் இறுதியில் வெற்றி அடைவதை உறுதிப்படுத்துவதற்கு உதவியது.

ஆயினும் வரலாற்றின் நோக்கில் லட்சியம்தான் அடிக்கடி மெய்யான வெற்றியாளனாகத் தோற்றமளிக்கிறது. அதற்காகப் போராடிய பெண்களல்ல. ரஷ்யப் பெண் சோஃபியா பெரோவஸ் காயாவைப் போன்று, உயிர் வாழ்ந்திருக்க வேண்டிய பல பெண்கள் இறந்தனர். 1881ல் ஜார் 2வது அலெக்ஸாண்டரைக் கொல்வதற்குத் திட்டமிட்டதற்கு அவளுக்கு உதவிய தெளிவும், நம்பிக்கையும் அவளுடைய காதலன் கைது செய்யப்பட்டபோது அவளிடமிருந்து விலகிச் சென்றன. தனது பாதுகாப்பைப் பற்றி சிறிதும் கவலைப் படாமல் செயல்பட்டதால் அவள் தனது உயிரையே இழக்கும்படி நேரிட்டது. உயிர் பிழைத்தவர்களும் கூட பயங்கரமான விலை கொடுக்க வேண்டியேற்பட்டது. பெரோவ்ஸ்காயாவின் சக-ஊழியரும் நண்பருமான யெலிஸவேதா கொவல்ஸ் காயா நாடுகடத்தப்பட்டு இருபது ஆண்டுகள் சைபீரியாவில் வாழ நேர்ந்தது. அதே குழுவைச் சேர்ந்த மற்றொரு பெண் வேராஃபிக்னர் நேவா நதியிலிருந்த பயங்கரமான தீவுக் கோட்டையில் இதே போன்ற தண்டனையை அனுபவித்தாள். வேரா பின்னர் தனது நினைவலைகளில் குறிப்பிட்டது போன்று அங்கு 'வாழ்க்கை கடிகாரம் நின்று போயிற்று' எல்லாவற்றைக் காட்டிலும் மிகுந்த வேதனையளிக்கக்கூடிய நிகழ்ச்சி வேராலியூ படோவிச்சினுடைய அனுபவமாகும். அவள் தனது காதலனுடன் ஜெனீவாவுக்குத் தப்பிச் சென்றாள். அங்கு அவர்களுக்கு ஒரு குழந்தை பிறந்தது, பின்னர் அவரை இரகசியப் போலீசார் கைது செய்து கொண்டுபோன பின், லியூபடோவிச், தன் குழந்தையை விட்டு விட்டு அவரைத் தேடிச் சென்றார். பின்னர் அவளே கைது செய்யப் பட்டு சைபீரியாவுக்கு நாடு கடத்தப்பட்டாள், இவ்வாறு அவள் யாவற்றையும் இழந்தாள்.[9]

ஆயினும் இந்த இடுக்கண்கள் மெய்யான புரட்சியாளனை ஒரு போதும் மனம் தளரச் செய்ததில்லை. நவீன உலகத்தைப் புனரமைப்பது சம்பந்தப்பட்ட பெரிய எழுச்சிகளில் கடைசியானதாகிய சீனப் புரட்சி, பெண்களின் தயாரிப்புப் பணிகளின் நீண்ட வரலாற்றைக் கொண்டிருந்த சிறப்பைப் பெற்றுள்ளது. காப்பியச் சிறப்புடைய இந்தப் போராட்டத்தின் இறுதித் தாக்குதலில் சேர்ந்து கொள்வதற்குப் பெண் தொண்டர்கள் தான் முதலில் முன்வந்தனர். காங் கோ-சிங் போன்ற சிலர் மிகவும் இளவயதிலேயே ஆயுதமேந்தினர். மீண்டும் காங் கோ-சிங்கைப் போன்று, டெங் யிங் - சாவோ 1934-35ல் நடைபெற்ற நெடும் பயணத்தில் கலந்து கொண்ட[35] பெண்களில், தனது வீட்டையும் குடும்பத்தையும் துறந்து, தனது கணவர் சூயென்-லாயுடன் 'சீனாவில் கம்யூனிசத்தை தோற்றுவிப்பதற்காக', சோதனையான 8000 மைல்

தூரத்தைக் கடக்கும் வேள்வியில் ஈடுபட்டவர் இவர் மட்டுமே. பின்னர் இவர் தனது வாழ்நாளில் தனது கணவர் புதிய சீனாவின் பிரதமராவதைக் கண்டார். பின்னர் அவரே மிக உயர்ந்த பல அரசியல் பதவிகளை வகித்தார். 1920களில் தலைமுடியை குட்டையாக வெட்டிக் கொள்ளும் புரட்சிகர சமிக்ஞையைக் கடைபிடித்த சீன பெண்ணிய வாதிகளில் முதலாவதான ஹோ சியாங்-நிங், போராட்டத்தில் தனது கணவனை இழந்தாள். அவர் 1925ல் கொலை செய்யப்பட்டார். பெண்ணியத்தின் எதிர்ப்பைத் தெரிவிக்கும் ஒரு சமிக்ஞையாகத் தலைமுடியைக் குட்டையாக வெட்டிக்கொள்ளும் பழக்கத்தை முதலில் துவக்கிய ஷியாங் ஜிங்யூ, 1927ல் கம்யூனிஸ்டுகளுக்கு எதிரான பயங்கர அடக்குமுறையில் தனது உயிரை இழந்தாள். அவளுடைய இறுதி உரையைத் தடுத்து வாய்ப்பூட்டுப் போடும் வகையில் அவள் சுட்டுக் கொல்லப்பட்டாள். இருந்தபோதிலும் 1930களிலும் 1950களிலும், 1970களிலும் நடைபெற்ற புரட்சிகளின் வாயிலாகத் தியாக வேள்வி தொடர்ந்து நடைபெற்றது. 'நோ பஸரான்' (அவர்களை அனுமதியோம்) என்ற தனது சக்திவாய்ந்த பாசிஸ்டு எதிர்ப்பு கோஷத்துடன் ஸ்பெயின் நாட்டின் டோலரஸ் கிபாரூரி - 'ல பாஸனாரியர் ஒரு முழுத் தலைமுறைக்கே உத்வேகமளித்தார், அல்ஜீரியாவின் ஜமீலா பௌபச்சாவும் கியூபாவின் ஹேய்தீ சாந்தமரியாவும் கொடூரமான பாலியல் சித்திரவதைகளை அனுபவித்தனர். இது உலகம் முழுமையின் மனச்சாட்சியைத் தட்டி எழுப்பியது, ஜோப்ஸ் 'தெயுராய் ரோபா' (சிந்திய ரத்தம்) என்ஹோங்கோ, பெண் மகவைப் பெற்றெடுப்பதற்கு இரண்டு நாள் முன்னதாக பிரசார நோக்கத்திற்காகத் தன்னைச் சிறைப் பிடிக்கும் எண்ணத்துடன் ஏவப்பட்ட ரொடீசிய அரசின் தாக்குதலை முறியடித்தார்.

உயர்வான தியாகம் புரிய வேண்டியிருந்தது. ஆனால் அதனால் உயர்வான ஆதாயங்களும் கிடைத்தன. புரட்சிக்கு முந்திய சீனாவில் தனது தந்தையின் உத்தரவுக்கு எதிராக ஒவ்வொரு இரவும் தனது மனைவியை அடிப்பதற்கு மறுக்கும் எந்த மனிதனும் உள்ளூர் மாஜிஸ்ட்ரேட்டின் அல்லது நிலப்பிரபுவின் இருட்டறையினுள் தள்ளப்படக்கூடும். புரட்சி அதைத் தடைசெய்தது. பெண்கள் உடனே இந்த வாய்ப்பைப் பயன்படுத்திக்கொண்டு 5000 ஆண்டுக்கால துன்ப துயரத்திலிருந்து தப்பித்தனர். இதுகுறித்து பாதிக்கப்பட்ட ஒரு கணவன் பின்வருமாறு கூறினார்:

> என்னுடைய நண்பர்கள் அனைவரும் தமது மனைவிமார்களைப் புடைத்தனர். எனவே நானும் சம்பிரதாயத்தையே கடைப்பிடித்தேன். சில சமயங்களில் அவளை சமீபகாலமாக நான் அடிக்கவில்லை

என்பதைத் தவிர வேறு எந்தக் காரணமும் எனக்கு இருக்க வில்லை. விடுதலைக்குப் பின்னர் அவளை இனி ஒருபோதும் அவளை அடிப்பது எனக்கு சிரமமாய் விட்டது. சில சமயங்களில் நான் நிதானமிழந்து, அவளை அடிப்பதற்குக் கோபங்கொள்ளு வேன், அப்பொழுது அவளும், குழந்தைகளும் என்னைக் கட்டுப்படுத்தி, தலைவர் மாவோ இதை அனுமதிக்க மாட்டார் என்று எனக்கு நினைவுபடுத்துவர். உடனே நான் நிதானமடைந்து விடுவேன்... அவர்கள் புரட்சி உணர்வைக் கடைப் பிடித்தனர், நாங்கள் மனைவிமார்களை அடித்தால், எல்லோரும் கண்டனம் தெரிவிப்பார்கள். அது அசாத்தியமாயிற்று.[10]

அவனுக்கு இது அப்படியிருக்கலாம். ஆனால் அவளுக்கு இதுதான் மெய்யான புரட்சியாகும். இது யாவும் தலைவர் மாவோ வினால் கிடைத்ததாக அவள் கருதவில்லை. மனைவியை அடிப்பதற்கு எதிராக சீனக் கம்யூனிஸ்டுக் கட்சியின் மத்தியக் கமிட்டி விதித்த தடை கேந்திரமானதாக இருந்தபோதிலும், சீனப் பெண்கள் சங்கத்தின் பலம்தான் அதனுடைய வெற்றியை உத்தரவாதம் செய்தது. 1960ஆம் ஆண்டுகளின் பிற்பகுதியில் பெண்கள் இயக்கம் தோற்றுவித்த 'உணர்வை உயர்த்தும் குழுக்களுக்கு முன்னோடியாக சீனப் பெண்கள் கசப்பான அனுபவங்களை எடுத்துக் கூறுவதற்கும்' அவர்களது நிலைமையையும் அவர்களது கணவன்மார்கள் சக்தியை துஷ்பிர யோகம் செய்வதையும் எதிர்த்து சமாளிப்பதற்கும் தமது மோசமான பழைய நடத்தை முறைகளைக் கைவிடுவதற்கு மறுக்கின்ற எந்த ஆண்களுக்கும் சவால் விடுவதற்கும் (உடல் ரீதியில் தண்டனை கொடுப் பதற்கும்) ஒன்றுபட்டு முன்வருவதற்கு ஊக்கமூட்டப்பட்டனர்.

ஓர் ஆட்சி தூக்கியெறியப்பட்டு மற்றோர் ஆட்சி வருவதானது எப்போதும் பெண்களுக்கு இத்தகைய தெளிவான மற்றும் உடனடி அனுகூலங்களை வழங்குவதில்லை. கிராமப்புறப் பெண்களுக்கு அல்லது நகர்ப்புற ஏழைகளுக்கு முடிவின்றிக் குழந்தைகளைப் பெற்றெடுப்பது, உயிர்வாழ்வதற்கான போராட்டம் ஆகிய தொடர் நிகழ்ச்சியிலிருந்து வாழ்க்கையில் எவ்வித மாற்றமும் ஏற்படாதிருக்கக் கூடும். அடிக்கடி, பெண்களின் வாழ்க்கையில் மாற்றம் ஏற்படுத்து வதற்கான மெய்யான நிகழ்ச்சிகள் ஆரம்பத்தில் எங்கோ நடப்பதாகவும் முக்கியத்துவமற்றதாகவும் தோன்றக்கூடும். 1955ல் மஸ்ஸாச் சூசெட்ஸில், இரசாயன உயிரியலுக்கான வொர்செஸ்டர் கல்லூரியில் ஓர் அமெரிக்க ஆராய்ச்சியாளர் புரோகெஸ்டகென் வகைப்பட்ட இரசாயன ஸ்டிராய்டுகளின் ஒரு தொகுதியைக் கண்டுபிடித்து விட்டதாக அறிவித்தபொழுது ஒரு சராசரிப் பெண் அதை அறிந்து கொள்ளவு

மில்லை. அல்லது அதுபற்றிக் கவலைப்படவுமில்லை. ஆனால் கிரிகோரி பின்கஸ், உண்மையில், மரபியல் விஞ்ஞானத்தின் தத்துவஞான அடிக்கல்லைக் கண்டுபிடித்திருந்தார். இந்த மூலகம் பல நூற்றாண்டுக்கால ஆர்வக் கனவை யதார்த்தமாக மாற்றுவதற்குரிய சக்தியைக் கொண்டிருந்தது. ஏனெனில், பின்கஸ் கண்டுபிடித்திருந்த புரோகெஸ்டகென்ஸானது வாய் மூலமாக உட்கொண்டால் ஒரு பெண் கருத்தரிப்பதைத் தடுக்கும் சக்தியுடையதாகிறது. பின்னர், எத்தகைய ஆரவாரமுமின்றி, கருத்தடை மாத்திரை தோன்றியது. இது இயற்கையாகக் கிடைக்கும் இரசாயனங்களின் ஒரு முக்கியத்துவமற்ற கூட்டுப் பொருள் ஆகும். ஆயினும் அதனுடைய தாக்கம் இந்த நூற்றாண்டின் எந்த ஒரு புரட்சியைப் போன்றும் அவ்வளவு மக்களின் வாழ்க்கையை மாற்றக்கூடியதாக இருந்தது.

பின்கஸ் தனது கண்டுபிடிப்புகளை அறிவித்த டோக்கியோவில் நடைபெற்ற ஆராய்ச்சி விஞ்ஞானிகளின் 1955ம் வருட மாநாடே ஓர் ஆழமான மாற்றத்தை ஏற்படுத்துகிற தருணமாக அமைந்தது. அந்த மாநாடு வெளிப்படுத்திய மற்றொன்று கருப்பையினுள் செலுத்தப் படுகிற கருத்தடை சாதனம் மிகவும் எதிர்பாராத முறையில் மீண்டும் தோன்றியதாகும். 1920களிலும் 30களிலும் மிகவும் பண்டைய மருத்துவ அறிவின் அடிப்படையில் ஜெர்மனியிலும் இஸ்ரேலிலும் நடத்தப் பட்ட பரிசோதனைகளில் முதல் முதலில் உருவாக்கப்பட்டது. ஒவ்வொரு இந்திய மருத்துவச்சியும் எவ்வளவு அறியாதவளாக இருந்தபோதிலும் விதைகள் கொண்ட ஓர் உறையை வனிலா அவரைச் செடியின் ஒரு குச்சியை அல்லது அதிமதுர வேரை கருப்பையை எட்டும் வரை செய்ய முடிந்தால் ஒரு பெண் கருத்தரிக்கமாட்டாள் என்பதை அறிவாள். ஆனால் இதனுடைய ஆரம்பகாலப் பலன்கள் ஏமாற்றமளிப்பவையாகும். ஆபத்தானவையாகவும் கூட இருந்தன. இந்தச் சாதனத்தைப் பாதுகாப்பாகச் செலுத்துவதற்கான அல்லது கருப்பைக்குப் பாதிப்பு ஏற்படாத ஒரு பொருளை உருவாக்குவதற்கான தொழில்நுட்பம் கிடைக்காமலிருந்தது. இது இல்லாததினால் அடிக்கடி இடுப்பு வீங்கிக் கொள்ளும் ஆபத்தான நோய் ஏற்பட்டது. இப்பொழுது, ஜப்பானியர்கள், ரேடியோவைப் புரட்சிகரமாக மாற்றுவதில் தொழில்நுட்ப வெற்றியடைந்திருந்த நிலையில், கருத்தடை சாதனத்தை டிரான்சிஸ்டர் மயமாக்குவதில் வெற்றி கண்டனர். அழிக்கப்பட முடியாத பிளாஸ்டிக்கினாலான ஒரு சிறிய சுருளை - இது விரைவில் 'வளையம்' என்று நன்கு பரிச்சயமாயிற்று - கருப்பையினுள் வைக்கப்பட்டால் கருத்தரிக்காமலிருப்பதை உத்தர வாதம் செய்தது.

15 ஆண்டுகளுக்குள், 2 கோடிக்கு அதிகமான பெண்கள் கருத்தடை மாத்திரையை உபயோகிக்கலாயினர். 1 கோடிக்கு அதிகமான பெண்கள் வளையத்தை உபயோகிக்கலாயினர்.[11] இவ்வளவு அதிகமான எண்ணிக்கையிலும் இவ்வளவு விரைவாகவும் பெண்கள் இந்தப் புதிய கருத்தடை சாதனங்களை ஏன் தழுவினார்கள் என்பதைக் காண்பது சிரமமல்ல. சில ஆரம்பகால இடர்பாடுகளுக்குப் பின்னர் இந்த இரண்டும் ஏற்கெனவே இருந்து வந்த சாதனங்களைக் காட்டிலும் குறிப்பிடத்தக்க அளவு அதிகமான நம்பகத்தன்மையைக் கொண்டிருந்தன. இவை இரண்டும் முற்றிலும் பெண்ணின் முழுக் கட்டுப் பாட்டில் இருந்த, அனுகூலத்தைப் பெற்றிருந்தன. இது ஆணுறையைப் போலல்ல - மனைவி இனி ஒருபோதும், தனது கணவன் நாவிதரிடம் சென்று வந்தாரா, 'அவருடைய இன்பத்தை பாதிக்கும்' 'ஏதாவது ஒன்றுக்கு' அவர் உடன்படுவாரா, அவர் அதை நிதானத்துடன் அணிந்து கொள்வாரா, அதை உரிய இடத்தில் அவர் வைப்பாரா என்றெல்லாம் படுத்துக் கொண்டு சிந்தித்துக் கொண்டிருக்க வேண்டியதில்லை.

மாத்திரையும், வளையமும் இடுப்பைச் சுற்றி அணியும் கவசத்தைக் காட்டிலும் மற்றொரு அனுகூலத்தையும் பெற்றிருந்தன. இவை 24 மணி நேர, ஆண்டு முழுவதற்குமான பயன் - திறனைப் பெற்றிருந்தன. 1932ல் ஆக்ஸ்போர்டு பல்கலைக்கழகத்தின் ஆராய்ச்சி யிலிருந்து தோற்றுவிக்கப்பட்ட கருத்தரிக்கச் செய்யும் அணுவை அழிக்கும் பாகுடன் கூடிய கவசத்தைப் பயன்படுத்துவதற்கு, பாலியல் உறவு கொள்வதற்கு முன்னால் திட்டமிடுவது தேவைப்பட்டது. திட்ட மிட்டு எண்ணிப் பார்த்து செய்யப்படும் ஒரு செயலாக, அசௌகரியமாக உணரும் நிலைமை இருந்தது (நான் இன்றிரவு படுக்க வைக்கப்படுவேன்). அல்லது அடிக்கடி குறிக்கோளைத் தவறவிட்ட ஒரு வழக்கமான செயல் - 'நீங்கள் ஒவ்வோர் இரவும் உங்கள் பற்களை சுத்தப்படுத்தும் போது அதை உள்ளே சொருகவும், மீதியை உங்கள் கணவரிடம் விட்டு விடவும்' - என்று 1950களில் ஒரு பிரிட்டிஷ் கருத்தடை துண்டுப்பிரசுரம் கபடமின்றி கவிதை நடையில் கூறியது. இப்பொழுது தன்னிச்சையான வெறியார்வம் என்ற ஏதோ காதல் வயப்பட்ட கற்பனையால் உந்தப்பட்ட அல்லது ஆணாதிக்க சமுதாயத்தின் இரட்டைத் தரங்களினால் தோற்றுவிக்கப்பட்ட போலித்தனத்தின் தூண்டு தலாலோ, பெண்கள் கருத்தடை சாதனத்தை நேரடியாகப் பயன்படுத்துவதிலிருந்து தங்களை விலக்கிக் கொள்ளமுடியும். கருத்தடை சாதனமே பாலியல் உறவை இனப் பெருக்கத்தினின்றும் தனிமைப்படுத்திவிட்டது. புதிய தொழில் நுட்பம் தற்பொழுது கருத்தடையை பாலியல் உறவிலிருந்து தனிமைப்படுத்தி விட்டது.

இவ்வாறு செய்ததில், மனித சமுதாயம் தான் இருப்பதாக உணர்ந்ததிலிருந்து அதனுடைய வாழ்வின் ஒரு பாகமாக இருந்து வந்த வாதத்தை உச்ச நிலைக்குக் கொண்டு வந்துவிட்டது. இந்தப் பிரச்சினை வேறு எதைப் போன்ற அதே அளவுக்கு பாலினங்களுக்கு இடையிலான போரை உருவாக்கியது தனிப்பட்ட தம்பதிகளுக்கு இடையிலும் கூட பாலினப் போரை ஏற்படுத்திவிட்டது. ஒரு பெண்ணின் உடம்பின் மீது கட்டுப்பாடு செலுத்துவது யார்? என்பதே அந்தப் பிரச்சினை.

வரலாற்றில் முதல் தடவையாக மேலைய சமூகங்களுக்கு முந்திய காலங்களில் நினைத்துப் பார்க்க முடியாத தகுதிக் கேடான ஒன்றாகக் கருதப்பட்டிருக்கும் ஒரு நிலைமையை சமாளிக்க வேண்டியது ஏற்பட்டது. மனிதர்கள் (ஆண்கள்) எப்போதும் வழக்கமாக போகிற போக்கில் தம் இச்சைப்படி, முன்கூட்டியே சிந்திக்காமலும் - ஒரு வேளை மிகவும் மோசமானதென்னவெனில் - விளைவுகள் ஏதுமின்றி செய்து வந்த திட்டவட்டமான அதே முறையில் பாலியல் உறவை ஒரு பெண் பயன்படுத்தக்கூடிய, கையாளுகின்ற வாய்ப்பேயாகும். **1960**களில் கருக்கலைப்பை முறைப்படுத்தும் மேலையச் சட்டங்கள் தாராளமாக்கப்பட்டதோடு, இது ஒரு புதிய முனைப்பைப் பெற்றது.

பெண்களின் உடம்புகளின் மீது, மிகவும் சமீப கால வரையிலும் சமூக மாற்றம் சட்ட ரீதியான கட்டுப்பாடுகள் எப்போதும் தந்தைவழிச் சமுதாயக் கட்டாயங்கள் மற்றும் சித்தப்பிரமைகளையும் பிரதிபலித்தன, ஒருபோதும் பெண்களின் தேவைகளைப் பிரதிபலிக்கவில்லை - கருக்கலைப்பின் வரலாறு இதனுடைய நுண்மாதிரிப் படிவமாக அமைகிறது. மிகவும் சமீப காலமாகிய **1939**ஆம் ஆண்டில்கூட, பிர்க்கெட் பிரபுவின் தலைமையிலான ஓர் அரசுக் கமிட்டி பிறப்பு விகிதத்தை உயர்வாக வைத்திருப்பதற்காக பெண்களது இனப் பெருக்கத்தின் மீது கட்டுப்பாடு செலுத்துவதற்கு அரசாங்கத்திற்கு உரிமை உண்டு என்பதை உறுதிப்படுத்தியது. மேற்படி கட்டுப்பாட்டைக் கொண்டிருப்பதன் மூலமாக அரசின் அரசியல் நலன் கைவிடப்பட்டு, தனிப்பட்ட சுயேச்சைத் தன்மைக்கு ஒவ்வொரு தனி நபருக்கும் உள்ள உரிமை சட்டப்பூர்வமாக அங்கீகரிக்கப்பட்ட போது, மேலை நாடுகளில் ஓர் ஆழமான மாற்றம் ஏற்பட்டது.

ஒரு வலுவான ரோமன் கத்தோலிக்கப் பாரம்பரியம் உள்ள நாடுகளில் கருக்கலைப்பு சட்டவிரோதமானது என்று கருதப்பட்டது மட்டுமன்றி, நினைத்துப் பார்க்கக்கூட முடியாமலிருந்த இந்நாடுகளில், இப்பிரச்சினையில் மோதல் கடுமையாக இருந்தது. போராட்டம்

நீடித்து நடைபெற்றது. சச்சரவுகள் தொடர்ந்து நடைபெற்றன. உறுதி யான மற்றும் ஒன்றுபட்ட பெண்ணிய நடவடிக்கைகளின் பயனாக பிற எல்லா இடங்களைப் போன்றே அங்கும் வெற்றி கிட்டியது. கருத்தடை சாதனங்களை வாங்குவதற்காக அயர்லாந்தில் ஏராளமான பெண்கள் ஒன்றாக டப்ளினிலிருந்து பெல்ஃபாஸ்டுக்குச் சென்றனர். (தீவின் இந்த வடக்குப்பகுதி பிரிட்டனின் ஒரு பாகமாக இருந்ததால் இங்கு பிரிட்டிஷ் சட்டங்கள் அமலிலிருந்தன) 'கருத்தடை ரயில்' என்றழைக்கப்பட்ட அந்த ரயில் டப்ளினுக்குத் திரும்பிய போது, ஏராளமான பேர் கூடி அவர்களை வரவேற்றனர். சங்க அதிகாரிகளும் சட்ட விரோதமான இறக்குமதிகளைக் கண்டும் காணாதவர்களாக இருந்து விட்டனர்.

பிரான்சில் சைமன் டி பியூவோயர் போன்ற பிரபலமானவர்கள் உள்ளிட்ட பெண்களின் ஒரு குழு 'பிரகடனம் - 343' என்ற ஓர் ஆவணத்தில் கையெழுத்திட்டு அதை சுற்றுக்கு விட்டனர். இந்த அறிக்கை இதில் கையெழுத்திட்டுள்ள அனைவரும் சட்டவிரோத மாகக் கருக்கலைப்பு செய்து கொண்டவர்கள் என்பதை ஒத்துக் கொண்டு, தங்களின் மீது வழக்குத் தொடரும்படி அதிகாரிகளுக்கு சவால் விட்டது. இதைத் தொடர்ந்து 'சோய்சிர்' (தேர்ந்தெடுத்தல்) என்ற, கருக்கலைப்புக்கு ஆதரவான ஓர் அமைப்புத் தோன்றியது. இதை நிறுவியவர் கிஸெஸா ஹலிமி என்ற ஒரு வழக்கறிஞர், ஜமீலா பௌபாச்சா என்ற சித்திரவதை செய்யப்பட்ட அல்ஜீரிய விடுதலைப் போராட்ட வீரருக்கு ஆதரவாக வாதாடியவர். சோய்சிரின் கிளர்ச்சியின் பயனாக கருத்தடை மற்றும் கருக்கலைப்பு சம்பந்தமான வரலாற்று முக்கியத்துவம் வாய்ந்த சட்டங்கள் தோன்றின. இவற்றை சைமன் வெய்ல் 1974ல் பிரெஞ்சு நாடாளுமன்றத்தில் முன்மொழிந்து நிறைவேற்றச் செய்தார்.

1970களின் இறுதியில் அட்லாண்டிக் மாகடலின் இருபுறங் களிலுள்ள தேசங்களிலும் கேந்திரமான சட்டபூர்வமான முடிவுகள் ஐரோப்பாவிலும் அமெரிக்காவிலும் பெண்களுக்கு ஆதரவான திருப்பம் ஏற்பட்டது. 1973ல் அமெரிக்காவின் உச்ச நீதிமன்றம் 'சொந்த அந்தரங்கத்திற்கான உரிமையில் கருக்கலைப்பு முடிவும் உட்படும்' என்று தீர்ப்பளித்தது. பின்னர் ஒரு மிகவும் முக்கியத்துவம் வாய்ந்த அறிவிப்பில், இதை ஊர்ஜிதம் செய்தது.

பெண்தான் உடல் ரீதியில் குழந்தையை வயிற்றில் சுமப்பதாலும், கர்ப்பத்தினால் அவள்தான் கூடுதலாக நேரடியாகவும் உடனடி

யாகவும் பாதிக்கப்படுவதாலும் இருவருக்கும் (ஆண் பெற்றோருக்கும் பெண் பெற்றோருக்கும்) இடையில் சமநிலை அவளுக்கு சாதகமாகத்தான் இருக்கிறது.[12]

இதேபோன்று ஒரு பிரிட்டிஷ் முடிவில் 1981ல் ஐரோப்பிய நீதிமன்றத்தில் ஒரு மேல்முறையீட்டில் ஒரு ஊர்ஜிதம் செய்யப்பட்டது. நீதிமன்றம் இன்னும் கூடுதல் திட்டவட்டமாகக் கூறியது. 'ஒரு கர்ப்பத்தைக் கலைக்கும் விஷயத்தில் தந்தையைக் கலந்து கொள்வதற்கு' இங்கிலாந்தின் சட்டம் 'அவருக்கு உரிமை வழங்கவில்லை' என்று கூறியது.

தந்தைக்கு உரிமையில்லையா? 'உன்னால் ஏற்படுத்தப்பட்ட என்னுடைய கர்ப்பம்' என்று பெண்கள் பிரகடனம் செய்வது, அதற்கு நீதிமன்றங்கள் ஆதரவளிப்பதா? எவ்வாறு இந்த நிலை ஏற்பட்டது? பெண்களின் அனேகமாக இருபது ஆண்டுக்கால மிகவும் முனைப்பான பெண்ணிய நடவடிக்கைகளின் வாயிலாகத்தான் இது ஏற்பட்டது. தொழில்வளர்ச்சி பெற்ற சமுதாயங்களின் பெண்கள், வாக்குரிமைக்காக கிளர்ச்சியில் வெற்றி பெற்றதற்குப் பிறகு தங்கள் எஜமானர்களுக்கும் கணவன்மார்களுக்கும் பணிந்து பேசாமல் வீடுகளுக்குள் முடங்கி இருந்து விடவில்லை. 'இந்த நூற்றாண்டில் எப்போதும் பெண்களின் இயக்கம் இருந்து வந்துள்ளது' என்று வாழ்நாள் பூராவும் பெண்ணிய செயல்வீரராக இருந்த டோரா ரஸ்ஸல், டேல் ஸ்பெண்டருக்கு எழுதிய கடிதத்தில் குறிப்பிட்டார். போர்களுக்கு இடைப்பட்ட காலத்திலும் கூட ஒரு முக்கிய பெண்ணிய ஆவணம் தோன்றியது. சைமன் டி பியூவோயர், இரண்டாவது பாலினம் (1949) என்ற நூலில் பெண்கள் கொடுமைப்படுத்தப்படுவது பற்றி ஓர் ஒளிவீசும் பகுப்பாய்வைச் செய்திருந்தார்.

ஆனால் வரலாற்றுப் புத்தகங்களில் பெண்கள் நிரந்தரமாக ஒதுக்கப்பட்டிருந்தனர், சமகால அனுபவம் பற்றிய ஆவணங்களிலும் பெண்களைப் பற்றி எந்த செய்தியும் இல்லை. ஆனால் ஆண்கள் எப்போதும் வேலையின் மூலமாகவும் பொது நடவடிக்கைகள் வாயிலாகவும் ஒருவர் மற்றொருவருடன் தீவிரமான மற்றும் புதுப்பித்துக் கொள்ளும் தொடர்பை அனுபவித்தனர். ஆனால் பெண்களுக்கு இது மறுக்கப்பட்டது. இதனால் பெண்களின் அரசியல் நடவடிக்கையின் ஏற்றுக் கொள்ளப்பட்ட பாரம்பரியம் ஒருபோதும் காணத்தக்கதாகவும் தொடர்ச்சியாகவும் இருக்கவில்லை. ஆண் அதிகாரம் மற்றும் சலுகையை அனுபவித்து வந்த தோல்வி காணாத குலமரபுத் தலைவர்கள் தவிர்க்க முடியாமல் புதிய மற்றும் வழக்கமாக சந்தேகிக்கப்படாத வகையில் மாற்றுருவங்களில் பின்வாங்கி, அடுத்த

தலைமுறையின் எதிர்ப்புக் கலகம் தோன்றும் போதுதான் பெண்கள் திரும்பிப் பார்த்து தமது பலத்தைக் கண்டறிகின்றனர். தமது ஒருமைப் பாட்டையும், தமது அரசியல் வரலாற்றையும் கண்டறிகின்றனர். இந்த ஒவ்வொரு சந்தர்ப்பத்திலும் எல்லா விஷயங்களும் திரும்பக் கண்டறிய வேண்டியிருந்தது. மீண்டும் புதிதாகத் தோற்றுவிக்கப்பட வேண்டி யிருந்தது. வழக்கமாக, பெண்களுக்கு இவ்வளவு நல்ல சந்தர்ப்பம் என்றும் ஏற்பட்டது கிடையாது என்ற ஆண்களின் வாக்குறுதிகளின் பேரில் இவ்வாறு செய்யப்பட்டது. பெண்கள் ஒடுக்கப்படுவது மிகவும் சக்தி வாய்ந்த முறையில் மறுக்கப்பட்டதால், இதனால் ஏற்படும் கசப்பான உணர்வு ஒவ்வொரு பெண்ணுக்கும் 'பெயர் இல்லாத ஒரு பிரச்சினை'யாகிறது. நியாயமாகவே புகழ்பெற்ற இந்த சொற்றொடரில், நவீனகாலப் பெண்ணியத்தின் தாய் ஆகிய பெட்டிஃப்ரீதான், 1963ல் பெண்ணினத்தின் புதிர் என்ற வெளியீட்டைத் தொடங்கியதோடு, பெண்களது போராட்டத்தின் ஓட்டுரிமைக்குப் பிந்திய கேந்திரமான கட்டத்தைத் தொடங்கி வைத்தார்.

> அமெரிக்காவில் இருபதாம் நூற்றாண்டின் மத்தியில் பெண்கள் ஒரு வியப்பான எழுச்சியால் ஓர் அதிருப்தி உணர்வால் ஒரு ஏக்கத்தினால் பாதிக்கப்பட்டனர். ஒவ்வொரு நகர்ப்புறப் பெண்ணும் அதனுடன் தனியாகப் போராடினாள். அவள் படுக்கையைத் தயார் செய்யும் போதும் கடையில் சாமான்களை வாங்கும் போதும், பொருத்தமான உடைகளை ஏற்பாடு செய்யும்போதும் உணவருந்தும் போதும் சாரணச் சிறுவர் சிறுமிகளை ஏற்றிக் கொண்டு கார் ஓட்டிக் கொண்டு செல்லும்போதும் இரவில் தன் கணவன் அருகில் படுத்திருக்கும் போதும் 'இது மட்டும்தானா?'[13] என்ற மௌனமான கேள்வியைத் தனக்குத்தானே கேட்டுக் கொள்வதற்கும் கூட அவள் பயப்பட்டாள்.

வீட்டில் மனைவி மகிழ்ச்சிகரமாக இருக்கிறாள் என்ற கட்டுக் கதையைத் தூள் தூளாக உடைத்தெறிந்ததில்தான் பெட்டி ஃப்ரீதானின் சாதனை அடங்கியுள்ளது. இதன்மூலம், பெண்கள் 'வீட்டுத் துறைக்குள்ளேயே' சிறைப்பட்டுக் கிடப்பதை உடைத்துக் கொண்டு வெளிவருவதையும் ஒருவர் மற்றொருவருடன் தமது சலிப்பையும், கோபத்தையும் பகிர்ந்து கொள்வதையும் சாத்தியமாக்கிற்று. அதே சமயத்தில் மற்றொரு முறையிலிருந்தும் ஓர் ஆக்ரோஷமான கோபம் பொங்கி வழிந்து கொண்டிருந்தது. 1960ஆம் ஆண்டுகளின் தீவிர அரசியல் பல வலிமை வாய்ந்த மற்றும் பற்றுறுதி வாய்ந்த இளம் பெண்களை இனவெறிக்கும், வியட்நாம் போருக்கு எதிராகவும், போராடுவதற்கு ஈர்த்தது. ஆயினும் ஒவ்வொரு 'புரட்சிகர' இயக்கத்

தினுள்ளும் 'ஆண்கள்தான் அணிவகுப்புகளை நடத்தி, சொற்பொழிவு களை நடத்தியதையும், தமது பெண் தோழர்கள் கடித உறைகளை ஒட்டுவதையும், சொற்பொழிவுகளைக் கூர்ந்து கவனிப்பதையும் செய்வதற்கு மட்டுமே எதிர்பார்க்கப்பட்டனர்' என்பதையும் கண்டனர். இயக்கத்தின் பெண்களுக்கான ஒரே இடம் 'சார்ந்திருப்பதே' என்று கறுப்பர் இனத் தலைவர் ஸ்டோக்லி கார்மைக்கேல் கூறக் கேட்டபோது பெண் செயல்வீரர்கள் ஆக்கிரமிப்புக்குள்ளாகியிருக்கும் வியட்நாமியர் களைக் காட்டிலும் தமது சொந்த கறுப்பர்களை - அதாவது தங்களையே காட்டிலும் - ஒடுக்கப்பட்டவர்களில் தமக்கு மிகவும் நெருக்கமாக உள்ள, அடிமைப்படுத்தப்பட்ட வர்க்கத்தின் விடுதலையே மிகவும் தேவைப்படுகிறது என்பதைக் கண்டனர். தொடர்ந்த ஆண்டுகளின் பிரதான நிகழ்ச்சிகளிலிருந்து பெண்களின் கோபமும் போராட்டமும் வெடித்திருப்பதன் அடையாளத்தைத் தெளிவாகக் காணலாம்:

1966 ஃப்ரீதான் தலைமையில் அமெரிக்கப் பெண்களின் தேசிய அமைப்பு தோற்றுவிக்கப்பட்டது.

1969 'கருவாய்த் தூண்டுதலின் கட்டுக்கதை' என்ற (ஆனி) கோய்த் என்பவருடைய திருப்புமுனையை ஏற்படுத்திய ஆவணம், தலைமுறை தலைமுறையாக மூடி மறைத்து புதிராக வைக்கப் பட்டிருந்த பெண்ணின் பிறப்புறுப்பின் முகமூடி திறக்கப்பட்டது. பெண்ணின் பாலியல் தன்மைக்கான ஓர் ஒன்று திரட்டும் கோஷமாக அது பயன்படுத்தப்பட்டது.[14]

1970 கேத் மில்லெட்டின் பாலியல் அரசியல் ஜெர்மெய்ன் கிரிரீன் பெண்அலி, ஷுலா மித்ஃபயர்ஸ்டோனின் பாலினத்தின் தர்க்கவியல் பெண்ணியப் புரட்சிக்கான ஆதாரம் என்ற நூல்கள் வெளியிடப்பட்டன. பிரிட்டனில் முதலாவது பெண்களின் விடுதலைக்கான தேசிய மாநாடு.

1971 அமெரிக்கப் பெண்களின் தேசிய அரசியல் நிறுவப்பட்டது.

1973 சர்வதேசப் பெண்ணியக் காங்கிரஸ்

1975 பெண்களின் உரிமைக்கான ஐ.நா. பத்தாண்டு

1960-80கள் தொழில் வளர்ச்சி பெற்ற உலகம் முழுமையிலும் சட்டச் சீர்திருத்தம், சமவாய்ப்புகள் சட்டம் ஆகியவற்றுக்கான வேலைத் திட்டங்களும் ஆக்கமான போராட்டமும்.

திகைக்கச் செய்கின்ற மற்றும் அதனுடைய நிச்சயமற்ற தொடக்கங் களிலிருந்து பின்னர் புதிய பெண்களியக்கம் ஓர் ஆணையிடும் அரசியல்

சக்தியாகப் பெருகிப் பிரவேசித்தது. தனிப்பட்ட ஆண்களின் மற்றும் அரசுகள் முழுமையின் ஆதரவைப் பெற்றது. பெண்களின் வெறும் வாக்குரிமை மட்டுமல்ல, கண்டனக் குரலில் ஒரு புதிய சுருதியும், பகுப்பாய்வில் ஒரு புதிய பரிமாணமும் இயக்கத்திற்கு ஓர் அதிகார அந்தஸ்தையும் நம்பகத்தன்மையையும் அளித்தன, அது கவனிக்கப்பட வேண்டும் என்பதைக் கோருவது மட்டுமல்ல, ஆணையிடுவதையே செய்தது.

பெண்கள் ஓர் ஒடுக்கப்பட்ட வர்க்கம்... நாங்கள் பாலியல் ஜடங்களாக பிள்ளைகளைப் பெறுபவர்களாக, வீட்டு வேலை யாட்களாக மலிவான தொழிலாளிகளாகச் சுரண்டப்படுகிறோம்... எங்களுக்கென்று உருவாக்கப்பட்ட நடத்தை உடல் ரீதியான வன்முறை பிரயோகிக்கப்படும் என்ற அச்சுறுத்தல்களோடு வலுக்கட்டாயமாக அமல்படுத்தப்படுகிறது. ஏனெனில், நாங்கள் ஒடுக்குமுறையாளர்களோடு மிகவும் ஒன்றி, ஒருவர் மற்றொரு வருடன் தொடர்பின்றி தனிமைப்படுத்தப்பட்டு வாழ்ந்து வந்துள்ளோம். எங்களுடைய துன்ப துயரங்களை ஓர் அரசியல் நிலைமையாகப் பார்ப்பதினின்றும் தடுக்கப்பட்டோம்.[15]

இந்த சுயசிந்தனையிலிருந்து ஒரு தடவை புரிந்து கொள்ளப்பட்ட தடுக்க முடியாத உள்ளுணர்விலிருந்து புதிய இயக்கத்தின் மிகவும் சக்தி வாய்ந்த கோஷங்கள் எழுந்தன, தனிப்பட்ட விஷயம் அரசியல் விஷயமேயாகும். முதல் தடவையாக பெரும் எண்ணிக்கையிலான பெண்கள் நமக்கு விரோதி திருச்சபையோ, அரசோ, சட்டமோ, சர்க்காரோ அல்ல. மாறாக இவையனைத்தின் ஏஜெண்டும் பிரதிநிதியுமான தமது படுக்கையில் உள்ள ஆணேயாகும். அவனேயாகும் என்ற கருத்தமைப்பை மேற்கொண்டனர்.

லட்சக்கணக்கான பெண்கள் தமது வாழ்நாள் முழுவதும் தாங்கள் எதிர்பார்த்துக் கொண்டிருந்த அறிக்கை என்று இதை வரவேற்றனர். சமூக யதார்த்தம் செயல்படுகிற முறை பற்றிய வர்ணனை. இறுதியாக அது சம்பந்தமான அவர்களது அனுபவங்களை விளக்கியது. இவர்களில் சில பெண்களுக்கு ஒரு செயல்-பாதை தெட்டத் தெளி வானதாகத் தோன்றியது. பெண்ணிய கோஷத்தை அடுத்த கட்டத்திற்கு எடுத்துச் செல்வதில் வெற்றியடைந்து தனிப்பட்ட விஷயத்தை அரசியலாக்குவார்களேயானால் கடந்த காலத்தில் பெண்களுக்கு எதிராகப் பாய்ந்த, குறைந்தபட்சம் சில அலைகளையாவது திருப்பியடிப்பதற்கு அவர்கள் சக்தி பெற்றிருப்பார்கள். உலகெங்கும் அரசியலிலும் அதிகாரத்திலும் பெண்கள் இடம் பெற்றதானது சிதறல்களாகவும், மெதுவாகவும் நடைபெற்றது. ஸ்ரீலங்காவின்

சிரிமாவோ பண்டாரநாயகா, 1960ல் உலகின் முதலாவது பெண் பிரதம மந்திரியான போது, அது அவ்வளவாக ஒரு முன்னறிகுறியாகத் தென்படவில்லை. ஆனால் அவர் பதவி ஏற்றதானது பெண் அரசியல் வாதிகளின் ஒரு புதிய இனத்திற்குக் கட்டியம் கூறியது. அவர்கள் உறுதிபடைத்தவர்களாகவும் திறமைசாலிகளாகவும், பதவி வேட்கை கொண்டவர்களாகவும் இருந்தனர். யாவற்றுக்கும் மேலாக, 'யாரும் தங்கள் வாழ்நாள் முழுவதும் பின்னோக்கி நடனமாடிக் கொண்டிருக்க வேண்டியதில்லை' என்ற அமெரிக்க ஜில் ஜான்ஸ்டனின் மூதுரையின் உண்மையை வாழ்ந்து காட்டுவதில் பற்றுறுதி கொண்டிருந்தனர்.

அதிகார அரசியல் என்ற முற்றிலும் ஆண்களின் அரங்கில் நடனமாடுவதற்கு சாதுர்யமான முன்னெடுப்பும், பெருமளவான உள்ளூரமும் - மனரீதியாகவும், உடல் ரீதியாகவும் - தேவைப்படுகிறது. பிரிட்டிஷ் நாடாளுமன்றத்தின் 1000 ஆண்டுக்கால வரலாற்றில் அதில் பிரவேசிக்கும் முதல் பெண் உறுப்பினராக நான்ஸி ஆஸ்டர் தேர்ந்தெடுக்கப் பட்ட போது, அவர் தனது முதல் ஆறு மாத அனுபவத்தை, 'கலப்படமற்ற நரகம்' என்று வர்ணித்தார். பெரும்பாலான நாடுகளில், தேர்தலில் போட்டியிடுவதற்கான உரிமையை வெல்வது கூட அதற்கே உரிய ஒரு நரகமாயிருந்தது. அஞ்சல் நிலையத் தலைவி மற்றும் பள்ளி ஆசிரியை ஆகிய பொதுப் பதவிகள் மட்டுமே பெண்கள் பிரவேசிப்பதற்குத் திறந்திருந்த காலத்தில் பிரெஞ்சு நாடாளுமன்றத்தில் இடம்பெறுவதற்கு முயன்றதற்காக, 1849ல் பிரெஞ்சு சோஷலிஸ்டு ஜீன் தெரோயின் என்ற பெண்மணி பரிகசிப்புக்கும் அடக்குமுறைக்கும் உள்ளானாள். ஆயினும் பெண்கள் தொடர்ந்து தமது வேட்புமனுக் களை தாக்கல் செய்தனர். தமது பாலினத்தின் மீது சுமத்தப்பட்ட வரம்புகளை ஏற்றுக் கொள்வதற்கு அடிக்கடி உறுதியாக மறுத்து வந்தனர். 1872ல் புகழ்வாய்ந்த விக்டோரியா கிளாஃப்ளின் வுட்ஹல் அம்மையார்தான் அமெரிக்க வரலாற்றில் ஜனாதிபதி தேர்தலுக்குப் போட்டியிட்ட முதலாவது பெண் ஆவார். வுட்ஹல், தனது சகோதரி யுடன் கூட நாட்டின் முதலாவது பெண்களால் நிர்வகிக்கப்படும் பங்குத்தரகர் தொழிலையும் நிறுவினார். அவர் தனது காலத்திற்கு மிகவும் முன்னோடியாகச் செயல்பட்டார். அதனால் தேசிய அவதூறுக்கும், பரிகசிப்புக்கும் இரையானார்.

ஆனால் கிளாஃபினின் துணிச்சலான சவால் ஏற்பட்டதற்குப் பின் ஒரு நூற்றாண்டுக்குள் முன்னதாக எல்லாம் ஆண்களுக்கே என்று இருந்த பதவிகளில் முதல் முதலாகப் பல பெண்கள் அங்கம் பெற்றனர். பெரும்பாலான பழைமைவாத நாடுகளில் இது ஏற்பட்டது. ஒவ்வோர் ஆண்டும் இவ்வாறு பெண்கள் புதிய புதிய பதவிகளில் பிரவேசிக்கத்

தொடங்கினர். 1966ல் இந்திராகாந்தி இந்தியாவின் முதலாவது பெண் பிரதம மந்திரியானார். 1969ல் கோல்டாமெயர் குலமரபுத் தலைவர்களின் வலுக்கோட்டையான இஸ்ரேலில் வாகை சூடினார். 1974ல் யெலியனார் கிராஸ்ஸோ அமெரிக்காவின் முதலாவது பெண் கவர்னராக அவரது சொந்தத் தகுதியின் பேரில் தேர்ந்தெடுக்கப் பட்டார். அதே ஆண்டில் பிரான்சின் புதிதாக நியமிக்கப்பட்ட பெண் நல்வாழ்வு அமைச்சர் சைமோன் வெய்ல், தனது நாடாளுமன்றத்தில் கருக்கலைப்பு சீர்திருத்த மசோதாவை வெற்றிகரமாக நிறைவேற்றினார். 1979ல் பாகிஸ்தானின் பெனாசிர் புட்டோவும் சீனாவின் ஹாவோ தியான் சூவும் பிரிட்டனின் மார்கரெட் தாட்சரும் தத்தமது நாடுகளில் பதவிக்கு வந்தனர். அவர்களைத் தொடர்ந்து அமெரிக்கப் பத்திரிகைகள் விரைவில் இவ்வாறு வர்ணித்த பிற கிளர்ச்சியூட்டும் பெண்கள் பதவிகளுக்கு வந்தனர். 1980ல் ஐஸ்லாந்தின் முதலாவது பெண் அரசாங்கத் தலைவி ஃபின்னிஸ் பொகாதோட்டிர்: 1984ல் நியூயார்க்கின் ஜெரால்டைன் ஃபெர்ராரோ, அமெரிக்க உப ஜனாதிபதிப் பதவிக்குக் கடும் போட்டியாளராகத் திகழ்ந்தார். மேலை உலகில் மிகவும் அதிகாரம் வாய்ந்த ஒரு பதவியைப் பிடிப்பதற்கு மிக சமீபம் வரையில் வந்தார். உலகெங்கும் வட்டார மற்றும் மாநில மட்டங்களிலும் அரசு (சிவில்) சேவைகளிலும் மற்றும் நிர்வாகத் துறைகளிலும் பெண்கள் பதவிகளைப் பெறுவதில் வாகை சூடினர், 'பெண்கள் மிகுந்த புணர்ச்சிப் பரவச நிலை கர்ஜனையுடன் வருகிறார்கள்' என்ற ஓர் அமெரிக்கத் தொழில்துறைப் பெண்ணின் கூற்றின் சாராம்சத்தை எளிதில் உணரலாம்.

ஆயினும் எல்லாப் பெண்ணியவாதிகளும் ஆணின் அதிகார உலகத்தின் கட்டமைப்புகளில் ஊடுருவுவதில் கிடைத்த ஐயத்திற்கிட மற்ற வெற்றிகளினால் உற்சாகம் பெறவில்லை. ஆணின் அமைப்புகள் அவற்றின் முக்கியமான தன்மையை மாற்றிக் கொள்ளாமல் பெண்களை எளிதில் ஏற்றுக் கொள்வதைக் கண்டு சந்தேகம் கொண்ட தனிமைவாதிகள், கறுப்பர் இன அமெரிக்கக் கவிஞர் ஆட்ரே லோர்டின் சொற்களில் கூறுவதெனில், 'எஜமானனின் கருவிகள் ஒருபோதும் எஜமானனின் வீட்டை இடிக்காது' என்று வாதிட்டனர். ஆண்களும் பெண்களும் தனித்தன்மை வாய்ந்தவர்கள் என்பது மட்டுமன்றி, எதிரெதிரான அரசியல் தேவைகளையும் கட்டாயங்களையும் கொண்டுள்ளவர்கள் என்று வளர்ந்து வந்த நம்பிக்கையானது, பெண்களின் பிரச்சினைகளுக்காக ஆதரவு திரட்டுவதற்கு அல்லது போராடுவதற்குப் பெண்களை மட்டுமே கொண்ட கட்சிகளும், குழுக்களும் தோன்றுவதற்குத் தூபமிட்டன. நவீன காலப்

பெண்ணியம் மறுபிறவியெடுத்த 1960களைத் தொடர்ந்த பத்தாண்டு காலங்களில் பெண் அகதிகளுக்கு உதவி, கற்பழிப்பு நெருக்கடி மையங்கள் போன்ற காலங்காலமான ஆனால் இனங்கண்டுபிடிக்காத சமூக பிரச்சினைகளுக்கு (பெண்களின் பிரச்சினைகளாக இருப்பதால் அடிக்கடி இனங்காணப்படாமல் இருந்தன) சில தீவிரமான புதிய அணுகுமுறைகளும் இவற்றில் அடங்கும். இயற்கையைப் பாதுகாப்பது மற்றும் சுற்றுச்சூழல் தூய்மையைப் பராமரிப்பது ஆகியவையும் அரசியல் நடவடிக்கைக்கான மிகப் பல பெண் இயக்கங்களின் நிகழ்ச்சி நிரலில் உயர் இடத்தை வகிக்கின்றன. இது குறித்து வரலாற்றாசிரியர் அமெளரி டி ரீய்ன்கோர்ட், பின்வருமாறு குறிப்பிடுகிறார்: 'தான் வசிக்கும் கோளின் தூய்மையைக் கெடுத்த மேலைய மனிதன் இப்பொழுது பூமித்தாயின் தூண்டிவிடப்பட்ட எழுச்சியை சமாளிக்க வேண்டியுள்ளது - பன்முகப் பெண் தெய்வமான காளியைப் போன்று, பூமித்தாய் நாகரிகமான ஸ்திரத்தன்மையைத் தோற்றுவிப்பவள் மட்டுமன்றி, அவ்வப்பொழுது புரட்சிகரமான சீற்றத்தையும் வெளிப்படுத்துவாள்.[16]

உலகில் உயிர் வாழ்வதற்கான 'பெண்கள் இயக்கம்' என்ற உணர்வு உலகின் மிகவும் நிலையான சமாதான முகாம் ஆகியுள்ளதன் உயிரோட்டமுள்ள ஜீவனாகும் - இது தெற்கு இங்கிலாந்தில் கிரீன்ஹாம் காமன் என்ற இடத்திலுள்ள மாதர்களின் சமாதான முகாம் ஆகும். அணு ஏவுகணை தளத்தில் முகாமிட்டுள்ள அமெரிக்க ராணுவத்தினர், பிரிட்டிஷ் வழக்குமன்றங்கள், உள்ளூர் போலீசார், மனம் போன போக்கிலான வன்முறைக் கும்பல்கள், மற்றும் கீழ்த்தரமான பத்திரிகைகள் ஆகியோரின் இடைவிடாத துன்புறுத்தல்களையும் பொருட்படுத்தாது 1981ஆம் ஆண்டிலிருந்து இந்தப் பெண்களின் முகாம் மாதர்கள் சமாதான இயக்கத்தின் கீழ்வரும் குறிக்கோள் பாடலின் ஜீவனுள்ள உருவகமாகத் தொடர்ந்து செயல்பட்டு வருகிறது.

ஓ சகோதரிகளே, வாருங்கள், உங்கள் தகுதியை
நிரூபிக்கப் பாடுங்கள்
கைகோத்துச் செல்வோம் சகோதரிகளே
அன்னை பூமியில் உயிர்வாழ விடுங்கள்
என்பதே நம் கோரிக்கை

ஏனெனில், இந்த பூமி இன்னும் நமக்குக் கிடைக்கவில்லை. மிகவும் மோசமான அநீதிகளில் பெரும்பாலானவை அகற்றப்பட்டுள்ளதானது. மேலும் எஞ்சியுள்ளவற்றின் மீது கவனத்தை மையப்படுத்துவதற்கு உதவியுள்ளது. ஒருசில ஒளிவீசும் ஆரம்ப வெற்றிகளின் குதூகலத்திற்குப் பின்னர் ஒவ்வொரு போராட்டத்தில் வெற்றியடைந்ததோடு, விரோதி

வேறோரிடத்தில் மீண்டும் அணி சேருகிறான் என்ற உண்மையை இருபதாம் நூற்றாண்டு பெண்ணியம் தெரிந்து கொண்டது, புதிய ஒடுக்குமுறைகள் தோன்றுகின்றன. அவை முந்தியவற்றைப் போன்றே கூடுதல் அடிப்படையான அசமத்துவங்களின் அடையாளங்களும் வெளிப்பாடுகளும் மட்டுமே. அவற்றின் வேர்களை அகற்றுவது ஒரு புறமிருக்க, இனங்காண்பதே கடினமாக உள்ளது. மீண்டும் மீண்டும் ஏற்பட்ட ஏமாற்றத்தினால் வரலாறு பற்றிய உணர்வு கூர்மையடைந்த நிலையில், பெண்கள், தமது போராட்டம் சாராம்சத்தில் மீண்டும் மீண்டும் ஏற்படும் தன்மை உடையதாக இருப்பதை உணரத் தொடங்கியுள்ளனர். தாங்கள் எந்த சூழ்நிலைகளில் உரிமைகளையும் சுதந்திரங்களையும் வெல்கிறார்களோ, அவையே மிகவும் வேதனைப் பட்டு வென்ற உரிமைகளையும் சுதந்திரங்களையும் தகர்க்கவும் முடியும் என்பதையும் உணரத் தொடங்கினர்.

ஏனெனில் சமூக மாற்றத்தின் போது பழைய, நிலையான அதிகார அணிகள் மாற்றமடைந்து உடையும் போது பெண்கள் முன்னேறு கின்றனர். பெண்களும் (முன்பு ஒதுக்கப்பட்ட மற்றவர்களும்) முன்பு அவர்களுக்கு மறுக்கப்பட்ட கட்டமைப்புகளில் ஊடுருவுவதற்கு வாய்ப்பு ஏற்படுகிறது. எனவே பொதுத் துறையில் அல்லது வேலைத்துறையில் பெண்களின் முன்னேற்றமானது கொந்தளிப்பு ஏற்படும் காலங்களுடன் தொடர்புடையதாகும். எல்லைப் புறங்களில் உள்ள பெண்கள் போராடுகிறார்கள். துப்பாக்கியால் சுடுகிறார்கள். வெளிநாடுகளிலிருந்து வந்து குடியேறிய பெண்கள் வர்த்தகத்தில் பணியாற்றுகின்றனர். நகரத்தில் அல்லது தொழில் கழகத்தில் வேலைக் காகப் போட்டியிடுகின்றனர். விடுதலைக்கான போராட்டத்தின் 1960களுக்குப் பிந்திய கட்டமானது உலகப் பொருளாதார மந்தத்தின் இரட்டை சகோதரியாகும். அது, மகாயுத்த காலத்தில் ஏற்பட்டது போன்றே பணித்துறையில் பெண்களின் பங்கெடுப்பை உயர்த்தியது (பிரிட்டனில் 47 சதவிகிதம் வரையிலும் இது அதிகரித்தது). அப்பொழுது லட்சக் கணக்கான பெண்கள் வீட்டு வேலைகளை விட்டுத் தொழிற் சாலைகளில் பணிபுரிய வந்தனர். மீண்டும் ஒருபோதும் வீட்டுப் பணிகளுக்குத் திரும்புவதில்லை என்று சூளுரைத்தனர்.

அவர்கள் சூளுரைத்தது மெய்யே. ஆனால் வீட்டு வேலைக்கு விரைவில் வேறு பெயர் கொடுக்கப்பட்டது. இரண்டு உலகப் போர் களின் போது ஒரு முழுத்தலைமுறையே இளம் இஞ்ஜினியர்களாகவும், தேர்ச்சித் திறன் பெற்ற தொழிலாளர்களாகவும், பிறரது பார்வையைக் கவர்ந்த அழகிகள் மீண்டும் வீடுகளுக்கே திரும்ப நேர்ந்தது. அந்த

சமயத்தில் பெண்கள் வேலை செய்வதும், கார் ஓட்டுவதும், அவர்களுடைய குழந்தைகளுக்குக் காப்பகங்களும், நர்சரி பள்ளிகளும் ஏற்படுத்துவதும் எவ்வளவு ஜீவாதாரமானதாக இருந்த போதிலும் பெண் விடுதலையின் இந்த அடையாளங்கள் நெருக்கடியின் ஒரு விளைவாகவே காணப்பட்டன. இதனால் அவை மோசமாக பாதிக்கப்படவும் செய்தன. வெளியிலிருந்த நெருக்கடியால் தோற்றுவிக்கப்பட்ட போதிலும் நிச்சயமற்ற தன்மை, அதிருப்தி மற்றும் அச்சம் ஆகியவை, பெண்களுக்கு இப்பொழுது வேலைகள் கிடைத்துள்ளன அல்லது அன்பும் வரவேற்பும் அளிப்பவர்களாக இனி ஒருபோதும் அவர்கள் வீடுகளில் இல்லை என்ற யதார்த்தத்துடன் தொடர்புபடுத்தப்பட்டுவிடுகிறது. எனவே இப்பொழுது மாற்றத்தின் கெட்ட உணர்வுகளுடன் ஒன்றிணைக்கப்பட்ட நிலையில் மோசமான தன்மைக்குக் காரணம் பெண்கள்தான் என்று கூறப்படும் நிலைமை ஏற்பட்டது. ஆண்களுக்கு மட்டுமின்றி பெண்களுக்கும்கூட, இந்த மனத்தாங்கல்களும் அதிருப்திகளும் அவற்றுக்கு தாங்கள்தான் காரணமாகக் கூறப்பட்டுள்ள நிலையில் தமது புதிய சுதந்திரங்களுக்குக் கொடுக்கப்படும் மிக அதிகமான விலை என்பதாக அடிக்கடி தோன்றியது.

உண்மையில், சுதந்திரத்தை, நோக்கிய பெண்களின் முன்னேற்றத்தின் காரணமாக ஏற்படும் அதிருப்தியின் மூல காரணங்கள் பல நூறு ஆண்டுகளாக மிகவும் நிலையானவையாக இருந்தன.

- ஆண்கள் வேலையில்லாதிருக்கும் போது பெண்கள் வேலை செய்வது (ஆண்களின் வேலைகளை மேற்கொள்வது)

- பெண்கள் வீட்டின் தனிமை நிலையிலிருந்து வெளியேறி, தொழிற்சாலைகளில் பிற பெண்களுடன் அல்லது பிற குழுக்களுடன் ஒருமைப்பாட்டை வளர்ப்பது

- பெண்கள் தங்களது சுய முயற்சியில் பணம் பெறுவது அது வழங்கும் சுதந்திரத்தைப் பெறுவது

- பெண்கள் அவர்களது முந்தைய வீட்டிற்குள்ளேயான சலுகைகளுக்கு பதிலாகப் பொது உரிமைகளைப் பெறுதல்

 - பெண்கள் 'ஆண் தன்மை வாய்ந்த' திறமைகளைக் கற்றுக்கொள்ளுதல் (குதிரை சவாரி செய்வது, துப்பாக்கி சுடுவது, தொழில் நடத்துவது) - இவ்வாறு ஆண் தகுதி என்பதன் புதிரை விடுவிப்பது, தலைமை தாங்குவது என்பது ஆணின் உரிமை என்று உள்ளார்ந்த முறையில் வலியுறுத்துவதற்கு சவால் விடுவது.

 - இல்லத்தின் அரசி இல்லாமலிருப்பது, பெண்கள் பிற வேலைகளைச் செய்யும்போது வீட்டு நிர்வாகம் பாதிக்கப்படுவது ஆகியவையாகும்.

'நாம் அனைவரும் மாமூலான நிலைமைக்குத் திரும்பும்போது எல்லாம் மீண்டும் சரியாகப் போய்விடும்'... 'ஒட்டுயிர்ப்பூச்சி போன்ற இந்தப் போர் முடிவடையும் போது...' - இவ்வாறு பழைய நிலைமைக்குத் திரும்ப வேண்டும் என்ற அடிப்படையான உணர்வும் மிகவும் மனிதநேயமான உள்ளுணர்வுமே இந்த மனத்தாங்கல்களுக்குக் காரணமாகும். இதை உணர்ந்தால், பெண்கள் வென்றெடுக்கும் ஆதாயங்களை அவர்களால் ஏன் நிலைத்திருக்கச் செய்ய முடிய வில்லை என்பதைக் காண்பது எளிது. எப்போதும், அடிக்கடி அனேக மாகக் கண்ணுக்குப் புலப்படாத திருட்டுத்தனமான அணித் தாக்குதல் இருந்து வருகிறது. 'நமக்கு ஓட்டுரிமை கிடைத்தபோது, அதனால் நாம் ஒரு முழுப் பிரஜையாக்கப்படவில்லை என்பதை வியப்புடன் கண்டறிந்தோம். அது ஒரு பயங்கரமான கண்டுபிடிப்பாகும்' என்று பெண்களின் வாக்குரிமைக்குப் போராடிய ஒரு பெண், அந்தப் போராட்டத்தில் வெற்றியடைந்ததாக நினைத்ததற்கு ஐம்பதாண்டு களுக்குப் பின்னர் வேதனையுடன் கூறினார்.[17]

அது மீண்டும் மீண்டும் கண்டுபிடிக்கப்பட வேண்டிய ஒன்றாகவும் இருந்தது. தமது சுதந்திரம் தானாக வந்து விடாது என்பதைப் பெண்கள் அடிக்கடி வேதனையுடனும், எப்போதும் தயக்கத்துடனும் கற்றுக் கொள்ள வேண்டியிருந்தது. பத்தொன்பதாம் நூற்றாண்டில் வாக்குரிமையின் மீதும், கல்வியின் மீதும், வாழ்க்கைத் தொழில் களைப் பெண்கள் அணுகுவதன் மீது உயர் எதிர்பார்ப்புகள் கொண்டி ருந்தனர். ஐரோப்பியப் புரட்சிகரப் போராட்டத்தில் சர்வதேச சோஷலிஸ்டுப் பெண்கள் காங்கிரசை 1907ல் நிறுவியவரான க்ளாரா ஜெட்கின், இவையாவற்றுக்கும், காரணமாக இருந்தார். விமர்சன பூர்வமான பகுப்பாய்விலும் பரந்த ஞானத்திலும் சர்வதேச ரீதியில் அவர் ஒளிவீசித் திகழ்ந்தார்.

ஆயினும் அவருக்கு முந்திய காலத்திலும் அவர் காலத்திலும் ஏராளமான பிறரைப் போன்றே ஜெட்கினும், 'உழைப்புப் பணியில் பெண்களின் முழுப் பங்கெடுப்பும், முழுமையான சட்டப்படியான சமத்துவமும் அவற்றின் பயனாக உடனேயே, அவர்களின் அரசியல் மற்றும் சமூக விடுதலைக்கு இட்டுச் செல்லும் என்று மனப்பூர்வமாக நம்பினர். இதோடு கூட, ஜெட்கினின் நண்பரும் சகாவுமான ரோஸா லக்ஸம்பர்க், ஹைபாஷியாவைப் போன்று, எதிரிகளால் பிடிக்கப் பட்டு அடித்துக் கொல்லப்பட்டதால் ஏற்பட்ட கடுமையான மனக் கசப்பும் பெண்களின் விசேஷ நலன்களை நெருக்கடிக்குள்ளாக்கின. ஆண்களுக்கான புரட்சிக்கு எவ்வளவு உத்வேகத்துடன் மார்க்ஸ் ஈடுபட்டாரோ, அதே அளவு பெண்களின் எதிர்காலத்தைப் புரட்சி

கரமானதாக்குவதற்கு ஈடுபடுவார் என்று ஜெட்கினோ, லக்ஸம் பர்க்கோ அவரை நம்பவில்லை. கருக்கலைப்பு மற்றும் விவாகரத்து ஆகிய உரிமைகள் போன்ற ஒருசில அரை மனதான மாற்றங்களுக்குப் பிறகு ரஷ்யப் பெண் தன்னுடைய நிலைமை எப்போதைக் காட்டிலும் மோசமாகிவிட்டது என்பதை உணர்ந்தாள். இப்பொழுது அவள், ஆட்சியின் ஒரு பொருளாதாரக் கருவியாக இருக்க வேண்டும். தனது கணவனுக்கு பாலின போகப் பொருளாகவும் இருக்க வேண்டும். நாள் முழுவதும் வேலைசெய்யும் நிர்ப்பந்தம், குழந்தைப் பராமரிப் பையும், இரவில் 'ஓய்வு' நேரத்தில் வீட்டு வேலையையும் பார்க்க வேண்டும்.

இதன் விளைவு தவிர்க்க முடியாததே. இந்த நூற்றாண்டின் தொடக்கத்தில் ரஷ்யப் பெண்ணின் சராசரி உயிர் வாழும் காலம், சராசரி ஆணின் வாழ்நாளைக் காட்டிலும் இரண்டு ஆண்டுகள் குறைவு. உயிரியல் ரீதியாக பெண்கள் அதிக காலம் ஜீவிக்கும் போக்கு இருந்த போதிலும் இந்த நிலை இருந்தது. 1960களின் துவக்கத்தில் பெண்களின் ஆயுட்காலம் ஆண்களைக் காட்டிலும் எட்டு ஆண்டுகள் குறைவாக இருந்தது.[18] ஆயினும் கட்சிக் கொள்கை இந்த வெளிப் படையான அநீதியான உழைப்புப் பிரிவினையைத் தக்க வைத்துக் கொண்டி ருந்தது. அதற்குப் புதிய குலமரபுத் தலைவர்கள் பாலினங் களின் பாத்திரம் பற்றிய மிகவும் மண்மூடிப்போன கருத்தை ஆதாரமாகக் கொண்டனர்.

ஒரு சிறுவன் அவன் பள்ளியில் படிக்கும்போதே கூட செஞ்சேனையில் சேவை செய்வதற்குத் தயாராக இருக்க வேண்டும். ஒரு படைவீரனின் கடுமையான வாழ்க்கைக்குரிய விசேஷ உடல் ரீதியான மற்றும் முழுமையான ராணுவப் பயிற்சியையும் அவன் பெறுகிறான். பெண்ணின் நிலைமை என்ன? அவள் பிரதானமாக ஒரு தாய். பள்ளிக் கல்வியானது பெண்ணுக்கு மனித உடலமைப்பு, உடற்கூறு இயல், உளவியல், ஆசிரியரியல், மற்றும் சுகாதாரத்தில் விசேஷ அறிவை வழங்க வேண்டும்.[19]

இத்தகைய முடக்குகின்ற பாலின ஒதுக்கல் ஒவ்வொரு சமுதாயத்தின் உள்ளார்ந்த கட்டமைப்புகளிலும் தொடர்ந்து இருந்து வருகிறது. ஏனெனில் அது மனித இனத்தின் உள் ஆழத்தில் தொடர்ந்து இருந்து வருகிறது. பெண்களுக்கு வாழ்க்கையின் தேர்வுகள் (இவை பொதுவாக அவர்களுடைய சமுதாயங்களினால் அவர்களுக்கு உருவாக்கப்படுகின்றன) இரு தீமைகளில் ஒன்றைத் தேர்ந்தெடுக்கச் செய்கின்றன - ஒன்று வேலைப் பளு மிகுந்த தொழிலாளி / மனைவி / இரட்டைச் சுமைகளைத் தாங்கும் தாய், அல்லது வேலை குறைவாக

உள்ள வீட்டிலேயே அடங்கிக் கிடக்கும் மனைவி, இவள் உரிமை களற்ற மற்றும் நம்பிக்கையற்ற அரை - வாழ்வுடன் சோம்பேறித் தனமாக வாழ்கிறாள். உண்மையாகப் பார்த்தால் இவ்விரண்டில் எதுவும் ஒன்றைவிட மற்றொன்று மேம்பட்டதல்ல. ஆனால் இவ்விரண்டில் முழு நேரம் வீட்டைப் பராமரிக்கும் பணியிலிருப்பது தனிப்பட்ட பெண்களுக்கு தொழிற்துறையில் ஈடுபடுவதைக் காட்டிலும் தங்களுடைய சொந்த வாழ்வின் மீது கூடுதல் கட்டுப் பாட்டை வழங்குவதாகவும் கூலிக்கு அடிமையாக வேலை செய்வதை விடக் குறைவான சிரமமுடையதாகவும், இருப்பில் விரும்பத்தக்க தாகவும் தோன்றக்கூடும். இது ஒரு மாயத் தோற்றமாகும். ஏனெனில் வீட்டிலேயே பணியாற்றும் பெண்களுக்கு அவர் விழித்திருக்கும் நேரத்தில் பெரும்பாலானதை விழுங்குகின்ற ஒரு வேலையின் மீது அவளுக்குச் சொற்பக் கட்டுப்பாடே இருக்கிறது. அல்லது எந்தக் கட்டுப்பாடும் கிடையாது. அதனுடைய பிரதான குணாம்சம் என்னவெனில் அது ஒருபோதும் பூரணமாகச் செய்யப்படுவதில்லை என்பதே.

'ஓர் இல்லத்திற்கு ஒரு கணவன் எந்த அளவிற்குத் தேவையோ அதைவிட அதிகமான அளவிற்கு ஒரு மனைவி தேவையில்லை' என்று சார்லெட் பெர்கின்ஸ் கில்மன் ஊக்கமளிக்கும் வகையில் சுட்டிக் காட்டிய பிறகு கடந்துள்ள, சம்பவங்கள் நிறைந்த ஒரு நூற்றாண்டுக்கும் மேலான காலத்தின்போது வீட்டுவேலை செய்யும் பெண்ணின் பணி எவ்வகையிலும் குறையவில்லை. 'ஹூவர்கள்', சலவை இயந்திரங்கள், குளிர் சாதனப் பெட்டிகள், பாத்திரம் கழுவும் இயந்திரங்கள், உணவு பதனம் செய்யும் கருவிகள் 'மைக்ரோவேவ்' அடுப்புகள் முதலியவை பத்தொன்பதாம் நூற்றாண்டின் நடுப்பகுதியி லிருந்து இடைவிடாது ஆய்வுக் கூடங்களிலிருந்தும் ஆலைகளிலிருந்தும் வந்து குவிந்த வண்ணம் உள்ளன. 1841ல் பிரிட்டனிலிருந்து எரிவாயு அடுப்புகள் வந்தன. 1881ல் மின் விசை வந்தது. 1908ல் முதலாவது ஹூவர் காப்புரிமைப் பட்டயம் செய்யப்பட்டது. ஆயினும், சமையல் செய்வது, சுத்தம் செய்வது, குடும்பப் பராமரிப்பு ஆகியவற்றிற்கு ஒரு பெண் செலவழிக்கும் மணி நேரத்தின் மீது இவையெல்லாம் எந்தத் தாக்கத்தையும் ஏற்படுத்தவில்லை. ஒரு வேலையில் மிச்சம் பிடிக்கப்பட்ட நேரத்தை அப்படியே மற்றொரு வேலை எடுத்துக் கொண்டது. ஏனெனில் வீட்டு வேலையே கூடுதல் நுண்மையாகவும், அதிக கவனத்தைத் தேவைப்படுத்துவதாகவும் மாறியது. துணிச்சலான புதிய தொழில்நுட்பம் உருவாக்கிய மேம்பட்ட சேவைகளின் முன்பாக உயர்வான எதிர்பார்ப்புகளைப் பூர்த்தி செய்வதற்கு பெண்கள் முன்னிலும் கடுமையாகப் பணியாற்ற வேண்டியேற்பட்டது.

தத்துவார்த்த ரீதியில் வீட்டு வேலையை மறுவிளக்கம் செய்வதற்கு அல்லது குறைப்பதற்கான முயற்சிகள் இதுபோன்றே வெற்றி பெறவில்லை. சார்லட் பெர்கின்ஸ் கில்மேன், சமூக அசமத்துவம் வீட்டில் தொடங்குகிறது என்பதை உணர்ந்து வீட்டு வேலையையே ரத்து செய்துவிடலாம் என்று யோசனை கூறினார். சமையல் செய்வது, சுத்தம் செய்வது, குழந்தைப் பராமரிப்பு முதலியவற்றுக்கான உழைப்பு சமூக ரீதியாக்கப்பட வேண்டும் என்று அவர் வாதிட்டார். இவை வேறு எந்த வகைப்பட்ட வேலையைப் போன்றே ஆண்கள் பெண்கள் ஆகிய இருபாலராலும் செய்யப்படவேண்டும் என்றார். வீட்டைத் தனியாக ஓய்வெடுத்துக் கொள்ளவும் பொழுது போக்கவுமான இடமாக்க வேண்டும் என்றார். ஆனால் ஆண் இனம், ஆண்களின் வேலை, பெண்களின் வேலை என்றிருக்கும் பாகுபாட்டை முடிவுக்குக் கொண்டு வருவதற்கு எவ்வித உற்சாகத்தையும் காட்டவில்லை. மாறாக மேலும் மேலும் புதிய வீட்டுபயோக இயந்திரங்களைக் கண்டுபிடிப்பதிலேயே தங்கள் முழு கவனத்தையும் செலுத்தினர். இதனால் அவற்றைத் தயாரிப்பவர்களுக்கே அனுகூலம் கிடைத்தது.

வீட்டு வேலைக்கான இயந்திரங்கள் பரவியதும் இருபதாம் நூற்றாண்டின் பிற்பகுதியில் அதை ஒரே, இயந்திர ரீதியான மற்றும் ஓரங்கட்டிய நடவடிக்கையாக்குவதற்கு உதவியது. இது இதனுடைய பங்குக்கு இதை மீட்க முடியாதவகையில் - இதைச் செய்பவர்களின் பார்வையிலும், அதே அளவுக்கு இதனால் அனுகூலமடைகின்றவர் களின் பார்வையிலும் கீழ்நிலைப் பணியாக்குகிறது. (‘நான் வீட்டிலேயே அடங்கியுள்ள மனைவி மட்டுமே’ என்பது 1960களுக்குப் பிந்திய ஆண்டுகளில் தன்னைத் தானே இழிவுபடுத்திக் கொள்ளும் முன் மாதிரியான அவச் சொல்லாக்கியது.) மதிப்புக்குறைக்கப்பட்ட பிறரால் காணப்படாத (விளம்பரதாரர்களைத் தவிர) அந்நியப்படுத்தப்பட்ட வெறுக்கப்பட்ட ‘இல்லத்தரசி’யானவள், கூலி பெறாத வீட்டு வேலை செய்யும் அடிமையைத் தவிர வேறல்ல. அடிக்கடி, மேலை நாடுகளில் பெண்கள் மதுவுக்கு அடிமையாவதும் மன அமைதிக்காக மாத்திரை களைச் சாப்பிடுவதும் மிகவும் அதிகரித்து வருவதை சுட்டிக்காட்டுவது போன்று அவள் போதை மாத்திரைகளைச் சார்ந்து வாழ்கிறாள்.

‘உழைக்கும் பெண்’ என்று கூறப்படுபவள் ‘குடும்பத்தலைவி’ செய்வது வேலையல்ல என்பதுபோல் - தனது தொழில் ரீதியான வேலைக்குமேல் சம்பளமற்ற இந்த எல்லா வேலைகளையும் செய்கிறாள். அவளது தொழில்ரீதியான வேலைக்கும், அதே வேலைக்கு ஆண்களுக்குக் கொடுக்கப்படும் சம்பளத்தில் அதிகபட்சம் முக்கால் பங்கே அவளுக்குக் கிடைக்கிறது. சமவேலைக்கு சம சம்பளம் பற்றிய

சட்டங்களெல்லாம் உலகின் பல பாகங்களில் ஆழமாக வேரூன்றியிருந்த மற்றும் அசைக்கப்பட முடியாத அநீதியின் மீது மிகவும் குறைந்தபட்சமான தாக்கத்தையே ஏற்படுத்தியது. உலகின் உழைப்பாளர் படையில் பெண்கள் மூன்றில் ஒரு பங்காக உள்ளனர். இதற்கு அவர்களுக்கு உலகின் வருமானத்தில் பத்தில் ஒரு பாகமே கிடைக்கிறது. உலகத்தின் சொத்தில் ஒரு சதவீதத்திற்கும் குறைவானதே அவர்களுக்குச் சொந்தமாக இருக்கிறது.[20] மேலும் உழைப்பு உலகத்தினுள் பெண்கள் திட்டமிட்ட முறையில் கீழான நிலைகளிலேயே வைக்கப்பட்டிருக்கிறார்கள். பிரமோஷனுக்கு அல்லது அந்தஸ்தும் வெகுமதியும் பெற்றுத் தருகிற வகைப்பட்ட வேலைக்கு அவர்களுக்கு வாய்ப்பு மறுக்கப்படுகிறது. பல சமுதாயங்களில் பெண்கள் சில தொழில்களைப் புரிவதே, 'பெண்ணின் வேலை' என்று அவர்களுக்கு முத்திரை குத்தப்படுவதை உறுதிப்படுத்துவதற்குப் போதுமானதாகும். இந்த வேலை குறைந்த சம்பளத்தைப் பெறுகிற கீழ்த்தரமான வேலை என்பதற்கு ஓர் உத்தரவாதமாகும். இந்த எல்லா அம்சங்களின் இணைப்பின் மூலம் பெண்கள், தமது நிலைமைகளை மேம்படுத்திக் கொள்வதற்கும் தமது குடும்பத்தினுள்ளும் சமூகத்திலும் கூடுதல் அதிகாரத்தைப் பெறுவதற்கும் வகை செய்யும் கேந்திரமான செல்வாதாரங்களிலிருந்து விலக்கப்படுகிறார்கள்.

இருந்தபோதிலும் மேலைய, தொழில் வளர்ச்சியடைந்த சமுதாயங்களில் வாழ்க்கைத் தொழில் உலகத்தில் பெண்களின் நிலைமை மேம்பட்டுள்ளது. மேலும் மேம்படுவதற்கு அவர்கள் விரும்புகிறார்கள் என்ற உண்மையே பெருமளவு முன்னேற்றத்தை சுட்டிக் காட்டுகிறது. கடந்த காலத்தில் உயர் பதவிகளிலிருந்து பெண்கள் விலக்கப்பட்டிருந்ததானது ஒரு போதும் ஒரு பிரச்சினையாக இருந்ததில்லை. இப்பொழுது அதிகாரத் தாழ்வாரங்களில் விழிப்படைந்த மற்றும் சீற்றம் கொண்ட பெண்கள் கூட்டமாகக் கூடி, அவர்களைத் தடுக்கும் தடையரண்களை இறுகப் பற்றுகிறார்கள் என்பது மட்டுமன்றி அவற்றை உடைத்து நொறுக்கும் வேலையையும் பணித்துக் கொண்டிருக்கிறார்கள். ஆயினும் 1970களிலிருந்து இதுபோன்ற வெற்றிகள் பொதுவாக வெள்ளை நிற நடுத்தர வர்க்கப் பெண்களால் அவர்களுக்காகப் பெறப்பட்டுள்ளன என்பது மேலும் மேலும் தெளிவாகக் காணப்பட்டது. வெள்ளை நிறப்பெண்ணியவாதிகள், பிற இனப் பெண்களின் தேவைகளுக்காகப் பாடுபடுவதற்கு முயற்சி செய்தபோதிலும் அவர்களின் சமிக்ஞைகள் அடிக்கடி கறுப்பு இனப் பெண்களுக்குப் பொருத்தமற்றதாகப் பட்டது. பசப்பாதரவுடன் கூடியதாகவும் இனப்பாகுபாடு உடையதாகவும் இருந்தன.

ஒடுக்குமுறையின் அனைத்து நுண்ணியமான சாயல்களுக்கும் பழக்கப் பட்ட கறுப்பு இனப் பெண்கள் விடுதலை இயக்கங்களில் கறுப்பு பெண்களைச் சேர்ப்பதற்கான வெள்ளை இனப் பெண்களின் முயற்சி களில் பழைய பாணி காலனியாதிக்கத்தின் மன உலைவை ஏற்படுத்தும் வாடை இருப்பதாகக் கண்டனர். ‘பெண்களது விடுதலை பற்றி கறுப்பு இனப்பெண் என்ன நினைக்கிறாள்’ என்பதை விளக்குகையில், டோனி மாரிஸன், 1971ல் இவ்வாறு எழுதினார் - கறுப்பு இனத்தவர்களைச் சேர்ப்பதற்காக மிகப் பல இயக்கங்களும் அமைப்புகளும் திட்டமிட்ட முன் முயற்சிகளை மேற்கொண்டன. ஆனால் அவை இறுதியில் அவர்களை விரட்டுவதிலேயே போய் முடிந்தன. அவர்கள், வேறு சிலர் அதிகாரத்தைப் பெறுவதற்காக மீண்டும் தாங்கள் உபயோகப் படுத்தப்படுவதை விரும்பவில்லை. அந்த அதிகாரம் கவனமாக அவர்களின் கைகளுக்குக் கிடைக்காமல் செய்யப்பட்டுள்ளது.[21]

சில கறுப்பு இனப் பெண் செயல்வீரர்கள் பெண்ணியத்தை மெய்யான போராட்டத்திலிருந்து மெய்யான விரோதியாகிய இனவெறியிலிருந்து கவனத்தைத் திருப்பும் ஒரு துணைக்காட்சியாகக் கருதினர். பெல் ஹுக்ஸ் போன்ற இதரர்கள் பல்வேறு வடிவங்களிலான ஒடுக்குமுறைகள் ஒன்றுடன் ஒன்று பிணைவதை எதிர்த்து முறியடிப்பது சம்பந்தமான ஒரு புரியுணர்வு வேண்டும் என்று வாதிட்டனர். வெள்ளை இன ஆண் மேலாதிக்கத்தின் கீழ் புழுக்களைப் போல் மிதிபடுபவர்கள் யாவரும் பொதுவான விரோதியை எதிர்த்து ஒன்றுபட்டுப் போராடுவதற்குத் தங்கள் பலத்தைப் பயன்படுத்த வேண்டுமென்றும், தங்களுக்குள்ளாகவே ஒருவர் மற்றொருவரை எதிர்த்துத் தாக்கக் கூடாதென்றும் கூறினர். கறுப்பு இனப் பெண்கள் கூறுவது மிகவும் தெளிவானது. எல்லாப் பெண்களும் பெண்கள் என்ற முறையில் ஒரு பொதுவான ஒடுக்குமுறையைப் பகிர்ந்து கொண்ட போதிலும் எல்லாப் பெண்களும் சம அளவில் ஒடுக்கப்படுவதில்லை. ஒரு ஆணுடன் ஒரு பெண்ணைக் கட்டுப்படுத்தக்கூடிய அல்லது அவளைத் தெளிவாகத் தாழ்ந்த நிலைக்குத் தள்ளுகிற வாழ்க்கை முறையுடன் சம்பந்தப்பட்ட விசுவாசங்கள் மற்றும் தொடர்புகளின் சிக்கலான வலையை ஒரு வெளியாரால் புரிந்துகொள்வது சிரமமானது. அசாத்தியமானதும்கூட. லகோடா அல்லது சியோக்ஸைச் சேர்ந்த சுதேசி அமெரிக்கப் பெண்களிடையில், இந்தப் போர் வீரர் சமூகத்தின் ஆண்களுக்கு (ஆண் தன்மை மற்றும் ஆணாதிக்கம்) பணிந்து போவது அவர்களுடைய மிகவும் பண்டைய மரபின் ஒரு பாகமாகும். ஆண்களின்பால் அமெரிக்கப் பெண்கள் கூடுதல் சுதந்திரத்தை வலியுறுத்துவதென்பது, லகோடா பெண்கள் தமது பாதி சுதேசித்

தன்மையை நிராகரித்து 'அமெரிக்கத்' தன்மைக்கு ஆதரவாகப் போவதாகப் பொருள்படும். இது அவர்களின் சொந்த மதிப்புக்கே பாதிப்பை ஏற்படுத்தும்.

இன (நிற) வெறி பாலின உணர்வைத் தாண்டிச் செல்லும் போது, இதற்கு இரையாகும் தனிப்பட்ட பெண்ணின் அனுபவம் எப்போதும் இவ்வகையாக சிதறிப் போவதாகவே இருந்துள்ளது. அமெரிக்காவின் தெற்குப் பகுதியில் ஒரு கனவான் எப்போதும் ஒரு பெண்ணுக்கு ஆதரவாக நிற்பார். ஆனால் ஒரு நிக்கர் (அதாவது கறுப்பு நிறமுள்ளவர்) ஒரு பெண்ணாக இருக்க முடியாது. (ஒவ்வொரு தென் பகுதி கனவானும் பிற விஞ்ஞானி - கனவான்கள் எழுதிய புத்தகங்களைக் கொண்ட ஒரு நூலகத்தைக் கொண்டிருந்தார்... 'உயர்ந்த விலங்கு இனத்தைச் சேர்ந்தவள் என்ற முறையில் அவள் ஒரு முழுமையான மானிடப்பெண்ணாகக் கூட இல்லை) - எனவே நீங்கள் கறுப்பு நிறமாகவும், ஒரு பெண்ணாகவும் இருந்தால் நீங்கள் உங்கள் பாதி அளவுடையவராக மட்டுமே இருக்கிறீர்கள். அப்பொழுது நீங்கள் எழுந்து நின்றுகொண்டு உங்களுடைய இருக்கையை ஒரு வெள்ளை நிறக் கனவானுக்கு விட்டுக் கொடுக்கிறீர்கள். ஒரு பெண்ணுக்கு முடிவில் இது சகித்துக் கொள்ள முடியாததாகப்பட்டது. ரோஸாபார்க்ஸ் என்ற கறுப்பு இனப் பெண், அலபாமா மாநிலத்தில் மாண்ட்கோமர் நகரில், 1955ல் பேருந்தில் பயணம் செய்து கொண்டிருந்தபோது ஒரு வெள்ளை ஆணின் உத்தரவுக்குப் பணிந்து தனது இருக்கையை விட்டு எழுந்திருக்க மறுத்துவிட்டவள் என்று அவளுடைய பெயர் வரலாற்றில் இடம் பெற்றுள்ளது. அவளுடைய செயல் அமெரிக்காவின் தென் பகுதி முழுவதிலும் கறுப்பு இனமக்களிடம் ஒரு பேரெழுச்சியை ஏற்படுத்தி அவர்கள் பரவலாகப் பேருந்துகளை பகிஷ்கரிக்கும் ஓர் இயக்கத்தை மேற்கொண்டனர். இதன் மூலமாக சிவில் உரிமைகள் இயக்கம் தோன்றியது. சட்டபூர்வமாகக் கீழ்ப்படியச் செய்கின்ற, அனேகமாகக் கண்ணுக்குத் தெரியாத பௌதிகச் சங்கிலிகளை அப்புறப்படுத்திய உளவியல் ரீதியான அடிமைத்தனத்தைத் தூக்கியெறிந்த இயக்கத்தின் உதயத்தை வாழ்த்திய மார்ட்டின் லூதர் கிங், 'ஓர் அற்புதம் நிகழ்ந்துள்ளது' என்று கூறினார்.

ஆயினும், இது தாங்கள் குடியேறி வாழத் தொடங்கிய நாடுகளில் இனக் குழுக்கள் அனுபவித்த இனவெறியின் ஓர் அப்பட்டமான வெளிப்பாடாகும். தங்களுடைய சொந்த நாட்டில் அவர்களின் நிலைமை மேம்பட்டதாக இருந்திருக்கும். தமது சொந்த நாடுகளில் பல பெண்களின் சமீபத்திய அனுபவம், சுதந்திரம் வரக்கூடும் என்று

புலப்படுத்தியது - ஆனால் ஈரானியப் பெண்களின் வார்த்தைகளில் கூறுவதெனில்-

'இங்கே அல்ல, இன்னும் ஏற்பட்டுவிடவில்லை. அதுவும் நமக்கு அல்ல' என்பதாகும். அங்கு காலஞ்சென்ற ஷா மன்னர் வலுக் கட்டாயமாக மேலையப் பாணிகளைப் புகுத்தினார். ஆனால் அயதொல்லா கொமேனியின் மதப் பழமைவாத வெறித்தனத்திற்கு மேலையப் பாணி விட்டுக் கொடுக்க வேண்டியதாயிற்று. இப்பொழுது அங்கு பெண்களுக்கு எதிராக ஆண்களின் கொடுங்கோன்மை சிறிதும் தங்குதடையின்றி நடைபெறுகிறது. இரானியப் பெண்கள் மீது மத அடிப்படையிலும் அரசியல் ரீதியாகவும் சுமத்தப்பட்டுள்ள முரண்பாடுகள் குறித்து ஒரு மேலைய விமர்சகர் இவ்வாறு தொகுத்துக் கூறினார்:

1978-79ல் கல்வி பயின்ற பெண்கள் ஷாவுக்கு எதிராகத் தங்கள் கண்டனத்தைத் தெரிவிப்பதற்காகப் பர்தா அணிந்தனர். அதே பொழுதில் பெண்களின் பாலான ஷாவின் கண்ணோட்டத்தை அயத்தொல்லா கொமேனி கண்டனம் செய்தார். 'பெண்கள் பாலியல் கவர்ச்சிப் பொருள்களாக மட்டுமே இருக்க வேண்டுமென்று ஷா அறிவித்தார். இந்தக் கண்ணோட்டம்தான் பெண்களை விபசாரத்திற்கு இட்டுச் சென்று அவர்களைப் பாலியல் பொருள்கள் என்ற நிலைக்குச் சிறுமைப்படுத்துகிறது.'

இன்று தங்கள் தலைமுடியை அதிகமாக வெளியில் காட்டிக் கொள்கிற பெண்கள் 'ஒழுக்க மறுகல்விக்கான பயிற்சி முகாம்களுக்கு' அனுப்பப்படக்கூடும். 'பர்தா' மேலைய மதிப்பு களுக்கு எதிரான சுதந்திரத்தின் சின்னமாகக் கருதப்படுகிறது. ஷா இவற்றைத் தனது குடும்பத்தின் அதிகாரத்தை பலப்படுத்திக் கொள்வதற்கு மட்டுமே உபயோகப்படுத்தினார். சரியான மத உடையை ('ஹெஜாப்') சரியாக அணிந்து கொள்வதற்குத் தவறுபவர்கள் எதிர்ப்புரட்சியாளர்களாவர்.[22]

இஸ்லாமைக் காதல் காவியப் பாங்குடையதாக்குவதன் மீதான இந்தத் தாக்குதல் ஒரு மேலைய ஆண்மகனால் செய்யப்பட்ட போதிலும் இரானியப் பெண்களின் சான்றுகளினால் பெருமளவு ஆதரிக்கப்பட்டது. எழுத்தாளர் மஷீத் அமீர்ஹாஹி, பெண்கள் சமமானவர் களல்ல, உயிரியல் ரீதியாகவும் இயற்கையாகவும் அறிவுத்துறையிலும் ஆண்களுக்குக் கீழானவர்கள் என்ற கொமேனியின் ஆணையை பகிரங்கமாகத் தாக்கினார். நடைமுறையில் இதன் பொருளென்ன

என்பதை பெயர் சொல்லாத ஒரு பேச்சாளர் லண்டன் மாநாட்டில் தெளிவுபடுத்தினார்.

திருமணநாள் கொண்டாடுவது கட்டாயம்தான். ஆனால் அரசியலில் ஈடுபடும் பெண்கள் தூக்கிலிடப்படுவதற்கு முன் சித்திரவதை செய்யப்படுகிறார்கள், கற்பழிக்கப்படுகின்றனர். குறிப்பாக இளம் பெண்கள் இவ்வாறு செய்யப்படுகின்றனர். ஒன்பது வயதே ஆகியுள்ள பெண்களை சிறையில் அவர்கள் கற்பழிக்கின்றனர். ஏனெனில் ஒரு கன்னிப் பெண்ணைத் தூக்கிலிடுவது கடவுளுக்கு விரோதமானதாகும். முகத்தின் மீது திராவகத்தை வீசி எறிவது அவர்களின் தலைமுடி வெளியில் தெரிந்தால் அதற்குத் தீ வைப்பது போன்ற பல்வேறு பயங்கரமான முறையில் பெண்கள் தாக்கப்பட்டனர். இரானில் ஒரு பெண்ணாக இருப்பதே ஓர் அரசியல் குற்றமாகும் என்பது இதன் பொருளாகும்.[23]

வரலாற்றின் போக்கில் பார்த்தால் ஒரு பெண்ணாக இருப்பது இயற்கைக்கு எதிரான ஒரு பாவமாகவும், கடவுளுக்கு எதிரான ஒரு குற்றமாகவும் கருதப்பட்டு வந்துள்ளது. இப்பொழுது இது ஒரு சித்தாந்த ரீதியான பிழைபாடு ஆகியுள்ளது. இந்த அமைப்பின் கீழ், ஒரு பெண், அவள் எந்த சித்தாந்தத்தின் படி மதிப்பிடப்படுகிறாளோ, அதைக் கேள்வி கேட்டுத் துணிந்தால் அவள் 'சைத்தானின் மகள்களில்' ஒருத்தியாகக் கருதப்படுவாள். அவளைக் கடவுளின் ஆண்கள் அல்லது ஆண்களின் கடவுள் அழிப்பதற்கு உறுதிபூண்டு விடுவார். ஏனெனில் வாதம் செய்கிற, கேள்வி கேட்கின்ற, மறுத்துப் பேசுகிற ஒரு பெண், பெண்ணே அல்ல. இயற்கையாகப் பெண் ஆணை மகிழ்ச்சியடையச் செய்வதற்கும், அவனைப் போற்றுவதற்கும்தான் படைக்கப்பட்டவள். அவளுடைய தலைவனையும் எஜமானனையும் நேசிக்கவும், சேவை செய்யவும் படைக்கப்பட்டவள், பார்க்கப்போனால் பெண்கள் வேறு எதற்காக இருக்கிறார்கள்?

இந்த அடிப்படையான கோரிக்கையில்தான் பெண்மையைப் பற்றிய நிரந்தரமான கட்டுக்கதையும், தன்னைத் தானே ஏமாற்றிக் கொள்ளும் ஆணின் நிரந்தரமாகத் திருப்தியடையாத கற்பனையும் பதுங்கியிருக்கிறது. அவர்களைப் பொறுத்தமட்டிலும் இதற்கான பதில் எளிமையானதே - பெண்கள் ஆண்களுக்காகவே இருந்தார்கள். அவர்கள் நன்றியுள்ளவர்களாக இருக்க வேண்டும். அவ்வளவுதான். இந்தத் துணுக்குறச் செய்கிற கொடுமை செய்யும் போக்கு இருபதாம் நூற்றாண்டின் உலகின் கனவுத் தொழிற்சாலையாகிய ஹாலிவுட் திரைப்படத் தொழிலைக் காட்டிலும் வேறு எங்கும் கூடுதலாகக்

காணத்தக்க வகையில் வெளிப்படுத்தப்படவில்லை. அல்லது கூடுதல் பரவலாகப் பேணி வளர்க்கப்படவில்லை. ஹாலிவுட்டினுடைய அதற்கே உரிய தனிப்பண்பான தீய பண்பும் மேலாதிக்கம் வகிக்கும் மன அழுத்தமும், பெண்ணைப் பாலுணர்வுச் சின்னமாக்குவதும், உண்மையில், பிற அனைத்து வெகுஜனத் தகவல் சாதனங்களின் முழுப் பண்பாக இருந்து வருகிறது. உண்மையில் அதுவே அவற்றின் வர்த்தகரீதியான வெற்றியின் இரகசியமாகும். தற்பொழுது விளம்பரம் செய்வதானது மேலைய தொழில்வளர்ச்சி பெற்ற சமுதாயங்களில் பாலியல் வெளிப்பாடுகளின் பிரதான அடித்தளமாகிவிட்ட போதிலும், ஹாலிவுட்தான் அதற்குத் தலைமை தாங்கி வழிகாட்டியது. ஆணைப் பற்றியும் பெண்ணைப் பற்றியும் காதல் மற்றும் வேலையைப் பற்றியும் யுத்தப் பிற்கால உலகத்தில் வசிப்பவர்கள் என்ன கருத்துக்களைப் பேணி வளர்த்து வந்தாலும் அவர்கள் அவற்றின் ஒரு பெரும் பகுதியை ஹாலிவுட் புதினத்தின் கனவுலகிலிருந்தே பெற்றிருப்பார்கள்.

வெள்ளித்திரையின் இறவாத மாயவித்தையின் வாயிலாக மூச்சுத் திணறும் உலகிற்கு ஹாலிவுட் என்ன சொல்லுகிறது? பெண்களைப் பற்றி எல்லாம் தெரிந்துள்ள, பெண்கள் எவ்வாறு இழிபுகழ் வாய்ந்த வர்களானார்கள். உளவியலைக் கண்டு அஞ்சினார்கள். கிங்காங்கையும் திராட்சைப்பழத்தையும் விரும்பினார்கள் என்பதையெல்லாம் அறிந்திருந்த திரைப்பட முதலாளிகள் உலகிற்குப் போதிக்கும் செய்திதான் என்ன? கெட்ட பெண்களும் இருந்தார்கள். நல்ல பெண் களும் இருந்தார்கள். நீங்கள் உடலுறவு கொண்ட பெண்களும் இருந்தார்கள். திருமணம் செய்து கொண்ட பெண்களும் இருந்தார்கள். சிறிய பெண்கள் நல்ல மனைவிகள் இவர்களைத் தவிர வேறு யார்? ஒரு நாட்டில் பெண்ணின் உருவாக்கம் ஆணுக்கான வேலைகளைச் செய்வதே. (தண்ணீர் கொதிக்க வைக்கும்படி பெண்களிடம் கூறவும், அவர்கள் அந்த வேலையை நிறையச் செய்யட்டும்) சகோதரியே இதை ஆய்வு செய். கனவான்கள் அழகிய பெண்களையே விரும்புவார்கள். எவ்வாறு என்று தெரியா மலேயே ஏனெனில் அது எப்போதும் மதத்தின்பால் மிகவும் மரியாதை வைத்திருந்த (நாஸரேத்தின் இயேசு அதிக திரைப்பட வசூலைத் தேடித் தருவதற்காகப் பிறந்த மனிதன்) ஹாலிவுட் அமெரிக்காவின் திருச்சபை ஆயிற்று. ஒவ்வொரு திரைப்படமும் புதிய ஒப்பந்தமாக இருந்தது. ஒவ்வொரு படமும் ஒரு கதையைக் கூறியது. அந்தக் கதையும் மிகவும் மகத்தானதாக மிகப் பழமையானதாக மிகவும் கொடூரமான தாக என்றுமே கூறப்படாத மிகவும் ஊமையானதாக இருந்தது. மனிதன் மனிதனாக இருப்பதற்கே பிறந்துள்ளான் என்று அது கூறியது.

ஏனெனில், பையன்கள் பையன்களாகவே இருப்பார்கள். ஹாலிவுட் திரைப்படமென்னும் அகில அமெரிக்க விளையாட்டுத் திடலில் இருப்பதைக் காட்டிலும் வேறு எங்கும் கூடுதல் பையன்களாக இருக்க மாட்டார்கள். முதல் முறை திரைப்பட முதலாளிகள் கூர்மை யான கண்காணிப்பின் கீழ் காமிராக்களிலிருந்து திரைப்படச் சுருள்கள் ஒன்றன் பின் ஒன்றாக வெளிவந்தபோது ஆணினத் தலைவர்கள் தகப்பன் சாமிகள், மகிழ்ச்சி பொங்க ஒருவரையொருவர் கட்டிப் பிடித்துக் கொண்டிருந்திருப்பார்கள். உடல் ரீதியான கட்டுப்பாடுகள் தேவையாயிருந்தவர்களுக்கு காட்டுமிராண்டித்தனமான சட்டங்களும், கல்வியிலிருந்தும், வேலையிலிருந்தும், சமுதாயத்திலிருந்தும் பெண்ணை விலக்கி வைப்பதும் அவர்களை இரண்டாந்தரத் 'துறையில்' வைத்திருக்க விரும்பியவர்களுக்கு அதே வேலையைச் செய்த ஒரு திரைப்படத்தை நீங்கள் அவர்களுக்குக் காட்டி அவர்களை மகிழ்ச்சியடையச் செய்தால் கேட்கவேண்டுமா?

இருபதாம் நூற்றாண்டின் தகவல் சாதனங்கள் பெண்களை அடக்கி வைத்திருக்கும் நிரந்தரமான ஆணின் பணியில் பழைய ஆதிக்க மற்றும் கட்டுப்படுத்தும் கருவிகளை அப்புறப்படுத்துவதில் எந்த அளவுக்கு சேவை புரிந்துள்ளது என்பது இன்னும் பூரணமாக அங்கீகரிக்கப் படவில்லை. ஆனால் அதனுடைய தேடலில், பெண்ணின் இனக் கவர்ச்சி உறுப்புக்களை காணச் செய்வதன் மூலம் மகிழ்ச்சி அடையச் செய்வதில், தாய், கன்னிப் பெண், விலைமகளிர் என்ற பெண்ணின் பழைய பாத்திரங்களையே அலுப்பு சலிப்பின்றித் திரும்பத் திரும்பக் காட்டுவதில் 'தவறாகப் போன பெண்கள்' பற்றிய அச்சமூட்டும் வர்ணனைகளுக்கு மாறாக லட்சியபூர்வமான காட்சிகளைக் காட்டுவதில் ஹாலிவுட்டானது பெண்களை அடக்கிவைத்து ஒரு சாதாரண ஆண் எப்பொழுதும் விரும்புகிறபடி மனைவியாகவும் தனது குழந்தைகளின் தாயாகவும் இருப்பதற்கு அவர்களுக்குப் பயிற்சி கொடுப்பதில் மதிப்புமிக்க பணியைச் செய்த அயதொல்லா கொமேனியின் 'ஒழுக்கநெறிப் போலீசாரின் பக்கத்தில் நிற்கும் பெருமிதமான இடத்தைப் பெறுகிறது.'

இந்தப் போலித்தனமான நவீனத் தொழில்களாகிய தகவல் சாதனங்கள் பிறப்புறுப்புக்களைப் பற்றிக் கொண்டு, எதிர்காலத்தினுள் நம்மை உறுதியாகப் பின்னுக்கு இழுத்துச் செல்லும் நிலைமையில் பெண்களின் சுதந்திரத்திற்கும் சமத்துவத்திற்குமான அடுத்த கட்டப் போராட்டத்தின் புதிய அரங்கை நாம் உணர முடியும். நாகரிகத்தின் ஆயிரமாயிரம் ஆண்டுக்காலத்தில் பெண்ணின் தாழ்ந்த தன்மையின் மூலாதாரமும், களமும் இயற்கை, உயிரியல், மதம், உடற்கூறியல்,

மூளையின் அளவு மற்றும் பெண்ணின் மனமும்தான் என்று கண்டு பிடிக்கப்பட்டுள்ளது. கல்வி கற்பதற்கும், பணத்தை உடைமையாகக் கொள்வதற்கும் ஓட்டுப் போடுவதற்குமான உரிமைக்காகப் பெண்கள் போராடியுள்ளனர். ஒன்றுக்குப்பின் ஒன்றாக, அந்த ஒடுக்கு முறைகள் உலகின் சில பாகங்களில் ஒழிந்துள்ளன. இதன் மூலம் எஞ்சியுள்ள ஒடுக்க முறைகளின் ‘இயற்கையான’ மற்றும் தவிர்க்க முடியாத தன்மை தகர்க்கப்பட்டுள்ளது. ஆனால் அவற்றுக்கு அஸ்திவாரமாக உள்ள பாணிகள் மெதுவாக மாற்றமடைகின்றன. இது இன்றுவரை நடத்தப்பட்டு வந்துள்ள போராட்டத்தின் பலன்களை எவ்வகையிலும் குறைத்துக் கூறுவதாகாது. இது தற்பொழுது உலகெங்கும் பெண்ணிய வாதிகள் உணருகின்ற அவர்களை எதிரிடும் ஆழமான போராட்டத்தில் உலகை மாற்றுவதற்கு நீண்ட காலம் பிடிக்கிறது என்பதை வலியுறுத்துவதற்குத்தான்.

ஏனெனில், நவீன சமுதாயத்தைப் புனரமைப்பதற்கு உண்மையில் இன்னும் நிறையப் பணியாற்ற வேண்டியிருக்கிறது. எல்லா ஜன நாயகப் பரிசோதனைகளும், அனைத்துப் புரட்சிகளும், சமத்துவத் திற்கான அனைத்துக் கோரிக்கைகளும், இதுவரையிலும், ஒவ்வொரு உதாரணத்திலும், பாலியல் சமத்துவத்தை அடைவதற்குச் சற்றுத் தொலைவிலேயே நின்றுவிட்டன.

ஒவ்வொரு சமுதாயமும் தனது மதிப்புமிக்கக் கட்டமைப்புகளில் பல நுண்ணியமான, ஆதிக்க விதிகளைக் கொண்டிருந்துள்ளது. இவை எப்போதும் எல்லா இடங்களிலும் இறுதியாக ஆண்களைப் பெண்களைக் காட்டிலும் உயர்வான தரத்திலேயே வைக்கின்றன. எங்கும் எந்தச் சமுதாயமும் காலங்காலமாக இருந்துவரும் பாலியல் அடிப்படையிலான உழைப்புப் பிரிவினையையும், அதனுடன் இணைந்த பண்டங்களிலும் அதிகாரத்திலுமான பரிசுகளையும் ஒழித்துக் கட்டவில்லை. எந்த இடத்திலும் ஆண்கள் அனுபவிக்கின்ற உரிமைகளையும் தனிச் சலுகைகளையும் சாத்தியப்பாடுகளையும், ஓய்வு நேரத்தையும் பெண்கள் அனுபவிப்பதில்லை. எல்லா இடங்களிலும் ஆண்கள் இன்னும் பெண்களுக்கும் அதிகாரத்திற்கும் இடையிலும், பெண்களுக்கும் அரசுக்கும் இடையிலும், பெண்களுக்கும் சுதந்திரத் திற்கும் இடையிலும், பெண்களுக்கும் தங்களுக்கும் இடையிலும் சமரசம் செய்கிறார்கள்.

இந்தக் கதைக்கு முடிவேயில்லை. ஏனெனில் இதுவரையிலும் உருப்பெற்று வந்துள்ள பெண்களின் வரலாறு இப்பொழுதுதான் ஓர் அர்த்தத்தில் தொடங்கியுள்ளது. பெண்கள் எப்போதும் போராடி

யுள்ளனர். உயிர் வாழ்வதற்கு மட்டுமல்ல. ஆனால் போராட்டத்தின் பொருளுக்காக இப்பொழுது அவர்கள் ஒழுங்கமைத்துக் கொண்டு ஒன்றாகச் சேர்ந்து முன்னேறி வருகின்றனர். புதிய வரையறுப்புகளுக்கு மட்டுமல்ல. மாறாக, வரையறை செய்யும் உரிமைக்காக 'ஆதிக்கம் செய்யும் குடை அகற்றப்பட்டு, வரையறுப்பை ஆண்களும் பெண்களும் சம அளவில் பங்கிட்டுக் கொள்ளும் போது' வரலாறு எழுதப்படுவது எவ்வாறிருக்கும் என்று ஜெர்டா லெர்னர் வியப்புறுகிறார். வருங்காலம் பற்றிய அவரது பார்வையில் 'நாம் சுதந்திரமான வானத்தின் கீழ் வெளியில் அடியெடுத்து வைப்போம்' என்று கூறி பின்வருமாறு விளக்குகிறார்:

> மனிதன் என்று சொல்வதற்கான அளவுகோல் ஆண் அல்ல என்பதை இப்பொழுது நாம் அறிவோம். மாறாக, ஆண்களும் பெண்களும் தான். இந்த நுண் அறிவானது, பிரபஞ்சத்தின் மையம் இந்தப் பூமியல்ல என்று கோபர்னிகஸின் கண்டு பிடிப்பைப் போன்று உணர்வில் பெரிய மாற்றத்தை ஏற்படுத்தும்.[24]

இது கேந்திரமானதாகும். புதிய பெண்ணுக்குப் புதிய ஆண் தேவை. ஆனால் அவள், கடந்த காலத்தில் தனது சுதந்திரம், தனது வருங்காலம் ஆகியவற்றுக்கு ஆணை மட்டுமே நம்பிய மிகப் பல பெண்கள் செய்த தவறை இப்பொழுது செய்யமாட்டாள். பெண்கள் தங்களையே அறிந்து கொண்டுள்ள மற்றும் சுய-சார்பு என்ற புதிய உத்வேகமானது பெண்ணியத் தத்துவத்திலிருந்து ஜனரஞ்சக இசை வரையில் ஒவ்வொரு வெளிப்பாட்டிலும் பரிணமித்துள்ளது. ஹெலன் ரெட்டி தனது கீழ்வரும் பாடலில் இதற்குச் சான்று கூறுகிறார்:

> நான் ஒரு பெண், என்னைப் போன்று
> ஏராளமானவர்கள் ஒன்று சேர்ந்து கர்ஜிப்பது
> உங்கள் காதுகளில் விழவில்லையா?
> இதை நீங்கள் உதாசீனம் செய்ய முடியாது
> நான் நிறையத் தெரிந்து கொண்டுவிட்டேன்
> இனிநான் பின்வாங்கிச் செல்லவோ, பாசாங்கு புரியவோ முடியாது.
> லட்சியத்தைப் பற்றி நான் முன்பு நிறையக் கேட்டுள்ளேன்
> நான் அடித்தட்டில் இருந்துள்ளேன்
> யாரும் என்னை மீண்டும் அடித்தட்டுக்குத் தள்ள முடியாது.
> நான் ஒரு பெண். நான் வளர்வதைக் கூர்ந்து கவனியுங்கள்.
> காலோடு கால் சேர்த்து நிற்கும் என்னைப் பாருங்கள்
> நிலப்பரப்பை என் அன்புக் கரங்களால் அரவணைக்கிறேன்
> ஆயினும் இன்னும் நான் ஒரு கருவே (சிறுமுளையே)
> என் சகோதரன் என்னைப் புரிந்துகொள்ளும் வரையில்

இன்னும் நெடுந்தூரம் கடந்து செல்லவேண்டும் நான்...
செய்ய வேண்டுமென்றால் எதையும்
என்னால் செய்ய முடியும் நான் வலுவானவள்
வெல்லப்பட முடியாதவள்
நான் ஒரு பெண்!

பெண்ணின் இந்தப் புதிய பலம், தெளிவான பார்வையுடன் கூடிய மற்றும் மிகப் பழைமையான உண்மையை இளம் கறுப்பு இனப் பெண்ணியத்தின் மிகப் புதிய குரலில் ஒலிக்கப்படுவதைக் கலக்கமின்றி அங்கீகரிப்பதில் அடங்கியுள்ளது. 'எங்களைப் பற்றிப் போதிய அக்கறை எடுத்துக்கொள்பவர்களும் எங்களுடைய விடுதலைக்காக முரணின்றிப் பணியாற்றுபவர்களும் நாங்கள் மட்டுமே என்பதை நாங்கள் உணர்கிறோம். எங்கள் மீது எங்களுடைய சகோதரிகள், எங்களுடைய போராட்டத்தையும் எங்களுடைய பணியையும் தொடர்ந்து நடத்துவதற்கு எங்களை அனுமதிக்கிற எங்களுடைய சமூகத்தின் மீது நாங்கள் கொண்டுள்ள ஆரோக்கியமான நேசத்திலிருந்து உருவாகிறது எங்களுடைய அரசியல்.'[25] நேசிப்பது, போராட்டம், பணி இதுவே உலகப் பெண்களின் கடந்த கால மற்றும் வருங்கால வரலாறு ஆகும். ஒரு முடிவான நிச்சயமான நிலை இருக்கிற தென்றால் அது இதுதான்: நேசம், போராட்டம், பணி தொடர்ந்து நடைபெறும், ஒரு தவிர்க்க முடியாத கட்டாயத்தின் வாயிலாக நடைபெறும். அதை ஆல்ஃபிரெட் அட்லர் இவ்வாறு கூறுகிறார்:

நாம் அதற்கு என்ன பெயரை இட்டு அழைத்தாலும் மானிடப் பிறவிகளில் இந்த மகத்தான செயல்வழியை நாம் எப்போதும் காண்போம். இது ஒரு தாழ்ந்த நிலையிலிருந்து மேலான நிலைக்கு, தோல்வியிலிருந்து வெற்றிக்கு, கீழிருந்து மேலே உயர்வதற்கான போராட்டமேயாகும்.

அடிக்குறிப்புகள்

1. எம்.என்.டஃப்பி, இருபதாம் நூற்றாண்டு (ஆக்ஸ்போர்டு 1964) பக்.1-2

2. மாத்தா ஹரிக்கு தண்டனை கொடுக்கப்பட்டதானது எப்பொழுதும் கருத்து வேறுபாட்டுக்குரிய ஒரு பிரச்சினையாகவே இருந்தது. அவள், நெடுக, பிரெஞ்சுக்காரர்களுக்காகப் பணியாற்றி வந்த ஓர் இரட்டை உளவாளி என்று தன்னைத் தானே கூறிக் கொண்டாள். அவளுடைய உண்மையான குற்றம். வெறுக்கப்பட்ட ஜெர்மானியர்களுடன் நேசம் பாராட்டியது சாத்தியமாக இருக்கக்கூடும்- எஸ்.வேஜ்னரின், மாத்தா ஹரியின் படுகொலை என்ற நூலைக் காண்க. (1964)

3. இதற்கு ரிச்சர்டு குருன்பெர்க்கரின், மூன்றாவது ரீய்ச்சின் ஒரு சமூக வரலாறு (1971) என்ற நூலையும் பக்.322-3, கோயபெல்ஸின் கூற்றையும் காண்க.

4. வேரா லஸ்கா எதிர்ப்புப் போரில் பெண்களும், படுநாசமும் (கன்னெக்டிக்ட், 1983) பக்.181.

5. எட்வர்ட் கிராங்க்ஷா, கெஸ்டாபோ *(1956)* பக்.19.

6. ஜே.ஹெண்டர்சன், மற்றும் எல்.ஹெண்டர்சன், பத்து குறிப்பிடத்தக்க லத்தீன் அமெரிக்கப் பெண்கள் *(சிகாகோ 1978)* பக்.XV

7. மாக்ஸே, பக். 56-7

8. எம்.போச்கரேவா மற்றும் ஐ.டி.லெனவன், ஒரு விவசாய அதிகாரி என்ற வகையிலும் நாடு கடத்தப்பட்டவர் என்ற வகையிலும் என் வாழ்க்கை *(1929)*

9. விஃபிக்னர் ஒரு புரட்சியாளரின் நினைவலைகள் *(1927)* வி.லியூபடோவிச் சின் நினைவலைகள் *(1906)* மற்றும் பி.எங்கேல் மற்றும் சி.ரோஸெந்தாலின் ஐந்து சகோதரிகள் ஜாருக்கெதிராகப் பெண்கள் போர்க்கொடி *(1975)*.

10. லெக்கார்ன் மற்றும் பார்க்கர். பக்.83

11. லெவ்லின் ஜோன்ஸ், பக்.239-40.

12. மிசௌரியின் திட்டமிட்ட பெற்றோராதலும், அவருக்கு எதிராக டான்ஃபோர்த்தும் *(1976)* 428 யு.எஸ். 52, 49 எல்.எட்.788 என்று யு.எஸ். 1973 முடிவு பதிவு செய்கிறது. பிரிட்டிஷ் வழக்குக்கு பேடன் டிரஸ்டீஸ் ஆஃப் பிபிஏஎஸ் *(1978)* 2ஏ II இஆர் 987 அட் 991.இவை பற்றியும் கருச்சிதைவு சம்பந்தமான சட்டரீதியான கண்ணோட்டங்களின் வரலாற்றின் ஆர்வமூட்டும் சென்ற காலத்தைப் பற்றியும் ஓ'டொனோவனின் நூலைக் காண்க. பக்.87-92.

13. பெட்டி ஃப்ரீடோன் பெண்ணின் புதிர் *(1963)* பக்.15.

14. பிளீர், பக்.167 கோட்டின் மிகவும் விவாதிக்கப்பட்ட ஆவணம் முக்கிய மானதாகும். ஏனெனில், அது, பெண்களுக்கு இருவகை தீவிரக் கிளர்ச்சி நிலைகள் ஏற்படுகின்றன என்ற ஃபிரியூடின் கேந்திரமான கருத்தமைப்புக்கு சவால் விட்டிருந்தது. அவை ஒன்று 'பக்குவமடைந்தது' மற்றொன்று 'பக்குவமடையாதது' என்று பிரியூட் கூறியிருந்தார். பெண்களுக்கு கிளர்ச்சி நிலை ஏற்படாத தன்மை என்று கூறப்படுவதை 'குணப்படுத்து'வதற்கான பிரியூடின் கோட்பாடானது உண்மையில் பெண்களுக்கு தீவிரக் கிளர்ச்சி நிலை ஏற்படாமலிருப்பதை உறுதி செய்கிறது என்று அந்த ஆவணம் வாதிட்டது. ஏனெனில், தீவிரக் கிளர்ச்சி நிலையை அடைவதை மிகவும் சிரமமாக்கும் வழியில் அது பெண்களை உடலுறவு கொள்ளத் தேவைப் படுத்துகிறது. இவ்வாறு பாலியல் தன்மை என்னும் பிரச்சினை, பெண்கள் தமது வாழ்வைத் தாங்களே நிர்வாகம் செய்துகொள்ள வேண்டும், தமது உடம்பைப் பற்றித் தங்களுக்கு விளக்குவதற்கு ஆண் நிபுணர்களை இனி ஒரு போதும் அனுமதிக்கக்கூடாது என்ற பெண்களின் தேவைகளின் சின்னமும் நிரூபணம் ஆகியுள்ளது.

15. இந்த மேற்கோள் பெண்களின் விடுதலை பற்றிய மிகவும் முன்னோடியான பிரகடனத்திலிருந்து எடுக்கப்பட்டது. ரெட்ஸ்டாக்கிங்ஸ் என்று தங்களை அழைத்துக் கொண்ட ஒரு நியூயார்க் பெண்களின் குழுவினால் இது தயாரிக்கப்பட்டது. அன்னா கூட்டியும் பியாட்ரிக்ஸ் கேம்பெல்லும் எழுதிய இனிமையான சுதந்திரம் பெண்களின் விடுதலைக்கான போராட்டம் என்ற நூலைக் காண்க *(1982)* பக்.15.

16. டிரீய்ன்கோர்ட். பக். 339

17. இன்டர்நேஷனல் ஹெரால்டு டரிப்யூன், ஆகஸ்டு *24, 1970.*

18. கம்யூனிஸ்டு, மாஸ்கோ, நவம்பர் *1963.*

19. ஆர்ஃபியூலப் - மில்லர் - போல்ஷி விஸத்தின் அகமும் முகமும் (நியூயார்க், *1965*), பக்.*173.*

20. லெக்கார்ன் மற்றும் பார்க்கர் பக்.*14.*

21. ட்யூடட்ல், பெண்ணியத்தின் கலைக்களஞ்சியம் (லண்டன், *1986*) பக். *42.* மற்றும் பெல்ஹூக்ஸ் எழுதிய பெண்ணியத் தத்துவம் ஓரத்திலிருந்து மையம் வரையில் (பாஸ்டன், *1984*) காண்க.

22. டிம் ஹோாட்லின், 'கண்ணீரின் முகத்திரை' தி லிசனர் ஜூன் *12, 1986.*

23. செல்மா ஜேம்ஸ் (பதிப்பித்தது) அயலாரும் சகோதரிகளும், பெண்கள், இனம் மற்றும் குடிபெயர்ந்து வருதல் (*1985*) பக். *85.*

24. லெர்னர் பக்.*13*

25. டியூட்டில், பக். *42.*

பெயர்க்குறிப்புகள்

ஏ.அப்ராம், பதினைந்தாம் நூற்றாண்டில் சமூக இங்கிலாந்து (லண்டன், 1909)

ஜே.க்யூ. ஆடம்ஸ், சர்ஹென்றி ஹெர்பர்ட்டின் பரபரப்பான பதிவேடுகள் (நியூஹேவன், ஆக்ஸ்போர்டு, லண்டன் 1917)

வில்லியம் அலெக்சாண்டர், பெண்களின் வரலாறு (2 தொகுதிகள் லண்டன், 1782)

ஜிக்கி அலெக்சாண்டர் மற்றும் ஆட்ரீ தேவ்ஜி (ஆசிரியர்கள்) பல நாடுகளில் திருமதி. சீகோலின் பிரமிப்பூட்டும் பயண அனுபவங்கள் (லண்டன் 1984)

அஸிஸா அல்-ஹிப்ரி, பெண்களும் இஸ்லாமும் (லண்டன் 1982)

மார்கரெட் ஆலிஸ், ஹைபாஷியாவின் பாரம்பரியம், தொல் பழங்காலத்திலிருந்து பத்தொன்பதாம் நூற்றாண்டு இறுதி வரையில் விஞ்ஞானத்தில் ஈடுபட்ட பெண்களின் வரலாறு (லண்டன், 1986)

ஜே.எம்.ஆலன், 'ஆண்கள் மற்றும் பெண்களின் மனங்களில் உள்ள வேறுபாடுகள் பற்றி' லண்டன் மனித இன வரலாற்று ஆராய்ச்சிக் கழகத்தின் சஞ்சிகை 7 (லண்டன் 1869)

ஏ.ஆங்கியுல்லி, லாபெடகோகியா, லோஸ்டேட்டோ ஏலாஃபேமிக்லியா (நேப்பிள்ஸ் 1876)

லூசியஸ் அபுலியஸ், தங்கக் கழுதை ராபர்ட் கிரேவ்ஸ் (மொழி பெயர்ப்பாளர்)

ஷிர்லி ஆர்டெனெர் (பதிப்பித்தது) பெண்கள் பற்றிய விளக்கம் சமுதாயத்தில் பெண்களின் இயல்பு (லண்டன் 1978)

ராபர்ட் ஆர்ட்ரே, ஆப்பிரிக்காவின் தோற்றம்: மனிதனின் விலங்கினப் பூர்விகம் மற்றும் இயற்கை பற்றிய ஒரு தனிப்பட்ட புலனாய்வு (லண்டன் 1961) வேட்டையாடல் பற்றிய ஊகம், மனிதனின் பரிணாம வளர்ச்சித் தன்மை சம்பந்தமான ஒரு தனிப்பட்ட முடிவு (லண்டன் 1976)

கேரன் ஆர்ம்ஸ்ட்ராங் பெண்ணின் கருத்தின்படியான கோட்பாடு லண்டன் 1986.

டி.எஸ். ஆஷ்டன், தொழிற்புரட்சி 1760-1830 (லண்டன், 1948)

ஜோஹான் ஜேக்கப் பாச்சோஃபென், தாஸ்முட்டெரெக்ட், (அன்னை-உரிமை) லண்டன் 1861. கட்டுக்கதை, சமயம், மற்றும் அன்னை-உரிமை, (பிரின்ஸ்டன், 1967)

மைக்கேல் பேக்கர் நம்முடைய மூன்று ஆன்மாக்கள் ரேட்கிளிப் ஹாலின் வாழ்க்கை *(லண்டன், 1985)*

லூஜோ பேஸ்ஸர்மான் மிகப் பழமையான வாழ்க்கைத் தொழில்: விபசாரத்தின் வரலாறு *(லண்டன், 1967)*

டோரதியா பியேல், பெண்களுக்குக் கல்வி புகட்டுவது பற்றிய ஓர் அறிக்கை *(லண்டன், 1869)*

சி.பியார்டு தொழிற்புரட்சி *(லண்டன், 1901)*

சேயிம்பெர்மாண்ட், அரண்சூழ்ந்த தோட்டம்: யூதக் குடும்ப வாழ்க்கை மற்றும் பாரம்பரியம் பற்றிய வீர வரலாறு *(லண்டன், 1974)*

ஜான் பெர்ரிமேன், மிஸிஸ் பிராட்ஸ்ட்ரீட்டுக்கு அஞ்சலி *(லண்டன் 1956)*

ஜோஸப் பெஸ்ஸி, குவாக்கர்கள் எனப்படும் மக்களின் துன்ப துயரங்கள் பற்றிய ஒரு தொகுப்பு *(லண்டன், 1753)*

வில்லியம் பெவரிட்ஜ் இந்தியா அவர்களை அழைத்தது *(1941)*

எஃப்.பி.பிக்ளே *(பதிப்பித்தது)* பிரிஸ்டலின் சிறிய சிவப்புப் புத்தகம், *(பிரிஸ்டல், 1900)*

லெஸ்லி பிளாஞ்ச் இதயத்தின் மேடைகள்: காதலின் நான்கு சுற்றுச் சுவர்கள் *(லண்டன், 1974)*

ரூத் பிளியெர், விஞ்ஞானமும் பாலினமும் - உயிரியலும் பெண்கள் பற்றிய அதன் தத்துவங்களும் மீதான ஒரு திறனாய்வு *(நியூயார்க் மற்றும் ஆக்ஸ்போர்டு, 1984)*

எம்.மார்க் போட்னெர் அமெரிக்கப் புரட்சி பற்றிய கலைக் களஞ்சியம் *(நியூயார்க் 1973)*

எம்.போச்கரேவா மற்றும் ஐ.டி.லெவய்ன், ஒரு விவசாய அதிகாரி மற்றும் நாடு கடத்தப்பட்டவள் என்ற வகையில் எனது வாழ்க்கை *(லண்டன், 1929)*

ஜுன் போடின் டிலா டிமோனோமானி டெஸ் சோர்ஸியர்ஸ், *(பாரிஸ், 1580)*

பிரேமதாராத் போஸ், பிரிட்டிஷ் ஆட்சியின்போது இந்து நாகரிகத்தின் ஒரு வரலாறு *(லண்டன், 1894)*

பிரியன் பிரான்ஸ்டன், இங்கிலாந்தின் இழக்கப்பட்ட கடவுள்கள் *(லண்டன் 1974)*

காரென் பிரேஜெல் *(மொழிபெயர்ப்பாளர்)* லேடி நிஜோவின் ஒப்புதல் வாக்குமூலங்கள் *(லண்டன், 1975)*

ராபர்ட் பிரீஃபால்ட் அன்னைமார்கள் *(3 தொகுதிகள், நியூயார்க், 1927)*

எல்.பிரிங்க் *(பதிப்பித்தது)* பெண் அறிஞர்கள் *(லண்டன், 1980)*

வில்லியம் பிரான்சன் கடைசி உன்னதமான சாகசப் பயணம் (நியூயார்க், 1977)

தி பிரௌன் தி ஜென்டில் டேமர்ஸ் பழைய மேலைய காட்டுப் பகுதியின் பெண்கள் (நியூயார்க், 1958)

ஜே.சி.பிரௌன், நாணமற்ற செயல்கள், மறுமலர்ச்சி இத்தாலியில் ஒரு லெஸ்பியன் கன்னித்துறவியின் வாழ்க்கை (ஆக்ஸ்போர்டு 1986)

ஜி.புரூச்னர் (பதிப்பித்தது) மறுமலர்ச்சி பிளாரென்ஸின் இரு நினைவலைகள் மொழிபெயர்ப்பாளர் ஜே.மார்டின்ஸ் (நியூயார்க், 1968)

புல்வெர்லிட்டன், எட்வர்டுலிட்டன், பாரிஸ் நகரவாசிகள் (லண்டன், 1873)

இ.ஜே.பர்ஃபோர்டு, பாவட்ஸ் அண்ட் லாட்ஜிங்ஸ், லண்டன் பேங்க்சைட் விபசார விடுதிகளின் வரலாறு 100-1675 (லண்டன், 1976)

பர்பாரா பர்க், 'சிசுக்கொலை', விஞ்ஞானம் 84, 5:4 (மே)யிலிருந்து 26-31 (லண்டன், 1984)

ஆர் எஃப் பர்ட்டன் (சர் ரிச்சர்டு) அல்-மதினா மற்றும் மெக்காவுக்குப் புனிதப் பயணம் பற்றிய ஒரு தனிப்பட்ட வர்ணனை 2 தொகுதிகள் லண்டன், 1855-6)

கிறிஸ்டைன் பாக்ஸ் மற்றும் எரிக் ஆர்னால்ட், புதுப் புனைவினால் தாக்கப்பட்டது (லண்டன், 1985)

எல்.ஜி.எஃப் பிராண்டன், பண்டைக்கால அண்மைக் கிழக்கின் படைப்பு பற்றிய கதைகள் (லண்டன், 1963)

ஐரிஸ்பட்லர், வைஸ்ராயின் மனைவி (லண்டன், 1969)

ஹெர்பர்ட் பட்டர்ஃபீல்டு தனது கடந்த காலம் பற்றி மனிதன் (லண்டன் 1955)

நைஜெல் கால்டெர், கால அளவு (லண்டன், 1984)

ஜேன் ஜெரோம் காம்ஹி பெண்களுக்கு எதிராகப் பெண்கள்: அமெரிக்க சஃப்ராகிஸ-எதிர்ப்பு 1880-1920, பிஹெச்.டி. ஆராய்ச்சிக் கட்டுரை, டஃப்ட்ஸ் பல்கலைக்கழகம் (லண்டன், 1973)

ஜோஸப் கேம்பெல் (பதிப்பித்தது) கடவுளின் முகமூடிகள், மேற்கத்திய புராணங்கள் (நியூயார்க் 1970) மனிதனும் மாற்றமும்: இரானோஸ் ஆண்டுக் குறிப்பேடுகளிலிருந்தான ஆய்வுக் கட்டுரைகள் (தொகுதி 5, 1964)

மைக்கேல் கேனன் யார் எஜமானர்? யார் மனிதன்? (மெல்போர்ன் 1971)

எட்வர்டு கார்பென்டர், காதல் பருவமடைகிறது. (மான்செஸ்டர் 1986)

இ.எச்.கார். வரலாறு என்பது யாது? (லண்டன், 1961)

ஜேன் கார்ட்டர், விட்டுக் கொடுப்பதற்கு எதுவுமில்லை. ஆஸ்ட்ரேலிய முன்னோடிப் பெண்களின் நினைவுக் குறிப்புகள் *(விக்டோரியா 1981)*

நோரா சாட்விக், கெல்ட் இனத்தவர் *(லண்டன், 1970)*

விண்ட்சே சார்லஸ் மற்றும் டஃப்பின், லோர்னா, தொழிற் புரட்சிக்கு முந்திய இங்கிலாந்தில் பெண்களும் வேலையும் *(லண்டன், 1985)*

ஆலிஸ்கிளார்க் பதினேழாம் நூற்றாண்டில் பெண்களின் உழைப்பு வாழ்க்கை *(லண்டன், 1919) 1982ல்* மறுபிரசுரம் செய்யப்பட்டது.

சி.எம்.எச். கிளார்க், ஆஸ்ட்ரேலிய வரலாற்றில் தேர்வு ஆவணங்கள், *1788-1850 (சிட்னி, 1965)*

ஜான் கோல்ஸ், துவக்க கால மனிதன் பற்றிய தொல்பொருளாய்வு *(லண்டன், 1969)*

மேரி கோலியர், பெண்ணின் பிரசவ வேதனை, மிஸ்டர் ஸ்டீபன் டக்குக்கு ஒரு நீண்ட கடிதம்: திரெஷரின் பிரசவ வேதனை என்ற அவருடைய கவிதைக்கு ஒரு பதில் *(லண்டன், 1739)*

இ.கொன்ராட், ஹேரியட் டப்மேன் *(லண்டன், 1943)*

ஜே.கான்ஸ்ட்டேபிள், கற்கால மனிதர்கள் *(லண்டன், 1973)*

அன்னா கூட் மற்றும் பியாட்ரிக்ஸ் கேம்பெல் இனிமையான சுதந்திரம் பெண்கள் விடுதலைக்கான போராட்டம் *(லண்டன், 1982)*

வில்லியம் பிக்கம்மிங் மற்றும் ஹியூரேங்கின் ஒரு தேசத்திற்கு ஏற்பட்ட கதி சமகாலத்தவர் பார்வையில் அமெரிக்கப் புரட்சி *(லண்டன், 1975)*

மேரிடாலி, திருச்சபையும் இரண்டாவது பாலினமும் *(லண்டன் 1968)* தகப்பனாகிய கடவுளுக்கு அப்பால் பெண்களின் விடுதலையின் தத்துவ ஞானத்தை நோக்கி *(லண்டன், 1973)*

கேப்டேனியல்ஸ் மற்றும் மேரிமுர்னானே வழியெங்கும் எதிர்நீச்சல் ஆஸ்ட்ரேலியாவில் பெண்களின் ஆவணபூர்வமான வரலாறு *(குவின்ஸ்லாண்ட், 1980)*

சர்மால்காம் டார்லிங் அதிகாரத்திற்கான பயிற்சி. இந்தியா *1904-1908* லண்டன், *1966.*

ரேமாண்ட் டார்ட், 'மனிதக் குரங்கிலிருந்து மனிதனாக மாற்றமடைந்த வரலாறு' சர்வதேச மனித இன வரலாற்றியல் மற்றும் மொழியியல் ரெவியூ, தொகுதி *1.* இதழ் *4 (லண்டன், 1953)*

சார்லஸ் டார்வின், இயற்கைத் தேர்வு மூலமாக உயிரினங்களின் தோற்றுவாய் குறித்து *(லண்டன், 1859)* மனிதனின் வாரிசு *(லண்டன் 1871)*

பேசில் டேவிட்சன், வரலாற்றில் ஆப்பிரிக்கா கருப்பொருள்களும் உருவரைகளும் *(லண்டன், 1968)*

எலிஸபெத் கௌல்டுடேவிஸ் முதலாவது பாலினம் *(லண்டன் 1971)*

அக்ரிப்பா டி ஆபிக்னே, ஓயுவர்ஸ் கம்ப்ளீட்டஸ் *(பாரிஸ், 1873)* லிகிராண்ட் டி' ஆஸ்ஸி, வாயேஜ் டி' ஆவர்கனே *(பாரிஸ், 1788)* டிபூவோய்ர் சைமோன், இரண்டாவது பாலினம் *(லண்டன், 1949)* முதலாவது ஆங்கிலப் பதிப்பு *(1953)*

பியர்ரி டி போர் டெய்ல்லி மற்றும் டி பிராண்டோம், அப்பே, லெவீஸ் டெஸ்டேம்ஸ் கலாண்டெஸ் *(லண்டன் 1961)* ஜீன் டிலா புரூயர், ஓயுவ்ரெஸ் கம்ப்ளீட்டர்ஸ் *(லண்டன், 1951)* பதிப்பு ஜே.பெண்டா.

பூக்கே டி காம்பிரி, வாயேஜ் டான்ஸ் லிஃபினிஸ்டெரே *(லண்டன் 1799)*

மேரி ஜீன் டி காரிடாட் யெஸ்ஸேய் சுர் லா அட்மிஷன் டெஸ் ஃபெம்மெஸ் அவு டிரோய்ட் டி சிட்டி *(பாரிஸ், 1790)*

ஹெலிசென்னே டி கிரென்னி லே அங்கோய்செஸ் குயிபுரோஸி டெண்ட் டி' அமோர் கன்டெனான்ட் ட்ராய்ஸ் பார்டிங் கம்போசீஸ்பார் டேம் ஹெலிசென்னே டி கிரென்னி லாகுவெல்லி எக்ஸோர்டே டௌடெஸ் பெர்சன்னனெஸ் அனி பாஸ் சூய்வெர் ஃபாலி அமோர் *(லண்டன், 1538)*

ஜீன் டி ஃப்ளோரே (புனைபெயர் ஜே.கல்லியார்டே) கன்டெஸ் அமோரூக்ஸ், டச்சான்ட் லா புனிஷன் குவி பேய்ட்வீனஸ் டி சியூக்ஸ் குயி கன்டாம்னென்ட் யெட் மெஸ்பிரிஸன்ட் லீவ்ரே அமோர்.

டிகௌஜெஸ் ஒலிம்பி (புனைபெயர்) டிக்ளரேஷன் டெஸ்ட்ராய்ட்ஸ் டிலா ஃபெம்மே யெட் டிலா சிட்டோயென், *(லண்டன், 1791)*

மேரி லிஜார்ஸ்டிகௌர்னே இகாலிட்டே டெஸ் ஹோம்மெஸ் யெட்டெஸ் ஃபெம்மஸ் *(லண்டன் 1622)* கிரீஃப் டெஸ்டேம்ஸ் *(லண்டன் 1622)* கிரீஃப் டெஸ்டேம்ஸ் *(லண்டன் 1626)*

கிரிஸ்டினே டி பிஸான் சிட்டி டி டேம்ஸ் *(1394)*

அமௌரி டி ரீய்ன்கோர்ட். வரலாற்றில் பெண்களும் அதிகாரமும் *(லண்டன், 1983)*

டெனிஸ் டி ரூஜ்மோண்ட் உணர்ச்சியும் சமுதாயமும் *(லண்டன், 1956)*

மதாம் டி செவிக்னே, லெட்டர்ஸ் டிமேரி டி ரபூடின் - சந்தால் மார்குவிஸ் டி செவிக்னே அகா ஃபில்லே யெட் செஸ் அம்ஸ் *(பாரிஸ் 1861)*

ஹெலன் டைனர் (புனைபெயர், பெர்தா எக்ஸ்டீன்-டைனர்) தாய்மார்களும் வீராங்கனைகளும்: கலாசாரத்தின் முதலாவது பெண்ணிய வரலாறு *(லண்டன், 1932)*

எரிக் ஜான் டிங்வால், கற்பின் கடிவாளம், *(லண்டன், 1931)*

எச்.எச்.டாட்வெல், இந்தியாவின் கேம்பிரிட்ஜ் வரலாறு 7 தொகுதிகள் *(கேம்பிரிட்ஜ் மற்றும் நியூயார்க் 1932)*

ஏ.டௌலிங் குவின்ஸ் பெஞ்ச் பிராக்டீஸ் கோர்ட்டுகளில் வாதித்து முடிவு கூறப்பட்ட வழக்குகள் *1841.*

எலிஸபெத் ட்ரேப்பர், நவீன உலகில் பிறப்புக் கட்டுப்பாடு *(லண்டன், 1965)*

சி ட்ரெயஃபஸ் *(பதிப்பித்தது)* நமது உடம்புகளைப் பறித்துக் கொள்ளல் *(நியூயார்க், 1978)*

எம்.என்.டஃப்பி, இருபதாம் நூற்றாண்டு *(ஆக்ஸ்போர்டு, 1964)*

மார்செல் டர்ரே *(பதிப்பித்தது)* இலோகி ஃபன்பெரே டியூன் மாட்ரோன் ரொமேய்ன் இலாகே டிட்டி டூரியா *(கலெக்ஷன் டெஸ் யூனிவர்சி டெஸ் டி (பிரான்ஸ், 1950)*

ஆலன் எட்வார்டெஸ், தாமரையில் நவரத்தினம், கிழக்குலகின் பாலியல் கலாசாரம் பற்றிய ஒரு வரலாற்று ரீதியான ஆய்வு *(லண்டன், 1965)*

எஃப் ஜியூபா எக்கே, 'ஓமு ஒக்வேய் ஒரு வாழ்க்கை வரலாற்றுக் குறிப்பு', நைஜீரியாவின் வரலாற்றில் கழகத்தின் சஞ்சிகை *(லண்டன், 1967)*

நவல் எல் சாதவி, 'இஸ்லாம் சமயத்தில் பெண்கள்' எஎல்எச்பி ஆர்ஐயில் *(லண்டன், 1982) பக். 193-206.*

பி.எங்கெல் மற்றும் சிரோசென்தாஸ், ஐந்து சகோதரிகள்: ஜாருக்கெதிராகப் பெண்கள் போர்க்கொடி *(லண்டன், 1975)*

ஜே. ஜார்ஜ் எங்கேல்மான், ஜனாதிபதியின் உரை, அமெரிக்க பெண் நோய்க் கழகம் *(லண்டன், 1900)*

எஃப் எங்கெல்ஸ், இங்கிலாந்தில் தொழிலாளி வர்க்கங்களின் நிலைமை *(லண்டன், 1892)*

எஃப் எங்கெல்ஸ் குடும்பத்தின் தோற்றுவாய் தனிச் சொத்துரிமை மற்றும் அரசு - லூயி எச் மார்களின் ஆராய்ச்சிகளின் வெளிச்சத்தில் *(லண்டன் 1884, முதலாவது ஆங்கிலப் பதிப்பு 1942)*

டெஸிடெரியஸ் எராஸ்மஸ், கிறிஸ்டியன் மாட்ரிமோனிய் இன்ஸ்ட்டிடியூட் *(லண்டன், 1526)*

மோனா யெடியென்னே மற்றும் எலியனார் லிகாக் *(ஆசிரியர்கள்)* பெண்களும் காலனிகளைப் பிடித்தலும் *(லண்டன் 1980)*

சர் அர்தர் இவான்ஸ், மினோஸ் மற்றும் கனோஸோஸ்களின் அரண்மனை *(4 தொகுதிகள் லண்டன், 1921-1935)*

ஹில்லரி இவான்ஸ், மிகவும் பழமையான வாழ்க்கைத் தொழில் விவசாயம் பற்றிய படங்களுடன் கூடிய வரலாறு *(லண்டன், 1979)*

ஜீன் இவான்ஸ் மினோக்களின் அரண்மனை பற்றிய குறிப்பு *(லண்டன், 1936)*

மேரி இவான்ஸ் *(பதிப்பித்தது)* பெண்கள் பிரச்சினை; பெண்கள் அடிமைப்படுத்தப்பட்டது பற்றிய குறிப்புகள் *(லண்டன், 1982)*

எல்ரிச்சர்டு இவான்ஸ் *(பதிப்பித்தது)* எரிக் எரிக்சனுடன் உரையாடல் *(நியூயார்க், 1967)*

வில்லியன் ஃபேடர்மேன், ஆண்களின் காதலை விஞ்சிச் சொல்லுதல், மறுமலர்ச்சிக் காலத்திலிருந்து இன்றுவரை பெண்களுக்கு இடையிலான உணர்ச்சிப்பூர்வமான நட்புறவும் காதலும் *(லண்டன், 1981)*

வில்லியன் ஃபேடர்மேன் மற்றும் பிரிகிட்டி எரிக்சன் *(மொழி பெயர்த்து பதிப்பித்தது)* நூற்றாண்டுத் திருப்பத்தில் ஜெர்மனியில் லெஸ்பியன் பெண்ணியம் *(வெதர்பைலேக், மிஸ்ஸௌரி, 1980)*

பி.எம்.ஃபாகன், புவிக்கோளின் மக்கள் வரலாற்றுக்கு முந்திய உலகத்திற்கு ஓர் அறிமுகம் *(லண்டன், 1980)*

ஜிஃபாக்னிய்ஸ், ஆவணங்கள் ரிலேடிஃப்ஸ் அலா ஹிஸ்டோரி டி லா இன்டஸ்ட்ரி யெட் டி காமர்ஸ் யென் பிரான்ஸ் *(பாரிஸ், 1899-1900)*

பீட்டர் ஃபார்ப் ஆதிகாலத்திலிருந்து தொழில் வளர்ச்சி பெற்ற அரசு ஆகின்ற வரையில் வட அமெரிக்க இந்தியர்கள் காட்டியுள்ளபடி நாகரிகத்தை நோக்கி மனிதனின் வளர்ச்சி *(லண்டன், 1968)*

ஏ.லிஃபௌரே லிசோஷலிமே பெண்டாண்ட் லா ரெவல்யூஷன் பிராங்காய்ஸ் *(பாரிஸ், 1863)*

ஜான் ஃபெர்கூஸன் ரோம சாம்ராஜ்யத்தின் மதங்கள் *(லண்டன், 1970)*

எல்ஃபியாக்ஸ் லா பொலீஸ் டெங் மோயர்ஸ் யென்பிரான்ஸ் *(பாரிஸ், 1888)*

இவாஃபிகெஸ் தந்தைவழிச் சமுதாயக் கண்ணோட்டங்கள் சமுதாயத்தில் பெண்கள் *(லண்டன், 1970)*

விஃபிக்னர் ஒரு புரட்சியாளரின் நினைவலைகள் *(லண்டன், 1927)*

ஷுலாமித்ஃபயர்ஸ்டோன் பாலியலின் தர்க்கவியல் பெண்ணியப் புரட்சியின் ஆதாரம் *(லண்டன், 1970)*

ஆர்ஃபர்ஸ்ட் மற்றும் ஏ.ஸ்காட் ஆலிவ் ஷ்ரீனர் *(லண்டன், 1980)*

எலிஸபெத் ஃபிஷர் பெண் படைப்பு பாலியல் பரிணாமமும் சமுதாயத்தை உருவாக்கியதும் *(நியூயார்க், 1979)*

சி.பி.ஃபிட்ஜெரால்டு சீனா: ஒரு கலாசார வரலாற்றுச் சுருக்கம் *(லண்டன், 1961)*

பிரியன் ஃபிட்ஸ்பாட்ரிக், ஆஸ்ட்ரேலிய மக்கள் *1788-1945 (மெல்போர்ன், 1946)*

சிஃபிரெடிரிக் ஃபோக்ஹார்டு அரிய பாலினம் *(முர்ரே, சிட்னி, 1965)*

பட்ரீஷியா ஃபிராங்க்ஸ், பாட்டி ஒரு முன்னோடி *(கனடா, 1977)*

அந்தோணியா ஃபிரேஸர், பலவீனமான பாத்திரம்: ஏழாம் நூற்றாண்டு இங்கிலாந்தில் பெண்ணின் அவல நிலை *(லண்டன், 1984)*

சர்ஜேம்ஸ் ஃபிரேஸர் தங்க மரக்கிளை *(லண்டன், 1922)*

ஜோ ஃப்ரீமேன் (பதிப்பித்தது) பெண்கள்: ஒரு பெண்ணியப் பார்வை *(பாலோ ஆல்டோ, கலிபோர்னியா, 1979)*

மார்லின் பிரெஞ்ச், அதிகாரத்திற்கு அப்பால் ஆண்கள், பெண்கள் மற்றும் ஒழுக்கங்கள் *(லண்டன், 1985)*

பெட்டிஃப்ரீதான் பெண்ணியப் புதிர் *(லண்டன், 1963)*

பால் ஃப்ரீட்ரிச், அப்ரோடைட்டின் பொருள் *(சிகாகோ மற்றும் லண்டன், 1978)*

ஆர்ஃப்யூலோப்-மில்லர், போல்ஷிவிஸத்தின் அகமும் புறமும் *(நியூயார்க், 1965)*

ரோஜர்ஃபுல்ஃபோர்டு, பெண்களுக்கு வாக்குரிமை: ஒரு போராட்டத்தின் கதை *(லண்டன், 1958)*

மாடில்டா ஜோஸ்லின் கேஜ் பெண்ணும் திருச்சபையும் அரசும்: பெண்ணினத்திற்கு எதிராக ஆண்களின் கூட்டுச்சதி முதல் முதலாக வெளிப்படுத்தப்பட்டது. *(லண்டன், 1893)*

எம்.வால்ட்டர் கல்லிச்சான் பலதார மணத்தின் கீழ் பெண்கள் *(லண்டன், 1914)*

சி.என். காட்டி, காகுயின்ஸின் வியக்கத்தக்க பாட்டி *(லண்டன், 1970)*

டூர்ஸின் ஜியோஃப்ரே, ஹிஸ்டோரியா ஃபிராங்கோரம் லிப்ரிதியூம் *(1120)*

ஜோஸப் கீய்ஸ் மற்றும் பிரான்சிஸ், ஒரு மத்திய காலக் கோட்டையில் வாழ்க்கை *(நியூயார்க், 1974)* மத்திய காலங்களில் பெண்கள் *(நியூயார்க், 1978)*

சார்லட் பெர்கின்ஸ் கில்மேன், பெண்களும் பொருளியலும் *(லண்டன், 1898)*

ஏ.கோரியன் ஆப்ராவைப் புனர் நிர்மாணம் செய்தல் *(லண்டன், 1980)*

எம்.கிராண்ட் எலிஸபெத் பிளாக்வெல் *(லண்டன், 1974)*

ராபர்ட் கிரேவ்ஸ் வெண் தேவதை *(லண்டன், 1948)* கிரேக்கப் புனைகதைகள் *(லண்டன், 1960)* பதிப்பித்தது. புராணங்கள் பற்றிய புதிய லாரெளஸ் கலைக்களஞ்சியம் *(லண்டன், 1959)* (மொழி பெயர்ப்பாளர்) அபுலியஸ் தங்கக் கழுதை *(லண்டன், 1950)*

கிரஹாம் கிரீனி, ரோசெஸ்டர், பிரவுவின் குரங்கு, ஜான் வில்மோட்டின் வாழ்க்கை ரோசெஸ்டரின் 2வது பிரபு லண்டன், 1976

ஜெர்மேன் கிரீர் பெண் அலி *(லண்டன், 1970)* தடைப் போட்டி: பெண் ஓவியர்களின் அதிர்ஷ்டமும் அவர்களது பணியும் *(லண்டன், 1979)*

எலிஸபெத் கிரிஃபித்ஸ், அவளுடைய சொந்தத் தகுதியின் பேரில் எலிஸபெத் கேடி ஸ்டான்டன் *(ஆக்ஸ்ஃபோர்டு மற்றும் நியூயார்க்)*

ரிச்சர்ட் குருன்பெர்க்கர், மூன்றாவது ரீய்ச்சின் ஒரு சமூக வரலாறு *(லண்டன், 1971)*

சர் ஹென்ரிரைடர் ஹேக்கார்ட், சாலமன் மன்னரின் சுரங்கங்கள் லண்டன், 1886.

ரேட்கிளிஃப் ஹால், தனிமைக் கிணறு *(லண்டன், 1928)*

எஃப் ஹேமர் தெரோய்க்னிடி மெரிகோர்ட் புரட்சியின் பெண் *(லண்டன், 1911)*

ஆன்பி ஹம்மான் 'பேராசிரியர் பேரும் பெண் பிரச்சினையும்' எஜுகேஷனல் ரெவியூ 47, மார்ச் 1914.

ஏ.ஜேம்ஸ் ஹாம்மர்டன் குடிபெயர்ந்து வந்த பெண் பண்பாளர்

ஜே.எல்.ஹம்மாண்ட் மற்றும் பர்பாரா ஹம்மாண்ட் நவீன காலத் தொழில் துறையின் எழுச்சி *(லண்டன், 1939)*

எம்.எஸ்தர் ஹார்டிங், பெண்ணின் புதிர்கள், பண்டைக் காலத்தியவையும், நவீனகாலத்தியவையும், புராணத்திலும், கதையிலும் கனவுகளிலும் சித்திரித்துள்ளபடி பெண்ணியக் கோட்பாடு பற்றிய ஓர் உளவியல் ரீதியான வியாக்கியானம் *(நியூயார்க், 1955)*

சி.காஸ்கோயிக்னே ஹார்ட்லி, ஆதிகால சமுதாயத்தில் பெண்களின் நிலைமை *(லண்டன், 1914)*

டிக்குவெட்டா ஹாக்ஸ், கடவுள்களின் விடியல் *(லண்டன், 1958)* வரலாற்றுக்கு முந்திய காலம் *(நியூயார்க், 1965)* ஆரம்பகால மகத்தான நாகரிகங்கள் *(லண்டன், 1975)*

எட்னா ஹீலி, புகழ் பெற்ற மனைவிகள் மேரிலிவிங்ஸ்டன் ஜென்னி மார்க்ஸ், எம்மா டார்வின் (லண்டன், 1986)

எல். மற்றும் ஜே. ஹெண்டர்சன், பத்து குறிப்பிடத்தக்க லத்தீன் அமெரிக்கப் பெண்கள் (சிகாகோ, 1978)

ஜே.கிறிஸ்டோபர் ஹெரால்டு, நெப்போலியன் காலத்து தொடுவானப் புத்தகம் (நியூயார்க், 1963)

கிறிஸ்டோபர் ஹிப்பர்ட் தீமையின் வேர்கள் குற்றம் மற்றும் தண்டனையின் ஒரு சமூக வரலாறு (லண்டன், 1966) பிரெஞ்சுப் புரட்சி (லண்டன், 1980)

ரேமாண்ட் ஹில் மற்றும் பர்கின் ஜி. தாமஸ் (ஆசிரியர்கள்) மாநில நாடோடிப் பாடகர்களின் நூல் திரட்டு (லண்டன், 1941)

பாட்ஹோல்டன், பெண்களின் சமய அனுபவம் (லண்டன், 1983)

பெல் ஹுக்ஸ், நான் ஒரு பெண்: கறுப்பர் பெண்களும் பெண்ணியமும் (பாஸ்டன் 1981), பெண்ணியத் தத்துவம் ஓரத்திலிருந்து மையம் வரையில் (பாஸ்டன், 1984)

காரென் ஹார்னி பெண்ணின் உளவியல், ஆசிரியர், ஹரோல்ட் கெல்மன் (நியூயார்க், 1967)

ஃபிரான் ஹோஸ்கென், ஹோஸ்கென் அறிக்கை பெண்களின் பிறப்புறுப்புகள் மற்றும் பாலின முடமாக்குதல் (1979 இலையுதிர்காலம் பெண்களின் சர்வதேச இணைப்புச் செய்தி 187 கிராண்ட் தெரு, லெக்ஸிங்டன், மஸ்ஸாசூசெட்ஸ் 02173 அமெரிக்கா)

பென்னேதோர்ன் ஹியூஸ், சூனியவித்தை (லண்டன், 1965)

எம்.இ. ஹம்ப்ரீஸ், பெக்ஸ், கிரேகோர் ஹியூ மற்றும் டார்லோ ஹம்ப்ரீஸ் தொழில் புரட்சி (லண்டன், 1976)

சி.கேட். ஹர்ட்-மீட் 'ட்ரெளடுலா', இஸிஸ், 14 (லண்டன், 1930) பக். 349-69

டியான்ஹட்டன், பதினான்காம் நூற்றாண்டு ஷ்ரூவ்ஸ்பரியில் பெண்கள் எல்.சார்ல்ஸ் மற்றும் எல்.டஃப்பின் நூல்களில்

தாமஸ் ஹக்ஸ்லி, அறநெறிகளும் பரிணாம வளர்ச்சியும் (லண்டன் 1893) தாமஸ் ஹக்ஸ்லியின் வாழ்க்கையும் கடிதங்களும் 2 தொகுதிகள், நியூயார்க், 1901

ரொனால்டு ஹையம், பிரிட்டனின் சாம்ராஜ்ய நூற்றாண்டு 1815-1914 சாம்ராஜ்யம் மற்றும் விஸ்தரிப்பு பற்றிய ஓர் ஆய்வு (லண்டன், 1976)

ஜி.ஐஸக் மற்றும் ஆர்.லீக்கி மானிட முன்னோர்கள் (லண்டன், 1979)

பாட் ஜால்லண்ட், ஜான் ஹூப்பர் (ஆசிரியர்கள்) பெண்கள்- பிறப்பு முதல் மரணம் வரை பிரிட்டனில் பெண்களின் வாழ்க்கை சுழற்சி 1830-1914 (லண்டன், 1986)

இ.ஓ.ஜேம்ஸ், தாய்க் கடவுள் வழிபாடு: ஒரு தொல் பொருளாராய்ச்சி மற்றும் ஆவணப் பூர்வமான ஆய்வு (லண்டன், 1959) தியாகமும் சமயவினையும் (லண்டன், 1962)

ஷீய்லா ஜெஃப்ரேய்ஸ் மணமாகாத முதியமாதும் அவளுடைய விரோதிகளும்: பெண்ணியமும் பாலியல் தன்மையும் 1880-1930 (லண்டன், 1985)

சி.டொனால்டு ஜொஹான்சன் மற்றும் எமெய்ட்லண்ட் எடி லூசி: மனித வர்க்கத்தின் தொடக்கம், நமது மிகவும் பழங்காலத்திய முன்னோர் பரபரப்பான முறையில் கண்டுபிடிப்பு (லண்டன் மற்றும் நியூயார்க், 1981)

டெரெக் லெவெலின் ஜோன்ஸ், மனித இனப்பெருக்கமும் சமுதாயமும் (லண்டன், 1974)

எம்.எம்.கேயி. தங்க அமைதி: முகலாய ஆட்சிக்காலத்து டில்லியில் ஓர் ஆங்கிலேயப் பெண்ணின் வாழ்க்கை, எமிலி, லேடிகிளைவ் பெய்லி மற்றும் அவளுடைய தந்தை சர் தாமஸ் மெட்காலேயின் நினைவலைகள் (எக்சொடர், 1980)

மெலானிகேயி, அழகான யூதப் பெண்கள் பதிப்பித்தது - எல்லின் டார்டன் பெக். (மஸ்ஸாசூசெட்ஸ், 1982)

டாக்டர் ஏ.ஹோவார்ட் கெல்லி, மருத்துவப் பெண் நோய் இயல், லண்டன், 1909

சி.கெரென்யீ யெலியூசிஸ் தாய் மற்றும் மகளின் மூல பிம்பம் (நியூயார்க் மற்றும் லண்டன், 1967)

வயோலா கிளீய்ன் பெண்ணின் கதாபாத்திரம்: ஒரு சித்தாந்தத்தின் வரலாறு (லண்டன், 1946)

ஆனி கோய்ட் பெண் உறுப்பின் உணர்ச்சிப் பெருக்கம் என்ற கட்டுக்கதை (நியூயார்க், 1969)

செரிஸ் கிராமரே மற்றும் ஏ.பௌலா ட்ரீய்ச்லர் ஒரு பெண்ணிய அகராதி (லண்டன், 1985)

மார்க்கரெட் வேட் லாபார்ஜ், மருத்துவ வாழ்க்கையில் பெண்கள் (லண்டன், 1986)

லூயிலாபே, டிபேட் டிஃபோலி யெட்டி அமௌர் (லண்டன், 1595)

எம்மானுவேல் லீ ராய் லாடுரீ பிரெஞ்சு விவசாயிகள் *1450-1660* மொழிபெயர்ப்பாளர் - ஆலன் ஷெரிடன் *(லண்டன், 1986)*

எஸ்.ஆனி லேன் *(பதிப்பித்தது)* மேரி ரிட்டர்பியர்டு ஓர் ஆதார நூல் *(நியூயார்க், 1977)*

ஜான் லாங்டன் - டேவிஸ் பெண்களிள் ஒரு சுருக்கமான வரலாறு *(லண்டன், 1928)*

டிக்கே லாண்யர் லா சிட்டே மாஜிக் *(பாரிஸ், 1972)*

வேரா லங்கா, எதிர்ப்பு இயக்கத்திலும் பேரழிவிலும் பெண்கள் *(கன்னெக்டிகட், 1983)*

ஆர்லீக்கே மற்றும் ஆர்.லெவின் தொடக்கங்கள் *(நியூயார்க் 1977)*

உயிரினங்களின் தொடக்கம் - படங்களுடன் கூடியது பதிப்பித்தது ஆர்.ஏ.லீக்கே *(1979)*

ஆர்.பி.லீ. மற்றும் இர்வென் டிவோர். வேட்டையாடும் மனிதன் *(லண்டன் 1968) (ஆசிரியர்கள்)* காலஹாரி வேட்டையாளர்கள் உணவு சேகரிப்போர் ஹார்வர்டு யுனிவர்சிடி பிரஸ், *1976)*

ஆர்.மேரி லெஃப்கோவிட்ஸ், கிரேக்கப் புராணத்தில் பெண்கள் *(லண்டன், 1986)*

லீஸா லெக்ஹார்ன், மற்றும் காதரைன் பார்க்கர் பெண்ணின் தகுதி: பாலியல் பொருளியலும் பெண்களின் உலகமும் *(1981)*

ஆந்த்ரே லெரோய் - கௌர்ஹான் மேலை ஐரோப்பாவில் வரலாற்றுக்கு முந்திய மனிதனின் கலை *(லண்டன், 1969)*

ஜூலியா லெஸ்லி, 'சாராம்சமும் உயிர் வாழ்தலும்' பண்டைய இந்திய இலக்கியங்களில் பெண்களும் சமயமும் ஹோல்டனில் *(லண்டன், 1983)* பக். *89-112*

ஷீய்லா லெவன்ஹாக் பெண்களும் உழைப்பும் *(லண்டன், 1980)*

வி.லியூபடோவிச், நினைவலைகள் *(லண்டன், 1906)*

டபிள்யூ.பி.லிவிங்ஸ்டன் கலாபரின் மேரிஸ்லெஸ்ஸார் முன்னோடி சமயப் பிரசாரகர் *(லண்டன், 1916)*

கொன்ராட் லோரென்ஸ், ஆக்கிரமிப்பு பற்றி *(லண்டன், 1966)*

மரியன் லோவே, மற்றும் ரூத் ஹப்பார்டு பெண்ணின் இயற்கை: சமத்துவமின்மை சீராக்கப்படுதல் *(நியூயார்க்-ஆக்ஸ்போர்டு, 1983)*

எம்.ஆஞ்ஜெலா லூகாஸ் மத்திய காலங்களில் பெண்கள் சமயம் திருமணம் மற்றும் கடிதங்கள் *(லண்டன், 1983)*

ஜி.எச்.லுக்கெட், மரபற்றுப்போன மனிதனின் கலையும் சமயமும் *(ஆக்ஸ்போர்டு, 1930)*

டி மார்டின் லூதர் கிரிடிஸ்சே கெஸாம்டாவ்ஸ்காபே, தொகுதி *3* பிரீப்வெச்ஸெல் *(வெய்மார், 1933)*

சார்லஸ் லயெல், பூகர்ப்பவியலின் கோட்பாடுகள் *(லண்டன், 1830)*

மார்க்கரெட் மாக்கர்டெய்ன், மற்றும் ஒடோன்னா கொர்ரெய்ன் *(ஆசிரியர்கள்)* ஐரிஷ் சமுதாயத்தில் பெண்கள் வரலாற்று வழிப்பட்ட பரிமாணம் *(1986)*

ஜோன்மாக்சே, பெண்களின் சாதனைக்கு கின்னஸ் வழிகாட்டி *(லண்டன், 1975)*

ஸ்சில்லா மக்ளீன் பெண்களை சுன்னத் செய்தல், நறுக்குதல் மற்றும் பாலுறுப்புகளை கொக்கியினால் கட்டிவிடுதல்: உண்மைகளும் மாற்றத்திற்கான பிரேரணைகளும் *(சிறுபான்மையினர் உரிமைகள் குழுவின் அறிக்கை, எண்.47 டிசம்பர், 1980)*

சாராமெய்ட்லாண்ட் புதிய நாட்டின் ஒரு வரைபடம் பெண்களும் கிறிஸ்துவ சமயமும் *(லண்டன், 1983)*

காப்ரியேல் மாண்டெல் ஒரு தலையணைக் கவிதை, ஜப்பானிய வழிமுறைகள் *(ஃபிரிபோர்க், 1984)*

ஜீன் மார்க்டேல், கெல்ட்டு இனப் பெண்கள் *(பாரிஸ், நியூயார்க், லண்டன், 1982)*

காதரைன் மேயோ அன்னை இந்தியா *(லண்டன், 1927)*

மார்க்கரெட் மீட், ஆணும் பெண்ணும்: மாறிவரும் உலகில் பாலினங்கள் பற்றிய ஓர் ஆய்வு *(நியூயார்க், 1949)*

ஃபாதிமா மெர்னிஸ்ஸி, முகத்திரைக்கு அப்பால்: நவீன கால முஸ்லிம் சமுதாயத்தில் ஆண்-பெண் இயக்காற்றல் *(நியூயார்க், 1975)*

ஈவ் மெர்ரியம் *(ஆசிரியர்)* அமெரிக்காவில் பெண்ணின் வளர்ச்சி: பத்து வாழ்க்கைகள் *(நியூயார்க், 1971)*

ராபர்ட் மிடில்காஃப், புகழ்மிக்க லட்சியம்: அமெரிக்கப் புரட்சி *1763-1789 (நியூயார்க் மற்றும் ஆக்ஸ்போர்டு 1982)*

டி.மிடில்டன் விக்டோரியா காலத்துப் பெண் பயணிகள் *(லண்டன், 1965)*

ஆர்.மைலஸ், பெண்களும் அதிகாரமும் *(லண்டன், 1985)*

கேட் மில்லெட், பாலியல் அரசியல் *(லண்டன், 1970)*

ஜூலியட் மிட்செல், பெண்களின் எஸ்டேட் *(லண்டன், 1971)*

இலெய்ன் மார்கன் பெண்ணின் மரபு (லண்டன், 1972)

தெஸ்மாண்ட் மாரிஸ், அம்மணமான மனிதக் குரங்கு (லண்டன், 1967)

ஜேம்ஸ் மாரிஸ், பேக்ஸ் பிரிட்டானிகா (லண்டன், 1969)

ஜே.மாரிஸ், அந்தப் பெண் ஒரு பிஷப் (நியூயார்க், 1973)

ஜார்ஜ் பி முர்டாக் நம்முடைய ஆதிகாலத்து சகமனிதர்கள் (நியூயார்க், 1934) சமூகக் கட்டமைப்பு நியூயார்க், 1949, உலக மனித இன அமைப்பு மாதிரி அமெரிக்க மனித இன வரலாற்றியலாளர் (லண்டன், 1957) 'மனித இன அமைப்பு வரைபடத் தொகுப்பு', மனித இனவியல் 6, எண்.2, பக்.109-236

மார்க்கரெட் முர்ரே, மேலை ஐரோப்பாவில் சூனியக்காரி - கலாசாரம் (ஆக்ஸ்போர்டு, 1921)

ஹெர்பர்ட் முஸுரில்லோ கிறிஸ்துவத் தியாகிகளின் நடவடிக்கைகள் (லண்டன், 1972)

ஷாயிக் நெஃப்வாஸி, மணமுண்டாக்கப்பட்ட தோட்டம் மொழி பெயர்ப்பாளர் சர் ரிச்சர்டு பர்ட்டன் (லண்டன், 1963)

எரிக் நியூமேன் ஆற்றல்மிகு அன்னை மூல உருவம் பற்றிய ஒரு பகுப்பாய்வு (நியூயார்க், லண்டன், 1955)

லூயிமைக்கேல் நியூமேன், ஆண்களின் கருத்துக்கள்: பெண்களின் யதார்த்தங்கள், ஜனரஞ்சக விஞ்ஞானம் 1870-1915 (நியூயார்க், லண்டன், 1985)

அய்லியன் நி சுல்லியானன் (ஆசிரியர்) ஐரிஷ் பெண்கள்: பிம்பமும் சாதனையும் - ஆதிகாலந் தொட்டு ஐரிஷ் கலாசாரத்தில் பெண்கள் (லண்டன், 1985)

ஜான் நிக்கல்ஸன், ஆண்களும் பெண்களும் அவர்கள் எவ்வளவு மாறுபட்டவர்கள்? (ஆக்ஸ்போர்டு, 1984)

பட்ரீஸியா நீய்ட்ஜவிக்கி, பெண்களும் இசையும் ஐரோப்பியப் பெண்கள் அனுபந்தம் எண் 22 (ஐரோப்பிய சமூகங்களைப் பற்றியக் கமிஷன், அக்டோபர், 1985)

லேடி நிஜோ, ஒப்புதல் வாக்குமூலம் பிரேசில், காரென் பார்க்கவும்.

ஏ.ஓக்ளே, சிறைவைக்கப்பட்ட கருப்பை: கருவுற்ற பெண்களின் மருத்துவப் பராமரிப்பின் ஒரு வரலாறு (ஆக்ஸ்போர்டு 1985) இல்லத்தரசி (லண்டன், 1974) அடிமைப்பட்ட பெண், (கிளாஸ்கோ 1982)

கென்னத் ஓக்ளே, கருவி தயாரிக்கும் மனிதன் (லண்டன், 1947)

காதரைன் ஓ'டொனோவன் சட்டத்தில் பாலினப் பிரிவுகள் (லண்டன், 1985)

ஜூலியா ஓ'ஃபாலெய்ன் மற்றும் லௌரா மார்ட்டின்ஸ், கடவுளின் பிம்பத்தில் அல்ல: வரலாற்றில் பெண் (லண்டன், 1973)

ஜான் ஓ நீய்ல், கடவுள்களின் இரவு *(2 தொகுதிகள், லண்டன், 1893)*

லோயி டெக்கர் *(ஆசிரியர்)* பெண்களின் உலக சாதனைகள் பற்றிய புத்தகம் *(நியூயார்க், 1979)*

கிறிஸ்டாபெல் பாங்குர்ஸ்ட் ஒரு மாபெரும் தீமை பற்றிய தெளிவான உண்மைகள் *(மாபெரும் தீங்கும் அதை எவ்வாறு முடிவுக்குக் கொண்டுவருவதும்)* பெண்களின் சமூக மற்றும் அரசியல் யூனியன், *(லண்டன், 1913)*

ஏ.ஜே.பி. பேரண்ட்-குச்சா டெலட், டிலா பிராஸ்டிடியூஷன் டான்ஸ் லா வில்லி டி பாரிஸ் *(2 தொகுதிகள் பாரிஸ், 1857)*

ரோஸ்சிகாபார்க்கர் மற்றும் போல்லாக், கிரிசெல்டா, வயதான காதலிகள், பெண்கள், கலை மற்றும் சித்தாந்தம் *(லண்டன், 1981)*

ஜியோப்ரே பாரிஸ்டர் உலக சமயங்களில் பாலியல் *(லண்டன், 1980)*

ரஃபேல் பட்டாய், ஹீப்ரு பெண் தெய்வம் *(நியூயார்க், 1967)*

எச்.பௌலி, அவளுடைய பெயர் பயணி உண்மை *(லண்டன், 1962)*

கிளென் பெட்ரீ, ஒரு தனிச்சிறப்பான அசமத்துவம்: ஜோஸ்பைன் பட்லரின் பிரசாரங்கள் *(லண்டன், 1971)*

எம்.பிலிப்ஸ் மற்றும் டபிள்யூ.எஸ்.டோம்கின்ஸன் வாழ்க்கையிலும் கடிதங்களிலும் ஆங்கிலேயப் பெண்கள் *(ஆக்ஸ்போர்டு, 1927)*

கி.ரோய்ஸ்டன் பைக், பிரிட்டனில் தொழிற்துறைப் புரட்சியின் மனித நேய ஆவணங்கள் *(லண்டன், 1966)*

ஐவி பின்ச்பெக், பெண் தொழிலாளர்களும் தொழிற்புரட்சியும் *1750-1850 (லண்டன், 1930 மறுபதிப்பு 1969)*

ஏ.எட்வின் பிராட், விக்டோரியா ஆட்சிகாலத்து முன்னோடிப் பெண்கள் *(லண்டன், 1897)*

ஐ.ரே. டாக்டர் ஜேம்ஸ் பாரியின் வினோதமான வரலாறு *(லண்டன், 1958)*

இ.எல். ரானிலாக், பெண்களைப் பற்றி ஆண்கள் *(லண்டன், 1985)*

சூஸன் ரேவன் மற்றும் அலிஸன் வேய்ர், வரலாற்றில் பெண்கள்: முப்பத்து ஐந்து நூற்றாண்டுக்கால பெண்களின் சாதனை *(லண்டன், 1981)*

கார்வெத் ரீட், மனிதனின் தோற்றுவாய் *(லண்டன், 1925)*

எல்லின் ரீட், பெண்ணின் பரிணாம வளர்ச்சி தாய்வழிச் சமுதாயக் குலத்திலிருந்து தந்தைவழிச் சமுதாயக் குடும்பம் வரை *(நியூயார்க், 1975)*

கிளாடீஸ் ரிச்சர்ட், நவஜோ ரிலிஜன் குறிப்பு அடையாள முறைமை பற்றிய ஓர் ஆய்வு *(நியூயார்க், 1950)*

ராய்னா ரீய்ட்டர் (ஆசிரியர்) பெண்களின் இனவரலாற்றை நோக்கி (லண்டன், 1975)

சூஸன் ரென்னீ மற்றும் கிரிஸ்டன் கிரிம்ஸ்டாட், புதிய பெண்ணின் உயிர்வாழ் அட்டவணை (நியூயார்க், 1973)

கோமாட்டி ரீயிட் செல், அமெரிக்காவுக்குக் கண்டுபிடிப்புப் பயணம் (லண்டன், 1800)

ஜே.எம்.ராபர்ட்ஸ், ஹட்சின்சனின் உலக வரலாறு (லண்டன், 1976)

விக்டர் ராபின்ஸன், இங்கிலாந்திலும் அமெரிக்காவிலும் குடும்பக் கட்டுப்பாட்டின் முன்னோடிகள் (நியூயார்க், விருப்பப் பூர்வ பெற்றோர்கள் கழகம், 1919)

ரோஸலிண்ட் ரோஸென்பர்க் தனித்தனி மண்டலங்களுக்கு அப்பால்: நவீனகாலப் பெண்ணியத்தின் அறிவுத்துறை வேர்கள் (நியூ ஹேவன் 1982) பெண்ணிய ஆய்வுகள் 3 (1970 இலையுதிர்காலம்)

ஜி.டி. ரோதரி. வீராங்கனைகள் (லண்டன், 1910)

சி.எச்.எஃப். ரௌத், மக்கட் தொகைப் பெருக்கத்தைத் தடுப்பதை நோக்கமாகக் கொண்ட நடைமுறைகளினால் ஏற்படக்கூடிய ஒழுக்கம் சம்பந்தமான மற்றும் உடலியல் தீமைகள் (லண்டன், 1879) சார்லஸ் ரோய்ஸ்டர், போர்க்களத்தில் புரட்சிகரமான மக்கள் கண்டத்தின் ராணுவம், அமெரிக்க குணாம்சம் - 1775-1783 (சேப்பல்ஹில், வடக்கு கரோலினா, 1979)

டபிள்யூஎஃப் ரூக், அச்சமற்றவர்: ஆனிஹட்சின்ஸனின் வாழ்க்கை (லண்டன், 1930)

ஜேன் ரூல், லெஸ்பியன் பிம்பங்கள் (நியூயார்க், 1982)

பெர்ட்ராட் ரஸ்ஸல், மேலையத் தத்துவஞானத்தின் வரலாறும், தொல் பழங்காலத்திலிருந்து இன்றுவரை அரசியல், சமூக சூழ்நிலைகளுடன் அதனுடைய தொடர்பும் (லண்டன், 1946)

ஏஃபாட்னா சப்பா (புனைபெயர்) முஸ்லீம் மயக்க நிலையில் பெண் (லண்டன் - நியூயார்க், 1984)

என்.கே.காண்ட்ராஸ் (மொழிபெயர்ப்பாளர்) கில்காமேஷின் வீரகாவியம் (லண்டன், 1960)

மேரி சார்லிப், பெண்ணின் ஏழு பருவங்கள் (லண்டன், 1915)

ஏ.ஸ்ச்சாஃபினி (பதிப்பித்தவர்) லிப்ரோ டி புயோனி கஸதூமி (ஃப்ளாரென்ஸ், 1956)

ஆனிமேரி ஸ்ச்சிம்மெல், 'புதிரான இஸ்லாமியத்தில் பெண்கள்' அல்ஹிப்ரி நூலில்.

மாஸ்டர் ஃபிரான்ஸ் ஷ்மித், ஒரு கொலைப்பணியாளின் நாட்குறிப்பு *(லண்டன், 1928)*

ஜே.ஏ.ஷ்னீடர், ஃப்ளோரா டிரிஸ்டான் *(லண்டன், 1980)*

ஆலிவ் ஷ்ரீய்னெர், ஓர் ஆப்பிரிக்கப் பண்ணையின் கதை. லண்டன், *1884*, பெண்ணும் உழைப்பும் *(லண்டன், 1911)*

ரெஜிரைல்ட் ஸ்காட், பில்லி சூனியத்தின் கண்டுபிடிப்பு, பதிப்பித்தவர் பி.நிக்கல்ஸன், *(லண்டன், 1886)*

ஜி.ஆர்.ஸ்காட், லிங்க வழிபாடு தொல்பழங்காலத்திலிருந்து இன்றுவரை எல்லா இனங்களின் சமயம் சம்பந்தமாக பாலியல் மற்றும் பாலியல் சடங்குகளின் வரலாறு *(புதுடில்லி, 1975)*

ஏ.சார்லஸ் செல்ட்மேன், தொல்பழங்காலத்தில், பெண்கள், *(லண்டன், 1956)*

மைரா லெஸ்லி ஷாக்லே, கற்கால மனிதன் *(லண்டன், 1980)*

பெனிலோப் ஷட்டில், பீட்டர் ரெட்கிரேவ், விவேகமான காயம்: மாதவிலக்கும் ஒவ்வொரு பெண்ணும் *(லண்டன், 1978)*

ஏ.சின்க்ளேர், அமெரிக்கப் பெண்ணின் விடுதலை *(நியூயார்க், 1966)*

சாலிஸ்லோக்கம், உணவு சேகரிக்கும் பெண்: மனித வரலாற்றியலில் ஆண் சார்பு *(லண்டன், 1971)* ரீய்ட்டர் மற்றும் இவான்ஸின் நூலில்

எஃப் எம்.ஸ்மித், மேரி ஆஸ்டெல் *(லண்டன், 1916)*

வாலெரி சொலனாஸ், எஸ்.சி.யு.எம்.மேனிஃபஸ்டோ *(நியூயார்க், 1968)*

சொரானுஸ், பெண் நோய் இயல், (மொர்) ஓவ்சி டெம்கின்ஸ் *(ஜான்ஸ் ஹாப்கின்ஸ் 1956)*

ஹெர்பர்ட் ஸ்பென்சர் கல்வி: அறிவுத்துறை: ஒழுக்கம் மற்றும் உடலியல் லண்டன், *1861*. உயிரியலின் கோட்பாடுகள் *(லண்டன், 1864-7)*

ஹெர்பர்ட் ஆர். ஸ்பென்ஸர், பிரிட்டிஷ் மகப்பேறியலின் வரலாறு - *1650*லிருந்து *1800* வரை *(லண்டன், 1929)*

ஜேகப் ஸ்பொரங்கர், மேல்லியஸ் மேல்ஃபிகாரம் *(1484)*

எலிஸபெத் கேடி ஸ்டான்டன், சூஸன் பி. அந்தோணி, மட்டில்டா ஜோஸ்லின் கேஜ், பெண்களுக்கு ஓட்டுரிமை கிடைத்த வரலாறு *(நியூயார்க் 1876-85)* எண்பது ஆண்டுகளும் அதற்கு மேலும் நினைவலைகள் *1815-1897* *(நியூயார்க், 1898)*

லீ அலெக்ஸாண்டர் ஸ்டோன், லிங்கவழிபாட்டின் கதை (சிகாகோ, 1927)
மெர்லின் ஸ்டோன், சொர்க்கத்தின் ஆவணங்கள் (லண்டன், 1976)

பெண் தன்மை பற்றிய பண்டைய கண்ணாடிகள் (லண்டன், 1979)

அந்தோணி ஸ்டோர், மனித ஆக்கிரமிப்பு (லண்டன், 1968)

ஜேம்ஸ் ஸ்ட்ராங், ஃபோனிரீய்டோஸ்: அல்லது மேலையப் பெண்களிடம் பிரதானமாகக் கண்டறியப்பட்ட பெண்ணிய வீரம் (லண்டன், 1645)

ஆனி சம்மர்ஸ், கேடுகெட்ட விபசாரிகளும் கடவுளின் போலீசும், ஆஸ்ட்ரேலியாவில் பெண்கள் காலனியாதிக்கத்திற்கு உட்படுத்தப்பட்டது. (விக்டர் ரிங்வுட், 1975)

இயான்டி சுட்டி, காதல் மற்றும் வெறுப்பின் தோற்றுவாய்கள் (லண்டன், 1960)

பிரான்ஸிஸ் ஸ்வைனி, பெண்களும் இயற்கை விதியும் (லீக் ஆஃப் இஸிஸ், 1912) ‘பார் ஆஃப் இஸிஸ்’ (லண்டன், 1907)

‘டி...இ’ மாதர்களின் உரிமைகள் பற்றிய லாஸ் தீர்மானம் (லண்டன், 1632)

சோல் டாக்ஸ் (பதிப்பித்தது) மனிதனின் பரிணாம வளர்ச்சியும், டார்வினுக்குப் பிறகு ஏற்பட்ட பரிணாமமும் தொகுதி 2, (சிகாகோ பல்கலைக்கழகம், 1960)

டபிள்யூ.ஐ.தாமஸ், பாலினமும் சமுதாயமும் பாலினத்தின் உளவியல் பற்றிய ஆய்வுகள் (லண்டன், 1907)

ரோஜர் தாம்ப்ஸன், ஸ்டூவர்ட் ஆட்சிக்கால இங்கிலாந்திலும் அமெரிக்காவிலும் பெண்கள் ஓர் ஒப்பாய்வு (லண்டன், 1974)

லின் தோர்ன்டைக், நாகரிகத்தின் ஒரு சுருக்கமான வரலாறு லண்டன், 1927

கிளேர் டோமலின், மேரி வோல்ஸ்டோன் கிராப்டின் வாழ்க்கையும் மரணமும் (லண்டன், 1978)

ஃப்ளோரா டிரிஸ்டான், பெரிகிரினேஷன்ஸ் டியூன் பாரியா (லண்டன், 1838) எல்யூனியோன் ஓவ்ரியரே (பாரிஸ், 1843)

ஜோவன்னா ட்ரோல்லோப், பிரிட்டானியாவின் புதல்விகள்: பிரிட்டிஷ் சாம்ராஜ்யத்தின் பெண்கள் (லண்டன், 1983)

லிஸாகுட்டில், பெண்ணியம் பற்றிய கலைக்களஞ்சியம் (லண்டன், 1986)

ஜென்னிஃபர் எஸ்.உக்ளோ, (பதிப்பாசிரியர்) பெண்களின் வாழ்க்கை வரலாறு பற்றிய மாக்மில்லன் அகராதி (லண்டன், 1982)

மதில்டே மற்றும் மத்தியாஸ் வெயெர்டிங், ஆதிக்கம் செலுத்தும் பாலினம்: பாலின வேறுபாடுகளின் சமூகவியலில் ஓர் ஆய்வு (லண்டன், 1923)

சீமாட்டி எஃப் பி.வெர்னே (பதிப்பாசிரியர்) உள்நாட்டுப் போரின் போது வெர்னே குடும்பத்தின் நினைவலைகள் (2 தொகுதிகள் 1892)

ஜான்விகார்ஸ், உலகின் அலைகளுக்கு மேலே கடவுளின் தோணி, அல்லது நாடாளுமன்ற வரலாற்றின் மூன்றாவது கட்சி (லண்டன், 1646)

வேக்னார், மாதா ஹரியின் படுகொலை *(லண்டன், 1964)*

மரினாவார்னர், ஜோன் ஆஃப் ஆர்க் வீரப் பெண்ணின் பிம்பம் *(நியூயார்க், 1982)*

எஸ்.வாஷ்பர்ன் மற்றும் சி.எஸ்.லங்காஸ்டர் லீ மற்றும் டீ வோரின் நூலில் 'வேட்டையாடலின் பரிணாம வளர்ச்சி'

பியாட்ரிஸ் வெப், என்னுடைய பயிற்சி (லண்டன், 1926)

பௌலா வெப்ஸ்டர், 'தாய்வழிச் சமூகம்: அதிகாரத்தின் ஒரு பார்வை' *என்ற ரீய்ட்டரின் நூல்.*

பௌலா வீய்டெகர், வரலாற்றின் தலைவி *(லண்டன், 1985)*

எச்.ஜி.வெல்ஸ். வரலாற்றின் உருவரை (லண்டன், 1930)

பி.வொய்ட்லாக், ஆங்கிலேய விவகாரங்கள் பற்றிய நினைவுச் சின்னங்கள் (லண்டன், 1732)

சி.விட்மெர் மற்றும் சி.ஜே.மெயர் *(பதிப்பாசிரியர்கள்)* லே லிவ்ரே டிலா பூர்ஷுவ டிலா லில்லே டி ஸ்ட்ராஸ்போர்க் *1440-1530 (ஸ்ட்ராஸ்போர்க், ஜுரிச், 1948-61)*

ஜோஸப் வுல்ஃப் மற்றும் ஜதனெக் புரியான், மனிதனின் விடியல், *(லண்டன், 1978)*

மேரிஸ்டோன் கிராஃப்ட், மாதர்களின் உரிமைகளின் சான்றாதாரம், *(லண்டன், 1972)*

ஹன்னா வூல்லி, பெண்களின் குறிப்பகராதி *(லண்டன், 1661)* மெல்லியலாளின் துணைவன் *(லண்டன், 1675)*

வூசாவோ *(பதிப்பாசிரியர்)* சீன கிராமியக் கதைகளில் பெண்கள், சீனத்துப் பெண்கள் பற்றிய சிறப்பு வெளியீடுகள் *(பெய்ஜிங், சீனா, 1983)*

✧✧✧